யவனி

சோழ வரலாறு கூறும் சரித்திர நாவல்

தேவி யசோதரன் *(நாவலாசிரியர்)*

இன்ஃபோசிஸ் நிறுவனத் தலைவர் திரு. நாராயணமூர்த்தியின் உரைகளை எழுதிக் கொடுக்கும் பணியில் இருந்தவர். சோழர்கள் குறித்து அறிவதில் அதீத ஈடுபாடு கொண்டவர். மற்ற நேரங்களில் 'டிரென்ட்லைன்' என்ற நிதி முதலீட்டு தளத்தின் நிறுவனர்களில் ஒருவராக இயங்கி வருபவர்.

சத்தியப்பிரியன் *(மொழிபெயர்ப்பாளர்)*

சத்தியப்பிரியன் என்ற புனைபெயரில் எழுதி வரும் இவர் ஏற்கெனவே அநேக சிறுகதைகள், நாவல்கள் எழுதியுள்ளார். பல இலக்கிய அமைப்புகளில் பரிசுகள் பெற்றிருக்கிறார். வங்கிப் பணியிலிருந்து விருப்ப ஓய்வு பெற்று எழுத்தை முழுநேர பணியாக ஆற்றி வருகிறார்.

யவனி

தேவி யசோதரன்

தமிழில்: சத்தியப்பிரியன்

கிழக்கு

யவனி
Yavani
by Devi Yesodharan ©
Translated by *Sathiyapriyan*

Authorised translation of the novel *"Empire"*, Juggernaut Books

First Edition: December 2018
440 Pages

ISBN 978-93-86737-68-7
Kizhakku 1126

Kizhakku Pathippagam
177/103, First Floor, Ambal's Building,
Lloyds Road, Royapettah, Chennai 600 014.
Ph: +91-44-4200-9603
Email : support@nhm.in | Website : www.nhm.in

kizhakkupathippagam kizhakku_nhm

Cover Image: Shutterstock ©

Kizhakku Pathippagam is an imprint of New Horizon Media Private Limited

தன் அன்பு நிறை வாழ்க்கையால் என் வாழ்க்கையில்
ஒளியேற்றிய என் அருமைத் தாத்தாவுக்கு

கதை மாந்தர்கள்

அரண்மனையிலும் அரசவையிலும் உள்ளவர்கள்

ராஜேந்திரன் - சோழப் பேரரசர்.

அனந்தன் (ஔவை என்றும் அழைக்கப்பட்டவர்) - சோழர் படைகளின் சேனாதிபதி.

கிருஷ்ணன் - சோழர் படையின் வடக்குப் பிரிவின் தளபதி.

பெரும்பில் - தீர்வை மற்றும் சுங்கப் பிரிவின் அமைச்சர்.

ராஜ குரு - சோழர்களின் குலகுரு; ஆரூடர்.

அரெமிஸ் - (அனைவராலும் யவனி என்று அழைக்கப்பட்டவள்) யவன தேசத்தைச் சேர்ந்த சோழ நாட்டின் அடிமைப் பெண்.

சிரேயர் - முந்தைய சோழ வீரர்; அரெமிஸின் ஆசான்.

அமயா - பயலோட்டம் வீட்டைச் சேர்ந்தவள். சோழ மன்னரின் மனைவி.

அதுலன் - காவல் வீரர்களின் மேலதிகாரி.

காமாட்சி, மாலினி - அரசியர்களின் பணிப் பெண்கள்.

அப்பு - அரண்மனை வாசிகன் (செய்திகளைக் கொண்டு செல்பவன்- messenger).

மாவீரன் - அரண்மனைக் காவல் வீரன்.

பத்மன் - பெரும்பில்லின் காவல் வீரன்.

வந்தனா - அமயாவின் இளைய சகோதரி.

நாகைப்பட்டிண துறைமுக நகரினுள் உள்ளவர்கள்

வாணி - அனந்தனின் மனைவி

மனு மற்றும் ஷிகி - அனந்தனின் மக்கள்

மந்தாகினி - அனந்தனின் ஆசைநாயகி.

அதிலன் - ஸ்ரீவிஜய தேசத்தைச் சேர்ந்த உளவாளி.

அம்மணி - ஔவையின் சேவகன்.

சேனையிலும் கடற்படையிலும் உள்ளவர்கள்

நடேசன் - சோழர் படையின் வேல்கம்பு வீரன்.

ராஜீவன், ஜெகன் - சோழர் படையின் வில் வீரர்கள்.

ஷலகன் - சோழர் படையின் தளபதி.

விகாரி - அனந்தனின் படைப் பிரிவில் உள்ள மருத்துவம் தெரிந்த வீரன்.

விசாகன், மாறன், சீதாமணி, செந்திலன், வெங்கடேசன் - அனந்தனின் படைப்பிரிவில் உள்ள வீரர்கள்.

கரன், நரலு - வேங்கி நாட்டின் தளபதிகள்.

பதினோராம் நூற்றாண்டில் உலகின் ஏனைய அரசுகள்

சோழ சாம்ராஜ்ஜியம் பாரத தேசத்தில் சீன தேசத்து சோங் பேரரசுக்கு நிகராக அசைக்க முடியாத வல்லரசாக விளங்கி வந்தது. மத்திய கிழக்குப் பிரதேசத்தில் ஃபாத்திமித் காலிஃபத் பேரரசும், பாரசீகம் மற்றும் துருக்கிப் பிரதேசங்களில் செல்யூக் பேரரசும் அதே காலகட்டத்தில் ஆட்சியில் இருந்தன. ஐரோப்பிய கண்டம் எழுச்சிமிகு இடைக்கால வரலாற்றை எழுதிக்கொண்டிருந்த காலம் இது. ஐரோப்பிய கண்டம், நிலப்பிரபுத்துவக் காலத்தில், சீனப் பேரரசின் பெரும் எழுச்சியுடன் மலர்ந்துகொண்டிருந்தது.

இந்தியத் துணைக் கண்டத்தின் வடக்குப் பகுதிகளில் இருந்த சாம்ராஜ்ஜியங்கள் உள்நாட்டுக் கலகங்களினாலும் கஜினியப் பேரரசின் தாக்குதல்களினாலும் நிலை குலைந்து போயிருந்தன. தங்கள் ராஜ்ஜிய எல்லைகளைப் பாதுகாத்துக்கொள்வதற்கு அவர்கள் மேற்கொண்ட முயற்சிகளில் தங்கள் ராஜ்ஜியத்தின் வளர்ச்சியில் அக்கறை செலுத்த முடியாமல் போனது. அத்தகைய கால கட்டத்தில் பாரத தேசத்தில் வலுவான நிலையில் விளங்கிய ஒரே அரசு சோழப் பேரரசாகும்.

சற்றேறக்குறைய ஆயிரம் கப்பல்களைத் தன்னிடம் கொண்டிருந்த சோழப் பேரரசு இந்திய துணைக் கண்டத்தில் வலுவான கப்பற்படையைக் கொண்ட பேரரசாக விளங்கியது. கடல் வாணிபம் சீரிய முறையில் சோழர்களால் மேற்கொள்ளப்பட்டது. ஆசிய கண்டத்திற்கும் மற்ற தேசங்களுக்கும் இடையில் இருந்து வந்த கடல் வாணிபத்தைச் சோழ நாட்டின் துறைமுகங்கள் தங்கள் கட்டுப்பாட்டிற்குள் வைத்துக்கொண்டிருந்தன. இதன் காரணமாக ஏலம், கிராம்பு போன்ற நறுமணப் பொருள்கள், ஆடைகள்,

அணிகலன்கள், வாசனை திரவியங்கள், ஆயுதங்கள், உணவுப் பொருள்கள் போன்றவற்றின் வாணிபம் சிறப்பாக நடைபெற்று வந்தது.

சோழச் சக்கரவர்த்தி ராஜேந்திர பூபதியின் ஆட்சிக் காலத்தில் (1014-44-பொ.ஆ.பி) இந்திய தீபகற்பத்தின் தென்பகுதி முழுமையையும் சோழப் பேரரசு தனது ஆட்சி அதிகாரத்தின் கீழ் கொண்டு வந்திருந்தது என்றே கூறலாம். மேலும் கிழக்கு கடற்கரை, தற்போதைய நவீன மலாய் நாட்டின் சில பகுதிகள், தெற்கு தாய்லாந்து, இந்தோனேசியா வரையிலும் பரவியிருந்தது. சோழப் பேரரசு அங்கிருந்த நகரங்களில் தனது கட்டிடக் கலை, கோயில் சிற்பக் கலை, நுண்கலை, கவிதை, நடனக் கலைகளால் தனது காலடித் தடத்தைப் பதித்தது.

ராஜேந்திர சோழரின சாம்ராஜ்ஜிய வரைபடம்

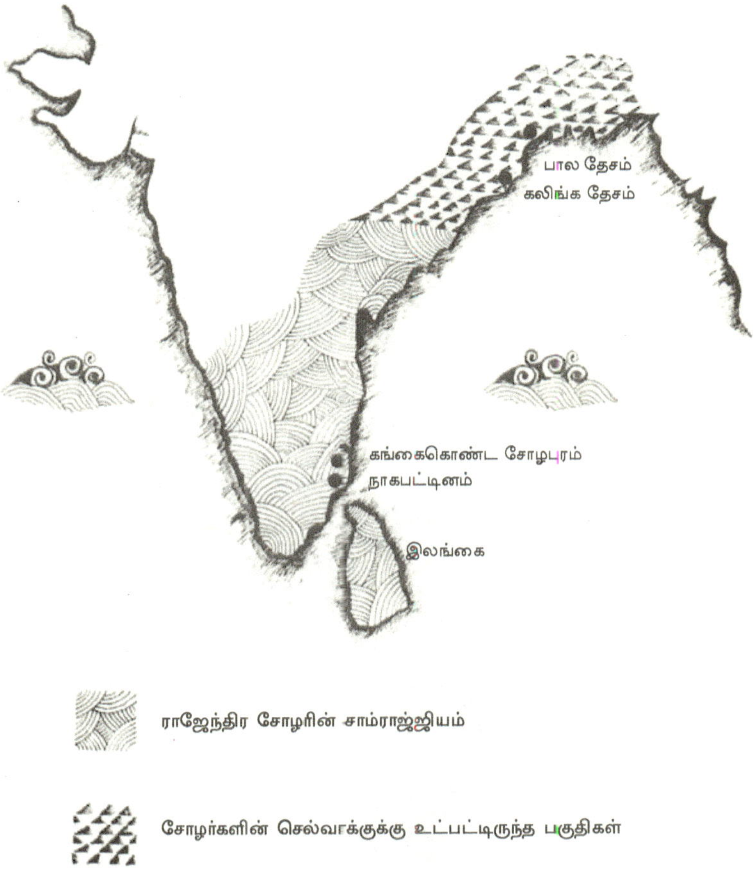

ராஜேந்திர சோழரின் சாம்ராஜ்ஜிய வரைபடம்

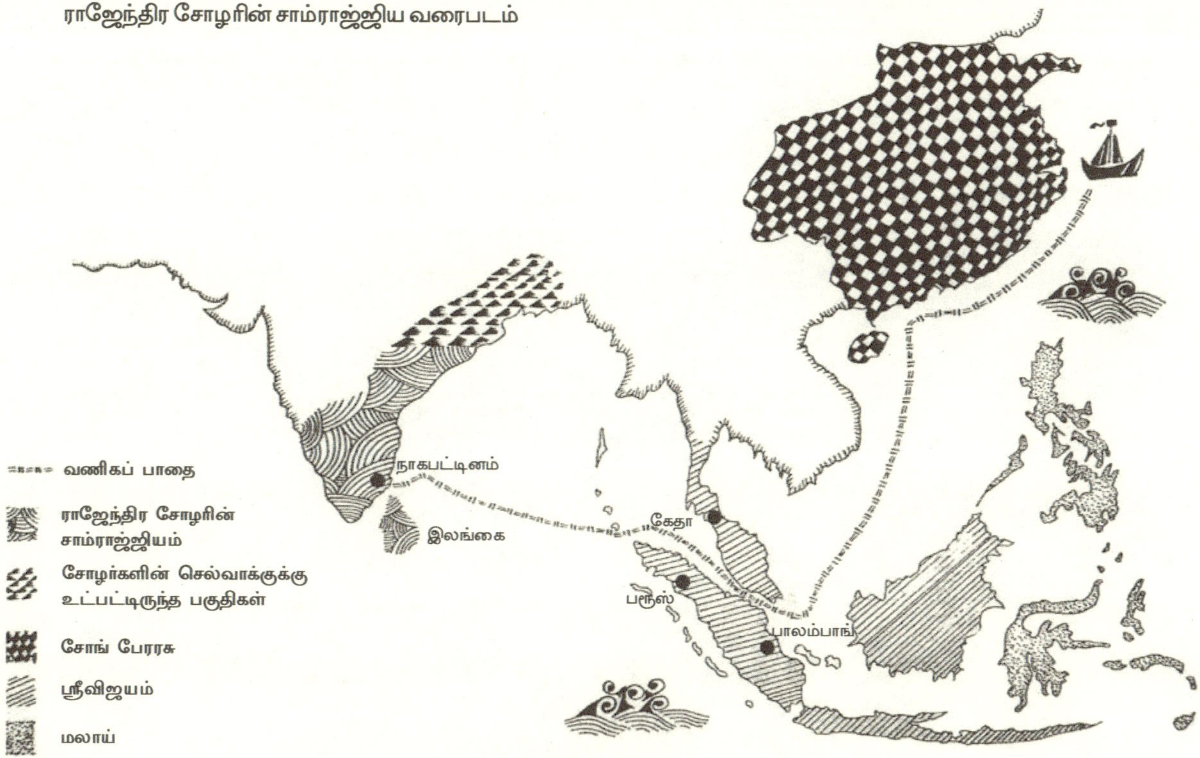

முகவுரை

இதோ இக்கணம் பொழுது விடிந்து விடும். அவருக்கு அதிகம் நேரம் கிடையாது. காற்று, பிணங்களின் துர்நாற்றத்தை நகர மெங்கும் வாரியிறைக்கத் தொடங்கிவிடும். கொண்டவன் திரும்பி வருவான் என்று ராசியில்லாத பஞ்சணையில் தனித்துறங்கும் மகளிரில் சிலர் விழித்து எழ வேண்டியிருக்கும். விடிவதற்கு ஒருசில நாழிகைகளே உள்ளதால் இறந்த உடல்களை எண்ணி இழந்தவர் களைக் கணக்கிட்டுக் கொள்ளட்டும், எஞ்சியவர்கள் மீதமுள்ள நாவாய்களில் தப்பிப் பிழைத்துச் செல்லட்டும்.

அவர்கள் இருவர் நடுவிலும் கல்லினால் ஆன வட்டவடிவிலான மேசை ஒன்று இருந்தது. இரண்டு தளபதிகளும் அந்தக் கல் மேசையின் முன்பு கிழக்கும் மேற்குமாக எதிரெதிர் அமர்ந் திருந்தனர். அது சோழர்களின் போர் மரபு. கிரேக்க நாட்டின் சைகிளேட்ஸ் என்ற தீவைச் சேர்ந்த இதுவரை எவராலும் வெற்றி கொள்ளப்படாத அந்த கிரேக்க வீரன் பெலியாஸ் என்பவன் கல் மேசையின் ஒரு முனையில் அமர்ந்திருந்தான். அவன் பார்வை எவர் மீதும் விழாமல் மேசை மீதிருந்த பனையோலைச் சுவடியின்மீது கவனமாக இருந்தது. நடந்த யுத்தத்தின் உக்கிரம் அவன் வயிற்றில் தீயாக எரிந்துகொண்டிருந்தது. அவனது திண்மையான உடலின் சதை ஆங்காங்கே வாளின் கூர்மையால் கிழிபட்டு குருதி கசிந்துகொண்டிருந்தது.

இதுவரை நடந்த போர்களின் வெற்றி எப்போதும் அவர்கள் பக்கமே இருக்கும் என்பதால் இப்படி ஒரு தோல்வியையும், தோல்விக்குப் பின் நிகழ்ந்த நிகழ்வுகளையும் அவன் இதுவரை சந்தித்ததில்லை. போரின் இறுதியில் அவனை மதுவும் மங்கையரும் சூழ்ந்திருப்பதே

வழக்கமாக இருந்து வந்துள்ளது. இப்போது எல்லாமே தலைகீழ். அங்கு இருவர் நடுவிலும் மௌனம் நிலவியது. எவரை எளிதில் நிர்மூலம் ஆக்கிவிடலாம் என்று எண்ணி வந்தானோ அந்தப் பகைவரின் பார்வைகள் அவன் மேல் கவிந்திருந்தன.

இதுவரை தோல்வியைச் சந்தித்திராத இளமைத் திமிரில் இருந்தான் அந்த யவனன். இந்தப் போரில் தோல்வியின் தாக்கம் இன்னும் ஒரு நடுக்கமாக அவன் முதுகுத் தண்டில் ஓடிக்கொண்டிருந்தது. இது வரை அவன் நிகழ்த்திய தாக்குதல்களில் ஏற்பட்ட வெற்றியின் துதியில் அவன் காலம் சென்றுகொண்டிருந்தது. இதுவரையில் ஒப்புக்கு நடந்த தாக்குதல்களில் அல்லது வெற்றுச் சண்டைகளில் மற்றவர்கள் அவனது வீரப் பிரதாபங்களைப் போற்றிப் பேசிய கணங்கள் பொய்யாகி விட்டன. இதோ இந்த யுத்தத்தில் பெலியாசின் உள்ளே இதுவரை வீற்றிருந்த அந்தத் துணிச்சல்காரன் மறைந்துவிட்டான். யுத்த களத்தில் அவர்களது வீரர்கள் பெரும் பாலோர் பின்னப்படுத்தப்பட்டோ, உயிரிழந்தோ பூமியில் மல்லாந்து சரிந்து கிடந்தனர்.

உறுதியான முடிவுகளை எடுப்பதால் மட்டுமே தனது எஞ்சியுள்ள வீரர்களைப் பாதுகாக்க முடியும் என்பதை அந்த யவனத் தளபதி உணர்ந்தான். அதன் விளைவுதான் இந்தச் சமாதான உடன்படிக்கை. சோழர் கப்பற்படையின் தளபதி அனந்தன் தலையசைத்ததும் தனக்கு முன்னால் இருந்த ஓலைச் சுவடியின் கீழ்ப்பகுதியில் அரக்கு மெழுகில் தனது நாட்டு முத்திரையை யவனன் பதித்தான். அனந்தனும் அதேபோல முத்திரையிட்டார். சோழ சாம்ராஜ்ஜியத்தின் சின்னமான புலியின் உருவம் முத்திரையில் செந்நிறத்தில் ஒரு நொடி மின்னியது.

பெலியாஸ் தனது தலைக் கவசத்தைக் கழற்றினான். அனந்தனின் தலை என்றும் வழுக்கைத் தலைதான். கவசத்தின் உலோகம் வழுக்கைத் தலையை அழுத்தும் வேதனையை அனந்தன் என்றுமே விரும்புவதில்லை. தனது உறையிலிருந்து வாளை உருவி மேசையின் மீது கிடத்தினார். அது சமாதான உடன்படிக்கையின் ஒரு குறியீடு.

பெலியாசின் பார்வை அந்த வாளின்மீது படர்ந்தது. நிமிர்ந்து அனந்தனின் முகத்தைப் பார்த்து, 'இதனை நான் எடுத்துப் பார்க்கலாமா?' என்று அனுமதி கோரினான்.

அனந்தன் தலையை அசைத்ததும் பெலியாஸ் அந்த வாளைக் கரங்களில் ஏந்தினான்.

‘சீன இரும்பில் செய்ததா?’

‘ஆம்’

‘முன்பே கவனித்தேன்! உங்கள் வாட்கள் அனைத்தும் சம்மட்டியில் நன்றாக அடிவாங்கி மிகவும் மெலிதாக உருவாக்கப்பட்டுள்ளன’, என்று கூறியபடி வாளை முன்னும் பின்னும் திருப்பியபடி பார்வை யிட்டவன், ‘இதன் கூர்முனை எதற்காக இவ்வாறு வளைந்துள்ளது?’ என்றான்.

‘எங்கள் வாட்கள் அனைத்துமே நாங்கள் வணங்கும் தெய்வம் சிவபெருமானின் திரிசூலம் போலவே அமைக்கப்படுபவை. ஈஸ்வரனே எங்க ஆயுதங்களின் காவலன். அதனால்தான் இப்படித் தோற்றமளிக்கிறது’

பெலியாஸ் மீண்டும் வாளை மேசைமீது வைத்தான்.

‘வெறும் பத்து நாவாய்களையும் ஐநூறு வீரர்களை மட்டும் நம்பி உங்கள் நாட்டிற்கு நாங்கள் வந்தது எங்களது பெரும்பிழை. காதுகளில் தேவ மந்திரங்கள் இனிமையாக ஒலிப்பதுபோல எச்சரிக்கைகள் ஒலிப்பதில்லை.’

அனந்தன் தோள்களைக் குலுக்கினார். செத்த பாம்பை அடிப்பதில் பயன் எதுவுமில்லை என்பது அவரது கொள்கை. அவரைப் பொறுத்தவரை யுத்தம் முடிந்துவிட்டது. அவருக்கும் அந்த யுத்தத்தில் இழப்பு இல்லாமல் இல்லை. இருபது சோழ வீரர்களை அந்தக் கடற்கரை களத்தில் பலி கொடுத்துவிட்டார்.

இவன் என்னடாவென்றால் சாமியாடிகளிடம் குறி கேட்டுவிட்டுக் கடற்கொள்ளை மேற்கொள்வது குறித்துப் பேசுகிறான், முட்டாள். இலங்கைத் தீவும் அதன் சாம்ராஜ்ஜியமும் சோழ சாம்ராஜ்ஜியத்தைச் சேர்ந்தது என்பது சிறு பிள்ளைக்குக்கூடத் தெரியும். இவனுக்கு எப்படித் தெரியாமல் போனது? கடற் கொள்ளையரின் நாவாய்கள் இலங்கைத் தீவை சில நாட்களுக்கு முன்பே கடந்துவிட்டன. இலங்கைத் தூதுவன் மூன்று நாவாய்களை அனுப்பிச் சோழச் சக்கரவர்த்திக்கு எச்சரிக்கைத் தகவலும் கொடுத்துவிட்டான். மூடர்கள், மிகப்பெரிய கப்பற்படையுடன் இலங்கும் ஒரு துறை முகத்தைத் தாக்குவதற்கு வெறும் ஐநூறு வீரர்கள். மலையுடன் மோத வந்த எலிகள். மதிய நேரத்தில் தினவெடுத்த வீரர்களின் வாளோடு மோத சாமியாடிகளின் மை தடவிய வெற்றிலைக் கூற்றுகளை நம்பி வந்த வீணர்கள்.

அனந்தன் எழுந்து கொண்டார். நடந்து முடிந்த யுத்தத்தின் நினைவுத் தடங்களில் ஆழ்ந்திருந்தார். யுத்தம் தொடங்கும் முன்னர் சோழ நாவாய்களில் கொக்கி மாட்டப்பட்ட பருமனான கயிறுகளையும், எண்ணெயில் தோய்த்து வைத்த பருத்தித் துணிகளையும் குவியல் குவியலாக ஏற்ற கட்டளையிட்டார். எண்ணெய்த் துணி சுற்றப்பட்ட தீப்பந்தங்களைத் தாங்கிய அம்புகள் கொள்ளையர் களின் நாவாயை நோக்கி ஏவப்பட்டன. மறுகணம் கொள்ளையரின் நாவாய்கள் பற்றி எரிந்தன. மொத்தமிருந்த பத்து நாவாய்களில் மூன்று நாவாய்கள் கரையை அடையும் முன்னர் தீயில் எரிந்து சாம்பலாகின. கொள்ளையர்களில் பலர் சுதாரித்து எதிர் தாக்குதல் நடத்த ஆயுதங்களை ஏந்துவதற்கு முன்னரே உயிரிழந்தனர். எஞ்சியிருந்த நாவாய்களின் மேல் தளத்தை நோக்கி சோழ வீரர்கள் கொக்கி மாட்டப்பட்ட கெட்டியான கயிறுகளை வீசி எறிந்தனர். அந்தக் கயிறுகளின் நுனியில் பின்னப்பட்டிருந்த கொக்கிகள் நாவாயின் மேல் தளப் பலகைகளில் உறுதியாக மாட்டிக் கொண்டன. சோழ வீரர்களின் கணைகள் எதிரிகளிடமிருந்து கவசம் போலக் காத்தன. சோழர் கடற்படையின் நீர் மூழ்கிகள் கூரிய ஈட்டிகளுடன் கடலில் குதித்து நீந்திச் சென்று கொள்ளையரின் நாவாய்களின் ஏராக்களைத் (ஏரா-நாவாயின் அடித்தளம். மொ.பெ.) தாக்குவதற்கு முற்பட்டனர். மிக எளிதாக எதிரிகள் அடித்து வீழ்த்தப்பட்டனர்.

‘நிபந்தனைகளைக் கவனமாகக் கேள்’, என்று கூறிவிட்டு அனந்தன் யவனக் கடற்கொள்ளையனின் முகத்தை ஏறிட்டார். நிபந்தனை களை வாசிக்கத் தொடங்கினார்.

‘உங்கள் மன்னரின் ஆட்சிக்காலம் அல்லது ஐம்பது ஆண்டுகள் இவற்றில் எந்தக் கால அளவு அதிகமோ அதுவரையில் இரு நாடுகளுக்கும் நடுவில் சமாதானம் நிலவும். நூறு பசும் பொற் காசுகளையும், சேதமடையாத உங்களது மூன்று நாவாய்களையும் கப்பமாகப் பெற்றுக்கொள்வோம். மேலும் திறனும் உடலுறுதியும் உடைய பதினான்கு வயதிற்குள் இருக்கும் இளம் வீரர்கள் அறுபது பேர்கள் பிணையமாக வேண்டும்.’

பெலியாஸின் முகம் வருத்தத்தில் தோய்ந்தது. ‘அறுபது வீரர்கள். அதிலும் உங்கள் வல்லமை பொருந்திய வீரர்களின் வாள் முனையில் கீறல் படாத உடலையுடைய அறுபது வீரர்கள்... தேறுவது கடினம் சோழ தளபதியாரே.’

அனந்தன் தனது தலையை ஆட்டினார். ‘எங்கள் வீரர்களின் வாள்கள் பரிசாகக் கொடுத்த காயங்களைப் பதக்கங்களைப்போல உடலில்

அணிந்திருக்கும் வீரர்கள் எங்களுக்குத் தேவையில்லை. சுத்தமான இளைஞர்கள் அதிலும் விழுப்புண் இல்லாத இளைஞர்கள்.'

'தங்களை அவமதிப்பதாகக் கருதாதீர்கள். ஒரு விஞ்ஞாபம். அந்த இளைஞர்களை அடிமைகளாக நடத்தப் போகிறீர்களா?'

'அடிமைகள் என்பதே சோழ சாம்ராஜ்ஜியத்தில் கிடையாது யவனனே. எதிரி நாட்டு வீரர்களையும் எங்கள் வீரர்களாக மதித்துத் தகுந்த பயிற்சி அளித்து எங்கள் படை வீரர்களாக அவர்களைப் பராமரிப்போம், கவலை வேண்டாம். திறமைக்கு ஏற்ப பதவிகள் கூட வழங்குவோம்.'

பெலியாசின் முகத்தில் ஈயாடவில்லை. 'யவன வீரர்களைச் சோழ வீரர்களாக மாற்றுவது கடினம்.' அவன் குரலில் மமதை மிகுந்திருந்தது.

அனந்தன் சிரித்தார். அவரது காயங்களின் வடுக்கள் சில நேரங்களில் இவ்வாறு அவருக்கு உதவி புரிகின்றன. 'மீண்டும் ஒருமுறை சோழப் பிரதேசத்திற்குள் நுழையும் வாய்ப்பு கிடைத்தால் ஒருமுறை எங்களது போர்ப்பயிற்சி முகாம்களைப் பார்வையிட மறக்க வேண்டாம் எதிரியே. பாரசீகத்தினர், சிங்களவர்கள், கடார தேசத்தவர்கள் இவர்கள் அனைவருமே சோழ சாம்ராஜ்ஜியத்தில் ஆதவனின் கீழ் எங்கள் வீரர்களுக்கு இணையாகப் பயிற்சி எடுப்பதை நீ காண நேரிடலாம். உடல் வண்ணத்தில் வேண்டு மானால் அவர்கள் சோழ வீரர்களைப் போலன்றி வேறாக இருக்கலாம். யவனர்களும் சோழர்களைப்போலவே நீண்ட சிகை வளர்த்து, செவிகளில் தோடுகள் அணியும் வண்ணம் துளையிட்டு காவேரி நீரைக் குடித்து வளர்வதைக் காணலாம். அமிழ்தினும் இனிதான தமிழ் மொழியைப் பேசும் அவர்களை நாங்கள் எங்கள் உற்றார்களைப்போலவே கொண்டாடுகிறோம்', என்று பெருமிதத்துடன் கூறிய வண்ணம் தொடர்ந்தார். 'எனவே தாராளமாக நீங்கள் உங்கள் இளைஞர்களை எங்களிடம் விட்டு விட்டு நிம்மதியுடன் திரும்பிச் செல்லலாம்', என்று முடித்தார்.

சில நாழிகைக்கு முன்னர்தான் அனந்தனின் வாள் பெலியாஸின் படைவீரர்களில் ஒருவனைப் பதம் பார்த்திருந்தது. வெண்ணெயில் இறங்குவதுபோல அந்த வீரனின் தசையினுள் மூன்று அங்குலத் தூரம் சென்ற வாள் முதுகுத் தண்டின் முனைவரைச் சென்று நின்றது. வாள் வீசுவதில் வல்லமை பெற்றிருந்த அனந்தனுக்கு இதோ, இந்த யவன தளபதியின் முதுகைப் பிளந்து அவனை வீழ்த்துவது அரிய செயலாக இராது. அத்தகைய மாவீரனான அனந்தன் பெலியாசை

உயிருடன் அவனது நாட்டிற்குத் திருப்பியனுப்ப முன் வந்துள்ளான். இதுதான் இந்த மண்ணின் யுத்த நெறி.

'சூரியன் மேற்கில் சென்று மறைவதற்குள் எனது வரையறைக் குட்பட்ட அறுபது இளைஞர்களைத் தயாராக வைத்திருங்கள்', அனந்தனின் சொற்கள் கட்டளைச் சொற்களாக மாறி ஒலித்தன.

பெலியாஸ் எண்ணியதுபோலவேதான் ஆனது. அறுபது என்ன, வெறும் முப்பது வீரர்கள்கூடத் தேற மாட்டார்கள்போல. ஆயுதக் கீறல்களை உடலில் தாங்காத வீரனைக் கண்டு பிடிப்பது கடினமாகிப் போனது. அவனது படை அதிகாரிகளின் மேற் பார்வையிலும் பிறகு அவனே நேரில் சென்று பார்த்தும் ஓரளவு அனந்தனின் வரையறைக்குட்பட்டு இருபது வீரர்கள் தேறினார்கள். கொல்லர், தச்சர், பரிசாரகர் போன்ற பணியாளர்களையும் சேர்த்து முப்பது இளைஞர்களைத் திரட்டுவதற்குள் பெலியாசுக்கு உன்பாடு என்பாடு என்றாயிற்று. அவர்களில் பதினோரு வயது நிரம்பிய ஒரு சிறுமியும் அடக்கம்.

கிளம்புவதற்கு முன்னர் பெலியாஸ் பேச்சு வார்த்தை நடைபெற்று வந்த குடிலின் முன்பு சென்று வாயிலில் பத்தடி தூரத்தில் காலணி களைக் கழற்றி வைத்துவிட்டு உள்ளே நுழைந்தான்.

மண் தரை. சிறியவகைச் செவ்வெறும்புகள் தரைமீது ஊர்ந்து கொண்டிருந்தன. சில எறும்புகள் அவன் கணுக்காலின் வழியாகக் கால்களின் மீது ஊர்ந்தன. இருப்பினும் அவன் அசையாது நின்றான். யுத்தத்தில் தோற்ற எதிரிக்கு இருக்கையில் அமர உரிமையில்லை.

அந்த யவனன் இந்தப் பகுதியில் நுழைந்தபோது ஒரு மாபெரும் சாம்ராஜ்ஜியத்தின் நகரத்தை இரவோடு இரவாகத் தரைமட்டம் ஆக்கும் எண்ணத்தோடுதான் நுழைந்தான். வங்கக் கடலின் ஆரமாக விளங்கும் நாகைத் துறைமுகத்தை நிர்மூலம் ஆக்கவேண்டும் என்பது அவனது கனவு மட்டுமன்று, அவன் தந்தையின் கனவும் கூட. அந்த வாக்குறுதி கடலில் தூக்கி வீசப்பட்டுவிட்டது. அவனது கிராமத்தில் திருவிழாவின்போது வழங்கப்படும் கேக்கு என்ற பெயருடன் விளங்கும் தின்பண்டம் - கோதுமைமாவு, வெண்ணெய், மதுரம் கலந்து செய்யப்படும் தின்பண்டம் அது - அது போலத் தொலைவில் அவனது நாவாய் கடலில் மிதக்கிறது.

குடிலின் வெளியில் முகத்தைத் தொங்கப் போட்டபடி நின்ற யவனனையும் அவன் அழைத்து வந்திருந்த வீர இளைஞர்களின் வரிசையையும் பார்த்து அனந்தன் சீறினார்', எங்களை

அவமானப்படுத்தும் எண்ணம் யவன தளபதிக்கு இருக்கிறதா?' அந்தச் சிறுமிதான் அவரது கோபத்தின் காரணம்.

'இந்தச் சிறுமி அரெமிஸ்தான் உங்கள் சினத்தின் காரணம் என்றால் நான் இவளைப் பற்றி ஓரிரு வார்த்தைகள் கூற விழைகிறேன். இவள் ஒரு திறமையான வீராங்கனை. எனது கீழ்நிலைத் தளபதி ஒருவரின் மகள். வாள் வீச்சில் நன்கு பயிற்சி பெற்றவள். இவளை உங்களிடம் பிணையமாக வைப்பதற்கு எனக்குச் சற்று வருத்தம் தான். இவள் நாங்கள் உங்களுக்கு வழங்கும் உயர்ந்த வெகுமதி. தோற்றவர்களிடம் பேசுவதற்கு வார்த்தைகள் கிடையாது. இருப்பினும் எங்களிடம் உள்ள இந்தச் சிறிய எண்ணிக்கையில் உள்ள வீரர்களை ஏற்றுக்கொள்ள வேண்டுகிறேன்.'

அனந்தன் வரிசையாக நிறுத்தி வைக்கப்பட்டிருந்த அந்த இளம் வீரர்களின் முகங்களை ஏறிட்டபடி நடந்தார். அந்த முகங்களில் இருந்த ஆவேச பாவம் அவர்களைக் களம் இறக்கியிருந்தால் யுத்தத்தின் முடிவு வேறு மாதிரி மாற்றி அமைக்கப்பட்டிருக்கும் என்பதைக் கூறிக்கொண்டிருந்தது. இளம் குருத்துகள். ஆயுதங் களைக் கூர் தீட்டுவதற்காக மட்டும் ஏந்திய கரங்களைக் கொண்ட இளம் வீரர்கள். அவர்களோடு ஒன்றிரண்டு பரிசாரகர்கள், கொத்தர்கள், கொல்லர்கள்கூட வரிசையில் நின்றுகொண்டிருந்தனர். சோழ மண்ணில் வீரர்களாக அவர்களும் மாறமுடியும் என்றால் இருந்து விட்டுப் போகட்டும்.

அந்தச் சிறுமியை இறுதி வரிசையில் நிறுத்தியிருந்ததால் அனந்தனின் கண்களுக்கு முதலில் அவள் புலப்படவில்லை. மெலிந்த தோற்றமுடைய முகத்தில் சேறும் கண்ணீரும் கலந்திருந்தன. தனது கரங்கள் நடுங்குவதை வெளிக்காட்டாமல் இருக்க அவள் அவற்றை இறுகிப் பின்னியிருந்தாள். இடைவார்ப் பட்டியில் அவள் செருகியிருந்த குறுவாளின் முனை கூர்மையுடன் மின்னிக் கொண்டிருந்தது. அவள் செயலாற்றத் தொடங்கும் முன்னர் அவர்கள் எதிரிகளின் கையில் வீழ்ந்து விட்டனர் போலும்.

வாளின் முனையைப்போலக் கூர்மையான அவளது பார்வை அனந்தனின் கண்களைத் துளைத்தது. பெலியாசைப் போக அனுமதித்து அனந்தன் தலையசைத்தார். பெலியாஸ் எதிர்பார்த்தது கௌரவமான மரணம். சமாதானம் என்ற பெயரில் முகத்தில் பூசப்பட்ட அவமானத்தை அவன் எதிர்பார்க்கவில்லை. தோல்வியைத் தழுவி கவிழ்ந்த தலையுடன் சொந்த மண்ணின் மக்களைச் சந்திக்கும் அவலத்தை விட மரணம் மேலானது.

அனந்தன் நாவாயிலிருந்து கொண்டு வரப்பட்ட பொருள்களைச் சரிபார்த்து கருவூலப் பெட்டகங்களில் சேர்க்கும்படி தனக்குக் கீழ் பதவி வகிக்கும் சங்கரனிடமும் மேலும் சில அதிகாரிகளிடமும் உத்தரவு இட்டு விட்டு அங்கிருந்து புறப்பட ஆயத்தமானார். ‘அம்மணி!’ என்று தனது சேவகனை அழைத்து, ‘நீ கிளம்பு, நான் வீடு வரையில் சற்றுக் காலாற நடந்து வருகிறேன்’, என்று கூறினார். ‘படைவீடுகளின் அருகில் உள்ள வசிப்பிடங்களில் இந்தக் கைதிகளுக்குத் தங்குவதற்கான ஏற்பாடுகளைச் செய்யுங்கள். இந்தச் சிறுமிக்குத் தனியிடம் அமைத்துக் கொடுங்கள். இவர்களிட மிருக்கும் அனைத்து ஆயுதங்களையும் பறித்துவிடுங்கள். இவர்கள் தங்கியிருக்கும் இடங்களில் தேவையான காவலாளிகளை நியமியுங்கள். இவர்களில் ஒருவர்கூடத் தங்கள் நாவாயில் தப்பிச் சென்று விடக்கூடாது.’

சமாதானம் அத்தனை எளிதில் நிறுவப்படுவதில்லை. தனது கீழ் பணியாற்றும் அதிகாரிகளுக்கும் ஊழியர்களுக்கும் இன்னும் ஏராளமான பணிகள் முடிக்கப்பட உள்ளன. யுத்தத்திற்குப் பின்னர் ஏற்படும் சமாதானத்திற்கு நிறையச் செயல்முறைகள் உள்ளன. அது பௌராணிகர்கள் நிகழ்த்தும் ராமாயண உபன்யாசம் போல நீண்டது. மன்னவர்கள் வெற்றிகளின் கதை கிளைக்கதைகளுடன் மக்களிடம் கொண்டு செல்லப்படும். இரவு பகல் பாராது உழைக்கும் வீரர் களின் பங்களிப்பு இதில் முக்கியத்துவம் வாய்ந்தது. யுத்தகளத்தில் கிடக்கும் பிணங்களைச் செந்நாய்களும், நரிகளும் தூக்கிச் செல்வதற்கு ஆக்ரோஷமாக வரும் முன்பு, அவற்றை அப்புறப் படுத்திச் சுத்தம் செய்ய வேண்டும். யுத்த களத்தைத் தூயநீரால் கழுவி விட்டு எங்கும் மஞ்சள் பொடி தூவி சுகாதாரத்தை நிறுவ வேண்டும்.

அனந்தன், கைகளில் முத்திரை தாங்கிய ஓலைச்சுவடியுடன் தனது திருமாளிகை நோக்கிப் பயணித்தார்.

இறுதி யாமத்தை நோக்கி இரவு நகர்ந்துகொண்டிருந்தது. தொலைவில் சமுத்திர ராஜனின் ஆர்ப்பரிப்பு காதில் விழுந்தது. சமுத்திர ராஜனுக்குத்தான் எத்தனை கோபம். அப்பப்பா அவனை எதிர்க்க யாரால் முடியும்? சமுத்திர ராஜனின் அகண்ட வாயிலிருந்து சீற்றத்துடன் வெளிவரும் சாபங்கள்தான் எத்தனை எத்தனை. எத்தனை நாவாய்ச் சிதைவுகள், எத்தனை மாலுமிகளின் மரணங்கள், அயல்நாட்டை ஆக்கிரமிக்கும் கனவுகளைச் சுமந்து வரும் எதிரிகளின் கப்பற் படையெடுப்புகள் எத்தனையெத்தனை!

அவர் நடந்து செல்லும் பாதையில் ஒருபுறம் கடல் உடன் தொடர்வது போல வந்தது. மற்றொருபுறம் அடர்ந்த காடு

விரிந்திருந்தது. வீடு நோக்கிச் சென்ற பாதை சற்று மேடாக இருந்தது. அவர் அந்தப் பாதையைக் கடக்கும்போது நகரத்தின் அரணாக விளங்கிய கோட்டை மதில் பின்னால் விலகிச் சென்று கொண்டே இருந்தது. மலைப்பாம்பினைப்போல நெளிந்து சென்ற அந்தக் குறுகிய ரத வீதிக்கு அப்பால் விரியும் காடுகளை அனந்தன் பார்த்தபடி நடந்து சென்றார்.

சோழர்களின் நிஜமான யுத்தம் இந்தக் காடுகளுடன்தான். எல்லை மீறிப் பெருகும் காட்டுச் செடிகளையும் மரங்களையும் வெட்டிச் சீர்படுத்துவது மிகப் பெரிய பணியாகவே உள்ளது. அகன்ற பாதங்களையும், கூரிய நகங்களையும் உடைய கரடிகள் அங்கு அதிகம் திரிந்து கொண்டிருந்தன. ஓங்கியடிக்கும் ஒற்றை அடியில் குடிமக்களை வீழ்த்தும் அளவிற்கு பலம் பொருந்தியவை. முதுகைப் பிளந்து மார்பில் களிநடம் புரியும் கரடிகள். கரடிகள் மட்டுமா? புலிகளின் நடமாட்டமும் உள்ளது. அவ்வப்போது காவலில் இருக்கும் வீரர்களில் ஓரிருவர், முன்னெச்சரிக்கை எதுவுமின்றிப் பாயும் காட்டுப் புலிகளுக்கு இரையாவதுண்டு.

கிச்சிலி மரங்கள் அடர்ந்த தோப்பு ஒன்று இந்தக் காட்டிற்குள் உள்ளது. பழம் பழுக்கும் பருவத்தில் பழச்சாற்றின் நறுமணத்திற்குக் காட்டெருமைகளும், யானைகளும் கூட்டம் கூட்டமாக வந்து பழங்களை உண்ட களிப்பில் அட்டகாசம் செய்யும். கோட்டையின் காவல் மதில்களைக் கடந்து, போவோர் வருவோரை அச்சுறுத்தும். இந்த விலங்குகளை விரட்ட வேண்டுமென்றால் நகருக்குள் இருக்கும் வீரர்களின் உதவியுடன் கிச்சிலி மரங்களைக் கோடரிகள் கொண்டு வெட்டி அகற்றுவதைத் தவிர வேறு வழியில்லை. அடர்ந்த காடுகளைப் பராமரிக்கவில்லை என்றால் அவை ஆபத்தானவை.

ஒரு போர் முடிந்து ஒரு வசந்த காலம் கூட முழுவதும் முடியவில்லை. அடுத்த வசந்த காலத்திற்குள் சோழச் சக்கரவர்த்தி மற்றொரு போருக்கு ஆயத்தமாகி விடுவார். இவரது ஆட்சி காலத்தில் ஓர் ஆண்டு கூடப் போரின்றிக் கழிந்ததாக அனந்தனுக்கு நினைவில் இல்லை. சோழ சாம்ராஜ்ஜியம் குணதிசையில் இலங்கையில் உள்ள அனுராதபுரம், ருஹுனா வரையிலும் குட திசையில் ராட்டிர கூடர்களின் தலைநகர் மான்யகேதம் வரையிலும் பரவியிருந்தது. வடக்கில் வங்க தேசத்தை ஆளும் பால ராஜ்ஜியத்தை நோக்கிப் படையெடுக்க ராஜேந்திர சோழ பூபதி முடிவெடுத்திருந்தார். இந்த விரிவாக்கத்தின் பின்னணிக்கு மும்முடியரசருக்குக் கடற்புரத்தின்மீது இருந்த காதல்தான் காரணம்.

கடல்வழி வாணிபத்தில் மன்னருக்குத் தீராத மோகம். ஒரு காரியத்தை நிலைகுலையச் செய்வதை விடவும் கட்டமைப்பது எளிது என்ற உண்மையை அனந்தன் தனது நீண்ட கடல் நாட்களில் தற்போதுதான் உணரத் தொடங்கி இருந்தார். இந்தப் பிரபஞ்சத்தின் தொடக்கத்தில் என்று படைப்பு ஆரம்பமானதோ அன்றிலிருந்து அழிவும் தொடங்கிவிட்டது.

கருடனின் சிறகுகள் அனந்தனுக்கு இருந்திருக்குமேயானால் அவர் ஆகாயத்தின் உயரத்தில் வட்டமிட்டு சோழ சாம்ராஜ்ஜியத்தின் எல்லைகளை அளந்திருப்பார். நதியின் ஆயிரம் கால்வாய்கள் பாய்ந்து செழிப்புடன் திகழ்ந்த பூமி, துறைமுக நகரங்களின் வண்ண விளக்குகளின் அணிவகுப்பு, உயர்ந்த கலங்கரை விளக்கங்கள் பாய்ச்சும் ஒளிவெள்ளம், புதிது புதிதாக எழும்பும் கோயில் பிருமாண்டங்கள்... இவற்றை ஒரு பருந்தின் பார்வையில் பார்க்க அனந்தனுக்குப் பேரவா!

சோழ சாம்ராஜ்ஜியத்திற்கு எத்தனை பெருமைகள் இருந்தென்ன, அத்தனை பெருமைகளையும் இந்தக் கீழைக் கடற்பகுதியைச் சேர்ந்த கடற்கொள்ளையர்கள் தரைமட்டமாக்கி அவப்பெயரை அல்லவா பெற்றுத் தருகிறார்கள்? கடலோடு சேரும் வாய்க்கால் களின் வழியாகக் கலங்களில் வந்து ஊருக்குள் புகுந்து மக்களை வெறும் சாதாரண ஆயுதங்களைக் காட்டி மிரட்டி பொன், பொருள், நகை போன்றவற்றைக் கொள்ளையடித்துச் செல்வது தொடர் நிகழ்வுகளாகி உள்ளன.

சோழர்களின் நிலவறைகளில் கொட்டி வைக்கப்பட்டுள்ள பொக்கிஷங்களும், நிதிக் குவியலும் தூர தேசத்துக் கொள்ளையர் களின் கண்களை உறுத்தி, அவர்கள் படையுடன் கொள்ளையடிக்க வருகிறார்கள். அந்தப் பகைவர்களைத் தடுத்து நிறுத்திப் போரிட்டு வீழ்த்த சோழச் சக்கரவர்த்தி ராஜேந்திர பூபதி தனிப் படைப் பிரிவுகளை ஏற்படுத்தியுள்ளார். சுடர் விட்டுப் பிரகாசிக்கும் அந்தப் பேரரசின் ஒளி வெள்ளத்தில் மயங்கி எத்தனையோ விட்டில் பூச்சிகள் வீழ்ந்து மடிந்துள்ளன.

வழி நெடுகிலும் செடிகளில் மலர்ந்து மணம் வீசும் மல்லிகை மலர்களின் நறுமணம் அனந்தனுக்கு நல்வரவு கூறுவது போலிருந்தது. அந்த வாசனை அவன் உள்ளத்தில் பல்வேறு உணர்ச்சிகளைக் கிளரச் செய்து இல்லம் நோக்கிச் செல்லும் கால்களில் தடுமாற்றத்தை அளித்தது. வைகறையின் மெல்லிய வெளிச்சம் பூமியின்மீது படரத் தொடங்கியிருந்தது. வைகறை புனிதமான பொழுது. வானத்துத் தேவர்கள் தங்களது மிருதுவான

கரங்களால் மென்மையாகப் பூமித் தாயின் தலையை வருடிக் கொடுக்கும் சமயம் இந்த வைகறைப் பொழுது.

வாயிற்கதவுகளின் கொண்டியை விலக்கிவிட்டு அனந்தன் உள்ளே நுழையும் முன்னர் தரையின்மீது கூரிய நகங்கள் பிறாண்டும் ஓசையைக் கேட்டார். வேறு ஒன்றுமில்லை, அவர் ஆசையுடன் வளர்க்கும் நாய்கள் தரையில் உள்ள கற்களில் கால் நகங்கள் உராய்ந்தபடி அவரை நோக்கி ஓடி வந்தபோது ஏற்பட்ட ஓசைதான். மற்றவர்களைக் கண்டால் பாய்ந்து கடிக்கத் தாவும் அவை அவரிடம் சாதுவாகக் கால்களில் பணியும். அவைகளைக் கண்டு அஞ்சாத மற்றொரு ஜீவன் அவனது பணியாள் அம்மணி. அம்மணிதான் தினமும் அவைகளுக்கு ஆட்டிறைச்சியும், கல்லீரலும் ரோமானியர்களின் குடியிருப்புப் பகுதிகளிலிருந்து விலைக்கு வாங்கிக் கொண்டு வந்து உணவாகப் போடுவான். அதனால் அவனிடம் நாய்களுக்குப் பிரியம் அதிகம். அவற்றுள் கருங்கலியன் என்ற பெயருடைய நாட்டு நாய்தான் அவருடைய பாசத்துக்குரிய நாய். அதுதான் அவர் முன்னர் நன்றியுடன் உடலை அசைத்தபடி வந்து நின்றது. இழிபிறவிகள் என்பதால் நாய்களைப் பெயர் சொல்லி அழைக்கும் வழக்கம் குடிமக்களிடம் இல்லை. அப்படி அழைப்பது பாவமாகக் கருதப்பட்டது. நாய்களைப் பெயரிட்டு அழைப்பதால் புனிதம் கெட்டாலும் பரவாயில்லை என்று அனந்தன் அவற்றைப் பெயர் சொல்லித்தான் அழைப்பது வழக்கம்.

அனந்தன் கருங்கலியனைப் பார்த்து அருகில் வருமாறு சாடை காட்டினார். வியர்வை பிசுபிசுப்புடன் ஈரமாகியிருந்த அவரது வெறும் பாதங்களைக் கருங்கலியன் தனது நாவினால் நக்கிக் கொடுத்து மேலும் ஈரமாக்கியது. கருங்கலியன் அவரிடம் வந்து சேர்ந்தது தனிக் கதை. கருங்கலியனை அனந்தன் ஒரு மிலேச்ச வியாபாரியிடமிருந்து பரிசாகப் பெற்றார். அந்த வியாபாரி வியாபாரம் முடிந்ததும் தனது சொந்த ஊருக்கு நாவாயில் கிளம்பும் போது அவனுடன் இருந்த கருங்கலியனை அழைத்துச் செல்லவும் முடியாமல், தெருவில் தவிக்க விடவும் மனமில்லாமல் தவிப்பதைக் கண்டு அனந்தன், தான் அதனைப் பராமரிப்பதாகக் கூறிப் பெற்றுக்கொண்டார்.

முதல் ஒரு திங்களுக்குக் கருங்கலியன் சோம்பிக் கிடந்தது. அனந்தன் அதனை மண்ணில் புரள அனுமதிக்கவே இல்லை. தினமும் அதனை அதன் கூண்டிலிருந்து வெளியில் கொண்டு வர நீள தார்க்குச்சி ஒன்றால் அடிப்பதற்கு ஓங்குவதுபோல பாவனை செய்வார். கலியனும் சீற்றத்துடன் அவர் கைகளில் பாயும்வரை

அனந்தனும் ஓயமாட்டார். கூண்டிலிருந்து வெளியில் வரும் கருங்கலியனை சும்மா இருக்கச் சம்மதிக்க மாட்டார். கோட்டையில் உள்ள மைதானத்தைச் சுற்றி வரச் செய்வார். அதன் உணவான இறைச்சித் துண்டங்களை உயரமான மரக்கிளைகளில் கட்டித் தொங்கவிட்டு அதனை இலக்காக வைத்துக் கலியனை ஆவேசமாகப் பாய்வதற்குப் பயிற்சி அளிப்பார். வாலில்லாத நாய்வகையைச் சார்ந்ததால் கலியன் தனது நன்றியைத் தெரிவிக்க இயலாமல் தவிப்பதை ரசிப்பார். கலியனிடம் நட்பும், பகையும் ஒருசேர வெளிப்படும்.

இதுபோன்ற கடுமையான பயிற்சிகளின் காரணமாக நாளடைவில் நாய்களின் தோள் பகுதி எலும்புகள் உறுதியாக அமையப் பெறும். கழுத்து எலும்புகள் தாம்புக் கயிறுபோல இறுகி உறுதியாகிவிடும். கால்கள் திண்மையுறும். கருங்கலியனும் மற்ற மூன்று நாய்களையும் விட அதிக விசுவாசத்துடன் வளர்ந்து வந்தது. இதோ இப்பொழுதுகூட அனந்தன் உள்ளே நுழைந்ததும் கலியன் மட்டுமே அனந்தனின் கால்களை நக்கியது, மற்ற மூன்றும் ஓரடி தள்ளியே நின்றன. சூரியனின் காலைப் பொற்கிரணங்கள் கருங்கலியன் பழுப்பு நிற தோலின் மீது பட்டு அவனைப் பொன் வண்ணமாக மாற்றிக் கொண்டிருந்தன.

மற்றவர்களோடு பழகுவதும், நாய்களோடு பழகுவதும் முற்றிலும் வேறான ஒன்று. நாம் நாய்களிடம் காட்டும் பரிவிற்கும், பாசத்திற்கும் அவை தங்கள் உயிரைக்கூடத் தருவதற்குக் காத்திருக்கும். எஜமானனே அதன் ஆண்டான். எஜமானனே அதன் தாய். நட்பும், பகைமையும் கலந்த பந்தம் கொண்டாடும். விலங்குகளை எளிதில் புரிந்து கொள்வதைப்போல மனிதர்களை விளங்கிக் கொள்ள இயலுவதில்லை. அவர்களுடன் பழகுவது என்பது பாலைவனத்தில் காலூன்றி நடப்பதுபோல அத்தனை கடினமானது.

அனந்தன் தலையை உயர்த்திப் பார்த்தார். தொலைவில் காவலர்கள் யுத்த களத்தில் வீழ்ந்து கிடந்த பிணங்களைக் குவித்து எரியூட்டிக் கொண்டிருந்தனர். யுத்த களமே பற்றி எரிவதைப்போலத் தோன்றியது.

பாகம் ஒன்று

பிரகாரணம்

அரெமிஸ்

1

‘எப்போது இது முடியும்?’ நான் கேட்டேன்.

‘எது எப்போது முடியும்?’ என்றாள் அந்தக் கிழவி. அவள் கிழவியா? தேவாரப் பண் இசைக்கும் கோயில் தேவதாசியா? குறி சொல்பவளா? சூனியக்காரியா? எதுவும் தெரியாது.

‘அரெமிஸ் என்கிற என் மனதில் கொந்தளிக்கும் இந்த உணர்வு, ‘எந்த மண்ணும் சொந்தமில்லை, எந்த உயிரும் பந்தமில்லை’, என்ற இந்த உணர்வு தெருநாயைப்போல என்னைத் துரத்தியபடி உள்ளது.’

கோயில் சுவரில் முதுகைச் சாய்த்து அமர்ந்திருக்கும் அந்த வயதான கிழவிக்கு என்னுடைய பேச்சு வியப்பை அளித்திருக்கும். மெதுவாகத் தேவாரப் பண்களைப் பாடிக்கொண்டிருந்தாள் அந்தக் கிழவி. குங்கிலியப் புகை அந்தப் பகுதி முழுவதும் சுழன்றுகொண்டிருந்தது. மந்திரங்களைக் கூறியபடி பூசாரி தனது கையிலிருந்த கற்பூரம் எரிந்து கொண்டிருந்த தட்டை ஆண்டவன் சன்னதியின் முன்பு ஆலத்தி எடுத்துக்கொண்டிருந்தார்.

அந்தக் கிழவி சிக்குப் பிடித்து அழுக்கடைந்த கூந்தலைத் தனது கரங்களால் அளைந்துகொண்டிருந்தாள். அந்தக் கோயிலின் ஆக வயதான பெண்மணி என்று அந்தக் கிழவியைக் கூறினார்கள். தேவாரப் பண் பாடுபவள். இப்போது கிழவியாக இருக்கும் அவள் யௌவனத்தில் ஆச்சரியப்பட வைக்கும் அழகுடன் இருந்ததாகக் கூறுவார்கள். எனக்கு அடுத்தவர்கள் என்ன கூறுவார்கள் என்பதில் அக்கறையில்லை. ஒரு வயதான மூதாட்டியை அவள் யௌவனத்தில் பேரழகியாக இருந்தாள் என்று கூறுவதுகூட ஒருவகை மலிவான நகை முரண்தான்.

‘உனது பெற்றோர் இருக்கின்றனரா? இறந்து விட்டனரா?’ கிழவி கேட்டாள்.

‘தெரியாது. அவர்கள் கடல் கடந்து பல காதங்களுக்கு அப்பால் உள்ள தீவொன்றில் வசிக்கின்றனர்’, என்றேன் நான்.

‘உனது இந்த உணர்வின் வேதனையை மட்டும் என்னால் தீர்க்க இயலாது.’

‘மந்திரமோ, மருந்தோ ஏதோ ஒன்று கொடுத்து சொந்த மண்ணை விட்டுப் பிரிந்திருக்கும் என் வேதனைத் தீயை அணையுங்கள்.’

எத்தனை சிடுக்கு அவள் கூந்தலில்? ஒவ்வொன்றையும் நிதானமாகச் சிக்கெடுத்துக் கோதிவிடும் அந்த மூதாட்டி, என் கவலைக்கும் தீர்வு சொல்வாள். ஆனால் அவள் தனது தலையை அசைத்தவிதம் அவளது உறுதியைக் கூட்டி எனது நம்பிக்கையைக் குறைத்தது.

‘உனது சோகங்களில் நீ அளவுக்கு அதிகமாக அமிழ்ந்து கிடக்கிறாய். எந்த ஒரு முயற்சியும் உனது இந்தச் சோகத்தைக் குறைக்க முற்பட்டால் அது தணியாது, பொங்கும்’, என்று தோள்களைக் குலுக்கியபடி, ‘எவரையும் அன்பு செலுத்த நிர்பந்தப்படுத்த முடியுமா? அல்லது அவர்கள் வேதனையிலிருந்து மீட்டுக் கொண்டுதான் வர முடியுமா? இரண்டும் இயலாத காரியங்கள்.’

கோயிலின் வாயில் மீது என் கவனம் சென்றது. வாயிலின் அமைப்பு செவ்வக வடிவில் இருந்தது. வெளிச்சத்தில் வெண்ணிறமாக மினுங்கியது. மீண்டும் வாயில் வெளிச்சத்திலிருந்து பார்வையை அந்த மூதாட்டிமீது திருப்பியதும் கிழவியின் முகம் கறுத்துக் காணப்பட்டது.

‘இங்கிருப்பவர்கள் உங்களை எதற்காக வணங்குகின்றனர்?’ முந்திரிக்கொட்டைத்தனமாகக் கேள்வி எழுப்பி விட்டேனோ என்று நாக்கைக் கடிந்து கொண்டேன்.

‘குடி மக்கள் வணங்குகிறார்கள். அது அவர்களின் தேவை’, என்றவளின் குரலில் என்மீது சினம் எதுவும் இருந்ததாகத் தெரியவில்லை. தனது இடுப்பிலிருந்து ஒரு சுருக்குப் பையை எடுத்து அதற்குள்ளிருந்து கரும்பச்சை நிறத்தில் இருந்த வெற்றிலைகளை வாயில் போட்டு மெல்லத் தொடங்கினாள். பொதுவாகப் பேசத் தொடங்கினாள்.

‘நான் சிறுமியாக இருந்தபோது என் உற்றார்களுடன் வடதிசையில் பல காத தூரம் கடந்து மஞ்சள் இலைகளுடன் கூடிய மரங்கள் மிகுந்திருக்கும் வறண்ட பிரதேசம் ஒன்றிற்குச் சென்றிருந்தேன். சின்னஞ்சிறு ஓடை ஒன்றுதான் அந்த மக்களின் நன்னீருக்கான

ஆதாரம். என் தந்தை வாசனை திரவியங்கள் விற்பனை செய்பவர். தனது சரக்குப் பொருள்களை அந்தப் பிரதேசத்தில் விற்கச் செல்வது அவரது வழக்கம். அவர்தான் எங்களை அங்கே அழைத்துச் சென்றிருந்தார். அந்தப் பிரதேச மக்களுக்குத் தனிப்பட்ட கடவுள்கள் கிடையாது. ஆனால், மிகப் பெரிய மூங்கில் கூண்டு ஒன்று இருந்தது. அந்தக் கூண்டிற்குள் இருக்கும் மானை அவர்கள் தெய்வமாகத் தொழுது வந்தனர். மிகப்பெரிய மான். ஒரு யானைக் கன்றின் அளவிற்குத் தோற்றம் உடையது. அந்த மான் துள்ளி ஓடி விளையாடும் அளவிற்குப் பெரிய கூண்டாக அதை அமைத்திருந்தனர். அந்த விலங்கு ஓர் இருபாலின விலங்கினத்தைச் சேர்ந்தது. அவர்கள் அதனைப் புனிதமாகக் கருதி வணங்கி வந்தனர்', என்று கூறிவிட்டு ஒரு மௌன இடைவெளி விட்டாள்.

'என்னை இந்தக் கோயிலுக்கு நேர்ந்து விட்ட பொழுதுதான் எனக்கு அதன் அர்த்தம் விளங்கியது. சிலருக்குக் கடவுள் என்றால் அகன்ற மார்பும், மீசையும் உடைய உருவம். சிலருக்குக் கடவுள் என்பது புனிதமான கன்னிப் பெண், என்னைப் போல!'

அந்த மூதாட்டி எனக்கு ஒரே ஒரு புத்திமதி வழங்கினாள். 'சோகம் என்பது அட்டைப்பூச்சியைப் போன்றது. பசியுடன் நம்மீது படர்ந்திருக்கும் அட்டைப்பூச்சி. இந்த அட்டைப்பூச்சி கணுக்கால் வழியாக உடலில் ஏறிவிட்டால் பிறகு அது நமது ஆற்றலை முழுவதும் உறிஞ்சி நம்மை நடக்க விடாது செய்து விடும்!'

அவள் பற்கள் அனைத்தும் இழந்து இளஞ்சிவப்பு நிறமான ஈறுகள் தெரியப் பேசினாள். 'மறக்கக் கற்றுக்கொள்', அவள் பேசினாளா? அவள் அனுபவம் பேசியதா? தெரியவில்லை.

'என்னால் முடியாது!', நான் உடனே மறுத்துக் கூறினேன்.

'நினைவுகளில் வாழ்பவள் நீ. மண்ணில் வாழ்வதற்கும் மனதில் வாழ்வதற்கும் வேறுபாடு உள்ளது. உறக்கத்தில் நடப்பவன் வீரனாக இருக்க இயலாது.'

நான் எழுந்து கொண்டேன். ஏமாற்றப்பட்டதைப்போல உணர்ந்தேன். அந்த மூதாட்டி முகம் பார்த்துக் குறி சொல்வதற்கு ஆரம்பத்திலேயே மூன்று புலி தங்கக் காசுகளை ஏன் வாங்கிக் கொண்டாள் என்பது விளங்கியது. கைகாரக் கிழவி.

வெளிச்சம் மிகுந்த கதவின் வழியாக அந்த மூதாட்டியை அங்கேயே விட்டுவிட்டு வெளியேறினேன். இருபாலின விலங்கினம். ஒருகாலத்தில் அழகாக இருந்த மான். அந்தக் கதவு திறந்தால்

தென்படுவது ஆலிவ் மரங்கள் அடர்ந்த நதிக்கரையாக இருக்கலாம். கூரை எழுப்பப்பட்ட செங்கல் கட்டிடத்தில் அமையப்பெற்ற குடிலாக இருக்கலாம். பளிங்குக் கற்களில் செய்யப்பட ஜாடிகளில் தேனடைகள் நிரப்பி வைக்கப்பட்டிருக்கலாம். தரைகளில் ஆகாயத்தாமரை படர்ந்திருக்கலாம். காற்றில் திராட்சையின் மணமும், அரளிப் பூக்களின் மணமும் கலந்து வந்தது.

நான் வெளியில் காலடி எடுத்து வைக்கும் அந்தத் தருணம்வரை இந்தக் கற்பனை உலகம் எனது உரிமை. இந்த உரிமை குறித்து என்னை நானே சமாதானம் செய்துகொள்ளலாம். இந்தப் பைத்தியக்கார உலகில் காலடி எடுத்து வைக்கும் வரை.

நாகைப்பட்டிண நகரின் சந்தை பரந்து விரிந்திருந்தது. நெய் மற்றும் அடுமனை வாசனை திரவியங்களின் திண்ணிய நாற்றம் நாசியில் பரவியது. வியாபாரிகள் பற்பல அங்காடிகளில் இருந்தபடி போவோர் வருவோரைத் தங்கள் குரலால் கூவிக் கூவி அழைத்துக் கொண்டிருந்தனர். கடைக்கு வந்திருந்த வாடிக்கையாளர்களும் மாலையில் சூரியன் மறைந்தாலும் தங்கள் பேரங்களை விடாமல் மேற்கொண்ட வண்ணமிருந்தனர். வியாபாரிகளின் குரல்கள் வியாபாரம் பேசிப் பேசித் தடித்துப் போயிருந்தன. மலைப் பிரதேசத்திலிருந்து கனிகள்; சீன தேசத்திலிருந்து தேயிலை; கடலிலிருந்து உடனுக்குடன் மூழ்கி எடுத்த மின்னும் வெண்ணிற முத்துகள்; கொடுமணல் வியாபாரிகள் கொண்டுவந்த தங்க, வெள்ளி அணிகலன்கள்; ரோமாபுரியிலிருந்து கொண்டுவரப்பட்ட வேலைப்பாடுகள் மிகுந்த மட்பாண்டங்கள். அத்தனை பொருள்களும் பண்ட மாற்று முறையில் கைமாறிக் கொண்டிருந்தன. அங்கிருக்கும் அனைவரின் விழிகளும் என் மீது படர்ந்தன.

நான் வாழைக்கனிகளைக் கூடைகளில் எடுத்துக்கொண்டு செல்லும் இரண்டு வியாபாரிகள் பின்னே இருந்தேன். இரண்டு பெண்கள் வீட்டு ரகசியங்களை அம்பலத்தில் ஏற்றுவதுபோல உரக்கப் பேசிக் கொண்டிருந்தனர்.

'நான் இந்த வெள்ளித் தண்டையை என் வீட்டு மனைப்பாயின் மேலிருந்து எடுத்தேன்', என்று கூவிக் கொண்டிருந்தாள் ஒருத்தி.

'இந்தத் தண்டை அப்படியே காமினியின் தண்டையைப்போலவே இருக்கிறது!'

'காமினி உன் தங்கைதானே?'

‘ஆமாம் எங்கள் வீட்டின் கடைக்குட்டி. சின்னஞ்சிறுமியாக இருந்ததிலிருந்து நான்தான் அவளுக்கு கதி. இன்னும் நிழலாகக் கூடவே வருகிறாள். சரியான இம்சை. அவளை அனைத்து இடங்களுக்கும் சுமந்து திரிய வேண்டியுள்ளது. என்ன செய்ய? என் கணவரிடம் இந்தத் தண்டையைக் காட்டினால் அதிகாலையில் மீன் விற்க வந்தவளின் தண்டையாக இருக்கும் என்கிறார். ஒருவருக்கும் பொறுப்பு என்பதே இல்லை. இதை நான் யாரிடம் போய்ச் சொல்வேன்?’ என்று அவள் சலித்துக் கொண்டாள்.’

மற்றொருத்தி முதலாவது பெண் கூறியதைக் கேட்டு நெடுமூச் செறிந்தாள்.

‘சிறிது நேரம் சென்ற பிறகு காமினியிடம் அந்தத் தண்டையைக் காட்டினால் அவள் அது அவளது தண்டைதான் என்று சாதிக்கிறாள். அவள் கணுக்காலும் மூளியாகத்தான் இருந்தன. அவள் வேறு ஏதோ ஓர் இடத்தில் தொலைத்துவிட்டதாகக் கூறுகிறாள். நான் என்ன செய்யட்டும் சேரியம்மா? சொல் பார்க்கலாம்.’

சேரியம்மா என்ற பெண் வாளாதிருந்தாள். அந்தச் சந்தடியில் அவளது மௌனம் இரைந்து ஒலித்தது. அவள் மறுவார்த்தை கூறுவதற்குக் காத்திருந்தேன். தண்டை யாருடையது என்று முடிவாகும் முன்னர் வீதியில் வாள்வித்தை பயிலும் மாணாக்கர் களில் சிலர் நடைபயின்று சென்றதால் எனது கவனம் அவர்கள் மேல் திரும்பியது. அவர்கள் ஆச்சாரியார் ராமகுருவின் சீடர்கள். அவர்கள் உடல் முழுவதும் தைலம் பூசியிருந்தனர். முழங்கையை இயன்றவரையில் வீசி நடந்தனர். அவர்களது பார்வைகள் சந்தையில் நின்ற பெண்கள்மீது படர்ந்தன.

என்னைப் பார்த்ததும் சட்டென்று அவர்கள் பார்வையில் ஒரு மருட்சி தோன்றியது. அவர்களது இந்த மருட்சியின் காரணம் எனக்கு மட்டும்தான் தெரியும். வீதியில் உலாவும் அழகான இளம் பெண்களைப் போல நானில்லை. நான் வேறு ராகம். நான் அவர்களை விட வில்வித்தையில் சிறந்து விளங்குபவள் என்ற காரணம். இருப்பினும் அந்தக் கூட்டத்தில் ஒருவன் என்னைக் குறித்து ஓர் இழி நகையைக் கூற அவனோடு இருந்த ஏனையோர் வாய் விட்டு நகைத்தனர். இவர்களது கேலிப் பேச்சுக்கு என் முகம் கருக்க வேண்டிய அவசியமில்லாமல் அது ஏற்கெனவே கருத்துதான் காணப்பட்டது.

அங்காடிகள் நிறைந்த அந்த வீதியில் அடுமனைகளில் சமைக்கப்படும் பல்வேறுவிதமான சுவைமிக்க உணவுகளின் நெடி

என வயிற்றைக் கிள்ளியது. எங்கும் கருமணல், சுட்டெரிக்கும் சூரியன். எனக்கு இங்கே வந்த புதிதில் இந்த மண்ணும் இதன் சூழலும் முற்றிலும் வேறாக, அடிக்கடி என் தாய்மண்ணை நினைவூட்டி என் வேதனையை அதிகப்படுத்தியது. இந்த மண்ணின் மொழி என் நாவில் கூழாங்கற்களாகச் சிக்கிக்கொண்டு பேசுவதற்கு மிகவும் தடுமாறினேன்.

ஆனால் இந்த மண்ணின் அடுமனைகளும், உணவும் ஆஹா என்ன வென்று சொல்வது? இந்த உணவுப் பொருள்கள்தான் வாழ்வின் மீது ஒரு பிடிப்பை ஏற்படுத்தின. இளம் ஆடுகளின் இறைச்சி நன்கு பதம் செய்யப்பட்டு மிளகுப் பொடி தூவப்பட்டு இரும்புக் கம்பிகளில் வறுபடும் மணத்திற்கு மாற்றாக வேறு ஏதாவது இருக்க இயலுமா? இரும்புத்தட்டுகளின் மீது பொன்னிறமாக உடைத்து ஊற்றப்பட்டிருக்கும் முட்டை நெய்யிலும் மிளகுப் பொடியிலும் வறுபடும்போது எழும் நறுமணத்தை என்னவென்று சொல்வது? நெத்திலி மீன்களை நன்கு கழுவித் துண்டங்களாக்கி நிலக்கடலையும், பூசணி விதைகளும் சேர்த்துப் போட்டு புளிக்குழம்பு சமைத்து அரிசிச் சோற்றில் ஊற்றிக் கொண்டு உண்ணும்போது ஏற்படும் சுவையும் மணமும் ஆஹா...

தெருவில் தூக்கி எறியப்படும் உணவு எச்சங்களைப் பொறுக்குவதற்காக தெரு ஓரத்தில் காக்கைகள் வரிசையாக அமர்ந்திருந்தன. அவை வரிசையாக அமர்ந்திருந்த கோலம் அழகிய ஆடைகளின் விளிம்பில் தீட்டப்படும் அலங்காரச் சித்திரங்கள் போலிருந்தன.

இரும்பினால் செய்யப்பட ஆப்பக் கல்லின்மீது நெய் ஊற்றுவதற்கு முன்னர் அந்த ஆப்பக்கல்லை அங்காடிக்காரன் இரும்புச் சட்டுவத்தால் சுரண்டும் ஒலி தேவகானமாக என் காதில் விழுந்தது. சொய் என்ற ஓசையுடன் நெய் விழுது சூடான ஆப்பக்கல்லின்மீது விழுந்தது. நெய்யின் நறுமணத்தை என்னவென்று சொல்வது? அது ஒன்றே போதாதா பசியாற்ற? ஆனால், என்ன செய்வது? என்னிடம் வேர்க்கடலை வாங்க மட்டுமே காசுகள் இருந்தன. வறுத்த வேர்க்கடலை மீதிருந்த அடக்க முடியாத ஆவல் என்னை அந்தக் கடும் கோடை வெயிலில் கட்டிப் போட்டது. வேர்க்கடலை விற்பவன் தனது வண்டியின் முன்பிருந்த வறுகடலையைத் தேங்காய்த் துருவலுடன் கலந்தபோது எனது ஆவல் அதிகரித்ததை அந்த வியாபாரி கவனித்தான். என்னைச் சுற்றியிருந்தவர்களின் மேனி வர்ணம் பழுப்பு நிறத்திலிருந்து பொன்னிறம் வரை வெவ்வேறாகத் தோன்றின. ஆனால் நான் மட்டுமே எரிந்து போன கரிக் கட்டையைப் போல கன்னங்கரிய நிறத்தில் இருந்தேன்.

வேர்க்கடலைக்காரன் வேர்க்கடலையை ஒரு தாமரை இலையைக் கூம்பு போல மடித்து வைத்து அதனுள் போட்டுக் கொடுத்தான். என் முகத்தில் தென்பட்ட பசியின் தீவிரத்தைக் கணக்கில் கொண்டு அந்தக் கடலைக்காரன் தேங்காய்த் துருவல்களைத் தூவிக் கொடுத்திருக்க வேண்டும். நான் நன்றி கூறும் முகமாக ஓர் இளி இளித்துவிட்டு அந்த வறுகடலை நிரம்பிய கூம்பிலிருந்து ஒவ்வொரு கடலையாக வாயில் போட்டுக்கொள்ளத் தொடங்கினேன்.

'இதோ இவளைப் பார்', என்னைக் கடந்து வேகமாக ஒரு குதிரையின் மீது சென்ற வீரன் ஒருவனின் குரலைக் கேட்டு நான் பாதையில் ஒதுங்கினேன். குதிரை சென்ற வேகத்தில் என் கையிலிருந்த பொட்டணத்திலிருந்து பாதிக் கடலைகளுக்கும் மேல் மண்ணில் சிதறின. நான் அந்த இலைக் கூம்பை மூடியபடி அந்தக் குதிரையில் சென்றவனை வசை பாடினேன். 'படுபாவி, உன் பெண்டாட்டி மேல் மண்ணை வாரி தூற்ற!'

அரசாங்க அமைப்புகளின்படி சில சாலைகள் நடப்பதற்கும், சில சாலைகள் ரதங்கள் செல்வதற்கும், வேறு சில சாலைகள் குதிரை வீரர்கள் பயணிக்கவும் அமைக்கப்பட்டவை. இதுபோன்ற மட்டமான குதிரைகள் ஓர் ஒழுங்கமைவுக்குள் வராது. இதுபோன்று சண்டித்தனம் புரியும். குதிரைகள் செல்லும் பாதையில் அவை இடும் சாணங்களின் தாங்க முடியாத நெடி வேறு அடிக்கும். நான் அங்கிருந்து அகன்றேன்.

சந்தையை ஒட்டிய குளக்கரையில் கூச்சலும் குழப்பமுமாகப் பலர் கூடி குரல் உயர்த்திப் பேசிக்கொண்டிருந்தார்கள். சந்தையில் உள்ள அங்காடிகளை நோக்கி மக்கள் திரள்வதும் விலகுவதும் வழக்கம் தான் என்றாலும் அதுபோன்று கூடி நின்றது சற்று அசாதாரணமாகத் தோன்றவே நான் அந்த இடத்தை நோக்கி விரைந்து சென்றேன். ஓ! கூட்டத்துக்குக் காரணம் அந்த மீன்காரன்தானா? தொடர்ந்து மூன்று நாட்களாக அந்த மனிதனையும் அவனது மீன்களையும் பார்வையிடும் கூட்டம் அது என்று தெரிந்தது. அவன் ஒரு பாரசீகனாக இருக்க வேண்டும். தினமும் காலையில் குளக்கரைக்கு வந்து ஒரு பெரிய தாழி நிரம்பிய பெரிய மீன்களைக் குளத்தில் கொட்டுவான். மாலையானதும் தான் கொண்டுவந்த மீன்களை வலையில் பிடித்து மீண்டும் தாழியில் நிரப்பிக்கொண்டு போய்விடுவான். இடைப்பட்ட வேளையில்தான் அவனது ஆட்டம் இருக்கும்.

அன்று அங்கே என்னதான் நிகழ்கிறது என்பதை அறியும் ஆவல் என்னையும் அந்தக் கூட்டத்தில் கொண்டு நிறுத்தியது. தனது

பற்களில் மஞ்சள் கறை துலங்க அவன் கூட்டத்தினரிடம் உடைந்த தமிழில் பேசத் தொடங்கினான்.

'இந்த மீன்களைப் புலிமீன்கள் என்று அழைப்போம். இந்தப் புலி மீன்கள் மிகவும் பயங்கரமானவை கூட்டத்தினரே. இரையைத் தேடி இவை வானில் பறந்து செல்லும் பறவைகளைக் கூடத் தாவிப் பிடித்து உண்ணும் திறன் படைத்தவை. அதனைவிட ஐந்து மடங்கு எடையுடன் கூடிய மிருகங்கள்கூட இந்த மீன்களைக் கண்டால் நடுங்கும் அளவிற்கு இவை உக்கிரமானவை', என்று குளத்தின் நீருக்குள் அமிழ்ந்து கிடந்த இருபது இருபத்தைந்து மீன்களைச் சுட்டிக் காட்டியபடி கூறினான். அவை நீரின் மட்டத்திற்கு வெளியே வந்து மூச்சு வாங்கும்போது அவற்றின் தோற்றத்தைக் கண்டு வியந்து நின்றேன். கொலைவெறி கொண்ட செந்நாய்களைப் போன்ற முகத்தோற்றம் கொண்ட மீன்கள். புலி மீன் என்பது சரியான பெயர்தான்.

என்னுடைய பயிற்சி வகுப்பிற்கான நேரம் ஏற்கெனவே தொடங்கி விட்டாலும் ஆவலை அடக்க இயலாமல் எனது முழங்கைகளால் கூட்டத்தை முண்டியடித்துக்கொண்டு முன்னேறினேன்.

'இங்கு கூடியுள்ளவர்களுக்குத் தங்கக் காசுகள் பெறுவதற்கு நல்ல வாய்ப்பு. எவர் ஒருவர் இந்தக் குளத்தின் ஒரு கரையிலிருந்து மறுகரைக்கு நடந்து செல்லும்போது இந்த மீன்கள் வாயிலிருந்து தப்பிப் பிழைக்கிறார்களோ அவர்களுக்குத் தங்கக் காசுகள் பரிசாக வழங்கப்படும். உங்கள் துணிச்சலுக்கு விடுக்கப்படும் சவால் இது.'

குளத்தில் அதிக நீர் இல்லை. நான்கே தாவலில் மறுகரையை அடைந்து விடமுடியும். ஆழமும் முழங்கால் வரையில்தான் இருந்தது. எனதருகில் நின்று கொண்டிருந்த அந்தக் கறிகாய் விற்பவன் குளத்தின் பரிமாணங்களை அளந்துகொண்டிருந்தவன் ஏதோ ஓர் கணக்குடன் வேகமாகக் குளத்தில் இறங்கி நடக்கத் தொடங்கினான். அவன் குளத்தில் இறங்கி ஓரடிதான் எடுத்து வைத்திருப்பான். அதற்குள் அவனுடைய அலறல் ஒலி அந்தப் பிரதேசம் முழுவதும் ஒலித்தது. அச்சத்தில் அவன் அலறியபடி மீண்டும் கரைக்கே ஓடி வந்து விட்டான். வந்தவன் கரையில் சரிந்து வீழ்ந்தான்.

'ஐயோ அவன் கால்களைப் பாருங்கள். எத்தனை ஆழமான கடி!' என்று கூடியிருந்தவர்கள் அச்சத்தில் அலறினார்கள்.

'ஆஹா!' அந்த மீன்காரன் தனது கரங்களை ஒலியெழுப்பியபடி முன்னும் பின்னும் ஆட்டியபடி கூட்டத்தை நோக்கி, 'எவ்வளவு

எச்சரித்திருப்பேன்? இந்த மீன்களைப்பற்றி எவ்வளவு கூறியிருப்பேன்? அத்தனையையும் அலட்சியப்படுத்திவிட்டு இத்தனை மெதுவாக அடி எடுத்து வைத்தால் இப்படித்தான் நேரும்', என்று கூறிவிட்டு அவன் அடுத்த போட்டியாளனைத் தேடப் போய்விட்டான்.

'வாருங்கள் தீரர்களே, வாருங்கள் வாருங்கள். இந்தக் கொடிய மீன்களின் கொடுவாள் பற்களை வெல்லப் போவது உங்களில் யார்? முயன்றால் நிச்சயமாக வழி பிறக்கும். வாருங்கள்... வாருங்கள்', என்று கூவிக்கொண்டிருந்தான்.

மற்றொருவன் முன்வந்தான். இம்முறை வந்தவனுக்குச் சற்று வயது அதிகமென்றாலும் அவன் பார்வையில் கவனம் மிகுந்து காணப்பட்டது. அனுமதிக் கட்டணக் காசுகளை மீன்காரனிடம் கொடுத்துவிட்டு நிதானமாக அந்த மீன்களைப் பார்வையிட்டான். மீன் கூட்டத்தின் நடுவே ஓரளவு பாதை இருப்பதை உறுதி செய்து கொண்டு மெதுவாகத் தனது ஒரு காலை குளத்தில்விட்டு நீரைக் கலக்கினான்.

எங்கள் சுவாசம் நின்றுவிடும் போலானது. மீன்கள் அமைதியாக இருக்கவே அந்த மனிதன் பிழைத்தான் என்றே கருதினோம்.

அதன் பிறகு அவன் அடுத்த அடியை மிகவும் முன்னெச்சரிக்கை யுடன் எடுத்து வைத்தான். மேலும் மூன்று அடிகள் எட்டி எடுத்து வைத்தால் போதுமானதாக இருந்தது. அடுத்த அடியை அவன் எடுத்து வைத்த மறுகணம் அவனிடமிருந்து பயங்கரமான கூச்சல் கிளம்பியது. அவன் குளத்தின் நடுவில் சரிந்து விழுந்தான். அவன் கரையேறுவதற்கு உதவி செய்யும்படி கூச்சலிட்டபடி குளத்து நீரில் புழுவெனத் துடித்து அலறினான். அவன் தாடையின் மேல் ஒரு புலி மீன் கூர்வாள் போன்ற பற்களால் விடாது கவ்விக்கொண்டிருந்தது. தனது வாலை முன்னும் பின்னும் அடித்தபடி இருந்த அந்தக் கொடிய மீன் தனது பிடியை அவனது தடையிலிருந்து தளர்த்தவே இல்லை.

'ஐயோ இந்த மீனிடமிருந்து என்னைக் காப்பாற்றுங்கள்', என்ற அவனது கூப்பாடு நாராசமாக இருந்தது. அவன் அந்தக் குளத்து நீரில் அலைந்தான். சுழன்றான். தவித்தான். இறுதியில் ஒருவழியாகக் கரையேறினான். ஆனால் அந்த மீன் அவன் கரையேறிய பின்னரும் அவன் தாடையை விடாமல் கவ்வியபடி இருந்தது. இவ்வளவு நிகழ்ந்தும் அந்த மீன்காரனின் முகத்தில் நிலவிய அசட்டு இளிப்பு மாறவே இல்லை. கூடியிருந்தவர்கள் அவன் முகத்தைக் கவ்விப் பிடித்துக் கொண்டிருந்த மீனைப் பற்றி இழுக்க முயற்சித்தனர். அந்த மீன் நீரின்றித் தவித்து மூர்ச்சையாகும் தறுவாயிலும் தனது

பிடியைச் சற்றும் தளர்த்தவே இல்லை. மீன்காரன் எங்கே தனது மீன் மூச்சை நிறுத்தி விடுமோ என்ற அச்சத்தில் அதன் பற்களின் நடுவில் ஒரு குச்சியைச் செருகி அதன் பிடியைத் தளர்த்தி அதனை அவன் வாயிலிருந்து எடுத்து மீண்டும் குளத்தில் விட்டெறிந்தான். பாதிக்கப்பட்டவன் முகத்தில் தாடையில் கண்ணுக்குப் பளிச்சென்று தெரியும்படி ஒரு துளை ஏற்பட்டிருந்தது. அவன் வலியால் துடித்து அலறிக்கொண்டிருந்தான்.

அந்த துர்சம்பவத்தால் அந்த மீன்காரன் அன்று அடி வாங்காமல் கிளம்புவது கடினம். நான் எனது நடையை அரண்மனைப் பயிற்சி முற்றம் நோக்கி எட்டிப் போட்டேன். எனது சிந்தையில் வலியில் துடித்தவனின் முகமும், இளித்துக் கொண்டிருந்த மீன்காரனின் முகமும் மட்டுமே இருந்தன. மூன்றாவது படைப்பிரிவு, பயிற்சி முற்றத்தில் பயிற்சிகளை மேற்கொண்டிருந்தன. அங்கே ஆசான் சிரேயரைப் பார்த்துவிட்டேன். ஆனால் சிரேயர் தனது மாணாக்கர் களுக்குப் பயிற்சி அளிப்பதில் கவனமாக இருந்ததால் என்னைக் கவனிக்கவில்லை.

'தம்பி நீதான் இங்கே வா. இதுதான் நீ வாள் பிடிக்கும் அழகா?' என்று ஒரு மாணாக்கனைக் கடிந்துகொண்டார். அந்த மாணாக்கன் நல்ல வாட்டசாட்டமாகக் கருங்காலி மரம் போலத் தோளும் புஜங்களும் நிகு நிகுவென்று நின்று கொண்டிருந்தான். அழுத்தமாக ஓரடி முன்னால் எடுத்து வைத்து எதிரியின் மார்புக்குக் குறி வைப்பது போன்ற செய்கையை ஆசான் கற்றுக் கொடுத்துக் கொண்டிருந்தார். அந்த மாணாக்கன் கைகளில் ஒரு குறுவாளை ஏந்தி நின்று பயிற்சி எடுத்துக் கொண்டிருந்தான். ஆசான் சொல்லிக் கொடுக்கும் முறையில் அவன் செயலாற்றினால் அவன் கையிலிருக்கும் குறுவாள் கைப்பிடி வரையில் எதிரியின் மார்பில் பாயும் என்பது உறுதி.

அவன் செய்த தவறை என்னால் அறிந்துகொள்ள முடிந்தது. அவன் தனது கரத்தை ஓங்கிக் கொண்டு சென்ற இடம் மார்புக்கு பதிலாகத் தோள்பட்டையின் எலும்புப் பகுதி என்பதால் எதிரி சுதாரித்துக் கொண்டு அந்த வாளைத் திருப்பிவிட்டால் மாணாக்கன் மீது வாள் பாய்ந்து விடும் அபாயம் இருந்தது. சிரேயர் தவறிழைத்த மாணாக்கன் இருக்கும் வரிசைக்குள் நுழைந்து அவன் அருகில் சென்று நின்றார். அந்த மாணாக்கன் தனது வாள் பிடித்த கரத்தைப் பின்னால் கொண்டு சென்று விசையுடன் முன்னால் கொண்டு வரும்போது சிரேயர் அவன் முன்னால் மார்பை நிமிர்த்தி நின்றார். நல்லவேளையாக அந்தச் சீடன் வேகத்துடன் தனது குறுவாளை

இயக்கியிருந்தால் அது சிரேயரின் தோளைப் பதம் பார்த்திருக்கும். அவனுக்குத் தனது தவறு புரிந்தது.

'இன்னும் கீழே வாளை இறக்கு', என்று அவனைத் திருத்திவிட்டு, அவர் பின்னால் நகர்ந்து நானிருக்கும் இடத்திற்கு வந்தார்.

'அதிகம் அலட்டிக் கொள்கிறீர்கள்', என்றேன்.

'இப்போது அவ்வாறுதான் தோன்றும். இது உங்களிடம் பண்பை விதைக்கிறது. சிறிது காலம் சென்ற பிறகுதான் உங்களது முன்னோடிகள் எத்தனை சிறந்தவர்கள் என்பதை உணர்வீர்கள்!'

நான் ஆசானைப் பார்த்தேன். சிரேயர் என்னைத் தனது மாணாக்கனாகச் சேர்த்துக் கொண்டபோது தனக்குத் தெரிந்த வித்தைகள் முழுவதையும் எனக்குக் கற்றுத் தருவதாகக் கூறியிருந்தார். ஆனால் எத்தனை வித்தைகளையும் அதன் நுட்பங்களையும் அவர் எனக்குச் சொல்லிக் கொடுக்க இயலும்? எவற்றை? அவர், வில்லை வளைக்கும் விதத்தையா? அல்லது கணையை இலக்கு நோக்கி எய்வதையா? அவர் மாணாக்கர்களுக்கு அறிவுரை வழங்கும் தன்மை, அடுத்தவரைச் சாந்தப்படுத்தும் விதம்... ஓ! நான் அவரிடமிருந்து அந்த அமைதியையும், அனைத்தையும் எளிதில் உள்வாங்கும் திறனையும் சேர்த்து அல்லவோ கற்றுக்கொள்ள வேண்டும்? பயிற்சி என்பது வித்தைகளைக் கற்றுக் கொள்வது மட்டுமன்று.

மதியப் பயிற்சிக்கான நேரமும் எங்களுக்கு ஒதுக்கப்பட்டது. எனக்குச் சற்று கிலியானது. அங்கேயே நின்றபடி சில பொழுது களைக் கழிக்கவே மனம் விரும்பியது.

'அரெமிஸ் ஏன் அங்கேயே நிற்கிறாய்? வா இலக்கைப் பார்த்துக் குறி வைத்துத் தாக்கு.' - நான் மெதுவாக ஊர்ந்து களத்தை நோக்கி நடந்தேன்.

அறுவடை முடிந்து போயிருந்த ஒரு நெற்களம்தான் எங்களது பயிற்சிக்கான களம். அறுவடை முடிந்த பிறகு வயல் வெளிகளில் சுள்ளிக் குச்சிகளைப் பரப்பித் தழல் மூட்டி எரிப்பார்கள். அறுவடை யில்லாத மற்ற மாதங்கள் முழுவதும் வயலில் கரியின் மணம்தான் வீசும். நான் எனது வில்லை எடுக்க அதனைச் சாய்த்து வைத்திருந்த மரத்தின் அருகில் சென்றேன். மரத்தில் சங்கிலியால் பிணைத்து வைக்கப்பட்டிருந்த நாய் ஒன்று உறுமியது.

இது எனது ஆடுகளம். இந்த இலக்கு, என்னுடைய வில் இவையிரண்டும் என்னை இந்த ஆடுகளத்துடன் கட்டிப்

போட்டிருந்தன. ஒவ்வொரு கோடைப் பருவத்தின் போதும் வைகறையில் விடிந்ததும் விரைவாகக் காலைக் கடன்களை முடித்துவிட்டு இங்கே வந்துவிடவேண்டும். மாலையில் உடலும் உள்ளமும் சோர்வடையும்வரையில் வில்லை வளைப்பதும், இலக்கைக் குறிவைத்துக் கணையைத் தொடுப்பதும்தான் மாணாக்கர்களின் வேலை.

என்னிடமிருந்த குறுவாளின் மீதுதான் எனக்குப் பிரியம் அதிகமிருந்தது. இந்தப் பயிற்சி முகாமில் சேர்ந்ததும் சோழ அதிகாரிகள் எனது குறுவாளைப் பறித்துக்கொண்டனர். பெண்கள் குறுவாளை ஏந்திப் பயிற்சி செய்யும் அளவிற்கு வலுவற்றவர்கள் அல்லர் என்பது அவர்களது அபிப்பிராயம்.

சோழ அதிகாரிகள் எனக்களித்த வில்லைத்தான் நான் இங்கே வந்து சேர்ந்த நாளிலிருந்து பயன்படுத்தி வருகிறேன். அவர்கள் அளித்த வில் மிகக் கடினமான எடையை உடையதாக இருந்ததால் ஆரம்பத்தில் அதனை நிறுத்தி நாண் பூட்ட மிகுந்த சிரமத்திற் குள்ளானேன். ஒவ்வொரு ஆண்டும் அவர்கள் கொடுக்கும் கணையின் எடையும் கூடிக் கொண்டே போனது. பதினான்கு வயதை எட்டும்வரையில்தான் எனக்குக் கூடுதல் எடையுள்ள வில்லையும், அம்புகளையும் பயன்படுத்துவதில் சிரமமிருந்தது. பதினான்கு வயதைத் தொட்டதும் மந்திரம் போட்டது போல எனது உடல் வலுவேறி புதுப் பொலிவுடன் மாறியது. அதன் பின்னர் வில் ஏந்துவதில் சிரமமிருக்கவில்லை.

'இதற்கு முன்னர் உனக்கு அளிக்கப்பட்ட கணைகளை விடவும் இது அதிகப் பளுவானது', என்று என்னிடம் ஒரு கணையை நீட்டிய போது அவர் முகத்தில் தெரிந்தது பச்சாதாபமா அல்லது நக்கலா என்பது தெரியவில்லை. ஊப்! இது சற்றுக் கடினமான செயலாகப் போகிறது. அம்புகளின் எடை கூடும்போது அவை பாய்ந்து செல்லும் தூரத்தின் அளவு அதிகமாக இருந்தாலும் அவற்றை நாணில் வைத்துப் பூட்டும்போதும், இலக்கை நோக்கிக் குறி வைக்கும்போதும் தோள்களும் கரங்களும் நடுங்காமல் சமாளிப்பது சற்றுக் கடினம்தான்.

நான் கணைகளை வெற்று நிலத்தில் எய்து பயிற்சி எடுத்துக் கொண்டிருந்தேன். சிரேயர் வைக்கோல் பிரி ஒன்றை வட்ட வடிவிலாக்கி ஒரு மரப்பலகையில் ஆணிகளைக் கொண்டு அடித்து வைத்திருப்பார். அதுதான் எங்களுடைய இலக்கு. பயிற்சியாளர்கள் அனைவரும் அந்த இலக்கைச் சுற்றி ஓடி வரவேண்டும். அவ்வாறு

ஓடி வரும்போது இலக்கின் தூரத்தை நிர்ணயிப்பதில் துல்லியமாகச் செயல்பட வேண்டும்.

நான் நரம்புகள் முறுக்கேற பயிற்சிக்கு ஆயத்தமானேன். என்னுடன் பயிற்சி வகுப்பில் ராஜீவனும், ஜெகனும் இருக்கிறார்கள். இருவரும் வலிமையானவர்கள். இலக்கைக் குறி பார்த்துத் தாக்குவதில் என்னையும்விடத் திறமைசாலிகள் என்பதால் எனக்கு எப்போதுமே அவர்கள் மீது ஒரு பகையுணர்வு இருக்கும்.

இலக்கைச் சுற்றி நடந்தபடி கணை தொடுப்பது என்பது சாதாரணச் செய்கையன்று. ஏன் எனில் ஒவ்வொரு வில்லாளியும் போர்க்களத்தில் தனது இலக்கை நிர்ணயித்துக் குறி வைக்கும்போது நன்றாகக் கால்களை ஊன்றி தன்னை வலுவாக நிலை நிறுத்திக் கொண்ட பிறகுதான் கணை தொடுப்பது வழக்கம். ஆனால் எங்கள் ஆசான் சிரேயர் சற்றும் இரக்கமற்றவர். நடந்துகொண்டே எங்களது இலக்கைத் தாக்கவேண்டும் என்று வலியுறுத்துவார். சில நாட்கள் வைக்கோல் பிரியில் வடிவமைக்கப்பட்ட அந்த இலக்கு சற்றுத் தொலைவில் நகர்த்தி வைக்கப்பட்டிருக்கும். இலக்கின் தூரம் எத்தனை அதிகமானாலும் எங்களுக்கு அதனை ஒரே இடத்தில் நின்று தாக்குவது அரிய செயலன்று. ஆனால் பயிற்சியின்போது அதிகமான நாட்கள் இதே போன்று இலக்கை நடந்தபடியே தாக்கவேண்டும் என்பதுதான் அவருடைய கட்டளையாக இருக்கும். என் தோள்பட்டைகள் இரண்டும் விண் விண் என்று வலித்தன. வயிறு ஒட்டிப் போய்க் கண்கள் இரண்டும் பஞ்சடைந்தது கிடந்தன.

இலக்கின் உள் வட்டத்தில் ஒவ்வொருவரும் தங்களது அம்புகளினால் பத்து புள்ளிகளை ஒரு வட்டப் பாதையில் உருவாக்கவேண்டும். என்னால் ஒவ்வொரு முறையும் அவர் கூறிய வண்ணம் உள்வட்டமாக இலக்கை நிர்ணயித்து அம்பைத் தொடுக்க இயலவில்லை. மேலும் இரண்டு வாய்ப்புகளைப் பெற்று ஓரளவு சரியாக இலக்கைத் தாக்கினேன். சுட்டெரிக்கும் சூரியன். சூரியனின் வெப்பம் தாளாது தாழ்ந்த புருவங்கள். நெற்றியில் ஊற்றெடுத்த வியர்வை, விழிகளில் திரையிட்டது. பொதுவாகப் பயிற்சி நேரங்களில் நான் இதுபோன்ற இடையூறுகளை ஒரு பொருட்டாகக் கருத மாட்டேன்.

பயிற்சி முடிந்த பின்னர் மரத்தின் நிழலில் ஒதுங்கினோம். கணைகளைச் சரி பார்ப்பதுபோல நான் எனது நேரத்தை நீட்டியபடி ஓய்வில் இருந்தேன். தலை கவிழ்ந்து இருந்ததால் வெயிலின் வெப்பத்தால் பற்றி எரிந்த கன்னங்கள் இரண்டும் சற்று ஓய்வெடுத்தன. அம்புகளின் நுனியில் பறவை இறகினால் கட்டப் பட்டிருந்த நீலக் குஞ்சங்களை இறுக்கிக் கட்டினேன்.

சிரேயர் ஒவ்வொரு மாணாக்கனின் அருகில் சென்று சில வழிமுறை களைச் சொல்லிக் கொடுத்து விட்டு என்னருகில் வந்து 'பயிற்சி எப்படி இருக்கிறது?' என்று கேட்டார்.

'எனது தோள்கள் நோவுகின்றன. மணலைத் தின்றதுபோல நாக்கு எரிகின்றது', என்றதும் சிரித்தபடி, 'உனக்குக் குடிப்பதற்குத் தண்ணீர் தேவை', என்றார்.

'எனக்குத் தேவை தண்ணீர் மட்டுமில்லை குருவே... எனக்குப் பையன்களைப் போன்ற வலுவும் தாங்கும் ஆற்றலும் வேண்டும்!'

நான் மாணாக்கர்கள் பக்கம் பார்வையை ஓட விட்டேன். ராஜீவனுக்கு அத்தனை திடகாத்திரமான தேகமில்லைதான். மெலிதான உடல்வாகு உடையவன்தான். ஆனால் அவன் வில்லில் நாண் ஏற்றும் நேரம் அவன் நரம்புகள் முறுக்கெடுத்து புஜங்களி லிருந்து கரும்பச்சை நிற ரத்த நாளங்கள் பச்சை பாம்புகள் சீறிப் பாய்வதுபோல அவன் கரமெங்கும் நெளிந்து ஓடும். ஜெகனும் உரு மாறி வந்தான். அவனது விரிந்த மார்பில் கருந்திட்டாக மயிர்க் கற்றைகள் முளைக்கத் தொடங்கி விட்டன. அவனுடைய புடைத்து நிற்கும் கழுத்துப் பகுதி என்னுடைய தொடையின் அளவிற்குப் பருத்திருந்தது.

என்னுடைய தோற்றத்தில் மாற்றம் எதுவுமில்லை புதிதாக முளைத்திருந்த இரண்டு மார்பகங்களைத் தவிர.

ராஜீவன் மற்றும் ஜெகனின் பார்வைகள் என்மீது நிலை கொண்டிருந்தன. நான் எப்போது பயிற்சியை முடித்துக்கொண்டு முகாமை விட்டு வெளியேறுவேன் என்று காத்திருக்கும் பார்வை. அவர்களது பார்வைகள் எனக்குப் பழகிப் போய்விட்டன...

இறுதிச் சுற்றுப் பயிற்சி முடிந்ததும் நான் மீதமிருந்த தண்ணீரைத் தலை வழியாக ஊற்றிக்கொண்டு என் வசிப்பிடம் நோக்கி நகரத் தொடங்கினேன். மிலேச்சர்களுக்கு ஒதுக்கப்பட்டிருந்த வீதிகளின் வழியாக அருகிலிருந்த எனது படைவீட்டை நோக்கி நகர்ந்தேன். வீதியில் எனது அகன்ற தோள்களையும், தாமிர நிறத்தில் மின்னிய பின்னல் ஜடையையும் கண்டு வழக்கம்போல மக்கள் வாயைப் பிளந்தபடி நோட்டமிட்டனர். அவர்கள் என்னைப் பெயர் சொல்லி அழைப்பதில்லை. 'யவனி', என்று பொதுவான மிலேச்சர்களின் பெயராலேயே விளித்தார்கள்.

சிரேயர் செங்கற்களை அடுக்கிக்கொண்டிருந்த இடத்தின் அருகில் சென்றேன்.

‘இன்று இந்தப் பயிற்சியை என்னால் மேற்கொள்ள முடியும் என்று தோன்றவில்லை’, என்றேன்.

‘அப்படியா?’ என்று கேட்ட ஆசான் எனது கண்களை நேராகச் சந்திக்கவில்லை.

‘நான் இப்படியே போய்விடுகிறேன்’, என்று என் வாய்தான் கூறியது. என் உடல் அந்த இடத்தை மீறிச் செல்ல இயலவில்லை. ஆசானை மீற முடியாது. இதனைத்தான் அவர் பயிற்சியுடன் பண்பையும் கற்றுத் தருவதாகக் கூறுவது. கீழ்ப்படிதல் என்பது எத்தனை முக்கியமான பண்பு!

நான் மேற்கொண்டு எதுவும் பேசாது அந்தக் களத்தைச் சுற்றி ஓடத் தொடங்கினேன். ஓட்டப் பயிற்சி எனது தசைகளை மீண்டும் செயல்பாட்டிற்குக் கொண்டு வரும் முயற்சியாகும். அதற்குள் சிரேயர் செங்கல் வரிசைகளை அடுக்கத் தொடங்கினார். எட்டு வரிசையை முதலில் அடுக்கியிருந்தார். நான் அதிவிரைவாக ஓடி வந்து ஒரே தாவலில் அந்த உயரத்தைத் தாண்டினேன். அவர் மேலும் ஒரு வரிசையை மேலே அடுக்கி அதனை ஒன்பதாக மாற்றினார். நானும் சளைக்காது ஓடிவந்து ஒரே தாவலில் தாவுவதற்கு எனது கால்களைத் தூக்கிப் போட்டபோது செங்கல் வரிசையின் நுனியில் பட்டுச் செங்கற்கள் கீழே சரிந்து விழுந்தன.

அவர் பதட்டப்படாமல் மீண்டும் அவற்றை அடுக்கி ‘நீ எளிதில் ஒன்பது வரிசையைத் தாவும் திறன் கொண்டவள்தானே? இன்று என்ன நேர்ந்தது?’ என்று கேட்டார்.

‘இன்று எனக்குத் தாங்க முடியாத உடல் நோவு’, என்றேன்.

‘வலி என்பது கல், கட்டை போல உயிரற்றது. ஒரு பொருட்டாக வலியைக் கருதாதே. வலி தாங்கப் பழகிக் கொள்.’

நான் பெருமுயற்சியெடுத்து ஒன்பது வரிச் செங்கற்களைத் தாண்டிக் குதித்தேன். சிரேயர் சற்றும் தாமதியாமல் மேலும் ஒரு வரிசையை வைத்து அதனை பத்து வரியாக்கினார்.

நான் என்னை ஆயத்தப்படுத்திக்கொண்டேன். சென்ற முறையை விடச் சற்று அதிகமாகவே விசை எடுத்து ஓடியதாக எண்ணினாலும் என் கால்கள் அந்த வரிசைச் செங்கற்களைக் கீழே வீழ்த்திவிட்டது. உள்ளீடற்ற செங்கற்கள்தான் எனினும் அவை என் கால்களைப் பதம் பார்த்தன.

மீண்டும் செங்கல் வரிசை உயர்ந்தது. மீண்டும் என் கால்கள் அவற்றைத் தட்டி விட்டன.

'போகட்டும் நாளை இதே பயிற்சியை மேற்கொள்ளலாம்', என்று சிரேயர் கூறினார். அவருக்கு முழுத் திருப்தி இல்லை என்பது முகத்தில் தெரிந்தது.

'வேண்டாம். தோல்வியை நான் ஏற்றுக்கொள்ள விரும்பவில்லை. அடுக்குங்கள். மீண்டும் ஒருமுறை முயல்கிறேன்', என் பதிலில் ஒரு தீர்மானம் இருந்ததை அவரும் புரிந்துகொண்டார்.

செங்கல் வரிசையை எழுப்ப அவருக்கு நான் உதவி புரிந்தேன்.

'நீங்கள் அளிக்கும் பயிற்சிகளில் இதுதான் மிகவும் கடினமான பயிற்சி', என்றேன்.

'ஏன்?'

'ஒவ்வொரு முறையும் நான் தாண்டிய பின்னர் நீங்கள் உயரத்தை அதிகப்படுத்திக்கொண்டே செல்கிறீர்கள்.'

'இதை ஒரு பயிற்சியாக எண்ணிக்கொள் அரெமிஸ். எத்தனை அளவிற்குப் பயிற்சி எடுத்துக் கொள்கிறாயோ அத்தனைக்கு உனக்கு நல்லது. ராமபக்த ஆஞ்சநேயனைப்போல உன்னால் எளிதில் தாவ முடியும்!'

அந்தி நேரம் கவியத் தொடங்கியதன் அடையாளமாக வெளிச்சம் மங்கத் தொடங்கியது. மாலைநேரத்தில் இசைக்கப்படும் தளிச்சேரி பெண்களின் தேவாரப் பண்களுக்காகக் காத்திருந்தோம்.

கோயிலில் இருந்த தேவரடியார் மகளிர் தங்களது இனிமையான குரலில் சற்றும் சுதி பிசகாமல் ஒரே இழையில் மாலை நேர பிரார்த்தனை பாடலைப் பாடி சாயாதேவியை வரவேற்றனர்.

அவர்கள் பண்ணிசைக்கத் ஆரம்பித்ததும் இரவு மெதுவாகக் கவியத் தொடங்கியது. அவர்கள் பாடுவதால் இரவு வருகிறதா அல்லது இரவு வருவதால் அவர்கள் பாடுகிறார்களா என்பது அறிய முடியா வண்ணம் ஒவ்வொருநாளும் அவர்கள் பாடும் நேரத்தில் இரவு கவிவது ஒரு நேர்த்தியான ஒழுங்கமைவு.

'நாளை வைகறைப் பொழுதில் படைவீட்டில் எனக்காகக் காத்திரு', என்று சிரேயர் கூறிவிட்டுப் பிரிந்து சென்றார். எதற்கு என்று எதிர்வினா எழுப்பக் கூடாது. நான் 'சம்மதம்', என்று தலையசைத்தேன்.

மீண்டும் படைவீடு நோக்கித் திரும்பியபோது ராஜீவன் மேலும் நான்கைந்து வாலிபப் பையன்களுடன் முகாம் வாயில் நோக்கி வந்து கொண்டிருந்தான். அவனது கூட்டாளிகள் அத்தனை பேர்களும் அவனை விட வயதில் சிறியவர்களாகவே இருந்தனர். அவனை விட வயது அதிகம் உள்ளவர்களுடன் இருந்தால் அவன் வண்டவாளம் வெளிச்சத்திற்கு வந்துவிடும் என்பதால் அவன் எப்போதும் இளையவர்களுடன்தான் சுற்றுவான்.

'எது தனது தோலினால் அடுத்தவன் தாகத்தைத் தணிக்கக் கூடியது?' நான் அவர்களைக் கடக்கும்போது இதனை அவன் சற்று உரத்த குரலில் கூறினான். இழிவான இரட்டை அர்த்தமுள்ள புதிர்.

எனது முகம் சிவந்து போனது. ஒரு மாணவன் அவன் போட்ட புதிருக்கு, 'நீர் நிரம்பிய தோல் குடுவை', என்று பதில் கூறிக் கொண்டிருந்தான். கூடியிருந்தவர் வாய்விட்டுச் சிரித்தனர்.

நான் அவர்களைக் கடந்ததும் ராஜீவன், 'முன்னும் பின்னும் சப்பியிருக்கும் ஒரு வஸ்துவின் பெயரைக் கூறு பார்க்கலாம்', என்று புதிர் போட்டான். அவர்கள் என்னைத்தான் ஜாடைமாடையாகப் பகடி செய்கின்றனர் என்பதை நான் ஒன்றும் அறியாதவள் அல்லள். அவர்கள் கூறுவதைப் பொருட்படுத்தாமல் எனது இருப்பிடம் நோக்கி நகர்ந்தேன்.

உள்ளே நுழைந்து நடேசனின் பாய் விரித்திருக்கும் இடம் வெற்றிடமாக இருப்பதைக் கண்ணுற்ற பின்னர்தான் அவன் தனது சொந்த நாட்டிற்குப் போயிருப்பது நினைவில் எழுந்தது. சீலைகளால் திரையிடப்பட்டிருந்த மூலையில் இருந்த எனது பகுதிக்கு வெறுப்புடன் சென்றேன்.

நடேசனுக்குத் தாய் கிடையாது. சிறுவயதில் இறந்துவிட்டார். அவனது தந்தை வேறு ஒரு பெண்ணைத் திருமணம் புரிந்து கொண்டு விட்டார். சிற்றன்னை கொடுமையை அனுபவிக்கும் அவன்மீது சொல்லப் போனால் பரிதாபம்தான் வர வேண்டும். ஆனால் எனக்கு அவன் மேல் பொறாமை எழுந்தது. தனது பிறந்த ஊரின் பெருமைகளையும், தனது சிறு பிராயத்தில் அவனுடன் விளையாடிய அவனது நண்பர்கள் பற்றியும், அவனது தந்தை அவனுக்கு வாங்கிக் கொடுத்த விளையாட்டுப் பொம்மைகள் பற்றியும் அவன் ரசம் சொட்டக் கூறும்போது எனக்கு அவன்மீது பொறாமையாக வரும். தாய் தந்தையரைப் பிரிந்திருந்தாலும் அவனுக்குத் தனியாக சொந்த பூமி உள்ளது. சொந்த மனிதர்கள் உள்ளனர். என்னைப்போல அவன் கிடையாது.

பாயில் படுத்தபடி காற்றின் ஓசையில் கவனமாக இருந்தேன். வெளியில் மரங்கள் கிசுகிசுப்பது கேட்டது. கொட்டிலின் மூங்கில் கழிகளின் ஊடே காற்றுப் புகுந்து சடசடவென்று கேட்ட ஒலி படைவீடு முறிந்து விழுவது போலிருந்தது.

இந்தப் படைவீட்டிற்கு நான் வந்து ஒரு வருடம் ஆகின்றது. இன்னும் இங்குள்ள மாணவர்கள் என்னை இம்சிப்பது தொடர்ந்தது. எனது துணிமணிகள் காணாமல் போகும். அல்லது எனது ஆடைகளின் மீது சிறுநீர் கழிக்கப்பட்டிருக்கும். ஒருமுறை எனது பாயில்கூட மூத்திரம் பெய்திருந்தார்கள். நான் கடந்து செல்லும் போதெல்லாம் என்னைப் பற்றிய மட்டமான அங்கதங்கள் பேசப்படும். எல்லாமே இரட்டைப் பொருள் கொண்டவைகளாக இருப்பதால் என்னால் அவர்களை எதிர்த்துக் கேட்க இயலாது. என்னைத் தொட்டுப் பார்க்க மாணவர்கள் முயல்வார்கள். அப்படித்தான் ஒரு சிறுவன் என்னைத் தொட முயற்சிக்க நானும் ஈடு கொடுப்பவள்போல நடித்தேன். என் பிருஷ்ட பாகத்தை அவன் விரல்கள் படர அனுமதித்து சந்தர்ப்பம் கிடைக்கும்போது அவன் கரத்தைப்பற்றி மூன்று விரல்களை ஆக்ரோஷத்துடன் முறித்தேன். அவன் சுதாரிப்பதற்குள் எனது அம்பின் கூரான முனை அவன் கீழ் தாடையைக் குத்திட்டு நின்றது.

அவன் அரண்டு போய்க் கண்ணீர் சிந்த ஆரம்பித்தான்.

'ஒரு கணம்தான், இப்போது இந்த அம்பை நான் அழுத்தினால் அது உனது நாக்கை அப்படியே கிழித்துக் கொண்டு மேல் அண்ணத்தில் குத்திட்டுச் செல்லும். அழுத்தட்டுமா?' என்று மிரட்டினேன்.

அதன் பிறகு அவர்கள் என் வழிக்கு வருவதில்லை. இதேபோன்று ஒவ்வொரு முறையும் தப்பிக்க இயலுமா என்பது தெரியவில்லை. பார்ப்போம் அதிர்ஷ்டம் எத்தனை நாள் கை கொடுக்கிறது என்று!

நடேசனைத் தவிர எனக்கு வேறு எவரும் இந்தப் படைவீட்டில் நண்பர்கள் கிடையாது. தோள்களை நிமிர்த்தி, பின்னிய கூந்தலைத் திருத்திக் கொண்ட 'பாவம்' என்னுடையது என்றாலும் நான் பேசும் ஒலியளவு சன்னமாக இருக்குமாறு பார்த்துக்கொள்வேன். இரவில் உறக்கம் வரும்போதுகூட ஒருவித அச்சத்துடன் விழிப்போடு இருப்பேன். அரண்மனை பொதுமகளிரில் ஒருத்தி எனக்கு அந்தரங்கமாகக் கொடுத்த பஞ்சுப் பட்டைகளை மார்பில் பொருத்தி அதன் மீது மேல்சட்டை அணிந்துகொண்டேன். இருப்பினும் மாணவர்களில் சிலர் என்னை வேசைகளுடன் ஒப்பிட்டு பகடி பேசுவதை நிறுத்தவில்லை.

சிரேயரைப் பொறுத்தவரையில் அந்த முகாமில் நான் ஒருத்திதான் அவருக்குப் பெரிய தலைவலி. ஏனைய மகளிர் பயிற்சியாளர்கள் அனைவரும் தமிழைத் தாய் மொழியாகக் கொண்டவர்கள். அவர்களுடன் அவர்களது இல்லத்தைச் சேர்ந்தவர்களோ, பாதுகாவலர்களோ உடனிருந்தனர். ஆனால் எனக்கோ அப்படி யில்லை. நான் தங்கும் படை வீடு முதற்கொண்டு அவரது கண்காணிப்பில் இருந்தாக வேண்டிய நிலை. என்னைச் சேடிப்பெண்கள் இருப்பிடத்தில் தங்க வைக்க இயலாது. எப்போதும் பிசுபிசுப்பும், அழுக்கும் நிறைந்த மேனியை உடைய நான் ஓரளவு உயர்நிலையில் உள்ள சேடிப்பெண்களுடன் தங்குவதை சோழ வீரர்கள் ஒப்புக்கொள்ள மாட்டார்கள். அதேநேரம் அந்தப்புர பொது மகளிருடனும் என்னைத் தங்க வைக்க முடியாது. அவர்கள் என்னை விட நிலையில் தாழ்ந்தவர்கள். சிரேயர்தான் முதலில் பொதுமகளிரின் இல்லத்தில் என்னைத் தங்க வைக்கும் ஆலோசனையை வழங்கினார். நான் முதலில் மறுத்தேன்.

'என்னைப் பொதுமகளிருடன் தங்க வைத்தால் பயிற்சி மாணவர்கள் அனைவரும் என்னை அவர்களில் ஒருத்தியாகவே எண்ணத் தொடங்குவர். நான் மற்ற நேரங்களில் இங்கே செலவிட வேண்டியுள்ளதால் இந்த யோசனையை மறுக்கிறேன்.'

பிடிவாதமாக நான் துணிச்சலுடன் இரவில் இங்கேயே தங்க ஆரம்பித்தேன். எப்போதும் ஒரு கூர்மையான கத்தியைப் பாயின் அடியில் பாதுகாப்பிற்கு வைத்துக்கொண்டு உறங்குவேன்.

பாயில் படுத்தபடி யுத்தத்தில் நாங்கள் தோற்றுப்போன அன்றைய இரவு நிகழ்ந்தவற்றை அசை போட்டுக்கொண்டிருந்தேன். அன்றைய இரவு அது நிகழ்ந்திருக்கக் கூடாது. நாகைப்பட்டிணத்தின் வண்ண விளக்குகள் எங்களை ஏமாற்றியிருக்காவிட்டால் நாங்களும் வேறு ஒரு சிறிய துறைமுக நகரம் நோக்கி நகர்ந்திருப்போம். ஒருவேளை அந்த நகரத்தை எளிதில் நிர்மூலப்படுத்திவிட்டுக் கை நிறைய பொன், பொருள், விலையுயர்ந்த கற்கள், ஆபரணங்களுடன் பிறந்த மண் திரும்பியிருப்போம்.

அல்லது, எங்களது படையெடுப்பு குறித்து நாகைப்பட்டிணத்தில் உள்ள சோழ அதிகாரிகளின் மூலம் முன்னமே இலங்கையில் வசிக்கும் அதிகாரிகள் தகவல் அளிக்காமல் இருந்திருந்தால் நாங்கள் எவ்வித இடையூறுமின்றி முன்னேறியிருப்போம். கடற்கரையில் உள்ளவர்களுடன் சண்டையிட்டு வெற்றி பெற்று, அங்கிருந்து படைவீடு இருக்கும் பகுதியை நெருங்கி அங்கிருப்பவர் களையும் வீழ்த்தி சுலபமான பாதையில் முன்னேறி எளிதில்

கருவூலங்கள் இருக்கும் இடத்தை நெருங்கியிருப்போம். பாரசீகர்களுக்கும், ரோமாபுரியினருக்கும் எடுத்து வைக்கப்பட்ட பொக்கிஷங்கள் அனைத்தும் எங்கள் வசமாயிருக்கும். ஹூம் எல்லாம் பகல் கனவாகிப் போனது.

அல்லது இப்படி யோசிக்கிறேன். அவர்களுக்கு நாங்கள் வருவது தெரிந்து விட்டது. ஆனால் நாங்கள் அவர்களை மிக வலுவுடன் ஒரு யுத்தத்தில் எதிர்த்து நின்றோம் எனக் கொள்ளலாம். நான் ஈட்டியை எறிந்து ஒரு பிரதான தளபதியை வீழ்த்தி விடுகிறேன். பெலியாசின் வாள் ஒரு சுங்க அதிகாரியின் தலையைத் துண்டிக்கிறது; பெலியாசை ஒரு சோழ வீரனின் ஈட்டி பதம் பார்க்கிறது. அதன் பிறகு நான் எனது வாளைச் சுழற்றி அங்கிருந்த சோழ வீரர்களை ஓட ஓட விரட்டுகிறேன்; எதிரி வீரர்களில் பலர் தாக்கப்பட்டுக் கிடக்கின்றனர்; அதன் பிறகு மேலும் ஒரு நாவாயில் அப்போது வந்த வீரர்களைவிட அதிக எண்ணிக்கையில் வீரர்கள் வருவதாக ஒரு பொய்யைக் கூறுகிறோம். அதனை அப்படியே நம்பி ஏற்றுக் கொள்ளும் ஏனைய சோழ வீரர்கள் எங்களுக்குத் தங்களது கருவூல அறைகளின் கதவுகளைத் திறந்து விடுகின்றனர்.

நாங்கள் போர் நாயகர்களாகப் பிறந்த மண் நோக்கித் திரும்புகிறோம்.

எங்கள் பெயர்கள்மீது எம் குடிமக்கள் வெற்றிப் பாடல்கள் பாடுகின்றனர்.

திராட்சை மதுவை நான் குவளை குவளையாகப் பருகிக்கொண்டே இருக்கிறேன்.

என் கனவுகள் பூட்டிய அறைகளின் நடுவிலும், கண்ணாடி பிம்பங்களிலும் மின்னிக்கொண்டிருக்க இரவு உணவிற்குச் செல்லாமல் அயர்ச்சியில் நான் கண்ணயரத் தொடங்கினேன்.

2

மறுநாள் காலைவேளையில் எனது தோளின் அடியில் எரிச்சல் மிகுந்து காணப்பட்டது. நேற்றைய பயிற்சியின்போது ஏற்பட்ட சிராய்ப்பின் வேதனை.மேல் சட்டையின் உட்பகுதி உராய்ந்து உராய்ந்து எரிச்சலை அதிகப்படுத்திக் கொண்டிருந்தது. வெறும் காற்றுகூட அந்தச் சிராய்ப்பின் மேல் பட்டு வேதனையை அதிகப்படுத்தியது.

சிரேயர் வெளியில் நின்று என்னை அழைத்துக் கொண்டிருந்தார். 'வெளியில் வா அரெமிஸ். ஒரு புதியவரைச் சந்திக்கலாம்!'

'மாட்டேன். இன்றைய மதிய உணவை இழக்க நான் தயாராக இல்லை. நேற்று இரவு நான் உணவருந்தாமல் உறங்கிவிட்டேன்.'

'பரவாயில்லை, வா நான் உனக்குத் தெருவோர வண்டி உணவங்காடியில் உண்பதற்கு வாங்கித் தருகிறேன். உடனே கிளம்பு', என்று துரிதப்படுத்தினார்.

'நான் எது கேட்டாலும் வாங்கித் தருவீர்களா?'

அவர் சம்மதம் என்று தலையசைத்தார். நான் அவருடன் ஒட்டியபடி அங்காடி வீதிகளில் மக்கள் கூட்டத்தின் நடுவில் நடந்து சென்றேன். வயல் வெளியில் பறவைகளை அச்சமூட்ட நிறுத்தப்பட்டிருக்கும் பொம்மைகளைப்போல நான் கைகளை அகலமாக விரித்தபடி சிராய்ப்பில் உராயாமல் பார்த்துக்கொண்டு நடந்து சென்றேன். ஆடவரும், பெண்டிரும் காலை பணிகளுக்குத் தேவையான சுள்ளிக் குச்சிகளைச் சுமந்து சென்றனர். விலையுயர்ந்த திரவியங்களையும், பட்டுத் துணிகளையும் கோட்டைக்குள் வசிக்கும் மக்களுக்கு வியாபாரிகள் கொண்டு சென்று கொண்டிருந்தனர். வீதி வீதியாக அலைந்து விற்பதற்குத் தானிய வகைகளையும் சுமந்து சென்றனர்.

நான் ஒரு வண்டி உணவகத்தின் முன் நின்றேன். உணவு அங்காடியில் இருந்தவன் வாத்து முட்டைகளை நெய் ஊற்றி வறுத்துக் கொண்டிருந்தான்.

'நான்கு வாத்து முட்டை பொரியல்', என்று அவனிடம் கூறினேன்.

உணவங்காடிக்காரன் அடுப்பின்மீது ஓர் இரும்புக் கல்லைப் போட்டு அதன் மீது முட்டையை உடைத்துக் கருவை அந்தச் சூடான இரும்புக் கல்லின் மீது ஊற்றினான். அதன் மீது மிளகுப் பொடியைத் தூவினான். நெய்யும், மிளகும் கலந்து நாசியில் நறுமணத்தை ஏற்படுத்தி எனது பசியைத் தூண்டின.

அடுக்கி வைத்திருந்த தினை ஆப்பத்தின் மீது சமைத்த முட்டையை வைத்து அதன்மீது மேலும் ஓர் ஆப்பத்தை வைத்துத் தின்பதற்கு ஏதுவாக ஒரு தாமரை இலையில் வைத்துக் கொடுத்தான். அந்த இலையின் மேல் பொன் போல மின்னிக்கொண்டிருந்த ஆப்பம் எனது உமிழ் நீரை அதிகம் சுரக்கச் செய்தது. நான் வேக வேகமாக அந்த ஆப்பத்தை நான்கைந்து கடிகளில் தின்று முடித்து விட்டேன். என் பசி வேகம் அப்படி.

நான் உண்டு முடித்ததும் சிரேயர், 'வா வா கிளம்பு. நான் ஏற்கெனவே சொல்லி வைத்திருக்கிறேன். தாமதமாகச் சென்றால் நன்றாயிராது', என்று கூறிவிட்டு விரைவாக வீதியில் இறங்கி நடந்தார். வீதி முடிந்ததும் ஒரு சிறிய சந்தில் நுழைந்தார். மிகக் குறுகலான முட்டுச்சந்து அது. அத்துடன் பாதை முடிந்துவிடும் என்று எண்ணிய எனக்கு என்ன ஆச்சரியம்! அதன் முடிவில் ஒரு சிறிய வழித்தடம் குறுகலாக இருந்தது. அந்த வழித்தடம் எங்களை மீண்டும் ஒரு குறுகிய சந்து போன்ற இடத்திற்குக் கொண்டு சென்றது. அங்கு கூட்டமோ வண்டிகளின் நெரிசலோ இல்லை. எங்கள் இடது பக்கம் இருந்த சுவரைக் கவனமாகப் பார்த்துக்கொண்டுவந்த சிரேயர் ஓரிடத்தில் திரும்பினார். அங்கு கற்களால் ஆன நுழைவாயில் ஒன்று இருந்தது.

அந்த வாயிலின் வழியாக நுழைந்தால் பூமியின் அடித்தளத்திற்கு இட்டுச் செல்வதுபோலப் படிகள் கீழே சென்று கொண்டிருந்ததைப் பார்த்ததும் எனக்கு அச்சம் ஏற்பட்டது. உள்ளே முழுவதும் இருளாக இருந்ததால் நான் பக்கவாட்டுச் சுவரைப் பற்றியபடி சென்றேன். படிகளின் முனையை எனது பாதங்களால் உராய்ந்து அறிந்து கொண்டேன். பத்தடி கீழே இறங்கியதும் பாதை ஓரிடத்தில் இரண்டாகப் பிரிந்தது. அங்கு காவலுக்கு இருப்பவனைப்போல ஒரு மனிதன் நின்றபடி வலது பக்கம் திரும்பிச் செல்லுமாறு கூறினான்.

நாங்கள் திரும்பியதும் சுவரில் முளைத்ததுபோல ஒரு விளக்கு தொங்கிக் கொண்டிருந்தது. நான் படியிலிருந்து ஒரே தாவாகத் தாவி விளக்கின் அடியில் சென்று நின்றேன். சாதாரண எண்ணெய் விளக்கு அது. நான் மீண்டும் சிரேயரின் வழித்தடங்களைப் பின்தொடர்ந்து முன்னேறினேன். சற்றுத் தொலைவு சென்றது மேலும் ஓர் எண்ணெய் விளக்கு சுவரில் பொருத்தப்பட்டிருந்தது.

சுழன்று சுழன்று படிக்கட்டுக்கள் சென்றுகொண்டிருந்தன, வழியெங்கிலும் சுவரில் விளக்குகள் மங்கிய வெளிச்சத்தை அளித்துக் கொண்டிருந்தன. அதற்கு ஓர் எல்லையே இல்லையோ என்று எனக்குத் தோன்றியது. திகில் நிறைந்த கனவில் வருவதுபோல வளைந்து வளைந்து உள்ளே இறங்கும் படிக்கட்டுகளும் மங்கிய வெளிச்சமும் அச்சமூட்டின.

இறுதியாக ஒரு முற்றம் போன்ற பகுதிக்கு வந்தோம். நல்ல விஸ்தாரமான கூடம். வாயிலில் காவலாளிகள் காவல் புரிந்து கொண்டிருந்தனர்.

அங்கிருந்து பார்த்தபோது நாங்கள் நுழைந்த வாயில் இரண்டு விளக்கு வெளிச்சதூரத்தில் தெரிந்ததைப் பார்த்ததும் எனக்கு மிகுந்த வியப்பானது. எனது வியப்புக் குறியை நோட்டமிட்ட சிரேயர் புன்னகைத்தார்.

'அவருக்கு மனிதர்களின் எதிர்பார்ப்புகளுடன் விளையாடுவது பிடிக்கும். படிக்கட்டுகள்போலத் தோன்றுபவை படிக்கட்டுகள் அல்ல', என்றார். அது ஒரு மாயாலோகம்போலக் காட்சியளித்தது.

அவர் என்று சிரேயர் எவரைக் குறிப்பிடுகிறார் என்று அறிய ஆவலாக இருந்தது. ஆனால் நான் எதுவும் பேசாமல் சிரேயர் அருகில் போடப்பட்டிருந்த பாயின் மீது அமர்ந்துகொண்டேன். அந்தக் கூடத்தின் இறுதியில் ஒரு மனிதன் அமர்ந்துகொண்டிருப்பது மங்கிய வெளிச்சத்தில் நிழலாகத் தெரிந்தது. எங்களைச் சற்று உற்று நோக்கிவிட்டு அவர் உள்ளே சென்று விட்டார்.

நான் அந்தக் கூடத்தை நோட்டமிட்டேன். பழைய கட்டடம் பராமரிப்பின்றி இருந்தது. ஓர் ஓரத்தில் குங்கிலியம் புகைந்து கொண்டிருந்தது. சுவர்கள் சாளரங்கள் எதுவுமின்றி இருந்தன. நாங்கள் அமர்ந்திருந்த தரையின்மீது இருந்த பாறாங்கற்கள் மிகுந்த குளிர்ச்சியுடையதாக இருந்தன. நான் இப்படி ஒரு பாறாங்கல்லை நாகைப்பட்டிணத்தில் எங்கும் கண்டதில்லை.

சமனற்ற தரைகளின்மீது நடக்கும் தாறுமாறான காலடித் தடங்களின் ஓசையைச் செவியுற்றோம்.

ஒட்டி உலர்ந்தது போன்ற தேகத்தை உடைய வயதான முதியவர் ஒருவர் தனது வெண்ணிற சிகையைப் பின்னலிட்டபடி மழிக்கப் பட்ட தாடியுடன் சற்று முன்பு நாங்கள் பார்த்த மனிதனுடன் வந்தார்.

சிரேயர் மிகுந்த பணிவுடன் எழுந்து அந்த முதியவர் அருகில் சென்று தனது முதுகை வளைத்துப் பெரியவரின் பாதங்களைக் கரங்களால் தொட்டு வணங்கினார். நானும் அவ்வண்ணமே செய்தேன். அந்த முதியவரின் பாதத்தில் இருந்த விரல்களின் நகங்கள் மஞ்சள் நிறத்தில் நீண்டு வளர்ந்திருந்தன.

சிரேயரை நோக்கி தலையசைத்த அந்த முதியவர் தனது மங்கலான பார்வையை என் மீது செலுத்தினார்.

'ஓ! இதுதான் நீ சொன்ன அந்த வீராங்கனையோ?' என்று கூறியவர் என்னைப் பார்த்து, 'எங்கே உனது கரங்களைக் காட்டு', என்றார்.

எனது உள்ளங்கைகளை, என்னை நோக்கி நீட்டிய அவரது கரத்தின் மீது வைத்தேன். அந்த மங்கிய ஒளியில் அவரால் எனது கரத்தில்

ஓடும் ரேகைகளை எப்படிப் பார்க்க முடியும் என்ற சந்தேகம் எனக்கு எழுந்தாலும் அவர் தனது கண்களை இடுக்கியபடி ரேகைகளைப் பார்வையிட்டார். விரல்களை நீவிவிட்டு தோலின் அமைப்பையும், அவற்றின் கணுக்களின் உறுதியையும் ஆராய்ந்தார்.

எங்களைப் போக அனுமதித்த அவர் சட்டென்று தனது கரத்தை என் முகத்தின் மீது படர விட்டார். என் மோவாயைப் பற்றி என் வதனத்தை அவர் உற்று நோக்கிய சமயம் நான் முகத்தைச் சுளித்து விடக்கூடாது என்று மிகவும் பிரயத்தனப்பட்டேன்.

பிறகு சிரேயரின் பக்கமாகத் திரும்பி, 'இவளது பிறந்த நட்சத்திரமும் திதியும் நேரமும் தெரியாதா உங்களுக்கு?' என்று கேட்டார்.

சிரேயர் மையமாகத் தலையசைத்து விட்டு, 'பதினைந்து கோடைப் பருவங்களுக்கு முன்பு தான் பிறந்ததாகக் கூறியிருக்கிறாள். இவள் பிறப்பு குறித்து எனக்கு வேறு எதுவும் தெரியாது', என்றார்.

அவர்கள் என்னைப் பார்த்தனர்.

'எங்கள் தீவின் அருகிலிருந்த ஓர் எரிமலை பொங்கிச் சீறிய காலத்தில் பிறந்ததாக எனது தாயார் சொல்லக் கேட்டிருக்கிறேன்', என்றேன்.

'எரிமலையா?' என்று அவர் என்னை விநோதமாகப் பார்த்தார். நான் பிறந்த கதையைக் கூறத் தொடங்கினேன்.

'ஆமாம். அந்த எரிமலையிலிருந்து கிளம்பிய நெருப்பு அந்தக் கடலைச் சுற்றியிருந்த பல தீவுகளைப் பொசுக்கிச் சாம்பலாக்கியதாக என் அன்னை கூறியிருக்கிறார். நான் பிறந்த நேரம் காற்றில் முழுவதும் நெருப்பின் புகைநாற்றம் கலந்திருந்தாக என் தாயார் கூறுவார். பறவைகள் கீச்சு கீச்சு என்று கூவியபடி அலை அலையாக எங்கள் இடத்தை விட்டு அகன்றதாகக் கூறுவார்.'

என் தாயாரின் ஆவி பேசுவதுபோல நான் அந்த நிகழ்வு குறித்துக் கூறினேன். எத்தனையோ வருடங்கள் சென்ற பின்னரும் எங்கள் தீவில் இருந்தவர்கள் அந்த எரிமலை வெடிப்பை முதல் நாள் நடந்தது போலத் தெள்ளத் தெளிவாகக் கூறுவார்கள். கடற்கரையில் நின்றபடி அவர்களால் அந்த எரிமலையைப் பார்க்க முடியவில்லை, எனினும் தொலைவில் அபரிமிதமாக வானில் பெருகும் புகையைப் பார்த்ததாகக் கூறுவார்கள். நான்கைந்து நாட்கள் ஆகாயம் கண்ணில் தென்படவே இல்லையாம். வெறும் கருநிறப் புகை மூட்டம்தான் தெரிந்ததாம். காற்றில் பிராணவாயு குறைந்து மூச்சுத் திணறல் ஏற்பட்டுக் காற்றில் வெப்பம் அதிகரித்ததாம்.

சில திங்கள் சென்றதும் ஒரு பெரிய நாவாயில் எரிமலையால் நிர்மூலமான மக்கள் எங்கள் தீவில் வந்து இறங்கினார்களாம். அந்த எரிமலை வெடிப்பில் ஆயிரக்கணக்கில் உயிர்கள், கால்நடை, வீடு வாசல் போன்றவற்றை இழந்து எஞ்சியுள்ளவர்கள் எதற்கும் விலை போகாத பொருள்களை அள்ளிக் கொண்டு வியாபாரம் செய்து பிழைக்க வந்திருப்பதாகக் கூறினார்களாம். எங்கள் தீவில் வசித்தவர்கள் அவர்கள் மேல் இரக்கம் கொண்டு அவர்கள் விற்றவற்றைப் பண்டமாற்று முறையில் வாங்கிக்கொண்டனராம். அவர்களது ஒவ்வொரு இல்லத்திலும் குறைந்தது ஓர் உயிராவது அந்த எரிமலைக்கு பலி ஆகியிருந்தது. கடலுடன் எரிமலைக் குழம்பு கலந்து கடற்கரையெங்கும் சாம்பல் மேடாகப் போனதாம். சில வீடுகளில் சாளரம் உயரத்திற்குச் சாம்பல் மேடு எழும்பியிருந்ததாம்.

அந்த முதியவர் நான் கூறியதைக் கேட்டு விட்டுச் சிரித்தார். அவர் சிரித்தபோது ஆயிரம் இழைகள் வரி வரியாக அவர் முகத்தில் நெளிந்தன

'எரிமலை சீறிய சமயத்தில் பிறந்தவள்! ஓ! என்ன ஓர் அதிசயமான கதை. சிலர் இதனை தீர்க்க தரிசனம் என்று கூறலாம். ஆனால் எங்களைப் பொறுத்தவரை தீர்க்க தரிசனங்கள் பூமிக்கு அடியிலிருந்து வருவதில்லை, அவை ஆகாயத்திலிருந்தே வருகின்றன. அப்படி யென்றால் நீ பிறந்தபோது இருந்த நட்சத்திரமும், திதியும் தெரியாது. அப்படித்தானே?'

அவர் எதற்காக இவற்றையெல்லாம் கேட்கிறார் என்பது விளங்காமல் நான் தெரியாது என்பதற்கு அடையாளமாகத் தலையை இடம்வலமாக அசைத்தேன்.

'நல்லது. நாம் நம்மால் ஆகக்கூடியவற்றைச் செய்யலாம்', என்று கூறிவிட்டு அருகில் இருந்தவனின் காதில் ஏதோ கூறினார். அந்த மனிதன் தலையசைத்துவிட்டு உள்ளே சென்றான்.

அந்த முதியவர் எங்கள் பக்கம் திரும்பி, 'இந்தக் கூடத்தில் வெளிச்சம் குறைவாக இருப்பதற்கு நீங்கள் என்னை மன்னிக்க வேண்டும். எனக்குச் சூரியனின் கதிர்கள் ஆகாது. என்னடா இந்த ஆருடக் கட்டங்களே சூரியனை மையமாக வைத்துச் சுழலும்போது இந்தக் கிழவன் சூரிய வெளிச்சம் தனக்கு ஆகாது என்று கூறுகின்றானே என்று எண்ண வேண்டாம். எனது விழிகள் மிகவும் நோயுற்று இருப்பதால் விளக்கின் பிரகாச வெளிச்சம் எனக்கு ஒத்துக் கொள்ளாது. நான் எனது நாட்களை பூமிக்கடியில் இருளில்தான் கழித்து வருகிறேன். ஒரு புழுவைப்போல, வயல்

எலியைப்போல. எனக்கு வேண்டிய ஒளி எனக்குள்ளே பிரகாசிக்கிறது!'

என்னைத் தனியாகப் பார்த்து, 'அன்று உன்னுடைய கணை தொடுக்கும் திறனைக் கண்டு வியந்துபோய் நான்தான் சிரேயரிடம் உன்னை என்னிடம் அழைத்து வரச் சொன்னேன்', என்றார்.

நான் அச்சத்துடன், 'நேற்று நான் அம்பு எய்ததைப் பார்த்தீர்களா?' என்று கேட்டேன். என் கவலை எனக்கு.

'நேற்று மட்டுமன்று அதற்கு முந்தைய நாட்களும். உன்னுடைய பயிற்சியைத் தொடர்ந்து நான்கு நாட்களாக கவனித்து வந்தேன். நான் வெளியில் வருவதற்கு ஓர் அர்த்தம் இருக்கும் என்று சிரேயர்தான் உன்னுடைய வில்வித்தைப் பயிற்சியைப் பார்க்க அழைத்து வந்தான். சொல்லத் தெரியாத சீற்றம் உனது பயிற்சியில் வெளிப்பட்டதை கவனித்தேன். உனக்குள்ளே ஒரு போராட்டம் நிகழ்ந்து கொண்டிருப்பதை என்னால் பார்க்க முடிந்தது. இதோ இங்கே வந்தபோதுகூட எனது கரங்களை விலக்கி விட நீ சீறியதைக் கண்டேன். சின்னஞ்சிறிய செயல்களில்கூட உனது சீற்றத்தைக் காண முடிகிறது. சினமும் சீற்றமும் எதற்கு? விட்டு விடு. நீ ஒரு சிறந்த வீராங்கனையாகத் தோன்றுகிறாய். சரி எனக்கு ஓர் உண்மையைச் சொல். நீ எதற்காக சிரேயருக்கு மட்டும் அடங்கி நடக்கிறாய்?'

'ஏன் என்றால் அவர் வில்வித்தையில் விற்பன்னர். நிபுணர். வித்வத்!'

அவர் தலையசைத்து, 'அவர் தனது ஞானத்தையும், வித்வத்தையும் உனக்குச் சொல்லித் தர மறுக்கிறார் என்று வைத்துக் கொள்வோம். அப்போது?'

'அப்போது?' என்று நான் திரும்பிக் கேட்டேன். 'அவர் எனக்குத் தகுந்தவற்றை விடுத்து தகாதவற்றைப் போதித்தால்... கண்டிப்பாக அவருக்குக் கீழ் படியமாட்டேன்.'

முதியவர் சிரித்தார். 'உனக்கு உன்னைத் தவிர வேறு எவர் மீதும் நம்பிக்கை இருக்காது. அதுதான் நீ. சரியா?'

எனது சில பதில்களைக் கொண்டு என்னை அவர் தவறாக எடை போடுவதாகத் தோன்றியது. ஆனால் அவரைத் தவறு என்று சொல்லவும் தயக்கமாக இருந்தது. அதற்குள் உள்ளே சென்ற அவருடைய சேவகன் வந்துவிட்டான். அவன் கைகளில் பனையோலைகள் சிலவற்றைக் கொண்டுவந்திருந்தான். அத்தனை ஓலைகளிலும் ஏதோ எழுதப்பட்டிருந்தன.

‘ஒவ்வொரு காலத்திலும் உன்னைப்போன்ற வீரர்களும், வீராங்கனைகளும் தோன்றிட வண்ணம் உள்ளனர். உன்னைப் போன்ற வீரர்கள் தங்கள் முழுத் திறனையும் யுத்தத்தில் வெளிப்படுத்தி வெற்றி பெற்றால் உயர் பதவிகளுக்குச் செல்கிறீர்கள்; தோல்வியைத் தழுவினால் அதோடு காணாமல் போய்விடுகிறீர்கள். உன்னைப் பொருத்தவரையில் சந்தேகப் பேய் உன்னைப் பிடித்து ஆட்டுகிறது. சந்தேகம் கொண்டவர்களுக்கு வெற்றித் திருமகளின் ஆசிகள் கிடைக்காது. தயங்குவதும் தடுமாறுவதும் ஒரு வீரனுக்கு மரணக் குழிகளாகும்.’

அவர் அந்தச் சேவகன் அளித்த ஓலைகளைப் புரட்டியபடி இருந்தார்.

‘யவனி உனது வாழ்க்கையைப் பற்றித் தெளிவாகக் கூறும் ஏடு ஒன்று இருக்கிறது.

‘என் பெயர் இதில் உள்ளதா?’ என்றேன் ஆவலுடன்.

‘நேரடியாக இல்லை, ஆனால் இருக்கிறது’, என்றார் அவர். கூறிவிட்டு, ‘கவனமாகக் கேள்’, என்று அந்த ஓலையில் இருந்ததைப் படிக்கத் தொடங்கினார்.

> ‘காவேரிக் கரையில் வாழும் மக்களிவர், களிப்புடன் இருப்பார்
> இன்றுமுதல் சதம் மூன்று.
> யுத்தத்தின் நிழலின் கீழ் ரத்தத்தில் எழுதி வைத்த ஓலையிது.
> பகைவரின் குருதியே நீராக, உடல்களே உரமாக இந்த தேசம் வளர
> இறைவனிடம் வேண்டுவோம்,
> பிரார்த்திப்பதைத் தவிர நம்மிடம் ஏதுமில்லை செய்திட.
> கண்ணீர் விடுவோம் நமது இல்லங்கள் எரிந்து சாம்பல் ஆனதற்கு.
> நமது கவசங்கள் களையப்பட்டு மண்ணில் கிடக்கின்றன.
> நிர்வாண இரவுகளில் கடந்த காலத்தில் வாழுகின்றோம்.
> அக்னி இந்த நிலங்களுக்குக் குறிக்கும் காலம் வேறு.
> காவல் எதுவுமன்றி ஒரு காவல் இங்கு தோன்றும்.
> வில்லும் அம்பும் ஏந்தும் பெண் தெய்வம் அது.
> இரவென்றும் பகலென்றும் பாராது சரியென்றும் தவறென்றும்
> சாராது
> தங்கமகள் புரிந்திடுவாள் தரணிமீது சாகசங்கள்.
> அவள் வண்ணம் அஞ்சனம் அவள் கவசம் காஞ்சனம்
> சுழன்று ஓடும் குருதிப் புனலின் ஊடே
> கடந்து செல்லும் தடுக்க இயலா மாதே.

ஆயுதமேந்தும் கரங்கள் இரண்டும்
பொன்னையும், மண்ணையும், காமுகனுடனே விலக்கிவிடும்.'

ஓலையைப் படித்ததும் சேவகனிடம் ஒப்படைத்தார். 'தெரியவில்லை, இந்த ஓலை சொல்வதுபோல நடக்குமா என்பதை இனிமேல்தான் பார்க்க வேண்டும்', என்றவர், தொடர்ந்து சொன்னார்.

'இந்த வாசகங்கள் குறிப்பிட்டு எவர் பெயரையும் சொல்லவில்லை என்றாலும், இதில் கூறியிருப்பவை உனக்குப் பொருத்தமாக இருக்கிறது. காவல் எதுவுமின்றி ஒரு காவல் இங்கு தோன்றும் என்ற வரிகள்... உன்னைப் போன்ற அடிமைப் பெண்களுக்குப் பொருந்தி வருகிறது.'

அந்தச் சுவடியின் இறுதி வாசகங்கள் ஒரு சாபத்தைப்போல ஒலித்தது.

ஆயுதமேந்தும் கரங்கள் இரண்டும்
பொன்னையும், மண்ணையும், காமுகனுடனே விலக்கிவிடும்.

'விலக்கிவிடும் என்பதற்கு என்ன பொருள்?', என்று கேட்டேன். என்னிடம் வேறு என்ன இருக்கிறது எனது ஒட்டிய வயிற்றையும், கூரிய நாண்களையும் தவிர?

'நான் ஓலைச் சுவடியில் எங்களது கடவுள்களும், முன்னோர்களும் எழுதி வைத்திருப்பதை வாசித்துக் காண்பித்தேன். அதன் பொருள் என்ன என்பதை நீதான் வாழ்ந்து பார்த்து அறிந்துகொள்ள வேண்டும்', என்றார்.

முதியவர் எழுந்துகொண்டார். நாங்களும் அவருடன் எழுந்தோம். ஓர் ஐயம் என்னை விடாமல் அலைக்கழித்தது.

'அது என்ன சதம் மூன்று? ஓலை அத்தனை பழையது என்றால் காலவோட்டத்தில் தூசு படிந்து பொடிந்து போய்விடாதா? இப்படியா புத்தம் புதிய ஓலைகளாகத் தோன்றும்?

அவர் சிரித்தார். 'ஒவ்வொரு யுத்தத்தின் முடிவிலும் அரசரும், அரண்மனை அதிகாரிகளும் பொன்னையும், பொருளையும் கொட்டிக் கொடுத்து அருகில் இருக்கும் ஆலயங்களில் தச்சர்களையும், கொத்தர்களையும் கொண்டு தங்கள் வெற்றிகளைக் கல்லில் பொறிக்கச் செய்வது வழக்கம். கல்லில் பொறிக்கப்படும் எழுத்து காலத்தால் அழியாது என்பது அவர்களுக்கு ஒரு நம்பிக்கை. இதற்கு முன்னால் எழுதப்பட்ட வெற்றி சாசனங்கள் என்னவாயிற்று? மண்ணில் மக்கிப் புதையவில்லையா? கல்லில்

பொறித்த எழுத்துகள் அவை. காலம் சென்றாலும் ஓலைச் சுவடிகளில் எழுதியவை நிலைத்திருப்பதன் அதிசயத்தைச் சொல்கிறேன். வாய் மொழியாக அடுத்த தலைமுறைக்குக் கொண்டு செல்லும் வார்த்தைகள் பல தலைமுறைகளைத் தாண்டியும் நிற்கும் என்பது உறுதி. இந்த ஓலையில் எழுதப்பட்டிருக்கும் வாசகங்கள் இந்த ஓலையைவிடப் பழமையானவை. அதேபோல இவை ஒவ்வொரு தலைமுறையிலும் படி எடுக்கப்படுகின்றன', என்று கூறினார்.

அதன் பிறகு அவர் எங்களுடன் பேசுவதை நிறுத்திக்கொண்டார்.. நாங்கள் அந்த அதிசயப் படிக்கட்டுக்களின் வழியாக மேலே சென்றோம். இப்போது நாங்கள் வெறும் இருபது படிக்கட்டு களையே கடக்க வேண்டியிருந்தது. அங்கிருந்து அகலும் முன்னர் அந்த வினோத விளக்கின் அமைப்பைக் காண விழைந்து அதன் அருகில் சென்று பார்த்தேன். மற்ற எல்லா விளக்குகளைப் போலவே அந்த விளக்கும் வெற்றுச் சுவரில் ஆணி அடித்து மாட்டப் பட்டிருந்தது. ஆனால் அந்தரத்தில் தொங்குவது போன்ற பிரமையை ஏற்படுத்திக் கொண்டிருந்தது.

'வெறும் மாயத் தோற்றங்களால் அவர் நம்மைக் குழப்புகிறார். இப்படிப்பட்டவரை எப்படி நம்புவது?' என்று நாங்கள் மீண்டும் வீதிக்குத் திரும்பியதும் சிரேயரைப் பார்த்துக் கேட்டேன்.

'இது போன்ற மாயத் தோற்றங்கள் அவரைக் களிப்பில் ஆழ்த்த அமைக்கப்பட்டவையாக இருக்கும். அவர் மகா சித்த புருஷர். அவருக்கு இது போன்ற மாயாஜாலங்கள் தேவையில்லை. சோழச் சக்கரவர்த்தியும் அவரது தந்தையுமான ராஜராஜ சோழச் சக்கரவர்த்தியும் தங்களது வெற்றிகளுக்கு இவரது ஓலை சோதிடம் ஒரு காரணம் என்று நம்பியவர்கள்.'

'இந்தச் சோழ மண்டலமெங்கும் அடிமைகளாக வேற்று தேசத்தி லிருந்து கொண்டுவரப்பட்ட பெண்கள் ஏராளம் உள்ளனர். இவர் குறிப்பிடும் பெண் ஏன் நானாக இருக்கவேண்டும்? தஞ்சையிலோ அன்றி கங்கை கொண்ட சோழவரத்திலோ இருக்கக் கூடாதா?'

'இருப்பினும் அவர் எதற்காக உன்னுடன் பேச வேண்டும்?'

ஆனால் அவர் குறிப்பிட்ட வீராங்கனையின் அடையாளங்கள் ஒன்று கூட எனக்குப் பொருந்தி வரவில்லை.

நான் பயிற்சி வகுப்புகளில் கலந்து கொள்வதற்கு சிரேயரைப் பின் தொடர்ந்தேன். மீண்டும் அதே வைக்கோல் பிரி இலக்கு, வட்ட வடிவில் அம்புப் பாதை. நேற்றைய பயிற்சியின்போது அம்புகள்

ஏற்படுத்திய துளைகள் துல்லியமாகத் தெரிந்து எனது தவறுகளைக் காட்டின.

நான் கணைகளைத் தொடுக்கத் தொடங்கினேன். சூழல் ஏதுவாக அமையும்போது எனக்குள் ஒரு நெருப்பு உள்ளே கனன்று எரியத் தொடங்கும். அந்த நெருப்பை எந்த நீராலும், காற்றாலும் அணைக்க முடியாது. அந்த நெருப்புக் கனன்று கனன்று என்னை முற்றிலும் சோதி வடிவாக மாற்றிவிடும். எனது தழும்பேறிய இடது தோளின் மீது எனது வில்லின் தண்டு சாய்ந்து தொங்கிக்கொண்டிருந்தது. இந்த வில் எனக்குத் தேவையற்ற ஆனால் நான் மிகவும் நேசிக்கும் ஆயுதம். அம்புராத்துணியில் இருந்த அம்புகள் வில்லின் நாண் மீது உரசி ஓர் இனிய இசையை மீட்டிக்கொண்டிருந்தது. என் பார்வைக்குக் காத்திருந்ததைப் பூமித் தாயின் மடி விரிந்திருந்தது. சுட்டெரிக்கும் வெயிலில் பறவைகளும், விலங்குகளும் தங்கள் கூடுகளில் அடைந்து கிடந்தன. எனது பயிற்சியைக் கண்டு களிக்கும் ஒரே பார்வையாளன் அந்த ஆகாயம் மட்டும்தான்.

என்னைக் கட்டிப்போட்ட அந்த மந்திரத்தின் தீவிரம் சற்றுக் குறைந்தது. உச்சந்தலையின்மீது சூரியன் சுட்டெரிக்கத் தொடங்கியதும் எந்த அளவுக்கு அதுவரை இலக்கைக் குறி பார்த்துத் தாக்கினேனோ அந்த அளவுக்குத் தவறுகள் அதிகரிக்கத் தொடங்கின.

சிரேயரும் தொலைவில் ஒரு மரத்தடியில் அமர்ந்தபடி எங்களது பயிற்சிகளைப் பார்வையிட்டார். அவ்வப்போது நாங்கள் செய்யும் தவறுகளை உரத்த குரலின் மூலம் திருத்திக் கொண்டிருந்தார். வில்லை ஏந்தும்போது நிற்கவேண்டிய நிலை, வில்லை ஏந்தும் கோணம் இவற்றில் பிழை இருந்தால் மட்டுமே திருத்துவார்.

முடிவில் மேலும் ஒரு மோசமான பயிற்சி. முற்றிலும் தளர்ந்து போயிருந்த எனக்கு விழித்திரையில் பனிப் படலம் படர்ந்தது போலப் பார்வை மங்கவே முகத்தில் நீர் ஊற்றிக் கழுவிக்கொள்ள நிழலில் ஒதுங்கினேன். சிரேயரின் சேவகன் ஒருவன் பானை நிறைய உணவு கொண்டுவந்தான். நேற்றுதான் அந்தச் சேவகன் இனிப்புப் பலகாரம் தயாரிக்கும் பண்டகசாலைக்கு அரிசி மாவும், வெண்ணெயும், தேனும் கொண்டு கொடுத்துவிட்டு வந்தான். இன்று அந்தப் பானை நிறைய மாவில் செய்யப்பட்ட இனிப்புப் பலகாரங்கள். நாங்கள் அந்தப் பலகாரங்களைத் தின்றுவிட்டு அப்போது கறந்த ஆட்டுப் பாலினை அதன் இளஞ்சூடு குறையாமல் பருகினோம்.

சிரேயர் எனக்கு அருகில் வந்து எங்கள் வரிசையில் இறுதியில் இருந்த இரண்டு வில்லாளிகளைச் சுட்டி, ‘அவர்கள்

இருவரையும்விட நீ திறமைசாலிதான் அரெமிஸ். ஆனால் அவர்களைப் போல உன்னால் நெடுநேரம் தாக்குப் பிடிக்க முடிவதில்லை', என்று கூறினார்.

நானும் அவர்களைப் பார்த்தேன். அவர்கள் இருவரிடமும் தங்களை அடுத்தவர்கள் பார்க்கிறார்கள் என்ற சுய உணர்வு இருப்பதைக் கண்டேன்.

ஓ! அடுத்தவர் கவனம் நம்மீது விழ வேண்டும் என்பதற்காக நடந்து கொள்வது எத்தனை சோர்வைத் தரும் செய்கை.

'அரெமிஸ் நீ உன்னிடம் உள்ள மற்ற திறமைகளையும் பயன்படுத்தத் தயங்காதே. கொஞ்சம் சூதுடன் இருக்கக் கற்றுக்கொள்.'

'இதற்கு என்ன பொருள்?'

'உன்னால் முடியும் என்று மற்றவர்கள் நம்புவதை நீ நிறைவேற்றுகிறாய். அதில் தவறில்லை. உனது இடது பக்கத்திலிருந்து குறி வைத்துத் தாக்கும்போது உன்னை விஞ்ச எவராலும் முடியாது. ஆனால் அதே சமயம் வலது பக்கத்திலிருந்து குறி வைக்கும்போது உன் தோள்கள் சோர்வடைகின்றன. வெயில் சுட்டெரிக்கும் நாட்களில் நீ மேலும் மோசமாகிறாய். அதே நேரம் நீண்ட ஓய்வெடுத்துவிட்டு ஆட்டுப்பாலைக் குடித்த பின்னர் உன் குறி தவறுவதில்லை. யோசித்துக்கூடப் பாராமல் இலக்கைத் தாக்குகிறாய்.'

எனக்கு மிகவும் சங்கடமானது. நான் பயிற்சி பெறும் களத்தைப் பார்வையிட்டேன். களம் முழுவதும் எங்களது காலடித் தடங்கள் பரவியிருந்தன. எனது காலடித் தடங்கள் நெல் வயலில் மாடுகள் உழுவது போலிருந்தன. எனது நிலையை மாற்றிக் கொள்ளாமல் நான் ஒரே இடத்தில் நின்றுகொண்டு எனது இலக்குகளைக் குறி வைத்திருக்கிறேன். நான் மீண்டும் எழுந்து களத்தின் வட்டப் பாதையை கவனமாக மனதில் எண்ணிக்கொண்டு பயிற்சியைத் தொடங்கினேன். மற்ற பயிற்சியாளர்கள் எனக்கு முன்பாகத் திரண்டிருந்தனர். இது மூன்றாவது சுற்று. நான் தலைமை ஏற்று நடத்த வேண்டிய சுற்று. நான் வட்டத்தில் கவனமாக நடந்தாலும் அம்பு எய்துவதில் தவற விட்டுவிட்டேன். கேவலமாக. ஒரே ஓர் அம்புதான் இலக்கின் புள்ளியைத் தொட்டது, அதுவும் குருட்டு அதிர்ஷ்டம் போலிருந்தது. எண்ணமும் செயலும் வெவ்வேறாக இருக்கும்போது செயலாற்றாமல் இருப்பதே உத்தமம்.

'ஏன் எனக்கு இத்தனை காலம் எடுக்கிறது?' என்ற கேள்வி என்னைச் சுற்றியது.

அன்றைய மதிய பொழுதில் சுட்டெரித்ததைப்போன்று சூரியன் கொளுத்திய ஒரு பகல் பொழுதைக் கண்டதே இல்லை எனலாம். ராஜீவன், ஜெகன் இருவரது மேலாடைகளும் புழுதி படர்ந்து வெள்ளமெனப் பெருக்கெடுத்த வியர்வையில் உடலோடு ஒட்டியபடி இருந்தன. நான் கவசத்தைக் கழற்றவில்லை. நான் அணிந்திருந்த மெல்லிய பருத்தியாடை எனது வியர்வை வெள்ளத்தில் முழுவதும் நனைந்து உடலோடு கொண்டிருந்ததே அதற்குக் காரணம். எனக்குக் கவசத்தைப் பிய்த்து எறிந்துவிடலாமா என்று தோன்றியது.

ராஜீவன் முதலில் நின்றுகொண்டு அம்புகளைத் தொடுக்கத் தொடங்கினான். எனது சந்தர்ப்பம் வந்தபோது நானும் கணை தொடுத்தேன். சென்ற நான்கு நாட்களை விடவும் சிறப்பாக எய்தேன் என்று கூறலாமே தவிர, மிக நன்றாக எய்தேன் என்று கூற இயலாது. நான் முற்றிலும் என்னை இழந்து எனது பயிற்சியில் இருந்து கவனத்தை நழுவவிட்டேன். மேலும் மேலும் நான் புரிந்த தவறுகள், அவை என்னைச் சுய அவமதிப்புக்கு ஆளாக்கும் எனினும், நான் தவறுகளை உற்சாகத்துடன் நிகழ்த்திய வண்ணம் இருந்தேன். ஓர் இலக்கைக்கூட என் அம்புகள் சென்றடையவில்லை. சிரேயர் திரை போட்டுக்கொண்டு முகம் கவிழ்ந்திருந்தார். என்னை அவர் ஏறெடுத்தும் பார்க்கவில்லை.

ஐந்தாவது சுற்று ஜெகனுடன் மோசமாகத் தொடங்கியது. எனக்கு அனைவர்மீது வெறுப்பானது, குறிப்பாக என்மீது. ஆனால் இதுவும் ஒருவிதத்தில் நல்லதற்குத்தான். எனது கவனத்தை மேலும் தீவிரப்படுத்தினேன். முதல் கணையை மட்டும் தவறவிட்டு ஏனைய ஒன்பது கணைகளையும் குறி தவறாமல் எய்தேன். ஆறாவது சுற்றில் சொல்லவேவேண்டாம்; நானே முதலில் நின்று இலக்கைக் குறி பார்க்கத் தொடங்கினேன். எனது முந்தைய தவறுகள் ஏற்படுத்திய அவமானச் சுவடுகளைத் தற்போது சரியான முறையில் எய்த அம்புகளால் துடைத்தேன்.

இதன் பலனை நான் நேரடியாக உணர்ந்தேன். நான் இலக்கிற்குக் குறி வைத்து வட்ட வடிவில் அம்புகளை ஒரு விளையாட்டுபோல எய்யத் தொடங்கினேன். ஒவ்வொரு அம்பும் ஒவ்வொன்றாக வட்டப் பரிதியில் அந்த இலக்கைச் சுற்றிக் குத்திட்டு நின்றன. அவை அனைத்தும் சேர்ந்து நான் தினம் உணவு உண்பதற்குப் பயன்படுத்தும் தாமிர வட்டிலைப்போலக் காட்சியளித்தது.

சிரேயர் அங்கிருந்து என்னைப் பாராட்டும் முகமாகத் தலையாட்டினார். நான் குறி வைத்து உருவாக்கிய முழுமையான

வட்ட வடிவம் அது. கடந்த சில நாட்களாகத் தடுமாறியபடி குறி வைத்துக்கொண்டிருந்த நான் இத்தனை முழுமையாக எனது இலக்கைப் பூர்த்தி செய்வேன் என்று ஒருவரும் எதிர்பார்த்திருக்க மாட்டார்கள்.

'கலையலாமா?' என்று அவர் கேட்டதும் நான் தலையசைத்தேன்.

'என்னாலும் இலக்கைக் குறி பார்த்து அடிக்க முடியும்', என்று ராஜீவன் கூறினான். அவன் என் முகத்தை ஏறெடுத்தும் பார்க்க விழையவில்லை என்பது புரிந்தது. ஜெகனின் நிலையும் அதுதான்.

மீண்டும் அம்புகளைத் தொடுப்பதற்கு ஆரம்பித்தோம். எனது அம்புகள் சற்றும் விலகாமல் அந்த வட்ட இலக்கைச் சென்று தாக்கின. ராஜீவனின் நான்கு அம்புகள் மட்டுமே இலக்கைத் தாக்கின. நான் எனது இலக்கை முடித்துவிட்டு நிழலில் ஒதுங்கி பானையில் இருந்த வெண்ணெய்ப் பலகாரங்களைச் சுவைத்தேன். அந்தப் பலகாரம் அப்படியே மாவாகக் கரைந்தது.

•

இரவு உணவை நான் தவிர்த்தேன். எனது வயிறு மதியம் சாப்பிட்ட வெண்ணெய்ப் பலகாரங்களால் நிரம்பிக் கிடந்தது. அவர்கள் எண்ண ஓட்டத்தை என்னால் எளிதில் புரிந்துகொள்ள முடிந்தது. நான் அம்பு எய்தும்போது சில மோசடி வழிகளைக் கையாண்டு அவர்களை வென்றுவிட்டதாகக் கருதினர். நான் தற்காலிகமாக அவர்களைச் சந்திப்பதைத் தவிர்க்கவே உணவு கூடத்திற்குச் செல்லாததற்கு மற்றுமொரு காரணம்.

சிரேயர் கற்றுக் கொடுக்கும்போது ஒருவித இலகுத்தன்மை இருப்பதை உணரமுடிந்தது. மரத்துக்கு மரம் எளிதில் ஆடியபடி தாவிச் செல்லும் குரங்கிடம் காணும் அதே இலகுத்தன்மை. வெற்றியை நிர்ணயிப்பதற்குப் பல காரணிகள் உள்ளதெனக் கூறும் அவர், திண்ணிய தசை மட்டும் ஒரு நல்ல வீரனின் அடையாளம் கிடையாது என்று கூறினார். நடேசனைத் தவிர அந்த இருவரும் என்னிடமிருந்து விலகியே இருந்தனர். என் மேனியின் கருமை நிறம் ஒரு காரணம். எனது உடலைக் கீழ்த்தரமாக வர்ணித்துக் கேலி பேசுவார்கள். காட்டுச் செடிகளைப் பார்த்திருக்கிறீர்களா? சிறிய காற்று அடித்தால்கூட அது பேயாட்டம் ஆடும். அதைப் போன்ற நிலையில் ராஜீவன் இருந்தான். ஒவ்வொரு முறை அவன் இலக்கைத் தவற விடும்போதும் என் மீது ஒரு நீலநிற இறகை எறிந்தான்.

‘அவர்கள் என்னைப் பற்றிப் புறம் பேசினார்களா?’ என்று நடேசனைப் பார்த்து வினவினேன். நாங்கள் படைவீட்டைச் சுற்றியிருந்த உயர்ந்த புல்வெளியில் உலாவிக்கொண்டிருந்தோம். நடேசன் தனது கால்களில் ஒட்டிக்கொண்டிருந்த அட்டைகளை ஒவ்வொன்றாகப் பிய்த்து வெளியில் எறிந்தபடி இருந்தான்.

அவன் சற்று நேரம் தயங்கி நின்றான். இது அவனுடைய வழக்கம். கேட்டவுடன் விடை அளிக்காமல் சற்று தயங்கிவிட்டு பின்னர் விடையளிப்பது அவனது வழக்கம்.

‘ஆமாம்! சில நேரங்களில் உன்னைப் பற்றிப் புறம் பேசுவது உண்டு.’

‘அப்படி என்ன பேசுவார்கள்? சொல்லு நடேசன். அவர்கள் என்னைக் குறித்து எது குறித்துக் கூறியிருந்தாலும் பரவாயில்லை கூறு. நான் ஏற்கெனவே கீழ்த்தரமாக யோசித்து வைத்திருக்கிறேன். அதை விட நீ கூறப் போவது மோசமாக இருக்காது.’

‘சந்தேகம்தான். உனக்கு அத்தனை கற்பனை இருக்க முடியாது’, என்று என் அகங்காரத்தைச் சீண்டினான்.

‘அவர்கள் உன்னைக் குறித்து நிறைய புறம் பேசுவார்கள். பெரும் பாலும் உனது பெண்மை உறுப்பு குறித்த விவாதமாகத்தான் இருக்கும். உன்னை இடுப்பிற்கு மேலே அவர்கள் வர்ணித்து நான் கேட்ட தில்லை. விடு. கீழ்மகன்கள். ஆனால் மற்றும் சிலர் உன்னுடைய விற்பயிற்சி குறித்து விமர்சிப்பார்கள். அவர்கள் பார்வையில் நீ உன்னுடைய விற்பயிற்சியை முறையாகச் செய்வதில்லை என்பதாகும்’, என்றவன், ‘எங்கோ பழுத்த வாழைப்பழங்களை எண்ணெயில் வதக்கும் நறுமணம் வருகிறது...’ என்றான் தொடர்பே இல்லாமல்.

‘எப்போது பார், தீனி குறித்தே உன் சிந்தனை’, என்று பொய்யாக அவனைக் கடிந்தபடி, ‘அவர்கள் கூறுவது இருக்கட்டும் நீ என்ன நினைக்கிறாய் என் வில்வித்தைப் பயிற்சியைப் பற்றி?’

‘எளிதில் பதில் கூற முடியாது அரெமிஸ். நீ எப்படி வந்து சேர்ந்தாய் என்று சிந்தித்துப் பார். யுத்தத்தில் ஒரு சிறைக்கைதியாகத் தோள்கள் மெலிந்து சேற்றைப் போன்ற பழுப்பு நிற வண்ண சிகையுடன் வந்து சேர்ந்தாய்... இதில் சரி எது? தவறு எது? நீ என்ன செய்து கொண்டிருக்கிறாயோ அதனைத் தொடர்ந்து செய்து வா அது போதும்.’ அவனால் எதையும் திறந்து சொல்ல இயலவில்லை என்பது புரிந்தது.

‘உனக்கு எனது வந்தனங்கள். இந்தப் படைவீட்டில் இதுபோலச் சிந்திப்பவர் நீ ஒருவன் மட்டும்தானா?’

அவன் எனது காலில் ஒட்டிக்கொண்டிருந்த குருதி தோய்ந்த அட்டை ஒன்றைப் பிய்த்து எடுத்து, ‘ஆமாம். நிச்சயமாக நான் ஒருவன் மட்டும்தான்’, என்றான்.

நாங்கள் அரவமின்றி நடந்து சென்றோம். ‘என் கூந்தல் பழுப்பு வர்ணத்தில் சேற்றின் நிறத்தைப்போலவா இருக்கிறது?’ என்று கேட்டேன்.

அவன் முகத்தில் சிறிது கருணை வெளிப்பட்டது. என்னைப் பற்றி என்ன நினைப்பான் என்பது எனக்குத் தெரியும். ‘நான் அவ்வாறு சொல்ல வரவில்லை....’

‘எனக்குத் தெரியும்’, என்று அவன் கரங்களை இழுத்து என் கரங்களுடன் இணைத்துக் கொண்டேன். இது போன்று எங்கள் இருவர் நடுவிலும் இருந்த இடைவெளிக்கு இப்படி ஓர் இணைப்பு ஏற்பட்டதில்லை. கடுமையான பயிற்சி நாட்கள் சென்ற பின்னர் எனக்குச் சிறிது அன்பும் ஆதரவும் தேவையாக இருந்தன. நான் அவனது மணிக்கட்டைப் பற்றியபடி அவன் என்னை நோட்ட மிடுகிறானா என்று கண்காணித்தேன். முதலில் அவனது முகம் கடுமையாக இருந்தது. பின்னர் ஒரு சின்ன ஊசலாட்டம் ஏற்பட்டு எனது இறுதிச் சொல்லுக்காகக் காத்திருந்து போலிருந்தது. இரையைத் தாக்குவதற்குத் தாவ நினைக்கும் பூனையின் பார்வை.

நான் அவனை என் வசம் பற்றி இழுத்தேன். அவனுக்கும் எனக்கும் இடைவெளி குறுகியது. அவனை முகர்ந்து மூச்சை உள்வாங்கிய போது நான் பரிமாணத்தில் விரிந்ததைப்போல உணர்ந்தேன். அவனது இளமையான மேனி என்னுடைய தோள்களை விடவும் மென்மையாகவும் மிருதுவாகவும் இருந்தது. அவனைக் கீழே வீழ்த்தி முத்தமிட எண்ணினேன். மோகம் எனும் ஆழ்கடலுக்குள் மூழ்கி அவனுடன் இன்பத் தோணியில் சொர்க்கபுரிக்குப் பயணிக்கப் பிரியப்பட்டேன். ஆனால் அந்தப் பகுதி சதுப்பு நிலமாகவும் அட்டை போன்ற நச்சுத்தன்மையுள்ள பூச்சிகள் நிறைந்த பகுதியாகவும் இருந்தது. பிறகு எங்களைவிட அட்டைப் பூச்சிகள் விரைவாக சொர்க்கபுரியை எட்டி விடும்.

அவன் மார்பின் மீது எனது கரங்களைப் படரவிட்டேன். ‘எனது மேனி எங்கும் நிறம் மாறத்தொடங்கிவிட்டது’, என்றேன்.

‘எங்கே பார்க்கலாம்.’

‘ஹூஹூம் இங்கே வேண்டாம். நள்ளிரவின் முடிவில் வைகறைப் பொழுதிற்கு ஒரு யாமம் முன்னர் கோயில் தேவரடியார் இல்லம் இருக்கும் பகுதியில் உள்ள சோலைக்கு வா. அப்போது காட்டுகிறேன் எங்கெல்லாம் நிறம் மாறியிருக்கிறது என்று’, என்று கூறிவிட்டு என் இருப்பிடம் நோக்கி நகர்ந்தேன்.

உறங்குவதற்கு முன்னர் என்னையும் மற்றவர்களையும் மறைக்கும் திரைச்சீலையில் பருத்தி நூல் ஒன்றின் ஒரு முனையைக் கட்டினேன். மறு முனையை மூலையில் சார்த்தி வைத்திருக்கும் வில்லின் நுனியில் கட்டினேன். திரைச்சீலையை விலக்கிக்கொண்டு அவர்கள் அத்துமீறி உள்ளே நுழைந்தால் பருத்தி நூல் மூலம் எனக்குத் தெரிந்துவிடும், பிறகு நான் சுதாரித்துக்கொள்வேன். மூவரை ஒரே நேரத்தில் என்னால் எதிர்கொண்டு வீழ்த்த முடியும். எண்ணிக்கை அதற்கு மேல் அதிகமானால் சற்றுக் கடினம்தான்.

கீழே அமர்ந்தேன். மூலையில் எனது உடைமைகளைத் தாங்கிய பெட்டி ஒன்றை என் அருகில் இழுத்தேன். உள்ளே அந்த அழகிய மண் பூ இருந்தது. என் தந்தை எனக்கென்று ஆசை ஆசையாக செய்து கொடுத்த மண் பூ. நாள் செல்லச் செல்ல பொடிப் பொடியாக உதிர்ந்து விடக் கூடிய பூ. ஒரு குப்பியில் என் தாயார் எனக்கு அளித்திருந்த வாசனை தைலம். நான் இரண்டையும் கைகளில் ஏந்தி அவை எழுப்பிய இன்ப நினைவுகளில் திளைத்திருந்தேன். மீண்டும் சொந்த ஊருக்குத் திரும்பும்போது எந்நேரமும் கவிழ்ந்து விடும் மிகச் சிறிய படகில் பயணிப்பதைப்போல இருந்தது எனது செயல். என் பிறந்த மண் என்பது என் கற்பனையில் மட்டும்தானா?

மண் பூவைப் பற்றிய நினைவு எழும்போதெல்லாம் எனக்கு அப்பாவின் முதுகு மட்டும்தான் நினைவில் இருக்கும். அப்போது அப்பா தனது முகத்தை எதிர்பக்கமாக வைத்துக்கொண்டு முதுகை மட்டும் காட்டிக்கொண்டிருந்தார். ஒவ்வொரு பருவத்திலும் அவர் கொண்டு வரும் மீன்களின் செதில்களைச் சீவிச் சீவி அவர் கரங்கள் எப்போதும் வெள்ளிமுலாம் பூசப்பட்டதுபோலக் காணப்படும். என் தந்தை ஐயோனியக் கடலைத் தாண்டி பொருள் ஈட்டும் பொருட்டு ஆழ்கடலில் நெடுந்தொலைவு சென்றிருக்கக்கூடாது. கருஞ்சாம்பல் அலைகளின் தாலாட்டையும், சமுத்திர ராஜனின் தொடுவான மின்னல்களின் அழகையும் மோகித்து என் தந்தை போயிருக்கக் கூடாது. தூர தேசங்களுக்குச் சென்றுவந்த வியாபாரிகளின் கதைகளைக் கேட்டுக் கரையில் ஒதுங்கியிருக்க

வேண்டும். ஆசை யாரை விட்டது? வெள்ளிச் செதில்களை எல்லாம் தங்கக் காசுகளாக மாற்றப் பேராசைப்பட்டுவிட்டார்.

தன் முன் சுழன்று கொண்டிருக்கும் பானை செய்யும் சக்கரத்தில் அவரது கரங்கள் இங்கும் அங்கும் சுழன்று கொண்டிருக்கும் காட்சிதான் என் கண் முன்னர் எப்போதும் இருக்கிறது. ஒரு மந்திரவாதியின் கரங்களைப்போல மாயம் செய்து அவர் மட்பாண்டங்களை அந்தச் சக்கரச் சுழற்சியிலிருந்து எடுப்பதைப் பார்த்துக்கொண்டே இருக்கலாம்.

இவ்வாறுதான் ஒருமுறை என்னிடம் கெட்டியான களிமண் உருண்டையைக் காட்டினார். என்ன மாயம் செய்தாரோ மறு நிமிடம் அவர் கைகளில் ஓர் அழகான மண் பூ மலர்ந்திருந்தது. 'என் அன்பு மகளுக்கு', என்று சேர்த்துச் சொன்னதாகவே நினைக்கிறேன். சில நேரங்களில் நினைவுகளில் நறுமணமும், பிம்பங்களும் தங்கி விடுவதைப்போல வார்த்தைகள் தங்குவதில்லை.

அந்தத் தைலக் குப்பியின் மூடியைத் திறந்ததும் எனக்கு அம்மாவின் வாசனை நாசியில் மணமணத்தது. அம்மாவின் பெரிய முதுகில் நான் சிறு குழந்தையாக இருந்தபோது ஒரு படகை நினைத்துக் கொண்டு கடலோடி விளையாடியதையும், அதை அம்மா என்னிடம் கூறியதும் நினைவிற்கு வந்தது. நான் அப்படி ஆடினேனா என்பது இப்போது நினைவில் இல்லை.

துண்டு துண்டாகச் சிதைந்துபோன எனது மன ஓவியத்தை ஒவ்வொரு துண்டாக ஒன்று சேர்த்து ஒன்றாக்க எண்ணினேன். ஆனால் எந்தத் துண்டு எந்தப் பகுதியைச் சேர்ந்தது என்பது தெரியவில்லை. கருப்பு மச்சம் ஒன்று என் தாயாரின் இடது கன்னத்தில் இருந்ததா? அல்லது வலது கன்னத்தில் இருந்ததா? அல்லது மச்சம் என் தந்தைக்குத்தான் இருந்ததோ? என் வீட்டின் கொல்லைப்புறத்தில் வழிந்து ஓடியது நதியா? எனது வாய் சதா முணுமுணுக்கும் பாடலை எப்போதும் யார் பாடிக் கொண்டிருந்தார்கள்?

சில நினைவுகள் பளிச்சென்று ஏதோ சாளரத்தின் வழியாகப் பார்ப்பது போலத் தோன்றும். என்னுடைய சகோதரனிடம் ஓர் ஈட்டி ஒன்று இருந்தது. அந்த ஈட்டியை அவன் எவ்வாறு பயன் படுத்துகிறான் என்பதைத் தொடர்ந்து நான்கைந்து வாரங்களாக கவனித்து வந்த நான் ஒரு நாள் அந்த ஈட்டியைக் கையில் எடுத்துச் சுழற்றுகிறேன். நான் சுழற்றிய வேகத்தில் அந்த ஈட்டியின் கூர்மையான தகடு என் விரல்களில் காயப்படுத்தி அந்தக்

காயத்திலிருந்து குருதி வழிந்தது. நான் அத்தோடு போதும் என்று அந்த ஈட்டியைக் கீழே வைத்தபோது எனது தமையன் வாய்விட்டுச் சிரித்து, 'நீ ஈட்டியைப் பிடிப்பதிலும் சுழற்றுவதிலும் தேர்ந்த வித்தை உடையவள்போலத்தான் தெரிகிறாய். நான் உனக்கு முறையான பயிற்சி அளிக்கிறேன்', என்று கூறுகிறான். என் தாயாரும் என்னைக் கீழ்மைப்படுத்தாமல் நாங்கள் இருவரும் பயிற்சி எடுத்துக்கொள்வதை வீட்டின் படிக்கட்டுகளில் அமர்ந்து கவனித்து ரசிக்கிறாள். நான் படிப்படியாக ஈட்டி எறிவதில் தேர்ச்சி பெற்று வருவதைக் காணும்போது இருவர் முகத்திலும் பெருமிதம் மின்னிக் கொண்டிருக்கிறது. 'எந்த அபூர்வ மலரும் சாதாரணப் புல்லிலிருந்துதான் மலர்கிறது', என்று என் தமையன் கூறுகிறான்.

அன்றைய இரவு படைவீட்டில் என்னைத் தொந்தரவு செய்ய எவரும் முயற்சிக்காததால் நான் நன்றாக உறங்கினேன். விடிவதற்கு ஒரு யாமம் முன்பு விழிப்பு வந்துவிட்டது. அந்த நேரத்தில் படைவீட்டில் எவரும் விழித்திருக்கவில்லை என்பதை உறுதி செய்துகொண்டு நான் மெதுவாகப் பதுங்கியபடி குளக்கரை நோக்கி நகர்ந்தேன். நல்ல வேளையாக நடேசன் அங்கே இருக்கவில்லை. நான் எனது உடைகளைக் களைந்தபோது அவன் வாராதிருப்பதே நல்லது என்ற நிம்மதி போய், அவன் வரமாட்டானா என்ற ஏக்கம் மிகுந்தது. நான் நீர் நிறைந்த குளத்தில் குதித்து ஒரு கரையிலிருந்து மறுகரை வரையில் நீந்திச் சென்று குளத்தின் சேறு மிகுந்த கரையில் கைகளை ஊன்றிக் கரையை நோக்கியபடி இருந்தேன்.

கரைகளில் அடர்ந்து வளர்ந்திருந்த மரங்கள் அந்தப் பிரதேசத்தை மேலும் இருட்டாக்கியிருந்தது. தவளைகள் கூப்பாடு எனக்கு நம்பிக்கையைக் கொடுத்தது. சிறு மீன்கள், தலைப்பிரட்டைகள், சிலந்திப் பூச்சிகள் அசைவதனால் சிற்றலைகள் உண்டாகிக் குளம் உயிர்த்திருப்பதுபோலத் தோன்றியது. மரக்கிளையிலிருந்து ஒரு பச்சைநிற ஓந்தி தண்ணீரில் குதித்துத் தாவிக் கரையேறியது. அதன் வால் எழுப்பிய சிற்றலைகள் வட்டவடிவமாகக் குளத்தின்மீது படர்ந்தன.

அந்தக் குளத்தில் ஆகப்பெரிய அசிங்கமான விலங்காக இருந்த நான் மீண்டும் குளத்தின் மறு கரைக்கு நீந்திச் சென்றேன். பின்பு தொடர்ச்சியாக ஒருகரைக்கும் மறுகரைக்கும் நீந்தியபடி இருந்தேன். சட்டென்று குளத்தின் கரையில் ஒதுங்கி என் கண்களைத் துடைத்துக் கொண்டு கரையை நோக்கினேன். நடேசன் ஒரு மரத்தின் அடியில் நின்றபடி என்னைப் பார்த்துக்கொண்டிருந்தான். என் நெஞ்சில் ஏற்பட்ட சலனம் என் உணர்வுகளில் அலைகளை எழுப்பியது.

நடேசன் தனது ஆடைகளைக் களைந்தான். அவன் இடது தோளின் மீது நல் வெள்ளியிலான வங்கி ஒன்றை அணிந்திருந்தான். அவனது நீண்ட மெலிந்த கால்களும், வலுவான கெண்டைக்கால்களின் அசைவும், நீரின் ஆழத்தில் குதிக்கும்போது நீண்டு சுருங்கும் தொடைப்பகுதியும் எனக்குப் பொறாமையை ஏற்படுத்தியது. நான் அவனை நோக்கி அமைதியாக நீந்திச் சென்றேன். நான் அருகில் சென்றதும் எனது தோள்களைப் பற்றி இழுத்து தன்னருகே சேர்த்து என் முகத்தைப் பற்றி தன் இதழ்களுடன் என் இதழ்களை உரசினான். எனது முதல் முத்தம் என்பதால் அந்தக் குளிர்ந்த நீரிலும் என் உடலில் வெப்பம் பரவுவதை உணர்ந்தேன். என் மனதில் எழுந்த தாபமும், வேட்கையும் இதுவரை எங்கள் நடுவில் இருந்த உறவை உடைத்து எறிந்து விடுமோ என்று அச்சமாக இருந்தது. ஆனால் எனது அச்சம் காலம் கடந்தது என்பது அவன் என்னைக் குளத்தின் கரையில் கரையோடு கரையாகக் கொண்டு போய் நிறுத்தியபோது தெரிந்தது.

நான் அவனது கால்களை எனது கால்களால் பின்னிக்கொண்டேன். அவன் என் மீது படர்ந்து என் கழுத்தில் முத்தமிட்டான். அவன் எனது அனுமதியைப் பெறாமலே இதழோடு இதழ் பதித்து முத்த மழை பொழியத் தொடங்கினான். எனது அனுமதி பெறாமலே எனது பிருஷ்ட பாகத்தைப் பற்றி அப்படியே என்னைக் கரைக்கு இழுத்து நனைந்திருந்த என்னைத் தரையில் கொட்டினான். அவன் செய்கை என்னைப் பதற்றமடையச் செய்யாமல் இருப்பதற்கு முயன்றது போலிருந்தது. அவன் கையாளும் விதத்தைப் பார்த்த போது அவன் ஏற்கெனவே நன்கு அனுபவப்பட்டவனைப்போலத் தெரிந்தது. எங்கள் இருவரின் நடுவில் இருந்த இடைவெளி முற்றிலும் குறைந்து ஒன்றாகிப் போனோம். சுவாசம் நின்றுபோன ஆலிங்கனம். எனக்குள் பல்லாயிரம் இதழ் கொண்ட தாமரை மலர் ஒன்று இதழ் விரிப்பதைப் போல இருந்தது.

சிறிது நேரம் சென்றதும் அவனது கீழுதட்டைக் கவ்வி இழுத்து, ‘அச்சப்படாதே நடேசா, எதுவும் நிகழாது, நான் முன்னெச்சரிக்கை யுடன் வந்திருக்கிறேன்’, என்றேன்.

அவன் நகைத்தான். தனது கரங்களை எனது பக்கவாட்டில் ஓட விட்டான். ‘நீ எவ்வளவு அழகு தெரியுமா? உன்னை இந்தக் குளமே உருவாக்கிய ஒரு தாமரை மலர்போல அத்தனை அழகு’, என்றான்.

எனது கன்னங்களில், கழுத்தில், செவிகளில் அவன் பொழிந்த முத்த மழை காற்று மின்னலுடன் கூடிக்கொண்டே போனது. அவனது கரங்கள் எனது உடல்மீது அனாயசமாக அலைந்தபோதுதான் அவனது தீவிர தேடுதல் வேட்டை இன்னும் முடியவில்லை என்பது

புரிந்தது. நான் ஆனந்தத்தின் உச்சத்தில் மூச்சுத் திணறி இன்ப வேதனையில் நடுங்கும் தோறும் அவன் எனது முகத்தைக் கூர்ந்து நோக்குவான். அந்தப்புர மகளிருடன் நான் தங்கியிருந்த நேரங்களில் சில இரவுகளில் ஆண்கள் சென்ற பிறகும் மகளிர் அறைகளில் விரகத்தின் வேதனை ஓசை ஒலித்தவண்ணம் இருப்பதைச் செவியுற்றிருக்கிறேன். என் முதுகு வலி எடுக்கத் தொடங்கியது. என் கூந்தலில் இருந்து ஈரம் கசிந்தவண்ணம் இருந்தது. வைகறைக்கு இன்னும் சில நிமிடங்களே இருந்ததால் அடிவானத்தில் சாம்பல் நிறம் பூக்க ஆரம்பித்தது. என் மனம் பூரண அமைதியில் லயித்திருந்தது. எனது நினைவலைகளில் இந்தப் பூரண அமைதி மட்டுமே மிதந்து கொண்டிருக்கும். மனம் அமைதியில் நிலைத்து இருக்கும்போது உறைந்து போகும் காலத்தைத் தவிர வேறு சாட்சி எதற்கு?

•

'போட்டிக்கு இன்றிலிருந்து பன்னிரண்டு நாட்களே உள்ளன!' என்றார் சிரேயர் எங்களைப் பார்த்து. தனது தாடியைத் தடவியபடி கூறினார். போட்டியில் என்ன நிகழும் என்பதை முன்னமே கணித்தவர் போன்றதொரு முகபாவம் இருந்தது.

'வாருங்கள் மேலும் நமது பயிற்சிகளின் அளவை அதிகரிப்போம்.'

முந்தைய நாளின் கடும் பயிற்சியின் அயர்ச்சியே எங்களுக்கு முடிவுறாதபோது அவர் பயிற்சியை அதிகரிப்போம் என்றது சோர்வை அதிகரித்தது. நான் எனது வாயிலிருந்து வெளிவரத் துடித்த கொட்டாவிகளைச் சிரமப்பட்டு விழுங்கிக்கொண்டிருந்தேன்.. சென்ற பத்து தினங்களாக நான் வைகறைக்கு ஒரு யாமம் முன்னதாகக் குளக்கரைக்குச் செல்வது அலுக்காத செய்கையானது. முன்னரே சொல்லி வைத்துக்கொள்ளவில்லை என்றாலும் அவனும் அதே நேரத்திற்கு அங்கு வருவது வாடிக்கையானது.

'போட்டி நடைபெறும் அந்த ஒருநாள்தான் நமது பதவிகளை நிர்ணயிக்கப் போகிறது', என்று ராஜீவன் ஒருநாள் சிரேயரின் கவனம் எங்கள் மீது இல்லாதபோது அலறினான். அவன் விரல்கள் அம்பின் நீளத்தை அளந்துகொண்டிருந்தது. அவன் விரல்களில் ஒருவித நடுக்கம் இருந்தது. அவனுக்கு மட்டுமன்று எங்கள் அனைவருக்கும் கிலி ஏற்படத் தொடங்கியது.

போட்டி நடக்கும் நாள் ஏதோ தொலை தூரத்தில் இருந்தது போன்ற பிரமை பயிற்சி வகுப்புகளின் ஆரம்பத்தில் இருந்தது. ஆனால் இதோ அந்தப் போட்டி தினம் நெருங்கிவிட்டது. எனது பிரிவில்

நான்தான் முன்னணியில் இருந்துவந்தேன். ஆனால் எனது பிரிவைப்போல மேலும் ஐந்து பிரிவுகள் ஐந்து குருமார்களின் தலைமையின் கீழ் பயிற்சி எடுத்து வந்தன. எவருக்கும் எந்தப் பிரிவு வெல்லும் என்றோ எவர் முதல் நிலையை அடைவார்கள் என்றோ தெரிந்திருக்கவில்லை.

பறவைகளின் சங்கீதத்திலும் தவளைகளின் தாளத்திலும் அந்தக் குளக்கரையில் தினமும் எங்களது காதல் நாடகம் அரங்கேறி வந்தது. தண்ணீரில் களிக்கும்போது ஏற்படுத்தும் ஓசையில் எவராவது எங்களைக் கையும் களவுமாகப் பிடித்து விடக்கூடாது என்பதற்காக நாங்கள் மிகுந்த எச்சரிக்கையுடன் செயல்பட்டோம். வேற்று மனிதர்களிடம் சிக்கிக்கொண்டால் பிறகு என்ன நேரும் என்பதனை உறுதியாகச் சொல்ல முடியாது.

சேற்றில் மூழ்கும் தவளைகள், இலையின் நிறத்திற்கு ஏற்ப நிறம் மாறும் பூச்சிகள், நேரில் மூழ்கிக் கழிக்கும் மீன்கள் இவைகளின் நடுவில் நாங்கள் இருவர் மட்டுமே அந்நியர்களாகத் தெரிந்தோம். புலன்களுக்குப் புலப்படாத ஏதோ ஒன்று எனக்குள் விசிறியபடி எனது வேட்கைக் கனலை ஒவ்வொருமுறையும் அதிகப்படுத்திய படி இருந்தது. அந்தக் கனல் வளர்ந்து வளர்ந்து இருவரையும் ஒன்றாகப் பொசுக்கியது. தினமும் படைவீட்டுக்கு அதிகாலையில் நோவும் கால்களுடன் திரும்புவது வாடிக்கையானது. அவன் நினைவு தோன்றும்போதெல்லாம் எனது சுவாசம் தடுமாறுகிறது. அவன் அருகில் இல்லையென்றாலும்கூட மேனியில் மாற்றங்கள் தோன்றின. கணைகளைத் தொடுப்பதற்கு முன்னர் கல்லில் தீட்டும் போதெல்லாம் எனது வாயில் உற்சாகமாக கீதம் ஒன்று கிளம்பும்.

‘உனக்குத் தெரியுமா அரெமிஸ்?’ என்று ஒருநாள் காலை வேளையில் குளக்கரையில் நீந்தும்போது கூறியவன், ‘நான் ஒருமுறை இந்தப் படைவீட்டை விட்டு வெகுதூரம்வரை என் தந்தையுடன் ஒருமுறை பயணித்திருக்கிறேன்’, என்றான்.

‘அப்படியா? வெளியில் உலகம் எப்படி இருக்கும்?’ என்று ஆவலுடன் கேட்டேன்.

எனக்கு விடை கூறும் முன்பு மீண்டும் ஒரு முறை நீரின் ஆழத்தில் குதித்துத் தனது கரங்களையும், தோள்களையும் உயர்த்தி நீந்தத் தொடங்கினான். அவன் நிதானமாக நீந்திக் கரையை அடைந்தான். கரையில் நின்று தனது சிகையைத் தலையின் பின்புறம் ஒதுக்கியபடி கூறினான். ‘சோழ ராஜ்ஜியம் முடியும்வரை வில்லாளிகள் பாதையின் இரு மருங்கிலும் காவல் புரிந்து கொள்ளையர்கள்

பாதசாரிகளைத் தாக்காத வண்ணம் காவல் புரிகிறார்கள். எனவே சோழ ராஜ்ஜியத்தில் எங்களுக்கு எவ்வித அச்சமும் இல்லாமல் இருந்தது. நமது ராஜ்ஜிய எல்லை முடிந்ததும் கொள்ளையர்கள் எங்களை மூன்றுமுறை தாக்கினார்கள். ஒருமுறை எங்கள் கையில் உள்ள உணவுப் பண்டங்களைக் கவர்ந்து செல்ல நரிகளின் கூட்டம் சூழ்ந்து கொண்டது', என்று கூறிவிட்டு அவன் தனது நாபியைச் சுற்றி மூன்று தழும்புகளைக் காட்டினான். 'கொள்ளையர்கள் இங்கு தாக்கினர்; நரிகள் இங்கு பாய்ந்தன. மனிதர்களைவிட விலங்குகளை எவ்வளவோ மேல் என்று கூறலாம். விலங்குகள் தங்களது பசிக்காகத்தான் நம்மைத் தாக்கும். ஆனால் மனிதர்கள் அவர்கள் பரம்பரைக்காகவும் நம்மைத் தாக்குவர்.'

அந்த நீண்ட தழும்பின் மேலே நான் என் விரல்களை ஓடவிட்டேன். அந்தத் தழும்பு அவனது கல்லீரல் அருகே தொடங்கி சீரில்லாத கோடு ஒன்று வரையப்பட்டதைப்போல அவன் பின்புறம்வரை நீண்டிருந்தது. எனது விரலின் ஸ்பரிசம்கூட அவனுக்குக் கத்தியின் ஸ்பரிசம்போல இருந்திருக்கவேண்டும், நடுங்கினான். 'நாங்கள் நெடுந்தூரம் சென்று நல்வெள்ளியையும், நற்பவளத்தையும் விற்பதற்குச் செல்லும் வழியில் ஒரு சமஸ்தானத்தை அடைந்தோம். அந்த சமஸ்தானத்தை அந்த நாட்டின் பூர்வகுடியினர் ஆட்சி புரிந்து வந்தனர். அவர்கள் தங்களை சதகர்ணிகள் என்று அழைத்துக் கொண்டனர். நம்மைப்போலக் குடிமக்கள்தான் என்றாலும் அவர்களிடம் என்ன விந்தை என்றால் அங்கிருக்கும் பிரஜைகளுக்குத் தனியாகப் பெயர் எதுவுமில்லை.'

'இது என்ன ஆச்சரியம்? பிரஜைகள் எங்கனம் பெயரின்றி இருக்க முடியும்?'

'அவர்கள் தங்கள் அன்னையின் பெயருடன் அழைக்கப்பட்டனர். கௌதமியின் புத்திரன்; யாமினியின் புதல்வி இதைப் போன்று...'

'ஓ! எத்தனை விந்தை', என்று நினைத்த நான் நடேசனுக்காக வருத்தப்பட்டேன். அவன் தாய் அவன் ஒரு வயது குழந்தையாக இருக்கும்போதே இறந்துவிட்டாள்.

'உன் தாயின் பெயர் என்ன?' என்று அவன் என்னைக் கேட்டான்.

'எலினா', என்றேன்.

'உன்னை எலினாவின் மகள் என்று அழைத்தால் விரும்புவாயா?'

'நிச்சயமாகத் தெரியவில்லை. எனது பெயரை இவ்வாறாகக் கல்லில் பொறித்தாலோ அல்லது குதிரையில் அமர்ந்து கூவி

முழக்கமிட்டாலோ அவற்றை நான் விரும்புவேன் என்று கூற இயலாது. ஏன் எனில் அவர்கள் பொறிப்பதோ முழங்குவதோ எனது பெயராக இராதே, என் தாயாரின் பெயராகத்தானே இருக்கும்?' என்றேன்.

'ஆனால் உன் பெயர் அரெமிஸ் என்பதுதானே?'

'ஆமாம் நீயும் ஆசானும் மட்டும் என்னைப் பெயர் சொல்லி அழைக்கிறீர்கள். வேறு யார் என்னைப் பெயர் சொல்லிக் கூப்பிடு கிறார்கள்?' என்று அவனை முத்தமிட்டு அந்த உரையாடலுக்கு ஒரு முற்றுப்புள்ளி வைத்தேன்.

•

பெலியாசின் நாவாயில் சரக்கு ஏற்றுவதற்கு நாங்கள்தான் உதவி புரிந்தோம். இருப்பினும் பெலியாஸ் எங்களை அந்த நாவாயில் அழைத்துச் செல்ல மறுக்கவே நான் சிறு பிள்ளைபோலக் கைகளையும், கால்களையும் உதறியபடி சத்தம் போட்டு அழுதேன். கொள்ளைக் கப்பல்கள் எதிரிகளால் கைப்பற்றப்படும்போது கைப்பற்றும் நாடு எங்கள்மீது எந்தவிதமான தண்டனைகளை வழங்கும் என்பது தெரியாது. கொள்ளைக் கப்பல்களில் செல்பவர்கள் உயிரோடு சொந்த ஊருக்குத் திரும்புவது என்பது தேவன் ஜீயஸ் அவர்களுக்கு வழங்கும் பிச்சை என்பது தெரியாமல் இருந்தேன்.

யுத்தத்தின் முடிவு வேறு மாதிரியாகும் என்று நான் நினைக்கவே இல்லை.என் வருத்தம் எல்லாம் அவர்கள் என்னை ஊர் பெயர் தெரியாத சோழ சாம்ராஜ்ஜியத்தில் விட்டுவிட்டு எங்கள் தாய் நாட்டிற்குத் திரும்பப் போகிறார்கள் என்பதுதான்.

'பெலியாசை சொல்லிக் குற்றம் எதுவுமில்லை', என்று என் தந்தை எங்களிடம் விடை பெறும்போது கூறினார். மிகச் சிறிய அளவிலான உரையாடல் அது. சோழ சாம்ராஜ்ஜியத்தைச் சேர்ந்த காவலாளிகள் என் தந்தை ஆறுதல் கூறும் முகமாக எனது முதுகில் தனது நீண்ட கரங்களால் தடவியபோது எங்களைக் கண் இமைக்காமல் பார்த்துக் கொண்டிருந்தனர். 'பெலியாஸ் தனக்குச் சரி என்று தோன்றியதைத் தான் செய்திருக்கிறார். சோழர்களுக்கும் அடிமைகள் தேவை; அவர்கள் கேட்கும் அளவுக்கு நம்மிடமும் யுவன்கள் இல்லாததால் உன்னைக் கொடுக்க உத்தேசித்திருக்க வேண்டும்.'

ஆத்திரத்தில் பொங்கிய கண்ணீர் எனது பார்வையை மறைக்க நான் அவரை வெறுமனே பார்த்துக்கொண்டு மட்டும் நின்றேன்.

‘டினோ மக்களுக்கு ஒரு வழக்கம் உள்ளது’, என்று கூறிவிட்டு அவர் மேலும் தொடர்ந்தார். ‘அவர்கள் தேசத்தில் ஒவ்வொரு வீரனும் கடலுக்குச் செல்லும்போது அவனுக்காக அவர்கள் நாட்டில் உள்ள கோயிலில் ஓர் அகல்விளக்கை ஏற்றுவார்கள். அந்த வீரன் உயிருடன் திரும்பும்வரை அந்தக் கோயிலின் பூசாரி ஒவ்வொரு விளக்கையும் அணையாமல் காத்திடவேண்டும். ஆனால் அவன் இறந்த செய்தி வந்ததும் பூசாரி அந்த வீரனுக்குரிய விளக்கை அணைத்துவிடுவார். அந்தச் சுடர் எரியும்வரை அந்த வீரனின் குடும்பத்தினர் அவன் உயிருடன் இருப்பதாக நம்பிக் கொண்டிருப்பார்கள். ‘நீ ஒரு பெண்தான். இருப்பினும் சோழ மண்டலத்தில் நீ ஒரு வீராங்கனை. நான் உனக்காகக் கோயிலில் ஓர் அகல் ஏற்றி வைக்கிறேன்’, என்று கூறிவிட்டு என்னை மீண்டும் பார்க்கும் நம்பிக்கையுடன் அவர் சென்று விட்டார்.

ஒவ்வொருமுறையும் மேலைத் திசையிலிருந்து நாவாய் வந்து நிற்கும்போது நான் ஆவலுடன் சென்று பார்ப்பேன். என் துரதிர்ஷ்டம் இதுவரை ஒருவரும் என்னைத் தேடி வரவே இல்லை. எனக்கு என்ன நேர்ந்திருக்கும் என்பதை அறிந்துகொள்ள என் தந்தை முயற்சித்தாரா என்பது தெரியவில்லை. எனக்கு எதுவும் நேர்ந்திருக்கலாம். என்னை வல்லுறவிற்கு ஆளாக்கியிருக்கலாம்; கொத்தடிமையாகக் கொண்டு போயிருக்கலாம்; அல்லது எனது அங்கங்களைச் சிதைத்து என்னை முடமாக்கியிருக்கலாம். ஆனால் எனக்குத் தெரிந்தவரையில் என்னைப் பற்றி அதன் பிறகு அறிந்துகொள்ள அவர் முயற்சிக்கவே இல்லை.

நான் மறந்து போய்க்கொண்டிருக்கும் எனது தாய்மொழி எனது தாபத்தை அதிகரித்துத் தலைவலி ஏற்பட்டதுதான் மீதம். ஆலிவ் மரங்களின் நறுமணமும், என் தாயார் செய்து கொடுக்கும் உலர் திராட்சைகளில் செய்யப்பட ஆப்பம், சிவந்த சணல் ஆடைகள் - சிவந்த திராட்சை மதுவில் ஊற வைத்த சணல் துணிகளைத்தான் நாங்கள் வருடம் ஒருமுறை வரும் திருவிழாவிற்கு அணிந்து செல்வோம் - என்று எனது மனம் முழுவதையும் நினைவுகள் மட்டுமே ஆக்கிரமித்திருந்தன. அப்பாவின் முரட்டுக் கரங்களை நான் தள்ளி விட்டேன். அவரை என்னால் இறுதிவரை மன்னிக்கவே முடியாமல் போனது.

சிரேயர் தன் கைகளில் எனது அம்புகளிலிருந்து கீழே விழுந்திருந்த நீலக் குஞ்சங்களைப் பொறுக்கி எடுத்து என்னிடம் கொடுத்தார். அந்தக் குஞ்சங்கள் நீல இறகுகளில் செய்யப்பட்டிருந்ததால் மொத்தமாக அவரது கரங்களில் ஒரு பறவையைப்போலவே

தோற்றமளித்தன. நான் மீண்டும் அவற்றை எனது அம்புகளின் பின்னால் கட்டுவதைப் பார்த்துக் கொண்டிருந்தவர், 'இன்னும் இறுக்கமாக', என்று கூறினார் நான் கட்டியிருந்த நூலைத் தளர்த்தி மீண்டும் இறுக்கமாகக் கட்டினேன். அதனைக் கைகளில் வாங்கிப் பரிசோதித்துவிட்டு ஆசான், 'நல்லது. சரியாகக் கட்டியிருக்கிறாய். அரெமிஸ் காரியங்கள் இனிமேல் சிக்கலில்லாமல் அவிழத் தொடங்கும்', என்றார்.

அவர் மேலும் என்ன கூறுவார் என்று அவர் முகத்தை ஏறிட்டேன். சீக்கிரம் என்று என் மனம் கூவியது.

'உனக்கு இங்கே பாதுகாப்பு உள்ளது. ஆனால் மிகவும் நெகிழ்வான பாதுகாப்பு. உனக்கும் அது எத்தனை நெகிழ்வானது என்று தெரியும், எனக்கும் தெரியும். அவனுக்குக் கிட்டிய அதே சந்தர்ப்பங்கள் உனக்கும் என்று பொதுவாக நினைக்காதே. அவனை இந்த மண்ணின் மகன் என்று விட்டுவிடுவார்கள். உனது வேர் இந்த மண்ணில் பதியாததால் உன்னை என்ன வேண்டுமானாலும் செய்வார்கள். நீ ஒரு வீராங்கனையாக விழைகிறாயா? அல்லது ஓர் எச்சரிக்கை உதாரணமாகக் கரைந்துவிடப் போகிறாயா?' என்று கேட்டார்.

அவர் யாரைக் குறித்துக் கூறுகிறார் என்பது விளங்கியது. நான் மறுப்பு தெரிவிப்பேன் என்று என் முகத்தைப் பார்த்துக் கொண்டிருந்தார்.

'நான் என்ன சொல்லுகிறேன் என்று புரிந்தது அல்லவா?' என்று கேட்டார்.

நான் ஆமென்று தலையசைத்தேன்.

'பாதி இரவு சந்திப்புகளை இத்தோடு நிறுத்திக்கொள்வது உனக்கு நல்லது', என்றார்.

எனது பதிலைக்கூட எதிர்பார்க்காமல் தான் கூற வந்ததைக் கூறிவிட்டு அவர் நகர்ந்துவிட்டார். ஒருவேளை நேற்றுதான் கண்டு பிடித்திருக்கலாம். அல்லது ஆரம்பத்திலிருந்தே நாங்கள் காலையில் குளக்கரையில் சந்திப்பதைக் கண்காணித்திருக்கலாம்.

எனக்கு என்ன செய்வது என்று தெரியவில்லை. வேட்கை என்பது ஓர் ஆழ்கிணற்றின் அடியில் உள்ள நீரூற்றுபோல. எத்தனை அள்ளிப் பருகினாலும் தாகமும் அடங்க மாட்டேன் என்றது. நீரின் சுவையும் கூடிக்கொண்டே போனது. நடேசனை உணவு உண்ணும் கூடத்தில் சந்தித்து அன்றிரவு முன்னிரவில் வானில் நிலவு இருக்கும்போதே என்னைச் சந்திக்கச் சொன்னேன்.

சொன்னதுபோலவே அன்றிரவு நான் அங்கு சென்றபோது அவன் காத்திருந்தான். ஒருவரை ஒருவர் வற்றச் செய்வதில் போட்டி போட்டோம். எங்கள் நடுவில் பேசுவதற்கும், நகைப்பதற்கும், அன்பில் நெகிழவும் ஆயிரம் விஷயங்கள் இருந்தன. அத்தனையும் ஒரு தேர்ந்த மொழியில் எழுதப்படும் கடிதத்தில் வந்து விழும் வார்த்தைகளைப்போல வந்து விழுந்தன. நானும் இதைத்தான் எதிர்பார்த்தேன் அல்லது விரும்பினேன்.

கிளம்பும்போது ஆசான் சிரேயர் என்னிடம் கூறியதை நடேசனிடம் கூறினேன். என் முகத்தை மறைத்திருந்த கூந்தலை ஒதுக்கி விட்டபடி, 'ஏன் இதனை நீ முன்னமே சொல்லவில்லை?' என்று கடிந்து கொண்டான்.

'மகிழ்ச்சித் தருணங்களை நான் இழக்க விரும்பவில்லை!'

'அப்படியென்றால் அனைத்தையும் நீதான் முடிவு செய்வாய் சரிதானே?'

'ஆசான் எனக்கு சிந்திப்பதற்குக்கூட நேரம் அளிக்கவில்லை. மேலும் அவர் என்னுடைய நலன்களில் அக்கறை கொண்டவர் என்பதையும் மறுப்பதற்கில்லை. இந்த ஒரு காரணத்திற்காக நான் சோழ நாட்டை விட்டே துரத்தப்படலாம் என்று கூறினார். அந்தவகையில் நான் கொடுத்து வைத்தவள்தானே?'

'களவு என்பது அத்தனை மோசமான செய்கையா? தமிழ்ச்சங்கம் உயர்த்திப் பிடிக்கும் செயல் அல்லவா இது? இதற்காக இவ்வளவு பெரிய தண்டனையா? இதற்காக நாடு கடத்துவார்களா? செய்யட்டும். நானும் உன்னுடன் வந்து விடுகிறேன். நாம் நிம்மதியாக வாழ வேறு சாம்ராஜ்ஜியங்களும் உள்ளன.'

'இல்லை நடேசன். நான் ஒருமுறை முயன்றேன். முடியவில்லை.'

நான் எழுந்துகொண்டேன். 'என்னை நன்றாகப் பார்த்துக்கொள்.' வைகறையின் வெளிச்சம் என் உடலில் பரவியது. எனது செம்பழுப்பு நிறமுடைய கூந்தல் மின்னியது. சோழ சாம்ராஜ்ஜியத்தின் எல்லைக்கு அப்பால் உள்ள உலகில் கொள்ளையர்கள், நாடோடிகள், கொடிய விலங்குகள் இருப்பது தெரிந்தும் எனது முழு உடலையும் அவன் பார்க்க அனுமதித்தேன்.

நாங்கள் இருவரும் ஒருவரை ஒருவர் பற்றி நின்றோம். பிறகு நான் எனது உடைகளை அணிந்துகொண்டேன் 'இனிமேலும் என்னால் பதுங்கியிருக்க முடியாது. இது குறித்து நாம் அதிகம் பேசிக்கொள்ள வேண்டாம். போட்டிகள் நடந்து முடியட்டும்', என்றேன்.

‘மாலையில் நாம் இருவரும் சேர்ந்து செல்லும் உலா என்னவாயிற்று?’ என்று அவன் கேட்டான்.

‘உனக்கும் எனக்கும் நடக்கப்போவது எதுவென்று தெரியும்.’ - இதைக் கூறும்போது என்வசம் நான் இல்லை. அவன் முகத்தை ஏறிட்டு நோக்கினால்கூட என் ரத்தத்தில் இளஞ்சூடு பரவத் தொடங்கி ஆரம்பிக்கிறது. நெஞ்சுக் கூட்டில் எனது இதயம் நழுவியது போலானேன். கரையில் வளர்ந்த ஒரு நாணலைப் பார்ப்பதைப்போல அவன் என்னைப் பார்த்தான். நான் நீட்டிய கரங்களை நிராகரித்து அங்கேயே நின்றுகொண்டிருந்தான். இம்முறை நான் தனியாகத்தான் செல்ல நேரிடும். அவன் வரமாட்டான்.

நான் அவனைச் சமாதானம் செய்யும் முகமாக, ‘நடேசன் இது கூடிய விரைவில் சரியாகி விடும்’, என்றேன்.

‘விரைவில்?’

‘ஆம்’, என்று அவனுக்கு உறுதியளித்தேனே தவிர, என்று என்பது எனக்குச் சரியாக விளங்கவில்லை.

3

என்னுள் மூண்ட சினம் என்னைத் தடுமாற வைத்து என் கவனத்தைச் சிதறடித்தது. என்னால் இலக்கைச் சரியாகத் தாக்க முடியவில்லை. போட்டிகளுக்கு இன்னும் மூன்றே தினங்கள் உள்ள நிலையில் இலக்கைக் குறி பார்த்து அடிக்கும் எனது திறனின் துல்லியம் மேலும் கீழுமாக ஊசலாடுவதைக் கண்டு ஆசான் என்மீது, கடும் கோபம் கொண்ட மூதாட்டியைப்போலச் சீறினார்.

எனது தவறுகள் ராஜீவனுக்கும், ஜெகனுக்கும் பேருவகை அளித்தன. பயிற்சி முடிந்த பின்னர் நடேசன் என் கண்களுக்கு அகப்படாமல் இருந்தது எனது நாட்களை வெறுமையாக்கியது. அவனது துணை எனது தனிமையைக் கொன்றது. அவனது துணை என்னைப் பற்றிப் படைவீட்டில் புறம்பேசும் கீழ் மகன்களின் வாய்களை அடைத்து வைத்திருந்தது. அவர்களது பார்வையை மாற்றியமைத்திருந்தது.

மீண்டும் நான் என் பகுதியில் திரைச் சீலையையும் வில்லினையும் பருத்தி நூலால் இணைக்கத் தொடங்கினேன். எனது குறுவாளின் கைப்பிடிதான் எனக்குத் தாலாட்டுப் பாடியது.

ஆசான் சிரேயர் சற்று நடுங்கிப் போயிருப்பது தெரிந்தது. அதிகாரப் பூர்வமாக நாங்கள் அனைவரும் சோழ வீரர்கள்தான். ஆனால் போர்க் கைதிகள், வீரர்கள் என்று ஒப்புக்கு அழைக்கப்பட்டாலும் அவர்கள் சோழ அதிகாரத்தில் அடிமைகள்தான்.

'நான் போட்டியில் வெற்றி பெற்றால் உங்கள் புகழ் பரவுமல்லவா?' என்று கேட்டேன்.

'ஒரு தேசத் துரோகி என்று எனக்குச் சிறப்புப் பெயர் கிட்டும். இந்தச் சோழ மண்ணின் வீரர்களை நீ வெற்றிகொண்டால் மற்றவர்கள் என்ன நினைப்பார்கள் என்பது தெரியவில்லை', என்றார் வருத்தத்துடன்.

செங்கல் வரிசையில் மேலும் ஒரு வரியை உயர்த்திவிட்டு, 'போட்டியில் வெற்றி பெறவேண்டும் என்ற எண்ணத்தை அகற்றி விட்டால் பிறகு உனக்கு ஏமாற்றம் இருக்காது', என்றார் குரூரமாக. 'ஏற்கெனவே உனது விற்பயிற்சி அத்தனை சிறப்புடையதாக எனக்குத் தோன்றவில்லை. இப்போது தாவு', என்றார். அவர் மெய்யாகக் கூறுகிறாரா அல்லது என்னை உசுப்பி விடக் கூறுகிறாரா என்பது தெரியவில்லை.

நான் ஆவேசமாகத் தாவி அவர் நிர்ணயித்த உயரத்தைக் கடந்தேன். இலக்கைக் குறி வைத்து வில்லையும் நாணையும் தூக்கி பயிற்சி எடுத்ததால் தோள்களும் கரங்களும் வலியில் நொந்தன. கைவிரல் களுக்கு நான் அணிந்த உறைகள் பிய்ந்து போகுமளவிற்குப் பயிற்சி எடுத்தேன். எனது விரல்கள் வலுவுற நெய்யுடன் கோழியின் இறைச்சியைக் கலந்து தேய்த்துக்கொள்ளச் சொன்னார். நான் கடந்து போகும்போது ராஜீவன் சினைப் பன்றியைப்போல நாற்ற மடிப்பதாக அவன் நண்பனிடம் பகடி பேசியதை ஒரு பொருட்டாக மதிக்கவில்லை.

சொர்க்கத்தின் சாயம் வெளுக்கத் தொடங்கியது.

முதுவேனிற்காலம் முடிந்து கார்காலம் துவங்குவதற்கான அறிகுறிகள் தோன்ற ஆரம்பித்தன. மது நிரம்பி வழியும் மலர்களில் தேன்சிட்டுகள் அமர்ந்து தங்கள் அலகுகளால் மதுவை அள்ளி அள்ளிப் பருகின. சோலைக்குயில்களும் சிட்டுக் குருவிகளும் கார்காலத்தில் பொங்கிப் பெருகும் நதியை நோக்கிப் பறந்து சென்றன. ஹவிர் பாகத்திற்காக தேவர்கள் அறுவடைக் காலம்வரையில் காத்திருந்தனர். ஊரெங்கும் வேத விற்பன்னர்கள் மழை பொழியுமாறு மழைக் கடவுளுக்கு ஆகுதி வளர்த்து மழையை வரவேற்றனர்.

போட்டிக்கு ஒருநாள் இருக்கும்போது நான் காலையில் பயிற்சிக்குக் களத்திற்குச் சென்றேன். சிரேயர் எனக்காகக் காத்திருந்தார். ஆனால் மரக்கிளையில் வைக்கோல் பிரியில் செய்யப்பட்டு, எப்போதும் தொங்கும் இலக்கைக் காணவில்லை. அவருடைய சீடர்கள் இலக்கின் தூரத்தை இன்னும் அதிகமாக்கி அமைத்துக் கொண்டிருந்தனர். ‘அவர்கள் இலக்கை நிர்ணயிக்கட்டும், நீ என்னுடன் வா’, என்று என்னை அழைத்துக்கொண்டு போனார்.

நாங்கள் பொது மகளிர் குடியிருக்கும் சேரிக்குச் சென்றோம். நாங்கள் குளத்தங்கரையை எட்டினோம். குளத்தங்கரை மற்ற தினங்களைப் போலில்லாமல் அதிக இரைச்சலுடன் காணப்பட்டது. மரக்கிளை யில் இரண்டு குயில்கள் அமர்ந்து குடும்ப விவகாரங்களை சம்பாஷித்துக் கொண்டிருந்தன. சிரேயர் குளத்தின் கரைக்கு என்னை அழைத்துச் சென்று, ‘குதி’, என்று கூறினார்.

‘இப்பொழுதா? அதுவும் உடைகளை அணிந்தபடியா?’ என்று வியந்தேன்.

‘ஆமாம்.’

‘எதற்கு என்று நீங்கள் எனக்குக் கூறாதவரையில் நான் குதிக்க மாட்டேன்!’

‘இது ஒரு சோதனை!’

‘என்னவிதமான சோதனை இது? நாளை போட்டி நிகழப்போகும் நேரத்தில் நான் நீரில் இறங்கி நீர்க்கோர்வையில் அல்லலுற வேண்டுமா? ராஜீவனையும், ஜெகனையும் இங்கே கண்ணிலே தென்படவே இல்லை.’

‘அவர்கள் என் ஆடுகளத்தில் வெல்லப் போகும் பந்தயக் கோழிகள் இல்லை. நீதான் என் பந்தயக் கோழி.’

இறுதியாக அவர் வாயினால் ஒப்புக்கொண்டுவிட்டார். இருந்தாலும் நானும் விடாது, ‘பந்தயக் கோழியைப் பந்தயத்தின் முதல் நாள் எவராவது இப்படி நீரில் மூழ்க வைப்பார்களா?’ என்று கேட்டேன்.

அவர் எனது பின்னால் வந்து நான் நினைக்கும் முன்னர் என்னைக் குளத்து நீரில் கழுத்தைப் பிடித்துத் தள்ளி விட்டார்.

நான் அலறியபடி நீரில் அமிழ்ந்தேன். நீர்ச் செடிகளும் நாணற்புதர்களும் மண்டிக் கிடக்கும் சேற்றுப் பகுதிக்கு என்னை இழுத்துக்கொண்டு போனார். அந்தப் பகுதியை நானும் நடேசனும்

பொதுவாகத் தவிர்ப்பது வழக்கம். நீரைக் கிழித்துக்கொண்டு உள்ளே மூழ்கினேன். குளத்தின் தரையில் மண்டிக் கிடந்த சேற்றில் எனது கரங்கள் சென்று சிக்கிக்கொண்டன. நான் உதைத்தபடி குளத்தின் மேல்கரைக்கு வருவதற்கு முயன்றபோது நீரில் இருந்த கொடிகள் என் கால்களைப் பற்றியிழுத்தன. கெட்டியான சேற்றுக் குழம்பு என் கவசத்தின் ஊடாக எனது உடைக்குள் புகுந்தது.

நான் சீற்றத்துடன் ஆசானைப் பார்த்தேன். அவர் எதற்கும் மசியாத பார்வையுடன் என்னைப் பார்த்தார். 'வா', என்று அவர் விடுவிடு வென்று பயிற்சி களத்தை நோக்கி நடந்தார். நான் உடல் முழுவதும் நீர் வழிந்தபடி அவரது பின்னால் ஓடினேன். அந்தச் சமயம் எனது அம்புராத் துணியிலிருந்து ஒரு கணையை எடுத்து வில்லி நாணேற்றி அவரது கழுத்திற்குக் குறி வைத்தால் என்ன என்று தோன்றியது.

நாங்கள் களத்தை அடைந்தோம். இப்போது இலக்கின் தூரம் குறைந்தது முப்பது கஜங்கள் தூரமாவது பின்னால் நகர்த்தி வைக்கப் பட்டிருப்பதாகத் தெரிந்தது. அவர்கள் கற்பனைகளையும் மீறி நான் நன்றாகச் செயலாற்ற வேண்டிய நிலையில் இருந்தேன்.

அந்த யுவன்களில் ஒருவன் என்னிடம் ஒரு வில்லினைக் கொண்டு வந்து நீட்டினான். நான் வாங்கிக் கொண்டதும் ஆசான், 'குறி வைத்துக் கணை வீசு. இப்போது பார்க்கலாம் உனது திறமையை', என்று எக்காளமிட்டார்.

அவமானப்படுத்தப்பட்டதன் வேதனை சீற்றமாக மாற, நான் பார்வையின் கூர்மையை வலுப்படுத்தி இலக்கின் மையத்தை நிர்ணயித்தேன். சோழ மண்டல வீரர்களிடம் ஏராளமான கட்டுக் கதைகள் நிலவுகின்றன. அவர்களுக்கு இயற்கையில் கண்களில் ஒளி மின்னல் இருப்பதால் மரக்கிளையின் மேல் அமர்ந்திருக்கும் பறவையின் கண்களுக்குக்கூடச் சரியாகக் குறி வைப்பதில் வல்லவர்களாம்.

முப்பது கஜங்கள் அளவிற்குத் தள்ளி வைக்கப்பட்டிருக்கும் இலக்கை நான் குறி பார்த்து கணை தொடுக்கவேண்டும் என்பதோடு அவர்களது பைத்தியக்கார கற்பனைகளையும் தாண்டி செயலாற்ற வேண்டும்.

சூரியனின் ஒளிக்கிரணங்கள் மரக்கிளைகளின் ஊடே பாய்ந்து இலக்கைக் குறி பார்ப்பதில் தடுமாற்றத்தை ஏற்படுத்தியது.

எனது வீச்சோ குறியோ அத்தனை சிறப்பாக அமையாததால் கணை தவறிப்போய் விழுந்தது என்றாலும் அந்தக் குளிரில் என்னால் எந்த

அளவிற்கு ஒரு வில்லை ஏந்தவும், இலக்கை நிர்ணயித்து அம்பைத் தொடுக்கவும் இயலும் என்பது எனக்குப் புரிந்தது.

நான் மீண்டும் அங்கு பரவியிருந்த அமைதியான சூழலில் என் உடலிலிருந்து வழியும் நீர்த்துளிகள் ஏற்படுத்திய ஓசையன்றி வேறு ஓசை எதுவுமின்றிக் கணைகளைத் தொடுத்தேன். மூன்று அம்புகள் இலக்கைச் சுற்றி வட்டப் பாதையில் சென்று தாக்கின. மேலும் இரண்டு கணைகள் என் வசம் மீதமிருந்தன. நான் ஆசானைப் பார்த்து, ‘இப்போது நான் ஈர உடைகளைக் காய வைத்துக்கொண்டு வரலாமா?’ என்று வினவினேன்.

அவர் சம்மதித்தார், நான் உடைகளைக் களையச் சென்றபோது சுற்றியிருந்த விடலைகள் வாயைப் பிளந்தபடி நின்றனர். ஆனால் அவர்களுக்கு ஏமாற்றமே காத்திருந்தது. நான் உள்ளே உடலோடு ஒட்டிய பருத்தி ஆடைகளை அணிந்திருந்தேன்.

நான் மீண்டும் இலக்கைக் குறி பார்த்துத் தாக்கினேன். எனது பத்துக் கணைகளில் ஒன்பது சொல்லி வைத்ததுபோல இலக்கைச் சென்று தாக்கி ஒரு வட்டப்பாதையை ஏற்படுத்தின. இருப்பினும் சிரேயருக்கு நிறைவு ஏற்படவில்லை. ஒரு சின்னத் தவறினைக்கூட அவர் அனுமதிக்கவில்லை. நானும் தளர்ந்திருந்தேன். எப்போதும் கூறும் காரணங்களைக்கூடக் கூறவில்லை.

அவர் தாழ்வான மரக்கிளை ஒன்றின் மீதமர்ந்து நான் நீர் குடிப்பதை கவனித்துக்கொண்டிருந்தார். அவர் இதுபோன்று எத்தனை பருவங்களாக எத்தனை போட்டிகளைப் பார்த்திருப்பார். உண்மை இருக்கிறதோ இல்லையோ அவரைப் பற்றி உலாவும் பல அதீத கற்பனை இடுகதைகளில் அவர் நூறு கோடைப் பருவங்களைக் கண்டவர், முன்னூறு கோடைப் பருவங்களைக் கண்டவர் என்பன போன்றவையும், காவேரி மலைகளின் வழியாக பூமியை அடையும் முன்னரே தோன்றியவர் என்பன போன்றவையும் பிரதானமானவை. காற்றில் அலையும் அவரது நீண்ட வெண்தாடிகூட இதற்குக் காரணமாக இருக்கலாம். அவரது முழங்கை எலும்புகளைச் சதை மூடியிருந்தது. மணிக்கட்டுகள் இரண்டும் மெலிந்து காணப்பட்டன. மூப்பின் காரணமாக உடலின் ஊன் முறையாகப் பரவாமல் ஒரு சில இடங்களில் மிகுந்து காணப்பட்டது.

‘என்னுடைய வயதிற்கு…’, எனது மனதைப் படித்தவர்போலப் பேசலுற்றார். ‘ஒரு மனிதன் எத்துனை பெரிய சாதனைகளைப் புரிந்தாலும் மூப்படைந்தால் அவன் உடல் வேதனையைத்தான் வெளிப்படுத்தும்.’ - அவர் தனது கரங்களை நீட்டினார். அதன் மேல்

யுத்தங்கள் ஏற்படுத்தியிருந்த அடையாளங்கள் தழும்புகளாகப் படர்ந்திருந்தன. அவர் என்னை உற்று நோக்கினார். அனுபவத்தின் சாயல் ஒன்று அந்தப் பார்வையில் ஒரு கணம் மின்னி மறைந்தது. 'நீ அனைத்து விஷயங்களிலும் ஆரம்ப விளிம்பில் நிற்கிறாய். எனக்கு உன்னைப் பார்த்தால் பொறாமை வராமல் இல்லை. உன்னை உயரத்தில் வைக்கவேண்டும் என்ற விருப்பத்திற்கும் சற்று இடம் கொடு', என்றார்.

அவர் மேலும் கூறுவார் என்று காத்திருந்தேன் அவர் அத்துடன் அந்த உரையை முடித்துக்கொண்டார்.

எவ்வித முன்னறிவிப்புமின்றிக் குளத்தில் தூக்கிப் போட்டதற்கு வருத்தம் தெரிவிப்பதற்காக அத்துணை விஷயங்களையும் கூறினார் என்று எண்ணினேன். நான் மற்றொரு அம்பினை எடுத்து குறி வைத்தேன். ஒவ்வொரு கணமும் ஒருவித பரபரப்பில் மறுநாள் நடைபெற இருந்த போட்டியை நோக்கி நகர்ந்தது போலிருந்தது.

எனது பயிற்சிகளை முடித்துக்கொண்டு இரவில் படுக்கையில் விழுந்தவுடன் உறங்கிவிட்டேன். கண் விழித்தபோது ஒரு புல்வெளியில் நான் எனது தாயாரின் அருகில் படுத்திருந்தேன். இருவரும் ஆகாசத்தைப் பார்த்துக்கொண்டிருந்தோம். நான் அவளது நீண்ட கரங்களின் ஊடே வானில் பறந்துகொண்டிருந்த பருந்தைப் பார்த்துக்கொண்டிருந்தேன். கிரேக்கக் கடவுள் டெல்மனின் மகன் அஜாக்ஸின் பெயரை அம்மா உச்சரித்து செல்லமாக எனது கன்னங்களைத் தட்டினாள்.

என்னைப் பார்க்கும்போது எப்போதும் மலர்ந்திருக்கும் வாஞ்சை அப்போதும் தெரிந்தது. அவள் முகத்தில் ஒவ்வொரு உறுப்பும் தெளிவாகவும் திருத்தமாகவும் தோன்றின. நினைவில் கொண்டு வர இயலாத அத்தனை திருத்தமான முகம் அது. அவள் தனது விரல்களால் எனது முகத்தைச் செல்லமாகத் தட்டினாள். பின்னர் அந்த விரலைத் தட்டியபடி எனது கரங்களில் கொண்டு சென்றாள். எனது தோள்களில் அவள் தட்டிய விதம் ஏதோ ஒரு சங்கேத மொழியைக் கூறுவது போலிருந்தது. நான் அந்த மொழியைப் புரிந்துகொள்ள முயன்றேன். திடீரென்று மூன்றாவதாக ஒரு கரம் முளைத்து என்னைத் திடுக்குற வைக்கவே எனது உடலெங்கும் விரல்களின் தாளங்கள் படரத் தொடங்கின. நான் அலறி அடித்துக் கொண்டு எழுந்து நின்றேன்.

எனது உடல் முழுவதும் மிகச் சிறிய வண்டுகள் பரவியிருந்தன. அவற்றின் கொடுக்குகளும், கால்களும் உடலெங்கும்

பரவியிருந்தன. நான் எழுந்து என் சிகையை உதறினேன். அச்சத்தில் அலறினேன். அறையின் மூலைக்கு விரைந்து சென்று எனது காலை உதறினேன். அடுத்து மற்றொரு கால் பிறகு உடல் முழுவதையும் உதறினேன். வண்டுகள் கொத்துக் கொத்தாக எனது உடலிலிருந்து உதிர்ந்தன. மீண்டும் பறந்து வந்து என் மேல் அமர்ந்தன. தனது கொடுவாயால் என்னைக் கொட்டின. நான் பயத்தில் உறைந்து நின்றேன். ஒருவழியாகத் துணிச்சலை வரவழைத்துக் கொண்டு என் மீது ஊர்ந்த அவற்றை ஓரளவுக்குப் பிடுங்கி எறிந்துவிட்டேன். இறந்த வண்டு ஒன்றினைக் கைகளில் தூக்கிப் பார்த்தேன். நீல நிறத்தில் இருந்ததும் மனதில் ஒரு நிம்மதி வந்தது. நல்லவேளை இவை விஷ வண்டுகள் இல்லை. அதன் பிறகே நான் என்னைச் சுற்றிப் பார்வையை ஓடவிட்டேன். படைவீட்டில் நாங்கள் தங்கியிருந்த இடம் முழுவதும் காலியாக இருந்தது. இத்தனைக்கும் அப்போது சமயம் அதிகாலைப் பொழுதுதான். தூரத்தில் ஒரு நிழல் உருவம் நழுவியதைக் கண்டேன். எனது குறுவாளை எடுத்துக் கொண்டு அந்த உருவத்தைத் துரத்திப் பிடிக்கச் சென்றேன். அவன் இளம் பயிற்சியாளன். ராஜீவனின் கைத்தடி. அவனைக் கொத்தாகத் தாவிப் பிடித்தேன்.

'எவருடைய வினையாற்றல் இது?' என்று என் கைப்பிடியில் சிக்கித் தவித்த அவனை மிரட்டினேன். எனது முகத்தைக் கடுமையாக்கி அவன் முகத்தின் அருகில் சென்று முறைத்தேன்.' இதற்கு நீ பதில் அளிக்காவிட்டால் உனது செவிமடல் என் குறுவாளுக்கு இரையாக நேரிடும்', என்றேன்.

எனது அந்நியத் தோற்றம் வேலை செய்யத் தொடங்கியது. விஷப் பூச்சிகளின் கடியினால் வீங்கிப் போன முகம். சுருட்டையான சிகை. அசிங்கமான இரவு உடை, அவர்கள் நினைப்பில் நான் ஒரு காட்டுமிராண்டி. சூரியன் கடலில் விழுந்து தீப்பிடித்து எரியும் பகுதியிலிருந்து வந்தவள். இவையெல்லாம் அவனை நான் மிரட்டியதும் எனக்குக் கை கொடுத்தன.

'இது... இது ராஜீவனின் யோசனை.' அவன் எனது பிடியில் நெளிந்தபடி கூறினான். 'நீ தப்பாட்டம் ஆடியதற்கு உனக்குப் பாடம் புகட்டுவதற்கு என்று காரணம் சொன்னான்!'

'தப்பாட்டமா?' எனக்குக் கோபம் உச்சி மண்டையில் ஏறியது. 'எப்படி... எப்படி நான் தப்பாட்டம் ஆடினேன்?' அவன் நான் கேட்ட பதிலளிக்காமல் வேறொரு பதிலைக் கூறினான்.

‘சக்தி வாய்ந்த உனது கடவுளை வேண்டிக் கொண்டு மந்திரம் ஏதோ போட்டுக் கணை தொடுத்ததால்தான் நீ வெற்றிப் பெற்றதாக ராஜீவன் கூறினான்.’

‘மந்திரமா? நானா?’

எனக்கு விளங்கவில்லை என்று மேலும் விவரித்தான். ‘பிறகு எப்படி உனது அம்பு சரியாக இலக்கின் மையத்தைத் துளைக்கும்? நீ சீமையிலிருந்து வந்தவள். சோழ வீரர்களைத் தவிர ஏனையோருக்கு அப்படி ஒரு திறன் கிடையாது’, என்றான்.

நான் விழுந்து விழுந்து சிரித்தேன். என் பிடியைத் தளர்த்தி அவனை விடுவித்தாலும் சைகையால் அவனை நிற்குமாறு கூறினேன். மூலையில் சார்த்தி வைக்கப்பட்ட வில்லைக் கையில் எடுத்ததும் அவன் கிலி பிடித்து ஓட்டமெடுக்கத் தொடங்கினான். நான் கூப்பாடு போட்டுக்கொண்டே அவனைத் துரத்தினேன். ‘அறிவிருக்கிறதா உனக்கு? உன்னைக் கொல்ல எண்ணியிருந்தால் எனது குறுவாள் அந்த வேலையைச் செய்திருக்கும். நில், உன்னை எதுவும் செய்ய மாட்டேன்’, என்றேன்.

அவன் வாயிலின் அருகில் நின்று என்னைத் திரும்பிப் பார்த்தான். வாயிலிலிருந்து வெகு தூரத்தில் இருந்த மாமரத்தின் கிளையில் பழுத்துத் தொங்கிய மாங்கனிக்கு நான் எனது கணையினால் குறி வைத்தேன். அவனை ஒரு நொடி மட்டும் பார்த்துவிட்டு கணையை நாணிலிருந்து வெளியேற்றினேன். அம்பு அவன் எண்ணிய பாதையில் செல்லாமல் கண் இமைக்கும் நேரத்தில் சற்றும் எதிர்பாராமல் அவன் இடையில் கட்டப்பட்டிருந்த ஆடையின் நாடா முடிச்சை அவிழ்த்து விட, அவனது ஆடை இடையிலிருந்து கீழே நழுவி விழுந்தது. நாங்கள் இருவரும் ஒருவரையொருவர் பார்த்து நின்றோம். அவன் நிர்வாண கோலத்தில் நகர முடியாமல் தவித்தபடி நின்றான்.

‘திறமைசாலிக்கு மந்திரம் தேவையில்லை நண்பனே! கூர்மையான பார்வையும், கணை தொடுக்கும் திறனும் இருந்தால் போதுமானது’, என்றேன்.

நான் மீண்டும் என் பகுதிக்கு திரும்பி வந்து ஆடை அணிந்து கொண்டேன். நான் கணை தொடுப்பது தெரிந்து அவன் சிறிது நகர்ந்திருந்தாலும் அவனது உயிர் போயிருக்கும்.

நான் எனது ஆடைகளை அணிந்து திருத்திக்கொண்டேன். கூந்தலில் ஐந்து பின்னல்களைப் போட்டுக்கொண்டு அவற்றை அப்படியே

மேலே தூக்கி மொத்தமாகக் கட்டிக்கொண்டேன். எனது கூந்தலையும் கழுத்தையும் ஒரு குவளையில் நீர் எடுத்துக் கழுவிக்கொண்டேன். நீரில் எனது முகத்தைப் பார்த்தேன். முகம் முழுவதும் வண்டுகளின் கொடுக்குகளினால் காயமாகியிருந்தன. நெற்றியிலும் கன்னங்களிலும் இலந்தை பழங்களைப்போலக் கொப்புளங்கள் முளைத்திருந்தன. அவற்றைத் தொட முடியவில்லை. வலித்தது. பொறாமையின் பரிசுகள். இவையும் கடந்து போகும். நான் மனதைச் சமாதானம் செய்துகொண்டு சிரேயர் இருந்த இடம் நோக்கிச் சென்றேன். இன்றுதான் போட்டி நடைபெற உள்ளது.

ஆசான் சிரேயர் ஆலமரத்தின் அடியில் மற்ற மாணாக்கர்களுடன் காத்திருந்தார். நாங்கள் அவரைச் சூழ்ந்து அவர் கூறப் போவதில் கவனமாக இருந்தோம்.அவர் கூறப் போகும் வார்த்தைகள் எங்களது நடுக்கத்தை ஓரளவு போக்கும் என்று எண்ணினோம். எனது கால்கள் பலமின்றி நடுங்கிக்கொண்டிருந்தன.

சிரேயர் பேசத் தொடங்கினார். ‘எத்தனையோ சோதனைகளை உங்கள் வாழ்வில் சந்திக்க இருக்கும் உங்களுக்கு இன்று நடக்கவிருக்கும் போட்டிதான் உங்கள் முதல் சோதனை என்று எண்ணிக் கொள்ளுங்கள். எனவே இன்று நடைபெறும் போட்டி ஒரு பொருட்டே இல்லை என்றாலும் எது பொருட்டு என்று பார்த்தால் இனிமேல் நீங்கள் பெறவிருக்கும் வெற்றிகளும், வீரர்களாக இருந்து நீங்கள் காக்க இருக்கும் உயிர்களும்தான்.’

அவர் அருகில் வலுவான வில் ஒன்று மரத்தின்மீது சார்த்தி வைக்கப் பட்டிருந்தது. அந்த வில்லின் கம்பீரம் அனைவரது கவனத்தையும் ஈர்த்தது.

‘ஆனால் இதில் ஓர் உண்மை மறைந்திருக்கிறது. அதுதான் மிகவும் முக்கியமானது. இன்று நடக்கும் வீரர்கள் தேர்வு போட்டியில் நீங்கள் எப்படிச் செயலாற்றுகிறீர்கள் என்பதைப் பொறுத்தே சோழச் சக்கரவர்த்தியும், மற்றவர்களும் உங்களைப் பார்க்கும் பார்வை மாறும் என்பதை மறக்காதீர்கள். அந்தப் பார்வைதான் நீங்கள் வல்லவனா அல்லது சாதாரணனா என்பதைத் தீர்மானிக்கும். இது போன்ற போட்டிகள் ஒவ்வொரு கோடை பருவத்திலும் நடைபெறும் என்றாலும் இந்தத் தினம்தான் உங்களை அடையாளப் படுத்தப் போகும் தினமாக அமையப் போகிறது. எத்தனையோ காலங்களாக நீங்கள் எடுத்துக் கொண்டுள்ள பயிற்சி இன்றுடன் முடிவிற்கு வருகிறது. சூரிய பகவான் உங்களுக்கு நன்மையைக் கொண்டு வரட்டும்’, என்று வாழ்த்தினார்.

அதுவரையில் ஆடாமல் இருந்த எங்கள் முழங்கால்கள் இரண்டும் மெதுவாக நடுங்கத் தொடங்கின. நாங்கள் ஒவ்வொருவராகச் சென்று ஆலமரத்தில் ஏற்றி வைத்திருக்கும் விளக்கை வணங்கிவிட்டு ஆசானின் தெய்வமான கொற்றவையிடம் ஆசி பெற்றுக்கொள்ள வேண்டும். நாங்கள் ஆசானின் கால்களை ஆசி பெறுவதற்காகப் பணிந்தோம். வீரர்கள் அவர்களுக்குரிய வில்லையும் கணைகளையும் எடுத்துக்கொண்டு இருவர் இருவராக வரிசையில் சென்றனர். தூரத்தில் போட்டி நடைபெறும் இடத்திலிருந்து முழவின் ஒலி கேட்கத் தொடங்கியது.

நான் அவரை வணங்கிவிட்டு எப்போதும்போல அவர் என்னுடன் துணை வருவதற்குக் காத்திருந்தேன். ஆனால் அவர் மார்பின்மீது குறுக்கே கை கட்டிக் கொண்டு, இருந்த இடத்தைவிட்டு அகலாமல் இருந்தார். நான் அவரை இரைஞ்சுவதுபோலப் பார்த்தேன். 'இல்லை அரெமிஸ்! நீ இங்கிருந்து தனியாகச் செல்', என்று கூறினார்.

தனது கரங்களை நீட்டி என் தோள்களில் படர விட்டபடி ஆதரவுடன், 'மறந்துவிடாதே, எந்த அமானுஷ்ய கணிப்பும் பொய்ப்பதில்லை. அந்த ஓலைச் சுவடியில் இருந்ததெல்லாம் புராதன மந்திர வாக்கியங்கள். உன்னிடம் கணன்று கொண்டிருக்கும் நெருப்பினால் ஒளியேற்று. நெருப்பு வெளிச்சம் கொடுக்கத்தான் உள்ளது. பொசுக்குவதற்கு அன்று.'

நான் தலையசைத்தேன். விரைவாக அந்தப் பெண் தெய்வத்தின் நெற்றியில் பூசுவதற்கு அவர் வைத்திருந்த சிவந்த சிந்தூரக் குழம்பினை எடுத்து என் நெற்றியிலும் கன்னங்களிலும் பூசிக் கொண்டேன். அந்தச் சிந்தூரக் குழம்பிலிருந்து களிமண், மஞ்சள் ஆகியவற்றின் வாசம் எழுந்தது. விஷ வண்டுகளின் கொடுக்குகள் ஏற்படுத்திய வலியின் வேதனையை விரைந்து குணப்படுத்தியது. கூட்டத்திலிருந்து எனது வீக்கமடைந்த முகத்தை மறைக்க எண்ணியிருந்தேன். நான் திரும்பும்போது சிரேயர் பார்த்துவிட்டு அதிர்ச்சியடைந்தார்.

அவர் பேச வாயெடுக்கும் முன்னர் அரங்கில் ஒலித்த முரசின் ஒலியைப் பின் தொடர்ந்து நான் நகரத் தொடங்கினேன். மூச்சை மெதுவாக உள்ளே இழுத்தபடி உள்மனதில் அமைதியை நிறுத்த முயன்றேன். அம்புராத்துணி, கவசம், எனது பின்னல் சடை இவற்றைத் தொட்டுப் பார்த்தபடியே சென்றேன். போட்டி நடைபெறும் அரங்கை நெருங்கியபோது அங்கு ஏற்கெனவே மற்றவர்களும் கூடியிருப்பது தெரிந்தது. எனது மற்ற

பயிற்சியாளர்கள் எனக்குப் போட்டியாளர்கள் என்றாலும் அவர்களிடம் பொதுவான விஷயம் ஒன்று இருந்தது. அவர்கள் அனைவரும் சோழ சாம்ராஜ்ஜியப் பிரஜைகள். நான் ஒருத்திதான் தனி. யவனி.

'அதோ அவள்', என்ற ராஜீவனின் குரல் தொடர்ந்தது, 'ஆசானின் செல்லப்பெண் .' அவன் குரலில்தான் எத்தனை ஏளனம், வெறுப்பு.

'ஆசான் அவளைக் குளத்தில் தள்ளி விட்டாராமே? அவருக்கு உன்மீது இருக்கும் நம்பிக்கை குறைந்துவிட்டதா?' என்று ஜெகன் கேட்டுக் கொண்டிருந்தான்.

அவர்கள் என்னைப் பற்றிக் குறை கூறியவற்றைச் செவி மடுத்தேன். அவர்களது பிரதான குற்றச்சாட்டு ஆசான் என்மீது காட்டும் தனிக் கவனம் மீதுதான். நானும் மறுக்கவில்லை. அவர் என்னைத் தனியாக அழைத்துச் சென்று செங்கல் வரிசையைத் தாண்டச் செய்திருக்கிறார். இலக்கைத் தனிப்பட்ட முறையில் அம்புகளால் தாக்க வைத்திருக்கிறார். ஆனால் அதேபோன்ற தனிப்பட்ட பயிற்சிகளை மற்றவர்களுக்கும் கொடுத்து வந்தார் என்றல்லவோ எண்ணியிருந்தேன்?

அரங்கைச் சுற்றி இதுவரை போட்டு வைத்திருந்த வலைகளை அகற்றியிருந்தனர். சுவரில் தீட்டியிருந்த சித்திரங்களைப் பார்வையிட்டோம். மான்களும், யானைகளும், வாள் ஏந்தி நின்ற வீரர்களும் தத்ரூபமாகத் தீட்டப்பட்டிருந்தனர். பாயும் புலி ஒன்று வாயைப் பிளந்துகொண்டு நின்றது. சுவர் ஓவியங்களின் பின்புறம் கூடி நின்ற கூட்டத்தினரின் ஆரவாரமும் மகிழ்ச்சிக் கூச்சலும் ஒலித்துக் கொண்டிருந்தன.

உள்ளிருந்து கதவு திறந்தது. அதிகாரி ஒருவர் எங்களை அரங்கின் உட்புறமாகச் செல்லப் பணித்தார். எதிரில் இருந்த நகர மாந்தரையும் எங்களையும் நடுவில் சிறிய மதில்கள் மறைத்து நின்றன. நாங்கள் கால்நடைகளைப்போல உள்ளே கொண்டு செல்லப் பட்டோம். ஏற்கெனவே கடைசி வரிசையில் அமர்ந்து கொண்டிருந்தவர்கள் கழுத்தை நீட்டியபடி எங்களைப் பார்த்துக் கொண்டிருந்தனர். கீழே வேள்வி குண்டமும் அதில் வேள்வித் தீயும் இருந்தன. வேள்வி குண்டத்தைச் சுற்றி நடன மங்கையர் நின்று கொண்டிருந்தனர்.

அப்போது ஓர் உற்சாக ஆரவாரம் கிளம்பியது. கவசமணிந்து இடுப்பில் வாளும், கரங்களில் ஈட்டியும் தாங்கியபடி ஐந்து குதிரை

வீரர்கள் அரங்கினுள் நுழைந்தனர். தங்களது குதிரைகளை வேள்வித் தீயின் முன்னால் ஒரு கணம் நிறுத்தினர். கன்னங்கரேலென்ற நிறத்திலும், மின்னும் கோமேதகத்தின் நிறத்திலும் இருந்த அந்தக் குதிரைகளைக் காண ஆவலுற்றேன்.

நாங்கள் நின்றுகொண்டிருந்த இடத்திலிருந்து அவர்களது வாள் சண்டையை நன்றாகக் கவனிக்க முடியவில்லை. ஆனால் அந்தக் குதிரைகளில் ஒரு குதிரை மட்டும் அதிவேகத்துடன் செயல் பட்டதும் அதன் மீதிருந்த வாள்வீரனும் நல்ல பயிற்சியுடன் வாள் சண்டை செய்து எதிரியின் வாளைக் கீழே வீழ்த்தினான். சேற்றில் விழுந்து கிடந்த வாளைப் பார்த்தேன். மிக நேர்த்தியாக வடிவமைக்கப்பட்டிருந்த வாள் அது. மின்னும் இரும்பில் பித்தளைக் கைப்பிடியுடன் கூடிய அந்த வாள் ஒரு நடன மங்கையின் நளினத்துடன் மின்னியது. அப்போது தளபதியின் வாள் நிமிர்ந்து எழுந்தது. அந்த இரண்டு வீரர்களும் கீழே இறங்கி ஒருவரை ஒருவர் சிரம் தாழ்த்தி வணங்கினர். அவர்கள் இருவரது முகங்களையும் உற்று நோக்கினேன். தோற்றவன் வயதில் இளையவன். மிடுக்கன். தோளில் புரளும் சிகையும், கவர்ச்சியான மீசையும் கொண்டிருந்தான். வெற்றி பெற்றவன் சற்று வயது அதிகமானவனாக இருந்தான். தூக்கிய கன்ன எலும்புகள். தாழ்ந்த விழிகள். அவரைப் பார்த்ததும் எங்கோ பார்த்த ஞாபகம் எழுந்தது. ஆனால் எங்கு என்பதைத்தான் கவனத்தில் கொண்டு வர இயலவில்லை.

நடன மங்கையர் அரங்கில் மீண்டும் தோன்றினர். அறிவிப்பாளர் தனது தொண்டையைச் செருமியபடி, ‘சோழ சாம்ராஜ்ஜியத்தின் பிரஜைகளே இதுவரை இந்த மண்ணின் மிகச் சிறந்த இரண்டு வாள் வீரர்களின் வாள் சண்டையைக் கண்டு களித்தீர்கள். நாம் இப்போது வருங்காலச் சோழ சாம்ராஜ்ஜிய வீரர்களின் திறனைக் கண்டு களிக்கலாம்’, என்று அறிவித்தார்.

‘மல்யுத்த வீரர்கள், வில்லாளிகள், வாள்வீச்சு விற்பன்னர்கள், கதை வீரர்கள். எதற்கும் அஞ்சாத வீரர்கள். போருக்கென்றே உருவாக்கப்பட்ட வீரர்கள்.’

வீரர்கள், வீரர்கள். வீரம் கூட ஆண்பால் விகுதி கொண்டதோ?

நான் வாய் மூடி மௌனம் காத்தேன். போட்டி எங்கள் பிரிவிலிருந்து தொடங்கக் கூடாது, வேறு ஒரு பிரிவிலிருந்து தொடங்கட்டும் என்று மனதினில் வேண்டி நின்றேன்.

ஆனால் அப்படி நிகழவில்லை. வில்லாளிகள் தங்கள் திறமைகளைச் சூரியன் வானில் இருக்கும்போதுதான் காட்ட இயலும் என்பதால் அவர்கள் போட்டிக்கு முதலில் வில்லாளிகளை அழைத்தனர்.

முரசங்கள் முழங்க அவர்கள், ‘வில்வித்தை விற்பன்னர்களே வாருங்கள். ஆசான் அவலனின் மாணாக்கர்களே! ஆசான் கிருதியின் மாணாக்கர்களே! ராம்கரின் மாணாக்கர்களே! ஆசான் சிரேயரின் மாணவச் செல்வங்களே, வாருங்கள். உங்கள் திறனைக் காண்பித்து வெற்றிக் கனியைப் பறித்துச் செல்லுங்கள்.’

பார்வையாளர் வரிசையில் இருந்த மக்கள் தங்களது குதி கால்களை உயர்த்திக் கழுத்தை நீட்டி நடக்கும் போட்டிகளைக் காண ஆவலாக இருந்தனர். அவர்களுக்கு எங்களை இதற்கு முன்னால் தெரியாது என்பதால் கரவொலி நின்று போனது. ஆண்கள் இருவர் இருவராக அரங்கினுள் நுழைந்தனர். நான் இறுதியில் தனியாக நுழைந்தேன். அங்கு கூடியிருந்த மொத்தக் கூட்டமும் ஒரே உருப்பெற்று நின்றதைப் போல அவர்கள் பார்வை முழுவதும் எங்கள் மேல் நிலை குத்தி நின்றது.

அரங்கின் மொத்த கவனமும் இறுதியில் என்மீது கவிந்தது. எனது சுற்றப்பட்ட பின்னல் கற்றையும், சிந்தூரம் பூசிக்கொண்ட எனது நெற்றியும் அவர்கள் நடுவில் சிறிய சலசலப்பை ஏற்படுத்தியது. முதியவர்கள், இளைஞர்கள், இளம்வயது யுவதிகள், பெரிய வயிற்றை உடைய பெண்கள் என்று பலதரப்பட்ட மனிதர்கள் அங்கு கூடியிருந்தனர். பட்டுச் சீலை கட்டி வந்த மகளிரும் இருந்தனர். அவர்கள் முகத்தில் அதிகமான பொலிவும், தோளில் மினுமினுக்கும் மிளிர்வும் தென்பட்டன. எனக்குப் பட்டுச் சேலை கட்டிப் பழக்க மில்லை. கட்டவும் மாட்டேன். அவர்களைப் போன்ற மிருதுவான தேகம்கொண்ட பெண்கள் எங்கள் படைவீட்டில் ஒருவருமில்லை.

வேலைப்பாடுகள் மிகுந்த சேலைகளை அவர்கள் பல்வேறு மடிப்புகளுடன் கட்டியிருந்தது தலைசுற்றலை ஏற்படுத்தியது. அவர்கள் அரண்மனைப் பெண்டிராக இருக்க வேண்டும். அவர்கள் அருகில் அமர்ந்திருந்த மற்ற சேடிப் பெண்கள்மீது எனது பார்வை சென்றது. அவர்களும் ராணிமார்கள் அளவிற்கு விலை உயர்ந்த வேலைப்பாடுகள் மிகுந்த சேலைகளைத்தான் அணிந்திருந்தனர். அவர்களும் ராணிகளுக்கு இணையான அழகுடன் திகழ்ந்தனர். கூட்டத்தின் மத்தியில் ஓயாது குடிமக்கள் அரற்றும் பேச்சின் ஓசை, இடையறாது கேட்ட வண்ணம் இருந்தது. இழை இழையாகச் சேலை நெய்யப்படுவதுபோல அவர்களது பேச்சும் இடையறாது

நெய்யப்பட்டுக் கொண்டே இருந்தது. மோர் விற்பவர்கள் மட்பாண்டங்களில் குளிர்ந்த மோரை விற்றுக்கொண்டிருந்தனர். மற்றும் சிலர் வாழையிலைகளில் இலை அப்பங்களை விற்றுக் கொண்டிருந்தனர்.

முரசம் முழங்கியதும் கூட்டம் அமைதியானது.

பதற்றம் எனது ஆற்றலை உறிஞ்சத் தொடங்கியது. எனவே நான் ஆற்றலை இழக்காமல் இருப்பதற்கு அமைதி காத்தேன். நான் ஒரு யுவன் இல்லை என்பதால் நான் ஆற்றலை இழக்கத் தயாராக இல்லை. வட்டரங்கில் ஒரு மேடையமைக்கப்பட்டு அதன்மீது வட்ட வடிவமான இலக்கை வரைந்தார்கள். இலக்கு மிகவும் பெரிய வட்டமாக மரத்தில் செய்யப்பட்டிருந்தது. அதன் நடுவில் சிவப்பு வர்ணத்தில் விழியின் சித்திரம் ஒன்று வரையப்பட்டிருந்தது. அதனைச் சுற்றிலும் எட்டு வீரர்கள் உடலில் கவசமும், முகத்தில் இரும்பினால் ஆனா முகமூடியும் அணிந்து கைகளில் கேடயம் வாளுடன் நின்று கொண்டிருந்தனர்.

'ஒவ்வொரு ஆண்டும் போட்டியின் தன்மை மாறிய வண்ணம் இருக்கும்', என்று கூறிய அறிவிப்பாளன், 'இம்முறை போட்டியாளர்கள் வட்டப்பாதையில் நடந்துகொண்டே இருக்க வேண்டும். அவர்கள் நடக்கும் திசைக்கு எதிர் திசையில் இலக்கு அமையப்பட்ட வட்டம் சுழலும். இலக்கை உங்கள் அம்பு சரியாகத் தாக்கவில்லை என்றால் நீங்கள் உங்கள் தோல்வியை ஒப்புக்கொண்டு அரங்கிலிருந்து வெளியேறிவிட வேண்டும். இலக்கு வட்டத்தைச் சுற்றி சற்றுத் தொலைவில் வெண்மையான கோட்டினால் நீண்ட வட்டம் வரையப்பட்டிருக்கிறது. போட்டியாளர்கள் அந்த வெள்ளைக் கோட்டிலிருந்து விலகாமல் இலக்கைத் தாக்கவேண்டும். கோட்டி லிருந்து விலகினால் நீங்கள் போட்டியிலிருந்து வெளியேற்றப் படுவீர்கள். இவைதான் போட்டி நிபந்தனைகள். சோழ சாம்ராஜ்ஜி யத்திற்கு வலிமை சேர்க்க போட்டியாளர்களே வாருங்கள். முரசம் முழங்கியதும் நீங்கள் உங்கள் அம்பெய்தும் திறனைக் காட்டலாம்.'

அம்புராத்துணியில் இருந்த குஞ்சலங்களைத் தொட்டுப்பார்த்துக் கொண்டேன். எங்கிருந்தோ துந்துபி முழங்கியது. கூட்டத்திலிருந்து உற்சாகக் குரல் ஒன்று கிளம்பியது.

நாங்கள் முப்பது வீரர்களும் இலக்கைச் சுற்றிப் போடப்பட்டிருந்த வெள்ளைக் கோட்டின்மீது இடைவெளி விட்டு நின்றோம். இலக்கைச் சுற்றியிருந்த முகமூடி காவலாளிகள் அந்த இலக்கைச் சுழல வைத்தார்கள். சிறிய சக்கரங்களின்மீது அந்தச் சக்கரம் சுழலும்

என்று எண்ணியிருந்த எனக்கு அந்த மரவட்டம் சிறிய இரும்பு உருண்டைகளின் மீது சுழன்றது வியப்பாக இருந்தது. அதனால் அது சுழல்வதற்கு அதிகத் திறன் எடுக்காமல் எளிதில் சுழலத் தொடங்கியது. நாங்கள் முரசின் ஒலிக்காகக் காத்திருந்தோம். எங்கள் பொறுமையை முற்றிலும் சோதித்துவிட்டு முரசம் முழங்கத் தொடங்கியது. நாங்கள் வட்டப் பாதையில் நகரத் தொடங்கினோம். முரசத்தின் ஒலியானது நேரம் செல்லச் செல்ல அதிகரிக்கவே நாங்களும் அதன் தாளத்திற்கு ஏற்ப விரைவாகத் துள்ளியபடி நகரத் தொடங்கினோம். இலக்கு முதலில் எனது கோட்டிற்கு செங்குத்தாக அமைந்திருந்ததால் நான் காத்திருக்க வேண்டி வந்தது. நான் அம்பு பூட்டிய வில்லுடன் ஆயத்த நிலையில் நின்றேன். 'துல்லியம்தான் வேண்டும். ஆற்றல் அன்று', ஆசான் கூறியது காதில் ஒலித்தது.

ஆசான் எதற்காகச் செங்கற்களை அடுக்கி என்னைத் தாண்டச் செய்தார் என்பது புரிந்தது. துல்லியம். நான் வேகம் குறையாமல் முதல் ஐந்து கணைகளையும் இலக்கு சிறிதுகூடத் தவறாது தொடுத்தேன். மூன்றாவது சுற்று முடியும்போது மூன்று வீரர்களை அப்புறப்படுத் தினார்கள். ஐந்தாவது சுற்றில் மேலும் இருவர். நாங்கள் ஓடியதால் கிளம்பிய புழுதி அங்கு ஒரு புகை மண்டலத்தை ஏற்படுத்தியிருந்தது. புழுதியில் எனக்குப் பார்வையாளர்கள் எவ்வாறு போட்டியைக் காண முடியும் என்று வியப்பானது.

ஆறாவது சுற்று வந்தபோது எனது வயிறு உடலோடு ஒட்டி இறுகிப் போயிருந்தது. எனது உடலில் உயிரோட்டம் வற்றிப் போயிருந்தது. ஆசான் கூறியது நினைவில் எழுந்தது. போட்டி விதிகளை மீறாமல் நடந்துகொள். அவர்கள் தாளகதிக்கு ஏற்றவாறு ஓடச் சொன்னார்களேயன்றி அம்பு எய்துவதற்குச் சொல்லவில்லை.

எனவே நான் எஞ்சியிருந்த ஆற்றலுடன் அம்பு எய்தத் தொடங்கினேன். முதல் அம்பு இலக்கைத் துல்லியமாகத் தாக்கியது. இரண்டாவது உடனே அதனைத் தொடர்ந்து தாக்கியது. நம்ப முடியா வண்ணம் மூன்றாவது. அதனைத் தொடர்ந்து நான்கு, ஐந்தாவது அம்புகள் சரியாக இலக்கைத் தாக்கின. ஐந்து கணைகளும் சிவப்பு வட்டத்தின்மீதோ அல்லது சிவப்பு வட்டத்திற்குள்ளோ குத்திட்டு நின்றன. கூட்டம் அமைதியாக நீலக் குஞ்சம் தாங்கிய அம்புகள் எவருடையவை என்பதை ஆராய்ந்துகொண்டிருந்தது.

அடுத்த முறையும் ஒன்று, இரண்டு, மூன்று, நான்கு, ஐந்து என்று அத்தனை அம்புகளும் இலக்கைத் தாக்கின. மீண்டும். மூன்றாவது முறையும் எனது அம்புகள் இலக்கைத் துல்லியமாகத் தாக்கியதும் கூட்டத்தில் பெருத்த ஆரவாரம் எழுந்தது. அவர்கள் போட்ட

கூப்பாடு மற்ற வீரர்களுக்கு ஒரு தடையாகவும் எனக்கு உற்சாக வரவேற்பாகவும் இருந்தது. நிறைய வீரர்கள் இலக்கின் வெளிவட்டத்தில் அம்புகளை எய்திருந்ததால் நீலக் குஞ்சம் தரித்த எனது அம்புகள் இலக்கின் வட்டத்திற்குள் அழகாக அணிவகுத்து நின்றன. முப்பது அம்புகள். கூட்டத்தில் எவரோ ஆரவாரக் குரலில் எண்ணிக்கையைக் கூறிக் கொண்டிருந்தனர்.

மீண்டும் ஒரு சுற்றுக்கு நான் ஆயத்தமானேன். வில்லின் கணைகளைப் பூட்டிப் பூட்டி எனது முழங்கை விண் விண் என்று வலித்தது. இப்போது ஓர் அம்பை நான் தவறவிட்டாலும் எனது வெற்றி தடுமாறிவிடும் என்பதால் நான் வலியைப் பொறுத்துக்கொண்டு அம்பை எய்தினேன். நாற்பத்தி ஒன்று. ஓர் அம்பு சிவப்பு வட்டத்தின் கோட்டின்மீது துளைத்து நின்றது. நல்லவேளை. ஒன்று இரண்டு மூன்று நான்கு ஐந்து மொத்தம் ஐம்பத்திரெண்டு. ஓடியதால் கிளம்பிய புழுதிமண் இப்போது மிகுதியாக எனது கண்ணில் தேங்கியிருந்தது. போதும் இதோடு நிறுத்திக்கொள்ள வேண்டியதுதான்.

ஆனால் மனது கேட்கவில்லை. நான் அம்பு எதுவும் தொடுக்காமல் வெறுமனே வட்டத்தைச் சுற்றி வர முயன்றும் முடியவில்லை. மீண்டும் ஒன்று, இரண்டு, மூன்று, நான்கு, ஐந்து.

சட்டென்று என்னைச் சுற்றிலும் பார்வையை ஓடவிட்டேன். அரங்கினில் நான் மட்டுமே சுழன்றுகொண்டிருப்பது தெரிந்தது. வேறு ஒருவருமில்லை.

பெருத்த கரவொலி ஒன்று எழுந்தது. சோழச் சக்கரவர்த்தியின் அரண்மனை பெண்டிர் அனைவரும் எழுந்து நின்று என்னைப் பாராட்டிய விதம் மிகுந்த உற்சாகமளித்தது. ராஜேந்திர சோழச் சக்கரவர்த்தி மண்டலத்தின் அரசன் என்பதால் எழாமல் அமர்ந்திருந்து பாராட்டினார். ஆனால் கூடியிருந்த கூட்டம் முழுவதும் பலத்த கரவொலி எழுப்பியது.

நான் வெற்றி பெற்றுவிட்டேன். மேலும் தொடுப்பதற்கு என்னிடம் சில அம்புகள் அம்புராத் துணியில் மீதம் இருக்க நான் வென்று விட்டேன். அவர்கள் கரங்கள் ஆர்ப்பரித்தனவே அன்றி மனம் ஆர்ப்பரித்திருக்காது. செம்பழுப்பு வண்ணக் கூந்தலுடன் அடிமைக்கும் வீரனுக்கும் இடைப்பட்ட நிலையில் இருக்கும் நான் சோழ மண்டல வீரர்கள் அனைவரையும் வெற்றிக் கொண்டு விட்டேன்.

கூடியிருந்த கூட்டத்தின் நாடி நரம்புகளை அதிர வைக்கும்படி ஒலித்த முரசங்களின் ஒலி இனிமேல் மெல்ல மெல்ல அடங்கும். அடுத்து என்ன நிகழும் என்பது எனக்குத் தெரியவில்லை.

மகிழ்ச்சியின் காரணமாகக் கன்னங்கள் சிவந்து போயிருந்த என்னை அவர்கள் வியப்புடன் பார்த்து ஆர்ப்பரித்தனர். எனக்கு அந்த ஆர்ப்பரிப்புத் தொடர வேண்டும் என்று ஆசையாக இருந்தது. அதற்காக நான் ஏதாவது செய்தாக வேண்டும். நான் என் வசம் இழந்திருந்தேன். எனது கணை ஒன்றை எடுத்துக்கொண்டு வேள்வி குண்டத்திற்குச் சென்றேன். அந்தக் கணையின் நுனியை வேள்வித் தீயில் காட்டி நெருப்பு உண்டாக்கினேன். நெருப்புடன் கூடிய கணையை அந்த இலக்கை நோக்கி எய்தேன். இலக்கில் இருந்த வைக்கோல் பிரியும், இலக்கு செய்யப்பட்ட மரமும் பற்றி எரியத் தொடங்கின. மீண்டும் மக்களின் நடுவில் மகிழ்ச்சி ஆரவாரம் ஏற்பட்டாலும் அருகிலிருந்த வைதீகர்களுக்கு நான் அவ்வாறு செய்ததில் உடன்பாடில்லை. அந்த இடமே புகை மண்டலமாகி அமர்ந்திருந்தவர்களின் கண்களில் நீர் வழிந்தது.

மற்ற விளையாட்டுப் போட்டிகள் தொடர்ந்தன. நாங்கள் எங்களுக்கு அளிக்கப்பட்டிருந்த இடத்தில் அமர்ந்தபடி வேறு விளையாட்டு போட்டிகளைப் பார்த்தோம். நடேசன் அவனது கதை விளையாட்டில் முதலாவதாக வரவில்லை என்றாலும் முதல் மூன்று இடத்தில் ஒன்றைப் பிடித்திருந்தான். தோற்றவர்கள் வெற்றி பெற்றவர்களின் தோள்களைத் தட்டிக் கொடுத்த விதம் அவர்களது நேர்மையையும், விசாலமான மனதையும் வெளிப்படுத்துவதாக இருந்தது. வில்வித்தை வீரர்களிடம் அத்தகைய குணம் வெளிப்பட வில்லை. அன்று முழுவதும் சோழ சாம்ராஜ்ஜியத்தின் சூரியன் எனது வெற்றியைக் கொண்டாடும் விதமாகக் கடுமையாகக் கிரணங்களை வீசாமல் இதமாக வீசிக்கொண்டிருந்தான்.

வட்டரங்கை விட்டு வெளியேறும்போது நான் மீண்டும் தனிமைப் படுத்தப்பட்டேன். நகர மாந்தரில் சிலர் கூட்டத்திலிருந்து என் அருகில் வந்து சூழ்ந்துகொண்டு எனது வெற்றியைப் பாராட்டினார்கள். சிறுவர்களும், சிறுமிகளும் என்னைச் சுற்றிச் சுற்றி வந்தனர். நான் அவர்களிடமிருந்து எத்துனை வேகம் வெளியேற முடியுமோ அத்தனை வேகமாக வெளியேறி எனக்காக மரத்தின் அடியில் காத்திருந்த சிரேயரை நோக்கிச் சென்றேன்.

விளையாட்டுப் போட்டிகளின் விதிகளின்படி கற்றுக் கொடுக்கும் ஆசான்கள் போட்டி நடக்கும்போது இருக்கக்கூடாது. போட்டிகள் நடப்பதைப் பார்த்தால் அவர்கள் உணர்ச்சிவசப்பட்டு விடுவார்கள் என்பதால் இவ்வாறு விதி. எங்களை வழியனுப்பி வைத்த அதே இடத்தில் மற்ற மாணாக்கர்களுடன் நின்றுகொண்டிருந்தார். நான் அவருடைய அங்கீகாரத்திற்காகக் காத்திருந்தேன்.

‘இலக்கை இறுதியில் நீ நெருப்பைப் பற்ற வைத்தாயா?’ என்று கேட்டார் ஆசான்.

‘நெருப்புப் பற்ற வைத்ததைக் கூறியவர்கள் நான் வெற்றி பெற்றதைக் கூறவில்லையா குருவே?’ என்றேன் நானும் விடாது.

அவர் தலையசைத்தாலும் முகம் கவலையில் வாடியிருந்தது. எப்போதும் நான் இலக்குகளைத் தவற விடும்போது பெரிதாக எடுத்துக்கொள்ளாமல் கடந்து செல்லும் மனநிலையில் அவர் இல்லை. கொஞ்சம் கடுமையாகத் தன்னை வெளிப்படுத்திக் கொண்டிருந்தது என் மனதை வருத்தமுறச் செய்தது.

சிரேயர் தனது மாணாக்கர்களை நோக்கி சைகை காட்ட, அவர்கள் ஒரு பெரிய துணியில் சுற்றிய பொருள் ஒன்றைச் சுமந்து வந்தனர். சிரேயர் துணியை மெல்லப் பிரித்தார். அதன் உள்ளே அந்த அற்புதமான வில் இருந்தது. போட்டியில் வெற்றி பெற்றவர்களுக்கு ஆசான் அளிக்கும் கௌரவம்.

அதன் கம்பீரத்தைச் சொல்லி மாளாது. செய்நேர்த்தியைச் சொல்வதா? நாகைப்பட்டிண தச்சர்களின் கைத் திறமையைச் சொல்வதா? ஒவ்வொரு பகுதியும் நுட்பமாகச் செதுக்கப்பட்டு இருந்ததைச் சொல்வதா? அதன் இரண்டு முனைகளும் சிறந்த வடிவமைப்பில் இருந்ததைச் சொல்வதா? அதைப் பார்த்ததும் நாங்கள் அனைவரும் பெருமூச்செறிந்தோம். சிரேயர் எவ்விதச் சிரமும் இன்றி அந்த வில்லை எளிதாகத் தனது கரத்தினால் தூக்கி நிறுத்தினார். ஓ! என்ன அற்புத வில் அது. ஒவ்வொரு ஆண்டும் போட்டியில் வெற்றி பெறும் முதல் மாணாக்கனுக்கு சிரேயர் தனது கண்காணிப்பில் உருவாக்கி அளிக்கும் வில். வெற்றி ஒருவித ஊக்கம் என்றால் அப்படி ஒரு வில்லை ஆசானிடமிருந்து பெறுவது அவனுடைய கௌரவம்.

‘ஒவ்வொரு ஆண்டும் இதே போன்று ஒரு வில்லினை என்னுடைய சிறந்த மாணாக்கனுக்கு நான் பரிசாக அளிப்பது வழக்கம். அந்த மாணவன் தனது திறமையாலும், உதாரண குணத்தாலும் மற்றவர்களை விட மேம்பட்டவனாக இருக்கவேண்டும். அந்த மாணவன் தனது குருவிற்குப் பெருமை சேர்ப்பவனாக இருக்க வேண்டும்’, கூறிவிட்டு அவர் அந்த வில்லைச் சற்று ஐயத்துடன் பார்த்தார்.

ஆசானின் மனதில் என்ன ஓடியது என்பதை அவர் வாயால் எதுவும் கூறாமல் இருந்தாலும் புரிந்துகொள்ளும் மனநிலையில் நானிருந்தேன். ‘சோழ மண்ணில் பிறந்த நாம் ஆற்றலையும்,

துணிவையும் பெரிதும் போற்றுபவர்கள். அதே நேரம் மரியாதையையும், கீழ் பணிதலையும் கூடப் பெரிதாக மதிப்பவர்கள். இந்த வில்லினை நான் இந்த நான்கு குணங்களும் ஒருங்கே அமையப்பட்டவனுக்குத்தான் அளிக்க முடியும். அவன் போட்டியில் வெற்றி பெற்றிருக்கவில்லை என்றாலும்...' என்று கூறும்போதே அவர் எவரை மனதில் வைத்துக்கொண்டு கூறினார் என்பது விளங்கியது. விளங்கிக்கொள்ள முடியாத கணிப்புகளும் உள்ளன என்பது புரிந்தது.

ஆசான் ராஜீவனை அழைத்தார். போட்டியில் அவன் இரண்டாவதாக வந்தவன். என் கண்களை நம்பமுடியவில்லை. ராஜீவன் முன்னால் வந்து நின்றதும் சிரேயர் தனது கையிலிருந்த வில்லை அவனிடம் வழங்கினார்.

சுற்றியிருந்த ஏனையோர் அவர்கள்மீது பார்வையைச் செலுத்தாமல் என் மீதே செலுத்தினார்கள். எனது முகம் இருண்டது.

'பணிவா? ராஜீவனுக்கா?' என்று வாய் திறந்தேன். அது எக்காளமாக வெளியில் வந்தது. 'ராஜீவனிடம் இல்லாதது அது ஒன்றுதான்.' நான் தலையைக் குனிந்தபடி இதனைக் கூறிவிட்டு அவன் முகத்தை நிமிர்ந்து பார்த்தேன். அவன் முகம் காயப்பட்டிருந்தது. எனக்குள் ஒரு கொடிய விஷம் உருவாகி எனது நாவின் மூலம் வெளியேறியதை என்னால் தடுக்க இயலவில்லை. கடுமையான வார்த்தைகளை வெளியில் விடக்கூடாது என்று பிரயத்தனப்பட்டுக் கொண்டு அங்கிருந்து அகன்றேன். மனம் கோபம், ஆவேசம், பொறாமை, இயலாமை, வேதனை, வலி என்று பல்வேறு நிலைகளில் கொதித்துக் கொண்டிருந்தது.

நான் படைவீடு இருந்த பகுதிக்குச் செல்லாது வழக்கமாக நானும் நடேசனும் ஒன்றாகச் செல்லும் பாதையை நோக்கிச் சென்றேன். அந்தப் பாதை புழுதி படர்ந்தது என்பது தெரிந்தும் நான் கீழே அமர்ந்தேன்.

நான் வஞ்சிக்கப்பட்டு விட்டேன். என்னைச் சுற்றி நடப்பவைகளை நான் தவிர்த்து வந்திருக்கிறேன். நான் அறியாமலே எனது கால்களுக்கு அடியில் பள்ளம் பறிக்கப்பட்டிருக்கிறது. நான் அப்படியே வானத்தைப் பார்த்தபடி மல்லாந்து கிடந்தேன். மேலே ஒரு கருடன் எவ்விதக் கவலையுமின்றி பறந்துகொண்டிருந்தது.

என்னுள் கோபம் கனலாக எரிந்தது. ஒரு வெறுமையை நோக்கித்தான் எனது பயிற்சி இருந்திருக்கிறது. படைவீட்டிலும்,

வீதிகளிலும் நான் சந்தித்த அவமானங்கள் போதாது போலும். மேலும் தொடர்கிறது. என் கண்களில் நான் விரும்பாமலே கண்ணீர் சேர்ந்தது. கழிவிரக்கத்தால் பிறந்த கண்ணீர். இதை நான் வேண்டுமென்றே வாங்கி வந்திருப்பதாக சிரேயர் என்னைப்பற்றி நினைக்கலாம். ஆனால் நான் அரங்கத்தில் செய்தது தன்னிச்சையாக எனக்குள் நிகழ்ந்தவற்றின் வெளிப்பாடு. நான் வேறு மாதிரியாக இருக்க முடியவில்லை. என் நடவடிக்கை என் ரத்தத்தில் ஊறியது. என் உற்சாகம் அதன் அளவைக் கடந்தபோது என்ன செய்கிறோம் என்பது அறியாமல் நெருப்பைப் பற்ற வைத்தேன்.

'நான் சோழ மண்ணின் மைந்தன் இல்லையாம். அதுதான் காரணம்', என்று நான் ஆகாயத்தைப் பார்த்துக் கூறினேன். ஆகாயம் பதில் கூறாமல் என்னைப் பார்த்துச் சிரித்தது.

'வில்லை எனக்கு வழங்காமல் தவிர்க்க, அவர் பாவம் எத்தனை காரணங்களைத் தேடினார்?' நான் புலம்பலைத் தொடர்ந்தேன். சோழ தேசத்தவனுக்கும் அடிமைக்கும் வேறுபாடு இல்லை.

அப்படி என்றால் அவர் எதற்காக எனக்குக் கடுமையான பயிற்சி அளிக்கவேண்டும்? எதற்காக இத்தனை நாட்களையும், வாரங்களையும் என் பொருட்டுச் செலவு செய்யவேண்டும்? என்னை எதற்காகப் பாதாளத்தில் இருக்கும் அந்த முதியவரிடம் அழைத்துச் சென்று அவரது உளறல்களை தீர்க்க தரிசனம், ஆருடம் என்ற பெயரில் கேட்க வைக்கவேண்டும்? நட்பு முகம் என்ற முகமூடியில் இருந்த சிரேயர் இன்று தனது முகமூடியைக் கழற்றிவிட்டு உண்மையான முகத்தைக் காட்டிவிட்டார்.

அந்தப் பருந்து பித்துப் பிடித்ததுபோல வானில் வட்டமிட்டபடி இருந்தது. நான் சற்று நேரத்தில் கண்ணயர்ந்தேன்.

அரண்மனைப் பெண்டிர் மாடங்களில் விளக்கு ஏற்றிக் கொண்டிருக்கும் ஒரு மாலைப் பொழுதில்தான் நானும் சிரேயரும் போய்ச் சேர்ந்தோம். அரண்மனை எங்கும் நறுமணம் வீசும் மலர்களை வாரியிறைத்திருந்தார்கள். அந்த மலர்களின் கடும் நறுமணம் மூக்கைத் துளைப்பதாக இருந்தது. கோடையின் வெப்பம் தகித்துக் கொண்டிருந்தது. போர் வீரனுக்குரிய கவசத்தை அந்தக் கோடை காலத்தில் அணிந்திருந்ததால் உள்ளே வெப்பம் அதிகமாகி எனது மார்பிலும், கழுத்துப் பகுதிகளிலும் வியர்வை பெருக்கெடுத்தது.

ஒரு பணிப்பெண் அங்கிருந்த தூண்களில் ஒன்றில் மல்லிகைச் சரம் ஒன்றை தொங்கவிட முயன்று கொண்டிருந்தாள். சரத்தின் ஒரு முனையைத் தூணின் மேல் பகுதியில் வைத்துக் கட்டினாள். பிறகு அதனைத் தழையவிட்டாள். அடிப்பகுதியை கீழே தூணோடு சேர்த்துக் கட்டினாள். அது நிச்சயம் நழுவி விழும் என்று எண்ணினேன். சரத்தின் மேல்பகுதி கொஞ்சம் இளகியதைக் கண்ணுற்றேன்.

நான் அந்தப் பூச்சரம் விழும் நொடிக்குக் காத்திருந்தேன். அந்தப் பெண் அது தொங்கும் அழகைக் கண்டு ரசித்துக் கொண்டிருந்தாள். அந்தப் பூச்சரம் விழவில்லை.

'நான் இன்னும் ஆயத்தமாகவில்லை ஆசானே', என்று கூறினேன்.

'இதற்கெல்லாம் ஆயத்தமாக வேண்டிய தேவையில்லை', என்பது ஆசானின் பதிலாக இருந்தது.

'உங்களுக்குப் புரியவில்லை ஆசானே. எனக்கும் இது கௌரவப் படுத்தும் வைபவம் என்பது தெரியும். அரசாங்கம் வழங்கும் தங்கப் பதக்கத்தை வாங்கிக்கொள்ள வேண்டும். அதெல்லாம் தெரியும். ஆனாலும் எனக்கு இந்தப் பதக்கம் வேண்டாம்...'

'இதைக் குறித்து நாம் ஏற்கெனவே பேசிவிட்டோம்.'

'நான் கூறுவதை நீங்கள் காதில் வாங்கிக்கொள்ள மறுக்கிறீர்கள்', எனக்குள் சீறிய சினத்தை நான் அடக்கிக்கொண்டு பேசினேன். 'ஒரு யுத்தத்தில் எனது திறமையை வெளிப்படுத்துவதற்கு முன்பாக நான் எப்படி அரசரின் மெய்க்காக்கும் பணியை ஏற்பது? அவரைச் சுற்றியிருக்கும் பலவீனமான காவலர்களை எதிரிகள் அடையாளம் கண்டுகொண்டால் மன்னரை அவர்கள் தாக்குவதற்கு முன் வரமாட்டார்களா?' என்று கேட்டேன்.

'இதற்கு மிக எளிய பதில்தான் உள்ளது. நீ ஒருத்தி மட்டும் அவருக்கு மெய்க்காக்கும் பணியைச் செய்வதாக நினைக்க வேண்டாம். அவரைச் சுற்றி ஏராளமான மெய்க்காவலர்கள் இருப்பார்கள். நீ அவர்களில் ஒருத்தி என்பதை நினைவில் கொள். நீ இதற்குத்தான் என்னுடன் சண்டையிடுகிறாய்போல. அரண்மனை அந்தப்புரத்தில் நீ அமர்ந்திருக்க விரும்பவில்லை; அல்லது அரசரின் ஆரவார உலாவின்போது உடன் செல்ல பிரியப்படவில்லை; குறிப்பாக அவனது கடற்பயணங்களில் உடன் செல்ல விரும்பவில்லை. அப்படித்தானே? செயல் எதுவுமன்றி சும்மா இருக்க உனக்குப் பிடிக்கவில்லை. இதுதானே உன் மனதில் உள்ளது?' என்று கேட்டார்.

நான் விடை எதுவும் கூறவில்லை. அதுதான் பதில் என்றாலும் அதுவே இல்லை. இதுபோன்று போட்டியில் முதலில் வெற்றியை அடைபவர்களின் கீழே தனியாக நிர்வகிக்க ஒரு படைப்பிரிவு வழங்கப்படும். ஆனால் இந்தப் பதவி தண்டம். ஒரு பயனுமற்ற அலங்காரப் பணி.

இது எனக்கு வழங்க இருக்கும் கௌரவம் இல்லை, எனது தண்டனை.

ராஜீவனின் கீழ் ஒரு குதிரைப்படை பிரிவு அளிக்கப்பட்டிருந்தது என்று கேள்விப்பட்டேன். கூடவே அரேபிய மட்டக் குதிரை ஒன்றும் அவனுக்கு வழங்கியிருந்தனர். அரங்கில் கடுமையாகப் போரிட்ட மற்றொரு வீரர் என் கவனத்தை ஈர்த்தார். அவர் ராஜீவனின் தந்தை ஷலகன் என்பது தெரிந்தது. அவர் படைத் தளபதி என்றும் அவரது கீழ் உள்ள பிரிவு ஒன்றைத்தான் ராஜீவன் தனது கட்டுப்பாட்டில் வைத்திருந்தான் என்றும் பின்னர் தெரிந்து கொண்டேன். ராஜீவனின் தந்தை ஷலகன் என்பதனை அவரது சற்று மேல் தூக்கி நின்ற கன்னங்களின் எலும்புகளும், கருத்த விழிகளும் அடையாளம் கூறின. என்ன ஓர் அட்டகாசமான வீர வாழ்க்கையின் ஆரம்பம் ராஜீவனுக்கு! ராஜீவன் உண்மையில் ஒரு மோசமான வீரன். அவன் எண்ணங்கள் கீழ்த்தரமானவை. ஆனால் அவனது வாழ்க்கைத் தரம் உயரும். அவன் தந்தையின் பெயர் அவனுக்குக் கிடைக்கும். அவனும் தனக்கென்று பட்டங்களைப் பெறுவான். இங்கே திறமை முக்கியமில்லை. வேரின் ஆழம் முக்கியம்.

நான் எனது இலக்கை நோக்கி நகர்ந்துகொண்டிருந்தபோது மற்றவர்கள் தங்கள் கைகளால் வாய்மூடி மறைவாகச் சிரித்துக் கொண்டிருந்தனர். நான் ஒருத்தி மட்டும்தான் பரிசுக்கும், பதக்கத்திற்கும், பதவிக்கும் நம்பிக்கையை இழந்தவளாக இருந்தேன். எனக்கு அந்த அறையில் மோசமான சிந்தனைகளுடன் அமர்ந்திருப்பது மூச்சுத் திணறலை ஏற்படுத்தியது. என் தாய் தந்தை இழப்பைவிட இந்த அவமானம் அதிகமான வருத்தத்தை அளித்தது.

எனக்கு உரிய வில் மறுக்கப்பட்டதும் நான் அந்த மந்திரவாதி, ஆருடர் (எவரோ ஒருவர்) வாழ்ந்த வீதிக்குச் சென்றேன். அங்காடிகளைக் கடந்து, சிறிய சந்துகளைக் கடந்து, உயர்ந்த வாயிற்கோட்டத்தைக் கடந்து அவர் இருந்த மாளிகையைத் தேடிச் சென்றேன். நான் மேலும் கீழும் படிகளின் வழியாகச் சென்றும் என்ன ஓர் ஆச்சரியம் அவர் இருக்கும் இடமோ அல்லது அது இருந்ததன் அடையாளமாக இரும்புக் கம்பி போட்ட கதவையோ

கூடக் காணாது திகைத்து நின்றேன். இதற்கு முன்னர் நாங்கள் நுழைந்த வாயிலை உறுதி செய்து கொண்டு அங்கு சென்றேன். என்ன ஆச்சரியம்! அங்கு நுழைவாயில் எதுவுமின்றி ஓர் உயர்ந்த மதில் என்னைப் பார்த்துச் சிரிப்பது போலிருந்தது. சிரேயர் திட்டம் போட்டு என்னைச் சூழ்ச்சி செய்து ஏமாற்றியதை எண்ணி வியந்தேன்.

ஒருவழியாக சிரேயரும் நானும் காத்திருந்த அறைக்குள் நுழைந்த காவலன் ஒருவன் எங்களுக்கு அருகில் வந்து எங்களை அரண்மனைக்குள் அழைத்துச் சென்றான்.

நாங்கள் அரண்மனைக்குள் நுழையும் முன்னர் சிரேயர் என்னைப் பார்த்து, 'எப்படியும் உனக்கு வில்வித்தையில் நாட்டமில்லை. குறுவாளின் மீதுதான் உனக்குக் கண் என்று ஏற்கெனவே கூறியிருக்கிறாய். நினைவிருக்கிறதா?' என்று தனது இறுதி தாக்குதலை என் மீது தொடுத்துவிட்டு உள்ளே நுழைந்தார். உள்ளே வெள்ளிப் பூணும் சங்கிலியும் போடப்பட்ட அலங்கார ஊஞ்சலில் பேரரசர் ராஜேந்திரச் சோழன் அமர்ந்திருந்தார். மாமன்னர் நன்கு குனிந்து தனக்கு முன்னால் இருந்தவருடன் பேசிக்கொண்டிருந்தார்.

அவர் அனந்தன் - எனது இதயத் துடிப்பு சீர்கெடத் துவங்கியது. நாவாய்கள், பொன், திரவியங்களுடன் இருபது வயதில் குறைந்த இளைஞர்களுடன் என்னையும் சேர்த்துக் கொடுத்த அந்த நாளுக்குப் பிறகு நான் அவரைச் சந்திக்கவில்லை. எனது மனதில் இருந்த உருவம் ஆறடிக்கும் மேல் ஆஜானுபாகுவாக தழும்புகள் நிறைந்த கோரமுகத்துடன் காணப்பட்ட உருவம், அவருடைய உருவம்.

இப்போது அவர் அமர்ந்திருக்கும் நிலையில் உடலில் அதிகம் சதை போடப்பட்டவராகத் தோன்றினார். அவரது தலை நரைக்கத் தொடங்கிவிட்டது. வழுக்கையில் அங்குமிங்கும் மச்சங்கள் தோன்றத் தொடங்கியிருந்தன. நான் இப்போது அவரைவிட அதிக உயரம் இருப்பேன். இவர்தான் இப்போது நானிருக்கும் நிலைக்குக் காரணம். முற்றிலும் வேறாகின எனது சூழல், எனது உருவ அமைப்பு, எனது கவசத்தைப்போலக் கருத்திருக்கும் எனது மேனியின் நிறம் இத்தனைக்கும் இதோ என் முன் அமர்ந்திருக்கும் இவர்தான் காரணம். அவர் முகத்தில் இருந்த தழும்புகள்கூடச் சிறியதாகத் தெரிந்தன. எந்த ஆயுதம் அந்தக் காயத்தை ஏற்படுத்தியது என்பதுகூட நினைவில் இருந்தது. கூர்மையான குறுவாள் ஒன்று அவரது முகத்தில் ஆழமான ரத்தக் கோடு போட்டு உண்டான ரணத்தின் தழும்பு அது. நெடுநாட்கள் அவரை அழ வைத்திருக்கும்.

அவர் பார்வையில் நான் பத்தோடு பதினொன்று. அவரது விழிகள் நான் எண்ணியிருந்ததுபோல இடுங்கி, கருவிழிகளுடன் இமை மயிர் உதிர்ந்து காணப்பட்டன.

சோழப் பேரரசர் ராஜேந்திரச் சோழர் கோபத்தில் உணர்ச்சிவசப் பட்டவராக, 'அவனிடம் செய்து முடிக்கச் சொல். இல்லையென்றால் அவனது புதல்வர்களை எனது யானையின் தந்தத்தால் குத்திக் கொன்று அந்தத் தந்தங்களை அவனுக்குப் பரிசிலாக அனுப்பி வை!' - அனந்தன் தலையசைத்ததும் இருவரும் நிமிர்ந்து உட்கார்ந்தனர்.

ராஜேந்திரச் சோழரின் பார்வை எங்கள்மீது திரும்பியது. சிரேயர், அனந்தன் அங்கிருந்து அகலும்வரை ஒரு நொடி காத்திருந்தார். மும்முடியரசர் என்னை நோக்கினார். நான் அவர் பாதங்களின் முன்பு நெடுஞ்சாண்கிடையாக விழுந்தேன். சிரேயர் முன்னமே எச்சரித்து அழைத்து வந்திருந்தார். மன்னராக என்னைத் தோள் தொட்டு எழுப்பும்வரையில் அவசரப்பட்டு நானாக எழுந்திருக்கக் கூடாது. மன்னர் என்னைத் தொட்டுத் தூக்கினார்.

சோழ சாம்ராஜ்ஜியத்தின் சக்கரவர்த்தி. கீழைக் கடற்கரை முழுவதையும் தனது ஆளுமையின் கீழ் கொண்டுவந்து ஒரு மிகப் பெரிய கடல் வாணிபத்திற்கு வித்திட்டவர். சேர, சோழ, பாண்டியர்களில் தலை சிறந்த மும்முடிச் சோழன். மன்னரின் அதிகாரத்தின் கீழ் பல்லாயிரம் பணிகள் நாவாய்களிலும் பல்வேறு துறைமுகங்களிலும் காத்துக் கிடக்கின்றன.ராஜேந்திரச் சோழனின் துறைமுக நகரங்கள் தம்மை விரிவுபடுத்திக்கொண்டே செல்கின்றன. அவர் ராஜ்ஜியத்தில் கட்டப்படும் கோபுரங்கள் வானை முட்டுமளவிற்கு உயர்ந்து காணப்படுகின்றன.

கோயிலில் வடிக்கப்பட்டுள்ள சிற்பங்களில் மன்னரின் முகம் தேவர்களின் முகம்போல வடிவமைக்கப்பட்டிருந்தாலும் நேரில் பார்க்கும்போது அவரது முகம் சற்று மெலிந்தே காணப்பட்டது. சதுர வடிவான தாடை; ஆழமான கண்கள். சிகையலங்காரம், மணிமகுடம் எதுவுமின்றி விளங்கிய இயல்பான முகம்.

சோழச் சக்கரவர்த்தியின் முகம் பொருள் பொதிந்தும், அறிவுக் கூர்மையுடனும் விளங்கியது. சிகையின் குழற்கற்றைகள் காது மடலுக்குப் பின்புறம் சீராகக் கீழிறக்கப்பட்டு கருஞ்சாயம் பூசப் பட்டு மின்னிக் கொண்டிருந்தது. அபிராமன். இதுதான் குடிமக்கள் அவரைப் பரிவுடன் விளிக்கும் பெயர். அழகன் என்று பொருள். செவிவழிச் சேதியாக நான் மன்னருக்கு விழாக்களிலும், போர்களிலும் அதிக ஆர்வம் உள்ளது என்று

கேள்விப்பட்டிருக்கிறேன். எட்டுத் திசையிலும் இருக்கும் தேசம் எல்லாம் தனக்குக் கப்பம் கட்ட வேண்டும் என்ற பேரவா படைத்த மானன். தனது தந்தை ராஜராஜ தேவன் பெயரை விஞ்சும் அளவிற்கு அவன் சோழ மண்டலத்தின் பெயரை நிலை நாட்டிய மன்னனாக விளங்கினான்.

'எனது யவனப் பாதுகாவலர் என்னைவிட உயரமாகத் தெரிகிறாரே', என்று என்னை மேலும் கீழும் பார்த்தபடி மன்னர் கூறினார்.

'இவள் உயரமானவள்தான், ஆனால் இவள் உங்கள் மெய்க்காப்பாளர். உங்கள் நடனத் தோழி இல்லை', என்று கூறிவிட்டு அனந்தன் சிரித்தார்.

'அப்படியே இருப்பினும் மணிமுடி தரித்திருந்தாலும் நான் இவளை விட உயரம் குறைவாகவே இருப்பேன்.'

'புதிய மணிமுடி அவ்வாறு இருக்காது என்று நினைக்கிறேன். புதிய மகுடம் செய்யச் சொல்லி வந்துவிட்டதே. தாங்கள் இதுவரையில் அதைப் பார்க்கவில்லையா?' என்று அனந்தன், மன்னரைக் கேட்டார்.

'மகுடம் முழுவதும் செய்து முடிக்கப்படவில்லை என்று கேள்விப் பட்டேன். பொற்கொல்லர்கள் மேலும் சில விலையுயர்ந்த மணிகளும், நவரத்தினங்களும் பதிக்கப்பட இருப்பதாகக் கூறினார்கள். மணிகள் வந்துகொண்டிருப்பதாகச் சற்று முன்னர் வந்த சேவகன் கூறினான். ஆனால்.... என்று கூறிவிட்டு மன்னர் என் பக்கம் திரும்பி, 'ஆனால் அதுவல்ல விஷயம். யவனி நீ உனது சிகையை மேலும் பெரிய கொண்டையாகப் போட்டுக்கொண்டு என்னை மேலும் குள்ளனாகக் காண்பிக்காதே. உன்னை உயர்த்தியபடி செல்லாதே. பிறகு நான் எனது குதி கால்களில்தான் நடக்க வேண்டியிருக்கும்.' மன்னர் விஷமமாகச் சிரித்தார்.

நான் தலையைக் குனிந்து நின்றேன். அந்தச் செய்கையின் மூலம் மன்னரின் பூரிப்பையும் புன்னகையையும் நிறுத்தி விட எண்ணினேன். அவரை வணங்கி விட்டுப் பின் வாங்கினேன். சிரேயர் எனது வில்லையும், அம்புறாத்துணியையும் மன்னரிடம் சமர்ப்பித்தார். மறுநாள் அரண்மனையில் நடைபெறும் விழாவில் அவை முறைப்படி மன்னரின் பாராட்டுப் பத்திரத்துடன் என்னிடம் வழங்கப்படும். பிறகு அதைப்போல நான் எப்போதும் மன்னரின் அருகில் அவரது மெய்க்காப்பாளராக இருப்பேன். அவர் வார்த்தை களில் சொல்வதென்றால் உயர்ந்துகொண்டே செல்வேன். உயரத்தில் அல்ல, மதிப்பில், செல்வாக்கில்.

நான் வெளியில் திரும்பி அனந்தனின் கண்களைச் சந்தித்தேன். இந்தச் சோழ மண்ணின் மனிதர்களின் முகக் குறிப்புகள் மூலம் அவர்கள் எண்ணத்தை அறிந்துகொள்ள எனக்கு நெடுங்காலம் எடுத்தது. சோழர்கள் தங்கள் கலாசாரம், பண்புகளை உயர்த்திப் பிடிப்பதில் வல்லவர்களாக விளங்கினர். தலையைச் சுற்றி மூக்கைத் தொடும் உவமான உவமேயங்களில் திளைத்து மகிழ்ந்தனர். மிக நீண்ட சிக்கல் நிறைந்த அவர்களது சமூகப் பழக்கவழக்கங்கள் என்னைக் குழப்பத்தில் ஆழ்த்தின. இந்தச் செய்கையில் சிரேயரிலிருந்து சகலரும் என்னைக் குழப்பத்தில் ஆழ்த்தியிருக்கின்றனர். உணர்ச்சிகளை வெளிப்படுத்தாத அவர்கள் முகங்களைப் புரிந்துகொள்ள நான் மிகவும் சிரமப்படுவேன்.

ஆனால் அப்போது அனந்தன் எந்த விஷயத்திற்காக என்னைக் கவனித்தார் என்பதை அறிவேன். சோழச் சக்கரவர்த்தி ராஜேந்திரனைப் பார்த்து, 'உங்களது புதிய மணிமகுடம்தான் உங்களது ஆற்றலை வெளி உலகிற்குப் பறை சாற்ற வேண்டும் என்பதில்லை', என்று கூறினார். அவர் சொல்ல வந்ததன் பொருள் எனக்கு நன்கு விளங்கியது.

என்னுடைய போரிடும் திறன் இங்கு ஒரு பொருட்டே கிடையாது. எனது வருகைக்காக எனது மண்ணில் எரியும் தீபத்தின் சுடரை என் தந்தை இந்த நேரம் அணைத்திருப்பார். நான் இங்கே ஒரு வீராங்கனையாகக் கொண்டு வரப்படவில்லை. நான் அவர்கள் வெற்றியைப் பறைசாற்றும் சின்னம். அவர்களது விழாக்களில் நடனமாடும் மான்களுடனும், மயில்களு டனும் அணிவகுப்புகளில் அழைத்துச் செல்லப்படும் காட்சிப் பொருள். சோழ சாம்ராஜ்ஜியத்தின் சிங்காதனத்தின் அருகில் வைத்து அவர்கள் பெருமையைக் கூறி அழகு பார்த்துக் கொள்ளும் வெற்றிச் சின்னம்.

அனந்தன்

4

பாதி கனவில் உளறியபடி விழித்துக்கொண்டேன். அது உளறல் இல்லை வழிசல். 'கண்ணே மணியே என் செல்லக் குந்தாணி', என்று உளறிக் கொட்டியபடி அந்த வாக்கியம் முடிந்தது. பஞ்சணையின் ஒரு முனையில் என் இல்லாள் எனது திருமுகத்தை நோட்டமிட்டபடி அமர்ந்திருந்தாள். எங்கள் இருவரின் நடுவில் நிகழ்ந்து கொண்டிருக்கும் பனிப்போரின் காரணமாக அவள் இதுபோன்ற சமயங்களில் தனது முகத்தில் எந்தவித பாவத்தையும் வெளிக்காட்டாமல் இருப்பதில் சமர்த்தி. எனவே அவள் என்னை உற்று நோக்கிக் கொண்டிருந்த சமயம் எந்த மாதிரியாக உளறினேன் என்பது தெரியவில்லை.

அது ஏதாவது மோசமான விளைவுகளில் கொண்டு விடுமோ? விடும் என்றுதான் நினைக்கிறேன். எனது கனவை மீண்டும் என் நினைவுக்குக் கொண்டு வந்தேன். ஓர் அழகான வடிவான பெண் ஒருத்தி, உறுதியாக அது எனது மனைவி கிடையாது, ஆடை எதுவுமின்றி என்னருகில் இருந்தது மட்டும்தான் கலங்கலாக நினைவில் உள்ளது. இதுபோன்று உறங்கும்போது பிதற்றுவது என்னுடைய சாபக்கேடு என்றே நினைக்கிறேன். இப்படியே இது தொடரு மானால் என் இல்லாள் நான் போகுமிடமெல்லாம் என்னைப் பின் தொடர்வாள் என்று நினைக்கிறேன். அரசருடன் போர் குறித்து மந்திராலோசனை செய்யும்போதுகூட உடன் வரலாம்.

எங்களுக்கு மணமான புதிதில் நானும் என் மனைவியும் இணைந்திருக்கும் நேரம் எனது இரவுகளை 'சிறுபிள்ளைப் பொழுது', என்றே கேலி செய்வாள். அப்போதெல்லாம் இரவில் நான் என் அன்னையின் பெயரைத்தான் உளறுவது வழக்கம். 'பாவம் குழந்தைக்கு அம்மாவின் நினைவு வந்துவிட்டது', என்று கேலி பேசுவாள். அதன் பிறகு முதன் முதலாக போர்க்களம் சென்றுவந்த இரவுகளில் நான் போரில் மடிந்த வீரர்களின் பெயரைச் சொல்லிப் புலம்புவது வழக்கம். இப்போது மந்தாகினியின் பெயர்.

என் இல்லாளின் இரவுப் பொழுதுகள் என் உளறலைக் கேட்பதிலேயே கழிந்திருக்கும்.

இது எனது அதீத கற்பனையாகக்கூட இருக்கலாம். எனது இல்லாள் அருகில் இருக்கும் நேரங்களில் எனக்கு எது கனவு எது நிஜம் என்ற குழப்பம் வருவதுண்டு. திரை போட முயன்றும் பயன் இல்லை. கனவிற்கும் நிஜத்திற்குமான திரையை எங்கே போடுவது?

'வந்தனங்கள் அன்பு மணாளா', என்று அவள் கொஞ்சிய குரலில் எனக்கு முகமன் கூறினாள். அன்பு மணாளா என்ற சொல்லில் அன்பு என்பதற்கு அதிக அழுத்தம் கொடுத்தாளோ என்று ஐயமாக இருந்தது. பரிகசிக்கிறாளோ? அதற்கு இடமளிக்கக்கூடாது.

'எனது இல்லத்தின் தேவகன்னிகையே இனிய வந்தனங்கள்', என்று அவளுக்கு பதில் முகமன் கூறினேன். 'முத்துக்களும், மாணிக்கக்கற்களும், பொற்குவியல்களும் இல்லாமல் இந்த அறை பிரகாசமாக இருப்பதற்கு உனது பிரசன்னம் காரணம் தேவியே. பார், உன் முகத்தைப் பார்ப்பதற்கு நாணம் கொண்டு சூரியன்கூட எங்கோ ஓடி ஒளிந்துகொண்டுவிட்டான்.'

'...க்கும், சூரியன் மறைந்து அரை நாழிகைக்கும் மேலாகிறது. சூரியன் எதற்கு நாணம்கொள்ள வேண்டும்? ஒருவேளை அதிக நேரம் உறங்குவதைக்கண்டு நாணம் கொண்டு ஓடியிருப்பான்', என்று கூறிவிட்டுப் புன்னகைத்தாள். அவளை எதிர்த்துக் குற்றஞ் சாட்டவில்லை என்பதற்கான புன்னகை அது.

அவள் எழுந்தாள். தனது மேலாடையைச் சீர் செய்துகொண்டாள். எங்களுக்குத் திருமணம் உறுதி செய்யப்பட்ட வேளைகளில் அவள் பல ரகங்களில் சேலைகளும் மேகலைகளையும் அணிந்து வருவாள். நுண்ணிய நுடங்கும் இடையும், ஆலிலை நிகர் தகடு போன்ற வயிறும் பார்வையில் தெரியும்படியாகவே அவள் மேகலையையும், சேலையையும் அணிவது வழக்கம். மெல்லிய பருத்தி ஆடைகளில் சூரியக் கிரணங்கள் நுழைந்து அவளது வாழைத்தண்டு போன்ற கால்களின் அழகைக் காட்டும்பொழுது வாணி, மண்ணுலக மங்கையா விண்ணுலக நங்கையா என்ற ஐயம் பார்ப்பவர்க்கு எழும். அவள் என்னுடன் இணையாக வீதி உலா செல்லும்போது எனக்கு வாய்த்த நல்லூழ் நினைத்து பொறாமைப் படாத இளவட்ட வாலிபர்கள் குறைவு. அப்படி ஒரு வடிவும், அழகுமாக இருந்தாள் வாணி. இப்போது அவள் தேர்ந்த பட்டினால் நெய்யப்பட்ட ஆடைகளை அணிகிறாள் என்றாலும் தன்னை முழுவதும் மூடும் ஆடையையே விரும்பி அணிகிறாள்.

இப்போதெல்லாம் நான் அவளது அழகை ரசிப்பதைவிட அவள் அணியும் பட்டுச் சேலையின் தங்க சரிகை பூ வேலைகளை மட்டுமே ரசிக்கிறேன்.

அவளது பட்டுச் சேலைகளுக்கு வேண்டிய பட்டு நூல் சீன தேசத்திலிருந்து வருகிறது. சீன தேசத்தில் சூசோ என்ற இடத்திலிருந்து அந்தப் பட்டு நூல்கள் தருவிக்கப்படுகின்றன. ஆனால் இங்குள்ள பெண்களின் உச்சரிப்பில் அவை ஜோஜோ சேலைகள் என்றே அழைக்கப்பட்டன. பட்டு நூல்கள் மெல்லிய சல்லா துணியில் மடித்து வைக்கப்பட்டு நாவாயில் அனுப்பி வைக்கப்படுகின்றன. சீனப் பட்டில் நெய்யப்பட்ட விலையுயர்ந்த இரண்டு சேலைகள் வாணியிடம் உள்ளன. இரண்டு சீனப்பட்டுச் சேலைகளுடன் அவள் மனத் திருப்தி கொள்ளாமல் மேலும் இரண்டு சேலைகள் வாங்கித் தரச் சொல்லி என்னை அடிக்கடி தொந்தரவு செய்வாள். அந்தஸ்து, செல்வாக்கு ஆகிய இரண்டையும் சீனப் பட்டுச் சேலைகள் மட்டுமே பிரதிபலிப்பதாக அவள் கருதினாள். இரண்டு பட்டுச் சேலைகள் வேண்டுமென்றால் நான் எனது தோல் பையிலிருந்து முழுதாக நூறு புலிக் காசுகளை எடுத்துக்கொடுக்க வேண்டியிருக்கும். நூறு பொற்காசுகளைக் கொண்டு எங்கள் முழுக்குடும்பத்தின் ஆறுமாத செலவுகளை எதிர் கொள்ளலாம்.

என் தந்தை மீகாமர் என்பதால் அவருக்கு எங்கள் குடும்பம்கூட ஒரு நாவாயை நடத்துவதுபோலத்தான். எவ்விதக் கருணையோ, இரக்கமோ அவர் நடவடிக்கைகளில் இருக்காது. அவர் தனது பணப்பையை நாங்கள் எப்போதாவதுதான் திறந்து பார்த்திருக்கிறோம். அவர் காலடி ஓசை எங்களுக்கு எப்போதும் கிலியை ஏற்படுத்தும். நாங்கள் புரியும் சிறிய குறைகள் அவரது கண்ணிலிருந்து தப்பாமல் போகாது. எனவே அவர் கைகளில் மாட்டிக் கொள்ளும் எங்கள் காது மடல்களுக்குப் பயந்தே நாங்கள் வெளியில் ஓடிவிடுவோம். நானும் என் மூன்று சகோதரர்களும் தாயாருடன் அந்த வீட்டில் வளர்ந்தோம். அம்மாவின் மணிக்கட்டு எப்போதும் ஆபரணம் எதுவுமின்றி மூளியாகவே இருக்கும். ஆண்டு முழுவதும் ஒரே காதுத் தோட்டை மாட்டிக்கொண்டிருப்பாள். இப்படி ஒரு சூழலில் வளர்ந்த எனக்கு பட்டுச் சேலைகளின்மீது என் மனைவிக்கு உள்ள மோகம் விளங்கவில்லை. ஒவ்வொருமுறையும் அவளது பட்டுச் சேலை விருப்பத்தை நிராகரிக்கும்போது அவள் முகத்தில் கோபம் வெடித்துக் கிளம்பும். எனது மறுப்பை அவள் ஒருமுறைகூட எளிதாக எடுத்துக்கொண்டதில்லை.

பல விஷயங்களில் அவளுக்கும் எனக்கும் ஒற்றுமை உள்ளது. எங்கள் இருவருக்கும் மேனியில் தழும்புகள் உள்ளன. எனது

மேனியின் தழும்புகள் யுத்தம் அளித்தவை. இரண்டு பிரசவங்களின் காரணமாக அவளுக்கு அடிவயிற்றில் ஆழமான தழும்புகள். எனது விழுப்புண்கள் எனக்கு வீரத்தின் அடையாளம். அவளது தழும்புகள் அவள் தாய்மையைப் பிரகடனம் செய்பவை. சாகச அணிவகுப்பில் மேலங்கியில் அணியும் தங்கப் பதக்கங்களைப்போல நான் அவற்றை பெருமையாகக் கருதுகிறேன். அவள் தனது மகப்பேற்றின் தழும்புகளை தனது ஆடையின் மடிப்புகளில் மறைத்து விடுகிறாள்.

வாணி மிக நல்ல இல்லத்தரசி. இப்போதெல்லாம் அவள் அடிக்கடி கோயில்களுக்குச் செல்வதை அதிகப்படுத்திக் கொண்டிருக்கிறாள். தெய்வம் மறுபேச்சு பேசாது; சொல்வதையெல்லாம் காதில் போட்டுக் கொள்ளும்; இருந்த இடத்தைவிட்டு நகராது. இது போதாதா பெண்களுக்கு தெய்வங்களைக் கொண்டாடுவதற்கு?

இன்று நான் மன்னரைச் சந்தித்து ஆலோசிக்க வேண்டிய நாள் என்பது எனக்கு நினைவிற்கு வந்தது. மக்கள் மன்றத்தில் குடிமக்களைச் சந்தித்து மும்முடியரசர் அவர்கள் குறைகளைத் தீர்க்கக் கிளம்பும் முன்னர் அவரை நான் சந்தித்தாக வேண்டும்.

காலையில் உண்பதற்கு உணவு எதுவும் ஆயத்தமாக இல்லை. மனுவும், சசியும் பாயில் அமர்ந்து பொழுதைக் கழிப்பதற்கு ஏதோ விளையாடிக் கொண்டிருந்தனர். அவர்கள் அப்படி என்ன விளையாட்டு விளையாடுகின்றனர் என்று ஆவலுடன் எட்டிப் பார்த்தேன். பிள்ளைகள் வளர வளர வயதுக்கு ஏற்றவாறு அவர்கள் விளையாட்டுகளும் மாறுகின்றன. மாக்கல் உருண்டைகளை அடித்து விளையாடுவது, பந்தெறிந்து விளையாடுவது போன்ற வற்றை அடுத்த இல்லங்களில் உள்ள சிறுவர்கள் விளையாடும் போது அவர்களோடு கலந்து கொள்ளாமல் என் பிள்ளைகள் எனது தாயார் கற்றுக் கொடுத்த ஒரு பழைய விளையாட்டை விளையாடிக் கொண்டிருந்தனர்.

‘எறும்பு, மனிதன் யானை’, என்ற விளையாட்டு. விளையாட்டை விளையாடும் இருவரும் கரங்களை தங்கள் முதுகிற்குப் பின்னால் ஒளித்து வைத்துக்கொண்டு குறிப்பிட்ட நேரத்தில் கரங்களை நீட்ட வேண்டும். சுட்டு விரல் நீட்டப்பட்டிருந்தால் அது எறும்பு. சுட்டு விரலும் பாம்பு விரலும் நீட்டப்பட்டிருந்தால் அது மனிதன். ஐந்து விரல்களும் நீட்டப்பட்டிருந்தால் அது யானை. சுட்டு விரல் அடையாளக் குறியாக எறும்பு இருந்து எதிராளி கையில் மனிதனின் அடையாளக் குறி இருந்தால் மனிதனின் அடையாளைக் குறி உள்ள நபர் வெற்றிப் பெற்றவராகக் கருதப்படுவார். ஏன் எனில் எறும்பை

விட மனிதன் பலசாலி. மனிதனின் அடையாளக் குறி ஒருவரிடமும் மற்றொருவர் கையில் யானையின் அடையாளக் குறியும் இருந்தால் யானையின் அடையாளக் குறி இருப்பவர் வெற்றி பெற்றவராவார். ஆனால் எறும்பு யானை என்று வரும்போது எறும்பு சிறியதாக இருப்பினும் யானையின் செவியில் புகுந்தால் யானையைப் படாதபாடு படுத்தி அழவைத்து விடும் என்பதால் எறும்பு அடையாளக் குறி காட்டியவர் வெற்றி பெற்றவராகக் கருதப்படுவார்.

இந்த விளையாட்டை அவர்கள் தங்களுக்குச் சலிப்பு ஏற்படும் நேரங்களிலும், கைகலப்பு நேரும் சமயங்களிலும், ஒருவரைப் புரிந்து கொள்வதற்கு இந்த விளையாட்டை விளையாடுவது வழக்கம். அதே விரல்தான், அதே அடையாளம்தான் இருப்பினும் சலிப்பே தராத விளையாட்டு. விரல்களின் வழியாக மனதைப் படிக்கும் மன விளையாட்டு என்றுதான் இதனைச் சொல்ல வேண்டும்.

இருவரும் வளர்ந்து வருவதால் இருவருக்கும் இடையில் நிகழும் சாதாரண உரையாடல்கள்கூட இப்போது இருப்பதில்லை. மகன் மனுவிற்கு பதின்மூன்று வயது. சற்று கவனம் கொள்ளவேண்டிய வயது. மகளுக்குப் பத்து. இதுவரையில் எவ்வித உராய்வுமின்றி இருவரும் சேர்ந்து விளையாடுகின்றனர்.

என்னைக் கண்ணுற்றதும் இருவரும் தரையிலிருந்து எழுந்து என்னருகில் வந்து என் பாதங்களைத் தொட்டு வணங்கினர்.

‘மன்னரைச் சந்திக்க வேண்டியிருப்பதால் இன்று காலையில் ஆகாரம் உண்பதற்கு நேரம் இல்லை என்று உங்கள் அன்னையிடம் கூறுங்கள்’, என்று அவளது வசை மொழிகளைக் கேட்கும் முன்னர் நான் அங்கிருந்து விரைவாக அகன்றேன்.

•

சோழ சாம்ராஜ்ஜியத்தின் மாமன்னர் ராஜேந்திர சோழ பூபதியும் அந்த யவனியும் நான் உள்ளே நுழைந்ததைக் கவனியாது குனிந்து பேசிக் கொண்டிருந்தனர். யவனியின் விழிகளில் உள்நோக்கம் ஒன்று தெரிந்தது. அவர்கள் அருகருகே இருந்ததைப் பார்க்கும் போது சோலைகளில் காதலர்கள் நெருங்கியமர்ந்திருப்பதைப் போன்று தோன்றினாலும் அவர்கள் பார்வை வெவ்வேறு திசைகளில் இருந்தன. அவளது பார்வை மன்னர் மேலும், மன்னர் ராஜேந்திரனின் பார்வை தனது உடலின் மீதும் இருந்தன. ஆனால் அவர்கள் இருவரும் ஒரே சமயத்தில் தங்கள் பார்வைகளைத் திருப்பியபோது நான் திடுக்கிட்டேன்.

மகளிரைப் பாதுகாப்புச் செயலில் ஈடுபடுத்தும் மன்னரின் செயல்பாடுடன் எனக்குச் சிறிதுகூடப் பிடிக்கவில்லை. வட தேசத்தில் ஆட்சி புரியும் மன்னர்களுக்கு வேண்டுமானால் அது பொருந்தி வரலாம். ஆனால் இங்கு பொருந்தி வராது. மன்னர்களின் சபலம் ஓரளவிற்குக் குடி மக்களுக்குத் தெரிந்திருக்கும் என்றாலும் தராதரம் அறியாமல் மன்னர் பெண்களுடன் தொடர்பு வைத்துக்கொள்வதை குடிமக்கள் விரும்ப மாட்டார்கள்.

மன்னருக்கு அறிவுரை கூறும் அளவிற்கு நான் குணசீலன் அல்லன். எனது அனைத்து நடவடிக்கைகளையும் மன்னர் அறிவார்.

நான் எனது தொண்டையைச் செருமியபடி குனிந்து வணங்கினேன். யவனி என்னைப் பார்த்த பார்வையில் பல வருடங்களுக்கு முன்னால் அவள் யுத்த கைதியாகக் கொண்டு வரப்பட்டபோது வெறுப்புடன் ஒரு பார்வை பார்த்தாளே அந்தப் பார்வையின் தீவிரம் குறையாமல் காணப்பட்டது. இந்த யவனி மன்னரின் மெய்க்காவல் பணிக்கு வந்து மூன்று கோடைப்பருவங்கள் நகர்ந்துவிட்டன. இன்னமும் இந்த யவனிக்கு அரண்மனை நடைமுறைகள் பழக்கத்திற்கு வரவில்லை.

அவளது பின்னல்களில் இரண்டு கால்கள் ஒருபுறமாகத் தொங்கிக் கொண்டிருந்தன. தலைமைக் காவல் அதிகாரி அத்துலன் அவளுக்குத் தினமும் எவ்வாறு நடந்துகொள்வது என்பது குறித்துப் பாடம் எடுக்கச் சொல்லவேண்டும். அவள் முகத்தில் இன்னமும் பேதைமை மாறாத தன்மை இருந்தது. இருப்பினும் அவள் உடல்வாகில் சற்று மெலிந்துதான் காணப்பட்டாள். அவர் விழிகளில் அறிவின் சுடர் மின்னிக் கொண்டிருந்தது; தாமரை இலை தண்ணீர்போல ஒட்டாத் தன்மை; எப்போதும் முகத்தில் ஒருவிதக் கடுமை, இதுதான் அந்த யவனி. என் மகளைப் போன்ற பருவத்தில்தான் இருந்தாள் என்றாலும் என் பிள்ளைகள் இவளைப்போல இருக்க மாட்டார்கள். அவளை இங்கே மன்னரிடம் அழைத்து வரும் முன்னர் அவளது ஆசானான சிரேயர் அவளைப் பற்றிய ஒரு தீர்க்க தரிசனம் குறித்துக் கூறியிருந்தார். மூன்று ஆண்டுகள் சென்றபின்னரும் அந்த தீர்க்க தரிசனத்தில் ஒன்று கூட நிகழாதபோது சிரேயர் ஆள் மாற்றிக் கூறிவிட்டாரோ என்ற ஐயம் எழுந்தது. இந்தப் பெண் வெறும் மெய்க்காவலாளி மட்டும்தான்.

‘மன்னா எனது காலை வந்தனங்கள்’, என்று எனது தேய்ந்து போன முழங்காலினால் மண்டியிட்டுக் கூறினேன்.

‘ஔவை’, என்று சோழச் சக்கரவர்த்தி ராஜேந்திரன் என்னை அழைத்த போது அவர் சற்று தடுமாறியவரைப் போலக் காணப்பட்டார்.

சோழச் சக்கரவர்த்தி நெடுநாட்களாகவே என்னை ஔவை என்ற பெயர் சொல்லியே அழைக்கிறார். எனது பதின் பருவத்தில் நான் எனது தந்தையுடன் அரண்மனைக்குச் செல்லும்போது அரசவை வரையிலும் செல்வேன். அவர்கள் போர்த் திட்டங்களைப் பற்றிப் பேசிக் கொண்டிருக்கும்போது எனக்குப் புரிகிறதோ இல்லையோ எதனால்? ஏன்? என்ன? போன்ற வினா வாக்கியங்களை அதிகம் எழுப்பிக் கொண்டே இருப்பேனாம். தமிழ் மொழிக்குத் தொண்டு செய்த அரும்பெரும் மூதாட்டி ஔவைக் கிழவியைப்போல நான் விடாது கேள்விகளை எழுப்பிக்கொண்டே இருந்ததால் ஒருமுறை மன்னர் ராஜேந்திரன் ‘உங்கள் ஔவையின் வாயைச் சற்று மூடியிருக்கச் சொல்லுங்கள்’ என்று தந்தையிடம் கூற அன்றிலிருந்து அரசவையில் என்னை ஔவை' என்றே அழைக்கத் தொடங்கினர்.

இருக்கும் இடமும் நிலையுமே ஒரு பட்டப் பெயரை நிர்ணயிக்கிறது. ஒருவருக்குச் சூட்டப்படும் பட்டப் பெயர் அவருக்குப் பிடிக்கிறதோ இல்லையோ அழைக்கப்படும் பீடம் உயர்ந்தது என்றால் வேறு வழியில்லை, அவமானப்பட்டாலும் அந்தப் பட்டப் பெயரை ஏற்றுக் கொள்ளத்தான் வேண்டும். அதையும் தாண்டி மன்னர் என்னைப் பரிபூரணமாக நம்புகிறார்.

‘பிள்ளையை வழியில் பார்த்தீர்களா?’ என்று மன்னர் வினவினார்.

‘இல்லை மன்னா.’

‘அவன் செய்திருக்கும் செயலைப் பாருங்கள்.’

அவர் தனது முகத்தை என்னிடம் காட்டினார். அளவில் சற்று பெரிய மச்சம் ஒன்று அவர் கன்னத்தில் எழுதப்பட்டிருந்தது. அவர் சிகையில் எங்கும் சிறு வெண்முடியைக்கூடக் காண முடியவில்லை. அவரது குழற்கற்றைகள் அலங்காரமாக நெளி நெளியாகச் சுருட்டப் பட்டிருந்தன. அவரது இதழ்களில் அளவுக்கு அதிகமாக செந்நிறச் சாயம் பூசப்பட்டிருந்தது. அசப்பில் பார்த்தால் வீதிகளில் குறி சொல்ல வரும் மலைஜாதிக் குறவர் இனத்தைச் சேர்ந்தவரைப் போலத் தெரிந்தது. நான் சிரிப்பை அடக்க முயன்று தோற்றேன்.

‘சிரிப்பை அடக்க வேண்டாம் அனந்தரே...’

‘இல்லவே இல்லை மன்னா’ - என் குரலை சமன் நிலையில் வைத்துக் கொள்ள நான் சிரமப்பட வேண்டியிருந்தது.

‘பொய் சொல்ல வேண்டாம். சிரிப்பை அடக்குவதால் பார் உன் முகம் எப்படி நீலம் பூத்துக் காண்கிறது?’

‘இப்போது நான் சிரிப்பது என் வாளால் என்னையே வெட்டிக் கொள்வதற்குச் சமமாகும்.’

‘ஒப்பனைக் கலைஞன் பிள்ளை வாயில் கருஞ்சீரகத்தை வெற்றிலையில் மடித்து மென்றுகொண்டிருக்கிறானாம். அவன் மெய்மறந்த நிலையில் எனக்கு அலங்காரம் செய்திருக்கவேண்டும். இங்கேதான் எங்கேயோ விழுந்து கிடக்கவேண்டும். சேனாபதி அத்துலனை விட்டு விசாரிக்கச் சொன்னால் முடிந்தது கதை’, என்று கூறியவர், ‘ஆனால் அவனுக்குக் கடுமையான தண்டனை வேண்டாம். இந்தத் தவற்றைத் தவிர அவனது ஒப்பனை நன்றாகத்தான் இருக்கிறது.’

நான் தலை வணங்கிவிட்டுப் பேசாதிருந்தேன். அரசவைச் சேவகர்களுக்கு வழங்கப்படும் தண்டனை குறித்து அறிந்துகொள்ள மன்னர் முயல்வதில்லை. அரசவை அவரது கட்டுக்குள் இருக்க வேண்டுமானால் இதுபோன்று இரக்கமற்றவர்களின் சாட்டை வீச்சை நம்பித்தான் ஆகவேண்டும். தண்ட நீதி அரசர்களுக்குரியது அல்லவா? தண்டனை அளவை மட்டும் தீர்ப்பாகக் கூறுவது மன்னரின் செயல். அந்த ஆணையை நிறைவேற்றுவது அதுலன் போன்ற கடுமையான காவல் அதிகாரிகள். அதுலனின் தோல் வெளுத்து ஒருமாதிரி களிம்பு பூசப்பட்டதுபோலத் தோன்றும். காரணம் வயோதிகமா அல்லது பூசும் களிம்பா என்று தெரியாது. அவன் முகத்தில் ஓடும் ரத்த நாளங்கள் காவேரியின் பல கால்வாய்களை நினைவூட்டும். அவன் கோபத்தின் உச்சத்திற்குச் செல்லும்போதெல்லாம் ரத்த நாளங்கள் தெறித்து நெளியும் தனது முகத்தைச் சேவகர்கள் முகத்தின் அருகில் கொண்டு சென்று மிரட்டு வதால் அவர்களுக்கு அவனது ‘முகவரி’ மனனம் ஆகியிருக்கக் கூடும்.

அதுலன் சினத்தில் பித்துப்பிடித்து இருக்கும்போது - அது அடிக்கடி நிகழும் ஒன்றுதான் - குற்றவாளிகள் யானைக் கொட்டாரத்திற்கு இழுத்து வரப்பட்டு நிற்கமுடியாத கால்களுடன் நிறுத்தப்பட்டு அவர்கள் முதுகை நீண்ட சவுக்கால் விளார் விளார் என்று அடிப்பான். அவர்களை விளாசுவதற்கு முன்னர் அவன் எவ்வாறு தனது சவுக்கை நெய் வார்த்துப் போற்றி வருவதைக் கூறுவான். ‘உங்களை அடித்த பிறகு சாட்டையில் ஒட்டிக்கொண்டிருக்கும் நிணத்தையும் குருதியையும் நான் எண்ணெயையும் நெய்யையும் கொண்டுதான் வழித்தெடுக்கிறேன்.’ அதில் அவனுக்கு என்ன பெருமையோ?

அதுலனின் சாட்டை வீச்சிற்கும் ஓர் எல்லை உண்டு. மெய்க்காவலர் களை அதுலனின் சாட்டை நெருங்காது. இது எனக்கும் தெரியும். அதுலனுக்கும் தெரியும். அதுலனால் யவனியிடம் கூப்பாடு மட்டுமே போட முடியும்.

'அனந்தா நீ இப்போது இங்கு வந்திருப்பதால் ஸ்ரீவிஜயர்கள் குறித்து சற்று ஆலோசிக்கலாம்', என்று சோழச் சக்கரவர்த்தி ராஜேந்திர சோழ பூபதி என்னைப் பார்த்துக் கூறினார்.

நான் சம்மதித்து தலையாட்டினேன். 'ஆனால் மன்னா இது குறித்து நாம் தனிமையில் ஆலோசிப்பது உசிதம்', என்று கூறினேன்.

ராஜேந்திரச் சோழ சக்கரவர்த்தி அந்த யவனியைப் பார்த்து கண்களால் ஜாடை காட்டியதும் அவள் எழுந்து வெளியில் சென்றாள்.

நான் அந்த மாளிகை அறையை நோட்டமிட்டேன். அரண்மனை வெளிச்சுவர்கள் செங்கற்களாலும், உட்சுவர்கள் கருங்கற்கள் தேக்குமரக் கட்டைகளால் கட்டப்பட்டிருந்தன. அரண்மனை மாளிகையிலிருந்து பார்க்கும்போதுதான் சக்கரவர்த்தியின் செல்வாக்கின் வீச்சு என்னவென்று புலப்பட்டது. அந்த அறைக்குள் சேவகர்களோ பணியாட்களோ இல்லையே தவிர அவர்களது கைவண்ணம் பல்வேறு இடங்களில் - செதுக்கிய சிற்பங்களில், பூந்தோட்டத்தில் உள்ள மலர்களில் மின்னிய வண்ணம் இருந்தது. எனது வாழ்நாட்களில் பாதியை நான் நாவாய்களில் செலவிட்டிருந்த தால் வாசனைப் பொருள்களான மாந்தப்புல், பெருஞ்சீரகம் போன்ற வற்றின் வாசனை மூலம் அவற்றை என்னால் எளிதில் அடையாளம் காண இயலும். பெருஞ்சீரகம் பாரசீக நாடுகளிலிருந்து வருகிறது. ஊதா நிற சுகந்தியும், கிராம்பு வகைகளும் கீழைப் பிரதேசங்களி லிருந்து வருகின்றன. மன்னரின் அரண்மனையில் வெவ்வேறு இடங்களில் அலங்கரித்துக்கொண்டிருக்கும் பொருள்கள் எல்லாம் சீனக் களிமண்ணினால் நுட்பமாக வடிவமைக்கப்பட்டவை.

இந்த நாகைப்பட்டிணம் மன்னரின் கடற்பகுதிகளுக்கான தலை நகரம். புதிதாக மாற்றப்பட்டுள்ள தஞ்சை மாநகரில் உள்ள அரண்மனை இந்த அரண்மனையைவிடவும் நேர்த்தியாகவும் பிரும்மாண்டமாக வும் எழுப்பப்பட்டுள்ளதாகக் கேள்விப்பட்டேன்.

சோழச் சக்கரவர்த்தி ராஜேந்திர பூபதி தனது ஒரு மகனை தஞ்சை அரண்மனையில் மன்னராக நியமித்துவிட்டு இங்கு ராஜ்ஜிய பரிபாலனம் செய்யத் தொடங்கி இரண்டு திங்கள் முடிந்து விட்டன. மன்னருக்குக் கடற்புரத்தின் அருகில் வாசம் செய்வதில் விருப்பம்

அதிகம் என்பதால்தான் அச்சமயம் திருமணம் புரிந்துகொண்ட சிங்கள இளவரசியுடன் வந்து தங்கியுள்ளார். ஒரு காலத்தில் உற்ற நண்பராகத் திகழ்ந்த சிங்கள மன்னர் இப்போது சோழர்கள் காராக்கிருகத்தில் ஆயுட்கைதி. அவர் அடைக்கப்பட்டிருந்த சிறைச் சாலையின் நுழைவாயிலில் சிங்கள மன்னர் அடைக்கப் பட்டிருப்பதாகக் கல்லில் பொறிக்கப்பட்டுள்ளது. சிங்கள மன்னரைச் சிறை வைத்திருந்த அறையில் சாளரம் ஏதுமில்லை. இலங்கை மாநகரம் இருக்கும் கீழ் திசை நோக்கி அமைக்கப்பட்டிருந்தது. சிங்கள மன்னன் வாழ்நாள் முழுவதும் தனது நாடு இருக்கும் திசையைப் பார்த்து நொந்தபடி இறக்கவேண்டும் என்பது மும்முடியரசன் ராஜேந்திரனின் எண்ணமாக இருக்கலாம்.

மன்னர் ராஜேந்திரன் தனது ஆசனத்திலிருந்து எழுந்து என் அருகில் வந்து, ‘அனந்தா இந்த வரைபடத்தைப் பார்ப்போம்’, என்று தனது கையிலிருந்த வரைபடத்தை அங்கிருந்த மரமேசை ஒன்றின்மீது விரித்து வைத்தார். பனையோலைச் சுவடிகளைப் பதப்படுத்தி வடிவமைக்கப்பட்டிருந்த தாளில் வரையப்பட்டிருந்த வரைபடத்தைப் பார்த்தேன். கடலின் வழித்தடங்களைச் சிவப்பு வர்ண கோடுகள் காட்டின. எங்களது வழித் தடங்கள், எதிரி மன்னர்களின் வழித்தடங்கள், கடற்கொள்ளையரின் வழித்தடங்கள் அனைத்தும் குறிக்கப் பெற்றிருந்தன. கடல் வாணிபத்திற்கு என்று நாகைப் பட்டிண துறைமுகத்திலிருந்து கிளம்பிச் சென்ற பத்து நாவாய்கள் என்ன ஆயின என்ற தகவல்கள் இதுவரையில் கிடைக்கவில்லை. தப்பிப்பிழைத்து வந்த கடலோடிகளின் கூற்றின்படி அவர்களது நாவாய்களை வெற்றுப் பிரதேசங்களைச் சேர்ந்த முரட்டுக் கொள்ளையர்கள் பிற நாவாய்களில் பறித்துக் கொண்ட கவசங்களையும், ஆயுதங்களையும் தாங்கி சோழ அரசிற்குச் சொந்தமான நாவாய்களை முற்றிலும் சூறையாடிச் சென்றதாகவும், தளத்தில் தென்பட்ட அனைவரையும் கொன்று கடலில் வீழ்த்தியதாகவும் கூறினார்கள். அவர்களது நோக்கம் கடற்கொள்ளையர் பற்றிய தகவல் எதுவும் சோழ மண்டலத்திற்குச் செல்லக் கூடாது.

‘அவர்கள் இங்கிருந்த வண்ணமே செயல்படுகிறார்கள்’, என்று மன்னர் ராஜேந்திர பூபதி வரைபடத்தின் கீழை கடற்பகுதியில் ஓர் புள்ளியைச் சுட்டிக் காட்டிய வண்ணம் கூறினார். அவர் சுட்டிக் காட்டிய பகுதியில் சீன தேசத்தின் மூன்று தீவுகள் இருந்தன. இந்தத் தீவுகள்தாம் ஸ்ரீவிஜய மன்னர்களின் வசம் உள்ள தீவுகள். இந்தக் கடற்கொள்ளையர்கள் எங்கிருந்து வருகின்றனர் என்பதைக் கவனிக்கவேண்டும்’, என்றார் மன்னர்.

'உன்னுடைய யூகம் என்ன?' என்று மன்னர் என்னிடம் கேட்டார். ஒற்றாடி அறிந்துகொள்ள வேண்டிய விஷயம் இது. கால அவகாசம் வேண்டும். நான் மன்னருக்கு அவர்களைப்பற்றி ஒரு சில வாரங்களில் தகவல்களைச் சேகரித்துத் தருவதாக வாக்குறுதி அளித்தேன்

'தப்பி வந்த நமது கடற்பிரிவினர் அந்தக் கடற்கொள்ளையர்களின் பேச்சுவழக்கு மொழியை உற்றுக் கவனிக்கவில்லை என்பது தெளிவாகியுள்ளது. அவர்கள் நமது கப்பலில் விட்டுச் சென்ற ஆயுதங்கள் சிலவற்றை நான் காண நேர்ந்தது. அந்த ஆயுதங்களின் கைப்பிடிகளின் அமைப்பு ஸ்ரீவிஜய தேசத்து ஆயுதங்களின் அமைப்பைப் போன்றே உள்ளன. ஒருவேளை இது நம்மைக் குழப்பத்தில் ஆழ்த்துவதற்கு அவர்கள் மேற்கொண்ட யுக்தியாகக்கூட இருக்கலாம்...', என்று கூறிவிட்டு நான் மன்னரை நோக்கினேன்.

மன்னர் தனது இரு புருவங்களையும் வில்லென நெறித்து என்னைப் பார்த்து, 'மேலும் தொடர்ந்து சொல் அனந்தா', என்றார்.

'சீனத்திலிருந்து திரும்பி வந்த அதிகாரிகள் மற்றும் சுமத்திர தீவுகளிலிருந்து திரும்பிவந்த கடல் வணிகர்கள் சிலரின் கூற்றின்படி எச்சரிக்கையை அளிக்கும் தகவல்கள் கிடைத்துள்ளன. நமது தூதுவர் சீன தேசத்து மன்னரைச் சந்தித்து நமது தேசத்தில் விளையும் அடுமனை வாசனைப் பொருள்களையும், நறுமண தூப வகை பொருள்களையும் கொண்டு சென்றபோது அவற்றை மன்னர் தானே ஏற்றுக்கொள்ளாமல் அவரது அதிகாரத்திற்குட்பட்ட கீழ்நிலை அதிகாரியிடம் கொடுக்கச் சொன்னாராம்.'

'இதற்கு என்ன பொருள்?'

'மிகச் சுலபம் மன்னா. சீன மன்னருக்கு நாம் ஸ்ரீவிஜய சாம்ராஜ்ஜியத்திற்குக் கப்பம் கட்டும் சிற்றரசு என்ற எண்ணத்தை யாரோ விஷமிகள் விதைத்திருக்கவேண்டும்.'

'அவர்கள் யாராக இருக்கக் கூடும்?'

'வேறு யார்? ஸ்ரீவிஜய மன்னர்கள்தான் அப்படி ஓர் அபிப்பிராயத்தை சீன தேச மன்னரிடம் கூறியிருக்கிறார்கள். நாம் சீன எல்லைக்குள் நுழைவதற்குக் காட்டப்படும் சுங்கத்தின் ஒரு பகுதி குறுக்கே உள்ள ஸ்ரீவிஜய தேசத்தின் பயன்பாட்டிற்கும் பகிர்ந்தளிக்கப்பட வேண்டும் என்று சீன மன்னரிடம் முறையிட்டுள்ளனர். அவர்கள் சுங்கம் எதுவும் கட்டாது தப்பித்து நம்மை இரண்டு மடங்கு சுங்கம் கட்ட வைக்கிறார்கள். என்ன ஒரு சாமர்த்தியம்..'

‘ஹா! எவ்வாறு இது நிகழ்ந்தது? ஏன் என் கவனத்திற்கு இது கொண்டு வரப்படவில்லை?’ மன்னர் ராஜேந்திர பூபதி முழங்கினார்.

‘மன்னிக்க வேண்டும் மன்னா. நாவாய்களின் போக்குவரத்தில் நாம் அதிக கவனம் செலுத்தாததும் குறிப்புப் பேரேடுகள் எவற்றையும் வைத்துக்கொள்ளாததும் முக்கியக் காரணங்கள். இது சிறு தடுமாற்றம்தான். ஆனால் சரி செய்துவிடமுடியும்’, என்று நான் மென்று விழுங்கியபடி கூறினேன்.

மன்னர் தனது முழங்கையை மேசைமீது ஊன்றி ஆலோசித்தார். அவர் முகத்தில் சினத்தின் ரேகைகள் ஓடிக்கொண்டிருந்தன.

‘எனவே இது ஒருசில கடற்கொள்ளையரின் செயலன்று. நன்கு செயல்படும் பலரின் திட்டமிட்ட சதி என்பது தெளிவாகிறது. ஸ்ரீவிஜய மன்னன் இந்தக் கடற்கொள்ளையரின் பின்புலமாக இருப்பது தெளிவாகிறது..’

‘ஒருவகையில் பார்த்தால் ஆம் என்றுதான் சொல்ல வேண்டும்!.’

‘நானும் எனது தந்தை ஸ்ரீ ஸ்ரீ ராஜராஜ தேவர் அவர்களும் சீன தேச மன்னருக்கு அனுப்பிக் கொடுத்த அன்பளிப்புகள், வெகுமதிகள்... ஹ்ஹ்ம்... இனி செய்வதற்கு ஒன்றே ஒன்றுதான் உள்ளது’, என்று ஆலோசித்தபடிக் கூறினார்.

இனி இது தவிர்க்க முடியாத ஒன்றாகிவிட்டது. கடந்த சில திங்கள்களாக சோழ சாம்ராஜ்ஜியத்தின் துறைமுக நகரங்கள் கடல் வாணிபம் காரணமாக அளவில் பல்கிப் பெருகி வருகின்றன. நாகைப் பட்டிண துறைமுகத்தில் மரக் கலங்களின் போக்குவரத்து அதிகரித்து வருகிறது. சோழச் சக்கரவர்த்தி சாமானியப்பட்டவர் இல்லை. குறுநில சமஸ்தானத்து சிற்றரசர்களையும், முடிமன்னர் களையும் மண்டியிடச் செய்தவர். கங்கையில் மூழ்கி நீரெடுத்து காவிரியில் கலந்து கங்கை நீரால் சோழ தேசத்துக் கோயில் குளங்களை புனிதப்படுத்தியவர். கங்கை கொண்ட சோழன். அப்பேற்பட்ட சோழ சாம்ராஜ்ஜியத்தைச் சேர்ந்த நாவாய்கள் கீழைப் பகுதியில் பயணிக்கும்போது கொண்டு செல்லும் காணிக்கைப் பொருள் களுக்குக் கூடக் கப்பமும், சுங்கமும் கட்டவேண்டியுள்ளது.

நாகைப்பட்டிணம் விரிவடையத் தொடங்கியதும் கடல் வாணிபப் பாதைகள் பலவாகப் பெருகியுள்ளன. பல்லாயிரக் கணக்கான வேற்று தேசத்து வணிகர்கள் நாகைப்பட்டிணத்தில் பலநாட்கள் தங்கியிருந்து தங்களது பொருள்களை இறக்குவதிலும் கலங்களில் ஏற்றி அனுப்புவதிலும் மும்முரமாக இருந்தனர். அருகில் இருந்த

குன்றின் மீதிருந்து நான் நாகையின் கடற்கரையை நோக்கினால் கடலில் மிதக்கும் மரக்கலங்கள் மீன்களின் கூட்டம்போலத் தோன்றும். நூற்றுக்கணக்கான நாவாய்கள் கடலில் விலையுயர்ந்த பொருள்களைச் சுமந்தபடி தொடுவானம் நோக்கி மிதந்து கொண்டிருப்பது கண்களைக் கொள்ளை கொள்ளும். எந்த நேரமும் நாவாய்கள் துறைமுகத்தை நெருங்கலாம் என்பதால் இரவு பகல் முழுவதும் மக்களின் இரைச்சலும், சந்தடியும் மிகுந்து நாகைப் பட்டிணம் ஒரு தூங்கா நகரமாக விளங்கியது. பெரும்பாலான நாவாய்கள் இங்கு பயணத்திற்குத் தேவையான பொருள்களை நிரப்பிச் செல்லவும், வாணிபத்திற்கு ஏற்ற சிறந்த வர்த்தக மையமாகவும் கருதியதால் அவர்கள் கொண்டு செல்லும் செல்வத்தில் ஒரு பகுதியை இங்கு கப்பமாக வழங்கிச் செல்வது வழக்கம்.

தஞ்சைத் தரணியைக் காவேரி தனது கால்வாய்களால் வளப்படுத்தியது ஒருபுறமிருக்க, நாகைப்பட்டிணத்தில் பெறப்பட்ட பொற்குவை வெள்ளியாறுகளாகவும். தங்க ஆறுகளாகவும் ஓடி சோழ சாம்ராஜ்ஜியத்தை மேலும் வளப்படுத்தின. கடல் வாணிபம் காரணமாகச் சோழ சாம்ராஜ்ஜியத்தின் கருவூலங்களும், நிலவறைகளும் நிரம்பி வழியத் தொடங்கின. இதுவரை சோழ சாம்ராஜ்ஜியம் கண்டிராத நிதிக்குவையைக் கடல் வாணிபம் அள்ளி வழங்கியது. சோழ தேசத்தில் மாட மாளிகைகள் புதிது புதிதாக எழும்பின. ஆடல் அரங்குகள் புதுப்பிக்கப்பட்டன. விண்ணை முட்டும் உயரத்தில் கோயில் கோபுரங்கள் எழுப்பப்பட்டன. நாகைப்பட்டிணத்தி லிருந்து ராஜ்யத்தின் பிற இடங்களை நாங்கள் கட்டிய கோயில்கள் வழி நடத்திச் சென்றன. இருபது கஜங்கள் தொலைவிற்கு ஒரு கோயில் கட்டி சர்வேஸ்வரனின் லிங்கத்தையும் ஆவுடையாரையும் பிரதிஷ்டை செய்து வந்தோம். நகரங்களில் நாவாய் அதிகாரிகள் தங்கள் வாணிபம் மூலம் விலையுயர்ந்த பாரசீகக் குதிரைகளை விலைக்கு வாங்கும் அளவிற்கு நிலையில் உயர்ந்து விளங்கினர். முத்துக்களாலும், நவரத்தினங்களாலும் தங்கள் காதல் மணவாட்டி களை அலங்கரித்து அழகு பார்த்தனர்.

இனி மறைப்பதற்கு என்ன இருக்கிறது? எனக்கும் மந்தாகினி என்ற பெயரில் தேவதை போன்ற ஒரு நாட்டுப்புறத்தைச் சேர்ந்த பேரழகி துணைவியாக இருக்கிறாள். தன்னை ஒரு தேவதைபோல எனக்கு அர்ப்பணித்தவள். எனது இல்லாள் வாணிக்குத் தெரியாமல் என்னுடன் இருந்துவந்தாள். அவளையும் நான் எனக்கு கடல் வாணிபத்தின் மூலம் கிடைக்கும் செல்வத்தால் நகைகள் பூட்டி அழகு பார்ப்பது வழக்கம்.

அரண்மனை மாளிகையில் அரசரின் மாளிகை அலங்காரமாகவும், பிரமாண்டமாகவும் விளங்குவதற்கும் கடல் வாணிபம் ஒரு முக்கிய காரணமாகும். அதுதான் சோழச் சக்கரவர்த்தி ராஜேந்திர பூபதியை இந்த பூமண்டலத்தின் இரண்டாவது ஆற்றல் மிக்க மன்னராக மாற்றியிருந்தது. இதுகாறும் சீன தேசத்தின் சக்கரவர்த்திதான் கீழைப் பகுதியில் ஆற்றல் மிக்க மன்னராக விளங்கி வந்தார். சோழச் சக்கரவர்த்திக்குச் சீன தேசத்தைத் தங்கள் வசம் கொண்டு வர வேண்டும் என்பது நெடுநாள் கனவு. அந்தக் கனவு நிறைவேறும் அளவிற்குத் தங்களது சோழ சாம்ராஜ்ஜியம் படையாற்றல் கொண்டதில்லை என்பதையும் அவர் நன்கு அறிந்து வைத்திருந்தார். இருப்பினும்... இருப்பினும் என்பதுதான் இந்த மன்னரின் தாரக மந்திரம். எது எப்படி ஆனாலும், இருப்பினும் பார்த்துவிடுவோம் ஒரு கை. இது சோழ சாம்ராஜ்ஜியத்தை எந்த உயரத்தில் கொண்டு வைக்கும் என்று தெரியவில்லை.

புலவர்கள் பலரும் மும்முடியரசர் ராஜேந்திர சோழச் சக்கரவர்த்தியின் புகழைப் பலவாறும் பாடி வாழ்த்துகின்றனர். மன்னரும் புலவர்கள் நடுவில் மகிழ்வுடன் வலம் வருகிறார். ஆனால் எங்களைப்போன்ற அரசாங்க அதிகாரிகளுக்கு மன்னர் என்றுமே சிம்ம சொப்பனம்தான். மன்னர் அருகில் நிற்பது எனக்கு எப்போதும் ஒருவித உதறலையும், நடுக்கத்தையும் ஏற்படுத்தும். தெய்வங்களும்கூட முயற்சியுடையவர் களுக்கே வரமளிக்கின்றன. மாமனிதர் ஒருவர் தனது திறமையாலும், ஆற்றலினாலும் மக்களின் மனதில் விசுவரூபம் எடுக்கும்போது குடிமக்களின் இறை நம்பிக்கை குறைந்து தேவர்கள் பாதுகாப்பற்றச் சூழலுக்குத் தள்ளப் படுகின்றனர். அவர்கள் வேள்விகளில் பெறும் ஹவிர் பாகம் கேள்விக்குறியாகிறது. எனவே அவர்கள் நல்கும் வரங்களை நிறுத்தி விடுகின்றனர். ஒவ்வொருமுறை யுத்தம் முடிந்த பின்னர் மன்னனின் வெற்றி கூடும்போது அவர் மேலும் மேலும் தெய்வ சங்கல்பத்தைச் சோதிக்கிறார். எனவே ஒவ்வொரு யுத்த முடிவிலும் எனது கவலை அதிகரித்த வண்ணம் இருக்கவே, நாகைப்பட்டிணம் முழுவதையும் சுற்றி எழுப்பப்பட்டுள்ள மதிலின் உயரத்தை உயர்த்தச் சொல்லி மன்னரைக் கேட்டுள்ளேன். இந்த நகரத்தை இரவும் பகலும் பாதுகாப்பதற்கு மேலும் பல நூறு வீரர்களை கால அடிப்படையில் காவல் புரியக் கூறியுள்ளேன். நிதிக்குவை உயர உயர நித்திரை அளவு குறைவது இயற்கைதான்.

‘நான் ஒரு முடிவிற்கு வந்து விட்டேன் ஔவை’, என்று கூறிய மன்னர், ‘நாம் காலம் தாழ்த்தினால் தங்களை மன்னர்கள் என்று கூறிக் கொள்ளும் இந்தக் கடற்கொள்ளையர்கள் நாம் மற்ற

அரசுகளிடமிருந்து கவர்ந்து வந்த செல்வங்களை அள்ளிச் செல்வதோடு அவற்றின் மூலம் தங்கள் நாவாய்களை பலப்படுத்தி நமது துறைமுகங்களைத் தாக்க வரமாட்டார்கள் என்பதற்கு என்ன உறுதி?' என்று வினவினார். நான் விடையிறுக்கும் முன்னர்த் தனது கரங்களை நீட்டி அவரே தொடர்ந்தார்.

'யாம் அறிவோம், அவ்வாறு அவர்கள் நம்மைத் தாக்க வந்தால் நமது வீரர்கள் அவர்களை ஓட ஓட விரட்டிவிடுவார்கள். ஆனால் இந்தக் கடற்கொள்ளையரை வளரவிட்டால் அவர்கள் நமக்கும் சீன தேசத்திற்கும் இடையில் உள்ள வர்த்தக உறவில் விரிசலை ஏற்படுத்தி விடுவர். ஏற்கெனவே குதிரைகளின் விலையில் ஏற்றம் மிகக் காணப்படுகிறது. இந்தக் கொள்ளையர்கள் இந்தக் கடற்பகுதியின் முடிசூடா மன்னர்களாக தாங்களே பிரகடனப்படுத்திக் கொண்டு விட்டனர். களவாடப்பட்ட கிரீடங்கள் தலையை அலங்கரிக்கப் பார்க்கின்றன!.'

மன்னர் வரைபடத்தில் கடலின்மீது கோடு போட்டுக்கொண்டே சென்று கொள்ளையர்கள் குடிகொண்ட ஸ்ரீவிஜய சாம்ராஜ்ஜியம் இருக்கும் இடத்தில் சென்று நின்றார். 'வளையில் பெருச்சாளி கொழுக்கும் முன்னர் அதற்கு நஞ்சு வைத்துக் கொன்று விடுவது நல்லது', என்றார்.

'நாம் அவர்களை அடக்க முற்படுவோம் என்று முன்கூட்டியே கணித்து நமது வருகைக்கு முன்னரே அவர்கள் சீன தேசத்துடன் நட்புறவு கொண்டாடினால் என்ன செய்வது?' என்று கேட்டேன்.

'அத்தகைய துணிகரமான ஆபத்தைத்தான் நான் வரவேற்கிறேன்', என்று மன்னர் எக்காளமிட்டார். அவரது எண்ணப்படி சோழர்களுக்கும், ஸ்ரீ விஜயர்களுக்கும் நடுவில் நிகழும் போரைப் பற்றி சீன தேசத்தினருக்குக் கவலையில்லை, எவர் கை ஓங்கியிருந்தாலும் அவர்களுக்குச் சேரவேண்டிய தீர்வையும், சுங்கமும் தண்டல் ஆகிவிடுகிறது என்பதால்.

'எனக்கு ஒரு சிறிய உதவி மட்டும் செய்யுங்கள். ஸ்ரீவிஜய மன்னரின் குடும்பத்தில் சீனதேசத்து மன்னர் குடும்பத்துடன் திருமண உறவுகள் உள்ளனவா என்று விசாரித்துக் கூறுங்கள்', என்று மன்னர் என்னிடம் கூறினார்.

நான் சம்மதம் என்று தலையசைத்தேன். என்னால் அதைத் தவிர வேறு எதுவும் செய்ய இயலாத நிலையிலிருந்தேன்.

‘போர் குறித்து ஒரு நல்ல முகூர்த்தம் பார்த்துக் குடிமக்களுக்கு அறிவிக்கப் போகிறேன்’, என்று கூறிய மன்னர், ‘நீங்களும் ஒரு நல்ல முடிவை எடுங்கள்’, என்று கூறினார்.

‘நல்லது மன்னா’, என்று கூறிவிட்டு நான் வெளியேறினேன்.

எனது கப்பற்படைத் தளபதியைத் தேடி அவனிடம் சேதியைச் சொல்ல வேண்டும்.

•

மந்தாகினியின் பள்ளியறையில் எனது இரவு சென்று முடிந்தது. இந்த வயதிலும் எனது விருப்பங்கள் எனக்கு அடங்காமல் என்னை மீட்டிச் செல்கின்றன. வேறு எங்கோ செல்வதற்கு எனது சிந்தை இருந்தாலும் கால்கள் அவள் இல்லம் நோக்கியே நகர்ந்தன.

மந்தாகினியின் குழல் கற்றைகளை எனது விரல்களால் அளாவி, அவளை இழுத்து அருகில் கொண்டுவந்து எனது வெப்பம் மிகுந்த சுவாசத்தை அவள் கழுத்தின்மீது படரவிட்டேன். அவள்மீது வீசிய நறுமணம் எனது நாசிகளின் வழியாக நுழைந்து என் சிந்தையைக் கிளரச் செய்தது. அவள் கூச்சத்தில் நெளிந்து தனது விரல்களை எனது சிரசின் மீது ஓடவிட்டாள். அவளது விரல்களின் ஸ்பரிசத்தில் எனது முடி உதிர்ந்த தலை எனக்கு வெறுப்பை அளிக்கவில்லை. எனது இறுக்கமான பிடியின், மோக நிலையின் உச்சத்தில் கிறங்கிப் போயிருக்கும் அவள் மீண்டும் அந்த நிலைக்கு என்னை அழைத்துச் செல்ல வேண்டுவாள் என்று தோன்றவில்லை. அவளது காதல் கண்ணசைவுகளுக்கு ஏற்ப நான் மோக நடனம் ஆடினேன்.

அவளது ஜாடை அரண்மனைக்கு அழுக்குத் துணி எடுத்துச் செல்ல வரும் கட்டாடிகளின் (கட்டாடி - சலவைக்காரர் - மொ.பெ.) கட்டழகில் மேல் விழுந்து விடக் கூடாது கட்டாடிகளுக்கு அரண்மனைக்குள் எங்கும் செல்ல அனுமதி இருப்பதால் அரண்மனைப் பெண்டிரிடம் அவர்களுக்குச் சலுகை அதிகமிருக்கும். இந்தச் சலுகை காரணமாக கட்டாடிகள் தாங்களும் அரண்மனைவாசி களுக்கு நிகரானவர்கள் என்று வெளியில் காட்டிக்கொள்வது அதிகம். நான் மந்தாகினியை அரண்மனை வாசத்தை விடுத்து நகரின் பிறிதொரு பகுதியில் குடி வைக்கத் திட்டமிட்டேன்.

உள்ளே மிதந்து வந்த காற்றில் அழுக்குத் துணிகளின் முடைநாற்றம் அங்கிருந்த மலர்களின் நறுமண வாசத்தைச் சுருட்டிக் கொண்டிருந்தது. நறுமணம் முடைநாற்றம் இரண்டின் கலவை அந்த அறையில் வீசியது..

மந்தாகினி பஞ்சணையிலிருந்து எழுந்து அசைந்து அசைந்து அலங்கார ஆடியின் முன்னர் போய் நின்றாள். அவள் கீழே குனிந்து சிறிய அடுப்பின் மீது இருந்த இருப்புச் சட்டி ஒன்றை இடுக்கியால் பிடித்துத் தூக்கினாள். அவ்வாறு அவள் குனிந்தபோது அவளது அழகு மேலும் கூடியதுபோலத் தெரிந்தது. அந்த மலர்வனத்தில் அவளது பிருட்ட பாகம் எனும் அகன்று விரிந்த செந்தாமரை மலர் என் சிந்தையைக் கவர்ந்தது. கோயில் தூண்களில் செதுக்கப் பட்டிருக்கும் யக்ஷிணிகளின் சிற்பத்தைப்போல அழகும் வடிவும் கூடிய அமைப்பு அவளுக்கு. அவள் அருகில் சென்று காந்தம் போலக் கவர்ந்திழுக்கும் குழற்கற்றை தவழும் வதனத்தை உற்று நோக்கினேன். அவளைப் பார்த்த கணம் என் வசம் நான் இல்லை.

பசி என் காதை அடைத்தது. என் தந்தை நான் பசியோடு இருப்பதைப் பொறுக்க மாட்டார். இது போன்று பசி காதை அடைக்கும் நேரங்களில் என் தந்தை பரிவுடன் என்னை உணவருந்த அழைப்பது போலக் காதில் ஒலிக்கும். அவர் சிதையில் எரிந்து காற்றோடு காற்றாகக் கலந்து எட்டு கோடைக்காலங்கள் சென்றுவிட்டன.

என் தந்தை இப்போது உயிருடன் இருந்திருந்தால் என்னை இது போன்று மாற்றுப்பாதையில் செல்ல அனுமதித்திருக்க மாட்டார். முதன் முதலாக நான் எனது தந்தையின் ஒற்றர்களின் கண்களில் மண்ணைத் தூவிவிட்டு மந்தாகினியை அள்ளிக்கொண்டு என் பஞ்சணைக்கு அழைத்துச் சென்ற சேதி என் தந்தையின் செவிகளுக்குப் போயிருக்குமானால் என் வயதைக்கூடப் பாராது அவர் என்னை வெளுத்து வாங்கியிருப்பார்.

அவரது மரணம் எனது சுதந்திரச் சிறகுகளை விரித்து விடும் என்றே எண்ணினேன். ஆனால் பெண் சகவாசம் என்ற தங்கக் கூண்டு என் சிறகுகளைப் பிய்த்து என்னைக் கூண்டுக்குள் முடக்கிவிட்டது.

அந்த அறை முழுவதும் நெடிய மணம் ஒன்று பரவியது. மந்தாகினியின் கையில் இருந்த சட்டியிலிருந்து குங்கிலியம் புகைந்து கொண்டிருந்தது. அந்த நறும்புகை அறையெங்கும் மணம் பரப்பிக் கொண்டிருந்தது. மந்தாகினி அந்தப் புகையை ஆழமாக சுவாசித்து ‘ஹா’, என்று கிறங்கினாள்.

‘குங்கிலியமா?’ என்று வினவினேன்.

அந்தப் புகையைச் சுவாசிப்பதும் கிறங்குவதுமாக இருந்தவள் காதில் நான் வினவியது விழவில்லை. ஒரு முறை நிமிர்ந்தவள் தனது வேலினும் கூர்மையான விழிகளால் என்னைப் பார்த்த

பார்வையில் பசி கொண்ட புலியின் சீற்றம் தெரிந்தது. 'இந்தாருங்கள் நீங்களும் சிறிது சுவாசம் பிடியுங்கள்', என்று என்னருகில் அந்தச் சட்டியை நீட்டினாள். உள்ளே கனலின் வெப்பத்தில் குங்கிலியம் உருகியபடிப் புகைந்து கொண்டிருந்தது. அந்த காட்டமான நெடியை என்னால் தாக்குப் பிடிக்க முடியாமல் போகவே விலகிக்கொண்டேன். 'என்னை விடு. இந்த நெடி உனக்குப் பழகியிருக்கலாம், எனக்கு இன்னும் பழகவில்லை', என்று கூறினேன்.

'எதுவுமே பழகப் பழகத்தான் பிடிக்கத் துவங்கும். முதலிலேயே விலகி ஓடினால் எப்படி?' என்று என்னை இழுத்து அந்த நறும்புகையை சுவாசிக்கச் செய்தாள்.

நான் அவளது பிடியைத் தளர்த்தி, 'மந்தாகினி இந்த விளையாட்டை அடுத்த முறை சந்திக்கும்போது வைத்துக்கொள்ளலாம். இப்போது நான் கிருஷ்ணனைத் தேடிச் செல்லவேண்டும். இனிமேல் எனக்கு ஓய்வு என்பதே இருக்கப் போவதில்லை', என்று விலகினேன்.

பஞ்சணையில் அமர்ந்திருந்த என்னைக் கீழே மல்லாத்தினாள். அவளது முழு பாரமும் என் மேல் சரிந்தது. அவளது கூந்தலின் நறும்புகை மணம் இப்போது என் நாசிகளுக்குப் பழகி விட்டது. பெருமூச்சு ஒன்று எனது சிரிப்பின் ஊடே நழுவிச் சென்றது. அரசர், மனைவி, துணைவி எவரும் என் சொல் கேட்பதில்லை என்று கங்கணம் கட்டிக்கொண்டிருந்தனர்.

கடவுளே! மந்தாகினிக்கு சீன தேசத்துப் பட்டுச் சேலைகளைப் பற்றிய விவரங்கள் தெரியாமல் பார்த்துக் கொள்.

5

நான் துறைமுகத்தை நெருங்கியபோது உச்சிப்பொழுது கடந்து விட்டது. துறையில் இலங்கை நகரிலிருந்து திரவியங்களைக் கொண்டு வந்திருந்த நாவாய் அவற்றைக் கீழே இறக்கும் பணியில் மும்முரமாக ஈடுபட்டுக் கொண்டிருந்தது.

அந்தக் கப்பலிலிருந்து பயணிகள் கீழே இறங்கும்போது திடீரென்று சலசலப்பு நேர்ந்தது. பயணிகளை அழைத்துச் செல்வதற்குப் படகு எதுவும் ஏற்பாடு செய்யப்படாததால் பயணிகள் கடலில் இறங்கி மார்பளவு தண்ணீரில் நனைந்தபடி தலையில் சுமையையும் தூக்கிக் கொண்டு செல்ல வேண்டியிருந்ததால் பயணிகளிடமிருந்து

கிளம்பிய எதிர்ப்புக் குரல்தான் அந்தச் சலசலப்பிற்குக் காரணம். ஒரு பெண் பயணி தனது பொற்சங்கிலியைப் பறிகொடுத்துவிட்டு அலறிக் கொண்டிருந்தாள். அவளை மற்றொரு பயணி சமாதானம் செய்து கொண்டிருந்தான். 'இந்தப் பாழாய்ப் போன கடல், தானே ஒரு கொள்ளைக்காரனாகவும் மாறிவிட்டது போலும். இந்தக் கொள்ளைக்காரனிடம் உயிரைப் பறி கொடுத்தவர்களும் இருக்கிறார்கள். உன்னைப் போலச் சங்கிலியைப் பறி கொடுத்தவர்களும் இருக்கிறார்கள். நீ கொடுத்து வைத்தவள். சங்கிலியோடு போயிற்றே என்று ஆனந்தம் கொள்', என்றான். இறங்கும்போது யாரோ ஒரு பயணி தடுமாறிக் கடலில் விழுந்து விட்டார்.

நான் நாவாய்களின் மராமத்துப் பணிகள் ஒழுங்கான முறையில் நடைபெறுகின்றனவா என்று சோதிக்கத் தொடங்கினேன்.

நாகைப்பட்டிண நகருக்குள் சோழச் சக்கரவர்த்தி ராஜேந்திர சோழ பூபதி நூற்றுக்கணக்கான கோயில்களை எழுப்பினாலும் ஒரு துறைமுக நகரம் தனக்குள்ள அடையாளங்களை இழந்து விடாமல் மேலும் மேலும் சோபித்துக் கொண்டிருந்தது. கப்பலிலிருந்து இறங்கி நடக்கத் தொடங்கினால் அரைவட்டப் பரிதியில் தெருக்கள் நம்மை நகருக்குள் கொண்டு செல்லும். வருபவர்களை விழுங்கும் பெரிய வயிறு போலத் தோற்றம் அளித்தன, நெரிசல் மிகுந்த தெருக்கள். சிறுநீர், வியர்வை, புளித்த காடியான மதுவின் நாற்றம் மிகுந்திருக்கும். உல்லாச ராணிகள் மக்கள் கொண்டுவரும் பருத்த பொற்கிழியை மெலிய வைப்பதில் வல்லவர்கள். நடனமாதர்கள் தங்களது கீழ்த்தரமான நடன அசைவுகளினால் மக்களைக் கூட்டம் கூட்டமாகத் தங்கள் பக்கம் ஈர்ப்பதில் வல்லவர்கள்.

வீணர்களும், குடிகாரர்களும் கவிதையில் தொடங்கி கைகலப்பில் முடிப்பார்கள். சோழச் சக்கரவர்த்தி தனது படையில் இளைய வீரர்கள் பலரைச் சேர்த்துக்கொண்டு அவர்களுக்கு உரிய கவசங்களும், ஆயுதங்களும் அளித்து பயிற்சி கொடுத்து வருகிறார். அவர்களை முன்னிலைப்படுத்தும் விதமாக அவ்வப்போது அண்டை நாட்டினருடனோ அல்லது கலகம் விளைவிக்கும் சிற்றரசர்களுடனோ சிறிய பூசல்களில் ஈடுபட வைப்பது மன்னரின் வழக்கம்.

மக்களைப் போருக்கு பயிற்சி கொடுத்து ஆயத்தப்படுத்துவது எளிய செயலன்று. அப்படிப் பயிற்சி அளிப்பதில் மேலும் ஒரு சிக்கல் இருந்தது. பயிற்சி பெற்ற வீரர்கள் போருக்குச் சென்றாலும் சரி, இல்லையென்றாலும் சரி அவர்களது வீரர் என்ற முத்திரையை அழிக்க இயலாமல் தவிப்பர். போர்ப் பயிற்சிகளினால் இறுகியும், பெருத்தும் போன அவர்களது தேகங்கள் திணவெடுத்த வண்ணம்

இருக்கும். வீண் வம்புகளில் துவங்கி கைகலப்பில் முடிந்து சில நேரங்களில் கத்தி குத்து வரையிலும்கூடச் சென்றுவிடுகின்றன.

இதனை ஏன் விரிவாகச் சொல்கிறேன் என்றால் நானும் ஒருகாலத்தில் போர்ப்பயிற்சி பெற்றுத் திரும்பி வந்த பின்னர் குடிப்பதும், தகராறில் ஈடுபடுவதுமாகப் பொழுதைக் கழித்தேன். பிறகு நான் விபத்து ஒன்றில் சிக்கிக்கொண்டு உடலில் காயம் ஏற்பட்டு அரண்மனைவாசியாகி விட்டேன். பிறகு காதல், கடிமணம், பிள்ளைப் பேறு என்று வாழ்க்கை வேறுவிதமானது.

கடற்கரையிலிருந்து கடலை நோக்கியபோது எனது கண் எதிரில் கம்பீரமாக வாக்னிவாரம் மிதந்துகொண்டிருந்தது. முப்பது வாரணங்களையும் இருநூறு வீரர்களையும் தன்னுள் ஏந்தும் பிரமாண்ட கொள்கலன் அந்த நாவாய். மானுடக் கற்பனையில் உருவாகியிருக்க வாய்ப்பில்லை என்று கூறுவது போன்ற கம்பீரமுடைய கப்பல் அது. அந்த நாவாயில் பணிபுரிபவர்கள் அதன் மரப்பலகைகளை இழைத்தும், கயிறுகளின் உறுதியைப் பரிசோதித்தும், கடலுடலில் இருந்த பலகைகளை இறுக்கிக் கட்டியும் பணியில் மும்முரமாக இருந்தனர். கடல் உப்பினால் துருப்பிடித்து விடும் என்பதால் நாவாய்களில் ஆணி அடிப்பதில்லை. அதற்கு பதில் மரப்பிசின் போன்ற மெழுகு தடவிய கெட்டியான தாம்புக்கயிறுகளைக் கொண்டே பலகைகளை இறுக்கிக் கட்டுகின்றனர்.

கிருஷ்ணன் கண்ணில் எங்கும் தென்படவில்லை என்றாலும் அவன் இங்கே எங்கோதான் சுற்றிக் கொண்டிருப்பான் என்பது எனக்குத் தெரியும். அவனால் நாவாய் துறைமுகத்தை விட்டு நெடுந்தூரம் செல்ல முடியாது. நாவாயில் பணியில் உள்ள மூன்று இளைஞர்கள் உற்சாகமாகத் தாளம் போட்டு நாட்டுப் பாடல் ஒன்றைப் பாடிக் கொண்டிருந்தனர்.

> ஆற்றில் ஒரு தோணி விட ஆளுயர நீர் உயர
> நான் வருவேன் நீச்சலிலே நடுசாமம் முழிச்சிருடி
> சாரல் வலுத்து வர சங்கடமாய் இடியிடிக்க
> சாயங்காலம் காத்திருடி குடை போல நான் வருவேன்.
> குளமெல்லாம் நீர் வழிய கோடைமழை தரை நனைக்க
> கோலப் பசுங்கிளியே உறங்கிடாதே நடுச் சாமம் நான் ருவேன்.
> பாட்டுப் படிச்சபடி பாவிமகன் நான் வருவேன்.
> பழைய சோத்தைத் தின்னுப்புட்டு பாவிப்பெண்ணே உறங்கிடாத.

என்னைக் கண்டதும் அவர்களுடைய பாடல் நின்றது. நான் கிருஷ்ணனைப்பற்றி விசாரித்தேன். கொல்லர்கள் குடியிருக்கும்

பகுதியில் இருந்த ஒரு குடிசையை ஒருவன் சுட்டிக் காட்டினான். அந்தக் குடிசையிலிருந்து சம்மட்டியின் ஒலி கேட்ட வண்ணம் இருந்தது.

நான் உள்ளே நுழைந்தபோது தழும்புகள் நிறைந்த தனது முதுகைக் காட்டியவாறு கிருஷ்ணன் அமர்ந்திருந்தான். அவன் அருகில் அவன் கடை பணியாட்களில் ஒருவன் சம்மட்டியடித்துக் கொண்டிருந்தான். ஓ! அந்தத் தழும்புகள்! தோல் சாட்டை கொண்டு விளாசிய விளாசை இப்போது நினைத்தாலும் சினம் எழுகிறது. அந்தக் கொடூரனை என்னால் பாதியில்தான் தடுக்க முடிந்தது. அதற்குள் சுளீர் சுளீர் என்ற எண்ணற்ற சவுக்கடிகளைப் பாவம் கிருஷ்ணனின் முதுகு வாங்கி விட்டது. எனக்கு எப்போதும் அவன் மேல் ஓர் இணக்கமான பந்தம் உண்டு.

நான் அவன் அருகில் சென்றேன்.

'கிருஷ்ணா உன்னிடம் நான் சற்றுப் பேசவேண்டும். நான் சொல்லப் போகும் சேதி வேறு ஒருவர் மூலம் உன் காதில் கசிவதற்கு முன்னர் இதனை உனக்கு நான் தெரிவிக்க வேண்டும்', என்றேன் அழுத்தமாக.

அவன் வாயில் வெற்றிலையை அதக்கியபடி என்னைப் பார்த்தான். சிப்பியைப்போல அகலமான விழிகள். மழை முகில் போலக் கறுத்து உருண்டு திரண்டு இருந்தான். எனது பயிற்சி முகாமில் நான் பத்து வயதுச் சிறுவனாக இருந்தபோது என்னுடன் முட்டி மோதிய அதே தோற்றம். சில தழும்புகள் நான் ஏற்படுத்திய காயங்களால் விளைந்தவை. எளிதில் கண்களுக்குச் சிக்க மாட்டான்.

நாங்கள் இருவரும் சம்மட்டி அடிப்பவனைப் பார்த்த வண்ணம் நின்றோம். அந்த இரும்புக் கொல்லன் சம்மட்டியில் அடித்துக் கொண்டிருந்தது கிருஷ்ணனின் சுருள் பட்டை என்னும் ஆயுதம். அந்த ஆயுதத்தைக் கையாள தனித் திறன் வேண்டும். அந்த விபரீதமான ஆயுதத்தைப் பிரயோகிக்கத் தெரிந்த ஒரு சிலரில் கிருஷ்ணனும் ஒருவன். நான்கரையடி நீளமுள்ள மெல்லிய இரும்புத் தகட்டினைப் போல நீட்டி மடக்கக்கூடிய ஆயுதம். வாளை விடக் கூர்மையானது. சாட்டையைப்போல சுண்டி வீசி எதிரியைத் தாக்கலாம். 'கரங்களில் சுழலும் மின்னல்', என்பான் கிருஷ்ணன். அதன் பிரயோகம் மின்னலை நினைவுபடுத்தும். ஆனால் எனக்கு அது மின்னல் இல்லை. அழகாகப் பளபளப்புடன் நின்று நிதானமாகச் சீறும் ராஜநாகம். அந்தச் சுருள்பட்டையை அத்தனை எளிதாகக் கையாள முடியாது. அதனைச் சுழற்றுவதில் ஒருவித நேர்த்தியும் கவனமும் இல்லையென்றால் அது ஏந்துபவனைப் பதம் பார்த்து விடும்.

‘பட்டையின் நுனிப்பகுதியின் கூர்மை சற்று மொன்னையாக உள்ளது. அதனால்தான் அதனைத் தட்டித் தட்டி கூராக்கிக் கொண்டிருக்கிறேன்’, எனக் கூறிவிட்டு அருகில் இருந்த கூர்மையான அரத்தை எடுத்து அந்தப் பணியாள் அதன்மீது தீட்டிப் பரிசோதித்தான். அரத்துடன் உராய்ந்தபோது ஒத்திசைவாய் ஓர் ஒலி எழுந்ததும் அந்தக் கொல்லன் மனநிறைவுற்று சுருள் பட்டையை கிருஷ்ணன் கையில் கொடுத்தான். அதனைத் தனது கரங்களில் பெற்றுக்கொண்ட கிருஷ்ணன் அவனது வழக்கமான பாணியில் சுருள்பட்டையின் பிடியை ஒரு சுழற்று சுழற்றியவுடன் அந்தச் சுருள் பிடியிலிருந்து கிளம்பிய ஒரு மின்னல் காற்றில் கோலமிட்டு நின்றது. கிருஷ்ணன் ஒரு தேர்ந்த நடனக் கலைஞரைப்போலச் சுழன்று சுழன்று தனது ஆயுதத்தைப் பிரயோகித்து நின்றான். சுருளின் மெல்லிய தகடு காற்றில் உரசி சீற்றம் கொண்ட அரவத்தைப் போலச் சீறியது.

கிருஷ்ணனின் முகத்தில் ஒரு நிறைவு தென்பட்டது. கொல்லன் கையில் தங்க நாணயங்கள் சிலவற்றைக் கொடுத்துவிட்டுக் கிருஷ்ணன் அந்தச் சுருள் பட்டையைச் சுருட்டி அதன் பிடிக்குள் நுழைத்துக்கொண்டு தனது இடுப்பில் இருந்த உறையில் செருகிக் கொண்டான்.

நாங்கள் இருவரும் குடிசையை விட்டு வெளியில் வந்தோம். நான் கிருஷ்ணனிடம் ‘ஏனப்பா பெண்கள் இட்டு கட்டிப் பாடும் நாட்டுப்புறப் பாடல்களில் உன் பெயர் இடம் பெறுவதற்கு வேறு எத்தனையோ வழிகள் உள்ளன. எதற்கு இந்தச் சுருள் பட்டையைக் காண்பித்து பாடலில் இடம் பெற எண்ணுகிறாய்?’ என்று கேட்டேன்.

எனது கேள்வியில் மிகுந்திருந்த பகடியை அடையாளம் கண்டு கொண்ட அவன் ‘உனக்கு இந்தச் சுருளைக் குறித்து எதுவும் தெரியாது. இந்தச் சுருளைக் காற்றில் நான் வீசும்போது என்னிடம் இரண்டு ஆயுதங்கள் இருப்பது போலிருக்கும். ஒன்று இந்தப் பட்டையின் கூர்மையான அழகு. மற்றொன்று இதனைக் கண்டதும் எதிரியின் கண்களில் தோன்றும் அச்சம். அவர்கள் இதனைப் பார்த்த மாத்திரத்திலேயே நான் வெற்றி பெற்றவனாகிறேன்’, என்று கூறினான்.

அவனைச் சுதந்திரமாக விட்டால் இன்று முழுவதும் அதன் பெருமையைக் கூறிக் கொண்டிருப்பான். நான் அவனைப் பாதியில் இடைமறித்து சோழச் சக்கரவர்த்தி ராஜேந்திர பூபதி கூறியதைக் கூறினேன்.

‘.......... ’ - காது கூசுமளவிற்கு ஒரு வசைச் சொல்லைக் கூறினான். சோழ சாம்ராஜ்ஜியத்தில் மற்றொரு கடற்போரை விரும்பாதவர்களில் கிருஷ்ணனும் ஒருவன்.

‘மன்னரை இந்த விஷயத்தில் எதிர்க்கத் துணிகிறாயா?’ என்று கேட்டான்.

‘ஆமாம். எப்படி என்று கேட்கிறாயா?’ என்றேன்.

‘இது குறித்து நாம் பிறகு பேசுவோம். நான் உனக்கு ஒன்றைக் காட்டப் போகிறேன். நீ பெருமகிழ்ச்சி கொள்வாய் அதனைப் பார்த்து. அதன்பின்பு நாம் மதுவையும், மாதுவையும் தேடிச் செல்வோம். ஒரு நாட்டின் முக்கிய திட்டங்கள் பஞ்சணையில் சயனித்திருக்கும் இளநங்கையின் முதுகில் எழுதப்பட வேண்டும்’, என்று என்னைக் கடற்கரைக்குக் கூட்டிச் சென்றான்.

‘உன்னுடன் நான் மதுக் களியில் மட்டும் கலந்துகொள்கிறேன்.’

‘ஓ! உனக்கு இன்னும் மந்தாகினி மயக்கம் தெளியவில்லையா?’, என்று வினவினான்.

மந்தாகினி என்னருகில் இருக்கும்போது எனக்கு தவிப்பும், மகிழ்ச்சியும் ஒருசேர எழும். அவள் அழகானவள், ஆனால் நிறைய கிராக்கி பண்ணிக் கொள்வாள். அவளை விட்டு விலகியிருந்தாலும் அவள் நினைப்பு எனக்கு ஆனந்தத்தை அளிக்கும். அவளைப்பற்றி நினைக்கும் தோறும் கண்காட்சியை நோக்கி அரக்கப் பரக்க ஓடும் சிறுவனின் மனோபாவம்தான் எனக்கு. நான் கிருஷ்ணனைப் பார்த்துப் புன்னகைத்தேன்.

‘உன்னை என்னவென்று சொல்வது ஔவை? வயதானவர்கள் காதல் வயப்படக் கூடாது. கேவலமாக இருக்கும்.’

‘வாளாதிரு அயோக்கியப் பதரே. மந்தாகினி மற்ற பொது மகளிரைப் போன்று இல்லை. எத்தனையோ மேல். நான் எப்போதடா பஞ்சணையிலிருந்து எழுந்திருப்பேன், அள்ளி இரைத்த பொற்காசுகளைப் பொறுக்கலாம் என்று காத்திருப்பவள் அல்லள்.’

‘ஹஹ்ஹா! நல்லது நண்பா, பார்க்கலாம். பார்க்கலாம். உனது அழகுப் பதுமை உன்னிடமிருக்கும் கடைசிப் பொற்காசு வரையில் உருவி எடுத்த பின்னர் உன்னிடம் கொஞ்சுகிறாளா சீறுகிறாளா என்று...!’

நான் அவனுக்குத் தக்க விடையைத் தேடிக்கொண்டிருந்தபோது கிருஷ்ணன் கடலின் மையத்தில் ஒரு புள்ளியைச் சுட்டிக் காட்டினான். அவன் சுட்டிக் காட்டிய பகுதியில் என்னுடைய நாவாய் மிதந்து கொண்டிருந்தது. அதன் பலகைகள் புதியதாக வர்ணம் பூசப்பட்டு சூரிய ஒளியில் மின்னிக் கொண்டிருந்தது.

நாவாயின் அணிய துரோகையின் (அணிய துரோகை - கப்பலின் பின் பாகம். மொ.பெ) மீது ‘பார்வதி’ என்ற எழுத்துக்கள் பெரிய அளவில் செதுக்கப்பட்டு மின்னிக்கொண்டிருந்தன. கடற்கொள்ளையில் காணாமற்போன எனது பழைய நாவாயில் எழுதப்பட்டிருந்ததைப் போல இந்த எழுத்துக்கள் இல்லையென்றாலும் ஓரளவு எடுப்பாகத் தோன்றின என்பதை மறுப்பதற்கில்லை.

‘எல்லாம் வல்ல மகேசனின் அருள்தான் என்னை இந்த நாவாயை உருவாக்க துணை புரிந்திருக்கவேண்டும்’, என்று கிருஷ்ணன் கூறினான். ஓர் அழகான பெண்ணைக் கண்டால்கூட அவன் பார்வையில் இத்தனை கிறக்கமும் மோகமும் இருந்திருக்காது.

‘இந்த நாவாயின் அனைத்துப் பலகைகளும் புத்தம் புதியவை, நீ மீட்டுக் கொண்டுவந்த ஒரு பலகையைத் தவிர’, என்றவன், ‘அப்படியெனில் இது உன் ‘பார்வதி’தானே’, என்று கேட்டான்.

அவன் கூறியதை சாடையால் மறுத்தேன் ‘சென்றமுறை கடல் கொள்ளையரை அடக்க நாம் கடலில் சென்றபோது உன்னிடம் தெரிந்த கம்பீரமும், வீரமும் இன்றும் உன்னிடம் உள்ளதா கிருஷ்ணா?’ என்று கேட்டேன். என் பதிலின் அர்த்தம் புரிந்து கிருஷ்ணன் சிரித்தான்.

‘நீ கூறும் செய்தியைப் பார்த்தால் நானும் நீயும் நமது வீரத்தையும் கம்பீரத்தையும் சோதித்துப் பார்த்துக்கொள்ளும் நாள் தொலைவில் இல்லைபோலத் தெரிகிறதே?’ என்றான் கிருஷ்ணன். மேலும் தொடர்ந்தான். ‘ஔவை! தனது கணவன் இல்லத்திலிருந்து நழுவி ஓடிவந்த தேவதை ஒருத்தியின் அணைப்பில் அவள் தித்திக்கும் முத்த மழையில் நனைந்தபடி மரணத்தைத் தழுவவேண்டும் என்று எண்ணியிருந்தேன்.’ அவன் பெண் புலம்பல்களிலிருந்து விலகி கடலில் மிதந்த பார்வதியை நோக்கினேன்.

‘பார்வதி.’

பழைய நினைவுகளைக் கிளறி விடும் அந்த ‘பார்வதி’ என்ற பெயர் கொண்ட போர்க்கப்பலை நோக்கினேன். இலங்கைக்குக் கடல் போருக்குச் சென்றபோது எங்கள் தேக அமைப்பு வேறு மாதிரி இருந்தது. இப்போது இருப்பதைப்போல இடுப்பைச் சுற்றி ஊளைச் சதை கிடையாது.திடகாத்திரமான தேகம். வலுவான தசைகள். எதையும் சந்திக்கத் துணிந்த திண்ணிய நெஞ்சம். எல்லாம் இருந்தன.

அந்த நிகழ்ச்சி இன்னும் என் சிந்தையில் பசுமையாக உள்ளது. இலங்கையை நோக்கி சோழ மண்டலத்தின் ஐம்பது நாவாய்களின்

கூட்டம் சென்று கொண்டிருந்தபோது வழியில் பெரும்புயலில் எங்கள் நாவாய் தரை தட்டியது. நாங்கள் தீப்பந்தங்கள் ஏற்றிப் பிடித்து நாங்கள் திசை மாறிப் போனதைத் தெரிவிக்க எவ்வளவோ முயன்றோம். அத்தனையும் வீண். மற்ற நாவாய்கள் நெடுந்தூரம் சென்று விட்டன. திசை மானியைக் கொண்டு இலங்கை இருக்கும் திசையைக் கண்டறிந்து எங்கள் நாவாயைக் கடலிற்குள் செலுத்தத் தொடங்கியபோது மற்ற நாவாய்களின் கூட்டம் எங்களைக் கடந்து வெகு தொலைவு சென்று விட்டன.

அப்போது நான் புதிதாகப் பதவி ஏற்றிருந்த கடற்படை தளபதி. எனக்கு வேண்டிய வீரர்களைத் தேர்வு செய்யும் அதிகாரம் அப்போது எனக்கில்லை. மற்ற நாவாய் படைத் தளபதிகளுக்கு வழங்கப்பட்ட ஆயுதங்களோ வீரர்களோ எனக்கு அளிக்கப்பட வில்லை. இருப்பதைக் கொண்டு ஒப்பேற்ற வேண்டிய நிலையில் இருந்தேன். இதில் மற்றுமொரு இடர் என்னவெனில் எனது வீரர்கள் பலரும் ஒருவரை ஒருவர் அறிந்தவர்கள் அல்லர். கடல் நோவு அவர்களது காலை உணவில் கை வைத்தது. அவர்களை ஒன்றிணைக்க நான் சிரமப்பட்டாலும் அவர்கள் தனித் தனியாகவே செயல்பட்டனர். முன் சென்ற நாவாய்க் கூட்டத்திலிருந்து விலகியது எங்களை மேலும் நடுக்கத்தில் ஆழ்த்தியது.

நீண்ட பயணத்திற்குப் பின்னர் நாங்கள் கரை ஒன்றில் கப்பலை நிறுத்தினோம். அந்தப் பிரதேசத்தில் சுற்றுவட்டாரம் முழுவதும் மனித நடமாட்டமின்றிக் காணப்பட்டது. ஒருவழியாகக் கிருஷ்ணனின் சிறிய நாவாய் கரையில் இருந்த ஒரு மரத்தில் கட்டப்பட்டிருப்பதைக் கண்டோம். ஒருவேளை அவனும் திசை மாறி இங்கு கரையேறி இருக்கிறானோ? இவ்வாறு யோசித்துக் கப்பலைக் கடற்கரை அருகில் இருந்த மரத்தில் கட்டி வைத்தோம்..

நெடுந்தொலைவுப் பயணம் நாவாயில் வந்த வீரர்களிடம் ஒரு நீள்சலிப்பை ஏற்படுத்தியிருக்க இறங்குவதில் தீவிரம் காட்டினர். ஆனால் ஏதோ ஒன்று என் உள்மனதில் எச்சரித்துக் கொண்டே இருந்தது. பேராபத்து சூழ உள்ளது! நான் அவர்களை நாவாயில் காத்திருக்கச் சொல்லிவிட்டுக் கடற்கரையில் நின்று கடற்கரையைப் பார்வையிட்டேன். தொலைவில் சில மனித உடல்கள் தலைகுப்புற மண்ணில் வீழ்ந்து கிடந்ததைப் பார்த்தேன். கவசங்களுடன் இறந்து கிடந்த வீரர்களின் உடல்கள். மேலும் உற்று நோக்கினேன். சோழ தேசத்து வீரர்கள். எனக்கு திக் என்றது.

'ஆரவாரமின்றி மெதுவாகக் கீழே இறங்குங்கள். உங்களது விற்களையும், கத்திகளையும் எப்போதும் ஆயத்தமாக இருக்குமாறு பார்த்துக்கொள்ளுங்கள்.' வீரர்களுக்கு ஆணை பிறப்பித்தேன்.

ஒரு கடல் யுத்தத்தில் மிகத் துணிச்சலான செயல் எதுவெனில் பாதுகாப்பு எதுவுமற்ற நிலையில் எதிரியின் கடற்கரையில் நாவாயை நிறுத்துவதுதான். ஒரே ஒரு கணம்தான் தயக்கம் இருக்கும். அதன் பின்னர் நிகழும் நிகழ்வுகள் பின்புலமாக நிற்கும் மனிதர்களின் உத்வேகத்தில் நம்மையும் மீறி நிகழத் தொடங்கும்.

மணல் வெளியெங்கும் ரத்தத் திட்டுகள். அங்கிருந்த உடல்களைப் பார்க்கும்போது அவர்கள் யுத்தம் புரிந்து மடிந்திருப்பது தெரிந்தது. சூரியனின் வெப்பக் கிரணங்கள் உடலைச் சுட்டுப் பொசுக்க வியர்வையின் ஊற்றுப் பெருக்கில் நாங்கள் கால்களில் பாதக்குறடுகள் எதுவுமின்றிச் சுடும் மணலில் நிழலைத் தேடி ஓடினோம். அந்தப் பிரதேசம் முழுவதும் மரண அமைதியில் ஓய்ந்து கிடந்தது.

நிலத்தில் இருந்த மரங்களின் ஊடே நடந்து சென்றோம். தொலைவில் வானை முட்டும் புகை எழும்பிக் கொண்டிருந்தது. எனது வீரர்களை இரண்டு பிரிவுகளாகப் பிரிந்து முன்னேறச் சொன்னேன். இவ்வாறு செய்வது எதிரிகளை சற்றுக் குழப்பத்தில் ஆழ்த்தும்.

‘இதுவரையில் நமக்கு முன்னால் சென்ற நாவாய்களைத் தேடிப் பிடித்துவிடலாம் என்றுதான் எண்ணியிருந்தோம். இனிமேலும் சென்ற நாவாய்களைப் பின்தொடர்ந்து செல்வதில் பயன் ஏதுமில்லை. இங்கு உயிருக்குப் போராடிக்கொண்டிருப்பவர்களைக் காப்பாற்றி நமது நாவாயில் ஏற்றிக்கொண்டு திரும்புவோம். இப்போதைக்கு நம்மால் இயன்ற செயல் இது ஒன்றுதான்’, என்றேன்.

இது கையாலாகாத்தனத்தைப் பிரதிபலிப்பதாக இருந்தது. ஆயினும் இருப்பதற்குள் எது சிறந்ததோ அந்த முடிவை எடுப்பவன்தானே அறிவுள்ளவன்? பதுங்குவதே சாலச் சிறந்தது... அதன் பின்னர் மேலும் ஊடுருவிச் செல்வது குறித்து யோசிக்கலாம்.

எனது தலைமையின் கீழ் உள்ள பிரிவில் மாறனை நான் இணைத்துக் கொண்டேன். மாறனின் கூர்மையான பார்வையும் அவனது ஈட்டி எறியும் திறனும் அசாத்தியமானவை. நாங்கள் இருவரும் புகை வரும் இடத்தை நோக்கி நடந்தோம். வழி நெடுகிலும் பூமியில் வளர்ந்திருந்த புல் செடிகள் கால்களால் சிதைக்கப்பட்டிருந்த அடையாளங்களைக் கண்டோம்.

மாறன் சடாரென்று திரும்பிப் பார்த்தான். அவன் விழிகளில் மாற்றம் தெரிந்தது. என்னைப் பார்த்துக் கண் சாடை செய்யவே நான் விரைந்து அவன் அருகில் சென்றேன். அவனுடன் நானும் கீழே குத்திட்டு அமர்ந்தேன். உயர்ந்து வளர்ந்த புற்கள் மூக்கில் அரிப்பை

ஏற்படுத்தின. வெப்பம் கடுமையாக இருந்தது. அந்த இடத்திற்கு அப்படி என் மீது என்னதான் வெறுப்போ? கடும் வெப்பம் என்னை வாட்டியது. மாறன் எதையோ கூர்ந்து செவிமடுத்தான்.

'உங்களுக்குக் கேட்கிறதா?'

அவன் கூறியதும்தான் கவனித்தேன். ஓர் அலறல் ஓசை காற்றில் மிதந்து வந்து என் முதுகுத் தண்டைச் சில்லிடச் செய்தது. உயிர் வாதையின் அலறல்.

'அலறல் வரும் இடம் இங்கிருந்து இருநூறு தப்படிகளுக்குக் குறைவான தூரம்தான் இருக்கும் என்று கருதுகிறேன்', என்றான் விசாகன். விசாகன் ஒரு சிறந்த மாலுமி. கத்தி சுழற்றுவதிலும் வல்லவன் என்பதை என்னிடம் வந்து சேர்ந்த பின்னர் தெரிந்து கொண்டேன்.

நான் சுற்றும் முற்றும் பார்த்துவிட்டு 'நம்மிடம் மொத்தமாக எத்தனை கணைகள் உள்ளன?' என்று கேட்டேன்.

ஐந்து வீரர்கள் தங்களது கரங்களை சிரசிற்கு மேலே உயர்த்தினர். நான் கலக்கமின்றி, 'எத்தனை அம்புகள்?' என்று கேட்டேன்.

'நிறை நிலையில் உள்ள அம்புறாத் துணிகளை மட்டும் கணக்கில் எடுத்துக்கொண்டால் மொத்தம் நானூறு அம்புகள் தேறும்.'

'எண்பது தப்படி தூரம் இருக்கும்போது மரங்களின் கிளைகளில் மேலேறி நில்லுங்கள். சரியான நேரத்தில் மாறன் உங்களை சமிக்ஞை மூலம் எச்சரிப்பான். நமது வீரர்கள் குறைவான எண்ணிக்கையில் இருக்க வாய்ப்பு அதிகம்.'

நாங்கள் பதுங்கிப் பதுங்கி மெதுவாக அவர்களை நோக்கி நகர்ந்தோம். வழி நெடுகிலும் காவலுக்கு வீரர்களை அவர்கள் நிறுத்தியிருப்பார்களோ என்ற அச்சம் எங்களுக்கு இல்லாமல் போகவில்லை. சற்று நேரத்தில் அவர்களில் மூவரைப் பார்த்து விட்டோம். அவர்கள் எங்களுக்கு முதுகு காட்டியபடி நின்றிருந்தனர். அவர்கள் கைகளில் இருந்த வாள்கள் உறைகளில் உறங்கிக் கிடந்தன. அவர்கள் கவனமெல்லாம் வேறு திசையில் இருந்தது. நான் மாறனுக்கும் விசாகனுக்கும் கண் ஜாடை செய்தேன். இதுபோன்ற சந்தர்ப்பங்களில் நாங்கள் ஏற்கெனவே விரைந்து செயலாற்றி இருக்கிறோம். ஓசை எழுப்பாமல் எதிரிகளின் பின்புறமாகச் சென்று மின்னல் வேகத்தில் அவர்கள் கழுத்தை இறுக்கிக் கத்தியைப் பாய்ச்சி விடுவோம். அவர்களுக்கு ஓசை

எழுப்பும் சந்தர்ப்பத்தைக்கூட அளிக்கமாட்டோம். கூடுதலாக விலா எலும்புகளை முறித்து விடுவோம். அவர்களால் எழுந்து நடக்கக்கூட இயலாது. நான் எனது வாளை உறையில் போட்டுக் கொண்டேன். மெதுவாக மேலும் முன்னேறினோம். இப்போது குருதியின் பச்சை நாற்றம் மூக்கைத் துளைத்தது. மாறன் கண்களில் ஏதோ தட்டுப்பட்டிருக்க வேண்டும் அவன் வில் வீரர்களுக்கு இலக்கில் கவனமாக இருக்கும்படி சமிக்ஞை காட்டினான்.

நான் எப்போதும் யுத்தகளத்தில் அமைக்கும் நட்சத்திர வியூகத்தை அமைத்தேன். வியூகத்தின் இரு முனைகளிலும் மாறனும், விசாகனும் நின்றிருந்தனர். இருவரின் பக்கவாட்டிலும் பத்து வீரர்கள் கைகளில் வாட்களும், வீச்சரிவாளும் மாற்றி மாற்றித் தாங்கி வந்தனர். எங்களின் பின்னால் மற்ற வீரர்கள் பின் தொடர்ந்தனர்.

நாங்கள் எண்ணிக்கையில் மிகக் குறைவு என்றாலும், அந்த எண்ணிக்கையுடன் முன்னேறிச் செல்வதைத் தவிர அச்சமயம் எங்களால் செய்யக்கூடியது எதுவுமில்லை.

அவர்களை நெருங்க மேலும் ஐம்பது தப்படிகள் இருந்த நிலையில் நான் வில்வீரர்களுக்கு உத்தரவிட்டேன். அவர்களை நாங்கள் நெருங்கும் முன்னர் வில்வீரர்கள் மின்னல் வேகத்தில் எதிரிகளில் இருபது பேர்களைத் தங்கள் அம்புகளுக்கு இரையாக்கி விட்டனர். நிணமும் குருதியும் முடை நாற்றமாக வீசும் வீரர்களைக் கடந்து நாங்கள் எங்கள் இலக்கை நோக்கி நகர்ந்தோம். வாள் வீச்சு விரைவில் எதிரிகளைப் பரலோகம் அனுப்பிவிடும் என்பதால் காயம் அடைந்தவர்கள் உக்கிரமாக எங்களைத் தாக்க முற்பட்டனர். எங்களது சிறிய படை பரிதவித்தாலும் நான் எனது பலவீனமான நம்பிக்கையுடன் முன்னேறினேன். எனது வில்வீரர்கள் அம்புகளைப் பொழிந்தவண்ணம் இருந்தனர். எதிரிகளின் பிணங்கள் அந்த இடமெங்கும் சிதறிக் கிடந்தன. அந்தப் பிண வட்டத்தைக் கடந்து யுத்தத்தின் மையத்தை அடைந்தோம்.

அங்கே நாங்கள் கண்ட காட்சி எங்கள் ரத்தத்தை உறைய வைத்தது. கிருஷ்ணனை ஒரு மரத்தின் கிளையில் தலைகீழாகக் கட்டித் தொங்க விட்டிருந்தனர். அவன் உடலில் மாட்டியிருந்த இருப்புக் கவசத்தை உருவி எடுத்திருந்தனர். அவன் உடல் முழுவதும் சாட்டையின் ரத்தத் தடங்கள். என் தோளில் ஏற்பட்ட வாள் வீச்சைப் பொருட் படுத்தாமல் நான் யுத்தத்தில் முன்னேறினேன். ஒரு சட்டையைக் கையில் சுழற்றிக் கொண்டிருந்த ஒருவன் நான் வருவதற்குக் காத்திருந்தவன்போல என் முன்னால் மரத்தின் மீதிருந்து குதித்து

நின்றான். அவன் தன் உடலெங்கும் பச்சை வண்ண மையைப் பூசிக் கொண்டிருந்தான். ஒரே ஒரு பார்வையில் அவன் எத்தனை மட்டமான வீரன் என்பதைப் புரிந்து கொண்டேன். நான் ஆவேசம் கொண்டு எதிரில் அவனை நோக்கி ஓடினேன். அவன் தனது கரங்களில் சுற்றியிருந்த சாட்டையின் பிடியை முறுக்கியபடி எனக்காகக் காத்திருந்தான். நான் அவனை ஏமாற்றுவதற்காக இடப்பக்கம் நகர்வதுபோல நகர்ந்து அவன் சாட்டையின் திசை மாறியதும் வலது பக்கம் சென்று தாக்கினேன். தாக்குபவர்களுக்கு எதிரியின் வேகத்திலும், துல்லியமான அசைவுகளிலும் எப்போதும் ஒருவிதக் கூர்மையான எதிர்பார்ப்பு இருக்கும். நான் அவனது எதிர்பார்ப்பு எவ்வளவு குறுகலானது என்பதை அவனுக்குக் காட்டினேன். அவர்கள் திரும்பி நான் இருந்த திசையைப் பார்ப்பதற்குள் நான் வேறு ஓர் இடத்திற்குத் தாவி விடுவேன். எனது வேகம் என் உடலோடு பிறந்தது என்றாலும் அந்த வேகம் எனக்கு இது போன்ற போர்க்களங்களில் வெகுவாகக் கை கொடுக்கும்.

நான் ஒரே தாவலாகத் தாவி அவன் முன்பு கூற்றுவனைப்போல நின்று அவன் கழுத்தில் எனது வாளைக் கூராக இறக்கினேன்.

அடிபட்ட விலங்கைப்போல அலறினான். அவனை வதம் செய்யும் மும்முரத்தில் இருந்ததால் எனக்குப் பின்னால் சேற்றில் என்னை நோக்கி ஓடி வருபவனை கவனிக்கத் தவறி விட்டேன். அவன் தனது கையிலிருந்த கத்தியை அதன் கைப்பிடி வரையில் எனது பின்னங்காலில் செருகினான். நான் அவன் கழுத்தைச் சீவி விட்டு எனது துணிவை இழக்கும் முன்னர் என் காலைக் குத்திப் பிளந்து உள்ளே சென்ற கத்தியை உருவி எடுத்து அப்படியே சரிந்து விழுந்தேன். வேறு எவரோ கிருஷ்ணனை மரத்திலிருந்து இறக்கிக் காப்பாற்றினார்கள். எனது நிலையைக் கண்டு பதறிப்போன மாறன் ஓர் அழுக்குத் துணியைக் கிழித்து எனது ரணத்தின்மீது இறுக்கிக் கட்டினான்.

'நமது பக்கம் எத்தனை வீரர்கள் உயிருடன் இருக்கின்றனர்?' என்று அவனைக் கேட்டேன்.

'நம்மவர்களில் இன்னும் ஒன்பது பேர் உயிருடன் இருக்கிறார்கள்', என்றான். உயிர் சேதம் அதிகம் என்றாலும் எங்களுக்கு அது வெற்றிதான்.

பனை மரங்கள் வெட்டிச் சாய்க்கப்பட்டு ஒரு நீளமான படுக்கை போலச் செய்யப்பட்டு அதன் மீது என்னைக் கிடத்தி கப்பலுக்குக் கொண்டு சென்றனர். யாரைக் காப்பாற்ற எண்ணி யுத்தத்தில்

இறங்கினேனோ அந்தக் கிருஷ்ணன் எனக்குப் பின்னால் நொண்டி நொண்டி நடந்து வந்துகொண்டிருந்தான். முதுகில் சாட்டை ஏற்படுத்திய ரணத்தில் குருதி வழிந்ததைத் தவிர அவனுக்குப் பெரியதாக எதுவும் நேரவில்லை. எனக்கு அவனை ஆத்திரம் தீர கடுமொழியில் திட்ட வேண்டுமென்று தோன்றியது. ஆனால் வாயைத் திறந்து பேசும் நிலையில் நான் இல்லை.

சூரியனின் கிரணங்கள் மரங்களின் கிளைகளின் ஊடே கண்ணாமூச்சி ஆடிக்கொண்டிருந்தன. பனை மரத்தின் ஊசலாட்டத்தில் எனக்குச் சுரமே வந்துவிட்டது. இவ்வாறு பனைமரப் படுக்கையில் அல்லலுற்றபடிச் செல்வதற்கு பதில் கிருஷ்ணனைப்போல நொண்டியபடியாவது வந்திருக்கலாம். நான் மயங்குவதும் பனையோலைகளின் உறுத்தலினால் மீண்டும் கண் விழிப்பதுமாக நாவாயை நோக்கிச் செல்லும் வரையில் அல்லாடினேன். என்னை அவர்கள் மணலின் மேல் கிடத்தினார்கள். தொலைவில் ஏதோ சந்தடி நடந்ததை என்னால் அங்கிருந்தபடி பார்க்க முடிந்தது.

கிருஷ்ணன் கலவர பிரதேசத்திற்குச் சென்று விட்டு வந்து சொன்னான். ‘கீழே வீழ்ந்து கிடப்பவர்களில் குறைந்தது பதினைந்து பேர்களாவது உயிருடன் இருப்பார்கள் போலிருக்கிறது’, என்றான்.

நல்லவேளை நாகைப்பட்டிணத்தில் இன்னும் சில பெண்கள் தங்கள் மாங்கல்ய பாக்கியத்தை இழக்காமல் இருக்க வாய்ப்பு உள்ளது.

‘நாம் ஒரு நாவாயை இங்கே விட்டுச் செல்ல வேண்டியிருக்கும். இரண்டு நாவாய்களைச் செலுத்துவதற்கு அதிகப்படியான ஆட்கள் இல்லை.’

அவன் தலையாட்டி விட்டு, ‘எந்த நாவாயை இங்கே விட்டு வரப் போகிறோம்?’ என்று கிருஷ்ணன் கேட்டான்.

அப்போதுதான் ஓர் உண்மை எனக்கு உறைத்தது. அப்போது அங்கு கட்டளை பிறப்பிக்கும் நிலையில் இருந்த ஒரே அதிகாரி நான்தான் என்பதும் மற்ற தளபதிகள் அனைவரும் இறந்து விட்டனர் என்னும் உண்மை.

எங்கள் இருவருக்குமே அதற்கான விடை தெரியும். பார்வதி என்ற பெயருடைய அந்த நாவாயை இயக்க எங்களிடம் அதிகப்படியான துடுப்புப் போடுபவர்கள் இல்லை. ஆனால் அதனை என் வாயால் சொல்வதற்கு அவன் காத்திருந்தான்.

‘என்னுடைய நாவாயை எரித்து விடுங்கள்’, என்றேன் குரல் கமறியபடி. ‘இந்தக் கயவர்கள் அந்த நாவாயின் ஒரு சிறிய பலகையைக்கூட எடுத்துச் செல்லக்கூடாது’, என்று தொடர்ந்தேன்.

அவன் விவாதிக்காமல் நான் சொன்னதை ஏற்றுக்கொண்டான். நான்தான் சற்று உணர்ச்சி வயப்பட்டு விட்டேன். எரிப்பது என்பது நீண்ட காலம் எடுக்கும் மேலும் அவ்வாறு எரிப்பதால் எங்களுக்கு வரும் ஆபத்தும் அதிகம். இருப்பினும் எனக்கு வேறு வழி தெரியவில்லை. என்னால் எனது பார்வதியை அவர்கள் வசம் விட்டு விட்டு வருவதற்கு மனம் ஒப்பவில்லை.

போர்க் கப்பலில் கொண்டுவந்த எண்ணெய் பீப்பாய்கள் கீழிறக்கப் பட்டன. பார்வதியின் மீது எண்ணெயை ஊற்றி பிறகு நெருப்புப் பற்ற வைத்தனர். நெருப்பு நாவாய் முழுவதும் பரவத் தொடங்கியது. நாவாயின் பாய்மரம் பற்றி எரிந்து கருப்பாகத் தொடங்கியதும் நான் மற்றொரு நாவாயில் எஞ்சியிருந்தவர்களை ஏறிக்கொள்ள உத்தரவிட்டேன். என் கண் எதிரில் என் பார்வதி எரிந்து சாம்பலானாள்.

எங்களது நாவாய் கடலில் நகரத் தொடங்கியதும் நான் அந்தக் கடற்கரை முழுவதையும் எனது கூர்மையான பார்வையால் துழாவினேன். நாங்கள் வருவதற்கு முன்பே அங்கே ஒரு யுத்தம் நடந்து முடிந்திருக்கிறது, ஆனால் எங்கள் பங்களிப்பு அந்த யுத்தத்தில் எதுவுமில்லை.

நாவாயின் மேல்தளத்தில் என்னை ஒரு படுக்கையில் கிடத்தினார்கள். கிருஷ்ணன் என் அருகில் வந்ததும், ‘உனது முதுகு எப்படி இருக்கிறது?’ என்று வினவினேன்.’

‘முதுகல்ல அது. நிணமும் குருதியும் கொண்ட சதைப் பிண்டம். மற்றபடி உயிருடன் இருக்கிறேன். உனது கால் எப்படி இருக்கிறது?’ என்று கேட்டான்.

சாகசம் புரிவதற்கு எனக்கு அடுத்த சந்தர்ப்பம் கிட்டினாலும் சாகசம் புரியும் மனநிலை என்னிடம் இல்லை. எனது இடது காலில் இருந்த புண்ணின் வாய் மூடாமல் பிளந்து குருதி வடிவது நில்லாமல் தொடர்ந்தது. எனது காலின் பகுதி முழுவதும் நோயின் உஷ்ணத்தில் வெப்பமானது. நிறையுடன் உள்ள நாவாய் தள்ளாடுவதை ஒரு மாலுமியால் உணர முடியும். எனது கால் அவ்வாறு கனத்திருந்தது. காயத்தின் அருகில் கை சென்றால் கூட உள்ளம் வலியில் துடித்தது. மாறனோ இல்லை வேறு ஒரு வீரனோ, யாரென்று நினைவில்

இல்லை, ஒரு குவளையில் நன்னீர் கொண்டு வந்தான். என்னை கீழே உள்ள பாயில் படுக்கச் சொன்னார்கள். நான் வியர்வை கொட்டும் உடலோடு குப்புறப் படுத்தேன். அவர்கள் எனது காலில் உள்ள காயத்தின்மீது சுற்றியிருக்கும் கட்டினை அவிழ்த்துக் காயத்தை நேரடியாகச் சூரிய ஒளி படுமாறு வைத்தனர். பிறகு குளிர்ந்த நீரால் காயத்தைக் கழுவி புண் வாயை வேறு ஒரு சுத்தமான துணியால் கட்டினார்கள். அதன் பின்னர் நிகழ்ந்த எதுவும் என் நினைவில் இல்லை.

மற்ற நாவாய்கள் திரும்புவதற்கு எட்டு நாட்கள் முன்பாகவே நாங்கள் நாகைப்பட்டிணம் கடற்கரையை அடைந்துவிட்டோம். இரவோடு இரவாகக் கள்ளத்தனமாகத் தோணிகள் வியாபார நோக்கிற்காக வந்து இறங்கிய பின்னிரவு நேரத்தில் வந்து இறங்கினோம். எங்களுக்கு ஏற்பட்ட காயங்கள் பற்றிய சேதி தீ போலப் பரவியது. கேள்வி மேலே கேள்வி கேட்டனர். அவர்கள் அடுக்கிய வினாக்களுக்கு எங்களிடம் விடைகள் இல்லை. நல்லவேளை மற்ற நாவாய்ப் படையினர் வெற்றியுடன் திரும்பினர். சோழர் படை இலங்கைப் போரில் வென்றது. சிங்கள தேசத்தின் மன்னர் போர்க் கைதியாக நாவாயின் கீழ்த்தளத்தில் கயிற்றில் கட்டி அழைத்து வரப்பட்டார். நடந்து முடிந்த யுத்தம் தனிப்பட்ட முறையில் எனக்கு ஏற்படுத்திய அவமானத் தழும்புகள் மறைய சிறிது காலமானது. பின்னர் நேரிட்ட யுத்தங்களில் நான் உற்சாகத்துடன் கலந்துகொண்டு அதனால் ஏற்பட்ட வெற்றியின் மூலம் எங்கள் அவமானத்தைத் துடைத்துக்கொண்டோம்.

சில நிகழ்வுகள் மனதின் நினைவுகளை முழுவதும் ஆக்கிரமித்து விடுகின்றன. மீண்டும் மீண்டும் அவற்றை எண்ணிக் கொண்டிருப்பதன் மூலம் அதன் காரணத்தை ஓரளவு அறிய நேரலாம். ஒரு முறைதான் அந்தக் கத்தி எனது இடது காலில் இறங்கியது. ஆனால் என் சிந்தையில் அந்தக் கத்தி மேலும் மேலும் பல நூறு முறை இறங்கிய வண்ணம் இருந்தது. அதன் பிறகு எனது இடது கால் மீண்டும் பழைய வலுவைப் பெறவில்லை. நினைக்கும் தோறும் அந்தக் காலில் ஒரு சுரீர் வலியை நான் உணர்ந்தேன். முன்பு விரைவாக எட்டி நடை போட்டதுபோல என்னால் அதன் பிறகு நடை போட இயலவில்லை. விரைவான அசைவுகளால் எழுதப்பட்ட என் வீர வரலாறு எனது நொண்டும் நடையால் இப்போது மாற்றி எழுதப்பட்டது.

மூப்படைதல் என்பதுகூட ஒருவகை விபத்துதான். இதனை எவரும் நமக்கு முன்பே எச்சரிப்பதில்லை. விபத்தின் அடையாளங்கள்

மற்றவர் கண்களுக்குப் பளிச்சென்று தெரிவதைப்போன்று மூப்பின் அடையாளங்கள் உடனே தெரிவதில்லை..

‘அரச கட்டளை எப்போது முரசறிவிக்கப்படும்?’ என்று கிருஷ்ணன் கேட்டான்.

‘விரைவில்’, என்று கூறினேன்.

போர்க்காலங்களில் உரத்துக் கூறப்படும் எவற்றிலும் உண்மை இருப்பதில்லை. முரசறைந்து கூறப்படும் அறிவிப்புகளில் பதினாயிரம் வீரர்கள் கடலில் சென்று எதிரியைத் தாக்குவதாக அரச கட்டளை இருக்கும். ஆனால் உண்மையில் ஒவ்வொரு கப்பலும் சொன்ன அளவில் பாதிக்கும் குறைவான வீரர்களையே சுமந்து செல்லும். போர் தொடுக்கவுள்ள நாடோ பிரதேசமோ செல்வ வளங்களில் கொழித்து நிற்பவை என்று கற்பனைக்கெட்டாத அளவிற்குக் கூறப்படும். வெற்றியுடன் திரும்பும் ஒவ்வொரு வீரனும் பெரும் செல்வந்தனாக மாறுவதற்கு வாய்ப்பிருப்பதாக நம்பி வீரர்கள் ஆர்வத்துடன் போர் புரியச் செல்வர். பொய்களும், புனைவுகளும் ஆடல் பாடல்களில் மறைக்கப்படும். எத்தனை கேவலமான வெற்றியாக இருந்தாலும் சூடப்படும் பூமாலைகளும், பாமாலைகளும் அவற்றை மறைக்கும்.

‘அனைத்தும் சரியாகி விடும் ஔவை’, என்று என் மனதினைப் படித்தவன்போலக் கிருஷ்ணன் விடையளித்தான். ‘நாவாயை விழுங்குவதுபோலப் பார்த்தது போதும் நாவாயைச் சோதிப்பதை நாளை தொடரலாம். ஏற்கெனவே இரண்டு மொந்தைக் கள் குடித்து விட்டேன். சித்ரா என்னைக் காணாது தேடுவாள்’, என்று கண் சிமிட்டினான்.

‘உனது ஆசை நாயகி பாவம் உனக்காகக் காத்திருக்க வேண்டாம்’, என்று நானும் அவனுடன் கிளம்பினேன்.

‘ஓ! ஔவை நீ இந்தச் சித்திராவைப் பார்க்கவேண்டும். தேவலோகத்து ஊர்வசி அவதாரம் எடுத்து வந்ததைப்போல ஒரு தோற்றம். விழிகள் சித்திராவினுடையது; பார்வை ஊர்வசியினுடையது’, என்று கிறங்கியபடியே கூறினான். பெண்களின் பின்னால் சுற்றாத நாட்கள் கிருஷ்ணனைப் பொறுத்தவரையில் வீணான நாட்கள். அவன் மனைவிக்கு வயிற்றில் கட்டி ஒன்று வளர்ந்து சிகிச்சை எதுவுமின்றி இறந்து போனாள். அவனது ஒரே புதல்வன், சின்னஞ்சிறுவன், கடலாடச் சென்றவன் மீண்டும் கரைக்குத் திரும்பவில்லை. இத்தனை சோகங்களுக்கும் மருந்து பெண்ணின் உடல் என்பது அவனது தீர்மானம். அவனது மோக சங்கீதங்கள் என்னைத்

தாலாட்டும். அவன் ஒரு பெண்ணைக் குறித்து அவள் ஊர்வசி போன்றவள் என்று கணித்துச் சொன்னால் அதில் எள்முனை அளவு கூடப் பொய் இருக்காது.

நாங்கள் ஒரு மதுபானக் கூடத்தை அடைந்தோம். அந்தக் கூடத்திற்கு உரிய நேரத்திற்கு முன்பாகவே சென்றுவிட்டோம். இது எப்போதும் எங்களது வாடிக்கை. அந்த மதுபானக் கூடம் இருளில் மூழ்கியிருந்தது. இளம்பெண்கள் தேவதாசிகளைப்போல ஆடம்பரமாக ஆடையுடுத்தி விழியோரங்களில் பட்டையாக அஞ்சனம் தீட்டி விழிகளை மேலும் அகலமாக்கி அங்குமிங்கும் நகர்ந்த வண்ணம் இருந்தனர். புளித்த தென்னங்கள்ளை தென்னையோலை வட்டில்களில் குவித்துக் கொடுத்தனர்.

சூரியன் மேலைத் திசையில் சென்று மறையும்வரையில் காத்திருந்தோம். குடிபோதையில் எங்கள் கண்கள் சிவந்திருந்தன. வியர்வையில் முதுகு பிசுபிசுத்து முப்பிரி நூல் முதுகோடு ஒட்டிக் கிடந்தது. தினமும் அர்க்கியம் விட்டு வணங்கும் சூரிய பகவான் எங்களது இந்த நிலையைக் கண்டால் சபித்துவிடமாட்டானா? அதனால்தான் அவன் மறையும் வரையில் காத்திருந்தோம்.

தேவ கன்னிகையர் எங்களைச் சுற்றி உலாவினார்கள். ஒரு கையில் மதுக்குடங்களுடன் எங்கள் நடுவில் நகர்ந்து நீட்டிய குவளைகளில் மதுவை நிரப்பியபடி செல்லும்போது எங்கள் இதயத் துடிப்பு சீர்கெட்டது. நீட்டிய கரங்களில் நல்லது எது பொல்லாதது எது என்பதை அறிந்து வைத்திருந்த அந்த நங்கையர் விலகவும் கொஞ்சவும் செய்தனர். அந்த அரங்கின் தனிப்பெரும் நாயகனாகத் தென்னங்கள் கோலோச்சியது. மதுச்சாலையின் புறக்கடையில் பெரிய பானை ஒன்றில் தென்னங்கள் கொதித்துக் கொண்டிருந்தது. அதனுடன் லவங்க மரத்தின் பட்டைகள், பெருஞ்சீரகம், கிராம்பு போன்ற வாசனை பொருள்களும் கொதித்துக் கொண்டிருந்தன. இந்தக் கலவையின் அருஞ்சுவை குடிப்பவர்களை தினம் சொர்க்கபுரிக்கு அழைத்துச் செல்லும் தன்மையது.

திருமணமான யுவன்களே அங்கு அதிகம் கூடியிருந்தனர். அவர்கள் கண்களில் அங்கு உலவிய நங்கையரை விழுங்கி விடுவதுபோல ஒரு பார்வை. இரவெல்லாம் இங்கு கள் குடித்து ஆடவேண்டியது. மறுநாள் தத்தமது இல்லத்தரசிகளிடம் இனிமேல் கள் குடிக்க மாட்டோம் என்று பொய்ச் சத்தியம் செய்யவேண்டியது. இதுவே இங்கும் வரும் யுவன்களின் வாடிக்கை.

என்னருகில் வந்து நின்றவனைத் திரும்பிப் பார்த்தேன். திம்பு. என் படைப் பிரிவில் பணியாற்றுபவன். கையில் குவளையுடன் மது

நிரம்பக் காத்திருந்தான். நான் அங்கிருந்த அப்சரஸுக்குக் கண் ஜாடை காட்டினேன். அவள் அன்னம்போல அசைந்து வந்து அவனது குவளையில் மதுவை நிரப்பினாள். மஞ்சுளன்தான் அந்த மதுச் சாலையின் கண்காணி. அவன் கட்டுப்பாட்டின் கீழ்தான் மதுசாலை இயங்கியது. நான் அவனைப் பார்த்து அசட்டுத்தனமாக இளித்தேன். எனக்கு அந்த மது விடுதியில் எப்போதும் பணம் எதுவும் பெற்றுக் கொள்ளாமல் மது வழங்குவார்கள். காரணம் எனது வருகையைக் காரணம் காட்டி அவர்கள் அந்த மது விடுதியில் சோதனைகள் நடைபெறுவதைத் தவிர்த்து வருகின்றனர். எனது சலுகையைப் பயன்படுத்தி எனக்குத் தெரிந்தவர்கள் அனைவருக்கும் என்னால் இலவச மதுவை வழங்கச் சொல்லி கேட்க முடியுமா என்ன?

திம்பு தனது குவளையிலிருந்து ஒரு மடங்கு கள்ளைக் குடித்து விட்டு தனது தோள்களைத் தட்டிக் கொண்டான். பிறகு புதிதாக மணம் புரிந்து கொண்ட தனது மனைவியைப் பற்றி ஒருபாட்டம் சொல்லி அழுதான். புது மனைவியை நினைத்து அவன் முகத்தில் ஒரு கலவரம் மின்னியது. அவனது புதிய மனைவி அவளது கைம்பெண்ணான தாயாருடன் ஒரே அறையில் ஒரே பாயில் அவனிடமிருந்து கை எட்டும் தொலைவில் இரவில் படுத்து உறங்கினாள். கணவனைக் கடலுக்குச் செல்ல விட்டுத் தான் மட்டும் கரையில் தனித்திருக்கும் பெண்களுக்குத் தனது தவறான நடவடிக்கையால் கணவனுக்குக் கடலில் ஊறு எதுவும் நேர்ந்து விடக் கூடாது என்பதற்காக எச்சரிக்கை யுடன் நடந்துகொள்ளும் ஒரு சாதாரண பரதவப் பெண்ணைப் போலத்தான் அவளும் நடந்து கொண்டிருப்பாள். புது மனைவி ஒதுக்குவதை எந்தக் கணவனால் பொறுத்துக்கொள்ள முடியும்?

மதுச்சாலையில் நிதானமாக இருக்கும் ஒருவனுக்காக மற்ற குடிகாரர்கள் பரிதாபமாகப் பார்க்கத் தொடங்கினால் அவன் நிலை சற்றுக் கடினமானதுதான். நான் அந்தக் கூடத்தை கவனிக்கும் காரணத்தைக் காட்டி அவனைத் தவிர்த்தேன். சற்று தள்ளி ஓர் இடத்தில் குடிப்பதற்கு வந்திருந்த வீரர்கள் மத்தியில் சிறிய கலவரம் ஒன்று வெடித்தது. சுற்றி நின்ற வீரர்களின் செயல் கலவரத்தை அதிகப்படுத்தியது. கிருஷ்ணன் எச்சரிக்கும் விதமாக என்னைத் தடுத்தும் கேளாது நான் அந்த இளம் வீரர்கள் சூழ்ந்திருந்த இடத்தை நோக்கிச் சென்றேன்.

அந்த மதுக்கூடத்தில் இருந்த இளம்பெண் ஒருத்தி ஒரு வீரனிடம் தனது எதிர்ப்பைக் காட்டிக்கொண்டிருந்தாள். அந்த வீரனின் பிடியில் அவளது சம்மதமில்லாத இடை நெளிந்துகொண்டிருந்தது.

அவளிடம் வம்பு புரிந்தவன் வேறு எவனுமில்லை, ராஜீவன். ஷலகனின் புதல்வன். 'இதில் என்ன இருக்கிறது இளம்பெண்ணே வா', என்று அவளது மெல்லிய இடையில் தனது விரல்களை மீட்டிக் கொண்டிருந்தான். 'வா நானும் நீயும் சில தனிமைப் பொழுதுகளைக் களவாடுவோம். நான் ஒன்றில் தொடங்கிப் பத்து வரை எண்ணுகிறேன்', என்று உளறிக்கொண்டிருந்தான்.

'பத்து எண்ணி முடிந்ததும் என்ன நிகழும்?' என்று கேட்டேன்.

என்னைப் பார்த்ததும் ராஜீவனின் முகம் சிவந்துவிட்டது. அவனது உள்ளுணர்வு விழித்துக்கொண்டதும் குடிமகன்களுக்கு ஏற்படும் ஆனந்த சகஜபாவம் தொற்றிக் கொள்ளவே, 'ஔவை, உங்களை இங்கு சந்திப்பது வியப்பாகவும் அதேநேரம் மகிழ்வாகவும் உள்ளது', என்றான், அசட்டுத்தனமான போதைச் சிரிப்புடன்.

'ஔவை, என் தந்தை தங்களிடம் ஏதோ கூற எண்ணியிருந்தாரா? அல்லது உங்களைப்பற்றி என்னிடம் கூறியதை உங்களிடம் நான் கூறிவிடக்கூடாது என்று கூறினாரா? எதுவென்று நினைவிற்கு வர மறுக்கிறது, சட்!' என்று தலையின் பின்புறம் பொய் பாவனையுடன் அடித்துக்கொண்டான். அவன் தனது பைத்தியக்காரத்தனமான வெடிச்சிரிப்பிற்குக் காத்திருந்தான்.

'அந்தப் பெண்ணை அனுப்பிவிடு, அவள் இங்குள்ள மற்ற வாடிக்கையாளர்களுக்குச் சேவை செய்ய அனுமதி. அதன் பிறகு நீ என்ன சொல்ல நினைத்தாயோ அதனை யோசித்துச் சொல்', என்று அவன் சிரிப்பதற்கு முன்னர் குறுக்கிட்டேன்.

'இவள் பேரழகியாகத் தோன்றவில்லையா?' என்று ராஜீவன் அவளைத் தன் வசம் இழுத்து மடியில் அமர்த்தி அவளது கூந்தலை வருடிக் கொடுத்தான். 'மரத்தில் கனிந்த கனி நாடிவரும் பறவைகளின் கண்ணில் தப்பாமல் போகுமா?' என்று இளித்தான்.

'நீ சொல்வதை ஏற்றுக்கொண்டாலும் இவள் இங்கு வருபவர்களில் மிகவும் திறமைசாலிக்கே உரியவள்..'

எனது குத்தல் மொழி அவனது அகங்காரத்தைத் தூண்டிவிட்டது. அகங்காரமும், வேட்கையும் வீம்பை வளர்க்க உதவுகின்றன..

'இங்கிருக்கும் எவரும் என்னைவிடத் திறமைசாலி கிடையாது. என்னைவிடப் பெரும் கௌரவம் பெற்றவனும் கிடையாது', என்று உளறினான்.

‘தவறு யுவனே, இங்கு உன்னை விடவும் திறமைசாலிகள் உள்ளனர் என்பதை மறந்துவிடாதே, விழுப்புண் படாத வீரனே!’ விழுப்புண் படாத வீரன் என்ற பதம் அவனை மேலும் சீண்டியது.

அவனிடமிருந்து விடையில்லை.

‘கௌரவம், திறமை என்று ஆடம்பரமாகப் பேசும் நீ, உனக்கு வழங்கப்பட்ட வில் உனது திறமைக்காக வழங்கப்படாது உனது ஆசானை நிர்பந்தப்படுத்தியதாலேயே வழங்கப்பட்டது என்பது உனக்குத் தெரியுமா?’, என்று கேட்டேன் காட்டமாக.

எங்கும் மௌனம் திடுமென்று வந்து சூழ்ந்தது.

‘என்ன சொன்னீர்கள்?’

நான் அந்தக் கணத்தை அனுபவித்தேன். ‘உனது தந்தை மத குருமார்களை வற்புறுத்தி சோழச் சக்கரவர்த்தியைச் சந்திக்கச் செய்து உனக்கு வில்லினைப் பெற்றுத் தர ஏற்பாடு செய்த தகவல், உனக்குத் தெரியவில்லை என்றால் உன் தந்தையைக் கேட்டுத் தெரிந்துகொள்.’

‘இருக்காது.’ இப்போது அவன் குரலில் இருந்த உளறல் மொழி சென்ற இடம் தெரியவில்லை. நான் எண்ணியிருந்தது பழுதில்லை, அவனிடம் அவனது தந்தை இது குறித்து எதுவும் கூறவில்லை என்பது நிரூபணமாகியது. அவனது பிடி அந்தப் பெண்ணின் இடையிலிருந்து தளர்ந்ததும் அவள் அங்கிருந்து நழுவிச் சென்றாள். அவள்மீது இருந்த தேட்டம் வேறு ஒன்றின்மீது மாறியது, நிலைகுத்திய அவனது பார்வையில் பிரதிபலித்தது.

நானும் அதிக அளவில் கள்ளைப் பருகியிருந்தது தெரிந்தது. காலம் கடந்த தெளிவு. ‘யுத்தத்தில் பிணையமாகக் கொண்டுவரப்பட்ட ஓர் அடிமைப் பெண் தனது மகனை வெற்றிகொள்வதா?’ என்று உனது தந்தை தனது நண்பர்களிடம் சொல்லிப் புலம்பியிருக்கிறார். அவர்களில் ஒருசில மத குருமார்களும் இருந்திருக்கின்றனர். அவர்கள் மன்னரிடம் சென்று இந்த வெற்றியை ஓர் அடிமைப் பெண்ணிற்கு அளிப்பது சோழ தொல்குடிக்கும் நாம் நித்தம் வணங்கும் ஆண்டவனுக்கும் அவமானத்தை ஏற்படுத்தும் என்று எடுத்துரைத்திருக்கின்றனர். எனவேதான் சோழச் சக்கரவர்த்தி உன்னை வெற்றி பெற்றவனாக அறிவித்தார். எத்தகைய இழிவான முரண். ஓர் அடிமைப்பெண் முதல் பரிசைத் தட்டிச் செல்வது தகாதது என்று அவர்கள் மூலம் மன்னரிடம் சொல்ல வைத்தார் உன் தந்தை. அதனால்தான் அந்த வில் உன்னை வந்தடைந்தது.’

அவன் அப்போது முற்றிலும் தெளிவடைந்திருந்தான். 'நம்ப மாட்டேன். நீங்கள் குடித்துவிட்டுப் பொய் சொல்கிறீர்கள்', என்றான். ஒரு படைத் தளபதியை நோக்கி குடிகாரன் ஒருவனால் தான் இவ்வாறு கூற இயலும்.

நான் அசட்டுத்தனமாகச் சிரித்தேன். 'நான் குடித்திருக்கவில்லை என்று உனக்கு ஏற்கெனவே தெரியும்...' கூறும்போது என்னை மீறி வந்த முதல் வாந்தியை நான் தடுத்து நிறுத்த முயன்றேன். ஆனால் இரண்டாவது முறை எனது அத்தனை கட்டுப்பாட்டையும் மீறி பெருத்த சப்தத்துடன் வெளி வந்து அவன் சொன்னதுபோல என்னைப் பொய்யனாக்கியது.

அவன் தனது கரங்களை என் முன் நீட்டிவிட்டு அங்கிருந்து அகன்றான். அவனை எட்டிப்பிடிக்க முயன்றேன். எப்படியும் அவனது அழகிய துருத்தி நிற்கும் கன்ன எலும்பினைத் தொட்டு விடத்தான் எண்ணினேன். நழுவிச் சென்றுவிட்டான். நான் போதை தலைக்கேறச் சரிந்து விழுந்தேன்.

6

வாயிற்கதவு தட்டப்படும் ஓசை எனது தலையில் இடி விழுந்தது போன்ற சப்தத்தை ஏற்படுத்தியது. மந்தாகினியின் மாளிகையின் சாரளத்திற்கு அப்பால் இருந்த சலவைத் தொழிலாளிகள் சுரமும் லயமும் இல்லாமல் பாடும் பாடலின் ஒலிதான் அது. மந்தாகினி என்னுடைய பஞ்சணையில் உறங்கிக் கிடந்தாள். அவள் மீதிருந்து எப்போதும் வீசும் சுகந்த மணத்துடனும், கூந்தலில் இருந்து கிளம்பிய நறும்புகையின் மணத்துடனும் கிடந்தாள். அந்த அறைக்கு என் மனைவியோ அல்லது என் மகனோ வரக்கூடும் என்ற எண்ணத்தில் நான் பஞ்சணையில் கிடந்தேன். பஞ்சணையில் கிடந்த மந்தாகினியின் முழு அழகையும் ஒரு பருத்தித் துணியால் இழுத்து மூடினேன்.

சாளரத்தின் வழியாக வாயிலில் நிற்பது யார் என்று எட்டிப் பார்த்தேன். நல்லவேளை ஓர் இளம் வீரன் நின்றுகொண்டிருந்தான். பாரமாக இருந்த தலையை ஒரு கையினால் பிடித்துக்கொண்டு நான் கதவைத் திறந்தேன்.

'ஔவை! பெரும்பில் கூறித்தான் உங்களை இந்த இடத்தில் வந்து சந்திக்கிறேன்', என்ற அவன் குரலில் ஒருவித பதற்றம் இருந்தது. எனது எச்சரிக்கை இரு மடங்கானது. அவனைக் காத்திருக்கச் சொல்லிவிட்டு நான் உடை மாற்றிக்கொள்ளச் சென்றேன்.

இதற்கும் ராஜீவனுக்கும் தொடர்பு இருக்குமோ என்று என் மனம் ஆச்சரியப்பட்டது. நேற்றைய இரவில் நடந்தவை துண்டு துண்டாக என் நினைவில் வந்து போயின. ராஜீவனால் வாளாதிருக்க இயலாது என்பதால் தனது தந்தையிடம் சென்று தான் வில்லைப் பரிசிலாகப் பெற்ற கதையைக் கேட்டிருப்பான். ஆஹா எனக்குப் புதிதாக ஓர் எதிரி கிளம்பிவிட்டான்.

மாந்தாகினிக்குக் காலையில் ஒரு வீரன் வந்து எழுப்பியதும் தெரியாது; நான் பஞ்சணையிலிருந்து இறங்கி உடை மாற்றிக் கொண்டதும் தெரியாது. அப்படி ஓர் அயர்ந்த உறக்கம். அவளது தோள் தொட்டு எழுப்பினேன். அவளது ஒரு விழியை மட்டும் திறந்து என்னைப் பார்த்தாள். நான் பேச வாயெடுக்கும் முன்னர் அவள் தனது கொஞ்சல் மொழியில், 'நேற்று உங்களிடம் சகிக்க முடியாத கள்ளின் வாடை வந்தது', என்று கூறினாள்.

'நான் இதற்கு வருந்துகிறேன். தவறு என் மீது அன்று. கிருஷ்ணனின் பின்னால் போனதுதான் தவறு.'

'அதற்குள் கிளம்பி விட்டீர்களா?'

நான் குனிந்து ஒப்பனைப் பூச்சுகள் நிறைந்த அவள் முகத்தில் முத்தமிட்டு, 'மாலை வருகிறேன். கள் அருந்தாமல் வருகிறேன். நாம் கடற்கரையோரம் உலா சென்று வருவோம். உனக்குச் சம்மதம்தானே?' என்று கேட்டேன்.

'சம்மதம்', என்று கூறிவிட்டு விழிகளை மூடிக்கொண்டாள். அவள் மீண்டும் துயில் நீங்கி எழும்போது நான் கூறியவை நினைவில் இருக்குமா என்பது தெரியவில்லை.

நான் வெளியில் காத்திருந்த வீரனுடன் அரண்மனை நோக்கிப் புறப்பட்டேன். முந்தைய நாள் இரவு நான் எங்கு இருந்தேன் என்ன செய்துகொண்டிருந்தேன் போன்ற தகவல்களை இந்நேரம் தீர்வை அதிகாரி பெரும்பில் சேகரித்திருப்பார். என் நிழல் அசைவதுகூட அவர் கண்களுக்குத் தப்பிக்காது. பெரும்பில்லால் இப்போது வாள் எடுத்துப் போர் புரியும் வயதைக் கடந்துவிட்டதால் பொழுது போவதற்காக இவ்வாறு அடுத்தவர் விஷயங்களில் மூக்கை நுழைத்துக் கொண்டிருப்பதை வழக்கமாக்கிக் கொண்டுவிட்டார்.

நான் என்ன செய்துகொண்டிருந்தேன், எங்கு சிறுநீர் கழித்தேன், எத்தனை நொடிகள் சிறுநீர் கழித்தேன் போன்ற ஒன்றுக்கும் பயனில்லாத தகவல்களைச் சேமிப்பவர்.

பிரதான சாலையை அடைந்ததும்தான் நாங்கள் சென்ற ரதம் பெரும்பில் இல்லம் நோக்கிச் செல்லத் தொடங்கியது. பெரும்பில் மனைவியை இழந்தவர். அவர் இல்லத்தில் உண்பதற்கு எதுவும் கிடைக்காது. என்னால் பசியாற்றாமல் நெடுநேரம் இருக்க இயலாது. தெருவோர நடைவண்டி அங்காடிக் கடை ஒன்றில் எனது பசியாற்றச் சென்றேன். ஓர் இனிப்பு ஆப்பம் வாங்கித் தின்றேன். அந்த வீரனையும் உண்பதற்கு அழைத்தேன். அவன் மறுத்து விட்டான்.

‘ஔவை அவர்களே’, என்று பதறியபடி அழைத்தவன் ‘பெரும்பில் உங்களை விரைந்து அழைத்து வரச் சொன்னார்’, என்றான்.

‘கொலை தண்டனையைத் தவிர ஏனையவற்றிற்குச் சமயம் இருக்கிறது. ஓர் இனிப்பு ஆப்பம் உண்ணும் அளவிற்கு நிச்சயம் சமயம் உள்ளது. உனது பெயர் என்ன?’ என்று கேட்டேன்.

‘பத்மன்’, என்றான்.

அவன் தனது யுவ பருவத்தைவிட சற்று முதிர்ந்தவனாகக் காணப்பட்டான். அடர்த்தியான மீசை; கூர்மையான கை முஷ்டி. அவனிடம் மிகச் சிறிய அளவில் தசை நடுக்கம் இருக்கவேண்டும். ஏன் எனில் அவன் ஒரு நிமிடத்திற்கு ஒருமுறை தனது வலது முஷ்டியை இடது கரத்தால் அடிக்கடி துடைத்துக்கொண்டே இருந்தான்.

‘பத்மன், இந்த ஆப்பக் கடைக்காரரை நன்கு கவனி. தனது தொழிலில் ஒரு கலைநயத்துடன் செய்வதில் இவர் வல்லவர்’, என்றேன்.

அடுப்புத் தழலில் நன்றாகச் சூடேறிய கல்லின்மீது வியாஸ் கரண்டியால் நெய் வார்த்ததும் உஸ்ஸ் என்று சப்தம் எழுப்பியது அந்த ஆப்பக்கல். காலையில் போக்குவரத்துச் சந்தடி மிகுந்து காணப்பட்டது. பூ விற்பவர்கள் கூவியபடி கோயிலை நோக்கிச் சென்றுகொண்டிருந்தனர். பெரிய கட்டுகளில் வெற்றிலைகளும், பனங்குருத்துகளும் சந்தையை நோக்கிச் சென்றுகொண்டிருந்தன. வண்டிகளில் கூடை கூடையாகச் செல்லும் மாம்பழங்கள் என்று சந்தடி மிகுந்திருந்த வேளையிலும்கூட அவர் ஊற்றிய நெய் சுரீர் என்று ஆப்பக் கல்லின் மேல் விழும் ஓசை கேட்டது. ஆப்பச் சட்டியில் அவர் மாவை ஊற்றும் லாகவத்தைக் கவனித்த பத்மனின் முகத்தில் ஒருவித ஏக்கம் இருப்பதைக் காண முடிந்தது.

வியாஸிற்கு இரட்டைநாடி சரீரம். ஆப்பம் சுடுகல்லில் வேகும் போது வசதியாக அந்த உருமாற்றத்தை அனுபவித்துப் பார்த்துக் கொண்டிருந்தார். அடுப்பின் வெப்பமும், கோடை காலத்தின் உஷ்ணமும் சேர்ந்து அவரது கரடிபோல முடி முளைத்திருந்த தோள் பகுதியும் மார்புப் பகுதியும் ஆறாக ஊற்றும் வியர்வையில் மின்னிக் கொண்டிருந்தன. உடல் பருமனானவர்களில் பெரும்பாலானோர் உடலில் ரோமம் அதிகமின்றியே காணப்படுவதை எண்ணி நான் வியப்படைந்திருக்கிறேன். இந்தத் தின்பண்டக் கடையை நான் தேர்வு செய்ததற்கு வியாசுவின் புன்னகையும், பருத்த உடலுமே காரணம். உடல் மெலிந்தவர்கள் நடத்தும் உணவுக் கூடங்களை நான் பெரும்பாலும் நம்ப மாட்டேன். அவர்கள் உணவை அவர்களாலேயே ஏற்றுக்கொள்ள முடியவில்லை என்றால் அதில் என்ன பொருள் இருக்கிறது?

வியாஸ் அந்த ஆப்பத்தின் மீது துருவிய தேங்காய் போட்டு இன்னும் இரண்டு மூன்று பொடிகளைத் தூவி ஒரு வாழை இலையில் ஏந்தி என்னிடம் நீட்டினான்.

மேட்டுக்குடி மக்கள் இவ்வாறு தெருவில் அமர்ந்து உண்பதை விரும்ப மாட்டார்கள் என்பதால் நான் விரைந்து அந்த இலையில் இருந்த ஆப்பத்தை உண்டு முடித்தேன். முதல் ஆப்பத்தை மென்று உண்ணும்போதே அடுத்த ஆப்பத்திற்குத் தலையசைத்தேன். அவர் தந்த ஆப்பத்தை பத்மனிடம் தந்துவிட்டு மூன்றாவது ஆப்பத்திற்குத் தலையசைத்தேன். இப்படியே மாற்றி மாற்றி ஒன்பது ஆப்பங்களைச் சூட்டுடன் உள்ளே விழுங்கியபடி இருந்தோம். நான் உண்ட ஆப்பத்திற்கான பணத்தை வியாஸிடம் கொடுத்த போது பத்மன் தனது தாடையை நீரால் சுத்தம் செய்து கொண்டிருந்தான். தான் பெரும்பில்லிடம் காவல் பணியில் இருப்பது மாத ஊதியமாகத் தங்கக் காசுகளைச் சேமிப்பதற்கு என்று கூறி விட்டுக் கணிசமான தொகை சேர்ந்த பின்னர் நான்கைந்து பசு மாடுகளை வாங்கிப் பால் பண்ணை அமைக்கப் போவதாகவும் அதன் பிறகு நல்ல பெண்ணாகப் பார்த்துத் திருமணம் செய்து கொள்ளப் போவதாகவும் தனது கனவுகளை அடுக்கிக்கொண்டே சென்றான்.

நாகைப்பட்டிணத்தில் குடியேறி செல்வந்தர்கள் ஆனவர்கள் பலர். நாவாய்களில் வந்திறங்கும் திரவியங்கள் இங்குள்ள மக்களின் மனதில் உழைக்கவேண்டும் என்ற அவாவைக் கிளறி ஒவ்வொரு வரையும் செல்வந்தர்களாக்கி விடும். அந்த நகரமே ஒரு பெரிய விற்பனைக் கூடம் போன்றும் அங்கிருக்கும் அனைவரும் ஏதோ ஒரு

வகையில் கொடுக்கல் வாங்கலில் தங்களை இணைத்து, செல்வத்தைக் குவித்துக் கொண்டிருப்பதாகவும் தோன்றியது. நாங்கள் மெதுவாக ரதத்தில் சென்று இறங்கியபோது பெரும்பில் தனது மாளிகையின் வாயிலில் முகத்தில் வருத்தம் தோய நின்றிருந்தார்.

'வந்தனங்கள் ஐயா, எதற்காக என்னை மூன்றாவது யாமத்திற்கான பாடல் முடியும் முன்னர் பஞ்சணையிலிருந்து எழுப்பி அழைத்துவர ஆள் அனுப்பியிருந்தீர்கள்?' என்று கேட்டேன்.

'ஆமாம் அது உன் சொந்த இல்லத்தில் இருக்கும் பஞ்சணை பார்', என்றதும் அவரை அவ்வாறு சொல்ல வைத்த எனது அவசரக் குடுக்கைத்தனத்தை மனதிற்குள் சபித்தேன்.

அவர் காட்டிய சாடையில் பத்மன் அங்கிருந்து விலகிச் சென்றான். நான் சுற்றும் முற்றும் பார்வையை ஓடவிட்டேன். அவரது அலங்காரங்களையும், சீரான ஆடையணிகளையும் பார்த்தேன். 'உங்களது பணியாளர்களின் படை எங்கே சென்றது பெரும்பில்? மூன்று நான்கு சேவகர்கள் இன்றி உங்களால் ஆடை உடுத்திக் கொண்டு ஆயத்தமாக இயலாதே? ஆமாம் இவற்றையெல்லாம் நீங்களா தனியாகப் புனைந்து கொண்டது?' என்று கேட்டேன்.

ஒரே ஆசான் கீழ்தான் நானும் பெரும்பில்லும் குருகுல வாசத்தில் கல்வி பயின்றோம். எனவே அவருக்குச் சினம் அதிகமாகும் நேரங்களில் தாடை இறுகி தனது பற்களைக் கடிக்கத் தொடங்கி விடுவார். 'நான் எப்போதும் ஆச்சரியம் கொள்ளும் விஷயம் என்ன வென்றால்', என்று தொடங்கியபோது அவரது தாடை இறுகி இருந்தது. 'நீ இதுவரை எவ்வாறு வெறும் ஒரு வாளையும் உனது திறமையையும் மட்டும் வைத்துக்கொண்டு சாதனை புரிந்திருக்கிறாய்?'

இது பாராட்டுவதுபோல எனது புத்திகூர்மையை மட்டம் தட்டும் வார்த்தைகள் என்பது எனக்குத் தெரியும். எவராவது நான் எண்ணிக் கொண்டிருப்பதைவிட என்னை புத்தி குறைவுடையவனாக மதிக்கும்போது எனக்கு அதன் மூலம் நன்மையே விளையும். ஒன்று யுத்தம் அல்லது அமைதி. ஆரம்பக் காலங்களில் எனக்குக் கணக்கியலிலும் சோதிடத்திலும் ஆர்வம் இல்லாமல் போகவே அவற்றில் ஏற்பட்ட தடுமாற்றங்களைக் கணக்கில் கொண்டு பெரும்பில் என்னைக் குறைவாக மதித்துக் கூறியது எனக்குச் சினத்தை மூட்டியது.

அவரைப் பின் தொடர்ந்து உள்ளே சென்றேன். அவர் தனது மேசையின் அருகே சென்று அதன் மீது விரித்து வைத்திருந்த மூங்கில் தாள் ஒன்றை விரித்து வைத்தார். அது ஒரு வரைபடம்.

அந்த வரைபடத்தின்மீது விதவிதமான மைக்குறியீடுகளுடன் மோசமான ஸ்திதியில் இருந்தது.

அவரது பார்வையில் விலைமதிப்பற்ற அந்த வரைபடத்தை அரைகுறை மனதுடன் காட்டியது அவர் முகத்தில் தெரிந்தது. ராஜாங்க விஷயங்களை என்னுடன் பகிர்ந்துகொள்வது உசிதமாக இருக்குமா என்ற அவநம்பிக்கை ரேகை அவர் முகத்தில் ஓடியது. நான் எதுவும் பேசாது ஒரு பாயை விரித்துச் சுவரில் முதுகைச் சாய்த்தபடி அமர்ந்தேன்.

பெரும்பில்லும் என் அருகில் அமர்ந்தார். முழங்கால் எலும்புகள் சடசடவென்று நெட்டி முறியும் ஓசை கேட்டது. 'அரசர் உன்னை முற்றிலும் நம்புகிறார் ஔவை. எனவே, எனக்கு வேறு கதியில்லை உன்னை நம்புவதைத் தவிர', என்று கூறினார். அந்த வரைபடத்தை என் முன்னர் விரித்தார். அதில் இருந்த ஒரு மையினால் இடப்பட்ட அடையாளத்தைக் காட்டினார்.

'இதுதான் முதல் பாதுகாப்பு இடம்', என்றார். மேலும் ஒரு மை அடையாளத்தைக் காட்டினார். என்னிடம் பேசிய பின்னர் அவர்கள் மேலும் பத்து யோஜனை தூரம் கடந்து இதோ இந்தப் பகுதிக்குச் சென்றுவிட்டனர். இங்குதான் நான் அவரைப் பார்க்கச் சென்றிருந்தேன். இன்று அவர்கள் மேலும் வேறு ஓர் இடத்திற்குக் கொண்டு சென்று விட்டனர். இங்கிருந்து அவர்கள் முப்பது யோஜனை தூரம் நகர்ந்து சென்றுவிட்டனர். குதிரையில் பயணித்தால் அங்குச் செல்வதற்கு ஓர் இரவுப் பொழுது வேண்டியிருக்கும்.'

அவர் நிதானமாகச் சொல்லி முடிக்கும்வரையில் காத்திருந்தேன். பெரும்பில் நதியின் குறுக்கே உள்ளே கடினமான பாறையைப் போல எந்த வெள்ளத்திற்கும் அசைந்து கொடுக்காதவர்.

அவர் மிடறு விழுங்கினார். வாசலில் ஒரு சிட்டுக் குருவி சிட் சிட் என்று ஒலியெழுப்பித் தனது பொறுமையின்மையைக் கூறியது.

'ராணி அமயா உயிருடன் இருக்கிறார்!' என்றார். நான் அதிர்ந்தேன்.

நான் சுவரில் நன்றாக சாய்ந்து அமர்ந்தேன். துடித்துக்கொண்டிருந்த நெற்றிப் பொட்டினை எனது விரல்களால் அழுத்திப் பிடித்தபடி, 'அவர் உயிருடன் இல்லை', என்றேன். என் கரங்கள் நடுங்கின.

'இல்லை ஔவை, என் கண்களால் பார்த்து விட்டுச் சொல்கிறேன். ஒரு குடிசையில் பாதுகாப்பிற்கு ஒரு வீரனின் பாதுகாவலில் அமயா உயிருடன் இருக்கிறார்.'

'சந்தேகத்திற்கு இடமின்றியா? பெரும்பில் அவர் இறந்து எட்டுக் கோடைப் பருவங்கள் கடந்து விட்டன!'

'இறந்து அல்ல கண் மறைந்து', என்று பெரும்பில் திருத்தினார். 'இறந்திருந்தால் உடல் கிடைத்திருக்குமே? காட்டில் சில வழிப்போக்கர்கள் கொண்டு கொடுத்த அவரது மாலையும், மேகலையும் மட்டும் அவர் இறந்ததாகக் கூறாது ஔவை. அவர் இறந்திருக்கலாம் என்று யூகித்தோம் அவ்வளவுதான்.'

சிறிது நேரம் மௌனமாக இருந்தார்.

'அவரை மீண்டும் நான் சொன்ன இடத்தில் பார்த்தபோது என்னிடம் பேசுவதற்கு வார்த்தைகள் எழவில்லை. எனக்கு எந்தவிதமான உணர்ச்சி நிலவியது என்றும் கூற முடியவில்லை. ஆகாயம் பச்சை நிறமாகவும், வனத்தில் உள்ள மரங்களின் இலைகள் நீல நிறமாகவும் மாறிப் போனதைப்போல உணர்ந்தேன்.'

'அவரிடம் உரையாடினீர்களா?'

'மிகச் சுருக்கமாக உரையாடினேன். அவர் கலக்கமடைந்து காணப் பட்டார். ஆனால் அவர் தன்னை ராணி என்று ஒப்புக் கொண்டார்!'

எனக்கு என்ன சொல்வதென்று தெரியவில்லை. இது முற்றிலும் பெரும்பிலின் அதீத கற்பனைத் தோற்றம். ஏதோ ஒரு பெண்ணைப் பார்த்து மிகக் குறைந்த அடையாளங்களைக் கொண்டு மறைந்து போன அரசியார் என்கிறார். என்ன செய்வது?

'அவள் தன்னை அரசி அமயா என்று, தானே கூறினாளா?'

'அரசியார் அமயா', பெரும்பில் திருத்தினார். 'அரசியார் அமயா, சோழச் சக்கரவர்த்தி ராஜேந்திரச் சோழச் சக்கரவர்த்தியின் மனைவி, புருஷோத்தமன், லீலாவதி ஆகியோரின் புதல்வி, வந்தனாவின் சகோதரி. அவரேதான்', என்று முடித்தார் பெரும்பில்.

எனக்கு உள்ளுக்குள் சினம் கிளைத்தது. பெரும்பில் இந்தக் கட்டுக்கதையைத் தன்னால் நம்ப இயலாமல் என்மீது அவிழ்த்து விடுகிறாரோ என்று ஐயம் ஏற்பட்டது.

'அவர் சொன்னதை நம்பிவிட்டீர்களா?' என்று கேட்டேன்.

அவர் தனது முகத்தைத் திருப்பிக்கொண்டதால் என்னால் அந்த நேரம் அவர் முகத்தில் தோன்றிய உணர்ச்சி ரேகைகளை கவனிக்க முடியாமல் போனது. அவர் அந்த வரைபடத்தை மடித்து ஒரு பாதுகாப்பான பிறையில் செருகி வைத்தார்.

'இந்த வரைபடத்தைக் கிழித்தெறிந்துவிட்டு நான் கூறியவற்றை மறந்துவிட வேண்டுமென்று நினைக்கிறாயா?' என்று கேட்டார். அவர் தாடை இறுகியிருந்தது.

'உங்கள் குரலில் அவள்தான் மகாராணியார் என்ற உறுதி காணவில்லையே', என்றேன்.

'எனக்கு என் கண்களை நம்ப இயலவில்லை, நான் கண்டது மகாராணியார் என்று. எனது செவிகள்கூட நம்ப மறுத்தன அவரது குரல் மகாராணியின் குரல் என்று. இது ஏதாவது யக்ஷிணியின் செயலாக இருக்குமோ என்று சந்தேகம் கொண்டேன். நீ எனக்கு ஓர் உதவி புரியவேண்டும். நீ அவரை நேரில் பார்த்துவிட்டு அவர் மகாராணியார்தான் என்பதை உறுதி செய்யவேண்டும். முடியுமா?' என்று கேட்டார்.

மிகச் சாதுர்யமாகப் பெரும்பில் இந்தப் பிரச்னையைச் சப்தமின்றி என் தலையில் கட்டி வைத்துவிட்டார். இது போன்ற செயல்களில் பெரும்பில் என்னைவிட சாமர்த்தியசாலிதான்.

அரசியாரின் மறைவு ராஜேந்திர பூபதியின் மனதில் பல ஆண்டுகள் மாறாத ரணத்தையும், வேதனையையும் எழுப்பியிருந்தன. மிக இளம் பருவத்திலேயே இருவருக்கும் இடையில் திருமண நிச்சயம் முடிந்திருந்தது. அவர்கள் இருவரும் சின்னஞ்சிறு பருவத்திலிருந்தே ஒருவரோடு ஒருவர் இணைந்து வளர்ந்து வந்தவர்கள். அரசருக்குப் பிறந்த புதல்வர்கள் மற்ற அரசிகள் மூலம் பிறந்தாலும் அரசருக்கு அமயா மீது தனிக் காதலும் ஈடுபாடும் மோகமும் இருந்தன. மகாராணி அமயாவிற்குக் கேலிப் பேச்சும் அடுத்தவர் மனம் புண்படாத வகையில் நகைச்சுவையாகப் பேசுவதும் கை வந்த கலை. எனவே அமயாவிடம் அரசர் எப்போதும் மிக இலகுவாக இருப்பதை உணர்வார்.

அமயாவின் மறைவிற்குப் பின்னர் அரசர் பித்துப் பிடித்த மனோ நிலைக்குத் தள்ளப்பட்டார். அவரை அதிலிருந்து மீட்டுக் கொண்டு வருவது பெரும்பாடாகப் போய்விட்டது. அறுவடைக் காலங்களில் நடைபெறும் விழாக்களிலும், அரசாங்க அணிவகுப்புகளிலும் அவர் கலந்து கொள்வதைத் தவிர்த்தார். மன்னர் அவசியம் பங்கேற்க நேரிடும் விழாக்களுக்கு வெண்கலத்தில் செய்த தமது உருவச் சிலையை வைத்துச் சமாளித்துக்கொள்ளுமாறு கூறிவிட்டார். மன்னருக்கு நோய் ஏற்பட்டுத் திருமாளிகையில் படுத்த படுக்கையாகக் கிடந்தார் என்ற வதந்தி நாடெங்கும் பரவியது. அரசியாரின் மறைவு பல புனை பாடல்களுக்கு அடித்தளமாகியது.

இட்டு கட்டிப் பாடுவோர் தங்கள் கற்பனைத் திறனுக்கு ஏற்ப பல புனைவுகளை வைத்துப் பாடத் தொடங்கினர். வருவிருந்து பார்த்திருந்த நல்லவளான அரசியார் வான்த்தவருக்கு நல்ல விருந்து என்று சென்றுவிட்டார் என்று ஒருகதை. ஒரு முனிபுங்கவர் அவரை ஒரு மரமாக மாற்றிவிட்டார் என்று ஒரு கதை. எல்லாம் வல்ல பிரானான அன்பருக்கருளும் சிவபெருமான் அரசியாரை ஒரு மானாக மாற்றி விட்டார் என்று ஒரு கதை. இது போன்ற பொய்ப்புனைவுகள் ஆயிரம் தோன்றின.

இலங்கை மீது தொடுத்த போரும், வடக்கு நோக்கி எடுத்து வைத்த முற்றுகைகளும் ஓரளவு அந்த அவல நிகழ்விற்கு மாற்றாக அமைந்தன. அமயா இல்லாத சூனியம் மெல்ல மெல்ல மறைந்தது. இதோ இப்போது மீண்டும் அதே விஷயம் தலை தூக்கி உள்ளது.

'அரசியாரை நேரில் பார்த்து அனேக ஆண்டுகள் சென்று விட்டன பெரும்பில்லாரே! எனவே கண்ணால் காண்பதும் காதால் கேட்பதும் மெய்யென்று எங்கனம் ஏற்றுக்கொள்ள முடியும்? அமயாவின் பெற்றோரும் தற்போது உயிருடன் இல்லை. அமயாவைத் துல்லியமாக அடையாளம் காண்பதற்கு அரண்மனையில் ஒரே ஒருவர்தான் இருக்கிறார். ஆனால் அவர் மன்னராகப் போனதால் அவரையும் கேட்க இயலாது', என்று நான் தரையிலிருந்து எழுந்தபடிக் கூறினேன்.

'பிறகு யாரைக் கேட்பது? அவரது பெற்றோர் இறந்துவிட்டனர். சகோதரி வெகு தொலைவில் உள்ளாள். அவரது ஏவல் பணிப்பெண்கள் ஒருவருமில்லை. நீங்களும், நானும் மட்டும்தான் அரசியாரை அரசவையில் வைத்துப் பார்த்து பழகியுள்ளோம்.'

நான் உதட்டைக் கடித்தபடி சிந்தனையில் ஆழ்ந்தேன். இதில் ஏதாவது வன்மம் கலந்திருக்குமோ என்ற ஐயம் எழுந்தது. 'ஒருநாள் அவகாசம் அளியுங்கள்', என்று கேட்டேன். 'உங்களது ஆணையின் கீழ் பணியும் பத்மன் என்ற வீரனை என்னுடன் அனுப்ப வேண்டுகிறேன். எனது கட்டளைக்குப் பணியும் வீரர்களை நான் உடன் அழைத்துச் செல்ல விரும்பவில்லை', என்று கூறினேன்.

பெரும்பில் சம்மதம் என்பதற்கு அடையாளமாகத் தலையை அசைத்து விட்டு அந்த வரைபடத்தின் விரிப்பை என்னிடம் கொடுத்தார்.

•

தவறு நேர்ந்துவிடுமோ என்ற கவனத்தில் பெரும்பில் எப்போதும் அச்சமடைவது வழக்கம். இலக்கைத் தான் நிற்கும் இடத்திலிருந்து

பார்க்க இயலவில்லை என்றால் அவர் அதிகமான முன்னெச்சரிக்கை நடவடிக்கைகளை மேற்கொள்வார். மாணவ பருவத்தில் எப்போதும் எங்கள் இருவருக்கும் விரோத பாவம்தான்.எப்போது பார்த்தாலும் போட்டி, பொறாமையால் குருகுல வாசத்தின்போது இரண்டு துருவங்களாக நடந்து கொள்வோம். அவர் கற்றவை எல்லாம் அறிவு சார்ந்த கணக்கும், வானவியலுமாக அறிவுசார்ந்த விஷயங்கள். நான் எப்போதும் வாட்பயிற்சி, மற்போர் வித்தை போன்ற உடல் சார்ந்த வீர விளையாட்டுக்களைப் பயின்றேன். விளையாட்டு நேரங்களில் பெரும்பில் ஒப்புக்குச் சப்பாணியாக மல்யுத்தத்தில் கலந்து கொள்வதோடு சரி.

குருகுலத்தில் ஆசானுக்குச் சொந்தமான ஒரு தோப்பு இருந்தது. ஏராளமான மரங்களும், செடிகளுமாக அந்தத் தோப்புப் பச்சை பசேலென்று இருக்கும். அந்தத் தோட்டத்தில்தான் நாங்கள் சிறுவர்களாகக் கூடி வேட்டையாடுதல், விளையாட்டு யுத்தம், ஓட்டப் பந்தயங்கள் போன்றவற்றை விளையாடுவோம். பெரும்பில் எங்களுடன் அத்தகைய களிகளில் கலந்துகொள்ள மாட்டான். அவை எல்லாம் சிறுபிள்ளைத்தனமானவை என்று அவன் ஒதுங்கிக் கொள்வது வழக்கம். அப்படியே மீறி கலந்துகொண்டால் பாதியில் விலகி விடுவான். என்னைப் பொறுத்தவரை பாதியில் விலகுவது என்பதே கூடாது. தோல்வி என்றால் தோல்விதான். இம்முறை வெற்றி கிட்டவில்லை என்றால் அடுத்த முறை கிட்டும் என்பது என் எண்ணம். தான் வெற்றி பெற முடியும் என்ற நிலையில் இருந்தால் மட்டும் பெரும்பில் ஒரு விளையாட்டை முழுமையாகக் கலந்து கொள்வது வழக்கம். இதன் காரணமாகவே அவன் தேர்ந்தெடுக்கும் விளையாட்டுகள் பெரும்பாலும் சொக்கட்டானும், சதுரங்கமு மாகவே இருக்கும். என்னைப் பொறுத்தவரை அவன் ஒரு கோழை, இதனை அவன் முகத்துக்கு நேராகவே கூறியிருக்கிறேன்.

ஆசானின் தோட்டத்தில் பாக்கு மரங்களும், தென்னை மரங்களும் மிகுதியாக விளைந்திருக்கும். ஆசானும் பருவம் தவறாமல் மரங்களைப் பராமரித்து ஒவ்வொரு மரத்திலிருந்து கிடைக்கும் காய்களைச் சந்தையில் கொண்டு விற்றுக் கூடுதல் வருமானம் தேடிக் கொண்டார்.

வேட்டை என்ற பெயரில் ஒரு விளையாட்டு விளையாடுவோம் ஒரு மாணாக்கன் வேடுவனாக இருப்பான். மற்ற மாணாக்கர்கள் அவன் பார்வையிலிருந்து தப்பி ஓடும் மான்கள். எங்கள் கற்பனையில் தோன்றிய விளையாட்டு அது. பாவனையாகக் கையில் உள்ள வாளினால் ஒவ்வொரு மானாகத் தேடித் தேடிச் சென்று தொட வேண்டும். ஒருமுறை நான் வேடுவனாகப் பாவித்து மான்களை

வேட்டையாடினேன். எனது குறியெல்லாம் பெரும்பில் சென்ற பகுதியில்தான் இருந்தது. பெரும்பில்லை பிடிப்பது எளிது என்பதுதான் அதற்குக் காரணம். நான் பெரும்பில்லை துரத்திச் சென்று பிடிக்க முற்பட்டேன். எட்டித் தொட்டு விடும் தொலைவில் இருந்தபோது அவன் கைகளை மேலே உயர்த்தி 'சாத்தன் மரத்தின்' அருகில் இருந்தால் பிடிக்கக்கூடாது என்று அவனாக ஒரு புது விதியைக் கூறினான்.

அவன் கூறிய அந்தச் சாத்தன் மரம் தோட்டத்தின் இறுதியில் இருந்தது. அந்தத் தோப்பிலேயே அதுதான் மிகவும் வயதான மரம். கணுக்கள் ஒவ்வொன்றும் பெரிய பெரிய முடிச்சுகளாக அதன் வயது காரணமாகக் கிளைகள் முற்றிலும் தரையை நோக்கி தாழ்ந்து பார்ப்பதற்கு இடுகாடுகளில் உலவும் சாத்தன் பேயைப் போன்ற தோற்றம் உடையதால் அதற்குச் சாத்தன் மரம் என்று பெயர். அதன் அடிமரத்தில் எப்போதோ மரங்கொத்திப் பறவைகள் ஏற்படுத்திய துளை நாளாவட்டத்தில் வளர்ந்து பெரிதாகி ஓர் ஆள் நுழையும் அளவிற்குப் பெரிய துவாரமாக அச்சமூட்டிய வண்ணம் வளர்ந்திருந்தது. வானை முட்டும் அளவிற்குப் பிருமாண்டமாக வளர்ந்த கிளைகளுடன் அந்த மரம் பார்ப்பதற்கே அச்சமூட்டும் வண்ணம் இருந்ததால் சிறுவர்கள் அதனைச் சற்று திகிலுடன்தான் நெருங்குவர். அந்த மரத்தின் அடியில் உள்ள பொந்தினில் சாத்தன் ஒன்று குடியிருப்பதாகவும் அந்த மரத்தை நெருங்கும் சிறுவர்களை அது விழுங்கி விடுவதாகவும் நம்பியிருந்தோம்.

'என்னது?' என்று நான் சீறினேன்.

'இனிமேல் என்னால் ஓட இயலாது. அந்தச் சாத்தன் மரத்தின் அருகில் போனால் அதனுள் இருக்கும் சாத்தன் என்னைப் பிடித்துக் கொண்டு விடும்', என்று கூறினான்.

'இல்லவே இல்லை. நாங்கள் இந்தப் பகுதியில் பலமுறை விளையாடியிருக்கிறோம். எங்களைச் சாத்தன் பிடித்துக் கொண்டதே கிடையாது', என்று நான் மறுத்தேன்.

'இல்லை அனந்தா, இந்தச் சாத்தன் மிகவும் பொல்லாதது. அருகில் சென்றால் உன்னை அப்படியே வாயில் போட்டு விழுங்கி விடும்', என்று பலவிதமாக சேஷ்டைகளைச் செய்து பெரும்பில் மற்றவர் களை நம்ப வைத்துக் கொண்டிருந்தான். பெரும்பில் கூறுவது அனைத்தும் கற்பனை என்பது எங்கள் அனைவருக்கும் தெரியும். ஆனால் கல்வி பயிலும்போது எங்கள் அனைவருக்கும் தெரியாத பல தகவல்கள் பெரும்பில்லிற்குத் தெரிந்திருப்பதால் எங்களால் பெரும்பில்லை ஒதுக்க முடியவில்லை.

நான் மற்ற மாணவர்கள் முகத்தில் இருந்த குறிப்புகளைக் கண்டேன். தான் எப்படியும் விளையாட்டில் தோற்று விடுவோம் என்ற அந்தக் கணத்தில்தான் பெரும்பில் அப்படி ஒரு கதையைக் கட்டினான். அவனை அப்படி விட்டு விட முடியாது.

'இந்த மரத்துக்குள் சாத்தனும் இல்லை பூதமும் இல்லை', என்று கூறியபடி அந்த மரத்தை நெருங்கிய எனக்கு உள்ளூற உதறல் எடுத்தது. மரத்தின் அடியை அடைந்தேன். மெதுவாக அதன் மீது தாவி ஏறி அந்தப் பெரிய பொந்திற்குள் நுழைந்தேன்.

பின்னால் நின்று கொண்டிருந்த மற்ற சிறுவர்கள் பரபரப்பானார்கள். அவர்களிடம் ஆர்வமும், திகிலும் தொற்றிக் கொண்டன. இருந்தாலும் பொந்துக்குள்ளிருந்து சாத்தன் வெளியில் வந்து தங்களையும் விழுங்கி விட்டால் என்ன செய்வது என்ற அச்சத்தில் சற்று தள்ளியே நின்றனர்.

சிறிய விலங்கு செத்துக் கிடந்தால் முடை நாற்றம் வீசுமே அதைப் போன்று முடை நாற்றம் அந்தப் பொந்திலிருந்து வீசியது. நான் இறந்து கிடக்கும் விலங்கின் உடலைத் தேடினால் ஈரத்தில் மக்கிக் கிடந்த இலைகளைத்தான் பார்க்க முடிந்தது. இருந்தாலும் அந்தப் பொந்தில் நுழைய எனக்கு அனரமனதுதான். யார் கண்டது உள்ளே இருக்கும் வஸ்து என்னைத் தனது இருண்ட பெரிய வாயினில் போட்டு முழுங்காது என்பது என்ன நிச்சயம்? நான் உள்ளே நுழைந்தபோது பின்னாலிருந்து பீதியுடன் மற்ற மாணவர்கள் கூக்குரலிட்டனர். நான் எண்ணியிருந்ததைவிட அந்தப் பொந்து நீளமாகவும் ஆழமாகவும் இருந்தது. உள்ளே நுழைந்ததும் ஒரு கணம் நான் திடுக்கிட்டேன். எனது இதயத்தின் அச்சத் துடிப்பை என் செவிகள் கேட்டன. என்னுடைய பிடிவாதத்திற்கும், சினத்திற்கும் நான் அந்தச் சாத்தனிடம் என்னை பலி கொடுக்க வேண்டுமா? என்ற கேள்வி என்னுள் எழுந்தது.

உள்ளே அந்த மரத்தின் சுவர் என்னை மூடி விடுவதுபோலத் தோற்றமளித்தது. எனது கரங்களின் அசைவில் விரல்களில் மரத்தின் உட்பகுதி கைகளில் தட்டுப் பட்டது.மாவு போல மிருதுவாக ஏதோ ஒன்றை என் விரல்கள் தீண்டியது. அது மரப்பட்டைகளின் தூசுதான் என்பது புரிந்ததும் எனது அச்சம் போன இடம் தெரியவில்லை. நான் படு வேகமாக எனது தலையை வெளியில் நீட்டி, 'பெரும்பில் உள்ளே சாத்தன் பூதம், பேய் என்று எதுவுமில்லை. உனக்குச் சந்தேகம் இருந்தால் துணிவுடன் உன் தலையை நுழைத்துப் பார்', என்று உற்சாகமாகக் கூவினேன். அப்போது பெரும்பில்லின் முகம் போன போக்கை என்னால் எப்போதும் மறக்க முடியாது. அவனை

வாளால் தொடும் விளையாட்டில் கிடைத்திருக்க வேண்டிய ஆனந்தத்தைவிட அவனது வாடிய முகம் பரமானந்தத்தை அளித்தது.

அரசர் அரண்மனை கணக்கு வழக்குகள் முழுவதையும் பெரும் பில்லிடம் ஒப்படைப்பதற்கு அவரது கணக்காற்றல் அறிவு கூர்மையால்தான் என்பது தெரியும். எண்ணிக்கையில் அவர் வல்லவராக இருக்கலாம், ஆனால் நண்பர்களைத் தன் பக்கம் இழுத்து அவர்கள் எண்ணிக்கையைக் கூட்டுவதில் அவர் வல்லவராக இருந்ததில்லை.

•

அந்தக் குடிலின் அருகில் இருந்த மரத்தின் அடியில் நின்றுகொண்டு பத்மன் அடிமரத்தில் குறுவாளால் ஏதோ கிறுக்கிக் கொண்டிருந்தான். அவனுக்கு எழுத்துக்கள் தெரியும் என்பது எனக்கு வியப்பான தகவலாக இருந்தது.

'பத்மன் நீ என்னுடன் வா', என்று நான் இட்ட கட்டளையைத் தலை மேற்கொண்டு என் பின்னால் வருவதற்கு மறுப்பேதும் கூறாமல் பணிந்தான். பெரும்பில்லிடம் அனுமதி கோரவுமில்லை.

'சிரேவக்காரரின் தோட்டம்வரை நாம் செல்ல வேண்டும். இங்கிருந்து அந்த இடம் இரண்டு யோஜனை தொலைவில் உள்ளது', என்றேன். 'விரைவாக நீ என் குதிரைகளில் ஒன்றின்மீது ஏறிக்கொள். இன்று நண்பகலில் நாம் அந்த இடத்தை அடைந்து விடலாம்.'

வந்தனா சிரேவக்காரரின் இல்லாள். அரசியார் அமயாவின் இளைய சகோதரி. வந்தனா அரச குடும்பத்தில் பிறந்தவள். பிளந்த உதடுகளும், தனித்துத் தெரியும் கழுத்துக் கேடய சுரப்பியும் அடையாளங்கள். செல்வச் செழிப்பான வாழ்விற்கும் அரச வாழ்விற்கும் நடுவில் அவளது திருமணத் தேர்வு ஊசலாடியபோது அவள் மிகவும் புத்தி கூர்மையுடன் முதல் நிலையைத் தெரிவு செய்தாள். ஒரு முந்திரிப் பருப்பு வணிகனை மணந்துகொண்டாள். புத்திசாலிப் பெண்.

நாங்கள் தேடிச் செல்வது மெய்யாகவே அரசியார் என்றால்... நல்லது எனது மனதில் எழும் சந்தேகத்தை இப்போது நான் ஆராய விரும்பவில்லை.

வழியில் தென்பட்ட அண்டை வீட்டுக்காரன் ஒருவனுக்கு முகமன் கூற அதற்கு அவன் பதில் முகமனுக்கு ஒரே ஒரு பார்வையை மட்டும் வீசிவிட்டுச் சென்றது எனக்கு வியப்பாக இருந்தது. அதன்

பிறகுதான் நான் முந்தைய நாளிரவு ஒற்றை வேட்டியுடன் எவ்வித அலங்காரமுமின்றிக் கள்ளுச் சாலைக்குச் சென்று வந்ததும், கலங்கியிருந்த எனது கண்களும் காரணம் என்பது தெரிய வந்தது. மற்றவர்கள் கண்ணிலிருந்து தப்பிக்கக் குறிப்பாக வாணியின் கண்களிலிருந்து தப்பிக்க எண்ணி விரைந்தேன். நீண்ட வாழையிலைக் கட்டுக்களைச் சுமந்து சென்ற ஒரு மனிதனின் பின்புறத்திலும், நீண்ட கரும்புகளைக் கட்டி அடுக்கிச் சென்ற மாட்டு வண்டியின் பின்புறமும் என்னை முழுவதும் மறைத்துக் கொண்டு சென்றேன். பத்மனும் என்னைக் குறுக்கும் நெடுக்குமாகப் பின்தொடர்ந்து வந்தான்.

மனை வரையில் வேண்டுமானால் எனது முகத்தை மறைக்க இயலும், மனையில் என்ன செய்வது? மனையின் வாயிலில் என் இல்லாள் வாணி நின்று கொண்டிருந்தாள். முகத்தில் சினம் சக்தி கூத்து ஆடிக் கொண்டிருந்தது. உடன் வந்த பத்மனும் கூறிக்கொள்ளும் வண்ணம் தெளிவாக இல்லாதது வேறு வாணியின் சினத்தை அதிகரிக்கச் செய்திருக்கும்.

'உங்கள் திருவுருவத்தைக் கண்ணாடியின் முன்பு நின்று பாருங்கள் சோழ சாம்ராஜ்ஜிய சேனாதிபதி அவர்களே', என்று கூறியவள் சேனாதிபதி என்ற பதத்திற்கு அதிகம் அழுத்தம் கொடுத்துக் கூறினாள். அவளது நக்கலுக்கு பதில் நக்கல் கொடுக்கும் நிலையில் நான் அன்று இல்லை. 'இன்று கோயிலில் உமக்காகக் காத்திருந்தேன். நீர் வரவில்லை', என்றதும்தான் எனக்கு அவளது கோபத்தின் காரணம் விளங்கியது. அடடா!

'சோழச் சக்கரவர்த்தி என்னைக் காலையில் விரைவாகக் கூப்பிட்டு அனுப்பியிருந்தார் வாணி.'

'இன்று மனுவிற்கு யக்ஞோபவீத விழா. இரவு இல்லம் தங்க வேண்டும் என்ற அபிப்பிராயமே உமக்கு இல்லை. நேற்று இரவு வீட்டில் இருந்திருந்தால் இன்று காலையில் நடக்கவிருந்த சடங்கினைக் குறித்துக் கூறியிருப்பேன். நேற்று இரவு ஊர் சுற்றத் தெரிந்த உம்மிடம் எதைப்பற்றிக் கூறுவது?'

அழுது அழுது அவளது விழியோரங்கள் சிவந்திருந்தன. எனது குதிரையின் முதுகில் சவுக்கால் விளாசும்போது அவற்றின் முதுகில் கோப வியர்வை துளிர்ப்பதுபோல அவளது விழிகளில் சினத்தின் சீற்றம் கண்ணீராகப் பூத்திருந்தது.

நான் அவள் பார்வையைத் தவிர்த்து வெளியில் நின்று கொண்டிருந்த பத்மனின் பக்கம் திரும்பி, 'குதிரைத் தொழுவம்

மனையின் பின்புறம் உள்ளது. வெள்ளைக் குதிரையை அப்படியே விட்டுவிடு. அது இப்போதுதான் குட்டி ஈன்றுள்ளது. மற்ற இரண்டு குதிரைகளுக்குச் சேணம் பூட்டு.'

நான் படிகளில் அமர்ந்தபடி வீட்டு வேலையாள் அம்மணியை அழைத்து உத்தரவுகளைப் பிறப்பித்தேன். 'எனது பணியில் அமர்த்தப்பட்ட வீரன், ஒருநாள் முழுவதும் என்னுடன் பயணிக்க இருக்கிறான். அவனுக்கு வேண்டிய உடைகள், ஆயுதம், கவசம் போன்றவற்றை ஆயத்தப்படுத்து', என்றேன்.

அம்மணிக்கு நான் என் இல்லாளுக்குப் பயந்து நடுங்குவது தெரிந்திருக்குமோ? வேகாத வெயிலில் வியர்வை சொட்ட சொட்ட வந்தும், ஒருவாய் குளிர்ந்த மண்பானை நீர் அருந்தக்கூட உள்ளே செல்வதற்கு அஞ்சி வாயிலில் இப்படி நின்றுகொண்டிருக்கும் என்னை அம்மணி வேறு எப்படி நினைப்பாள்? வாணியின் கண்கள் என்னைத் துளைக்கும் முன்னர் நான் அம்மணிக்குக் கட்டளைகளை இட்டுக் கொண்டிருந்தேன்.

அம்மணி உள்ளே சென்றதும் நான் முற்றிலும் மோர்ப் பந்தல்களில் வழங்கப்பெறும் நீர் மோரைப்போல நீர்த்துப் போயிருந்தேன்.

அவள் முகத்தில் சினம் சற்றும் தணியவில்லை. விழிகளில் அஞ்சனம் எதுவுமில்லை; முகத்தில் ஒப்பனை பூச்சு காணப்படவில்லை. 'நேற்று கிளம்பிச் சென்றபோது அணிந்திருந்த அதே பழைய துணியுடன் வந்து நிற்கிறீர்கள்', என்றவள் தொடர்ந்தாள். 'நகரத்தில் உள்ள மற்றவர் கேலிக்கும், பரிதாபத்திற்கும் என்னை ஆளாக்கி இருக்கிறீர்கள். கேலியா பரிதாபமா எது என்னை அதிகம் சுடும் என்று தெரியவில்லை. உங்கள் புதல்வனின் தாய்க்கு நீங்கள் அளிக்கும் கௌரவம் இது.'

'வாணி… என் கண்மணியே…'

'என்னைப் பெருத்த அவமானத்திற்கு ஆளாக்கி விட்டீர்கள்', என்றவள், 'அந்தஸ்து, கௌரவம் என்று வாய் வார்த்தை மட்டும் தான். ஆனால் செல்லும் இடம் கள்ளுச்சாலை. கள்ளுச்சாலை சென்றால் குடித்துவிட்டு வரவேண்டியதுதானே? அது என்ன அங்கிருக்கும் இளைஞர்களுடன் வம்புக்குச் செல்லும் பழக்கம்? நீங்கள் வம்புக்கிழுத்தது யாரைத் தெரியுமா? எனது அன்பிற்கும் நட்பிற்கும் பாத்திரமான எனது ஆருயிர் தோழியின் மைந்தனை.' அவள் ராஜீவனைக் குறிப்பிடுகிறாள்.

‘நல்லது மணவாட்டி. உன் கவலையெல்லாம் நான் உனது தோழியின் மைந்தனை வம்பிக்கிழுத்தது மட்டும்தான் கண்ணுக்குத் தெரிகிறது, உனது கணவனுக்கு உண்டான காயங்கள் கண்ணில் படவில்லை அல்லவா?’ என்று கேட்டேன்.

‘...க்கும்... தெரியாதா, உமது ஆசை நாயகி உங்கள் காயங்களுக்கு மருந்து போட்டு ஒத்தடம் கொடுத்திருப்பாள்.’

என் மனைவிக்கு அனைத்தும் தெரிந்திருக்கிறது. அவள் இதுகாறும் என்னிடத்தில் இங்ஙனம் வழக்காடியதில்லை. எனக்கு அவளது கூந்தலைப் பற்றியிழுத்து மனைக்குள் கொண்டு செல்லும் அதிகாரம் இருக்கிறது. ஆடவர்கள் ஒன்றுக்குமேல் மனைவிமார்களைத் திருமணம் செய்து கொண்டு சொந்த மனைக்கு அழைத்து வருவது ஒரு பெரிய விஷயமே கிடையாது. ஆனால் நான் வாணியைத் தவிர வேறு எந்தப் பெண்ணையும் திருமணம் புரிந்து என் மனைக்கு அழைத்து வரவில்லை. இருப்பினும் வாணிக்குத் திருப்தி இல்லை.

‘உங்கள் கரம் பட்ட எனது மேனியின் பாகங்களை நான் சாம்பல் கொண்டு நன்கு தேய்த்துக் கழுவ வேண்டும்.’ கரகரப்பான அவளது குரல் நடுங்கிக்கொண்டிருந்தது. ‘இன்று குதிரைமீது சவாரி செய்து தப்பித்து விடலாம் என்று எண்ணாதேயும். நாளை நாம் இருவரும் ஒரே கூரையின் கீழ்தான் இருக்க நேரிடும். அப்போது பார்த்துக் கொள்ளலாம்’, என்றாள்.

அவளது சினம் கொண்ட முகத்தைப் பார்த்ததும் எனது வருத்த மெல்லாம் சுடுகல்லில் விழுந்த நீர்த் துளிகளைப்போல ஆவியாகப் போனது. நாய்களின் கொட்டிலுக்குச் சென்று அதன் வாயிற் படலைத் திறந்துவிட்டேன். நான் பொதுவாக எனது கொட்டிலில் உள்ள நாய்களுக்கு முகத்தைக் காட்ட மாட்டேன். அவை இப்போது என் மீது தாவி தங்களது நகங்களால் எனது மார்பில் கீறி நாவினால் உடலெங்கும் நக்கத் தொடங்கின. அவை உற்சாக மிகுதியில் சாடி ஆட ஆரம்பிக்கவே நான் திரும்பி வாணி இருக்கும் இடத்தை நோக்கினேன். அங்கே என் மனைவியைக் காணவில்லை. உள்ளே சென்றுவிட்டாள்.

•

எனது இளம் பிராயத்தில் குதிரைகளுக்குப் பூட்டப்படும் கடினமான சேணமும், கால்தாங்கும் அங்கவடியும் கட்டுக் கட்டாகப் பாரசீகக் கப்பலிலிருந்து இறங்குவதைப் பார்த்திருக்கிறேன். கிட்டத்தட்ட ஐம்பது எண்ணிக்கைக்கு மேலிருக்கும் அவை, சக்கரவர்த்தி

ராஜேந்திர பூபதிக்குச் சொந்தமான குதிரைகளுக்குப் பூட்டுவதற்குத் தருவிக்கப்பட்டவை. குதிரைப்படை சேனாதிபதி அவற்றைப் பரிசோதித்துவிட்டு அவற்றால் குதிரைகளின்மீது பயணிப்பது எளிதாகும் என்பதை அறிந்து மேலும் ஒரு மரக்கலன் அளவிற்கு அவற்றைத் தருவிக்க ஆணையிட்டான். குதிரைப்படையின் அதிகாரிகளில் பெரும்பாலோனோர் அந்தச் சேணங்களும், அங்கவடியும் பசு மாட்டுத் தோலில் செய்யப்பட்டிருந்ததால் அபகீர்த்தி உண்டாகும் என்று முதலில் அதனை குதிரைகளுக்குப் பூட்ட மறுத்தனர்.

ஓர் ரதத்தில் பூட்டி குதிரையை ஓட்டும்போது கிடைக்கும் வேகத்தை விடத் தனியாகக் குதிரையின் மீதேறி பயணிக்கும்போது கிடைக்கும் வேகம் மிக அதிகமாக இருக்கும். அங்கவடிகளில் கால் வைத்துக் கொள்வதால் குதிரை வீரனின் புஜங்கள் இரண்டும் எவ்வித இடையூறுமின்றி வாள் வீசவோ அல்லது ஈட்டி எறியவோ தோதாக இருக்கும். யுத்த தளவாடங்கள் ஒவ்வொரு பருவத்திற்கும் எத்தகைய மாற்றங்களைப் பெற்று வருகின்றன! நமக்கு இணையாக மிரட்டிக் கொண்டிருந்த அண்டை நாட்டுப் பகை மன்னர்களை நாம் இப்போது எளிதில் வெற்றிகொள்ள முடியும். அரசர் இதில் தீர்மானமாக இருந்தார். ஒரு வைதீகர் அழைத்து வரப்பட்டார். மந்திரங்கள் ஓதி தனது கையிலிருந்த கமண்டலத்தில் இருந்த புனித நீரைக் கைகளில் வாங்கி அந்தக் குதிரை தளவாடங்களின் மீது தெளித்து அவற்றை 'புனிதம்' ஆக்கிவிட்டார். பூஜைக்குப் பூஜையும் ஆனது, மனிதனின் புனிதமும் கெடவில்லை.

பத்மனுக்குக் குதிரையின் சேணம் இன்னும் பழகி வரவில்லை. அவனைக் குதிரையின்மீது ஏறச் சொல்லி கடிந்துகொள்ள வேண்டியிருந்தது. சிரேவக்காரரின் தோட்டம்வரையில் அவன் அந்தக் குதிரையின் சேணத்தின்மீது தடுமாறியபடியே அமர்ந்து வந்தான்.

அந்தக் குறிப்பிட்ட குடில் வந்ததும் நான் குதிரையை நிறுத்தினேன். குதிரையின் அங்கவாடியில் கால் வைத்து அழுத்தி குதிரையின் முதுகிலிருந்து தாவி இறங்கினேன்.

'நான் எப்படி இறங்கினேனோ அதேபோல நீயும் இறங்கு', என்று உத்தரவிட்டேன்.

அவன் கடிவாளத்தைப் பற்றியிழுத்துக் குதிரையை நிறுத்த மிகவும் சிரமப்பட்டான். அவன் சேணத்திலிருந்து இறங்கப் பிரயத்தனப் பட்டுக் கொண்டிருந்தான். 'தரை வெகு தொலைவில் இருக்கிறது', என்றான்.

அவனிடமிருந்து கடிவாளத்தின் வாரை நான் வாங்கிக்கொண்டு அவனிடம், ‘உனது முழு உடலின் பாரத்தை இடது காலுக்குக் கொண்டு வந்து வலது காலை உயர்த்திக் குதிரையிலிருந்து கீழே இறங்கு’, என்றேன்.

அவன் தயங்கினாலும் எனது உத்தரவிற்குக் கீழ் பணிந்து மெதுவாக இறங்கினான்.

அவன் அந்தக் குதிரையை என்ன செய்தானோ தெரியவில்லை அது கூச்சம் ஏற்பட்டு அவன் இறங்கும்போது முன்னால் இரண்டடி எடுத்து வைக்க, அவன் காலை கீழே வைப்பதற்கும், குதிரை முன்னால் செல்வதற்கும் சரியாக இருக்கவே குதிரையிலிருந்து அவன் மல்லாந்து கீழே விழுந்தான். அவன் மல்லாக்கச் சரிந்து, தலையின் பின்புறம் மண் மீதும், ஒரு கால் அங்கவாடியிலும் மாட்டிக்கொண்டு விநோதமாகக் கிடந்தான்.

எனது சாட்டையால் அவனை மெல்லத் தட்டினேன், அடிக்கவில்லை. பத்மனும் எனது பொறுமையைச் சோதித்தான். அவனைக் கைப்பிடித்து எழுப்பிவிட்டேன்.

இருவரும் அந்தக் குடிலை நோக்கிச் சென்றோம். நான் பத்மனை அழைத்து அவன் காதுகளில் கிசுகிசுத்தேன்.

‘இன்று நீ பார்க்கவிருக்கும் காட்சிகளை வெளியில் சொல்லாமல் இருக்கவேண்டும். உன்னுடைப காதலியிடம்கூடக் கூறக்கூடாது. கள்ளுச்சாலையில் உனது நண்பர்களிடமும் கூறக்கூடாது’, என்று எச்சரித்தேன்.

அவன் தலையசைத்தான்.

சிரேவக்காரரின் தோட்டம் செல்லும் வழியெங்கிலும் புதர் மண்டிப் போய்ச் சீரில்லாமல் இருந்தது. புதர்களின் ஊடே பாக்கு மரங்கள் ஓங்கி நெடுநெடு என்று வளர்ந்திருந்தன. தென்னை மரங்களின் கீழே குலை குலையாகத் தென்னங்காய்கள் குவிந்து கிடந்தன. தோப்பின் வாயிலில் காவல்காரர்களோ, தோப்பில் தோட்டவேலை செய்யும் பணியாட்களோ துப்புரவுப் பெண்களோ கண்ணில் படாமல் இருந்தது ஒருவித கிலியை ஏற்படுத்தியது. குதிரைகளின் குளம்பொலி அந்தக் குடிலிலிருந்து எவரையாவது வாசலுக்கு அழைத்து வரும் என்று எண்ணியிருந்த எனக்கு ஆச்சரியமூட்டும் வகையில் வந்தனாவே வந்து நின்றாள்.

அவளிடம் அசாதாரண மகிழ்ச்சி தெரிந்தது. ‘ஔவை’ என்று புன்னகைத்தாள். புன்னகையின்றி அழகாகத் தோன்றும்

அபூர்வமான ஒருசிலரில் அவளும் ஒருத்தி. மேல் உதட்டின் நடுவில் இருந்த சிறு பிளவை அவள் புன்னகை மேலும் அதிகப்படுத்தி அவள் முகத்தை விகாரமாக்கியது. எங்கள் சோழ சாமராஜ்ஜியத்தின் எல்லைக்கு அப்பால் இருக்கும் தேசங்களில் உள்ள அறுவை சிகிச்சையளிக்கும் மருத்துவர்கள் எல்லாம், சிற்றரசர்களிடம் பணி புரிபவர்களும்கூட, ஒன்றுக்கும் உதவாதவர்கள்தாம். அவர்களது மருத்துவ ஆயுதங்கள் பெரும்பாலும் வெள்ளியில் செய்யப் பட்டவை இல்லை. அவர்கள் சோழ சாம்ராஜ்ஜியத்தில் உள்ள இறைச்சி வெட்டுபவர்களைவிட மோசமாக அறுவை சிகிச்சை செய்பவர்கள். இவள் உதட்டில் அறுவை சிகிச்சை செய்த மருத்துவர் வாயின் அமைப்பை ஒரு பக்கமாகத் தைத்திருக்க வேண்டும். தையல் போட்டபோது ஓர் உதடு மேலும் மற்றொரு உதடு உள்பக்கமாகவும் அமையுமாறு போட்டிருக்க வேண்டும். அவள் முகம் மேலும் விகாரமாகி விட்டது.

வந்தனாவிடம் மானிடம் காணப்படுவதைப் போன்ற மருட்சி தென்பட்டது. அவள் முகம் எப்போதும் சற்று தூக்கிய கோணத்தில் இருப்பதைப் போலிருக்கும். எதிரில் இருப்பவர் சற்று முகம் சுளித்தாலும் விலகிப் போவதைப்போல இருக்கும். இதே போன்ற முக விகாரத்துடன்தான் நான் வந்தனாவை முதன் முதலில் சந்தித்தேன். அடுத்தவர் முகத்தைக் காணவே அஞ்சிய அவளது செய்கை எனக்கு வருத்தத்தை அளித்ததே அன்றி அவளது முகம் எனக்கு வியப்பூட்டவில்லை. எங்களைப் போன்றவர்களுக்கு விகாரமான கொடிய விலங்குகள் பற்றியும் அழகான நாயகர்கள் பற்றியும் ஏராளமான கதைகள் தெரியும்.

நான் பத்மனை நோக்கினேன். அவன் நல்ல இதயம் படைத்தவன், முகத்தில் எவ்வித வேறுபாடுமின்றிப் பார்த்துக்கொண்டான்.

'வந்தனா, என் மகளே. நன்றாக இருக்கிறாயா அம்மா?' என்று வினவினேன்.

'மிகவும் நன்றாக இருக்கிறேன் ஔவை.'

மலர்களில்லாத கூந்தல்; சீரற்ற ஆடைகள். வந்தனாவைப் பார்க்கும் தோறும் நாங்கள் கடந்து வந்த வாழ்வின் சூனியம் நினைவிற்கு வந்தது. அவள் அங்கிருந்து திரும்பி குடிலுக்குள் குரல் அனுப்பினாள். விடையில்லை. மீண்டும் ஒரு முறை குரல் எழுப்பினாள். நாங்கள் ஒரு சங்கடமான மௌனத்தில் காத்திருந்தோம். இறுதியாக ஒரு வயோதிகன் கையில் ஒரு தண்ணீர் மட்பானையுடன் வெளியில் வந்தான்.

'பித்தளை பாத்திரத்தில் நீர் கொண்டு வரக்கூடாதா?' என்று கடிந்து கொண்டாள். 'இருக்கட்டும் வந்தனா விடு', என்று அந்த மண்பானையை வாங்கி எனது கால்களைக் கழுவியபடி 'தண்ணீர் சுத்தமாக இருந்தால் போதும் அதை ஏந்தி வரும் பாத்திரம் வெள்ளியாக இருக்க வேண்டிய அவசியம் இல்லை', என்றேன்.

வந்தனா எங்களை வீட்டிற்குள் அழைத்து ஆசனங்களை அளித்து அமரச் செய்தாள்.

'உன்னை எங்களுடன் பவனக்கோட்டில்வரை அழைத்துச் செல்வதற்கு உன் கணவரிடம் அனுமதி பெறுவதற்காக வந்துள்ளோம். என்னுடன் காவலுக்கு ஒரு குதிரை வீரன் வந்துள்ளான். அவன் உனக்குப் பாதுகாப்பு வழங்குவான். உன் கணவர் ஓர் ரதத்திற்கு ஏற்பாடு செய்தால் அதுவும் நல்லதுதான், பயணம் நலமுடன் அமையும்', என்று கூறினேன்.

'நான் எதற்காக ஔவை உடன்வர வேண்டும்?'

நான் அந்த மனைக்குள் ஒருமுறை நோட்டமிட்டேன். ஒரு மூலையில் தண்ணீர் கொண்டுவந்த கிழவன் தனது வேட்டியில் இருந்த கிழிசலை ஊசியால் தைத்துக்கொண்டிருந்தான்.

'வந்தனா இதுகுறித்து உன்னிடம் பேசுவதை விடவும் உன் கணவரிடம் முதலில் பேசுவது உசிதம் என்று எனக்குத் தோன்றுகிறது', என்றேன்.

அவள் கண்களில் கண்ணீர் திரண்டது. 'ஔவை என் கணவர் இங்கே தங்கியிருப்பது ஒரு சில வாரங்கள் மட்டுமே. அவர் வேலை... அவரது தொழில்... அப்படிப்பட்டது!'

ஒரு நிராதரவுப் பேதையைக் கட்டாயப்படுத்துவதால் பயன் என்ன? அவமானம் மட்டுமே அவள் முகத்தில் எஞ்சியிருந்தது.

'உன்னுடைய வாழ்க்கை இவ்வாறுதான் செல்கிறதா வந்தனா? உனது ஏவலாட்கள் எங்கே ஒருவரையும் காணவில்லை?'

'அவர்... அவர் அத்தனை வேலையாட்களையும் நிறுத்திவிட்டார். என் ஒருத்திக்கு எதற்கு இத்தனை ஏவலாட்கள் என்பது அவரது கேள்வி.'

மக்கட்செல்வம் எதுவுமில்லாத மாது ஒருத்தியை இவ்வாறு தன்னந்தனியாகத் தவிக்கவிட்டுச் சென்ற அவளது கணவனை என்ன செய்தால் தகும்?

என் முகத்தில் தோன்றிய மாற்றத்தைக் கிரகித்து விட்ட வந்தனா அவசரமாக, 'அவர் இங்கில்லை என்றாலும் எனது மகிழ்ச்சிக்குக் குறையேதுமில்லை ஒளவை. அமைதியாக உள்ளது. மேலும் இங்கு பெரிதாகக் காரியம் ஆற்ற என்ன இருக்கிறது சொல்லுங்கள்?' என்றாள்.

எனக்கு இப்போது பெரிய இக்கட்டு. அவளது கணவனின் அனுமதியின்றி இவளை எவ்வாறு என்னுடன் அழைத்துச் செல்வது?

'ரதம் இருக்கிறதா வந்தனா?' என்ற என் கேள்விக்கு அவள் இருப்பதாகத் தலையசைத்ததும்தான் எனக்கு நிம்மதியானது. 'துணைக்கு ஒரு செவிலி கிடைப்பாளா?' என்று கேட்டேன்.

தூசு படர்ந்த தரைமீது படர்ந்த அவளது சேலை விளிம்புகளை இழுத்தபடி அவள் தனது தலையை ஆட்டினாள். அவள் பலனின்றித் தலையை அசைத்ததும் என் கவனம் முழுவதும் அவளது அகன்ற தோள்களின் மீதும் பெருத்த வயிற்றின் மீதும் சென்றது. அவற்றை மூடிக்கொள்ள அவள் எடுத்த முயற்சி வியர்த்தமானது.

மந்தாகினி என்னைப் பற்றிக் கூறும்போது மனைகளில் வேலை எதுவுமின்றித் திரியும் மூதாட்டிகளைப்போல நான் நடந்து கொள்வதாகக் கூறுவாள். 'வயதான பாட்டிகள் வீட்டுத் திண்ணையில் அமர்ந்து ஒவ்வொன்றாகத் துருவித் துருவிப் பார்ப்பது போலிருக்கிறது உங்கள் பார்வை', என்பாள்.

அங்கே அமர்ந்தபடி திட்டமிட்டேன். வந்தனாவை அங்கிருந்து அப்புறப்படுத்துவது அவசியமாகும். அவளது தேவையின் அவசியம் எனக்குத் தெரியும். அவள் யாருமற்ற இந்தப் பாழ் வெளியிலிருந்து வெளிவரவேண்டும். இங்கேயே இருந்தால் அவள் ஒன்று கொள்ளையர்களால் தாக்கப்படுவாள். அன்றி, இந்தத் தனிமை அவளைப் பித்துப் பிடிக்க வைத்துவிடும். பத்மனிடம் சென்று குதிரைகளுக்குத் தீனி வைத்துவிட்டு ரதத்தை ஆயத்தப் படுத்தச் சொன்னேன்.

'அந்த மர்ம மாளிகை இங்கிருந்து இருபது யோஜனை தொலைவில் உள்ளது. ஆனால் செல்லும் வழியில் சில நேரம் அடர்ந்த காடுகளின் வழியாகப் பயணிக்க வேண்டியிருக்கும். ஆனால் மரங்களின் ஊடாக ஒரு குறுக்குப் பாதை இருப்பதாகப் பெரும்பில் கூறி அனுப்பியிருக்கிறார்', என்று கூறியபடி வானில் சூரியனின் நிலையை அளந்தேன். 'நாம் வெகு விரைவில் இரவு உணவை முடித்துக் கொண்டு கிளம்பினால் நாளை சூரிய உதயத்திற்குள் அந்த இடத்தை அடைந்துவிட முடியும்', என்றேன்.

மேலும் ஒரு காரியம் செய்யவேண்டி இருந்தது. இது வேறு எவருக்கும் தெரியாமல் செய்ய வேண்டிய ஒன்று என்பதால் புறக்கடை சென்று எனக்குத் தேவையானவற்றைச் சேகரம் செய்து கொண்டேன். தேக்கிலிருந்தும், புங்கையிலிருந்தும் சில கிளைகளை ஒடித்துக்கொண்டேன். இலைகளை உருவிவிட்டு அந்தக் குச்சிகளை ஒரே கட்டாகக் கட்டினேன். அடுமனைக்குச் சென்றேன். அந்தக் கிழவன் அடுப்பில் அவரைக்காய், அரிசி இவற்றால் சுவையான உணவைச் சமைத்துக் கொண்டிருந்ததைக் கண்டதும் வாயில் நீர் ஊறியது. ஒரு மண் சட்டியில் நெய்யும், பச்சை அரிசியும், கொஞ்சம் லவங்கப் பட்டையையும் ஒரு மூட்டையில் கட்டிக் கொண்டேன்.

குதிரை லாயத்தில் பத்மன் குதிரைகளுக்குக் கடிவாளம் பூட்டிக் கொண்டிருந்தான். அந்த லாயம் குப்பையும் கூளமுமாகப் பல மாதங்கள் சுத்தம் செய்யப்படாமல் கிடந்தது. நான் எனது ஈட்டியை எடுத்துக்கொண்டேன். நான் அந்தக் குடிலிலிருந்து வெளிவருவதைப் பார்த்த பத்மன் தலை தெறிக்க ஓடி வந்தான். நான் தலையசைத்தேன். 'உன் முழுக் கவனமும் வந்தனாவின்மீது இருக்கட்டும்', என்றேன்.

தோப்பிற்கு வெளியில் இருந்த பகுதி வனப்பகுதியாக மரங்கள் அடர்ந்து காணப்பட்டதால் அந்தப் பிரதேசம் வெளிச்சமின்றி இருந்தது. வனமெங்கும் மைனாக்களின் ஓசையும், மரங்கொத்திகளின் ஒலியும், மஞ்சள் கழுத்துடைய வானம்பாடியின் பாடலுமாக அந்தப் பிரதேசம் ரம்மியமாக இருந்தது. நான் தேடிக்கொண்டிருந்த காடைக்குருவி என் கண்ணில் தென்பட்டது. அடிமேல் அடி வைத்து காலின் கீழ் உள்ள புதரும் செடியும் ஓசை எழுப்பாத வண்ணம் பதுங்கிப் பதுங்கி அந்தக் காடையை மெதுவாக அணுகினேன். மெதுவாகத் தனது ஒளிமிகுந்த கண்களால் என்னை விழித்துப் பார்த்த காடைக்குருவி இரண்டடி இருக்கும்போது சட்டென்று பறந்து விட்டது.

நான் ஒரு நாழிகை அலைந்து திரிந்து ஒரு பெண் மயில் ஒன்றைப் பிடித்து வந்தேன். என் பிடியில் சிக்கிக்கொண்ட அந்தப் பொல்லாத மயில் தனது கூரிய நகங்களால் கீறியபடி இருந்தது. அதனைத் தலைகுப்புற உயரப் பிடித்து அதன் இரண்டு கால்களையும் கெட்டியான கொடியினால் கட்டினேன். அந்த மயிலைக் கொண்டு போனபோது சூரியன் குட திசையில் விழுந்துகொண்டிருந்தான்.

பூர்வாங்க வேலைகளைத் தொடங்கினேன். நானே நெருப்பை உண்டாக்க வேண்டியிருந்தது. தீக்கடைக் கோலினால் கடைந்து நெருப்புப் பொறிகளை உண்டாக்கி அந்தப் பொறிகளின் மூலம்

சருகுகளைப் பற்ற வைத்தேன். தீ நன்றாக பற்றிக்கொண்டதும் சந்தியாகால மந்திரங்களை உச்சரிக்கத் தொடங்கினேன். பெரிய செம்பிழம்பு பந்தினைப்போல விளங்கிய சூரியன் எனது பிரார்த்தனைகளை இறைவனிடம் கொண்டு செல்லும் பெரிய ஆகாயக் கப்பலைப்போலத் தோற்றமளித்தது. உறங்கச் செல்வதற்கு முன்னர் எனது பிரார்த்தனை தேவர்கள் செவிகளில் சென்று விழவேண்டும் என்பதனைப்போல நான் உரத்த குரலில் பாடினேன். என் பிரார்த்தனைகளைச் செவிமடுக்கும் தேவர்கள் நாங்கள் செல்லவிருந்த மர்ம மாளிகையில் இருந்து எத்தகைய இன்னல் வந்தாலும் அவற்றிலிருந்து எங்களைக் காப்பாற்றாமல் போகமாட்டார்.

ஒன்று உதயமாக வேண்டுமென்றால் வேறொன்று பலியாக வேண்டும். இது விதி. மாற்ற இயலாது. நான் அந்த நீல மயிற் பேடையிடம் எனது மன்னிப்பைக் கேட்டபடி அதனை உயர்த்திப் பிடித்தேன். எனது மற்றொரு கரத்திலிருந்த குறுவாளால் அதன் கழுத்தை ஒரே வீச்சில் சீவினேன். அந்த நீல மயிலை உயர்த்தி நெருப்பின்மீது காட்டினேன். அதன் கழுத்திலிருந்து வழிந்த குருதி துளித்துளியாக நெருப்பில் வீழ்ந்தது. அதன் பட்டு போன்ற கண்கள் இருளடைந்தன. தனது இறுதி மூச்சை விடும் முன்னர் அது ஒருமுறை கோரமாக அகவியது. அதன் குருதி, அதன் கண்ணீர், அதன் அலறல் அதன் மூலம் பிறக்க வேண்டிய உயிர்கள் அனைத்தும் தேவர்களுக்குத் தேவையாக இருந்தன. இளமைதான் பலிக்கு உகந்தது.

மாற்றமுடியாத விதியையும் தேவர்கள் மாற்ற வல்லவர்கள். நாம் அவர்களிடம் மனம் உருகி பிரார்த்தித்தால் போதும். கடவுளும் குழந்தையும் ஒன்று என்று என் தந்தை அடிக்கடி கூறுவார். எனக்கு மனுவும் ஷிக்கியும் நினைவிற்கு வந்தனர். அவர்கள் சிறுபிள்ளைகளாக இருந்தபோது நான் அவர்கள் மனம் கோணும்படி நடந்து கொண்டால் கூடச் சீற்றத்துடன் அலறுவார்கள். வேண்டியது கிட்டும்வரை அவர்களை எளிதில் சமாதானம் செய்ய இயலாது. அவர்களை என் வசப்படுத்த அவர்களுக்கு எந்தெந்தப் பொருள்கள் தேவையோ அவற்றை வாங்கிக் கொடுத்து அவர்கள் மனம் குளிரச் செய்வது வழக்கம். தேவர்களும் மற்ற சின்னஞ்சிறிய குழந்தைகளைப் போலத்தான். ஒரே நேரத்தில் அன்பும், கொடூரமும் கொண்டவர்கள்.

நான் பலிக்கான இறுதி மந்திரத்தை உச்சரித்துவிட்டு நெருப்பை அணைத்தேன். இரவு கவியத் தொடங்கியது குதிரைகள் சோர்வடையத் தொடங்கினாலும் வேறு வழியில்லை, அன்றைய

இரவுப் பயணத்தை எங்களால் தவிர்க்க இயலவில்லை. குதிரை லாயத்தின் அருகில் இருந்த சிறிய தண்ணீர் தேக்கத்தில் நான் நெய் ஒழுகிய கரங்களைக் கழுவிக்கொண்டேன்.

'முதியவர் பலிக்கு நேர்ந்து விடப்பட்ட மயிலை சமைத்து விட்டாரா என்று பார் பத்மன். ரதத்தைப் பூட்டி தயாராக வைத்திரு. நாம் இன்னும் அரை நாழிகைக்குள் கிளம்பவேண்டும்', என்றேன்.

'பெரும்பில் மர்ம மாளிகை செல்லும் வழி நெடுக பாதையோரங் களில் வில்வீரர்களைக் காவலுக்கு அமர்த்தியுள்ளார். எனவே எதிரிகள் நம்மைத் தாக்கும் அபாயம் இருக்காது!' - அவன் முகத்தில் தோன்றிய கலவரத்தைக்கண்டு நான் இவ்வாறு கூறி அவனைச் சமாதானம் செய்தேன். அவன் கண்கள் அங்கும் இங்கும் அலைந்தன. மரங்களின் பின்னிருக்கும் நிழல்கள் அசைவினைக் கண்டு அவன் பார்வையில் அச்சம் தெரிந்தது. பத்மனின் சிந்தை முழுவதும் பேய்களைப் பற்றிய அதீதக் கற்பனைகள் ஓடிக்கொண்டிருக்கும். அவன் இதுவரையில் அசலான யுத்தத்தைச் சந்தித்திருக்க மாட்டான்.

'நாம் ஏன் பகல் பொழுது இருக்கும்போதே கிளம்பியிருக்கக் கூடாது?' அவன் கேள்வியில் அச்சம் இருந்தது.

'பலி முடிந்த நேரம் இறைவனின் பூரண அருள் நிரம்பிய நேரம். பகலில்கூட இப்படியொரு பாதுகாவல் கிட்டாது', என்றேன்.

இதையேதான் வந்தனாவிடமும் கூறினேன். வந்தனாவும் வாய் திறக்கவில்லை.

'யாரைச் சந்திக்கச் செல்கிறோம்?' என்ற அவளது வினாவில் ஒரு மெல்லிய ஆர்வம் மிகுந்திருந்தது. அங்கு சென்றதும் தானே தெரிந்து விடப் போவதாக நான் பதில் கூறினேன்.

'எனக்கே யாரைச் சந்திக்கப் போகிறோம் என்பது உறுதியாகத் தெரியாது!' என்றேன்.

ரதத்தின் உள்ளே வசதியாக அமர்வதற்குப் பஞ்சு இருக்கைகளைப் பத்மன் போட்டிருக்கிறானா என்று பார்த்தேன். நான் ரதத்தின் முன்புறம் கால் வைக்கும் இடத்தின் ஒரு பகுதியில் அமர்ந்து கொண்டேன். குதிரைகள் மிகவும் களைப்புடன் இருந்தமையால் பத்மன் சாட்டையால் தட்டித் தட்டி அவைகளை ஓட்ட வேண்டி யிருந்தது. குறுகலான அந்த மண் சாலையில் நாங்கள் மெதுவாகச் செல்ல வேண்டியிருந்தது. ஆந்தைகளின் மெல்லிய அலறல் எங்களைப் பின் தொடர்ந்தது. சோழ வீரர்களின் பாதுகாவலில்

எங்கள் பயணம் தொடர்ந்தது. நாகைப்பட்டிணத்திற்கு வடக்கில் உள்ள ஈரம் மிகுந்த சதுப்பு நிலக் காடுகளிலிருந்து வீசிய துர்நாற்றம் சகிக்க முடியாமல் இருந்தது. பாழ்பட்டுப் போன அந்த உவர்ப்பு மண்ணில் பூர்வ குடியினர் சிலர் மட்டுமே இங்கே வசிக்கின்றனர். ராஜ விசுவாசம் மிக்கக் குடியினர். போதிய வருமானம் ஈட்டித் தரும் அளவிற்கு அது செழிப்பான பூமி இல்லை என்பதால் அரசருக்குக் கட்டும் தீர்வை மிக மிகக் குறைவாகவே இருந்தது. இருப்பினும் அங்கேயே வாழ்ந்துகொண்டு தங்கள் கடவுளையும், தல விருட்சத்தையும் போற்றி வந்தனர்.

பயணத்தின் ஊடே நான் ஒரு பாடலைப் பாடத் தொடங்கினேன். ஒரு நாடோடியைப் பற்றிய பாடல். அவன் அழகன். அவனைத் தடுப்பதற்கு அந்தப் பிரதேசத்தில் எந்த ஆரணங்கினாலும் முடியவில்லை.

தண்டைகள் ஒலியா வண்ணம் சேர்த்துக் கட்டிய கால்கள்
மணிகள் ஒலியா வண்ணம் இறுக்கிக் கட்டிய மேகலை
நீண்டு செல்லும் நெடும்பயணத்தில்
எதிரில் வருவோர் அறியா வண்ணம்
கண்டபோது உள்ளம் கவர்ந்த தலைவனைத் தேடிச் செல்லும்
அவர்களை அறியாதோர் எவர்?
முன்னங்கால் ஊன்றி ஓசையின்றி அனைவரும் அறியாமல்
செல்லும் பெண்களை அனைவரும் அறிவர்
கள் உறங்கும் பூவைச் சுற்றித் திரியும்
மலர் சுமந்த கூந்தலை உடைய அந்த மங்கையரை
மலர் சுற்றும் வண்டுகளின் ஓசை அடையாளம் காட்டிச் சென்றன.
கனி பழுத்த பலாவின் நிழலில் ஓய்வெடுக்கும் தலைவனை
கண்டதும் அம்மங்கையர் களிநகை புரிந்தனர்.
அவனை எழுப்பும் முன்னர் இரவை வேண்டினர்.
'விண்மீன்களின் நெருப்பில் குளிர்காயும் இரவே
நீ எங்களுடன் தங்கியிரு மறைந்து விடாதே
பகல் ஒளியை மங்க வைக்கும்
இவனது அழகு எங்களை வசீகரிக்கிறது
இரவே விடியாதே.'

அந்தக் காட்டுவழியில் வாழ்ந்த விலங்குகள் எங்கள் பாடலைக் கேட்டு எங்கள் அம்பு, வேல் கம்புகளைவிட அதிகம் அச்சம் கொண்டு ஓடிப் போயிருக்கும். ஆனால் எங்கள் பாட்டில் வந்தனாவும் ஆவலுடன் கலந்துகொண்டு பாடத் தொடங்கியதும் நான் அவசரமாக அவளைத் தடுத்தேன். எதிரில் கடந்து செல்லும்

கொள்ளைக்காரர்களுக்கு உள்ளே ஒரு பெண் இருப்பது தெரிந்தால் மேலும் ஆபத்தாகி விடுமல்லவா?

வந்தனாவிற்கு மிகவும் இனிமையான குரல். அம்புகூடத் துளைக்க முடியாத இதயத்தை அவளது குரல் எளிதில் துளைத்துவிடும். நிலவொளியில் மரங்களின் நிழலசைவில் அவள் முகம் தெரியவில்லை என்றாலும் உதட்டின் பிளவு பளிச்சென்று தெரிந்தது.

குதிரைகளின் குளம்பொலி முழவின் ஒலியை நினைவுபடுத்த, ரதத்தின் பக்கவாட்டு அசைவுகள் எனது இடுப்பில் வலி ஏற்படுத்தித் தூக்கத்தைக் கெடுத்தது. விழித்திருந்த நேரத்தில் எனக்கு என் மனைவி வாணியின் நினைப்பு வந்தது. மந்தாகினியின் நினைப்பு வரவில்லை.

குடிமக்களுக்கு உரிய நாட்களில் அரண்மனைக்குள் அரசாங்க அதிகாரிகள் அவர்களது குடும்பத்தினரை அழைத்துக்கொண்டு வருவதற்கு அனுமதி அளிக்கப்படும். ஒவ்வொரு அதிகாரிகளின் குடும்பமும் முழு அலங்காரத்துடன், புத்தம் புதிய ஆடைகள், நகைகள் அணிந்துகொண்டு அரண்மனைக்கு வருவர். அன்று வாணி ஆடம்பரமாகக் காலையில் பாலில் குளிப்பதும், மலர்களும் கூடவே சிவப்புப் பட்டுத் துணி பின்னிய பின்னல் இடுப்புவரை பின்னிய சடையலங்காரம் செய்துகொள்வதும் என்று ஏக அமர்க்களமாக இருப்பாள். விலை மதிப்பில்லாத அணிகலன்கள், விலை உயர்ந்த நேர்த்தியான ஆடையலங்காரம் என்று வாணி தன்னை அதீதமாக அலங்கரித்துக்கொள்வாள். மொத்த அரண்மனையின் கவனம் முழுவதும் அவள்மீது விழுந்தாலும் அவளுக்குத் திருப்தியாக இராது. அது தினமும் தொடரவேண்டும் என்ற பேராசை கொண்டவள்.

வாணிக்கும் எனக்கும் உடனே திருமணம் நடைபெறவில்லை. எனது தந்தையும், வாணியின் தந்தையும் நிலம், நீச்சு, வீடு, நிதி என்று பலவற்றையும் பேசி முடித்து, என் தந்தை அரண்மனையில் அவருக்கு இருந்த செல்வாக்கைப் பயன்படுத்தி அவளுடைய மூன்று சகோதரர்களுக்கு உயரிய பதவிகளைப் பெற்றுத் தந்தார். இவையெல்லாம் அவரது அழகிய மகள் வாணிக்கு பிள்ளையைப் பெற்ற நாங்கள் கொடுக்க நேர்ந்த சீர் வரிசைகள்.

வாணியை முதன் முதலாகத் திருமணத்திற்கு ஏழு தினங்கள் முன்பு தனியாகச் சந்தித்தேன். அவளது மிருதுவான தேகமும், வசீகரிக்கும் கண்களும் என்னை நிலைகுலைய வைத்தன. புயலில் மாட்டிக் கொண்டு தவிக்கும் நாவாயைப் போலானேன். அது ஒரு காலம்.

அப்போது நான் இளநிலை கடற்படை வீரன். யுத்தங்கள் என்னை அச்சுறுத்தாத காலம். நான் மிக மோசமான பகடிகளைக் கூறினாலும் வாணி விழுந்து விழுந்து சிரிப்பாள். அவளது கண்ணின் பிடியிலிருந்து என் கண்கள் தப்பியதே இல்லை. எனது நாவாயை நான் எனது மகவினைப்போலக் கொண்டாடுவதை ஆர்வத்துடன் ரசிப்பாள். இந்தப் பரந்த உலகை சுற்றிப் பார்க்க விரும்புவதாகக் கூறினாள்.

'அண்ணன்மார்களின் துணையில்லாமல் நான் வீட்டைவிட்டு ஓர் அடி கூட எடுத்து வைத்ததில்லை', என்று பெருமூச்சுவிடுவாள். 'துறைமுகம் எவ்வாறு இருக்கும் என்பதுகூடத் தெரியாது. எனது ஆசையெல்லாம் ஒருநாள் இந்த நகரக் கோட்டைக் கதவுகளிலிருந்து வெளியேறி பல காதம் பயணித்து நீல இலைகள் கொண்ட மரங்களையும், இளஞ்சிவப்பு நிறமுள்ள ஆகாயத்தையும் பார்க்க விருப்பம். நான் காணவிருக்கும் உலகில் அனைத்தும் புதியதாகத் தோன்ற வேண்டும்', என்று கூறினாள்.

நான் அவள்மீது பித்துப் பிடித்தவன் போலானேன். மனதில் இலேசான வெறியுடன் என் இல்லம் நோக்கிச் சென்றேன். சர்வேசுவரனிடம் மனமுருக நாட்களை விரைவாக நகர்த்த வேண்டினேன். அவளைக் கரம் பிடிக்கும் நாள் மறுநாளாக இருக்கப் பிரார்த்தித்தேன்.

ஆண் துணை இன்றி ஒரு பெண்ணின் புற உலகைப் பார்க்க முடியும் என்பதை என்னால் கற்பனையில்கூட எண்ணிப் பார்க்க இயலவில்லை. என்ன ஒரு வாழ்க்கை அது! புற உலகம் எவ்வாறு இருக்குமென்ற சிந்தனை எதுவுமின்றித் தனது கற்பனைகளில் வாழும் வாழ்க்கை. வாணிக்குத் தனது தேவைகள் யாது என்பது குறித்த அறிவற்றவளாக இருந்தாள். எங்களது சாந்தி முகூர்த்தம் முடிந்து ஒரு சில நாட்கள் சென்ற பின்னர் அவளை நான் துறைமுகத்திற்கு அழைத்துச் சென்றிருந்தேன். கடற்கரை எங்கும் வீசப்பட்டிருந்த நீண்ட மாசு படிந்த கயிறுகளைக் கண்டு அவள் வெறுப்படைந்தாள். கடற்கரையில் கூடிய மக்கள் திரளும் அவளுக்குப் பிடிக்கவில்லை. எனது கப்பலுக்கு அழைத்துச் சென்று எனது கரம் நீட்டி அவளை நாவாயில் ஏற்ற முயன்றேன். நாவாயின்மீது ஏற வேண்டியிருந்த இடைவெளியைப் பார்த்தவள், 'வாருங்கள் வீட்டிற்குச் செல்லலாம்', என்று இறங்கிவிட்டாள்.

எங்கு அழைத்துச் சென்றாலும், 'வாருங்கள் வீட்டிற்குத் திரும்பலாம்', என்பது அவளது கிளிப் பேச்சானது. அவளை

வெளியில் கூட்டிக் கொண்டு செல்லும்போதெல்லாம் இதைப் பலமுறை சொல்லியிருப்பாள். அவளது புதிய உலகம் கனவில் இருந்ததே அன்றி வெளியில் இல்லை. காலங்கள் செல்லச் செல்ல அவளது பிடிவாதம் அதிகமாகி வெளியில் செல்வதை அறவே நிறுத்திக்கொண்டாள். நால்வகைப் பருவங்கள் வருவதும் கடப்பதுமாக இருப்பினும் வீட்டிற்குள் முடங்கியிருக்க விரும்பும் அவளது பிடிவாதம் எனக்குச் சினத்தை ஏற்படுத்தத் தொடங்கியது.

அவளை மாற்றுவதற்கு நான் இரக்கமின்றிக் கடிந்துகொண்டும் பலனின்றிப் போகவே நான் வெளியில் அவளின்றிச் செல்லத் துவங்கினேன்.

கடல் பயணங்கள் முடிந்து வரும்போது என் மீது நீங்காமல் வீசும் மீன் வாடையையும், உடன் பயணிக்கும் வீரர்களுடன் பழகுவதால் ஏற்படும் பல்வேறு வியர்வை நாற்றத்தையும் அவள் வெறுக்கத் தொடங்கினாள். ஒவ்வொருமுறை கடல் பயணம் முடிந்து நான் ஒரு பரிகார பூஜை செய்துகொள்ளாமல் கோயில்களுக்குச் செல்வதோ பெரிய புள்ளிகளின் மனைகளுக்குச் செல்வதோ இயலாது. ஒவ்வொரு முறை ஏதோ நான் பாவம் புரிந்தவனைப்போலப் பரிகாரம் மேற்கொள்வது எனக்குள் தாழ்வு மனப்பான்மையையும் வலியையும் அதிகரிக்கச் செய்தது. நான் கோயிலுக்குச் செல்வதை நிறுத்தினேன். அதோடு வீதியில் உள்ள பொது அங்காடிகளில் உணவு உண்ணத் தொடங்கினேன். என் மனதில் சம்பிரதாயங்களை மீறுவதால் ஏற்படும் உற்சாகம் மிகவே, ஆசாரக் குறைவானாலும், நாய்களை வளர்க்கத் தொடங்கினேன். பரிகாரங்கள் இருக்கும் போது சம்பிரதாயங்களை மீறுவதில் தவறில்லை.

சங்கப் பாடல்களாக இருப்பினும் வேறு எந்தச் செய்யுள் வடிவமாக இருப்பினும் களவையும், காதலையும்தான் போற்றுகின்றனரே அன்றி இரண்டிற்குப் பின்பு உள்ள மணவாழ்க்கையைக் குறித்து மௌனம் காக்கின்றனர். அந்த மௌனம்தான் அவர்கள் கூற விரும்பும் பதிலோ என்றும் தெரியவில்லை.

அரண்மனைக்கு வாணி செல்ல நேரும் சில சந்தர்ப்பங்களில் அவள் கூந்தல் அலங்காரமும், அணிந்துகொள்ளும் நகைகளும், விழிகளில் பூசிக்கொள்ளும் அஞ்சனமும், உதட்டிற்குப் பூசிக்கொள்ளும் செந்நிறச் சாயமும் அவள் உருவாக்கும் கற்பனை உலகில் அவள்தான் ராஜகுமாரியோ என்ற ஐயம் எழும்.

பெரும்பில்லின் மூங்கில் தாளின்மீது எழுதி வைக்கப்பட்டிருக்கும் வரைபடத்தை விரிப்பதும் கடினம்; மடிப்பதும் கடினம். எனது

இதயமும் அந்த வரைபடத்தைப்போல இரண்டாக மடிந்து கிடக்கிறது. ஒன்று என் இல்லாள் வாணியைக் குறித்து என் மனதில் எழும் அவிழ்க்க இயலாப் புதிர்கள்; மற்றொன்று அவளது ஒவ்வொரு சாயலிலும் மந்தாகினியை ஒப்பு நோக்குவது. இரண்டு படகில் ஒரே நேரம் பயணிக்க இயலாதோ?

ஓ! இன்று என்ன என் நினைவு முழுவதும் வாணியைச் சுற்றி வலம் வருகிறதே?

அந்த மர்மமாளிகையை அடைவதற்குச் சற்று தொலைவே இருக்கும்போது பாதை சேறும் சகதியுமாக மாறியது. பாதையும் சற்று இறங்குமுகமாகப் போகவே குதிரைகள் ஒரே பாய்ச்சலில் பாய்ந்து செல்லத் தொடங்கின. நான் கடிவாளங்களைப் பிடித்துக் கொள்ள பத்மனுக்கு உதவினேன். ஆனால் சரிவான நிலப்பகுதி என்பதால் ரதத்தின் வேகம் அதிகரித்தது. மற்ற எந்த நாளும் நான் இறைவனிடம் இப்படித் தொழுதிருக்க மாட்டேன். மனம் உருக ஆண்டவனை வேண்டினேன் அசம்பாவிதங்கள் எதுவும் நேரக்கூடாது. இறைவன் எனது பிரார்த்தனைக்குச் செவி சாய்த்தது போலத் தொலைவில் ஓர் ஒற்றை வீடு கண்ணில் பட்டது.

அந்த இல்லத்திலிருந்து மினுக் மினுக் என்று விளக்கின் சுடர் மினுங்கிக் கொண்டிருந்தது. குதிரைகளின் கடிவாளங்களை இறுக்கிப் பிடித்தோம். அந்தச் சுடர் மெதுவாக எங்களை நோக்கி நகர்ந்து வருவது போலிருந்தது. அது, விளக்கைக் கையில் ஏந்தியிருந்த வீரன் ஒருவனின் உருவம். அந்த இல்லத்தைக் காவல் புரிவதற்கு அமர்த்தப்பட்டவனாக இருக்கலாம். எங்களை அணுகி, 'நீங்கள் இங்கிருக்கும் காவலைப் பலப்படுத்த வந்திருக்கிறீர்களா?' என்று கேட்டான்.

'இல்லை', என்று கூறி நான் பெரும்பில்லின் முத்திரை தாங்கிய வரைபடத்தைக் காட்டினேன். அதனைப் பார்வையிட்டான்.

பிறகு, 'எதற்காகக் காவலை பலப்படுத்த வேண்டும்? இங்கு உங்களுக்கு எதிரிகளின் மிரட்டல்கள் ஏதாவது உள்ளனவா?' என்று கேட்டேன்.

அவன் தனது வலது புஜத்தைக் காட்டினான். ஆறாத காயத்தின் ரணம் அதில் தெரிந்தது. 'அவர் இன்று மதியம் தப்பிக்க முயன்றார். நான் அவரைப் பாதுகாக்கத்தான் ஏவப்பட்டுள்ளேன். அவர் தப்பித்துச் செல்ல முயற்சிப்பார் என்று என்னை ஏவியர்கள் முன்பே கூறியிருப்பின் நான் சற்று சூதானமாக இருந்திருப்பேன். அவர் என் மீது பாய்ந்து தாக்கியபோது நிஜமாகவே அச்சமடைந்து விட்டேன். அப்பப்பா! ஒரு பெண் புலிபோலப் பாய்ந்தார்.'

அவனது கழுத்தில் காணப்பட்ட பச்சை குத்தியிருந்த விதத்தைப் பார்த்து அவன் வட காவேரிக் கரையைச் சேர்ந்தவன் என்பது விளங்கியது. அவர்கள்தாம் தங்கள் பெண்களை 'அபலை' என்று அழைப்பது வழக்கம். அவனது அந்தச் செய்கைக்கு அவனைப் பாராட்டினேன். எனது பாராட்டு அவனது காயத்திற்கு மருந்திட்டது போலிருந்திருக்கும். 'உனது பாதுகாப்பில் இருக்கும் பெண்மணி பத்திரமாக இருக்கிறாரா? இப்போது விழித்துக்கொண்டிருக் கிறாரா?' என்று கேட்டேன்.

'நான் பார்க்கும்போது படுத்துக்கொண்டிருந்தார். உறங்கிக் கொண்டிருந்தாரா என்பது தெரியவில்லை', என்றான்.

நான் ரதத்திலிருந்து இறங்கிய பின்னர் பத்மனை காத்திருக்கச் சொன்னேன். வந்தனாவை இந்த இரண்டு வலிமையான வீரர்களிடம் தனியாக விட்டுச்செல்வது எனக்கு உசிதமாகப்பட வில்லை அமயாவின் காவலுக்கு நின்றவன் ஒரு விளக்குடன் வந்தான். அவன் முன்னே செல்ல நானும் வந்தனாவும் தொடர்ந்தோம். பத்மன் பின்னால் வந்தான். நாங்கள் மூவரும் சேர்ந்தே அந்தக் குடிலின் வாயிலை அடைந்தோம்.

'உள்ளே எந்தவிதமான பயங்கரம் காத்துக்கொண்டிருக்குமோ தெரியாது. எனவே, நான் உள்ளே முதலில் புகுகிறேன்', என்று கூறியபடி நுழைந்தேன். குடிலின் மரக்கதவின் அருகில் சென்றேன். மரக்கதவின் பிடியின் ஊடாக ஒரு கயிறு சென்று வெளியில் இருந்த கம்பத்தில் அடிக்கப்பட்டிருந்த இரண்டு ஆணிகளில் இழுத்துக் கட்டப் பட்டிருந்தது. உள்ளே எவரோ உறுமும் சப்தம் செவிகளில் விழுந்தது. நான் ஆணியில் இருந்த முடிச்சை அவிழ்த்துக் கதவைத் திறந்தேன்.

நான் விளக்கைச் சற்று உயர்த்திப் பிடித்து உள்ளே நுழைந்தேன். உள்ளே சென்றதும் கதவை மூடிவிட்டு ஒரு சிறிய மௌன கணத்தில் வாயிலை என் உடலால் மறைத்தபடிக் காத்திருந்தேன். அவள் என்னைத் தாக்கிவிட்டுத் தப்பாமல் இருக்க வாயிலை மறித்து நின்றேன். ஆனால் எவ்விதத் தாக்குதலும் நிகழவில்லை. கூடத்தில் வைக்கோலைப் பரப்பி ஒரு படுக்கைபோலப் போடப்பட்டிருந்தது. மாட்டுக் கொட்டில் வாடையடித்தது. அருகில் ஒரு மண்பானை அடியில் சிறிது நீருடன் காணப்பட்டது. ஒரு வட்டிலில் பழங்கள் பறித்து வைக்கப்பட்டிருந்தன.

அமயா!

பல காலம் கடந்து நான் அவரைப் பார்த்தேன்.

அரசியார் என்னைத் திரும்பிப் பார்த்தார். நிமிர்ந்து உட்கார்ந்தார். அந்தச் சிறைப் பாதுகாப்பிலும் அவரது கூந்தலின் பின்னல் தங்கச் சரிகை வைத்த பட்டு நூலினால் கட்டப்பட்டிருந்தது.

ஒற்றைக் காலில் மண்டியிட்டு அவர் முன்னர் வணங்கி, ‘அரசியாரே’, என்றேன். வந்தனா எனது பின்னிருந்து அலறியபடி ஓடிவந்து அரசியாரை, ‘அமயா’, என்று அழைத்தபடி நுழைந்தாள்.

நான் உணர்ச்சி வெள்ளத்தில் சிக்கியிருந்தேன். என் முட்டாள் தனமான உணர்ச்சிப் பெருக்கில் நான் அரசியாருடன் தனியாகக் கலந்துரையாட எண்ணியது மறந்து போனது. இப்போது இரண்டாவது தவறு எங்கள் உரையாடல் முடியும் முன்னர் வந்தனாவைத் தனது சகோதரியைப் பார்க்க அனுமதித்தது. நான் எழுந்தேன். என் நடுக்கம் நீங்கியிருக்கவில்லை.

உள்ளே நுழைந்த வந்தனா நேராகச் சென்று தனது தமக்கையின் தோள்களில் விழுந்து அழத் தொடங்கிவிட்டாள். அரசியாரின் மிருதுவான முகம், விளக்கின் சுடர் நிழலில் தெளிவாகத் தெரிய வில்லை. சுடர் படபடத்த சில தருணங்களில் அவளது முகத்தின்மீது படிந்த ஒளியில் அவரது தூக்கித் தெரிந்த கன்னங்களின் எலும்புகள் கண்ணில் பட்டன. அவரது விழிகளைப் பார்த்தபோது அவை கீழ்நோக்கி வறண்டு காணப்பட்டன.

7

சில நிமிடங்கள் கழிந்ததும் நான் குறுக்கிட்டேன். வந்தனாவை அவரிடமிருந்து கிட்டத்தட்ட பிரித்துக்கொண்டு சென்றேன். அரசியாரிடம் சிறிது நேரம் காத்திருக்கச் செய்துவிட்டு நான் வந்தனாவை அழைத்துக்கொண்டு வாயிலில் நின்ற ரதத்தின் அருகில் வீரர்களின் பாதுகாப்பில் விட்டுவிட்டு வந்தேன்.

வந்தனாவின் கண்களிலிருந்து அருவிபோல நிற்காமல் கண்ணீர் வழிந்தது. நாசியிலும் ஒரு சிற்றருவி வழிந்தது. அவளது அழுகை விக்கலிலும் கேவலிலும் கேவலமாக முடிந்தது. தான் அரச பரம்பரையைச் சேர்ந்தவள் என்பதை முற்றிலும் மறந்து அரற்றிய வாய் மூடாமல் வந்த வந்தனாவைப் பத்மன் வியப்புடன் பார்த்தான். இவ்வாறு பிறர் காணும்படி அழுது ஆர்ப்பரிக்கும் வந்தனாவைக் கண்டிப்பதா? அல்லது ஒரு பெண்மணி அழுது

புலம்புவதைத் திறந்த வாய் மூடாமல் வேடிக்கை பார்க்கும் பத்மனைக் கண்டிப்பதா? எனக்கு அயர்ச்சியாக இருந்தது.

'அவர் உன்னிடம் என்ன கூறினார்?' - நான் வந்தனாவை ஆசுவாசப் படுத்தி ரதத்தின் இருக்கையில் அமரச் செய்த பின்னர் கேட்டேன்.

'அரசியார் உன்னிடம் என்ன கூறினார்?' என்று கேட்டேன்.

'அக்கா எதையும் மறக்கவில்லை. பெயர் பெயராக விசாரித்தார். பொன்னி, அம்மா, எல்லோரையும் விசாரித்தார். கிருத்திகாவின் வயது குறித்துக் கேட்டார்.' - பேசிக்கொண்டே இருந்தவள் பாதியில் பேச்சை நிறுத்தி ஒரு கேவல் கேவிவிட்டு மீண்டும் தொடர்ந்தாள். 'எனது காலில் எப்போதோ - அதாவது அக்கா நம்மை எல்லாம் விட்டுப் பிரிந்த சமயம் - என் காலில் பட்ட புண்ணைப்பற்றி அக்கறையுடன் விசாரித்தாள்.' சொல்லி முடிக்கும் முன்னர் அவளது கண்களில் கண்ணீர் மீண்டும் கரையை உடைத்தது.

அவளது வார்த்தைகள் நம்பிக்கையை உறுதி செய்தது என்றாலும் ஆனால் என் வியப்பெல்லாம் இந்தத் தகவல்களை எல்லாம் யார் முதலில் சொன்னது. உள்ளே இருந்த பெண்மணியா இல்லை வந்தனாவா என்பதுதான்.

நான் மீண்டும் அரசியாரிடம் சென்றேன். அவர் தனது கட்டிலில் வசதியாகச் சாய்ந்து அமர்ந்திருந்தார். 'அரசியாரே', என்று எனது சந்தேகத்தைச் சரி செய்துகொள்வதற்காக நன்றாகக் குழைந்து வணங்கி, 'ரதம் தயாராக இருக்கிறது. அரண்மனைக்குச் செல்ல சற்றுக் கடினமான பயணத்தைத் தாங்கள் மேற்கொள்ள வேண்டி யிருக்கும். ஆனால் இதுவரை நீங்கள் சந்தித்த இன்னல்களில் இந்தச் சிரமமான பயணம்தான் இறுதியானது என்று உறுதியளிக்கிறேன்', என்றேன்.

அவர் எழுந்தார். அவரது உடைமைகள் குறித்துத் தேடி நின்றபோது ஒரு துணி மூட்டையைக் காட்டி எடுத்துக்கொள்ளச் சொன்னார்.

நான் தலையசைத்துவிட்டு குனிந்து அதனை எடுத்துக்கொண்டேன். 'கடந்த எட்டு வசந்தங்களிலும் தாங்கள் எங்கே தங்கியிருந்தீர்கள் மகராணி?' என்று கேட்டேன்.

'பெரும்பில் என் இருப்பிடத்தை அறிவதற்கு முன்புதானே கேட்கிறீர்கள்? கஞ்சனூரில் ஆற்றங்கரை ஓரமிருந்த ஒரு முதிய தம்பதிகளின் குடிசையில். அவர்கள்தான் எனக்கு அடைக்கலம் அளித்தவர்கள். என்னைக் காட்டில் இருந்து கொண்டுவரும்போது

நான் சித்தம் தடுமாறிப் போயிருந்ததாகக் கூறினார்கள். உடல் எங்கும் முட்கள் கிழித்த காயங்களுடன், கால்களில் பாதக்குறடுகள் இன்றி, வெகுகாலம் மனிதர்கள் முகத்தையே காணாததால் ஏற்பட்ட திகைப்புடன் இருந்ததாகக் கூறினார்கள். நானும் அதற்குள் நன்றாகத் தேறி அவர்களுடன் ஒரு மாதம் ஓய்வெடுத்து வந்தேன்', என்றார்.

'மீண்டும் எங்களைத் தேட முயலவில்லையா?'

அவர் தயங்கினார். 'எனது அரண்மனை வாழ்க்கை முடிவிற்கு வந்ததாகவே எண்ணினேன். நான் உங்கள் பார்வையிலிருந்து மறைந்தாலும் மகிழ்வுடன் இருந்தேன். என்னைக் காப்பாற்றிய அந்த வயதான தம்பதியர் என்னைத் தங்கள் சொந்த மகள்போல பாவித்துப் பராமரித்தனர். அந்த வயதில் அவர்களுக்கு எனது உதவியும் வேண்டியிருந்தது', என்று கூறிவிட்டு நிறுத்தினாள். 'அப்படி ஒரு வாழ்க்கையும் நன்றாகத்தான் இருந்தது. வேறு மாதிரியான வாழ்க்கை; எளிமையான வாழ்க்கை.'

'அவர்கள் இப்போது எங்கே?'

'மூப்பெய்தி காலமாகி விட்டனர். நான் அதன் பிறகு தனியாகக் கடந்த மூன்று ஆண்டுகள் அவர்கள் பிரிவில் வாடியபடி கழித்தேன்.'

அவர் என்னுடன் கிளம்பினார். நாங்கள் ரதத்தை நோக்கிச் சென்ற போது எனக்கு வியப்பாக இருந்தது. அரசியார் இந்த அளவிற்கு உயரமானவரா? நம்முடன் அதிகம் பரிச்சயமானவர்களை நாம் அங்குலம் அங்குலமாக எடை போட்டுப் பார்ப்பதில்லைதான். புதியவர்களைத்தான் பாதாதி கேசம் ஆராய்ந்து மச்சம் எங்கெல்லாம் உள்ளது, எங்கெல்லாம் தழும்பு உள்ளது, அவர்கள் வழக்கு மொழி எப்படி என்று பார்ப்பது வழக்கம்.

அரசியாரை ரதத்தினுள் ஏறுவதற்கு உதவியாக இருந்துவிட்டு நான் எனக்குள்ளேயே வாதம் செய்தபடி வந்தேன்.

ரதத்தில் ஏறிக்கொண்டதும் அரண்மனை நோக்கி பயணப்பட்ட போது என் நினைவுகள் பின்னோக்கிப் பயணப்பட்டன. குருகுலவாசம் முடிந்து என் ஆசானிடம் பரிபூரண ஆசி பெற்று ஐந்து வருடங்கள் போர் வீரனுக்குரிய பயிற்சிகளை எல்லாம் முடித்துக் கொண்டு நான் என் பெற்றோர் இருப்பிடத்துக்குத் திரும்பினேன். நாங்கள் இருந்த இடம்தான், இருப்பினும் ஐந்து வருடங்கள் முன்னால் என் நினைவில் இருந்ததைவிட மிகச் சிறியதாகக் காட்சியளித்தது. என் தாயாரின் உருவம் அநியாயத்திற்கு மாறிப் போயிருந்தது. முகத்தில் சுருக்கங்கள்; இடுப்பில் கூடிப் போயிருந்த

சதை; தலையில் வெள்ளி இழைகளின் கூட்டம். மேனி கறுத்துத் தோள்கள் இறுகிப்போய் இருந்தாலும் அவர் என் தாயார் என்பதை என்னால் அடையாளம் காண முடிந்தது. அவளது உடல் அசைவுகள், அந்தச் சிரிப்பு, அக்கறையுடன் வாழைக்காயைத் துண்டங்களாக்கி எண்ணெயில் வதக்கிக் கொடுத்த அந்த வாஞ்சை எனக்கு என் தாயாரை அடையாளம் காட்டின.

என் தாயாரை விடவும் என் தந்தைதான் என்னைப் பெரும் வியப்பிற்குள் ஆழ்த்தினார். தந்தை என்றாலே எனக்கு அதி பயங்கரமாக அச்சமூட்டும் உருவம், இன்று உலர்ந்து சருகாகி ஜீவனை இழந்து நிற்பது போலிருந்தது. அவர் இறந்தபோது அவரை இனி தந்தையாக பாவிக்கவேண்டாம் என்று எனக்கு ஏற்பட்ட நிம்மதி உணர்விற்காக நான் அவமானம் அடைந்தேன்.

இந்த நினைவுகளின் மூலம் என் மனதில் எழுந்த வாத பிரதி வாதங்கள் அரசியாரைக் கண்டதும் என் நெஞ்சில் தைத்த முள்ளை வெளியே எடுக்க முயன்றன. நான் திரும்பி ரதத்தினுள் நோட்ட மிட்டேன். இருவரும் உறங்கிக் கொண்டிருந்தனர். வந்தனா அரசியார் மடியில் தலையை வைத்து தாயார் அரவணைப்பில் உறங்கிக்கொண்டிருக்கும் குழந்தையைப் போலிருந்தாள்.

நகர வாயிலை மறுநாள் காலைப் பொழுது விடியும் முன்னர் சென்றடைந்தோம். குதிரைகளுக்குப் புல் பறித்துப் போடவும், தண்ணீர் காட்டவும் வீதியோரப் பொதுக் கொட்டிலில் ரதத்தை நிறுத்தச் சொன்னேன். ஆனால் அரசியார் இடை மறித்து, ‘வேண்டாம். அரண்மனைக்கு ரதத்தைச் செலுத்தச் சொல்லுங்கள் சேனாபதி. எனக்கு உடனே மன்னரைச் சந்திக்க வேண்டும்’, என்றதும் நான் ரதத்தை விரைந்து போக உத்தரவிட்டேன்.

அரண்மனை இருப்பிடத்திற்குச் சற்று முன்னர் குதிரைகளை நிறுத்தி ரதத்திலிருந்து அவிழ்க்கச் சொன்னேன்.

‘இங்கேயே இருங்கள்’, என்று கூறிய நான் ‘அரசியார்’ என்ற பதத்தைத் தவிர்த்தேன். ‘சற்றுப் பொறுங்கள் அரண்மனையில் சோழச் சக்கரவர்த்தி இருக்கிறாரா...’ என்றவன் தயங்கியபடி, ‘வேறு திருமாளிகைக்குப் போயிருக்கிறாரா என்று பார்த்துவிட்டு வருகிறேன்’, என்று கூறிவிட்டு அரண்மனைக்குள் நுழைந்தேன்.

நான் அவ்வாறு நடந்துகொண்டது நாகரீகமாக இல்லைதான். அவளின் முகம் மாறியதைக் கண்டேன்.

இருப்பினும் அவள் எனக்கு முன்பாக அரசரைப் பார்க்கத் தாவிச் செல்வதை நான் விரும்பவில்லை. அரண்மனை வாயிலில் இருந்த

சேவகனிடம் நிலைமையின் துரிதத்தைக் கூறினேன். சுற்றும் முற்றும் பார்த்தேன். ஒரு மூலையில் அரெமிஸ் உட்கார்ந்து கொட்டாவி விட்டுக்கொண்டிருந்தாள். என்னைப் பார்த்ததும் மரியாதை நிமித்தம் எழுவதற்கு நிமிர்ந்தாள்.

சேவகன் வழி விட்டதும் நான் உள்ளே நுழைந்தேன். சோழச் சக்கரவர்த்தி ராஜேந்திர பூபதி தனது சயனத்திலிருந்து எழுந்து பஞ்சணையில் அமர்ந்திருந்தார். முகத்தின் இடது கன்னம் அழுத்தத்தில் வீங்கியிருந்தது. 'அரசே', என்ற எனது நா தழுதழுத்தது. ஒரு நாள் முழுவதும் அவரை எனது வாளின் கூர்மையில் காவல் காக்காமல் சென்றிருக்கிறேன்.

'என்ன ஆயிற்று ஔவை?' என்று ஒரு நொடியில் என்னைப் புரிந்து கொண்டு அவர் பதறியபடி கேட்டார். அவர் கலவரமடைந்து காணப்பட்டார். பஞ்சணையிலிருந்து சடுதியில் தனது போர்வையை விலக்கியபடி இறங்கினார்.

'அரசரே விரைவாக ஆடையணிந்து அலங்காரம் செய்து கொள்ளுங்கள். உங்களுக்காக வாயிலில் ஒரு புதியவர் காத்துக் கொன்டிருக்கிறார். உங்களை நன்றாகத் தெரியும் என்று கூறிக் கொண்டிருக்கிறார்', என்று கூறினேன். பெண் பாலின விகுதியை மறைத்துப் பொது விகுதியில் கூறினேன்.

'யார் அது?'

'அரசே முதலில் ஆடையணிந்து கொண்டு வாருங்கள், சொல்கிறேன்.'

சில கணங்கள் சென்ற பின்னர் அதைக் கூறினேன். வழக்கம்போல வாயிலை மறித்து நின்றேன்.

'அந்தப் பெண்மணியைப் பொது இடத்தில் சந்திக்க வேண்டாம்', என்ற நான் 'உங்களை இறைஞ்சிக் கேட்கிறேன். நீங்கள் வருத்தப் பட வேண்டாம். நான் அவரை உள்ளே அழைத்துக்கொண்டு வருகிறேன்', என்று கூறினேன்.

அரசர் சீற்றத்துடன் என்னை நோக்கினார். ஒரே கணத்தில் இரண்டு அதிகாரத்தின் உச்சத்தில் இருப்பவர்களை நான் சினமூட்டிக் கொண்டிருந்தேன். நான் அரண்மனை மாளிகையிலிருந்து வெளியேறி அரண்மனை வெளியிடத்திற்கு வந்தேன். ஆனால் சோழச் சக்கரவர்த்தி என் பேச்சுக்குச் செவி சாய்க்கவில்லை. அவரது கால்கள் அவரை அரண்மனையின் வெளியில் இழுத்துச்

சென்றதைப்போல விரைந்தார். காலில் கொடி சுற்றியதுபோல அவரது நடை எதிர்ப்புகளை மீறுவதாக இருந்தது. ரதத்தில் ஒரு பெண் அமர்ந்திருப்பதைப் பார்த்தார்.

அவள் ரதத்திலிருந்து மற்றவர் இறக்கிவிடும் முன்னர் தானே இறங்கத் தொடங்கினாள்.

பெண்மை நலன்கள் சிறிதும் குன்றாமல் அவள் ஒரு குதி குதித்து இறங்கினாள். எந்த நொடியில் மன்னர் அவளை அடையாளம் கண்டு கொண்டார் என்பது தெரியவில்லை. முகத்தைப் பார்த்து அதில் உள்ள மச்சங்களை அடையாளம் கண்டுகொண்டு அவள் உயரம், கூந்தல், கண்கள், கொடிபோல அசையும் மெல்லிடை போன்றவைகளை நொடிப்பொழுதில் அறிந்துகொண்ட மன்னரின் அருகில் அவள் வந்து சேர்ந்தாள். கடலில் சங்கமிக்க ஓடிவந்த காவிரியைப்போல. மன்னர் அவளை ஆரத் தழுவி முத்தங்களை விதைக்கத் தொடங்கினார். எப்போதும் தான் அழைக்கும் பெயர் சொல்லி அவளைக் கூப்பிட்டார்.

•

தங்கக் கவசத்திற்குள் எனக்கு வியர்த்தது. வியர்வை என் முகத்தின்மீது கோடாக இறங்கியது. அந்த வியர்வையைத் துடைப்பதற்கு எனக்கு நேரம் இருக்கவில்லை. என் பிடி இளகினால் கடிவாளம் தளர்ந்து குதிரைகள் மெதுவாகப் போகத் தொடங்கி விடும். ஆயிரம் காலடிகள் வரை நீண்டிருந்த அந்த நீண்ட அணி வகுப்பில் சென்று கொண்டிருந்தேன். வெயில் சுட்டெரிக்கும் நண்பகல் என்பதோடு பெருந்திரளாகக் கூடியிருந்த கூட்டம் அணிவகுப்பை அங்குலம் அங்குலமாக நகரச் செய்தது. அந்த மாபெரும் அணிவகுப்பில் யானைகளும், குதிரைகளும் மிரண்டு தலைகளை அங்குமிங்கும் அசைத்தவண்ணம் இருந்தன. தொலைவில் ஒரு தந்தை தனது மகளுக்கு அணிவகுப்பைப் பார்க்க முடியவில்லை என்பதால் தனது தோளின்மீது அமர்த்திக் காட்டிக்கொண்டிருந்தார். அவரைப்போல ஆயிரக்கணக்கான ஏழை மக்கள் அணிவகுப்பையும் பார்த்துவிட்டு அன்ன சத்திரங்களில் வழங்கவிருக்கும் அறுசுவை உணவை ருசிக்கவும் கூடியிருந்தனர்.

அந்தச் சிறுமி புன்னகை புரிந்தபோது பற்களின் இடைவெளி சீரற்றதாகக் காணப்பட்டது. ஏழைச் சிறுமிகளுக்கு உரிய எண்ணெய் பூசப்படாததால் ஏற்படும் பழுப்பு நிறத்தையும் மீறி அவளது கூந்தலின் அடர்த்தியில் நான்கு கால்கள் எடுத்துப் பின்னல்கள் போடப்பட்டிருந்தது. நெடுநேரம் வாளையும் கடிவாளத்தையும்

ஒரு சேரப் பற்றியிருந்ததால் எனது தோள்களில் ஏற்பட்ட வலிக்கும், வேதனைக்கும் அந்தச் சிறுமியின் புன்னகை ஒத்தடம் கொடுத்தது போலிருந்தது. நான் அவர்களைக் கடந்து சென்ற பின்னர் மீண்டும் அவர்களிடம் கூச்சலும் குழப்பமும் ஏற்பட்டன.

இது போன்ற அரசாங்க அணிவகுப்பில் அவதிப்படுவதற்குப் பதில் எந்த நேரம் என்ன நிகழுமோ என்ற திகில் நிறைந்த ஒரு யுத்த களம் எவ்வளவோ மேலானது.

ஓ! சர்வேஸ்வரா! உனக்குக் கோடி நமஸ்காரம், ஒருவழியாகத் துந்துபி முழங்கத் தொடங்கியது. பட்டத்து யானை முன்னேறிச் செல்லத் தொடங்கியது. என் படைப்பிரிவின் தலைவர்கள் ஓர் அரைவட்ட வடிவில் அணிவகுத்து நின்றனர். இப்போது பட்டத்து யானை பார்வையில் வந்தது. அதோ மகாராஜா தனது அரசியார் உடனிருக்க வந்துகொண்டிருந்தார். புதுமணப் பெண்ணைப்போல அரசியாரின் உள்ளங்கைகளிலும், கழுத்திலும் சந்தனம், செந்தூரம் பூசப்பட்டிருந்தன.

இத்தனை நாட்கள் அரண்மனைக்குள் நுழைந்து அரசாங்க பணிகளில் மூழ்கியிருந்த பின்னர் மீண்டும் அரசியாரைப் பார்ப்பது என்னைத் திகைப்பில் ஆழ்த்தியது. அன்று என்னை உதறிவிட்டு அரசரை நோக்கி படிகளில் ஏறிச் சென்ற பின்னர் இப்போதுதான் மீண்டும் பார்க்கிறேன். மங்கல நீராடல் செய்வித்து உடலில் உள்ள கறைகள் நீங்க தேய்த்து நீராட்டப்பட்டுச் சந்தனம், மஞ்சள் பூசப்பட்டு அலங்கரிக்கப்பட்டிருந்தாள். வந்தனா தனது சகோதரியை விட்டு அங்குலம்கூடப் பிரிந்திருக்கவில்லை.

சோழச் சக்கரவர்த்தி ராஜேந்திர பூபதிக்கு அருகில் இணைந்து நின்ற மகாராணி அமயா மிக அழகாகத் தோற்றமளித்தார். பட்டுப் போன்று மலர்களாலும், சிவப்பு வண்ண பட்டு வாரிழைகளால் அலங்கரிக்கப்பட்ட கூந்தலில் கம்பீர மகுடம். மெல்லிய கழுத்தில் தங்க ஆபரணங்களும், நவரத்தின கற்களால் ஆன ஆபரணங்களும் அலங்கரித்துக் கொண்டிருந்தன. மற்ற குடிமக்களைப்போலவே நான் வாய் பிளந்து பார்த்தேன். கண் எதிரில் மெய்மை தோற்றம் கொண்டது போல எதிரிகள் நிற்கும்போது நான் எதற்குப் போலியான எதிரிகள் நிறைந்த யுத்தங்களில் வாளைச் சுழற்ற வேண்டும்? சக்கரவர்த்திக்குத் தனது மகிஷியை நன்கு அடையாளம் தெரியும். நிறைய விஷயங்களை நம்மால் மறைக்க இயலாது. மந்தாகினியின் உடலில் உள்ள மச்ச மண்டலத்தின் ஊடாக நான்

எனது விரல்களைக் கொண்டு செல்வதுண்டு. அவளது வலது புயத்தின் உட்புறத்தில் மச்சம் ஒன்று உள்ளது. அது எப்போதும் கண்களுக்குப் புலப்படாது. அவள் மல்லாந்து படுத்தபடி தனது கரங்களைக் குறுக்குவாட்டில் முகத்தின் மீது வைத்திருக்கும் ஓரிரு சமயங்களில் மட்டும் வெளியில் தலை காட்டும். எப்போதாவது உலா வரும்போது அரசியார் குடிமக்களுக்கு முகம் காட்டுவது போல முகம் காட்டும்.

அவர்கள் இருவரையும் பார்த்ததும் என் கழுத்தில் சுற்றி இறுக்கி கொண்டிருந்த சந்தேகப் பாம்பு தனது உடலை மெல்ல தளர்த்தியது. வெப்பம்கூடச் சிறிது தணிந்ததைப்போலத் தோன்றியது. கூட்டத்தில் இருந்த மக்களின் முகங்களைக் கூர்ந்து நோக்கினேன். கதிரவனின் கடுமையான வெப்பத்திலும் அவர்கள் வெறும் தலைகளுடன் தனது தந்தை ராஜராஜ சோழனையும் தனது வலிமையில் விஞ்சி நின்ற ஒரு மாபெரும் சக்கரவர்த்தியைக் காண வந்திருந்தனர்.

கீழைக் கடற்கரை மண்டலம் முழுவதும் சோழ சாம்ராஜ்ஜியம் நிறுவப்பட்டு விட்டது. அந்தக் கடலில் உள்ள தேசங்களிலிருந்து கொண்டு குவிக்கப்படும் பொன்னும் பொருளும் அரண்மனை பொக்கிஷ நிலவறைகளில் நிரம்பி வழிகின்றன. புனித கங்கையைத் தமிழக மக்களுக்குக் கொண்டு வந்ததால் கங்கை கொண்ட சோழன் என்ற சிறப்புப் பெயரும் பெற்றாகிவிட்டது. வேறு என்ன வேண்டும் இந்த மக்களுக்கு? இந்த சாம்ராஜ்யத்தின் குடிமகன் என்பதே பெருமைக்குரிய விஷயமல்லவா? அதற்காக இந்தத் தற்காலிக உபாதைகளைத் தாங்கிக்கொள்வதில் சிரமம் இருக்கப் போவதில்லை.

முரசங்கள் முழங்கின. யானைகள் முரசொலிக்கு ஏற்ப முன்னால் நகர்ந்தன. மன்னரும் அரசியாரும் சிரித்துப் பேசிக்கொண்டிருந்தனர். மன்னர் ஏதோ கூறியதும் அரசியார் சிரிப்பதும் தலையசைப்பதுமாக இருந்தார்.

எனக்குத் தெரியும்.

அரசியாரின் உடல் மொழி தவறு. எனக்கு அமயாவை நன்கு தெரியும். அவரால் ஒரு நொடி கூடப் பேசும்போது உடலை அசைக்காமல் பேச முடியாது. ஓ! அந்த மணிக்கட்டின் அசைவு அதுவே ஒரு தனி முத்திரையாகும். குதிரை ஓட்டுபவர்கள் கடிவாளத்தைப் பற்றி இழுப்பது போன்ற முத்திரை. கரங்களில்

மிகவும் சிக்கலான பகுதி மணிக்கட்டுகள்தாம். மணிக்கட்டில் எலும்பு முறிவு ஏற்பட்டால் அதோடு ஒரு போர்வீரனின் வாழ்வும் முடிந்தது என்று கூறலாம். வாள் சுழற்ற உதவாத மணிக்கட்டு இருந்தும் பயன் என்ன இருக்கப் போகிறது?

யானை மீது அம்பாரி வரும் பெண்ணிற்கு இது போன்ற நுணுக்க மான சங்கதிகள் அறிந்திருக்க வாய்ப்பில்லை. இறந்த அரசியாரின் குடும்பக் கதைகளை வேண்டுமானால் தெரிந்துகொண்டு மனனம் செய்து ஒப்பிக்கலாம்.

நான் அதைக் கவனித்த பின்னர் அந்தப் பெண்மணி எனக்காகவே தன்னை முழுமையாக மாற்றிக்கொண்டிருப்பதாகத் தோன்றியது. என் கண்களால் ஒற்றுமைகளைவிட பேதங்களையே எளிதில் அடையாளம் காண முடிந்தது. தாடையில் இருந்த சிறிய முளை. சிகையின் நிறம். கழுத்தில் ஓடிய வரிகள். தோள்களின் விபரீத நீளம். அவள் மன்னர் அருகில் நிற்பது விபரீத நகைமுரண். இவை எதுவுமே அரசியாருக்கு உரியன அல்ல. ஒருவேளை மன்னருக்கு அனைத்தும் தெரிந்திருந்தும் ஒன்றும் தெரியாதவர்போல எங்களிடம் விளையாட்டு காட்டுகின்றாரோ? அவருக்கு எதுதான் தெரியாமல் இருக்க முடியும்?

அவரைப் பார்த்தால் ஒன்றும் அறியாதவர்போலவே காணப்பட்டார். பார்த்தும் பாராமல் அவர் அரசியாரையே நோட்டமிட்டுக் கொண்டிருந்தார். குடிகாரனின் போதை அவர் கண்களில் மினுங்கியது. நான் எனது குதிரையின் கடிவாள வார்களை சற்று நெகிழவிட்டுவிட்டேன். உடனே குதிரை வேகமாக இரண்டடி முன்னால் வைக்க எனக்கு முன்னால் ஈட்டியைக் கையில் ஏந்தி நின்று கொண்டிருந்த காவல் வீரர்கள் நிலை தடுமாறி ஈட்டிகளை மண்ணில் ஊன்றி சமாளித்து நின்றனர்.

வட்டமடித்த குதிரையை நான் கடிவாளம் கொண்டு இறுக்கிப் பிடித்தேன். அந்தத் தடுமாற்ற கணத்தில் அரசியாரின் கூரிய விழிகள் என் மேல் பாய்ந்தன. அத்தனை கூட்டத்திலும் அவளது பார்வை நான் செல்லும் திசையெல்லாம் சென்றிருக்கிறது. நாங்கள் ஒருவரை ஒருவர் இடை விடாது பார்த்துக்கொண்டோம். அவள் சட்டென்று தனது முகத்தைத் திருப்பிக்கொண்டாள். மிக ஏளனமான முகக் குறிப்பை காட்டினாள். எனது கழுத்திலும் மார்பிலும் சந்தேகப் பாம்பு தனது பிடியை மீண்டும் இறுக்கியது.

8

அணிவகுப்பு முடிந்த பின்னர் போர் மன்றம் கூட இருந்ததால் இடைப்பட்ட மிகச் சிறிய பொழுதில் நான் அரண்மனையில் அரசர் மாளிகையை நோக்கி விரைந்தேன். அந்த யவனப் பெண் இருந்தாள். மன்னரை விரைவாகச் சந்தித்துப் பேட்டியெடுக்க வேண்டும் என்றதற்கு, 'மன்னர் அரசியாரை அழைத்துக் கொண்டு கோயிலுக்குச் சென்றுள்ளார். அரசியார் இல்லாத ஆண்டுகளில் எழுதப்பட்ட செப்புப் பட்டயங்களை அவருக்குக் காட்டுவதற்கு அழைத்துச் சென்றுள்ளார்', என்றாள்.

நான் பெருமூச்சுவிட்டேன். அவளை நெருங்கினேன், ஆவலுடன். எனக்கு முறையான உரையாடல் இதுவரை நிகழ்ந்ததில்லை.

'உனது கணை எங்கே?' என்று வினவினேன்.

'நான் அரசவைக்கு அதனை எடுத்துச் செல்வதில்லை.'

'அதிக எடை காரணம் என்பதாலா?'

அவள் உடனே குறிக்கிட்டு, 'இல்லை. மன்னர் அதன் பிரும்மாண்ட வடிவம் காரணமாக வழியில் எடுத்துவரவேண்டாம் என்று கூறி விட்டார்', என்றாள்.

'ஓ! அப்படியானால் மெய்க்காப்பாளனுக்கு ஆயுதம் வேண்டாம். அப்படித்தானே?' - நான் அரண்மனைக் காவலர்கள் காது கேட்கும் தூரத்தில் இருந்தபடி கூறினேன். நான் கூறியது அவளது பொறுமையைச் சோதித்திருக்கும்.

'சேனாதிபதியாருக்கு ஐயம் இருந்தால் என்னை துவந்த யுத்தத்தில் எதிர்கொள்ளலாம்!'

'வேண்டாம் வேண்டாம்', என்று கூறிய நான் சிரித்தபடி, 'என் வாளும் உன் தோளும் சரியான இணையாகாது', என்றேன்.

நான் அவளை மேலும் கீழும் நோட்டமிட்டேன். முதன் முதலில் கப்பலிலிருந்து கைதியாகப் பிடித்துவரப்பட்ட சிறுமியல்லள் இவள். உயர்ந்துவிட்டாள். என் உயரத்திற்கு வளர்ந்திருந்தாலும் எனக்கு அவள் இன்னமும் சிறுமிபோலத்தான் கண்ணில் தோற்ற மளித்தாள். பட்டவர்த்தனமாக அடுத்தவர் கண்களுக்குத் தோன்றும் வேற்று பிரதேசப் பெண் இவள். அவையில் நடைபெறும் உரையாடல்களின் அங்கத நுட்பங்களை அறிந்து மனம் விட்டு ரசிக்க முடியாதவள். விழிப்புடன் இருப்பவள். நிமிர்ந்த உடலமைப்பு

உடையவள். தினம் ஏதாவது ஒன்றை மறந்துவிட்டு வருவது இவர்களது வாடிக்கையாகி விட்டது. அவற்றில் முதன்மையானது ஆயுதம் ஏந்துவதாக இருக்கும்.

'வா என்னுடன்', என்று கூறிவிட்டு விடுவிடுவென்று அவளுக்குக் காத்திராமல் நகர்ந்தேன். நம்மைப் பின்பற்ற விரும்பாதவர்களை வழிக்குக் கொண்டு வருவதற்கு இதனைச் சிறந்த வழியாக எண்ணிச் செயல்படுவேன்.

அவள் என்னைத் தொடர்ந்தாள். அரண்மனைத் தரையில், போர்வீரர்கள் இருக்கும் பகுதிகளில், இடைகழியில் அவள் அடிக்கடி விரைந்து செல்வதைப் பலமுறை பார்த்திருக்கிறேன். ஆனால் என்னுடன் வரும்போது அவள் பலியாடுபோலப் பின் தொடர்ந்தாள்.

அரண்மனைக்கு வெளியில் வீதிகள் சூரிய கிரணங்களைப்போல நீண்டு கிடந்தன. கொல்லர்கள் வாழும் வீதியை நோக்கிச் சென்றோம். குணாவின் கொல்லன் பட்டறையை அடையும் முன்னர்ப் பல புதிய குறுகலான கடைகளைக் கடந்து சென்றோம். ஒரு குகையைப் போல அவனது பட்டறை உள்ளே உள்ளே போய்க் கொண்டிருந்தது. குணா தனது பணியில் மும்முரமாக இருக்கும் நேரங்களில் வழி நெடுகிலும் விலங்குகளைப் பொறியிட்டுப் பிடிப்பதைப்போலக் கூர்மையான ஆயுதங்களை அங்கும் இங்கும் சிதற வைத்திருப்பது வழக்கம். எங்கள் காலடியோசையைக் கேட்டு, 'யாரது? இதோ வருகிறேன்', என்று உள்ளிருந்து குரல் எழுப்பினான். வெளியில் வந்ததும் 'உங்கள் பாதக்குறடுகளைக் கழற்ற வேண்டாம். தரையெங்கும் எண்ணெய் வழிந்துள்ளது', என்றான். சற்று மேடான இடத்தில் குணா நின்று கொண்டிருந்தான். புஜங்கள் புடைத்து, தசைகள் இறுகி கரங்களில் பச்சை நரம்புகள் ஓடியபடி ஆஜானபாகுவாக இருந்தான். அவன் எந்த ஆயுதத்தை ஏந்தினாலும் அது அளவில் சிறியதாகத் தோற்றமளிக்கும். அப்படி ஒரு தோற்றம்.

குணாவின் பின்னால் சென்றோம். யவனி அவனைப் பார்வையால் அளந்து கொண்டிருந்தாள். அது அவளது எதிர் வினையாற்றலாகக் கூட இருக்கலாம். பார்வையால் எடை போடுவதில் அவள் என்னைப் போல இருந்தால் இந்நேரம் அவள் குணாவின் வலது இடுப்புப் பகுதியைப் போல அவனது இடது இடுப்புப் பகுதி அத்தனை வலுவற்று இருப்பதை அறிந்து கொண்டிருப்பாள். இடது இடுப்பில் முன்பு ஒருமுறை கத்தி ஒன்று இறங்கிக் காயப்படுத்தியது.

‘நான் இங்கே குறுவாள் வாங்குவதற்கு வந்தேன். நல்ல குறுவாள் ஏதாவது வந்திருக்கிறதா?’ என்று கேட்டேன்.

‘ஒன்றிரண்டு வந்துள்ளன. யாருக்கு? அரண்மனை மெய்க்காப் பாளருக்கா?’ என்றான்.

‘ஆமாம்’, என்றேன். ‘சாதாரண வகை வேண்டாம். சற்று ஆடம் பரமானது கையாள நளினமாக இருக்கவேண்டும்.’

எங்களை அவனது கடையின் பின்னால் இருந்த பகுதிக்கு அழைத்துச் சென்றான். உள்ளே இருவர் பணியில் இருந்தனர். கவசங்களை எண்ணெய் விட்டுத் துடைப்பதும், கம்பி நார்களைக் கொண்டு அழுத்தித் தேய்ப்பதும், உலோகத்திற்குப் பளபளப்பு ஏற்றுவதுமாக இருந்தனர். அவர்கள் செய்யும் வேலையில் முழு ஈடுபாட்டுடன் இருந்தனர். இடுங்கிய கண்கள்; பித்துப் பிடித்த வர்களைப்போல விரைந்து செயல்பட்டுக் கொண்டிருந்தனர். கத்திகளும், வாட்களும் மெருகேற்றப்படாது சுவரில் தொங்கிக் கொண்டிருந்தன.

‘அடேயப்பா குணா எத்தனை கூரான ஆயுதங்கள் உன் அங்காடியில்? நிஜமாகவே உன் கீழ் பணியமர்த்தப்பட்டவர்களுக்கு நீ நன்றி கடன் பட்டவன்’, என்றேன்.

‘ஏன்?’ என்றான் குணா புரியாமல்.

‘உன் அங்காடியில் உள்ள ஆயுதங்களைக் கொண்டே உன்னை எளிதில் கொல்லாமல் இருக்கிறார்களே’, என்றதும் சிரித்தான்.

குணா இரண்டு மூன்று ஆயுதங்களைச் சுவற்றிலிருந்து உருவி எடுத்தான். ‘எனக்கு மட்டும்தான் இவற்றில் எவை கூர்மையானவை என்று தெரியும். எனவே நான் முந்திக்கொண்டு விடுவேன். ஆனால் என்ன நடக்கும் என்று யாருக்குத் தெரியும்? என் வலிமையை ஒரு வாலிபனுடன் நான் பரிசோதனை செய்து பார்த்துப் பல வருடங்கள் ஆகின்றன.’

அங்கிருந்த மேசைமீது அவன் வைத்த கத்திகளையும், குறுவாட் களையும் நான் ஆராய்ந்தேன். ‘படு சுத்தமாக உள்ளன. மிகப் புதியவை’, என்றேன்.

‘ஆம், இப்போதுதான் கூர்மைப்படுத்தப்பட்டு எண்ணெய் பூசி வைக்கப்பட்டுள்ளன.’

நான் ஒரு கத்தியின் பக்கவாட்டில் தடவிப் பார்த்தேன். அதன் கூர்மை அச்சுறுத்தியது. கைப்பிடியின் வேலைப்பாடு மிக

நேர்த்தியாக இருந்தது. 'சீனப் பொருள்களின் வருகையால் நமது மண்ணின் படைப்புகள் அதையும்விட அதிக நுணுக்கமாகவும், வேலைப்பாடுகள் மிகுந்ததாகவும் ஆக்கப்படுகின்றன. இங்கிருக்கும் கத்திகள் என்னிடம் உள்ள கத்தியைவிடப் பல மடங்கு சிறந்தவை.'

'நானும் பார்க்கலாமா?' என்ற யவனியின் குரலில் சற்று கூடுதல் பணிவு தெரிந்தது. குணா சம்மதித்துத் தலையசைத்ததும் அவள் கைப்பிடியில் கற்கள் பதித்துச் செய்யப்பட்டிருந்த சிறிய கைப்பிடி உடைய குறுவாள் ஒன்றை எடுத்துப் பார்வையிட்டாள். அதன் கத்திப் பகுதி சிறியது என்றாலும் மிகக் கூர்மையாக இருந்தது. அதனை வைத்துவிட்டு தங்கப் பிடி கொண்ட குறுவாள் ஒன்றை எடுத்துப் பார்த்தாள். அதன் கத்திப் பகுதி சற்று நீளமாக நன்கு வளைந்து காணப்பட்டது. நான் இருக்கும் பகுதி நோக்கி அதனை இயக்கிப் பார்த்தாள். மேலும் ஒன்றிரண்டு கத்திகளைச் சோதனை செய்த பின்னர் முதலில் எடுத்த கத்தியைக் கையில் எடுத்து, 'எனக்கு இது பிடித்திருக்கிறது', என்றாள்.

நான் அந்தக் கத்தியை அவளிடமிருந்து வாங்கிப் பரிசோதித்தேன்.

'பிடி நன்கு இறுக்கமாக இருக்கிறது. ஆனால் கத்தியின் நீளம் குறைவு', என்றேன்.

'ஆமாம்', என்று அதனை மீண்டும் வாங்கிக் கொண்டபோது ஒருவித ஆர்வம் அவள் கண்களில் மின்னியது. 'என் கைகளுக்குக் கச்சிதமாக இருக்கிறது', என்றாள்.

'நல்லது.'

எங்கள் இருவருக்குமே அவளது தேர்வு பிடித்திருந்தது. குணா அவளிடம் நீட்டிய உறை வேலைப்பாடுகள் நிறைந்து அழகாகத் தோன்றியது. அவள் அதனை வாங்கி அதற்குள் தனது கையிலிருந்த கத்தியை நுழைத்து தனது இடுப்பில் செருகிக்கொண்டதும் அந்தக் கத்திக்கு ஒரு கம்பீரம் வந்ததுபோல இருந்தது.

நாங்கள் அரண்மனைக்குத் திரும்பினோம்.

'ஒரு காலத்தில் இலக்கைக் குறி பார்த்து தாக்கும் விளையாட்டு எனக்கு மிகவும் சலிப்பைக் கொடுத்தது', என்று ஆரம்பித்த யவனி, 'எனது புலம்பல்கள் எனது ஆசான் சிரேயரை நிச்சயம் சலிப்பூட்டியிருக்கும். ஆனால் இப்போது நான் அது போன்ற விளையாட்டுகளை இழந்து விட்டதாகக் கருதுகிறேன்.

இங்குமிங்கும் அரண்மனை வளாகத்தில் உலாவுவதைத் தவிர எனக்கு வேறு பணி எதுவுமில்லை. காலையில் மெய்க்காவல் பணிக்குக் கிளம்பும்போது எனது வில்லையும் கணைகளையும் பார்ப்பதோடு சரி.'

'நீ சொல்வதும் வாஸ்தவம்தான். இந்தக் கத்தி பழகுவதற்கு எளிமையானது. ஒரு நல்ல மரமாகப் பார்த்து உனது திறமையைப் பரிசோதித்துப் பார்த்துக்கொள்.'

அவளுக்கு அறிவுரை வழங்க வேண்டும் என்ற எனது எண்ணத்தைக் கட்டுப்படுத்திக் கொண்டேன். அவள் அரண்மனையைச் சார்ந்தவள். அரண்மனைக்கு விசுவாசம் உடையவளாக இருத்தல் அவசியம். நான் அதனைக் கெடுத்துவிடக் கூடாது. நான் என்றுமே பாலமாக இருக்க விரும்பினேன், பீடமாக அன்று.

அரசவையில் சக்கரவர்த்தி வீற்றிருக்கும் கொலு மண்டபத்திற்குச் செல்லும் படிகள் ஆடம்பரமான முறையில் அலங்கரிக்கப் பட்டிருக்கும். அவர் அமரும் சிம்மாசனமும் ஆடம்பரத்திலும் அலங்காரத்திலும் தனக்கு நிகரில்லை என்றிருக்கும். அரசர் அமர்ந்தாலும் இல்லையென்றாலும் அதனைப் பாதுகாக்க தினமும் மெய்க்காவலர்கள் நியமிக்கப்படுவது அரசாங்க வழக்கம்.

மந்திராலோசனை நடைபெறும் மிகச் சிறிய அறை அன்று பூட்டப் பட்டிருந்தது. நான் உள்ளே நுழைந்ததும் சாளரக் கதவுகளின் மறைவுப் பகுதியில் நின்றுகொண்டு யவனியிடம் பேச்சுக் கொடுத்தேன். நாங்கள் பேசுவது பிற மெய்க்காவலர்கள் கண்ணில் பட்டு அது வம்பாக உருவெடுப்பதை நான் விரும்பவில்லை.

'மன்னரை அரசியாருடன் ஒன்றாகச் சந்திக்கும் சந்தர்ப்பம் ஏதாவது உனக்கு வாய்த்ததா?' நான் அவளிடம் கேட்டேன்.

அவள் சுரத்தே இல்லாமல் என்ன கவனித்துக்கொண்டிருந்தாள். அதன் மூலம் நானே அவளுக்கு விடையளிக்க எண்ணினாள்.

'அவர் மகிழ்வுடன் காணப்படுகிறாரா?'

'ஆமாம். உற்சாகமாகவே இருக்கிறார். மலரில் அமர்ந்த வண்டினைப் போன்ற ஆனந்தக் களி அவர் முகத்தில் தாண்டவமாடுகிறது. மன்னர் திருமாளிகையில் இருக்கும்போது உடன் அரசியார் இல்லை யென்றால் மன்னர் தவியாகத் தவிக்கிறார். ஒப்பனைக் கலைஞர்கள் அவருக்கு ஆடை அலங்காரம் செய்வதற்குக் கூட அமைதியாக நிற்பதில்லை. சீனத்திலிருந்து தருவிக்கப்பட்ட பட்டில் நெய்த

ஆடையை அணிவிப்பதற்குள் ஒப்பனைக் கலைஞர்களுக்கு உன்பாடு என்பாடு ஆகிவிடுகிறது. அந்தப் பட்டு சற்று கனமான பட்டு. அதில் விசிறி மடிப்புகள் அத்தனை எளிதில் விழுவதில்லை. ஆனால் அரசியாருக்கோ சோழச் சக்கரவர்த்தியை அந்தச் சீனப் பட்டில் அலங்கரித்துப் பார்க்கவே ஆசை அதிகம். பாவம் ஒப்பனைக் கலைஞர்கள் அரசியாருக்கும் மன்னருக்கும் நடுவில் அகப்பட்டு அல்லாடுகின்றனர். ஆனால் என்ன செய்வது அந்தச் சீனப் பாட்டில் நெய்த ஆடைதான் புதிய ராணிக்குப் பிடிக்கிறது!'

'புதிய ராணி!' அரெமிஸ் அவளைப் புதிய ராணி என்றே அழைக்கிறாள். அரசருக்கு அவள் பழைய ராணி என்றாலும் புதிய ராணியாகவே கண்ணுக்குத் தெரிந்தாள்.

'புதிய ராணியைப் பற்றி உன் அபிப்பிராயம் என்ன?' என்று கேட்டேன்.

'எழிலுடன் விளங்குகிறாள்', என்று மட்டும் கூறிவிட்டு வேறு எதுவும் கூறவில்லை. அவளுக்கும் 'புதிய ராணி'யைப் பிடிக்கவில்லை போலும்.

சாளரக் கதவின் கண்ணாடி வில்லைகளின் ஊடே சூரிய கிரணங்கள் மினுங்கி ஜொலித்தன. சோழச் சக்கரவர்த்தி ராஜேந்திர பூபதிக்குப் புதுமையான சாதனங்கள் மீதும், கற்பனைச் செறிவுடன் கூடிய நுட்பமான பொருள்கள் மீதும் ஆர்வம் அதிகம். சில தினங்களுக்கு முன்னர் ரோமாபுரி தேசத்தைச் சேர்ந்த வணிகர் ஒருவர் திறைப் பொருளாகப் பச்சை நிறம் மின்னும் கண்ணாடிச் சதுரங்களைக் கொண்டுவந்து கொடுத்தார். அந்தக் கண்ணாடி வில்லைகளை இந்த அறைச் சாளரக் கதவில் பதித்திருப்பதால் சூரியனின் கிரணங்கள் ஊடுருவும்போது அந்த அறையின் சாயல் மாறித் தெரிந்தது. அந்தக் கிரணத்தில் சிறிது யவனியின் முகத்திலும் பட்டுத் தெரித்தது. சதைப் பற்றே இல்லாத ஒல்லியான தேக வாகு அவளுக்கு. சூரியனின் ஒளியில் அவளது கன்ன எலும்புகள் ஒவ்வொன்றும் தனித் தனியாகத் தெரிந்தன. சூரிய வெளிச்சத்தில் கண்கள் விரிந்து காணப்பட்டன.

இடைகழியின் சுவரில் நான் எனது கரங்களால் தடவினேன்.

'யவனி இந்த அரண்மனைச் சுவர்களின் செங்கற்களை நீ கவனித்திருக்கிறாயா?' என்று கேட்டேன்.

'ம்...'

‘அப்படியென்றால் அரசியார் வசிப்பிடத்திற்கும் பிற மகளிர் இருப்பிடங்களுக்கும் உள்ள செங்கற்களில் என்ன வேறுபாடு என்று கூறு!’

அவள் சுற்றிலும் உள்ள சுவர்களைப் பார்த்தாள்.

‘அரசியார் வசிப்பிடத்தில் உள்ள செங்கற்கள் நுட்பமானவை.’ யவனியிடம் பிடித்த விஷயமே அவள் மற்ற பணியாளர்களைப் போலப் போலியான மரியாதை கொடுத்துப் பேசுபவள் அல்லள். தனது பதில் சரியாகத்தான் இருக்கும் என்னும்விதத்தில் முகத்தை நேராகப் பார்த்துப் பேசுபவள்.

‘இங்குள்ள செங்கற்கள் ஒவ்வொன்றிலும் பல வடிவங்கள் பொறிக்கப் பட்டுள்ளன... பூக்கள், பறவைகள், மனித உருவங்கள், தேவர்களின் உருவங்கள் இது போன்று.’

‘இந்த அரண்மனையைக் கட்டி முடிக்க மூன்று வருடங்கள் எடுத்தன. தொண்ணூறு குடும்பங்களில் உலை பொங்கியது. ஒவ்வொரு கூலி வேலையாட்களுக்கும் பொற்காசுகளும், நெல்லும், குடிமைப் பொருள்களும் அங்காடிகளில் வழங்கப்பட்டன. செங்கல்லை உருவாக்கிய விதம் இன்னும் நினைவில் உள்ளது. முதலில் செங்கற்களை மண்ணில் குழைத்து வடிவமைப்பார்கள். உள்ளூர்க் கைவினைஞர்கள் தங்களது கை வண்ணங்களைப் பூவாகவோ, பறவையாகவோ வேறு பல உருவங்களாகவோ அந்தப் பச்சை செங்கலில் வடிப்பார்கள். பிறகு அவை சூளையில் ஏற்றப்படும். அவர்கள் கற்பனைக்கு யாரும் எல்லை வகுக்காததால் பற்பல அற்புத உருவங்கள் பொறிக்கப்பட்டன.’

அவள் என்னை இடையறாது கவனித்தாள். எனக்கு நினைவில் இருந்த ஒவ்வொன்றையும் கூறினேன். ‘ஒரு சமயம் கைவினைஞன் ஒருவன் தனது மனைவியை அழைத்து வந்திருந்தான். அவளது தங்கத் தோடு வேலை செய்துகொண்டிருந்தபோது களிமண்ணில் விழுந்துவிட்டது. அது செங்கலாக மாறி சூளைக்கும் அனுப்பட்டு விட்டது. தங்கத் தோட்டுடன் கூடிய செங்கல் இந்தச் சுவரில்தான் எங்கோ இருக்கிறது. அப்போது அந்தக் கலைஞன் முகத்தில் தோன்றிய மகிழ்ச்சியை நீ பார்த்திருக்கவேண்டும்’, என்று நான் சுவர்களைத் தடவியபடி கூறினேன்.

‘இங்குள்ள போர்த் தளபதிகளும், ஸ்ரீவிஜயத்திலிருந்து வரும் கடற்கொள்ளையரும் பெருமளவிற்குப் பொன்னும் பொருளும் சேர்ப்பதுதான் மேன்மையானது என்று கருதுகின்றனர். ஆனால்

இது போன்ற கோடான கோடி மக்களின் அன்பு ஒன்றுதான் பெருஞ்செல்வம். உன்னைக்கூட உதாரணம் சொல்லலாம். உனது தேசம் இதுவன்று இருப்பினும் எதிர்பார்ப்பு இல்லாத அன்பை நீ வாரி வழங்கவில்லையா?' என்று கேட்டேன்.

எனது யௌவனப் பருவத்தில் என் குரல் மிருதுவாகத் தடுமாற்றங்களுடன் காணப்பட்டது. ஆனால் கடல் புறத்தில் பணியமர்த்தப்பட்டதும் நாவாயில் உள்ள வீரர்களைப் புயல் காற்று மழை என்று பாராமல் உரக்க அழைத்து என் குரலைக் கட்டுக்குள் கொண்டு வந்தேன். வேண்டும்போது உயரும். மற்ற நேரங்களில் தணியும். இந்த யவனிக்கு என்னைப் பிடிக்காமல் போகலாம். அவள் அந்நியம், எல்லாவிதத்திலும். அரசியார் குறித்த முற்றிலும் முரணான தகவல்களைக் கூறும் முன்னர் அவளுக்கு எனது உதவி தேவை என்பது தெரிந்தது. அவள் நிச்சயமாக எனக்கு உறுதுணையாக இருப்பாள். இந்த மண்ணில் இணைய முடியாமல் ஒதுக்கி வைக்கப்பட்டிருக்கும் அவளுக்குத் தனது நிலை பரிபூரணமாகத் தெரியும். எப்போதும் ஒரு வெப்பம், ஒரு தகிப்பு. கன்னங்கரிய நிறம் அவளைத் தனிமைப் படுத்தின. ஆட்சி பீடத்தின் அருகில் அவள். அதற்கு மேல் ஓர் அடி கூட அவளால் எடுத்து வைக்க இயலாது. அவள் திறமையையும் மீறி அவளுக்கு வெற்றி நிராகரிக்கப்பட்டது. மதிப்பு மிக்க வில் மறுக்கப்பட்டது. இதற்கு எல்லாம் முத்தாய்ப்பாக அரசனுக்கு மெய்க்காவலர் பதவி, அதுவும் எவ்வித ஆயுதமும் இல்லாமல். சில நேரங்களில் மன்னரின் இந்தக் கொடூர அவமதிப்பை எண்ணி சினம் கொள்வேன். எத்தனை கதைகள் எத்தனை பாராட்டுரைகள். ராஜேந்திர சோழ பூபதியைப்போல நாடு கடந்து, மொழி கடந்து அன்பு செலுத்த வேறு எவர் உண்டு என்று எத்தனை கதைகள். அத்தனை கதைகளும் அவர் அறியாதவை அல்ல. நான் அரெமிஸிடம் கடுமையாக நடந்து கொண்டாலும் அவளது தனிமையும், மாசுபடிந்த அடிமை நிலையும் என்னால் விளங்கிக்கொள்ள முடிந்தது. ஆனால் அரசருக்கு இது விளங்காமல் இருப்பது விந்தையாக உள்ளது.

எனவே அந்த யவனி எனக்கு உதவி புரிவாள். இளையவர்களைப் புரிந்துகொள்வது சுலபம்.

பாகம் இரண்டு

கன்னங்கரிய போரேறு...

அரெமிஸ்

1

அரண்மனையின் சுவர்கள் எழுப்பப்பட்ட விதம் குறித்து ஔவை என்னிடம் கதை கட்டிக்கொண்டிருந்தார். அவர் இட்டுக் கட்டிய கதைகளின் பளபளப்பில் அந்தச் சூரியன்கூட மங்கித் தெரிந்தது. நான் ஒன்றும் தெரியாதவள் என்ற அபிப்பிராயத்தில் அவரது பொய்ப் பின்னல்கள் அளவு கடந்துகொண்டிருந்தன. அந்தச் செங்கற்களில் பல்வேறு கலைஞர்கள் கைவினையாற்றியிருக்க வாய்ப்பே இல்லை. சாதாரணக் கைவினைஞர்களின் கைத் திறனாகவும் தெரியவில்லை. இவை அனைத்துமே அரண்மனையின் வெளிச் சுவர்களின் சித்திர வேலைப்பாடுகளைச் செய்த அதே விற்பன்னனின் கைவண்ணமாக இருக்கவேண்டும்.

கற்களில் அவன் வடித்திருக்கும் பெண்களின் உருவங்கள் அனைத்துமே சிற்றிடையும், பருத்த தனங்களும் உடையவை; ஆடவரின் உருவங்கள் அனைத்தும் நீள் சதுர முகமும், சிறிய மூக்கும் கொண்டவை. அனைத்து மானுடரும் இப்படித்தான் இருக்க வேண்டும் என்ற தீர்மானம் அந்தக் கலைஞன் வடித்த சிற்பங்களிலும், ஓவியங்களிலும் தெரிந்தன. அரண்மனை சேடிப்பெண்கள் பலரும் தங்கள் தனங்களை நிமிர்த்திக் காட்டவேண்டும் என்று மார்பில் கச்சை அணிந்துகொள்வதை வழக்கமாகக் கொண்டுள்ளனர். இந்தச் சிற்பியின் கைவண்ணமும் அவற்றையே பிரதிபலித்தது.

என் பார்வையின் பொருள் புரிந்துகொண்டு ஔவை விலகினார். ‘போர் குறித்த ஆலோசனை கூட்டம் முடிந்த பின்னர் நாம் இருவரும் மீண்டும் சந்திப்போம்’, என்று கூறிவிட்டுக் கிளம்பினார்.

அனாவசியமாக ஓர் ஆடவன் ஒரு பெண்ணை ஏறெடுத்துப் பார்க்கவில்லை என்றால் அவனது பார்வையை வசீகரிக்கும் அங்கங்கள் அந்தப் பெண் உடலில் இல்லை என்பதுதான் பொருள்.

நான் அரசியாரின் சேடிப்பெண் காமாட்சியுடன் அவ்வப்போது வெளியிடங்களுக்குச் சென்று வருவேன். அங்காடி வீதிகளில் அனைத்து ஆண்களின் பார்வையும் அவள் மேல் கவிந்து அவர்கள் கண்வலையில் அவள் சிக்கிக்கொண்டிருப்பதைப் போலிருக்கும். அதில் அவளுக்கு உள்ளூர ஒரு பெருமிதமும் இருந்தது. ஒருமுறை ஓர் ஆடவன் அவள் அங்கு இருப்பதையே ஒரு பொருட்டாக மதிக்கவில்லை என்றதும் அவள் கொதித்த கொதிப்பு எனக்கு மட்டும்தான் தெரியும். பெண்கள் தம்மைப் பின் தொடரும் ஆடவரை விடத் தம்மை கவனியாமல் இருக்கும் ஆடவர்மீதுதான் அதிக அக்கறை கொள்வர்.

நான் சுவரில் ஒட்டியபடி காத்திருந்தேன். ஒளவை திரும்பும்போது நான் அங்கேயே இருந்ததை ஆச்சரியத்துடன் பார்த்தார். அவருக்குக் குழப்பமானது. அவரது குழப்பத்தை அதிகரிக்கும் விதமாக எதுவும் பேசாமல் வாளாதிருந்தேன். சட்டென்று அவர் ஆச்சரியத்துடன், ‘அரெமிஸ், நீயும் போர் ஆலோசனைக் கூட்டத்தில் பங்கு கொள்ளப் போகிறாயா?’ என்று கேட்டார்.

‘நீங்கள் கொண்டு வரும் தீர்மானத்தை அரசாணையாக மாற்றுவதற்கு அவருடைய ராஜ முத்திரையைப் பெற்றுக்கொண்டு செல்ல வந்திருக்கிறேன். மும்முடியரசர் ராஜேந்திர சோழ பூபதி இன்றைய மந்திராலோசனை கூட்டத்திற்கு வருவதற்குச் சற்றுக் கால தாமதமாகலாம்’, என்றேன்.

சினத்திற்கு பதில் கலக்கமே அவர் முகத்தில் தெரிந்தது. சீறினார். ‘என்னது மன்னர் இன்று போர் ஆலோசனைக் கூட்டத்திற்கு வர மாட்டாரா? அவர் மனதில் என்ன நினைத்துக்கொண்டிருக்கிறார்? பெரும்பில் மற்றும் ஏனைய முட்டாள் கூட்டத்தை நான் கட்டி மேய்க்க வேண்டும் என்று எண்ணி விட்டாரா? ஆலோசனைக் கூட்டங்கள் அமைதியாக முடிந்ததாக இதுவரையில் சரித்திரம் இல்லை. எப்போதும் அனைத்து மந்திராலோசனைகளும் வாய்ச் சண்டையிலும், கைச் சண்டையிலும்தான் முடிவது வழக்கம். ஒருமுறை கை கலப்பில் முடிந்தது. கூட்டத்தில் ஒருவன் இன்னொருவன் கழுத்தில் கடித்து விட்டான். கடிபட்டவன் கழுத்தில் ரத்தக் காயத்துடன் கிளம்பிப் போனான். பெரிதாக எதுவும் இருக்காது என்று எண்ணிய எனக்கு அவனை ஒருவாரம் சென்று பார்த்தபோது அச்சமானது. கழுத்தைச் சுற்றி ரணம் பெரிதாகிக் கொத கொதவென்று சீழ் வைத்துக் கொண்டிருந்தது. வெள்ளி ஊசி கொண்டு கழுத்தில் தையல் போட வேண்டி வந்தது. அந்த ரணத்தில் இருந்த சீழை அகற்ற புழுக்களை நெளிய விட்டதாகக் கேள்விப்பட்டேன்.’

விடைஎதுவும் கூறாது நான் வாயிற்கதவின் அருகில் அண்டியிருக்கத் தீர்மானித்தேன். அவர்கள் விவாதம் அவர்களோடு.

'அரெமிஸ் நீ வந்தால் அவர்களது நடவடிக்கைகளில் நளினம் இருக்கும் முரட்டுத்தனம் இருக்காது', என்றார் ஔவை. கூறிவிட்டுச் சாளரத்தின் வழியாக வெளியில் பார்த்தார். மந்திராலோசனைக் கூட்டத்திற்கு மந்திரிப் பிரதானிகளும், ஏனைய அங்கத்தினர்களும் வந்து கொண்டிருந்தனர்.

தலைமை பீடத்தை நோக்கி ஔவை சென்றதும் ஒவ்வொருவராக உள்ளே தத்தம் ஆசனங்களில் அமர்ந்தனர். உள்ளே நுழையும்போது ஒவ்வொருவர் பார்வையும் என்மீது படிந்துவிட்டுச் சென்றது. தலைமை பீடத்தின் அருகில் நின்றுகொண்டிருந்ததால் ஔவை தான் அந்த ஆசனத்தில் அமரப் போகிறார் என்று எதிர்பார்த்தேன். இல்லை, என் எண்ணம் தவறு என்பது உடனே விளங்கியது. ராஜகுரு ஔவையை முறைத்துக்கொண்டிருந்தார். பீடத்தைக் கேட்பதா வேண்டாமா என்பதுபோல அவரது புருவங்கள் நெரிந்திருந்தன. பீடம் என்பது அதிகாரத்தின் சின்னம்.

ஔவை ராஜகுருவைக் கனிவுடன் பார்த்தார். 'குருஜி முக்கியமாக ஓரிரு வார்த்தைகளை நான் கூற வேண்டியுள்ளது. அது முடிந்ததும் உங்கள் ஆசனத்தை உங்களுக்கே அளிக்கிறேன்', என்றார் புன்னகையுடன். இதைக் கேட்டதும் ராஜகுருவின் முகம் சிறுத்தது. அவரைச் சிறுமைப்படுத்திய திருப்தி ஔவை முகத்தில் நிலவியது.

'மன்னர் இந்த ஆலோசனைக் கூட்டத்தில் கலந்துகொண்டிருக்க வேண்டும். அவரால் இயலவில்லை என்பதால் யவனி இன்று வந்துள்ளார்', என்று கூறிவிட்டு ஔவை என்னை ஏறிட்டார்.

ராஜகுருவின் முகம் இறுகியது. 'அரசமரபுகளை நாம் கடைபிடித்தல் அவசியம். மந்திராலோசனை கூட்டங்களில் பெண்களுக்கு அனுமதியில்லை.'

தனது அதிர்ஷ்டத்தின்மீது நம்பிக்கையற்றவர்போல ஔவை இருந்தார். இடைப்பட்ட மௌனத்தை நீட்டித்துப் பிறகு பேசினார். 'ராஜகுரு அவர்களே உங்களது ஆதங்கம் எனக்கு நன்றாகப் புரிகிறது. ஆனால் இந்தமுறை மரியாதை மிக்க விருந்தினரான யவனியை விரட்டவேண்டாம்', என்று கூறிவிட்டு நிறுத்தினார். மரியாதைக்குரிய விருந்தினர். அதுவும் ஒரு மிலேச்ச பெண். உயர்சாதி ஆலோசகர்கள் நிறைந்த கூடத்தில் தனது இனம் எதுவென்று தெரியாத ஒரு யவனப்

பெண் மதிப்பிற்குரிய விருந்தினர். ராஜகுருவின் முகத்தில் எள்ளும் கொள்ளும் வெடித்தன.

'ஏன் எனில் இவள் மன்னரால் நியமிக்கப்பட்ட மன்னரின் பிரதிநிதி', என்று முடித்தார் ஔவை.

ஔவை கூறியதை அங்கிருந்தோர் நம்பத் தயாராக இல்லை. அவர்கள் வியப்புடன் என்னைப் பார்த்தனர். அவர்கள் எண்ண ஓட்டத்தை என்னால் புரிந்துகொள்ள முடிந்தது. உண்மை என்னவென்றால் புதிய ராணி வந்த பிறகு மன்னர் எதனையும் தெளிவுடன் செய்வதில்லை. ஞாபக மறதி உடையவரைப்போல எனக்குப் பணிகளை இடுகிறார். பதவியின் தகுதிக்கு மதிப்பு அளிப்பதில்லை. உரிய அலுவலரைத் தேர்வுசெய்து பணிகளை அளிப்பதில்லை. என்னுடைய அபிப்பிராயம் மட்டுமில்லை, தற்போது மன்னரைக் குறித்த மற்றவர்களின் அபிப்பிராயமும் இதுதான்.

தனது அறிவிப்பை வழங்கிவிட்டு ஔவை ராஜகுருவிற்குத் தலைமை பீடத்தைக் கொடுத்துவிட்டுக் கிருஷ்ணனுக்கு அருகில் இருந்த இருக்கையில் அமர்ந்துகொண்டார்.

'போர் ஆலோசனைக் குழுவினரே, நாம் இன்று ஸ்ரீவிஜயத்தினருக்கு எதிராகத் தொடுக்க உள்ள போர் குறித்து விவாதிக்க இருக்கிறோம். மன்னரின் திட்டங்கள்மீது முடிவெடுக்கப் போகிறோம்.'

நான் கூட்டத்தின் முன்னே சென்றேன். மன்னரின் அறிக்கை தாங்கிய வரைதோலையை விரித்தபடி எனது தொண்டையைக் கனைத்தேன்.

என் போன்ற மிலேச்சப் பெண்கள் சோழக் குடிமக்களை எவ்விதத்திலும் கவர்வதற்கு முயற்சி எடுக்கக்கூடாது. பொது இடத்தில் பெண்கள் நடந்துகொள்வது குறித்து எனக்கு ஏகப்பட்ட புத்திமதிகள் இலவசமாக வழங்கப்படும். மேலும் இங்குள்ள பெண்கள் ஆடவரின் பார்வைகளைக் கவரும் வண்ணம் வளைந்த அழகிய இடுப்பு எனக்கு அமையப் பெறவில்லை. நான் தன்னடக்கத்துடன் மையமான குரலில் மன்னரின் அறிக்கையை வாசிக்கத் தொடங்கினேன்.

'நாம் எப்போது போருக்குச் செல்லவேண்டும் என்பதுதான் நான் உங்கள் முன் வைக்கும் வினா. ஆலோசனைக் குழு நன்கு ஆலோசித்து எனது கேள்விக்கு விடைதர வேண்டும். இந்த அறிக்கை எனது பெயரர் தாங்கி வரும் அறிக்கை. இது மன்னர் ராஜேந்திர பூபதியின் அறிக்கை.'

வாசித்து விட்டுக் கூட்டத்தினரை நிமிர்ந்து பார்த்து, 'அவ்வளவு தான்', என்றேன்.

'வேறு குறிப்புகள் ஏதும் இல்லையா?' என்ற பெரும்பில்லின் புருவங்கள் வீட்டுக் கூரைபோல உயர்ந்தது. 'இத்தனை வீரர்கள், இத்தனை கப்பல்கள் தளவாடங்களில் உருவாக்கப்பட வேண்டிய ஆயுதங்கள், போர் நெறிமுறைகள் இவை குறித்துத் தகவல் எதுவு மில்லையா?' என்று வினவினார்.

நான் இல்லை என்பதுபோலத் தலையசைத்து, 'இதில் உள்ளது இவ்வளவுதான்', என்றேன்.

'அப்படி எனில் இவற்றைக் குறித்து நாம்தான் முடிவெடுக்க வேண்டுமா?' என்று கிருஷ்ணன் எழுந்து கேட்டார். கேட்ட பின்னர் தனது இருக்கையைச் சுற்றித் தனது பார்வையை ஓடவிட்டார். கிருஷ்ணன் கண்ணி எனப்படும் போர்ப் பிரிவின் தளபதி. வடக்குப் பிரதேசத்தின் அதிபதி.

'ஆலோசனைக் குழுவின் தீர்மானங்கள் வரையறுக்கப்பட்டுள்ளன. எந்த நாளில் போருக்குச் செல்லலாம் என்று முடிவெடுக்க மட்டுமே நமக்கு மன்னர் அனுமதி வழங்கியிருக்கிறார். மற்ற விஷயங்கள் குறித்து நாம் தீர்மானங்கள் இயற்ற முடியாது. மன்னருக்கு ஆலோசனை வழங்க மட்டுமே முடியும்', என்றார் பெரும்பில்.

ராஜகுரு தனது கையில் கொண்டுவந்திருந்த தோல் வரை காகிதத்தைப் பிரித்து மேசை மேல் வைத்தார். 'அறுவடை நாள்தான் போருக்கான சரியான முகூர்த்த நாள். சங்கராந்தி அன்றுதான் சந்திரனும் தேய்பிறையில் இருப்பான். அன்றுதான் தேவர்கள் நமது மந்திரங்களுக்குச் செவிமடுப்பர்', என்றார்.

குச்சியால் குத்தப்பட்ட கரடியைப்போல ஔவை நிமிர்ந்து உட்கார்ந்தார். முகத்தில் சலனம் எதுவுமில்லை. 'சங்கராந்திக்கு இன்னும் முப்பத்திரெண்டு நாட்களே உள்ளன. தேவர்கள் ஆயத்தமாக இருக்கலாம், வீரர்கள் ஆயத்தமாக வேண்டாமா?' என்று வினவினார்.

ராஜ குரு அதனைக் காதில் வாங்கிக்கொண்டதாகத் தெரியவில்லை. இதழ்களை விரித்தார். 'ஆனால் தைமாத சங்கராந்திதான் புண்ணிய நாளாக இருக்கிறது. நேர்த்தியான முகூர்த்தம் கூடிய நன்னாள் அன்று. நாளும் நிமித்தமும் பார்த்துத் தொடங்கப் பெறும் போர்கள் இழப்புகளைச் சந்திப்பதில்லை.தேவர்கள் துணையிருப்பர்', என்றார்.

‘ராஜகுரு அவர்களே. சில விஷயங்களைக் கூறப் பிரியப்படுகிறேன். நான் கூறும் விஷயங்கள் ஆகாயத்தில் உள்ள தேவர்கள் குறித்து அல்ல, இதோ நமது நாகைப்பட்டிணம் துறைமுகத்தில் உள்ளது குறித்து!’ என்று கூறிய ஔவை தொடர்ந்தார். ‘நம்மிடம் உள்ள இரண்டு பெரிய போர்க்கப்பல்களில் பாய்மரம், தளம் என்று பெரிய அளவில் மராமத்துப் பணிகள் நிகழ்ந்துகொண்டிருக்கின்றன. மராமத்துப் பணிகள் முடிய குறைந்தது இரண்டு வாரங்கள் கால அவகாசம் வேண்டியிருக்கும். தவிர, ஆயுதங்கள் பாதிக்கு மேல் மொன்னையாகவும் உடைந்தும் உள்ளன. சாணம் தீட்டவும் புதிய ஆயுதங்கள் தயாரிக்கவும் கால அவகாசம் வேண்டும். வீரர்களை ஆயத்தப்படுத்தவேண்டும். துடுப்புப் போடுபவர்களை ஆயத்தப் படுத்தவேண்டும். இரண்டு வசந்தகாலங்களாக அவர்கள் எந்தக் கடற்போருக்கும் செல்லாமல் இருப்பதையும் நினைவில் எடுத்துக் கொள்ளவேண்டும். நாம் இப்போது தயார் நிலையில் இல்லை என்பதனையும் நினைவில்கொள்ள வேண்டும்.’

‘அப்படி என்றால் தீரத்திற்கும் வீரத்திற்கும் பெயர் பெற்ற சோழ சாம்ராஜ்ஜியத்தின் கடற்படை ஸ்ரீவிஜயம் போன்ற சிறிய நாடுகளைப் போரில் சந்திக்கத் தயாராக இல்லை, அல்லவா?’ என்று பெரும்பில் தனது மஞ்சள் நிற பட்டுப் பீதாம்பரத்தை தோள்களில் சரி செய்தபடி கூறினார்.

கிருஷ்ணன் எழுந்து பேசத் தொடங்கினார். ‘நாம் அனைவரும் பரதவர்களைப்போல அடித்துக்கொள்ள வேண்டாம். பெரும்பில் உங்களது மேலாடை நேர்த்தியாக உள்ளது. உங்கள் மேலாடை உங்கள் மீது எங்களுக்கு ஏற்படுத்தும் அதே கண்ணியத்தை நீங்களும் ஏற்படுத்த வேண்டுகிறேன். சீரான சொற்களின் அடியில் சீர்கெட்ட இதயம் இராது என்று நம்புகிறேன். நாங்கள் முன்னேறிச் செல்வதில் உங்களுக்கு விருப்பம் இருக்கலாம். எதிரி மன்னனை வஞ்சம் தீர்க்க உங்கள் பேச்சு எங்களைத் தூண்டலாம். ஆனால் நல்ல வீரர்களுக்கு அழகு இதுவன்று. காலம் சூழல் அறிந்து செயலாற்றுபவன் வீரன். மீறினால் கிடைக்கவேண்டிய நல்ல சந்தர்ப்பத்தை அவ்வீரன் இழந்து விடுவான். எதிரி நாட்டுப் படையை எவ்வித ஆயத்தமு மின்றிச் சந்திக்கும் அபாயத்திற்குத் தள்ளப்படுவான். அறிமுகமற்ற சமுத்திரம். அறிமுகமற்ற பகைவன் இரண்டும் ஆபத்தானவை.’

கிருஷ்ணனின் கட்டுப்பாட்டில் மிக அதிக அளவில் கப்பல்கள், நாவாய்கள், மரக்கலங்கள் உள்ளன. ஔவைகூடக் கிருஷ்ணனுக்கு அடுத்த நிலையில்தான் உள்ளார். அவர் உடல் எங்கும் வீரத் தழும்புகள். தொண்டைப் பகுதியில் ஆழமான தழும்பு நீல நிறத்தில்

மின்னிக் கொண்டிருப்பதால் உள்ளூரில் அவருக்கு நீலகண்டன் என்று பெயர் ஒன்று உள்ளது.

'புதிய ஆயுதங்களைத் தயாரிக்க நேரம் கிடைத்தால்கூடப் போதும்', என்றார் கிருஷ்ணன்.

'புதிய ஆயுதங்களா?' என்று ஔவை எதிர் கேள்வி கேட்டார். 'இரும்பு ஈட்டிகள் தயாராகிவிடும் என்றா கூறுகிறீர்கள்?' என்று கேட்டார்.

'ஆம் ஔவை. மூன்று வாரங்களுக்கு முன்புதான் நான் மன்னரிடம் சில இரும்பு ஈட்டிகளை மாதிரிக்குக் கொண்டுவந்து காட்டினேன். ஆனால் நடுவில் மன்னர் மனம் மாறும் நிகழ்வொன்று நடந்து விட்டது. எனது கொல்லர்களின் கண்டுபிடிப்புகள் தக்க பலனை அளிக்கும் வரையில் இந்த ஈட்டிகள் குறித்து வேறு எவரிடமும் வாய் திறக்கவேண்டாம் என்று மன்னர் கேட்டுக் கொண்டார்.'

'தக்க பலனை அவை அளிக்க வல்லவைதானே?' என்று ஔவை வினவினார்.

'சொல்ல முடியாது. போர் துவங்க முப்பது நாட்கள் கால அவகாசம் இருந்தால் உறுதியாகச் சொல்லலாம்.'

'பிறகு பேச்சுக்கே இடமில்லை. போர்க்கப்பல்களை மராமத்து செய்து முடிக்கவில்லை. புதிய ஆயுதங்கள் முழுவதும் தயாரிக்கப் படவில்லை. அவ்வாறு இருக்கும்போது அவசரப்பட்டுப் போர்ப் பிரகடனம் செய்வது முட்டாள்தனமானது', என்று ஔவை கூறினார். அவர் மட்டும் அபிப்பிராயங்களைக் கூறுவதால் பயன் இருக்காது. மற்றவர்களும் அதற்குச் சம்மதிக்க வேண்டும்.

ராஜகுரு தனது கோபத்தின் உச்சியில் ஆசனம் போட்டு அமர்ந்து கீழே இறங்கி வர மறுத்தார். அவருக்கு வரும் ஆணைகள் எல்லாம் மனிதரிட மிருந்தோ, மன்னரிடமிருந்தோ வராமல் தேவலோகத்தி லிருந்து வருவதாக ஒரு நினைப்பு. அவரைப் பொறுத்தவரையில் மண்ணில் உள்ள காரியங்களைத் தீர்மானிப்பவர்கள் மனிதர்களல்லர்; ஆகாயத்தில் இருக்கும் தேவர்கள்.

ஆனால் இவரைப்போன்ற குருமார்கள் பெயர் அளவில்தான் ஆஸ்திகர்களாக இருப்பர். விருப்பமில்லாமல்தான் அவர் தேவர்களை வணங்குகிறார். இவரின் கூற்றுப்படி கடவுளின் கடைக்கண் பார்வை இவர் மீது விழுமேயானால் இவரது பாதங்கள் பூமியில் பாவாமல் போயிருக்கும். மந்திர தீர்த்தம் மூலம் அதனது செல்வாக்கைக் காட்டியிருப்பார். சாபங்கள் இட்டிருப்பார். மேலும்

பல மாயங்கள் புரிந்து தனக்கும் கடவுளுக்கும் உள்ள நெருக்கத்தைப் பறை சாற்றியிருப்பார்.

ஔவைமீது கடும் வெறுப்பை வெளிக் காட்டினாலும் பெரும்பில் தான் முதலில் எழுந்து ராஜகுருவை மறித்து, 'வேறு ஒரு நாள் குறித்துத் தாருங்கள்', என்றார்.

ராஜ குருவிற்கு என்ன செய்வது என்று தெரியவில்லை. அவர் சிடு சிடுவென்று பெருமூச்சு விட்டபடி தனது வரைத்தோல் காகிதத்தை மீண்டும் பிரித்தார். நெடுநேரம் எடுத்துக்கொண்டு அந்த வரைதோலை ஆராய்ச்சி செய்தார். கடவுளின் கருணையில் மனிதர்கள் வாழ்வதாகச் சொல்லுவார்கள், ஆனால் இங்கே குருமார்கள்தான் மக்களின் கருணையில் வாழ்ந்துகொண்டிருக்கின்றனர். பெலியாஸ் சாமியாடி களுக்குக் கொடுத்த தொந்தரவுகள் எனக்கு நினைவிற்கு வந்தன.

ராஜகுருவின் ஜாதகக் கட்டுக்களும், பஞ்சாங்க ஓலைச்சுவடி களும்தான் அவருடைய ஆயுதங்கள்.

'சுக்கிலபட்சத்து திரியோதிசி திதி கடற்பயணத்திற்கு உகந்த நாள் இல்லை என்றாலும் நல்ல முகூர்த்த நாள். நான் முதலில் குறித்துக் கொடுத்த நாளிலிருந்து எட்டு நாட்கள் பின்னால் வருகிறது. எட்டு நாட்கள் கால அவகாசம் போதும் என்று நினைக்கிறேன்', என்றார் வேண்டா வெறுப்பாக.

'மேலும் ஒரு விஷயம்', என்று ஔவை எழுந்து பேசத் தொடங்கினார்', எனது மதிப்பிற்குரிய அதிகாரிகளே! சீனக் கப்பல்களில் இருந்து பீங்கான் பாண்டங்களும், அடுமனை நறுமணப் பொருள்களும் கொண்டு வரப்படும்போது நமக்குத் தேவையான நிதிக் குவைகளையும் கொண்டு வருகின்றனர். அவர்கள் கொண்டுவரும் செல்வத்தின் அளவு முன்பெல்லாம் கற்பனைக்கு எட்டாமல் இருந்தது. ஆனால் பண்டமாற்று வியாபாரத்தில் நமக்கு இப்போது நிர்ணயிக்கப்படும் விலை வெகுவாகக் குறைந்து நம்மை அவமானப்படுத்துவதுபோல உள்ளது. நமது பேரரசர் அனுப்பும் ஓலைகளுக்குப் பலன் இல்லை. பதில் ஓலையைச் சீனச் சக்கரவர்த்தி அனுப்பாமல் கீழ் நிலை அதிகாரிகளின் முத்திரையுடன் அனுப்பு கின்றனர். அவர்களைச் சொல்லி குற்றமில்லை. இதற்கெல்லாம் காரணம் யார் என்று சிந்தித்துப் பார்த்தால் ஸ்ரீவிஜய நாட்டினர் என்ற விடை கிடைக்கும். ஆம் ஸ்ரீவிஜய தேசத்தவர் சீன மன்னர்களிடம், நாம் ஸ்ரீவிஜய தேசத்தின் அடிமைகள் என்றும், அவர்களுக்குக் கப்பம் கட்டும் சிற்றரசர்கள் என்பதுபோன்ற பொய்யான தகவல்களைப் பரப்பி வருகின்றனர்.'

ஔவை தனது மணிக்கட்டை மேசைமீது சாய்த்தபடி அவர் மேலும் தொடர்ந்தார். 'சீன தேசத்திற்கு நாம் செலுத்தும் காணிக்கை, கடல் கொள்ளையர்கள் கைகளுக்குச் சென்றுவிடுகின்றன. அவர்கள் கூறிவரும் பொய்க்கு நாம் தக்க பாடம் கற்பிக்க வேண்டும்.' அவர் குரல் ஓங்கியிருந்தது.

ஆலோசனை கூட்டத்திற்கு வந்திருந்த அனைவரும் சம்மதம் என்று தலையாட்டினர். கிருஷ்ணன் ஒருபடி மேலே சென்று 'நாம் தொடுக்கும் தாக்குதலில் அவர்களைக் குப்புற வீழ்த்தி தவழச் செய்ய வேண்டும்', என்றார் ஆவேசமாக.

அச்சமயம் அவர்கள் தங்கள் சினத்தில் ஒன்றுபட்டவர்களாகத் தோன்றினாலும் பதவி அவர்களை வேறுபடுத்திக் காட்டிக் கொண்டிருந்தது. பதவியும், அதிகாரமும் பொன்னால் செய்த பரிசில் பந்தினைப்போல. எந்தக் கைகளிலும் நிரந்தரமாக இல்லாமல் ஒவ்வொரு கையாக மாறி மாறி நழுவிச் செல்லும் தங்கப் பந்து.

ஆலோசனைக் கூட்டம் முடிந்ததும் ராஜாங்க அங்கத்தினர் வாயிலில் ஒருவரையொருவர் முண்டியடித்துத் தடுமாறி சுதாரித்து வெளியேறினர். அவர்கள் முகத்தில் சினம் தெரிந்தது. உதடுகள் மெலிந்து காணப்பட்டன. புருவங்கள் நெரித்துக் காணப்பட்டன. அதிகாரத்தின் முகத்தை மற்றவருக்குக் காட்டுவது போன்றதொரு முக பாவம் தெரிந்தது.

அவர்கள் அகல்வதை ஔவை பார்த்துக்கொண்டிருந்தார். விவாதத்தின் வெப்பம் இன்னும் அவர் கன்னங்களில் சிவந்து கொண்டிருந்தது.

'இன்னும் எண்பது நாட்கள்', என்று கூறியபடி எனது பக்கம் திரும்பியவர், 'பெரும்பில்லை குறித்து என்ன நினைக்கிறாய்?' என்று கேட்டார்.

அவருக்குத்தான் பெரும்பில்மீது எத்தகையதொரு காட்டம்! என்ன விடை கூறுவது இதற்கு? அவர் இலவசமாக வாங்கிக் கொடுத்த கத்தியின் பிடியின்மீது என் கைகள் பட்டுக் கொண்டிருந்தன.

'அவரது கரங்கள் நடுங்கிய வண்ணம் உள்ளன. அவற்றை மறைக்க அவர் முயன்றதாகத் தெரியவில்லை', என்றேன்.

'ஹா! நல்ல அவதானிப்பு. நானும் கவனித்திருக்கிறேன். எனக்குப் பெரும்பில்லைச் சிறு பிராயம் முதற்கொண்டு தெரியும். அவனது பட்டுப் பீதாம்பரத்தைக் கொண்டே அவன் கழுத்தை இறுக்கிக் கொன்றுவிடலாமா என்று சில நேரங்களில் சீற்றம் இருக்கும். நீ

கிளம்பிச் செல்லும் முன்னர் உன்னிடம் சில விஷயங்களைத் தனியாகப் பேச வேண்டும்', என்றார்.

இதைத்தான் எதிர்பார்த்தேன்.

'இதனை உன்னிடம் கூறுவதன் காரணம் சோழச் சக்கரவர்த்தியின் பாதுகாப்புமீது எனக்கு இருக்கும் அக்கறை. அவருக்கு நீதான் உதவி புரியவேண்டும்', என்று கூறியவர் நீண்ட பெருமூச்சு ஒன்றை வெளிப்படுத்தி 'சமீபத்தில் தன்னை அரசியார் என்று பிரகடனப் படுத்தியபடி வந்த பெண் உண்மையில் அரசியார் இல்லை', என்றார்.

நான் திடுக்கிட்டேன். என் மூச்சுக் காற்றில் வெப்பம் கூடியது. எனது முகபாவத்தைக் கண்டு அவர் நெடுமூச்செறிந்தார்.

'உனக்குத் தெரிந்திருக்கும், முன்பெல்லாம் அரசியார் பயந்த சுபாவம் உடையவராக இருந்தார். கண்கள் கலங்கியிருக்கும். முகம் கவிழ்ந்தே இருக்கும். ஆனால் அடுத்தடுத்த வருடங்களில் அவர் எவ்வாறு நிமிர்ந்தார், எவ்வாறு அளப்பரிய துணிச்சல் அடைந்தார் என்பதையெல்லாம் விவரித்துக் கூற இயலாது. நாட்டு மக்களுக்கு அவர் மீது அளவுக்கதிகமான அன்பு இருந்தது. அரசியாரும் குடிமக்கள் அனைவரையும் தனது குடும்பத்தினர்போல பாவித்தார். வாய் வார்த்தையில் சொல்லிவிடலாம். ஆனால், பெருங் கூட்டத்தின் நடுவில் ஒவ்வொருவரிடமும் ஒரே மாதிரி அன்பைப் பொழிவது என்பது இயலாத செயல். ஆனால் அரசியார் அப்படி ஓர் அன்பு செலுத்தினார். எனக்கு அரசியார் என்றால் கொள்ளை பிரியம். அவரை அணுக்கமாக நின்று பார்த்திருக்கிறேன். ஆனால் இப்போது அரசி அமயா என்று கூறிக்கொண்டு வந்திருக்கும் இவளுக்கு அந்த வேஷம் கைகூடி வரவில்லை. போகப் போகத்தான் மேலும் பல வித்தியாசங்கள் கண்களுக்குப் புலப்படத் தொடங்கியுள்ளன.'

நான் என் மனதில் இருந்ததைக் கூற முற்படும் முன்னர் ஔவை, 'அரசியாரின் இளைய சகோதரி வந்தனாவும் அங்கிருந்தவளை அரசியார் அமயா என்றே நம்பிவிட்டார். அரசருக்காவது சந்தேகம் எழுகிறதா என்று பார்த்தால் அதற்கும் வழியின்றி அரசர் அவரை அரசியார் அமயாகவே ஏற்றுக்கொண்டுவிட்டார்', என்று மேலும் கூறினார்.

'அவர் சமாதானம் ஆகிவிட்டார்', என்றேன் நான். அவருடன் இருக்கும் எனக்குமன்றோ அவரது நடவடிக்கைகள் அத்துப்படி? அரசரின் நடவடிக்கைகள் ஏதோ நேற்று திருமணம் ஆன புது மாப்பிள்ளையின் நடவடிக்கைகள்போல் இருக்கின்றன.

'நீங்கள்தானே அவரை வெகு தொலைவிலிருந்து இங்கு கொண்டு வந்தது?' என்று கேட்டேன்.

'வந்தனா அவளை அடையாளம் காட்டிய பின்னர் எனக்கு வேறு வழி எதுவுமின்றிப் போனது. வந்தனாவை உடன் அழைத்துச் சென்றிருக்கக் கூடாது. பெரிய பிழை செய்துவிட்டேன்.'

'உடன்பிறந்த சகோதரி, அரசர் இருவரும் ஒப்புக்கொண்ட பிறகு உங்களுக்கு என்ன சந்தேகம்?'

'நான் அரச குடும்பத்தினன் இல்லை. அரச ரத்தம் என் உடலில் ஓடவில்லை. எனவே அவர்களுக்கு உள்ள பலவீனங்கள் எனக்கு இல்லை. யவனி! அவளை நான்தான் முதன் முதலில் தொலைவில் இருந்து பார்த்தவன். ஒரு கணம் யோசித்தேன். வந்தனாவும் அரசரும் அவளைத் தழுவிக்கொண்ட பிறகே அனைத்து அனர்த்தங்களும் ஏற்பட்டுள்ளன. அரசியார் காணாமல் போனாரே அன்றி இறக்க வில்லை என்று அவர்களால் கூற முடிகிறது. அதனை நம்பவும் செய்கின்றனர்.'

'நீங்கள் நேசிக்கும் ஒருவரை உங்களால் எப்படி அடையாளம் காண முடியாமல் போகிறது என்பது எனக்கு விளங்கவில்லை. என் கிராமத்தில் எனது தந்தை வியாபார நிமித்தமாக வெளியூர் சென்று ஆறேழு திங்கள் சென்ற பின்னர்த் திரும்பி வந்தார். உடல் கறுத்து, தோல்கள் வறண்டு, கண்கள் பஞ்சடைந்து, சிகை சிக்குவாடை பிடித்து வந்து நின்றார். கண்கள் இரண்டும் எங்கள் கடற்பிரதேசங் களில் தோண்டப்படும் மணற்கேணிகள் போலக் காணப்பட்டன. இருப்பினும் அவர் எனது தந்தை என்று என்னால் அடையாளம் காண முடிந்தது.'

'ஏன் என்றால் அவர் உன் தந்தை', ஔவை அழுத்தந்திருத்தமாகக் கூறினார். 'ஆனால் அவருக்கு பதில் வேறொருவர் அதே அடையாளங்களுடன் உன்னிடம் வந்து தான்தான் உனது தந்தை என்று கூறியிருந்தால் நீ என்ன செய்திருப்பாய்? வெகு காலம் கழித்து அவரை நீ சந்திப்பதால் உனக்கும் தோற்ற மயக்கம் வரும். ஆமாமாம், அவரது உருவம் இப்படித்தான் இருக்கும். செவிகள் இப்படித்தான் இருக்கும். கழுத்தில் மச்சம் இப்படித்தான் இருக்கும் என்று உன்னை நீயே சமாதானம் செய்துகொள்வாய் அல்லவா? நேசமும், நம்பிக்கையும் அங்கே சாட்சிகளாகும் அபாயம் உள்ளது இல்லையா?' என்று கேட்டார்.

அவரது அவநம்பிக்கையை என்னிடம் பகிர்ந்து கொள்வதன் மூலம் அதனை மேலும் உறுதி செய்வதாகவே எனக்குத் தோன்றியது.

'நீ ஒரு கதை சொன்னாய். நானும் ஒன்று கூறுகிறேன் கேள். நான் ஆரம்பத்தில் வீரனாகப் படையில் சேர்ந்தபோது பயிற்சிக்காக என் கையில் வேல்கம்பு ஒன்றைக் கொடுத்தனர். எனக்கு வேல்கம்புடன் சண்டையிட நல்ல பயிற்சியுண்டு. போலியாட்டம் எந்த அளவிற்கு வெற்றியை அளிக்கும் என்று வேல்கம்பில் பயிற்சி எடுத்தால்தான் விளங்கும். போலியாட்டம் என்பது எதிரியை ஏமாற்றிச் சிலம்பினை ஓர் இடத்தில் கொண்டுவந்து வேறு இடத்தில் மின்னல் வேகத்தில் மாற்றித் தாக்குவது. எதிராளி சிறந்த பயிற்சியுள்ளவனாக இருந்தாலும் போலியாட்டத்தை அவனால் அடையாளம் காண இயலாமல் போகும். புத்திசாலிகளை எளிதில் ஏமாற்ற முடியாது என்றாலும் முயற்சித்தால் முடியும். மக்கள் எளிதில் நம்புவதற்கே பிரியப்படு கின்றனர். தேர்ந்த வஞ்சம் காணக் கிடைக்காத வைரம். பொய்யர் களுக்கும், திருடர்களுக்கும் இது நன்கு தெரியும். போலியாட்டத்தில் சற்று விழிப்புடன் இருக்கவேண்டும்!'

உடைக்குள் இருந்த கவசம் என் உடலை இறுக்கியபடி இருந்தது. கவசம் அணிவதே ஒரு தண்டனை. ஔவை உடலில் எதுவும் அணிந்திருக்கவில்லை என்றாலும் அவருக்குத்தான் அதிகம் வியர்த்தது. அவரது வழுக்கைத் தலை, வலுவான புஜங்கள் அனைத்தும் ஈரம் சொட்ட மின்னின.

எவ்வளவு நேரம் இது குறித்து நாங்கள் பேசிக்கொண்டிருந்தோம் என்பது தெரியவில்லை. பேசும்போது ஓர் இடத்தில் நில்லாது நகர்ந்து நகர்ந்து ஒரு வட்டமடித்து இப்போது ஔவை எனக்கு முன்பாக நின்று கொண்டிருந்தார்.

'உங்களுக்கு சித்த சுவாதீனம் ஏற்பட்டிருக்கிறது', என்று கூறினேன். 'உங்கள் பைத்தியக்காரக் கற்பனைகளை என் தலையில் ஏற்றப் பார்க்கிறீர்கள்', என்றவள், 'இப்போது நான் என்ன செய்ய வேண்டும்?' என்று கேட்டேன்.

'சோழச் சக்கரவர்த்தி ராஜேந்திரரை நீ இமைப்பொழுதுகூட விடாமல் கவனமாகப் பாதுகாக்கவேண்டும். உன்னால் எந்த அளவிற்கு முடியுமோ அந்த அளவிற்கு மன்னரைப் பாதுகாக்க வேண்டும். என்னைப் பொறுத்தவரையில் இந்த அரசியார் ஒரு புதிராக விளங்குகிறாள். யாருக்காக இவள் இங்கே வந்திருக்கிறாள்? யார் தூண்டுதலின் பெயரில் இந்த சாம்ராஜ்ஜியத்திற்கு ஊறு விளைவிக்க வந்திருக்கிறாள்? அரசரின் உயிருக்கு என்ன ஆபத்து நேரப்போகிறது? என்ற பல கேள்விகளை உள்ளடக்கிய புதிர்.'

'இவ்வளவு தூரம் யோசிப்பவர் அரசரிடம் இதை நேரடியாகக் கூறலாமே.'

'அவர் நம்ப மாட்டார்.'

'அது என்னவோ உண்மைதான்.'

'நான் கடற்படையின் சேனாதிபதி. அவரிடம் நம்ப முடியாத ஒன்றைக் கூறப் போக அவரது நம்பிக்கையை இழந்தவன் ஆகிவிடுவேன்.'

'அப்படி என்றால் உங்கள் நோக்கம் உங்கள் பதவியைத் தக்க வைத்துக் கொள்வது மட்டும்தான் இல்லையா?', என்றதும் பக்கென்று சிரித்து விட்டார்.

முதன் முறையாக அவர் சிரித்துப் பார்த்தேன். அவரைப் பகடி செய்ததைக்கூட அவர் ஒரு பொருட்டாக மதிக்காமல் அதில் உள்ள நகைச்சுவைக்குச் சிரிக்கிறார். அபூர்வ குணாதிசயம். நகைச்சுவை என்றால் என்னவென்றே தெரியாத சபையினர் நடுவில் காலம் தள்ளும் எனக்கு அவரது இந்தச் சிரிப்பு விந்தையாக இருந்தது.

'நான் சொல்வதை மட்டும் செய்', என்றார்.

'அப்படியே செய்கிறேன்', என்று என் தோள்களைக் குலுக்கினேன். சலிப்பான எனது மெய்காக்கும் பணியில் ஒரு சின்ன விறுவிறுப்பான உற்சாகம் தரும் மாற்றம்.

சபையின் நுழைவாயில்வரையில் ஔவையுடன் சென்றேன். கதிரவனின் வெப்பம் நகரை வாட்டிக்கொண்டிருந்தது. மரக்கலங்களில் மீதமிருந்த மீன்களின் வாடை காற்றில் மிதந்து வந்தது. கறிகாய்கள் வெயிலில் வதங்கிக்கொண்டிருந்தன. பெண்களின் கூந்தலில் அலங்காரமாகச் சுற்றப்பட்டிருந்த மலர்கள் வாடிக் கிடந்தன.

ஔவை தயங்கி நின்றார்.

'ஔவை நீங்கள் அரசியார் குறித்துக் கூறியது மெய்தானே?' என்று கேட்டேன்.

'நான் உண்மை என்று நம்ப மறுக்கும் எதையும் உன்னிடம் கூறியிருக்க மாட்டேன்', என்று தனது தலையைப் பலமாக ஆட்டினார். 'நாளை வைகறையில் ஆதித்தியன் உதிப்பது எத்தனை நிஜமோ நான் சொன்னது அத்தனை நிஜம். அவள் போடும் தந்திர நாடகத்தில் மயங்கிய எனக்கு அவளை மீண்டும் ஒருமுறை பார்க்கவேண்டும் போல உள்ளது.'

'நல்லது உங்களுக்கு அந்தச் சந்தர்ப்பம் கிடைத்துள்ளது இப்போது', என்றேன் அரண்மனை வாயிலில் வந்து நின்ற மன்னரின் ரதத்தைப் பார்த்து விட்டு.

சோழச் சக்கரவர்த்தி ராஜேந்திர சோழரின் ரதம் உள்ளே நுழைந்தது. ரதத்தின் பின்பிருந்த திரையை அவர்கள் விலக்கியிருந்தனர். ஏதோ ஒரு விஷயத்திற்கு அரசரும் அரசியார் அமயாவும் சிரித்தபடி இறங்கினர். அரசர் ராஜேந்திர பூபதி ஔவையைப் பார்த்ததும் சோர்வுடன் சிரித்தார். ஆனால் அரசியார் முகத்தில் சந்தேகத்தின் நிழல் படர்ந்திருந்தது.

'ஔவை', என்று மன்னர் அழைத்தார். 'உனக்குத் தெரியாது ஔவை! அமயாவிற்கு என்மீது உள்ள பிரியம் பொறாமையாக உருமாறுகிறது. அவளை விட்டுப் பிரிந்து நான் அரசவைக்குக் கூடச் செல்லக் கூடாதாம். தோட்டத்து மலர்களை முகர்ந்தால்கூடப் பிடிப்பதில்லை என்றால் பார்த்துக்கொள்ளேன். அதன் அழகில் மயங்கி இவளை மறந்து விடுவேனாம்', என்று அரசர் கூறியதும், அமயா பொய்யாக வெட்கப்பட்டு அவரைத் தடுத்தாள். 'ஔவை! இந்த உலகிலேயே அழகான ஒரே மலர் அமயாதான் என்று சொல்!'

'உண்மை அரசே! அரசியாரைப்போல இன்னொருவர் சாத்தியமே இல்லை', என்று ஔவை மையமாகக் கூறினார். தன்னைச் சுற்றியிருப்பவர்களுக்கும் தனக்கும் உள்ள உறவுமுறை எவ்வாறானது என்பதை அறிந்து அதற்கேற்றவாறு பேசும் திறனற்றவர். ஒரு கணம் அரசியாரின் முகத்தில் கோபக் கனல் ஒன்று சுடர் விட்டதைக் கண்ணுற்றேன்.

'வாருங்கள் அரசே', என்று கூறியபடி அரண்மனைப் படிகளில் அமயா அவசர அவசரமாக ஏறினார். அமயா என்னை ஒரு பார்வை பார்த்தார். அதன் பொருள் புரிந்து நான் ரதத்தில் இருந்த அவரது அழகு சாதனப் பெட்டியை எடுத்துக்கொண்டு வந்தேன்.

அரண்மனைக்குள் சேடிகள் அரசியாரை நீராழி மண்டபத்தில் அழைத்துச் சென்று அவரை நீராட்டி ஆடை அலங்காரம் அணிவித்து வாசனைத் திரவியங்களைப் பூசி அழகுபடுத்தினர். நானும் உடனிருந்தேன்.

முழு அலங்காரத்துடன் வந்த மகாராணியின் கழுத்தில் முகம் புதைத்த மன்னன் அவரை ஆழ்ந்து முகர ஆரம்பித்தார். நான் பார்வையைத் திருப்பிக்கொண்டேன். முற்றிலும் காலியாக உள்ள எனது வாசனைத் தைல குப்பியின் ஞாபகம் வந்தது.

'நீ முன்னால் செல் அமயா. நான் இதோ வருகிறேன்', என்று கூறினார் மன்னர். அரை மனதுடன் அமயா படிகளில் ஏறியவள் ஒருகணம் எங்கள் இருவரையும் திரும்பி ஒருமுறை நோக்கினார்.

அவள் முகத்தில் அச்சம் தெரிந்தது. அரண்மனை படிக்கட்டின் இறுதிப் படியில் நின்று அரசியாரைப் பார்த்தபோது ஔவைக்கு உண்டான ஐயம் என்மீதும் கவிந்தது. அரசர்மீதும் ஔவைமீதும் விழுந்த அமயாவின் பார்வையில் திகிலின் சாயல் படர்ந்திருந்தது.

'பிரிவு எங்களுக்குள் அதிகப் பிரேமையை ஏற்படுத்திவிட்டது. தேவரடியார்களுக்குத் தனித் தளி அமைக்கப் போகிறேன் என்றதும் அவள் முகத்தில் எத்தனை ஆனந்தம் தெரியுமா ஔவை?'

அரசியார் மேல்படியை நெருங்கிவிட்டார். அவர் மறைவதை நாங்கள் கீழிருந்து பார்த்து நின்றோம். அவள் நிழலா? நிஜமா? நிழல் என்றாலும் காவேரி ஆற்று வெள்ளத்தில் மினுங்கும் சந்திர பிம்பத்தைப்போல வசீகரமாகவே தோன்றினாள். தனது உடலை எவ்வாறு பயன்படுத்தவேண்டும் என்று தெரிந்து வைத்திருக்கிறாள். அவள் நடந்து சென்றபோது இடையில் அணிந்திருந்த மேகலையின் மணிகள் ஒலி எழுப்பிச் சென்றன. ஒரு கணம் சென்று சுற்றியிருந்த ஆடவர்கள் முகத்தைப் பார்வையிட்டேன். கடும் கோடையில் குளிர்ந்த மண்பானை நீர் அருந்திய ஆசுவாசம் அவர்கள் முகத்தில் நிலவியது.

பணியில் இருக்கும்போது தலையின்மீது வெயில் மறைப்பிற்குப் பட்டுத் துணி கட்டிக்கொள்ள எனக்கு அனுமதி கிடையாது. இரும்புக் கவசம் என் உடலோடு ஒட்டி அழுத்தி எனது மேனியின் உண்மையான தோற்றத்தைக் குறைத்துக் காட்டியது. நான் யாருமற்ற தனிமை நேரங்களில் எனது வசிப்பிடத்தில் குளியல் அறையில் நீர்த் தொட்டிகளில் மிதக்கும்போது என் உடலை வருடிப் பார்ப்பேன். சாயலுக்குக்கூட உலகத்தினர் கண்களுக்குப் புலப்படாத எனது அங்கங்களைத் தொட்டு மகிழ்வேன். என் ஸ்பரிசத்தில் மயிர் கூச்செறியும். மற்ற பெண்களுக்கும் இருப்பதுதான் எனக்கும் இருக்கிறது என்பதை நினைவுபடுத்திக்கொள்ள அவ்வாறு தீண்டிப் பார்ப்பது வழக்கம். எனது ஸ்பரிசங்கள் நடேசனை நினைவு படுத்தும். அவன் சோழ சாம்ராஜ்ஜியத்தின் புதிய தலைநகருக்கு அங்குள்ள காலாட்படை வீரர்களை பலப்படுத்தச் சென்றிருக்கிறான். அவன் புறப்பட்டுச் செல்லும் முன்பு ஒரே ஒருமுறையாவது அவனைப் பார்த்திருக்க வேண்டும். முடியவில்லை.

'ஆலோசனைக் கூட்டத்தில் சங்கராந்திக்குப் பின்னர் வரும் சுக்கிலபட்சத்தில் திரியோதசி திதியில் போருக்குச் செல்ல நாள் குறிக்கப்பட்டுள்ளது. இடைப்பட்ட காலத்தில் கிருஷ்ணன் புதிய ஆயுதங்களைத் தயாரித்துத் தருவதாகக் கூறியிருக்கிறார்', என்று ஔவை சொல்லியபோது,

மன்னர் குறிக்கிட்டு, 'போர் ஆலோசனைக் குழு என்ன முடிவெடுக்கிறதோ அதன் படிச் செய்யுங்கள்', என்றார். அப்போது அவரது வாய் குழறியதுபோலத் தெரிந்தது. புளித்த காடியின் துர்நாற்றம் போன்ற வாடை அடித்தது. மன்னர் குடித்திருக்க வேண்டும். அரசியாரின் வாசனைப் பெட்டியை தேடினார். அது என் கையில் இருந்தது. ஔவை மன்னரின் நிலை மீது சிறிதும் இரக்கம் கொண்டவராகத் தோன்றவில்லை. மேலும் மேலும் போர் குறித்தும், அவர்கள் திட்டங்கள் குறித்தும், போரில் வெற்றி பெற்றால் எழுதப்பட வேண்டிய வரைவு திட்டங்கள் குறித்தும் அடுக்கிக் கொண்டே போனார்.

நானும் மன்னரின் கவனத்தை என் வசம் திருப்ப ஆனவரை முயன்றேன். அரைகுறை நினைவில் கொடுக்கும் சம்மதம் விபரீதத்தில் முடிய வாய்ப்புள்ளது. இறுதியில் நான் ஒன்றும் செய்ய முடியாத நிலையில் குரலை உயர்த்தி, 'போதும் இதோடு நிறுத்திக் கொள்ளுங்கள். எம் மன்னருக்கு ஓய்வு தேவை இப்போது', என்றேன்.

மன்னர் என் பக்கம் திரும்பினார். 'ஆமாம். இதோ ஓய்வெடுக்கச் செல்கிறேன்.'

நான் அவரைப் பின் தொடரும் முன்பு அவர் என்னிடமிருந்து பெட்டியை வாங்கிக் கொண்டு எனக்குக் கையசைத்துவிட்டு அகன்றார். 'நான் இதை அந்தப்புரத்தில் மகாராணியிடம் அளித்து விடுகிறேன்', என்று சொல்லி முடிக்கும் முன்னர் சிங்கத்தால் துரத்தப்படும் வேட்டை மானின் வேகத்துடன் அத்தனை படிகளையும் தாவி ஏறிச் சென்றுவிட்டார். ஆனால் இங்கே மான் அல்லவோ சிங்கத்தை வேட்டையாடுகிறது?

2

கதிரவனின் வெப்ப கிரணங்கள் பெரிய சம்மட்டி அடிகளைப் போலக் குடிமக்களின் தலையில் இடியாக இறங்கிக் கொண்டிருந்தது. சகிக்க முடியாத கோடை. அதுலனிடம் நான் கொண்டு போய்க் கொடுத்த போர்ப் பிரகடன அறிக்கை பட்டி தொட்டிகளில் முரசறிவிக்கப்பட்டது. அரண்மனை முரசு மன்றத்திலிருந்து முரசறையப்பட்டது. நகர வீதிகளில் பறையறி விப்பவர்களின் மூலம் செய்தி அறிவிக்கப்பட்டது. குதிரைமீது தூதர்கள் எண் திசையிலும் அனுப்பப்பட்டனர்.

போர்ப் பிரகடனம் அறிவிக்கப்பட்ட நாளிலிருந்து அரசவையில் மக்கள் கூட்டம் அலைமோதியது. மக்களின் முணுமுணுப்பு பேரலையாக ஒலித்தது. மக்கள் தினந்தோறும் ஒரே விஷயம் குறித்து விளக்கங்கள் கேட்டு முதல்நாள் கேட்ட வினாக்களையே மறுநாளும் கேட்டனர். மக்கள் மன்றங்கள் கூடும் தினங்களில் மன்னர் கூடியிருந்த குடிமக்களின் குறைகளைச் செவிமடுத்தார். சிலர், மன்னர் என்ன சொல்கிறார் என்றுகூடக் கேளாமல் அவர்கள் சொல்வதையே கோபத்துடன் சொல்லிக்கொண்டே இருந்தனர்.

ஒரு மாலுமி தனது மனைவி மக்களுடன் வந்திருந்தான். அவனுக்கு ஒரு விண்ணப்பம் இருந்தது. அவனது மீகாமன், அவனுக்குப் பதவி உயர்வு கொடுக்காமலே வேலை வாங்கிக்கொண்டிருக்கிறானாம். நடுவில் யுத்தம் வந்தால் அதுவும் கிடைக்காமல் போய்விடும் என்ற கவலை அவனுக்கு.

'மூன்று வசந்த காலங்களிலும் நாவாயில் துடுப்புப் போடுபவனாகவே இருந்தேன். இப்போது என்னடாவென்றால் கப்பலின் பலகைகளைச் செப்பனிடும் பணியை மீகாமன் கொடுக்கிறார். மூன்று வருடம் விசுவாசமாக உழைத்த எனக்குப் பதவி உயர்வு இல்லை. நானும் எங்கள் கப்பல் தலைவனிடம் வெகு நாட்களாக வேலை பார்க்கிறேன்!'

ஆரம்பத்தில் மக்கள் மன்றக் கூட்டங்கள் எனக்கு ஆர்வத்தை ஏற்படுத்தியது உண்மைதான். அரசருக்கு எவ்வித பாரபட்சமும் கிடையாது. காலையில் தொடங்கி ஓலைதாரர் ஒவ்வொருவர் குறைகளையும் காது கொடுத்துக் கேட்பார். சில நாட்கள் மக்கள் மன்ற கூட்டம் அந்தி சாயும் வரை கூட நீடிக்கும்.

இங்கு நடக்கும் பல கூத்துகளுக்கு நான் சாட்சி பூதம். இங்கு வரும் யுவதிகளுக்கு அரசரின் பார்வை தங்களது பருத்த மார்பகங்களின்மீது விழுந்தால் பிறகு அதன் மூலம் அரச உறவு ஏற்படும் என்று எண்ணி வருவார்கள். ஒருமுறை ஆவேசம் கொண்ட ஒரு பெண் நிர்வாணமாக அரண்மனைப் படிகளில் ஏறப் போகக் குண்டு கட்டாக அவளைக் கீழே இறக்க வேண்டியதாயிற்று. அரசனை எப்படியாவது சந்தித்து விடவேண்டும் என்று வருபவர்களில் சிலர் உடல் எல்லாம் எண்ணெய்ப் பூசிக்கொண்டு வருவார்கள். முண்டியடித்துச் செல்லும்போது காவலர்கள் பிடிக்கவந்தால் நழுவிச் சென்று விடலாம் என்ற நினைப்பு. வயதான மூதாட்டிகள் மும்முடியரசருக்குப் பிடித்த பலகாரங்களைச் சமைத்து எடுத்துக் கொண்டு வருவார்கள். குடித்துவிட்டு வரும் மாலுமிகள் அவர்க்குக் கடற்போர் குறித்துப் பாடம் எடுப்பார்கள்.

மன்னரின் பிரகடனங்களும் தீர்ப்புகளும் இடியாகக் கீழிறங்கும். விண்ணப்பம் அளித்தவரின் குறைகளைக் கேட்டதும் மன்னர் அருகில் உள்ள சபை அங்கத்தினரின் காதில் முணுமுணுப்பார். அவர் தன் பங்கிற்குச் சபை அலுவல் அதிகாரியை மணியடித்து அழைப்பார். மணியோசை ஒருமுறை இளநிலை அதிகாரிக்கும் ஒன்றிற்கும் மேற்பட்ட மணியோசை உயர் அதிகாரிகளுக்கு என்பது நியதி. மன்னரின் தீர்ப்பைத் தாங்கிய ஓலை அவர்களிடம் ஒப்படைக்கப்படும்.

நீண்ட நேரம் கால் கடுக்க நின்றாலும் எங்களுக்கு வழக்கு விசாரணைகள் உற்சாகமளிப்பவை. முகத்தில் சுற்றும் ஈக்களை விரட்டியபடி ஆவலுடன் அவற்றைப் பார்ப்போம்.

வெகு சீக்கிரமே அங்கு கடைபிடிக்கப்பட்ட நடைமுறை என்னைத் தொந்தரவு செய்தது. அரசர் தீர்ப்பை வழங்குவார். அரசு அதிகாரி அழைக்கப்படுவார். அரசரின் தீர்ப்பாணை வழங்கப்படும். ஓர் அதிகாரி குற்றவாளியை விசாரிக்க அனுப்பி வைக்கப்படுவார். அத்துடன் வழக்கு முடித்து வைக்கப்படும். ஒரு பருவத்தில் மழை பொய்த்து வெள்ளாமை தப்பினால் உடனே தீர்வையைக் கட்ட முடியாமல் வந்து நிற்கும் குடியானவனுடன் ஓர் அதிகாரியை அனுப்பி நேரில் நிலவரத்தைக் கண்டு வர பணிக்கப்படுவது வழக்கம். பெண்கள் தங்கள் கணவர்கள் அடித்து வதைப்பதாகப் புகார் கூறினால் - உலகில் மிகக் கொடுமையான குற்றமாக நான் நினைப்பது, ஆதரவு தேடி வந்த ஒரு பெண்ணை அவள் கணவன் கண்மண் தெரியாமல் அடிப்பதுதான். அரசர்கூட இந்தச் செய்கைக்குச் சற்று உணர்ச்சி வசப்படுவது வழக்கம் - அவர்களது வீங்கிய விழிகளையும், அடிவாங்கிக் கன்றிச் சிவந்து போன முதுகையும் கண்ட பிறகு அவள் கணவன் அழைத்து வரப்பட்டு சவுக்கால் விளாசப்படுவான். அந்தப் பெண்ணை அவள் பெற்றோர் வசம் ஒப்படைப்பார்கள்.

ஆனால் வாழ்க்கைக்கு ஓர் ஒழுங்கோ சீரான ஓட்டமோ இல்லை. அதற்கு எவராலும் தீர்ப்பு எழுதமுடியாது.

இந்த நகரம் அதிகாரப் படிநிலை மரபின் வழி வந்தது. ஒருவன் முன்னேறிச் செல்வதற்கு அடுத்தவன் மேல் ஏறித்தான் செல்ல வேண்டும். அடுத்தவர் பிழைப்பதற்குச் சிலர் தங்கள் வியர்வையைச் சிந்தவேண்டும். உருவத்தைக் கொண்டுதான் இங்கே மனிதர்கள் அடையாளம் காணப்படுகின்றனர். பீதாம்பரத்தில் இழையும் தங்கச் சரிகைகள், பளபளப்பான தலைப் பாகை, பெயருக்கு முன்னால்

நீளும் பட்டங்கள், ஆபரணங்களில் காணப்படும் நகாசு வேலைப்பாடுகள் இவைகளைக் கொண்டே ஒரு மனிதனின் மதிப்பு அளக்கப்படுகிறது.

இவையெல்லாம்கூட அவசியமில்லை. கீழ்மட்டத்து மக்களைச் சில நேரங்களில் அவர்களது நிலைகுத்தி நிற்கும் பார்வைகளாலும் அவர்கள் உடலில் உள்ள பதட்டத்தினாலும் எடை போடலாம். அடி வாங்குவதற்கு தயாராக வந்துள்ள மிருகங்களைப் போன்று நின்று கொண்டிருப்பார்கள். வலியும், வேதனையும், ரணமும், குருதியும் அறிந்தவர்கள் என்றாலும் நீதி வேண்டி வந்திருப்பார்கள்.

நீதி நேர்மையில் மிகுந்த அக்கறை கொண்ட அரசர் மட்டும் அனைத்து அதிகாரம்கொண்டவர் என்று சொல்ல முடியாது. அதிகாரப் படிநிலைதான் இங்கே கோலோச்சுகிறது என்று சொல்ல வேண்டும். அரசன் அந்த மரபமைப்பின் தலைவன், அவ்வளவுதான். அந்த மரபமைப்பிற்கு அரசரும் சில நேரங்களில் பலிகடாவாகி விடுவதுண்டு. தான் விருப்பட்டால்கூட அந்த அதிகாரப் படிநிலைக்கு ஏற்பத்தான் சோழ மன்னரால் இயங்க முடியும். தனியாக தீர்ப்புகள் வழங்க முடியாது.

சில நேரங்களில் இது போன்ற பிரகடனங்கள் மன்னரிடமிருந்து தனிப்பட்ட முறையில் வரும்போது எங்களுக்கெல்லாம் இரையோடு வரும் தாய்ப்பறவையின் வரவை எதிர்பார்க்கும் குஞ்சுகளின் மனநிலையில் ஆர்ப்பரிப்போம். இதேபோல அரசரின் பிரகடனங் களை மீறி அதிகாரப் படிநிலையின் உத்தரவுகளுக்குப் பலியானோர் கதைகளும் உள்ளன. ஓர் அதிகாரி தனது படைப் பிரிவு தளபதியின் ஆணைகளுக்குக் கீழ்படிய மறுத்தான் என்பதால் அரசரே தலையிட்டு இருவரது பிணக்கையும் தீர்த்து வைத்தார். அடுத்த முறை சென்ற கடற்பயணத்தில் அந்த அதிகாரி கப்பலின் பொருள் களைக் களவாடியது சபைக்கு வந்ததும் அவனைக் கடற்படை யிலிருந்தே நீக்கி விட்டனர். அவன் அழுது புலம்பியும் பலன் இல்லை. அரசர் தலையிட்டும் எதுவும் நடக்கவில்லை. அரச மரபின் அதிகாரப் படிநிலைதான் வென்றது.

அதேபோன்று கணவனை அரசவையில் நிறுத்தி, மன்னரின் பிரகடனத்தின் மூலம் கசையடி வாங்கித் தந்த மனைவியை அவளது கணவன் அவள் வசித்து வந்த பெற்றோரின் ஊருக்குச் சென்று அவள் கழுத்தை நெரித்துக் கொன்றான்.

இப்போது அந்தத் துடுப்புப் போடுபவன் தனது கப்பல் அதிகாரிமீது புகார் அளிக்கிறான். அதுவும் பொது இடத்தில் அனைவரும்

கேட்கும்படியாக. அதனை ஓர் அரசு ஊழியன் படியெடுத்துக் கொண்டிருக்கிறான். சாட்சியாகச் சுற்றிலும் நாங்கள் நின்று கொண்டிருக்கிறோம். மும்முடியரசர் ராஜேந்திர சோழ பூபதி அவனது வாயை ஆரம்பத்திலேயே அடைத்திருக்கவேண்டும். அவன் கூறும் அவதூறுகள் மன்னருக்கும் ஒருநாள் வந்து சேராது என்பதற்கு என்ன உறுதி இருக்கிறது? அதீத தாட்சண்யம் தண்டனையாக மாறும்.

ஒவ்வொரு விண்ணப்பதாரரும் வந்தனர். குறைகளைக் கூறினார். மன்னரின் தீர்ப்பிற்குக் காத்திருந்தனர். கதிரவனின் வெப்பத்தில் பாதம் சிவக்க நின்று சலித்த எனது கெண்டைக் கால்கள் வலித்தன. வெளியில் காக்கைகள் குரலெழுப்பி விண்ணப்பித்துக் கொண்டிருந்தன.

பின்னங்காலில் ஒரு கொசு அமர்ந்து என் உடலிலிருந்து உணவருந்தியது. மாலை நெருங்க நெருங்க அந்தக் கொசுக்கடியின் அரிப்புத் தாங்க முடியாததாக இருந்தது. மெய்க்காப்பாளர்களுக்குப் பொது இடங்களில் கொசுக்கடிகளுக்குச் சொரிந்துகொள்ள அனுமதி இல்லை. நான் வேதனை தாங்காமல் என்னை மறந்து சொரிந்து விட்டேன்.

மன்னர் சற்றுப் பின்னால் தனது தலையைக் கொண்டு வந்து, ‘நல்லவேளையாக உன் தலையில் பேன்கள் இல்லை’, என்று கூறினார். அவர் இடக்கரடக்கலாகப் பேசியது புரிந்தது.

‘இல்லை மன்னா கொசுக்கடி’, என்றேன்.

தேவையின்றி மன்னர் முகம் சுளித்தார். பனையோலையில் ஒரு சேவகன் கனிகளைத் துண்டங்களாக்கிக் கொண்டுவந்தான். மன்னர் சில மாம்பழத் துண்டங்களையும், கொய்யா கனித் துண்டங்களை யும் எடுத்துக்கொண்டார்.

‘பேன் தொல்லை அரண்மனையில் நிரந்தரத் தொல்லையாக இருக்கிறது’, என்றார் மன்னர். ‘அதுலனுக்கு இந்தப் பேன்களோடு போராடுவதே பெரும்பாடாக உள்ளது. போருக்குச் செல்வதைவிட அரண்மனையில் உள்ள பேன்களை விரட்டுவது பெரும்பாடு. காவலாளிகளும், சேவகர்களும் சும்மா இராது பொதுமகளிர் இல்லங்களுக்குச் செல்கின்றனர். பொது மகளிரிடம் நாம் எவ்வாறு சுகாதாரத்தை எதிர்பார்க்க முடியும்? மறுநாள் அவர்கள் அரண்மனைப் பணிக்கும் வருகின்றனர். அதுலன் இப்போதெல்லாம் அந்தக் காவலர்களை அரண்மனையில் வாரம் ஒருமுறை சுடு தண்ணீரில் குளிக்க ஆணையிடுகிறார்’, என்றார் அக்கறையுடன்.

நானும் இது குறித்து அறிவேன். என்னையும், அரசியாரின் அந்தரங்கச் சேடிகளையும் மட்டும் வெந்நீரில் குளிக்கவிடுவ

தில்லை. இருப்பினும் வாரம் ஒருமுறை உடல் சுத்தமாக இருக்கிறதா என்று பரிசோதித்துப் பார்ப்பது வழக்கம்.

'எனக்குத் தெரிந்தது என்னவென்றால்', என்று கூறிய மன்னர் தொடர்ந்தார். 'வலியைவிட அரிப்பு கொடுமையானது. இதனையே ஓர் ஆயுதமாகப் பயன்படுத்தி எதிரி படைகளின்மீது இந்தப் பூச்சிகளை ஏவி விட்டுப் போர்க்களத்தில் அவர்கள் ஆயுதங்களைக் கீழே போட்டுவிட்டு உடல் எங்கும் சொரிந்து கொள்ளத் தொடங்கினால்... ஓ! ஒரு யுத்தம் ரத்தம் சிந்தாமலே வெற்றி கிட்டும். ஹா...ஹா... ஹா', என்று பகடி செய்தார்.

அயர்ச்சி அதிகமாகும்போது மன்னரின் பேச்சும் அதிகமாகும். என்னிடம் வாய் ஓயாமல் பேசினால் தனது களைப்பு முற்றிலும் நீங்குவதாக அவருக்கு ஒரு நினைப்பு உண்டு. மன்னர் கூறியதை வெளியில் சொல்லும் வழக்கம் என்னிடம் இல்லை என்பதால் மன்னர் எவற்றைக் குறித்தும் பேசுவார்.

வரிசையில் ஒரு கிழவர் முன்னே நின்றார். கவிழ்ந்த தலை; மெலிந்த தேகம். வெகு இணக்கமாக ராஜேந்திர சோழ பூபதி 'சொல்லுங்கள் அப்பா', என்றார். தன்னைவிட அதிகம் வயதில் கூடிய முதுமகனை மன்னர் எப்போதும் அப்பன் என்று உறவு சொல்லி அழைப்பது வழக்கம்.

'எனக்கும் என் அண்டை வீட்டுக்காரனுக்கும் தகராறு மன்னா...'

அந்த முதுக்கன் சற்று தள்ளியே நின்றிருந்தார். மன்னருக்கும், குடிமக்களுக்கும் நடுவில் போதிய இடைவெளி இருக்குமாறு காவலர்கள் தடுத்து நிறுத்துவது வழக்கம். இல்லையென்றால் உணர்ச்சி வேகத்தில் குடிமக்கள் மன்னரைத் தொடுவதும், முத்தமிடுவதும் சகஜமாகி விடும்.

முதியவரின் கண்கள் கள்ளால் சிவந்திருந்தன. கிழவர் மொடாக்குடியர். அவர் தனியாக வசித்து வந்தார். சீரற்ற ஆடை, கலைந்த சிகை, மழிக்கப்படாத தாடை இவரது அடையாளங்களைச் சொல்லிக் கொண்டிருந்தது. முதியவரின் தவர்ந்த சீவன் படிகளில் மெதுவாக ஏறி மன்னரை எட்டியது.

'என் அண்டைவீட்டுக்காரன் எனது குடிசை அவன் வீட்டு மனையில் கட்டப்பட்டிருப்பதாகக் கூறுகிறான். சிறு பிராயம் தொடங்கி எங்கள் இருவருக்கும் இதுதான் வழக்கு. தினமும் என் மனைக்குள் புகுந்து சண்டையிட்டுக்கொண்டே இருக்கிறான். அதோடு மட்டுமின்றி என் வேலிக்குள் நுழைந்து எனது இல்லத்தின் முன்பு தினமும் மலம் கழித்துவிட்டுச் செல்கிறான். அவனது நரகலைச்

சுத்தம் செய்வதே எனக்கு தினமும் வேலையாக இருக்கிறது மன்னா', உதடு நடுங்க குற்றம் சாட்டினார்.

அங்கு நிலவிய மௌனத்தில் அவரது வார்த்தைகள் அலைந்து கொண்டிருந்தன. அனைத்து புகார்களையும் சலிப்புடன் கவனித்துக் கொண்டிருந்த சபையினரின் கவனம் இப்போது முதியவர்மீது திரும்பியது. முதியவர் மேலும் அந்தக் கீழ்மையான சேதியை விவரித்துச் செல்லாமல் இருக்க மன்னர் பின்னால் திரும்பி அரசவை அலுவலர் ஒருவரை அழைத்தார். வந்து நின்ற ஊழியரிடம் குறிப்புகளை வழங்கினார். முதுக்கனின் இல்லத்திற்குக் கூடவே சென்று மனையின் எல்லைகளை அளந்து வரும்படி பணித்தார். அவரது இல்லம் எல்லைக்குள் கட்டப்பட்டிருந்தால் முதியவரின் அண்டை வீட்டுக்காரரை அழைத்து வந்து தண்டனை வழங்க வேண்டியது; எல்லை மீறப்பட்டிருந்ததால் மன்னரின் பொன்னான நேரத்தை வீணடித்த குற்றத்திற்காக முதியவரைத் தண்டம் கட்டச் சொல்ல வேண்டியது. இதுதான் மன்னரின் உத்தரவு.

மன்னருக்கு என்ன தேவை இருக்கப் போகிறது பேன்களின் தொந்தரவு குறித்தும், குடிமக்களின் நரகல் குறித்தும் செவிமடுக்க? ஆனால் சோழ சக்கரவர்த்தி நிதானமாக அனைத்தையும் செவிமடுக் கிறார். அதனால்தான் சோழ மண்டலமே அவரைக் கடவுளுக்கு நிகராகக் கொண்டாடுகிறது.

அந்தி நேர தளிச்சேரிப் பெண்களின் பிரார்த்தனைப் பாடல்களுடன் இரவு கவிகிறது. மக்கள் மன்றத்தின் நல விசாரிப்புக் கூட்டம் ஒரு முடிவுக்கு வந்தது கண்டு மன்னர் நிம்மதியடைந்தார். இருப்பினும் மன்னர் அதனை முகத்தில் வெளிப்படுத்தாது இருந்தார். அவர் முகத்தில் தீற்றப்பட்டிருந்த ஒப்பனைச் சாயங்கள் கரையத் தொடங்கிவிட்டன. மன்னர் தனது அந்தப்புரம் செல்லத் தயாராகி விட்டார். பொறுமையின்மை அவரது உடல்மொழியில் தெரிந்தது. வழி நெடுகிலும் மக்கள் பெரும் திரளாக இருபுறமும் நின்று கொண்டிருக்க, நானும் வேறு சில அதிகாரிகளும் கூட்டத்தை விலக்கியபடி மன்னருக்குப் பாதையமைத்துக் கொடுத்து அவர் பின்னால் விரைந்தோம். அவருக்கு அன்புடன் குடிமக்களால் வழங்கப்படும் மலர்களும், கனிகளும் வெகு விரைவாக அப்புறப் படுத்தப்படுகின்றன. காவலர்கள் அவரைச் சுற்றிலும் கட்டம் கட்டியிருந்தனர். அதையும் மீறி முண்டியடித்த குடிமக்கள் அவரைத் தொடுவதற்கும், தடவுவதற்கும் முற்பட்டனர். அவர்கள் செயலில் கண்ணியம் எதுவுமில்லை. பற்றியிழுக்க முயன்றனர். கிள்ள முயன்றனர். குளிரில் நடுங்குபவர்களுக்கு வெப்பம் தரும் தழல்போல மன்னர் அவர்களுக்கு விளங்கினார்.

மன்னருடன் அந்தப்புரம் நுழைந்தோம். உடன் வந்த காவலர்கள் சென்ற பிறகே ராஜேந்திர பூடதி பெருமூச்சு விட்டபடி தலையில் இருந்த கிரீடத்தையும், மார்பை மூடியிருந்த பட்டுப் பீதாம்பரத்தையும் கழற்றினார்.

'யவனி, போ. போய்க் குளிர்ந்த நீர் கொண்டு வா', என்றார்.

நான் ஓடினேன். சேடிப்பெண்கள் ஒரு வெள்ளிப் பாண்டத்தில் குளிர்ந்த நீர் எடுத்துக் கொடுத்தனர். மன்னர் அதனை வாங்கிக் கொண்டு முகத்தில் வாரியிறைத்துக்கொண்டார். புதுத் துணியினால் முகத்தைத் துடைத்துக்கொண்டார். ஒப்பனை கலைந்து போனதும் அவர் முகத்தில் சோர்வு மிகுந்து காணப்பட்டது. அவர் தளர்ந்து காணப்பட்டரே அன்றி பரிதாபத்துக்குரியவராகத் தோன்றவில்லை. மன்னரும் தனக்காகப் பிறர் பரிதாபப்படுவதை விரும்பாதவர். சுமைகளின் வழியாக சுகம் காணும் மன்னர்; சுமைகள் இல்லையேல் மன்னர் சீவனற்றுப் போய்விடுவார் என்றே தோன்றுகிறது.

அகஸ்மாத்தாகச் சில மாலைப் பொழுதுகளில் அரசிகளும் அந்தப்புர மகளிரும் கோட்டைக்குள்ளிருந்த சந்தைக்கும், அங்காடி களுக்கும் சென்றிருக்கும் சமயங்களில் மற்ற ஆலோசகர்கள் மன்னர் இட்ட பணியில் மூழ்கியிருக்கும் தனிமைப் பொழுதுகளில் சிறிய பணிகளை மன்னர் தானே செய்துகொள்வது வழக்கம். 'வரையோலைகளைக் காணவில்லை', என்று கூப்பாடு போடுவார். எனது போறாத நேரம் வரையோலை என் கண்களுக்கும் சிக்காது. நான் ஏவும் பணியாளர்கள் கணகளுக்கும் சிக்காது. அரசர் தனது தனிமைப் பொழுதுகளில் எல்லாம் சிகையில் பேன் தொந்தரவு இருப்பதைப்போல அவதிப்படுவார். தனிமை அவரைப் பித்தனாக்கும். அவர் சிந்தையில் அப்போது என்ன இருக்கும் என்பது ஒருவருக்கும் தெரியாது.

முகம் கழுவிக்கொண்டதால் அவர் தலையில் ஈரம் காயவில்லை. அரசியாரை உடனே பார்க்க விழைந்தார். அமயாவின் அந்தரங்கப் பணிப்பெண் மாலினியிடம் கூறப் போனேன். அப்பாடா இன்றைய அந்திப்பொழுது தப்பியது. இனிமேல் நான் சாவகாசமாகப் பொழுதைக் கழிக்கலாம்.

இலங்கை அரசியின் மாளிகைக்குச் சென்றேன். அங்குதான் நான் வசிக்கும் அறை இருந்தது. போகும் வழியில் காமாட்சியின் குடியிருக்கும் அறை கண்ணில் பட்டது. காமாட்சி, அமயாவின் அந்தரங்கப் பணிப்பெண் என்றாலும் அரசியார் இல்லாத நேரத்தில் அவள் விருந்தினருக்குக் கதவு திறப்பது வாடிக்கை. உள்ளே

விளக்கு எரிந்துகொண்டிருந்தது. திரைச் சீலைகள் விலக்கி வைக்கப்பட்டிருந்தன. உள்ளே காமாட்சி இருக்கவேண்டும். அவள் அறையைக் கடக்கும்போது தொண்டை கமறியது. என் அறைக்குள் சென்று சத்தம் போட்டுச் செருமினேன். நான் இருப்பதை அறிந்து கொண்டு காமாட்சி 'அரெமிஸ்', என்று கூப்பிட்டாள். நான் என் இரும்பு கவசத்தைக் கழற்றிவிட்டு உள்ளே அணிந்திருந்த தோல் ஆடையுடன் அவள் அறைக்குள் சென்றேன். வேறு மாற்று உடை என்னிடம் கிடையாது.

நீண்ட பருத்திப் பாவாடை இடையில், மார்பில் கச்சை ஒன்று மட்டும்தான் காமாட்சியின் உடை. பாயில் அமர்ந்து மணிகளை ஒரு நரம்பில் கோர்த்துக்கொண்டிருந்தாள். பவள மணிகளால் கோர்க்கப் பட்ட மாலை. அதனைத் தனது கழுத்தில் வைத்து எனக்குக் காண்பித்தாள்.

'உன் கழுத்திற்கு மிகப் பொருத்தமாக உள்ளது', என்றேன். 'கழுத்தை ஒட்டி மாட்டிக்கொண்டால் உன் கழுத்தின் அழகு மேலும் எடுப்பாகத் தெரியும்', என்று வேறு மிகையாகக் கூறினேன்.

காமாட்சி நான் சொன்ன வண்ணம் பவள மாலையைக் கழுத்தோடு ஒட்டி அணிந்துகொண்டு கண்ணாடியில் அழகு பார்த்தாள்.

'அட அழகா இருக்கு. நீ சொல்வது சரிதான்', என்றாள். சொல்லி விட்டு என்னைப் பார்த்துச் சிரித்தாள். புகார்கள், விசாரணைகள், தீர்ப்புகள் என்று சதாசர்வ காலமும் கொதிநிலையில் இருக்கும் அரசவையிலிருந்து வந்திருக்கிறேன். என் தலையில் உள்ள கொதிப்பை இறக்கிவைக்கவில்லை என்றால் எனக்குப் பித்துப் பிடித்து விடும். உணர்ச்சிகள் ஆபத்தானவை . நம்மைச் சேற்றில் தள்ளி விடும். உணர்ச்சிகள் பல நேரங்களில் பலரையும் பாதை மாற்றிக் குழியில் தள்ளிவிடும். காமாட்சியைப் பார்க்கும் போதெல்லாம் எனக்கு ஏதோ ஒன்று உள்ளே மடல் அவிழும். காமாட்சிக்கும் இது தெரியும் என்று நினைக்கிறேன்.

காமாட்சிக்கு என்று தனியாகப் பெயரும் புகழும் உள்ளன. அவளுக்கென்று தனியாக ரசிகர் கூட்டம் ஒன்று உள்ளது. அவள் கோயிலைவிடப் பொதுமகளிர் விடுதியில்தான் பெயர் பெற்றவள். அவளது ரசிகர்கள் மதுக் குவளைகளில் முகம் புதைத்து மயங்கிக் கிடப்பவர்கள். ராஜ ஊர்வலங்களில் அரசியர்களின் பின்னால் அணிவகுத்துச் செல்லும்போது அவள் அழகிற்கு மயங்கி அடிமை களான ரசிகர்கள் பலர். அவள்மீது கொண்ட மோகத்தில் காமாட்சியின்மீது பூச்சரங்களை விட்டு எறிவதும் பதிலுக்கு அவள்

கிறங்கடிக்கும் தனது மோகப்புன்னகையை வீசுவதும் உண்டு. அழகான செல்வாக்கான ஆடவர்களைக் கண்டால் அவளது புன்னகையில் காதல் ததும்பி வழியும். ஆனால் ஒருமுறை மட்டும் தான் அப்படி வழியும். அவள் சிரிப்பில் வஞ்சியின் சாயலைவிட வஞ்சத்தின் சாயலே மிகுந்திருக்கும். அவள் சிரிப்பு அழிவை வரவழைக்கும் சிரிப்பு. அவளது மோகவலையில் அகப்பட்டவர்கள் அவள் தங்களை அழிவுப்பாதையில் இட்டுச் செல்வதுகூட அறியாமல் செல்வார்கள். விரைவில் சலிப்படைந்து விடுவாள். எனவே அவள் என்னைப் பார்த்து இணக்கச் சிரிப்புக் காட்டியதும் நான் எச்சரிக்கையானேன். அவளது தயை பாழடைந்த கிணறு. விழுந்தால் மீள்வது கடினம்.

அரசவையில் நடந்த ஒவ்வொன்றையும் கூறினேன். அந்த முதுக்கன் அடுத்த வீட்டுக்காரன் இடும் நரகலில் தினமும் படும் அவதியை விவரித்துச் சித்திரம் தீட்டிக் காட்டினேன். அதன் அளவு அதன் நிறம் என்று ஒவ்வொன்றாக விளக்கினேன். நான் நக்கலாகக் கூறியதைக் கேட்டு அவள் தன்னை மறந்து சிரித்தாள். கையில் இருந்த மாலையின் மீது இருந்த கவனம் சிதறியது. நரம்பில் கோர்க்கப் பட்டிருந்த பவளமணிகளும் சிதறின. மங்கிய விளக்கொளியில் நாங்கள் கெக்கே பிக்கே என்று சிரித்தபடி பவள மணிகளைத் தேடினோம். அவள் குனிந்து தேடியபோது அவள் கூந்தல் அருவி போல அவள் முகத்தின் மீது விழுந்து கிடந்தது.

தனக்கு அந்தப் பவள மணிகளைப் பரிசாகக் கொடுத்தவனைக் குறித்து என்னிடம் கூறினாள். ஓரத்தில் கிடந்த பட்டு ஆடையைச் சுட்டிக் காட்டினாள். நாகைப்பட்டிணத்திற்கு அடிக்கடி வியாபார நிமித்தமாக வரும் சட்டிச்செட்டி என்ற வாணிகன் ஒவ்வொரு வசந்த காலத்தின்போது நாகை வரும்போதெல்லாம் காமாட்சியைத் தேடி வருவது வழக்கம் என்று கூறினாள்.

எனக்கு அவள் மீது பொறாமையானது. 'அந்த வாணியனுடன் உங்கள் பொழுது இன்பமாகச் சென்றதைக் குறித்துக் கேட்கவா வேண்டும்', என்றேன்.

ஆனால் அவளிடமிருந்து நீண்ட பெருமூச்சு ஒன்று வெளிப்பட்டது. 'ஆமாம் அந்தச் செட்டிக்கு எப்போதும் தன் புராணம் பாடவே நேரமிருக்காது', என்றாள். அவளைப் பார்க்க செட்டி, பல்லக்கில் வருவதுதான் வழக்கமாம். 'அவன் பவிஷைப் பார்க்கவேண்டும். அவன் புகழ் பாட ஓர் எடுபிடியையும் கையோடு அழைத்து வருவான்', என்றாள். இந்த வசந்தத்தின்போதும் அவன் பல்லக்கில்

வந்து இறங்கியிருக்கிறான். அரண்மனைக்காரர்கள்போல முன் வாசலில் வந்து இறங்கப்போக அரண்மனைக் காவலாளிகள் அவனைப் பின் வாசலுக்குத் துரத்தி விட்டனர். அரண்மனை சேடிப்பெண் களைத் தேடி வருபவர்களுக்கு எப்போதும் பின்வாசல்தான் வழி.

'வேறு வழி? செட்டி பல்லக்கில் மீண்டும் ஏறிக்கொண்டதும் பல்லக்கு பின் வாசல் நோக்கி சென்றது...' கூறி விட்டுக் காமாட்சி உற்சாகமாகக் கைகளைத் தட்டினாள். 'நான் அரண்மனைப் புறவாசல் போனேனா? அந்த எடுபிடி தன் எஜமானனின் பெருமை களைக் கூவிக் கொண்டிருந்தான். இரண்டு காவலாளிகள், மூன்று கட்டாடிகள் மட்டும் அவன் போட்ட கூப்பாட்டைச் சலிப்புடன் கேட்டுக் கொண்டிருந்தார்கள்.

'எங்கள் எஜமானர் வாசனைப் பொருள்களைக் கடல் கடந்து தருவிப்பவர்; மலைத் தேனை பல யோஜனை தூரத்திற்கு அப்பாலிருந்து ஒரு துளிகூடச் சிந்தாமல் கொண்டு வருபவர்; பொற்குவியலுக்குச் சொந்தக்காரர்; புலி வேட்டைக்காரர்!' என்று வாய்க்கு வந்ததை அடித்து விட்டுக்கொண்டிருந்தான். நல்ல வேளை கலவியில் கெட்டிக்காரன் என்ற ஒன்றை மட்டும்தான் அளந்து விடவில்லை. அந்தப் பருத்த உருவம் தனது மேலாடையைக் கழற்றியதைப் பார்த்தால் குகைக்குள்ளிருந்து முரட்டுச் சிங்கம் வரப் போகிறது என்று மிரண்டுபோய்க் கிடந்தேன். ஆனால் குகைக் குள்ளிருந்து ஒரு சுண்டெலிதான் அகப்பட்டது', என்று கூறிவிட்டு தனது பகடிக்குத் தானே விழுந்து விழுந்து சிரித்தாள். நானும் போனால் போகிறது என்று சிரித்து வைத்தேன்.

மறுநாள் இடைகழியில் மாலினி என்ற அரசியாரின் அந்தரங்கப் பணிப்பெண் அழுது வீங்கிய கண்களுடன் காட்சியளித்தாள். அவளது கன்னங்கள் அடிபட்டுக் கண்ணிச் சிவந்திருந்தன. விரிந்த கண்களில் கண்ணீர்க் குளம் கட்டி நின்றது. நான் அவளிடம் குசலம் விசாரிக்க அருகில் சென்றேன். சேடிப் பெண்களிடமும், பணிப்பெண்களிடமும் அவர்கள் அழுகைக்கான காரணங்களைக் கேளாதிருப்பது நலம். இது நான் கற்றுக்கொண்டுள்ள பாடம். அவர்கள் அழுவது அடிக்கடி நிகழும்.

சேடிப்பெண்கள் அதிகாரப்படி நிலையின் இறுதிப் படியில் நிற்பவர்கள். அழகும் யௌவனமும் பொருந்தியவர்கள். ஒரு வாசிகனிடம் (செய்திகளைக் கொண்டு செல்பவன்) கூடத் தங்கள் உள்ளக் குமுறல்களைப் பகிர்ந்துகொள்ள முடியாத நிலையில் உள்ளவர்கள். பணியாட்களின் இடையில் பல்வேறு குழுக்கள்

உண்டு. ஓர் குழுவில் உள்ளவர்களை மற்ற குழுவில் உள்ளவர்கள் விரும்ப மாட்டார்கள். குறிப்பாக அரசியர்களின் அந்தரங்கப் பணிப்பெண்களை ஒருவருக்கும் பிடிக்காது. அரசியர்களுடன் அரட்டை அடிப்பது, அவர்கள் அலங்காரம் செய்துகொள்ளும் போது உடன் இருந்து உதவி புரிவது போன்ற பணிகளை மேற்கொள்வதால் மற்ற பணியாளர்களுக்குச் சேடிப்பெண்களைக் கண்டால் வெறுப்பாக இருக்கும். கூடிய மட்டும் ராணிகள் அவர்களைத் தோழிகள்போலவே நடத்துவார்கள். அதுவும் ஓர் எல்லை வரையில்தான். செவிப்பூவோ அன்றி உயர்ந்த ஆடியோ கை மறதியாகக் களைந்து போனால் அவ்வளவுதான், முதலில் சேடிப்பெண்கள்மீதுதான் பழி வந்து சேரும். அரசரின் பார்வை அவர்கள்மீது தவறான முறையில் விழுந்தது என்றாலும் அவர்கள் நிலை பரிதாபத்திற்குரியதாகி விடும். அரசர் அந்தப்புரம் வரும் காலங்களில் காமாட்சி அவர் கண்களில் தட்டுப்படாமல் பார்த்துக் கொள்வாள்.

மாலினிக்கு, தான் மட்டும் ராணிகளிடம் தண்டனை பெறுவதன் காரணம் அறியாமல் தவித்தாள். அவர்கள் நடுவில் அவள் பந்தாடப் பட்டாலும் ஒருவரும் அவளிடம் நெருக்கமாக இருக்க விரும்பவில்லை.

ஔவையும் அரசரும் இடம் பெறும் அரசவைக் கூட்டங்களை நேரடியாகப் பார்த்த அனுபவத்தால் எனக்கு ஓர் உண்மை புலனானது. நமது தவறுகள் நமது கண்களுக்குப் புலப்படாது என்ற உண்மை. நமது பலவீனங்களை நம்மால் கடந்து செல்ல முடியாது என்பது கடவுள் நமக்கு அளித்திருக்கும் சாபம். மாலினியின் பலவீனம் அவள் எதையும் பட்டவர்த்தனமாகச் செய்ய நினைப்பது தான். எப்போதும் வெளியில் தெரியும் மார்பகங்கள்; பார்வையிலும், சிரிப்பிலும் ஒளிவு மறைவு கிடையாது; பேராசைக்காரி. வம்பிற்கு அலைபவள். தன் காதில் விழும் ரகசியங்களை ஊர் முழுக்க அம்பலப்படுத்துவாள். கேட்டால் விளையாட்டுக்கு என்று பதில் கூறுவாள். ஆனால் அவளது விளையாட்டு எத்தனை பேர்களைப் புண்படுத்தும் என்பதை அறியாமல் இருக்கிறாள். ஒரு ராணியைப் பற்றி அபாண்டங்களை இன்னொரு ராணியிடம் கூற வேண்டியது. எந்த ராணியைப்பற்றி பழி போடுகிறாளோ அந்த ராணிக்கு அது போய்ச் சேரும். மாலினி தனது கன்னங்களில் விழும் அறைகளுக்குப் பணியில் தனது சிறிய கவனக் குறைவால் ஏற்படும் தவறுகள்தான் காரணம் என்று எண்ணிக் கொண்டிருக்கிறாள். ஆனால் தான் அறை வாங்குவது தனது புறம் சொல்லும் செய்கையால்தான் என்பதை அறியாமல் இருக்கிறாள். போன

வசந்த காலத்தின்போது இங்கு வந்தவள் அவளது வம்படிக்கும் பழக்கத்தால் அடுத்த வசந்தம் வரையில் நீடிப்பாளா என்பது ஐயம்தான்.

இப்போது அவள் அரசி அமயாவின் சேடிப்பெண் என்பதால் அமயா குறித்து அவளிடம் விசாரித்தேன்.

தனது கைவேலையை விட்டுவிட்டு எனது குறுக்கீட்டால் நிம்மதி அடைந்தவளைப்போலத் தோன்றினாள். அவளது பெருமூச்சு நிற்கவில்லை. கண்களில் கண்ணீரின் ஈரம் காயவில்லை. 'படுசூலி', என்றாள் அவள். போன வாரம் அவள் அரசியார் அமயாவின் படுக்கையைத் தூசு தட்டிக் கொண்டிருந்திருக்கிறாள். ஒரு சின்னப் பேழையில் செம்பஞ்சுக் குழம்பின் பொடி இருந்திருக்கிறது. அரச மகளிர் எப்போதும் இந்தச் செம்பஞ்சுக் குழம்பைத்தான் தீற்றிக் கொண்டு திரிவார்கள். அந்தப் பேழையில் மேலும் என்ன இருக்கும் என்று ஆராய முற்பட்டிருக்கிறாள். பின் மண்டையில் சொதேரென்று அடி ஒன்று பலமாக விழுந்தது. அடி பலமாக இருந்ததால் அவளுக்குத் தலை சுற்றி மயக்கம் வரும் அளவிற்குப் போய்விட்டதாம்.

பேழை கையிலிருந்து தவறிக் கீழே விழுந்தது. மாலினியும் ஒரு மூலையில் போய் விழுந்துவிட்டாள். அரசி அமயா அவள் கூந்தலைப் பற்றி எழுப்பி கன்னங்களில் அறைந்திருக்கிறாள்.

'அவர் என்னை எப்போதும் அடித்தவண்ணம் இருப்பார்', என்றாள் மாலினி. 'குறிப்பாக அரசர் இல்லாத நேரங்களில் அடி பலமாக இருக்கும். குரலும் வேறு ஒருவருடைய குரல் போலாகத் தெரியும்', என்றாள்.

'என்ன கூற நினைக்கிறாய் மாலினி? அரசியார் குரலில் மாற்றம் தெரியுமா?'

'எனக்கு சரியாகச் சொல்லத் தெரியவில்லை. ஆனால் அவர் தொண்டையை யாரோ பிடித்துக்கொண்டிருப்பதைப்போலப் பேசுவார். அப்போது அவர் தொனியும், வார்த்தைகளும் வேறு மாதிரிதான் தோன்றும். குரல் மாறிவிடும். பெருங்கோட்டையில் வசிக்கும் கட்டாடிகளின் பாஷையில் பேசத் தொடங்குவார்', என்றாள்.

இது வித்தியாசமாகத் தெரிகிறது. ஔவை இப்போது இருக்க வேண்டும். நிச்சயம் தான் சொன்னதுபோல வந்திருப்பது அரசியார் அமயா இல்லை, வேறு ஒரு பெண் என்று சாதிக்கத் தொடங்கி விடுவார். இது விரைந்து முடிவெடுக்கும் விஷயம் அல்லவே? எல்லாவற்றிற்கும் தகுந்த ஆதாரம் வேண்டாமா? ஒரு சேடிப் பெண்

சொல்வதைக் கணக்கில் எடுத்துக்கொள்ள இயலுமா? மாலினியும் எல்லாவற்றையும் மிகைப்படுத்திக் கூறுபவள்.

அவளை மேலும் துருவி செய்திகளைச் சேகரிக்க எண்ணினேன். அதற்குள் காமாட்சி இலங்கை அரசியார் கேட்டுக்கொண்டார் என்பதற்காக அங்காடியில் சென்று இனிப்புப் பலகாரம் வாங்கி திரும்பிக்கொண்டிருந்தாள். இலங்கை ராணி கர்ப்பமாக இருப்பதால் உணவிற்கு நடுவில் ஏதாவது கொறிப்பதற்கு வேண்டியிருக்கிறது.

'அப்பப்பா என்ன கூட்டம் என்ன கூட்டம்!' என்று சலித்துக் கொண்டே காமாட்சி உள்ளே நுழைந்தாள். 'மும்முடியரசர் போர்முரசம் அறிவிக்கச் செய்தாலும் செய்தார், பட்டி தொட்டிகளிலிருந் தெல்லாம் மக்கள் நாகைப்பட்டிணம் நோக்கி வந்த வண்ணம் உள்ளனர். கப்பலில் பொருள்கள் ஏற்றிய வண்ணம் உள்ளனர். கோட்டை அடுப்புகளில் உணவுப் பண்டங்களைச் சமைத்த வண்ணம் உள்ளனர். ஆயுதங்களைத் தயாரித்த வண்ணம் உள்ளனர். என்ன சப்தம்! சந்தடியும் இரைச்சலுமாக எதற்காக வீதியுலா செல்ல வேண்டும் என்று வருகிறது! ஹூம்!' என்றாள்.

'மிடுக்கான ஆடவர்கள் கண்ணில் விழுவதற்குத்தான்', என்றாள் மாலினி.

'அத்தனையும் நாட்டுப்புறத்தினர்', என்று காமாட்சி இடைமறித்தாள். என்னைப் பார்த்துத் திரும்பினாள்.

'வா அரெமிஸ். நாம் அனைவரும் ஒன்றாகச் சந்தைக்குச் சென்று வருவோம்', என்றவள், 'அதற்கு முன்னர் உன்னைக் கொஞ்சம் அழகு செய்யவேண்டும்', என்றாள். 'வா உன் கூந்தலைப் பின்னி சடை போட்டு விடுகிறேன். உன் கூந்தலுக்குக் கொஞ்சம் மலர் சூட்டி விடுகிறேன்', என்றாள்.

நான் வேண்டாமென மறுத்துத் தலையசைத்தேன். 'என்னால் முடியாது', என்றேன்.

மெய்க்காவலர்கள் சிகை அலங்காரம் செய்துகொள்ளக்கூடாது. அதுலன் கண்களில் சிக்கினால் அவ்வளவுதான் சிகையை மழித்து விட உத்தரவிட்டு விடுவார். நாங்கள் எப்போதும் பார்வைக்கு கோரமாகத் தோன்ற வேண்டும்

காமாட்சி என் அருகில் வந்து என் முகத்தை உற்று நோக்கினாள். 'சடை வேண்டாம். சரி, துளியூண்டு விழிகளுக்கு அஞ்சனம் தீற்றிக் கொள்', என்றாள்.

நான் தோள்களைக் குலுக்கினேன். காமாட்சி தனது அறையின் மூலையிலிருந்து கொஞ்சம் அஞ்சனம் கொண்டுவந்தாள். விளக்கின் சூட்டில் தயாரித்த அஞ்சனம் குழைந்து குழைந்து வெண்ணெயைப் போலிருந்தது.

அரசியாருக்குக் கொண்டு வந்த பலகாரங்கள் தரையில் கிடந்தன. காமாட்சியிடம் அதனைக் கூறினால் அவள் கவனம் மாறிவிடும். அஞ்சனம் தீட்டுவதை மறந்துவிடுவாள். மை இட்டுக் கொள்ளும் நல்ல சந்தர்ப்பத்தை இழக்க நான் தயாராக இல்லை. காமாட்சி மையை மேலும் குழைத்து என் விழிகளில் பூசத் தொடங்கினாள். பூசும்போது ஓரக்கண்ணால் என்னையும் ஒரு பார்வை பார்த்தாள். என் முகத்துக்கு அது பொருத்தமாக இருக்கிறதா என்று மிகவும் நெருங்கி வந்து பார்த்தாள். எப்படிச் சொல்வதென்று தெரியவில்லை, ஓர் அங்குலத் தொலைவில் அந்தப் பேரழகியின் முகம் என் அருகில் நெருங்கி வந்தபோது நான் எனது மூச்சை அடக்கி நின்றேன்.

அதன் பிறகு அவள் விலகிக்கொண்டதும் மாலினி, காமாட்சி இருவரும் என் முகத்தைப் பார்த்து இளித்தனர்.

'அரெமிஸ், உன் கண்களுக்கு அஞ்சனம் எத்தனை அழகாக இருக்கிறது தெரியுமா? தயவு செய்து இனிமேல் நீ உன் விழிகளுக்கு அஞ்சனம் தீட்ட மறக்காதே', என்றாள்.

நான் ஆடி ஒன்றைக் கையில் எடுத்து என் முகத்தைப் பார்த்தேன். மாலினி சொல்வதுபோல அஞ்சனம் ஒன்றும் அத்தனை பிரமாதமாக இல்லை. ஆனால் ஒன்று அந்தக் கரிய மை என் விழிக் கோளங்களில் இருந்த பச்சை வர்ணத்தை எடுப்பாகக் காட்டியது.

நான் சிரித்தபடி, 'ஓ அற்புதம்', என்றேன்.

என்னைச் சுற்றிலும் பொன்னொளிர் மேனியர் திரிவதால் என் மேனியின் கறுத்த வண்ணத்தை நான் கவனிப்பதே இல்லை. சில நாட்கள் நீர்நிலைகளில் குளிக்கச் செல்லும்போது நீரில் தோன்றும், என்னுடைய எலும்பு துருத்தித் தெரியும் கரிய மேனியைக் கண்டு திடுக்கிட்டு நிற்பேன்.

படு ஆடம்பரமாக பவனி வந்த காமாட்சியின் அருகில் நான் காணாமல் போயிருந்தேன். அவள் உடலின் வசீகர வளைவுகள் பல ஆடவர்களின் பார்வைகளைத் தடுமாற வைத்தன. அந்தப் பார்வைகளை அவள் தனக்குச் சாதகமாக்கியபடி நடந்து சென்றாள். அவள் புஜங்களைக் கவ்விப் பிடித்த நாக வங்கியும், இடையில் விலையுயர்ந்த மணிகளுடன் ஆடிய மேகலையும் அவளுக்கு உதவி

புரிந்தன. செவிக்குப் புலப்படாத இசைக்கு அவள் அடி எடுத்து வைப்பது போலிருந்தது.

எனக்கு இத்தனை வசீகரம் கிடையாது. நான் அவளையே பார்த்தபடி சந்தையில் அலைந்துகொண்டிருந்தேன். என்ன ஒரு செவ்வி நுணுக்கம் அவளது மோகக் கலையில்! வாள்வீச்சு, குதிரையேற்றம் போன்று மோகக் கலையும் கற்றுக்கொள்ள வேண்டிய கலைதான்.

திடீரென்று அரண்மனை சேவகன் அப்பு, ஓடி வந்து அரசர் என்னை விரைந்து அழைப்பதாகக் கூறினான்.

நான் அவனுடன் கிளம்பினேன்.

'உனக்கு அஞ்சனம் அழகாக இருக்கிறது', என்றான் போகும் வழியில் திடீரென்று.

'வந்தனம் நண்பா, உனது கருணைக்கு நன்றி.'

'அரசருக்கு இது பிடிக்காது', என்றான் பாராட்டிய அதே வாயினால். எனக்குத் தெரியும் என்பதுபோலத் தலையை அசைத்தேன்.

அரண்மனைப் படிக்கட்டுகள் சூரிய வெப்பத்தில் தகித்துக் கொண்டிருந்தன. நாங்கள் குதிகால்களில் தாவித் தாவி படிகளில் ஏறிச் சென்றோம்.

அரசவையின் வாயிலை அடைந்தபோது என்னுடன் வந்த சேவகன் வேறு ஓர் இடைகழி வழியாகக் கண் மறைந்துவிட்டான். இந்தச் சேவகர்கள் எல்லாம் இரவில் அலையும் எலிகளைப்போல, ஒலி இருக்கும், ஆனால் கண்களுக்குத் தட்டுப்படமாட்டார்கள்.

அரசவையில் மும்முடியரசர் சோழச் சக்கரவர்த்தி ராஜேந்திர பூபதியின் கம்பீரமான குரல் கேட்டுக்கொண்டிருந்தது. அவர் கோபத்தில் இருந்ததை அவரது குரலும், உச்சரிப்பும் காட்டிக் கொண்டிருந்தன. எப்போதும் பேசும்போது தெரியும் கவித்துவமான பேச்சு இப்போது இல்லை. உள்ளே கிருஷ்ணனும், ஔவையும் நெற்றியில் வியர்வை பிசுபிசுக்க அவருடன் உரையாடிக் கொண்டிருந்தனர். என்னைப் பார்த்ததும் அவரது சீற்றம் மேலும் அதிகமானது. ஆனால் அவர் உடனே எதுவும் கூறாமல் கிருஷ்ணனின் பக்கம் திரும்பி 'அப்படியானால் ஸ்ரீவிஜய தேசத்தைச் சேர்ந்த அந்த அதிகாரி இப்போது நமது மண்டலத்தில் இல்லை என்று கூறுகிறீர்கள், அப்படித்தானே?' என்றார்.

கிருஷ்ணன் பதில் கூறாமல் மௌனம் காத்தார்.

'சொல்லுங்கள். எப்போது அவர்கள் தங்கள் நாட்டுத் தூதுவரை விலக்கிக்கொண்டனர்?' என்றார்.

'நான் எனது கணக்காளரிடம் விசாரித்ததில் அவர் நமது நாட்டை விட்டகன்று ஒரு மாத காலம் ஆகியிருப்பது தெரிய வந்துள்ளது. திரும்பப் பெற்றுக்கொள்ளும் ஓலை, கற்பூர இறக்குமதியுடன் வந்த சில வியாபார ஓலைகளுடன் கலந்துவிட்டிருக்கிறது. ஓலைகள் இதுபோன்று இடம் மாறுவது வழக்கமான ஒன்று என்று கணக்காளரும் அதனை எனது கவனத்திற்குக் கொண்டுவரவில்லை. மேலும் அந்த ஊழியனுக்கு அதன் முக்கியத்துவம் தெரியவில்லை.'

'கடந்த ஆறு திங்களாகவே அவர்கள் நமக்கு எதிராகச் செயல்படத் தொடங்கி விட்டனர். இப்போது அந்த அதிகாரி அவர்கள் தேசத்து இளைஞனைத் தனித்துவிட்டுச் சென்றுள்ளதால் அவர்களுக்கு உதவி புரிந்துகொண்டிருந்த அந்த இளைஞனைக் காப்பாற்ற இப்போது ஸ்ரீவிஜய தேசத்தினர் ஒருவரும் இல்லையா?' என்று மன்னர் கேட்டார்.

'ஆம் மன்னா. தாங்கள் அவனை விசாரிக்கப் போகின்றீரா?' என்று கிருஷ்ணன் மறுவினா தொடுத்தார்.

'அவன் செல்வாக்கு மிக்கவன் என்றால் இங்கே தங்கியிருக்க மாட்டான். ஒற்றனைப்போல அவனும் ஓடிப் போயிருப்பான். அவனைப் பிடித்துப் பாதாளச் சிறையில் அடைத்து வைப்போம். அவன் நம்மிடம் மன்னிப்பு கேட்கவில்லை என்றால் கசையடிக்கு உத்தரவிடுகிறேன்', என்றார் மன்னர்.

அவர்கள் ஒப்புக்கொண்டு தலையசைத்தனர்.

'நீங்கள் அனைவரும் வெளியில் காத்திருங்கள். நான் அழைப்பு அனுப்பிய பின்னர் மீண்டும் கூடிப் பேசுவோம்', என்று என்னை நோக்கினார்.

அவர் என் பக்கம் திரும்பியபோது அவர்கள் வெளியில் கிளம்பியிருந்தனர். எனது மெய்க்காப்பாளருக்குரிய உடை சீராக உள்ளதா என்று அவர் நோக்கினால் எனக்கு நேரம் சரியில்லை என்றுதான் சொல்வேன். உரிய சீருடைகளை மற்ற ஆண் மெய்க்காப்பாளர்கள் ஒருவருக்கு ஒருவர் சரிபார்த்து அணிந்து கொள்ளலாம். எனக்குக் கவசத்தையும் சீருடையையும் அணிந்து கொண்ட பின்னர் சரி செய்து விடக் காமாட்சி ஒருத்திதான் இருக்கிறாள். இம்முறை அவர் என்னை மேலும் கீழும் ஆராயாமல் என் விழிகளை நோக்கினார்.

‘எனக்கு அந்தப்புரத்தில் ராணிகள் பலர் உள்ளனர். மேலும் எனக்கு ஓர் ராணி தேவையில்லை. எனக்குத் தேவையெல்லாம் ஒரு சிறந்த மெய்க்காப்பாளர். புரிகிறதா?’ என்றார். புரிகிறதாவில் கொஞ்சம் அழுத்தம் கூடியிருந்தது.

என் கன்னங்கள் இரண்டும் சிவந்தன. நான் அவர் முன்பு சிரம் தாழ்ந்து நின்றேன். ‘அரண்மனைப் பெண்கள் இன்று ஒப்பனையில் ஈடுபட்டுக் கொண்டிருந்தபோது சென்றேன் மன்னா. அவர்கள் என் விழிகளில் அஞ்சனம் தீட்டியபோது என்னால் மறுக்க இயலாமல் போனது. மன்னியுங்கள்’, என்றேன்.

மன்னர் ஏற்கெனவே தனது முன்பிருந்த வரைபடத்தில் மூழ்கியிருந்தார். ‘அது மட்டும் காரணம் இல்லை யவனி. நீ எப்போதும் அரண்மனை சேடிப் பெண்களுடன்தான் திரிந்து கொண்டிருக்கிறாய். எனது மந்திரிகள்கூட இதைப்பற்றி என்னிடம் புகார் கூறியுள்ளனர். அரசவை நடவடிக்கைகளில் நீ அதிக அக்கறை காட்டுவதில்லையாம். உன் முகத்தில் புன்னகை என்ற ஒன்றே கிடையாதாம். ஒரு மந்திரி நீ கார்மேகத்தில் அகப்பட்டுக்கொண்ட சூரியன் என்று பகடி பேசுகிறார். தங்கக்கவசம் உனது நடத்தையில் முன்னேற்றம் ஏற்படுத்தியதாகத் தெரியவில்லை’, என்றார்.

பொற்கவசம் எனது பதவியின் அடையாளம்.

என்னை நிமிர்ந்து பார்த்தவர், ‘உனக்கு அரசவையில் பணிபுரிவதில் யார் மீதும் சினம் எதுவுமில்லையே?’ என்று கேட்டார்.

மௌனமே எனது பதிலானது. அவர் என்னிடம் குறையாகக் கண்ட எனது கடுமை, சோம்பேறித்தனம் போன்றவற்றை நான் மறுக்க வில்லை. சோழக் குடிமக்கள் அச்சம்கொள்ளும் வார்த்தை சோம்பல் என்ற வார்த்தையாகும். தும்பரையில் என்ற சேனாதிபதியின் வாயிற்காப்போன் ஒருவனை எனக்குத் தெரியும். எப்போது பார்த்தாலும் துறைமுகத்தில் வெட்டியாகச் சுற்றிக்கொண்டே இருப்பான். வியாபாரிகளிடம் வம்படியாகக் கையூட்டு பெறுவதும், செம்படவப் பெண்கள் பின்னால் அலைவதுமாக இருப்பான். அவனை அரசர் ஒருமுறைகூட அரசவையில் அழைத்துக் கண்டித்த தில்லை. என்னை அழைத்துக் கண்டிக்கிறார் என்றால் இது அரசர் என்மீது எடுத்துக்கொள்ளும் தனி அக்கறை என்றே கருதுகிறேன்.

‘மன்னாதி மன்னர் அவர்களே’, என்று எனது வாய் மொழிந்தாலும் மனதினுள், ‘என்னைச் சிறை எடுத்தவரே, எனது சிறைச்சாலை தலைவனே’, என்றுதான் மனம் அழைத்தது. ‘நான் ஒரு யவனப் பெண். மெய்க்காவலர். எனது முகம் உங்கள் சோழ குடிமக்களின்

முகம் போன்றதில்லை. எனவே எனது முக பாவங்களை அறிவது அத்தனை எளிதன்று. எவ்வாறு நான் சோழக் குடிமக்களின் உள்ளக்கிடக்கையை அவர்கள் முக பாவங்கள் மூலம் அறிவதற்குத் தடுமாறுகிறேனோ அதே போன்றுதானே நீங்களும் தடுமாறுவீர்கள்?' என்று கேட்டேன்.

மன்னர் முகத்தில் ஆச்சரியம் ஏற்பட்டது.

நடேசன் ஒருமுறை என்னிடம் கூறியதை இங்கே கூற விரும்புகிறேன். ஒருமுறை நடேசன் தனது உற்றாருடன் தீர்த்த யாத்திரை போயிருக்கிறான். வெகு தொலைவில் உள்ள பிரதேசத்தில் அங்குள்ள பூர்வ குடியினர் பன்றி வேட்டை ஆடும் முன்னர் வேட்டையாடப்படும் பன்றியைத் துரத்திக் கொண்டே செல்வார்களாம். ஓடி ஓடி அந்தப் பன்றி களைத்து நிற்கும் நேரம் அம்பெய்தி அதனைப் பிடிப்பதைப் பற்றிக் கூறினான். எனக்கு ஒரே விந்தையானது. எங்கள் தீவில் நாங்கள் பன்றி வேட்டையாடுவதும் அவன் கூறியதும் கிட்டத்தட்ட ஒன்றாக இருந்தது. கடல்கள் பிரித்தாலும் உலகமெல்லாம் மக்களின் பழக்கவழக்கங்கள் ஒன்றாக இருக்கும்போது எனக்கும் இங்குள்ளவர்களுக்கும் எதற்காக இப்படி ஒரு புரியாமை? மொழித் தடுமாற்றம் இன்னமும் என்னைவிட்டு அகலவில்லையா?

'எனக்குக் கோபமில்லை மன்னா. சற்றுக் கடுமையாக மட்டும் தோன்றுவேன். ஆண் மெய்க்காவலர்கள் சிரிக்கவில்லை என்றால் ஒருவரும் பொருட்படுத்துவதில்லை. பெண் மெய்க்காப்பாளர் நான் ஒருத்தி என்பதால் என்னுடைய இந்தக் கடுமையை எவரும் ஒப்புக் கொள்ள மறுக்கின்றனர்', என்றேன்.

மன்னரின் பதிலுக்காக நான் காத்திருந்தேன்.

'யவனி ஸ்ரீவிஜயத்திலிருந்து ஒற்றறிய வந்தவர்களில் ஒருவன் மட்டுமே எஞ்சியுள்ளான். நீ அவனை வேவு பார்த்துவிட்டு வரவேண்டும்', என்று கூறியவர் தொடர்ந்தார். 'அத்தோடு கூட அவனைச் சிறைபிடித்து இங்கே உள்ள நிலவறைக்கு அழைத்து வரவேண்டும். அந்தப் பொறுப்பை உன்னிடம் ஒப்படைக்கிறேன். நீ இதை எவர் துணையுமின்றித் தனித்துப் புரிய வேண்டும். இது ராஜாங்க ரகசியம் என்பதால் ஔவை, கிருஷ்ணனைத் தவிர வேறு ஒருவருக்கும் தெரியவேண்டாம்.'

இத்தனையையும் கூறிவிட்டு ராஜேந்திர சோழர் மேலும் ஒன்றைக் கூறினார். 'ஆரம்பத்திலிருந்தே உன்னைப் புரிந்துகொள்வதில்

சிக்கல்தான் யவனி. ஆனால் உன்னையும் உனது கோபத்தையும் நான் அறியாதவன் இல்லை. இன்னமும் உன்னை நீ ஒரு சிறைக் கைதியாகவே எண்ணுகிறாய். ஒருவிதத்தில் அது சரிதான். இருப்பினும் உனது ராஜவிசுவாசம் அளப்பரியது. எனக்குத் தெரியும்.'

தனது இருக்கையை எனது பக்கம் திருப்பி வசதியாக அமர்ந்து கொண்டார். 'நாங்கள் ஒன்றும் முட்டாள்கள் இல்லை. சோழர்கள், எத்தனை பெரிய சாம்ராஜ்ஜியம் எழுப்பியிருக்கிறோம். முட்டாள் களாக இருந்திருந்தால் ஒரு நொடியில் கட்டிய சாம்ராஜ்ஜியம் தரை மட்டமாகி இருக்கும். நீ எனது மெய்க்காப்பாளராக இருப்பதன் காரணம் நீ எனக்குத் தீங்கு எண்ண மாட்டாய். உனக்கென்று குடும்பம் எதுவும் இல்லை. உன்னால் புரட்சியாளர்களுடன் சேர்ந்து கொண்டு கலகம் ஏற்படுத்த முடியாது. எனவேதான் உனக்கு ரகசிய பொறுப்புகள் ஒப்படைக்கப்படுகின்றன', என்றார்.

கூறிவிட்டு அவர் தனது உடலை வளைத்து எனது அருகில் வந்தார். நான் மூச்சை நிறுத்தியபடி நின்றேன். அவரது சுவாசம் என் முகத்தில் படர்ந்தது. 'மேலும் உனக்குக் காதலர்கள் இருக்கவும் வாய்ப்பில்லை. இனிமேல் அஞ்சனம் தீட்டி ஆண்களைக் கவரும் எண்ணத்தைக் கை விட்டு விடு. உன் தனிமைதான் உன்னை இங்கே கொண்டு விட்டிருக்கிறது. நீ கைதிதான். ஆனால் சிறப்பு அந்தஸ்துடைய கைதி!' என்றார். - கூறிவிட்டு வெறுமனே கண்ணைச் சிமிட்டினார். 'புரிகிறதா?'

'ஆம் அரசே.'

'ஔவையிடம் கேள். உனக்கு ஒப்படைக்கப்பட்டுள்ள பொறுப்பைக் குறித்து விளக்குவார்.'

நான் வெளியில் வந்தேன். ஔவை வெளியில் மாலினியிடம் வம்படித்துக் கொண்டிருந்தார். சிவா', என்று மாலினி அங்கிருந்து அகன்றதும் குரல் எழுப்பினார். சிவா என்ற சேவகன் விரைந்து அவர் அருகில் வந்து நின்றான். 'பாரப்பா அந்தப் பெண் அரண்மனை அந்தப்புரப் பெண்களைக் குறித்து விறுவிறுப்பான கதைகள் கூறுகிறாள். அவள் சொல்வதுபோல எந்தப் பெண்ணாவது கத்தியை உபயோகித்து...' அவர் முடிப்பதற்கு முன்னர் நான் குறுக்கிட்டேன்.

'நம் நகரில் தங்கியிருக்கும் ஸ்ரீவிஜயன் குறித்துத் தகவல் கேட்கச் சொன்னார்', என்று கூறினேன். அவர் முகம் உடனே மாறியதைக் காண எனக்கு வருத்தமானது. இனிமேல் அவருடன் நட்பு

பாராட்டுவது கடினமாகக்கூட இருக்கலாம். இருந்தாலும் என் மனதில் இதுவரை இருந்து வந்த சீற்றம் தணியத் தொடங்கியதை உணர்ந்தேன். பணியில் எனக்கும் அவருக்கும் நடுவில் உள்ள திரைகள் விலகுவதை அவர் விரும்பவில்லை.

ஔவை எனக்கு இலவசமாக வாங்கித் தந்த இடைவார் பட்டியில் இருந்த குறுவாளைத் தொட்டுப் பார்த்துக்கொண்டேன். ஔவை எனக்கு அளித்த அந்த வினோத திட்டத்தை எண்ணிக்கொண்டேன். எது எப்படி ஆயினும் ஔவையின்மீது எனக்கு இருக்கும் அபிப்பிராயம் மாறப்போவதில்லை. ஆனால் அவர் மீதிருந்த கோபத்தின் புகைமூட்டம் மறையத் தொடங்கிவிட்டது. இப்போது என் பார்வையில் ஔவை தெளிவாகத் தெரிகிறார். சோழ சாம்ராஜ்ஜியத்திற்கு ஔவை தனது இன்னுயிரையும் அளிக்கத் தயங்க மாட்டார்.

நான் சிறையெடுக்கப்பட்ட அந்த நாள் நினைவில் எழுந்தது. வரிசையாகத் தங்கள் சாம்ராஜ்ஜியத்தில் கொள்ளையடிக்க வந்தவர்களை நிறுத்தி வைத்துத் தேர்வு செய்த விதம். ஔவை தனது நாட்டிற்குத் தேவையானவர்களை மட்டும் சிறைப்பிடித்து வைத்துக் கொண்டு மற்றவர்களை உயிர் சேதம் செய்யாமல் மீண்டும் எங்கள் தேசத்திற்கு அனுப்பிவிட்டார். உயிர் பிச்சை அளிக்கப்பட அனைவருக்கும் நாடு திரும்புதல் உகந்ததாக இருக்க வாய்ப்பில்லை. சிலருக்கு இது பெருத்த அவமானமாகக்கூட இருக்கலாம். எதிரி நாட்டு மன்னன் அளித்த உயிர் பிச்சையில் திரும்பிச் சென்று மனைவி மக்கள் முன்பு நிற்பதைக் கேவலமாக எண்ணியிருப்பார்கள்.

ஔவையைப் பொறுத்தவரை ராஜாங்க விஷயங்களில் அவர் ஒரு புலி. இல்லையென்றால் இத்தனை காலம் சோழப் படையின் சேனாதிபதியாகத் திகழ வாய்ப்பில்லை. இருந்தாலும் மன்னரைக் காணும் குடிமக்களிடம் அவர் தயை தாட்சண்யம் மிகுந்தவராகவே தோன்றுகிறார். சோழர்ப் படை வீரர்களிடம் குடிப் பிறப்பிலோ சாதியிலோ ஔவை பேதம் பார்ப்பதில்லை. சில அரசாங்க விதிமுறைகள் ஏற்படுத்தும் கட்டுப்பாடுகள் மட்டும்தான் அவரைச் சினம் கொள்ளச் செய்யும். அரசாங்க விதிகள் அவருடைய கலகலப்பாகப் பழகும் விதத்தையும், அரட்டையடிப்பதையும் சில நேரங்களில் கட்டி போட்டு விடுவது அவருக்குப் பிடிப்பதில்லை.

மேலும் ஔவை, மும்முடியரசரை நெஞ்சார நேசிக்கிறார். அவரது இந்த அளவுகடந்த விசுவாசமே அவருக்குப் பாதகமாக மாற வாய்ப்புள்ளது. நானேகூட அதற்கான அறிகுறிகளை அரசி அமயா

விஷயத்தில் பார்க்கிறேன். என்னைப் பொறுத்தவரை இது முழுப் பைத்தியக்காரத்தனம் என்று நினைக்கிறேன். இந்த விஷயத்தில் அவர் ராஜ துவேஷத்திற்கு ஆளானாலும் விந்தையில்லை. இதை அவரிடம் யார் எடுத்துச் சொல்ல முடியும்?

ஔவை நான் எங்கு செல்லவேண்டும் என்ற குறிப்புகளைக் கொடுக்கத் தொடங்கினார். அவர் கூறியவற்றைக் கவனமாகக் கேட்டுக் கொண்டு இலங்கை அரசி இருந்த மாளிகையில் அமைந்துள்ள என் இருப்பிடத்திற்குத் திரும்பினேன். எவரிடமும் பேச்சுக் கொடுக்காமல் இருந்தேன். இன்னும் வானில் நிலவு முளைக்க வில்லை. அதுவும் எனக்குச் சாதகம்தான்.

குதிரை லாயத்திற்குப் பொழுது ஆகும் முன்னர் சற்று முன்னதாகவே சென்றேன். நானே லாயத்தின் கதவைத் திறந்து உள்ளே சென்றேன். குதிரையைத் தட்டிக் கொடுத்தபடி எனது திட்டம் குறித்து யோசித்தேன். தேவையான பொருள்களை சேகரித்துக்கொண்டேன். பிறகு குதிரையின்மீது தாவி ஏறி சேணத்தில் கால்களைப் பூட்டிக் கொண்டு குதிரையின் நாளத் துடிப்பில் கவனமாக இருந்தேன்.

கண்களும் நாசியும் மட்டும் வெளியில் தெரியும் வண்ணம் முகம் முழுவதையும் துணியால் மூடிக்கொண்டு ராஜ வீதியில் குதிரையைச் செலுத்தினேன். நான் இது போன்ற அதிரடி வினையாற்றல்களுக்கு நள்ளிரவுப் பொழுதைத் தேர்ந்தெடுப்பது வழக்கம். நள்ளிரவில் மக்கள் உறங்கச் சென்றிருப்பார்கள். பகல் எல்லாம் அயராது காவல் புரியும் வீரர்கள்கூடக் கண் அயரும் நேரத்தில் கிளம்பினேன்.

மாளிகைகளின் மாடங்கள், சாளரங்கள்மீது என் பார்வை சென்றது. எவரும் என்னைக் கவனித்ததாகத் தெரியவில்லை. சிறிய பாறைக் கற்களின்மீது பட்டதால் எழுந்த குதிரையின் குளம்படி ஓசை மட்டும் இரவின் நிசப்தத்தில் சற்று அதிகம் ஒலித்தது.

சிறிது தொலைவு சென்றதும் சாலை ஓர் இடத்தில் பிரிந்தது. நான் கீழே இறங்கிக் குதிரையை மரம் ஒன்றில் கட்டிவிட்டு நடந்து சென்றேன். நான் ஒரு குறிப்பிட்ட அடையாளம் வைத்த வீட்டின் முன்னால்போய் நின்றேன். இருபுறமும் இரண்டு கற்களை முதல்நாள் இரவே வாயிலில் அடையாளமாக வைத்திருந்தனர். அவை அடையாளக் கற்கள் என்று அதனை வைத்தவர்களுக்கு மட்டும் தெரியுமே அன்றிப் பிறருக்குத் தெரியாது. மற்றவர்கள் அதனைக் கவனிக்காமல் கடந்து விட வாய்ப்புள்ளது.

அந்த மாளிகையின் கதவு உட்புறமாகப் பூட்டியிருந்தது. நான் மாளிகையைச் சுற்றி வந்தேன். சாளரம் ஏதாவது தென்படுகிறதா என்று நோட்டமிட்டேன். ஒருபுறம் உயரத்தில் சாளரம் ஒன்று தெரிந்தது. செங்கல் சுவரின் மேலே விளிம்பு மடித்து வைக்கப் பட்டிருந்தது. பெரும்பாலும் இப்போது வணிகர்களின் இல்லங்களில் உள்ள வெளிச் சுவர்கள் இவ்வாறுதான் எழுப்பப்படுகின்றன. நான் அந்த விளிம்பைப் பற்றியபடி மேலே தொற்றி ஏறினேன். மெதுவாக மதில் மேல் நகர்ந்து சாளரத்தை அடைந்தேன். சாளரத்தின் வழியாகக் கூடத்தில் எட்டிப் பார்த்தேன். கூடம் ஆளரவமற்றுக் கிடந்தது. அதற்கும் மேலே ஒரு சாளரம் இருப்பது கண்ணில் பட்டது. நான் தாவி முதல் சாளரத்தின் வழியாக மேல் சாளரத்தை அடைந்தேன்.

தரையிலிருந்து முப்பதடி உயரத்தில் இருந்தேன். உள்ளே எட்டிப் பார்த்தேன். இத்தனை உயரம் துணிந்து மேலேறி வந்ததற்குப் பலன் இல்லாமல் போகவில்லை. உள்ளே மஞ்சம் ஒன்றில் ஓர் ஆடவன் அயர்ந்து உறங்கிக்கொண்டிருந்தான். அவன் அருகில் ஓர் இளம்பெண் விழித்தபடி படுத்திருந்தாள். அவள் முகத்தில் அச்சமும், ஒருவித பரபரப்பும் தெரிந்தது. நாலாபக்கமும் பார்வையைச் சுழற்றியபடி இருந்தாள். அபாயத்தின் தீவிரம் அவள் முகத்தில் இருந்ததைக் கவனித்தேன். சாளர விளிம்பின்மீது ஒருக்களித்து நின்று விரைந்து செயலாற்றினேன். அம்புராத் துணியிலிருந்து ஒரு கணையை எடுத்து வில்லில் பொருத்தினேன். நான் அவன் கழுத்துக் குறி வைத்தேன். அப்போதுதான் அவன் அருந்திய போதை மது விரைந்து வேலை செய்யும். அவன் விழித்துக்கொள்வதற்குள் கணையில் தடவிய மருந்து அவனை மயங்க வைத்துவிடும். கணை குறி பிசகாமல் அவன் கழுத்தைத் துளைத்து நின்றது. அந்தப் பெண் அதிர்ச்சியில் உறைந்தாள். சட்டென்று எழுந்து உட்கார்ந்து அம்பு எந்தத் திசையிலிருந்து வந்தது என்று பார்த்தாள். அவள் வாயைத் திறந்து கூச்சலிடப் போனாள்.

‘இதற்கும் உனக்கும் இதில் சம்பந்தம் எதுவும் இல்லை. நீ வீணாகக் கூச்சல் போடாதே. கூச்சல் போட்டால் உன் கழுத்திற்கும் நான் அம்பைக் குறி வைக்க நேரிடும்’, என்று எச்சரிக்கும் தொனியில் கூறினேன்.

நான் நினைத்தது சரிதான். அவள் வாடகைக் காதலி. விலைக்கு வாங்கப்பட்டவள். அவள் எழுந்தாள். அவளது பார்வை என்மீது நிலைகுத்தியிருந்தது. இறந்தவனை அவள் திரும்பிக்கூடப் பார்க்கவில்லை. அறையிலிருந்து வெளியேறினாள்.

'போகும்போது எச்சரிக்கை எழுப்பலாம் என்று எண்ணினால் பேசுவதற்குத் தொண்டை இல்லாமல் செய்துவிடுவேன்', என்று மிரட்டினேன்.

படிகளில் இறங்கி வாயிலைத் திறந்து அவள் வெளியில் ஓடத் துவங்கினாள்.

நான் சாளரத்தை லேசாக அசைத்துப் பார்த்தேன். மரச் சட்டங்களால் செய்யப்பட்டிருந்ததால் சிறிது நெம்பியவுடன் அது கையோடு வந்தது. நான் உள்ளே தாவி என் குதியங்காலை ஊன்றி நின்றேன். அம்பினால் அடிபட்டுக் கிடந்தவன் அருகில் சென்றேன். அவன் உயிருக்கு மன்றாடியபடி மூச்சு இழுத்துவிட்டுக் கொண்டிருந்தான். அம்பில் தோய்த்த நச்சு மருந்து நன்றாக வேலை செய்தது. எனது தோளில் தொங்கிக் கொண்டிருந்த கயிற்றினால் அவனது கைகள் இரண்டையும் முதுகுக்குப் பின்புறம் கொண்டுவந்து கட்டினேன். அவன் வாயில் ஒரு துணியை வைத்துக் கட்டினேன். தொந்தியும் தொப்பையுமாக உடற்பளு மிகுந்து காணப்பட்டான். குடித்திருந்ததால் நிலையில் இல்லாதிருந்தான். நான் கதவைத் திறந்துகொண்டு வெளியில் சென்று குதிரையை இழுத்து வந்து வாசலுக்கு மிக அருகாமையில் கட்டி வைத்தேன். வீதி முழுவதிலும் ஒற்றர்கள் நடமாட்டம் உள்ளதா என்று நோட்டமிட்டேன். நான் மேல்தளத்திற்கு ஏறிச்சென்றேன். அந்த ஆடவன் இன்னமும் சிரமப்பட்டுச் சப்தத்துடன் மூச்சுவிட்டுக் கொண்டிருந்தான். அம்பில் தடவுவதற்குக் கொண்டுவந்த விஷ மருந்தை அவன் மூக்கின் கீழே தீற்றினேன்.

அருகில் இருந்த சாக்கு விரிப்பில் அவனை உருட்டி விட்டேன். பிறகு அந்த விரிப்பால் அவனை மூடினேன். என்ன உடற்கனம் அவன்! கொண்டு வந்த சாக்கு விரிப்பால் அவனை முழுவதுமாகப் போர்த்த முடியவில்லை. அவனைச் சுமக்கவும் இயலவில்லை. மெதுவாக ஒவ்வொரு படியிலும் அவனை உருட்டித் தள்ளியபடி கீழ் படிவரை கொண்டுவந்தேன். மயங்கிய நிலையிலும் அவனது முனகல் ஒலித்துக் கொண்டிருந்தது. அவனது கனவுகளில் நிகழ்வது எனக்கு எப்படித் தெரியும்? அவன் நாசியில் பூசப்பட்ட மயக்க மருந்து அதிக நச்சுத் தன்மை கொண்டது.

வாயிலை நெருங்கும்போது சணல் மூட்டை சரிந்தது. அதனைக் கீழே கிடத்தி முடிச்சுகளை இறுக்கினேன். அவனது உடலிலிருந்து வியர்வை ஆறாகப் பெருகினாலும் கள்ளின் நெடி வியர்வையின் நெடியைத் தூக்கிச் சாப்பிட்டு விடும் போலிருந்தது. மிகச் சிரமப்பட்டு அவனைக் குதிரையின் மேல் ஏற்றினேன். கிட்டத்தட்ட

அவன் உடலைக் குதிரையின்மீது தொப் என்று தூக்கிப் போட்டேன். மறந்து போயிருந்த கிரேக்க மொழியில் உள்ள அத்தனை மோசமான வார்த்தைகளாலும் அவனை வாயார வசை பாடினேன். தடியன். சினைப் பன்றி. தடிமாடு!

நான் மீண்டும் அரண்மனை நோக்கிப் பயணித்தேன். அவன் எனக்கு முன்னால் ஒரு கொடிய விலங்குபோலக் கிடந்தான். வைகறை யானதால் இல்லங்களிலிருந்து வெளியில் வந்த மக்கள் நான் குதிரையின் மீது முன்னே ஒரு மூட்டையுடன் செல்வதைப் பார்த்தனர். நான் முற்றிலும் முகத்தை மெல்லிய துணியால் மூடிக் கொண்டிருந்தேன். எனக்கு முன்பிருந்த மூட்டையிலிருந்து இரண்டு கால்கள் துருத்திக் கொண்டிருந்தன.

நான் அரண்மனையின் பின்புற வாயிலின் வழியாக உள்ளே நுழைந்தேன். கிருஷ்ணனும், ஔவையும் அங்கே காத்துக் கொண்டிருந்தனர். அவர்கள் இருவரும் அந்த மூட்டையை விநோதமாகப் பார்த்தனர்.

'வழியில் யாராவது உன்னைப் பார்த்தனரா?'

'வரும் வழியில் சிலர் பார்த்தனர். நான் துணியால் முகத்தை மூடிக் கொண்டிருந்ததால் அடையாளம் கண்டுகொண்டிருக்க முடியாது. அவர்கள் அடையாளம் கண்டுகொண்டது மூட்டைக்கு வெளியில் நீட்டிக்கொண்டிருந்த இரண்டு கால்களை மட்டும்தான்!'

ஔவை முகத்தில் திகில் படர்ந்தது.

'ஔவை! இதனை இவ்வாறு நோக்குங்கள். இந்த மூட்டையில் இருப்பது யாராக இருக்கும் என்று பார்த்தவர்கள் மூளையைக் குழப்பிக் கொள்வார்கள். அவர்களால் வதந்திகளை மட்டுமே பரப்ப முடியும். உண்மை எப்போதும் வம்புகளுக்கு அடியில் ஒளிந்து கொண்டிருக்கும். அவனது வாடகைக்காதலி இருந்திருந்தாலாவது அவனது கதையை அவர்கள் அறிந்திருக்க முடியும். இப்போது அவரவர் எட்டுக் கட்டும் கதைகளைத்தான் மற்றவர் நம்ப வேண்டியிருக்கும்!'

'யுவதியா?' ஔவையின் புருவங்கள் உயர்ந்தன.

இவற்றை எல்லாம் நான் முதலில் மன்னர் எதிரில்தான் கூறியிருக்க வேண்டும். 'ஆம் அவனுடன் ஓர் அழகிய யுவதி உடன் இருந்தாள். பொது மகளாக இருக்கலாம். அவள் என் முகத்தைப் பார்க்கவில்லை.'

‘அவளை உயிர் பிழைக்க விட்டு வந்ததற்கு உன்னிடம் சரியான காரணம் உள்ளதா?’

‘அதற்கு அவசியமில்லை.’

அவர் என்னையும் குதிரையையும் பார்த்தார். ‘ஒருவேளை நீ அங்கே இருவர் இருக்க வாய்ப்பு இல்லை என்ற எண்ணத்துடன் சென்றதால் இருக்குமோ? சரி அவனுடன் நான்கைந்து பேர்கள் இருந்திருந்தால் என்ன செய்திருப்பாய்?’

‘என் அம்புராத் துணியில் ஐம்பது பேர்களுக்குத் தேவையான நஞ்சு தடவிய கணைகள் உள்ளன ஔவை. கவலை வேண்டாம். நான் அவன் இருந்த அறையில் நுழையும் முன்னர் அவர்கள் மயங்கிச் சரிந்திருப்பர்.’

கிருஷ்ணன் வாய்விட்டுச் சிரித்தார். ‘யவனி, பறவைக் குஞ்சு கூடுதான் உலகம் என்று நம்புவதுபோல உள்ளது நீ கூறுவது!’

என் முகம் சிவந்தது. நான் மௌனமாக இருந்தேன். சிறைப் பிடிக்கப்பட்டவனை மூட்டையோடு கீழே தள்ளினேன். மீண்டும் அவனைச் சுற்றிக் கட்டிய முடிச்சுகளை இறுக்கினேன். மூட்டையின் கயிற்றைப் பற்றி அவனை அரண்மனைப் படிகளில் அரசர் இருக்கும் பகுதிவரை இழுத்துச் சென்றேன்.

‘நான் அந்த ஸ்ரீவிஜயனைச் சிறைப்படுத்தி விட்டேன்’, என்றேன்.

‘எங்கே? எங்கே அவன்?’

‘மன்னர் மாளிகைக் கூடத்தில் கிடத்தி உள்ளேன்.’

‘அவனை நிலவறையில் ஏன் சிறை வைக்கவில்லை?’

‘நேற்று அவன் ஓர் அழகிய யுவதியின் அருகில் படுத்திருந்தான். இன்று கண் விழிக்கும்போது இடம், சூழல் இரண்டு மாறிக் கிடப்பதைக் காணும்போது அவன் முகம் திகில் அடையாதா? அந்த திகிலைப் பார்க்க நீங்கள் எத்தனை அதிர்ஷ்டம் செய்திருக்க வேண்டும்? அதனால்தான் இங்கே அழைத்து வந்தேன்.’

நாங்கள் கூடத்தை அடைந்தோம். ஔவையும் கிருஷ்ணனும் சணல் மூட்டையில் கட்டப்பட்டிருந்த அந்த ஆடவனை ஆராய்ந்து கொண்டிருந்தனர். அந்த மூட்டைச் சிறையைப் பிய்த்தெறிந்து விட்டு வெளியேற அந்த மனிதன் தன்னால் ஆன முயற்சிகளை மேற்கொண்டிருந்தான்.

நான் குனிந்து எனது குறுவாளால் அவனை வைத்துக் கட்டியிருந்த கயிற்றை அறுத்து எறிந்தேன். உள்ளே வியர்த்து, சினந்து, தூக்கம் கலைந்த அந்த ஆடவன் கடும் சீற்றத்துடன் காணப்பட்டான். அவன் எங்களை நிமிர்ந்து பார்த்தான். அவனது விரிந்த விழிகள் ரத்தச் சிவப்பைக் கக்கின. எதையோ சிந்திப்பவன்போல அவனது புருவங்கள் நெரித்து நின்றன. யுவதி ஒருத்தியுடன் துயில்கொண்டு விழிக்கும்போது எதிரில் ஒரு யவனி, மூன்று ஆடவர்களைக் காண நேரிட்டால் பாவம் அவனால் வேறு என்ன செய்ய முடியும்?

கூச்சல் போடுவான் அல்லது வாயிலை நோக்கி தப்பி ஓட நினைப்பான். அவன் வாயிலைப் பார்த்ததும் ஆவேசம் கொண்டாலும் மருந்தின் வீரியத்தால் எதுவும் செய்ய முடியவில்லை. மனம் எண்ணினாலும் கால்கள் துவண்டன. எழ முயன்றபோது கிறங்கி வட்டாடினான்.

கிருஷ்ணன் தனது காலால் அவனது ஒரு கரத்தை ஓங்கி மிதித்தபடி இருந்தார். 'எனது அடுத்த கால் உனது எந்த அங்கத்தை மிதிக்கும் என்று எனக்கே தெரியாது. வலியில் உன் உயிர் போகப் போவது உறுதி', என்று கூறிவிட்டு, கிருஷ்ணன் அந்த ஸ்ரீவிஜய தேசத்தவனைப் பார்த்துச் சிரித்தார். 'அதிலன்! நீ எந்த வகையைச் சேர்ந்தவன் என்று உன்னைப் பார்த்ததுமே எனக்குத் தெரிந்து விட்டது. எங்கள் சோழ தேசத்தில் மஞ்சள் வால் குருவி ஒன்று உள்ளது. துன்பம் மிகும்போது மட்டுமே அது கூவும். கூவு! உனது சோக கீதத்தைக் கேட்கக் காத்திருக்கிறோம்.' அவன் பெயர் அதிலன் என்று அப்பொழுதுதான் எனக்குத் தெரிந்தது.

அவர் ஒரு கத்தியை எடுத்து அதன் முனை ஒளியில் மின்னும் வண்ணம் ஒருமுறை சுழற்றினார். ஸ்ரீவிஜயன் தனது தலையை அப்படியும் இப்படியுமாக ஆட்டினானே தவிர வாய் திறக்க மறுத்தான்.

கத்தி அவனை நோக்கிப் பாயச் சென்றபோது நான் அலறினேன். 'நில்லுங்கள்! மருந்தின் நச்சு இன்னும் செயலிழக்கவில்லை. அவன் நாக்கு நச்சின் கொடிய தன்மையால் தடித்திருக்கிறது. சிறிது பொறுங்கள்', என்றேன்.

கிருஷ்ணன் கத்தியைப் பின்னால் கொண்டு சென்றாலும் உறைக்குள் போடவில்லை. நான் உள்ளிருந்து சூடாகச் சிறிது சுக்குக் கஷாயம் கொண்டு வர ஏவினேன். சேவகன் ஒருவன் கொணர்ந்த சுக்குக் கஷாயம் நிறைந்த குவளையை ஸ்ரீவிஜயனிடம் நீட்டினேன். அப்படியே விழுங்குமாறு ஏவினேன். அவன் விழிகளின் அடியில் கோழி இரப்பைகள் தொங்கத் தொடங்கிவிட்டன. அவனுக்குக் கிருஷ்ணனின் கத்தி தேவையிருக்காது.

ஸ்ரீவிஜயன் மன்னரைப் பார்த்து மன்றாடினான். 'என்னை மன்னித்து உயிர் பிச்சை அளியுங்கள் மன்னா.' அவன் குரல் நடுங்கியது. 'சோழ அரசாங்கத்திற்குத் தகவல் எதுவும் அளிக்காமல் உங்கள் நகரத்தில் தங்கியிருந்தது உண்மைதான். ஆனால் எனக்கு எதுவும் தெரியாது.'

நான் அவன் அருகில் சென்று அவனது சிகையை இறுகப் பற்றி ஓர் அறை கொடுத்தேன். பெண்பிள்ளை கையினால் அடி வாங்க எந்த ஆடவன் விரும்புவான்? என் பயிற்சிக் காலத்தில் இதனை அறிந்து கொண்டு இதையே எனக்குச் சாதகமாக்கிக்கொண்டிருந்திருக்கிறேன். எனது வேலால் இங்கே ஒரு தட்டு அங்கே ஒரு தட்டு தட்டினால் போதும் பெண்பிள்ளை கையில் அடி வாங்கும் அவமானத்தால் தங்களது தற்காப்பு நுணுக்கத்தை இழந்து விடுவார்கள்.

அவன் ஆவேசத்துடன் என் மணிக்கட்டைப் பற்றப் பார்த்தான். நீட்டிய அவனது கரத்தைப்பற்றி எதிர் திசையில் முறுக்கினேன். அவன் கண்கள் கலங்கி வலியில் அலறினான். இன்னும் சற்று அழுத்தியிருந்தால் அவன் மணிக்கட்டில் இருக்கும் எட்டு எலும்புகளையும் நொறுக்கி இருப்பேன். நான் எனது பிடியைச் சற்று தளர்த்தி அவன் கவனத்தைக் கிருஷ்ணனின் பேச்சின்மீது திருப்பினேன்.

'நாங்கள் உனது அரசாங்க ரகசியங்களைக் கேட்கவில்லை. எங்களுக்கு அவை தெரியவேண்டிய அவசியமும் இல்லை. உங்கள் தேசத்தவரைக் கொல்லவேண்டும் என்றோ நிர்மூலம் ஆக்க வேண்டும் என்றோ எங்களுக்கு எண்ணம் எதுவுமில்லை. உங்கள் தேசத்திற்கான கடல் வழி குறித்து மட்டும் எங்களுக்குச் சில ஐயப்பாடுகள் உள்ளன...' என்றார்.

அதிலன் வாய் மூடிக் கிடந்தாலும் அவனது பார்வை அறையின் மூலையை நோக்கி அலைந்தது.

'சொல்லி விடு', என்ற கிருஷ்ணன், 'சொல்லி விட்டால் உன்னைப் பத்திரமாக ஒரு நாவாயில் ஏற்றி உனது நாட்டிற்கு அனுப்பி வைப்போம்', என்றார்.

அவனது விழிகள் அலைவதை நிறுத்தியது. அவனுக்குக் கிருஷ்ணன் மீது நம்பிக்கை பிறக்கவில்லை. வாய் ஓயாமல் அரற்றியபடி இருந்தான். அவன் தோள்களில் கிருஷ்ணன் மிதித்ததால் ஏற்பட்ட வலியில் அவன் கண்களில் நீர் மல்க இருந்தான். கிருஷ்ணன் மீண்டும் கத்தியைச் சுற்றியபடி மிரட்டினார். 'சொல் உன் உயிர் இங்கேபோக வேண்டுமா அல்லது உனது சொந்த மண்ணில் போக

வேண்டுமா?' என்று குரலை உயர்த்தினார். கத்தியின் முனையை அவனது பாதங்களின் மையப் பகுதிக்குக் கொண்டு வந்து ரத்தக் கோடு ஒன்றைப் போட்டார். அந்த ஸ்ரீவிஜயதேசத்தவன் அலறியபடி இடியுடன் கூடிய மழையைப்போல புலம்பத் தொடங்கினான்.

'சீனர்களுடன் ஸ்ரீவிஜயம் நடத்திய பேச்சுவார்த்தைகள் குறித்து என்னால் எதுவும் கூற முடியாது. எனது கால்கள் இரண்டையும் வெட்டினாலும் என்னால் எதுவும் கூற முடியாத நிலையில் இருக்கிறேன். நான் இங்கே வரும்போது அரச நிமித்தமாக வரவே இல்லை. இருப்புக் கொல்லர் ஒருவரின் மகன் நான். குதிரைகளுக்கு லாடம் அடிப்பதில் நுணுக்கம் கொண்டிருந்த எனது தந்தையுடன் இங்கு வந்தேன். அவருக்கு உதவியாக எனக்குத் துருத்தி மூலம் கரியில் நெருப்பு உண்டாக்குவதுதான் வேலை. இரும்பு அப்போது தான் நெருப்பில் கனிந்து வடிவிற்கு ஏற்றபடி தோதாக இருக்கும்.'

'ஒருநாள் மதிய வேளையில் ஒரு குதிரைப் படையின் ஒரு பிரிவில் உள்ள வீரர்கள் அனைவரும் என் தந்தையைத் தேடி வந்தனர். என் தந்தை அவர்களுக்கு உணவளித்து வரவேற்றார். குதிரைகளுக்கு லாடம் அடிக்கும்வரை வருபவர்களை நன்கு உபசரிப்பது அவரது வழக்கம். மேலும் வந்திருந்தவர்கள் குதிரைப் பிரிவின் உயர் அதிகாரிகள். என் தாயார் பன்றி இறைச்சியில் உணவு சமைத்துப் போட்டார். எனக்கும் நல்ல பசி. பரிமாறுவதற்கு அப்பா ஒரு புதுப் பெண்ணை அமர்த்தியிருந்தார். அவள் நல்ல வடிவும் இளமையும் கொண்டவள். பார்வையைச் சுழற்றி என்னைக் கிறங்கடித்தாள். அவள் முகம் எனக்கு மறக்கவில்லை.'

'பசி மயக்கம், பசியைத் தூண்டிய பன்றிக் கறி, பரிமாறிய ஆரணங்கு இவற்றின் மீது கவனம் இருந்ததால் இரும்புப் பட்டறையில் நெருப்பு பற்றிக்கொண்டதை எவரும் கவனிக்கவில்லை. மள மளவென்று லாடம் தயாரிக்கும் இடத்திலிருந்து கிளம்பிய தழல் ஒரு மர இருக்கையின்மீது பரவியது. காற்று வீசியதால் நெருப்பு எங்கும் எளிதில் பற்றிக்கொண்டது. நாங்கள் அனைவரும் எப்படியோ தப்பித்துவிட்டோம் ஆனால் எங்கள் இருப்பிடம் முற்றிலும் எரிந்து போய்விட்டது. கிட்டத்தட்ட அனைவரும் தப்பி விட்டோம், ஒரே ஒரு வீரனும் குதிரையும் தீயில் மாட்டிக் கொண்டனர். அவன் தோல் கருகுவதைப் பார்த்தேன். ஊன் உருகுவதைப் பார்த்தேன். பன்றிக்கறி சமைக்கும்போது எழுந்த வாசம் வீசியது.'

'வந்திருந்த குதிரைப்படை வீரர்களுக்கு எங்கள் மேல் கடும் கோபமானது. எங்கள் வீட்டுக் கிணற்றில் தள்ளிக் கொல்வதற்குத்

துணிந்தனர். ஆனால் அந்தப் படைத் தலைவனுக்குக் கொஞ்சம் கருணை மீதம் இருந்தது போலும். ஒரு நிபந்தனை இட்டனர். அதாவது நான் அவர்கள் படை வீரர்களுடன் அடிமையாகச் செல்லச் சம்மதித்தால் எங்களை உயிருடன் விட்டுவிடுவதாகக் கூறினர். எங்களுக்கும் வேறு கதி இல்லை. அன்றுதான் நான் என் குடும்பத்தை இறுதியாகப் பார்த்தது.'

எங்களை இரைஞ்சுவதுபோலப் பார்த்தான். 'எங்கள் நாட்டுக் குதிரைப்படை தலைவனுடன் இந்தச் சோழ தேசத்திற்கு வந்து சேர்ந்தேன். அந்தப் படைத் தலைவன் உளவாளியாகத்தான் இங்கு வந்தவன் என்ற விவரம் பின்னால்தான் தெரிந்தது. நான் அவரது கைப்பாவை. வேறு ஒன்றும் சொல்வதற்கில்லை.'

கிருஷ்ணன் தலையாட்டினார். 'நான் உன்னை நம்புகிறேன். கலக்க மடையாதே. என்னுடைய வினாக்கள் மிக எளியவை. உன் தலைவன் எங்கே போனான்? யாரோடு பேச்சுவார்த்தை நடத்தினான்? எவற்றை வாங்கினான்? இவ்வளவுதான் வினாக்கள். ஆனால் எச்சரிக்கையுடன் கேள். உனது காலடியில் உள்ள தரை உள்ளீடற்றது போல இருக்கிறது கவனித்தாயா? கீழே வெளிச்சமற்ற குகை போன்ற சிறை உள்ளது. நீ கூறும் ஒவ்வொரு பொய்யும் இந்தப் பாதாளச் சிறையின் படிகட்டுக்களை உனக்கு அண்மையில் கொண்டு விட்டு விடும் என்பதை மறக்க வேண்டாம்.'

அடித் தொண்டையில் பேசிய கிருஷ்ணனின் தொனியில் இருந்த உறுதியில் நான் எதை வேண்டுமானாலும் நம்பியிருப்பேன். அவர் தனது வார்த்தைகள் ஒவ்வொன்றையும் வடிகட்டிப் பயன்படுத்தினார்.

அதன் பிறகு நான் அரண்மனையைவிட்டு ஔவையுடன் வெளியேறினேன். மாலையானதும் அந்திப் பொழுதுக்கான பிரார்த்தனை பாடல்கள் பண்ணிசைக்கப்பட்டு விட்டன. முதன் முறையாக நான் இந்தப் பிரார்த்தனைப் பாடல்களில் கவனம் இல்லாதிருந்தேன்.

'ஸ்ரீவிஜயனின் இல்லத்திற்குப் போகும்போதோ திரும்பி வரும்போதோ யாராவது உன்னை நோட்டம் பார்த்தார்களா?' என்று ஔவை கேட்டார்.

'பார்த்திருக்க வாய்ப்பில்லை. நான் துணியால் முகத்தை மூடிக் கொண்டு சென்றேன். இருப்பினும் நான் கவசம் அணிந்திருந்தேன்.'

'யாராவது பார்த்திருந்தாலும் அரச கட்டளையை நிறைவேற்றச் செல்வதாகவே எண்ணியிருப்பார்கள்.'

'ஆமாம். நான் அதிலனைத் தேடி வந்தேன் என்ற சந்தேகம் எழாமல் பார்த்துக்கொண்டேன். அவனை இங்கு அழைத்து வரும் முன்னர் கால்களில் வளையங்களை மாட்டி அழைத்து வந்தேன்.'

'ஓ! மக்கள் ஒரு கந்து வட்டிக்காரனைச் சிறைப் பிடித்து வருவதாக எண்ணியிருப்பார்', என்றார்.

சோழ சாம்ராஜ்ஜியத்தில் அதிக வட்டிக்காகக் குடிமக்களைத் துன்புறுத்துபவர்களை நாங்கள் இவ்வாறுதான் கால்களில் இரும்புவளையங்கள் மாட்டி அழைத்து வருவது வழக்கம்.

'ஆமாம்.'

'யவனி நீ நிஜமாகவே புத்திசாலிதான்.'

'ஔவை', என்று அவரை அழைத்து 'நான் இந்த அரண்மனைக்குக் கொண்டு வரப்பட்டபோது மெய்க்காப்பாளர்களில் பத்தோடு பதினொன்றாகத்தான் இருக்கப் போவதாகக் கூறினார்கள். அவர்கள் கூறியது உண்மையா ஔவை?'

'இப்போது புரிந்த இந்த வீர சாகசம் மனதிற்கு எப்படி உள்ளது கருப்பு வீராங்கனையே?'

'என் மனம் தடுமாறவில்லை. ஆனால் என் எண்ணங்கள் என்னைக் கொன்று விடும்போல் உள்ளன.'

'எனக்குத் தெரியும் யவனி. நீ இங்கு வந்து சேர்ந்த புதிதில் எப்படி மிரண்டு போயிருந்தாய் என்று. ஆனால் போகப் போகத்தான் தெரிந்தது, நீ மற்ற வீரர்களைப்போல இல்லை. உன்னைப்போல அபூர்வ வீரர்களை வெறும் அலங்காரத்திற்காக மெய்க்காப்பாளராக நியமிக்க மன்னர் ஒன்றும் முட்டாள் இல்லை!'

'அதே போல நானும் முட்டாள் இல்லை. நான் ஒரு சிறைக் கைதி என்பதற்காக நான் சோழச் சக்கரவர்த்தி மீது செலுத்தும் விசுவாசத்தில் குறையிருக்க முடியுமா? தனது ராஜ்ஜிய எல்லைக்கு அப்பால் உள்ள தேசத்தவர்கள் கூட அவர் மீது விசுவாசமாக இருக்க முடியும் என்பதை இது காட்டலாம் அல்லவா?'

அவர் என்னை நேர் கொண்டு பார்த்தார். ‘அப்படியே இருந்து விட்டுப் போகட்டும்? அதில் என்ன பிழை இருக்கப் போகிறது?’ என்று கேட்டார்.

எனக்குள் சீற்றம் சர்ரென்று பொங்கியது. இது போன்ற அவமானங்கள் வழக்கமானது, ஏற்றுக்கொள்ளக் கூடியது என்கிறாரா? என்னைச் சிறை பிடித்த அவரது ஆரம்பக்கால நடவடிக்கையை மன்னித்து விடலாம் என்று எண்ணிய எண்ணத்தில் லேசாக விரிசல் நேரிட்டது. நான் எதுவும் கூறவில்லை.

அனந்தன்

1

அடுத்த ஓரிரு நாட்களில் மன்னர் ராஜேந்திர சோழ பூபதி ஸ்ரீவிஜய தேசத்திற்கு இணக்கமாகச் செயல்படுபவர்களைத் தேடிக் கண்டுபிடித்துச் சிறை பிடிக்கும் செம்பணியை வழங்கினார். அதிலன் தனது ஸ்ரீவிஜய மன்னரைச் சென்று சந்திக்கும் வணிகர்கள், அதிகாரிகள், நமது சோழ மண்ணில் பிறந்து ஸ்ரீவிஜய மன்னரின் ஒற்றர்களாகப் பணி புரியும் கயவர்கள் ஆகியோரது நீண்ட பெயர் பட்டியலைக் கொடுத்திருந்தான். ஸ்ரீவிஜய தேசத்தவர்கள், சோழர்கள் போர் தொடுக்க உள்ளதை அறிந்திருந்தார்கள். ஆனால் எப்போது என்பது மட்டும் தெரியவில்லை.

'எனது வீரர்களில் இவள்தான் ஆகச் சிறந்தவள் என்று என்னால் கூற முடியும்!' என்றார் மன்னர். ஒருநாள் நாங்கள் எப்போதும் அவசர ஆலோசனை செய்யும் காலைப் பொழுதில். ஒருவேளை அவர், தான் சிறைபிடித்த யவன தேசத்து வீரர்களில் அவள் சிறந்தவள் என்று கூறியிருக்கலாம் என்று நானும் பேசாமல் இருந்துவிட்டேன். அதைப் பெரிதாக எடுத்துக் கொள்ளவில்லை. இரவில் சிறப்புப் பணியாற்றும் வீரர்களிடம் மன்னர் அளவு கடந்த விசுவாசத்தை எதிர்பார்த்தார். யவனியிடம் அவ்வாறு எதிர்பார்க்க இயலாது என்பதால்தான் அவளை ஆரம்பத்தில் அரியணை மெய்க்காப் பாளராக நியமித்தார்.

ஆனால் இப்போது அவள் மன்னரைக் காப்பாற்ற தனது இன்னுயிரையும் தருவதற்கு ஆயத்தமாக இருப்பதை அரசர் நன்கு உணர்ந்து கொண்டுவிட்டார். மற்ற சோழ வீரர்களுக்கு இருப்பதைப் போன்று யவனர்களுக்கு அத்தனை பொறுப்புகள் இராது. அவர்கள் தனித்துக் கடமையாற்ற வேண்டும். மன்னரின் ஆணையை ஏற்றுப் புரியும் காரியங்களுக்கு யவனர்கள் சாட்சிகள் மட்டுமே. இதுவரையில் யவன வீரர்களுக்கு இதுதான் நடைமுறை.

யவனி ஒவ்வொரு முறை கயவர்களைப் பிடித்து வரும்போது ஏதோ நாடகங்களில் நிகழும் சாகசக் காட்சிகளைப் போலிருக்கும். அவள் தேடிச் செல்லும் கயவர்கள் எதற்கு வம்பு என்று இருளில் பதுங்கியிருப்பர். ஆனால் யவனி தனது வெண்புரவி மீது மதிய வேளை முடிந்ததும் கிளம்பிச் செல்வாள். முகத்தை மூட ஒரு துணி. அது எப்படி அவளது அடையாளத்தை மறைக்கும் என்பது ஒரு கேலிக்கூத்துதான். அவளது குறி தவறுவது கிடையாது. திரும்பும் போது ஒரு சணல் மூட்டையில் கயவர்களைக் கட்டி கால்களில் வளையங்கள் மாட்டி அழைத்து வருவாள். அவளது பட்டியலில் இருந்த கயவர்கள் ஒவ்வொருவராக சிறையில் அடைக்கப்பட்டனர்.

ஒருநாள் சேடிப்பெண்களின் குடியிருப்புப் பகுதிக்கு இரவு உறங்கச் செல்லும் முன்னர் யவனி என்னைச் சந்தித்தாள். அவள் சோர்வுற்று காணப்பட்டாள். 'அப்பா! எத்தனை நம்பிக்கைத்துரோகிகள் இந்தச் சோழ சாம்ராஜ்ஜியத்தில். பதவியும், அதிகாரமும் அதிகரிக்க அதிகரிக்கப் பகைவர்களும் அதிகரித்த வண்ணம் இருக்கின்றனர்', என்றாள்.

'முயற்சியின்றி விரைவில் கிட்டும் பதவிக்கு என்றுமே ஆபத்து அதிகம் இருக்கும்', என்றேன்.

'மன்னர் ராஜேந்திர பூபதியும் அவரது தந்தை ராஜ ராஜ சோழத் தேவரும் சுற்றியுள்ள குறுநில மன்னர்களை வென்று மண்டியிடச் செய்தனர். அவர்களும் மன்னரின் அடி பணிந்து கப்பம் கட்டினாலும் வஞ்சமும் பகையும் உள்ளே நீரோட்டமாக ஓடிக்கொண்டே இருக்கிறது. எப்பாடுபட்டாவது இழந்த மணிமுடியை அணிந்து கொள்ளவே பகை மன்னர்கள் முயல்வார்கள். இந்தக் குறுநில மன்னர்களை நாம் நேரடியாகக் குற்றம் சாட்ட முடியாது. ஆனால் சிறிது காலம் பொறுத்திருந்து செயலாற்றினால் எவர் கயவர்கள், எவர் ராஜவிசுவாசிகள் என்பது தெரிய வரும்.'

சிறிய இடைவெளிக்குப் பிறகு நான் யவனியிடம் 'அரசியாரைப் பற்றி ஏதாவது தகவல் உண்டா?' என்று கேட்டேன்.

யவனி உடனே விடை கூறாமல் சுற்றும் முற்றும் பார்த்தாள். நாங்கள் இருவர் மட்டுமே அங்கு இருந்தோம். 'சேடிப் பெண்களைக் கண்டால் அரசியாருக்குக் கட்டோடு பிடிப்பதில்லை. சேடிப் பெண்களும் அரசியாரை விரும்புவதில்லை. அது அரசியாருக்கும் தெரியும். அவளது செல்வாக்கைக்கொண்டு அவள் ஒற்றர்கள் மூலம் தகவல் பெறுகிறாள் என்று மட்டும் தெரிகிறது.'

'சேடிப்பெண்கள் அரசியாரை எதற்காக வெறுக்கின்றனர்?'

அரெமிஸ் பெருமூச்சு விட்டாள். 'சேடிப்பெண்கள் கதை கதையாக அளக்கின்றனர். அவை நெடுங்கதைகளாக மாறி அந்தப்புரம் முழுவதும் எதிரொலிக்கின்றன. அவர்களுக்கும் வம்படிக்க நீண்ட பொழுதுகள் உள்ளன. அவற்றை எல்லாம் கேட்டால் உங்களுக்குத் தலை சுற்றும்', என்றாள்.

நான் காத்திருந்தேன்.

அவள் மீண்டும் ஒரு முறை கவனமாக யாராவது வருகிறார்களா என்று நோட்டமிட்டாள். தனது எதற்கும் அஞ்சாத துணிவிற்குச் சோழ மண்டலம் முழுவதும் பெயர் விளங்கி வரும் வீராங்கனை இத்தனை கவனமாக இருந்தது எனக்கு விந்தையாக இருந்தது.

'என்ன சொல்வது? அரசியார் தான் மன்னருடன் தனித்திருக்கும் பொழுதுகளில் சேடியர்கள் உடன் இருப்பதை வெறுக்கிறார். தனியாக இருக்கும் பொழுதுகளிலோ கடுமையாகப் பணிகளை ஏவிக் கொடுமைப்படுத்துகிறார். அந்தரங்கப் பணிப்பெண்களின் ஒவ்வொரு செயலையும் கூர்ந்து கவனிப்பதால் அந்தப் பெண்களுக்குத் தேவையற்ற சங்கடங்கள் நேர்கின்றன என்பது தெரிய வருகிறது. அரசியார் சுத்தத்தில் அதிக கவனம் செலுத்துவதால் அரண்மனையின் ஒவ்வொரு அங்குலமும் பளிச்சென்று இருக்க வேண்டும் என்று எதிர்பார்க்கிறார். ஒருநாள் அரசியாரின் கட்டிலின் அடியில் சேடிப்பெண் ஒருத்தி ஒரு பெட்டியைக் கண்டிருக்கிறாள். இதுவரை அப்படி ஒரு பேழையை அந்தப் பெண் ஏற்கெனவே அங்கு கண்டதில்லை. வெந்நீர்க் குளியலுக்கு ஏற்பாடு செய்துவிட்டு வந்ததால் அரசியார் நீராடிவிட்டு வருவதற்குச் சற்று காலதாமதம் ஆகும் என்ற நம்பிக்கையில் அந்தப் பெண் அந்தப் பெட்டியைத் திறந்து பார்த்திருக்கிறாள்.'

'அதில் பெரிதாக ஒன்றும் இல்லையென்றாலும் கருப்புத் துணிபோல ஏதோ ஒரு வஸ்து கண்ணில் பட்டிருக்கிறது. இப்போதுகூட அந்தச் சேடிப்பெண், தான் தொட்டுப் பார்த்தது துணிபோல இல்லை என்றும் தோல்போல இருந்தது என்றும் சாதிக்கிறாள். அந்த வஸ்து உயிர்ப்புடன் இருந்ததை உணர்ந்ததாகக் கூறுகிறாள். அதை எடுத்துப் பிரிக்கலாம் என்று கருதியபோது உள்ளே ஓர் அச்சம் தோன்றி அவளைத் தடுத்து விட்டிருக்கிறது.'

'அந்தப் பெட்டி இன்னும் அங்குதான் உள்ளதா?' என்று கேட்டேன்.

'எனக்குச் சரியாகத் தெரியவில்லை. என்னை உள்ளே அனுமதிப்பதில்லை.'

‘எந்தச் சேடிப்பெண்ணிடமிருந்து தகவல் பெற்றாயோ அவளையே கேட்டுப் பார்க்கிறாயா? நான் இதற்கு மேல் உன்னைத் தொந்தரவு செய்ய மாட்டேன்.’

‘நல்லது முயற்சி செய்கிறேன்.’

அதற்குமேல் அவளிடமிருந்து என்னால் எதையும் பெற முடியவில்லை. அவளுக்கு மன்னர் இரவில் இடும் பணிகள் குறித்து விசாரித்தேன். சட்டென்று பின்வாங்கிவிட்டாள். ‘உங்களிடம் கூறாமலா எனக்கு மன்னர் சொல்லப் போகிறார்?’ என்று எதிர் கேள்வி கேட்டு மடக்கிவிட்டாள்.

எனது கேள்விக்கான விடை ராமனிடமிருந்து கிடைத்தது. ராமன் மிக இளநிலை வீரன். மிகுந்த ராஜவிசுவாசம் மிக்கவன். மன்னர் அவனை இருமுறை யவனிக்கு உதவியாகச் செல்லப் பணித்திருக்கிறார். அவனிடமிருந்து விஷயங்களைக் கிரகிப்பதற்கு எனக்கு இரண்டு விஷயங்கள் உறுதுணையாக இருந்தன. இரண்டு மொந்தை நிறையக் கள்ளும், அவனுடன் வாழ்நாள் முழுவதும் நட்பு பாராட்டுவதாக நான் அளித்த நம்பிக்கையும்தான் அவை. எனது சேவகன் அம்மணி கொண்டுவந்து வைத்த வட்டில் நிறைந்த இறைச்சி உணவைக் கண்டதும் அவனது கண்கள் கருங்கலியனின் கண்களைப்போல விரிந்தன.

‘முதலில் யவனிக்கு உதவியாக இரண்டு வீரர்கள் செல்வதாக இருந்தது. ஏன் எனில் பிடிக்கப்பட வேண்டிய கயவர்கள் எண்ணிக்கையில் அதிகம் இருந்தது காரணம். ஆனால் யவனி என்னை மட்டும் தேர்வு செய்தாள். இருவர் உதவிக்கு வந்தால் அவளது செயலாற்றலின் வேகம் குறைந்துவிடும் என்றும், ஓயாமல் நாங்கள் வெட்டிப் பேச்சு பேசுவோம் என்று கூறி மறுத்துவிட்டாள். எனக்காக அவள் சேணம் பூட்டித் தந்த புரவி ஒன்றில் ஏறி அவளைப் பின் தொடர்ந்தேன். ஒரு விநோதப் பிறவியாக அந்த யவனி பார்வைக்குத் தெரிகிறாள் இல்லையா? அந்த முகம், அந்த முடி. ரோமாபுரியைச் சேர்ந்தவள் போலவும் இல்லை. பாரசீகத்தைச் சேர்ந்தவள் போலவும் இல்லை’, என்றான்.

நான் சம்மதித்துத் தலையசைத்தேன். ‘அந்தக் கூந்தலின் நிறம்கூட முற்றிலும் வேறுபட்டது. அவளது கூட்டத்தைச் சேர்ந்தவர் களுக்குக் கூட அவ்வாறு கூந்தல் இருக்க வாய்ப்பில்லை.’

‘குழந்தை பிரசவத்தின்போது ஒரு தாயின் வயிற்றிலிருந்து வெளி வருவதைப் பொறுத்து என்று என் தாயார் அடிக்கடி கூறுவார்.

பலங்கொண்டு குழந்தையை எடுக்கும்போது ஏற்படும் அச்ச உணர்வு முதலில் அதன் தலை முடியைத்தான் பாதிக்கும் என்பார்.'

'நீ அவள் பின்னால் சென்றாய். சரி நீ என்ன சுமந்து சென்றாய்? கயிறு? வாள்?'

'ஒன்றுமில்லை. கொண்டுபோன கயிறு, சணல், கோணி போன்ற வற்றை அருகில் இருந்த கட்டிடத்தில் பதுக்கி வைத்தாள். தன் கைகளில் ஒரு குறுவாளும் வில்லும் மட்டும் எடுத்துச் சென்றாள்.'

'அவர்களை எவ்வாறு எதிர் கொண்டீர்கள்?'

'அவள் என்னைப் புரவிகளுடன் வெளியில் காத்திருக்கச் சொல்லி விட்டு உள்ளே சென்றாள். நான் அவள் தொடுத்த தாக்குதல் முழுவதை யும் ஒரு பார்வையாளனாக மட்டும் பார்த்துக் கொண்டிருந்தேன். அவளது புரவிகள் இரண்டும் ஊமைகள் போலச் சலனமின்றி நின்றன. அதன் காரணம் எனக்குப் பின்னர்தான் தெரிந்தது. அவள் அவற்றின் குளம்புகளில் துணியை வைத்துக் கட்டியிருந்தாள்.'

ராமன் தனது முகத்தைவிட நீண்டிருந்த குடுவை ஒன்றில் இருக்கும் கள்ளையும் சில மிடறுகளில் குடித்துத் தீர்த்தான். அவன் முகம் மிருதுவாக ஒரு குழந்தையின் முகம் போலிருந்தது. சோழச் சக்கரவர்த்தி அறிவித்துள்ள புதிய யுத்த அறிக்கைகள் இவனைப் போன்ற பால் மணம் மாறாத பல இளைஞர்களை அவர்களது கப்பல் மீகாமக் கனவுகளுடன் சோழர் படையில் சேர்த்திருக்கிறது.

'அந்த நால்வர் தங்கியிருந்த பகுதிக்கு அருகில் இருந்த மரத்தில் சரசரவென்று ஏறினாள். எப்படித்தான் ஏறினாளோ? ஓர் இலைகூட சிறிய சப்தம்கூட எழுப்பவில்லை. மரத்திலிருந்து அவர்களை நோட்டமிட்டாள். பிறகு தனது அம்புறாத் துணியிலிருந்து கணை ஒன்றை வில்லின் நாணில் பூட்டினாள். ஒரே நொடிதான். கணை அங்கிருந்த ஒருவனின் புஜத்தில் பாய்ந்தது. அடுத்தது மற்றொருவனின் புஜம். முதலாம் அம்பு யார் மீது ஏவப்பட்டது என்பதை அவன் உணரும் முன்னர் இரண்டாவது அம்பு அவனைத் தாக்கியது. மூன்றாவது மனிதன் வில்லாளி இருந்த இடத்தைக் கண்டுபிடித்தும் பயனில்லை. அவனும் வில்லிற்கு பலியானான். அவள் என்னதான் விரைந்து செயல்பட்டாலும் நான்காவது கயவன் தடதடவென்று என்னை நோக்கி வரத் தொடங்கிவிட்டான். அவன் தொலைவில் வரும்போதே அவள் அவனை வீழ்த்திவிட்டாள். நான் அவளுக்கு உதவியாக நால்வரையும் கொண்டுவந்த சணல் கோணியில் கட்டி குதிரையின் மீது ஏற்றுவதற்கு உதவி புரிந்தேன். நான்கு மூட்டைகளுடன் அரண்மனை வந்து சேர்ந்தோம்', என்றான்.

ஓ! இந்த யவனிக்குக் கரவு கை வந்த கலையாக உள்ளது. ஒரு மரத்தின் மீது ஓசையின்றி ஏற முடியும் என்றால், நால்வரை ஒரே சமயத்தில் அவர்கள் அறியும் முன்னர் வீழ்த்த முடியும் என்றால்... ஓ! இவள் எனக்கு நிச்சயம் பயன்படுவாள்.

ராமன் தனது இளம் மீசையை வழித்தபடி மௌனம் காத்தான்.

'இதை எப்படி விளக்குவது என்று தெரியவில்லை ஔவை. அவள் அந்தக் கயவர்களைப் புரவியில் ஏற்றியதும், மிகவும் விந்தையான ஒன்று நிகழ்ந்தது.'

நீண்ட மிடறு. தனது நாவைத் தாயார் செய்து கொள்வதற்காக இருக்கலாம்.

'அவள் அந்தக் கயவர்களைக் கட்டிய சணல் கோணியைக் குதிரைகளின்மீது ஏற்றினாள். பிறகு என்னை மரத்தின் அருகில் சென்று எனது அம்புகள் ஏதாவது விடுபட்டுக் கீழே கிடக்கிறதா என்று பார்த்து வரச் சொன்னாள். நான் விரைந்து சென்று கீழே நோட்டமிட்டேன். அவள் அம்பு எதையும் தவற விடவில்லை. நான் அவளை உன்னிப்பாக கவனித்தபடி அருகில் சென்றேன். இருட்டி விட்டது. இருந்தாலும் மாளிகையின் தாழ்வாரத்தில் விளக்கு ஒன்று எரிந்து கொண்டிருந்தது. அவளது குறுவாள் மின்னிக் கொண்டிருந்ததைப் பார்த்தேன். அவள் முன்னால் நகர்ந்து சென்று அவன் அங்கியை விலக்கி அவன் முதுகில் ஆழமாகத் தனது குறுவாளைப் பாய்ச்சினாள். நான் என் இரு கண்களாலும் பார்த்தேன்!'

நான் கண்கள் விரிய அவனைப் பார்த்துக் கேட்டேன். 'நீ சொல்வது உண்மைதானா?'

'ஆமாம்', அவன் குரலில் சுரத்தில்லை. புறமுதுகில் கத்தியால் அடையாளம் இடுவது அவமானச் சின்னம். அவர்களுக்கு அச்சமேற் படுத்த முயன்றிருக்கிறாள். 'நாங்கள் அங்கிருந்து அகன்றோம். அரசரின் மாளிகையில் இருந்த காவலர்களை அவள் சந்திக்கச் சென்றபோது நான் மற்ற மூன்று உடல்களின் முதுகையும் பார்த்தேன். அவற்றிலும் அவள் அவ்வாறு ஆழமாகக் கீறியிருந்தாள்.'

அவனுக்கு மேலும் இரண்டு மொந்தைக் கள் அருந்தக் கொடுத்தேன். மூன்றாவது மொந்தையை அவன் முழுவதும் குடித்து முடித்தபோது அவன் தனது சுயநினைவை இழந்திருந்தான். அதன் பிறகு அவனிடமிருந்து எதையும் கறக்க முடியவில்லை.

மறுநாள் யவனியை வீரர்கள் அறையில் இருப்பதைப் பார்த்தேன். அரண்மனை வீரர்கள் அனைவரும் ஒன்றாக உணவருந்துவது வழக்கம். அவள் பெண் என்பதால் ஒரு நீண்ட உணவு மேசையில் அவள் மட்டும் தனியாக உணவு அருந்திக்கொண்டிருந்தாள். வாழை இலையில் புளி சோறும் அவரைக்காய் வதக்கலும் வேகவைத்த முட்டையும் பரிமாறியிருந்தனர். சேனையையும் மீனையும் வதக்கி குழம்பு ஒன்று ஊற்றினார்கள். நான் அவள் அருகில் அமர்ந்தேன்.

எனக்கு அருகில் காட்டிலிருந்து தப்பி வந்த கரடி போன்ற தோற்றம் அளித்த வீரன் ஒருவன் இடுப்பு வேட்டியை நெகிழவிட்டுக் கொண்டு இடையில் இருந்த கத்தியை மேசையின் மேல் வைத்து இலையில் இருந்த உணவை ஒரு பிடி பிடித்துக் கொண்டிருந்தான். அவன் உண்டு முடித்துக் கைகளைக் கழுவச் செல்லும் வரையில் காத்திருந்தேன்.

'நீ அந்தக் கயவர்கள் முதுகில் இவ்வாறு அடையாளம் வைப்பது முறையன்று', என்று கூறினேன்.

அவளது பச்சை நிற விழிகள் என்னை விழித்துப் பார்த்தன. அவள் தன் முன்பிருந்த உணவின்மீது தலையைக் கவிழ்த்தபடி 'ராமன், முட்டாள்', என்று கறுவினாள். உணவுச் சத்திரப் பணியாளன் வந்து என் முன்னால் ஓர் இலையை வைத்து உணவு பரிமாறினான். நான் உண்ணத் தொடங்கினேன்.

மண் கலயத்தில் இருந்த தயிரை கடகடவென்று குடித்து முடித்தாள். 'அவர்கள் ராஜ துரோகிகள். அவர்களுக்கு அப்படி அடையாளக் குறி வைப்பதில் தவறில்லை', என்று மண்பாண்டத்தை மேசை மீது வைத்து விட்டுக் கூறினாள்.

'அவர்கள் ராஜ துரோகிகளாக இருந்தாலும் அவர்கள் முதுகில் அடையாளம் வைக்கும் உரிமையை உனக்கு யார் வழங்கியது? மேலும் மன்னர் அவர்களைப் பார்த்து விசாரித்து ராஜாங்க துரோகிகள் என்று குற்றம் சாட்டும் முன்னர் உன்னை யார் அடையாளக் குறி வைக்கச் சொன்னது? அவர்களில் எவனாவது ஒருவன்மீது குற்றம் நிரூபணம் ஆகவில்லை என்றால் அவன் விடுதலையான பின்னரும் முதுகில் உன்னால் இடப்பட்ட விழுப்புண்ணுடன் இருக்க வேண்டியதுதானா?' என்று கேட்டேன்.

சோறும் கறிகாய் வதக்கலும் அத்தனை மோசமாக இல்லை என்றாலும் வெங்காயம் அதிகம் சேர்த்திருந்தார்கள்.

அவள் கோபத்தில் வெடித்தாள். 'யாராலும் என்னைத் தடுக்க முடியாது. நான் ஒரு வீராங்கனை. கதிரவனின் கீழ்தான் நான்

இயங்குகிறேன். மூலையில் முடங்குவதோ, இருளில் சென்று தாக்குவதோ என்னால் முடியாது', என்று குரலை உயர்த்திப் பேசினாள்.

நான் பதில் ஏதும் கூறாமல் மௌனத்தை நீட்டித்தேன். 'உனக்குத் தெரியுமா, நான் உன்னுடைய விற்பயிற்சியை உனது பயிற்சிக் காலங்களிலேயே பார்த்திருக்கிறேன்!' என்றேன்.

'உங்களைப் பார்த்த ஞாபகமே எனக்கு இல்லையே', என்றாள். விந்தையுடன்.

'உனக்கு மட்டும்தான் மறைந்திருந்து இயங்கத் தெரியுமா? நானும் அதில் வல்லவன். பயிற்சிப் போட்டிகளில் சிரேயர் உனக்கு வில் பயிற்சிகளை மட்டும் அளிக்கும்போது நீ எப்படி வில் வித்தையில் சிறந்து விளங்கினாய் என்பது எனக்குத் தெரியும்... வேல் கம்பு பயிற்சியில் நீ சுழலவா செய்தாய்? நடனமன்றோ ஆடினாய்? நீ பல முறை தோற்றிருக்கிறாய். ஆனால், எதிரியின் ஈட்டி உன் தொண்டையைத் தொடும் நேரத்தில் நீ காட்டிய வீரமும் வேகமும் மறக்க முடியாது. எத்தனை பொறுமை! எத்தனை நிதானம்! உன்னை விட வலிமையானவர்களை நீ என்ன அழகாகப் போக்குக் காட்டினாய். தந்திரமாக நீ எடுத்த அடி ஒவ்வொன்றும் உன் எதிராளியைத் திணறடித்தன அன்றோ? முடிவில் அவர்கள் சோர்வுறும் நேரம் பார்த்திருந்து உன் வேல்கம்பினால் அவர்களை மடக்கும் உன் சாமர்த்தியம் கண்டு மெச்சியிருக்கிறேன்.'

அவள் பதில் எதுவும் கூறாது நான் சொல்வதைக் கேட்டுக் கொண்டிருந்தாள்.

'நான் இதுபோல வேல்கம்புப் பயிற்சியில் நின்று பொறுமையுடன் கம்பு சுழற்றியவர்களைப் பார்த்து வெகு காலமாயிற்று. காத்திருந்து காத்திருந்து சூழ்ச்சி செய்து விளையாட இப்போது யார் இருக்கிறார்கள்? எதிரியை வெற்றி பெற அவனைத் தாக்க வேண்டிய செய்கை எதுவும் செய்யவேண்டாம். அவனைத் தடுத்து நிறுத்தினால் போதும். உனக்குப் புரியும். சற்றும் பொறுமை காவாத எனது வீரர்களை எண்ணிச் சினம் கொள்வேன். அதுவும் ஒரு பெண்ணின் தாக்குதலைத் தடுக்க இயலாதவர்கள்; ஓர் அந்நிய நாட்டு அடிமையின் தாக்குதலைத் தடுத்து நிறுத்த யோக்கியதை இல்லாதவர்கள். உன்னை என்னுடையவள் என்று நான் மனதில் வாங்கிக்கொள்ள வெகுநாட்கள் ஆனது. உனது வில்வித்தை, வாள்பயிற்சி போன்றவற்றை மீண்டும் மீண்டும் பார்த்து நீ என்னுடைய படையைச் சேர்ந்தவள் என்று மனதார ஏற்றுக் கொள்ளத் தொடங்கினேன். ஆம் இப்போது நீ எனது வீராங்கனை!'

‘ஆம்! நான் இப்போது ஒரு வீராங்கனை. சுண்டெலி இல்லை இருளில் மோதுவதற்கு.’

‘யவனி!’ என்றேன். என் குரலில் ஓர் எரிச்சல் இருந்தது. ‘மன்னரை எந்த அளவிற்கு நீ காப்பாற்றுகிறாய் என்பது தெரியுமா உனக்கு? உனது சேவை எந்த அளவிற்கு மன்னருக்கு முக்கியம் என்பது தெரியுமா? கிருஷ்ணனும், நானும் மன்னரின் வலது கரம் என்றால் யவனி நீதான் அவரது இடது கரம். நீ ஆற்ற வேண்டிய பணிகளை உன்னால்தான் ஆற்ற முடியும்.’

‘எனக்கும் விருப்பம்தான்’, என்று உணவை முடித்துவிட்டுக் கூறினாள். ‘இதோ இப்போது எனது துணிகரச் செய்கை வெட்ட வெளிச்சமாகி விட்டது. அதனால்தான் அவர்கள் கால்களில் அடையாளக் குறிகளை வைத்தேன். குடிமக்களுக்கு நான் யார் என்று புரியவேண்டும். யவனி என்றால் ஒரு கிலி தோன்றவேண்டும்!’

‘நமது தீரம் மிக்க வீரர்களைப் போர்க்களத்தில் நிறுத்தி அவர்கள் வாழ்வை வீணடிக்கிறோம் என்று என்றாவது எண்ணியிருக் கிறாயா? போரில் இறப்பதால்...?’

‘போரில் இறப்பதால் வீணடிக்கப்படுவதில்லை. படைப் பிரிவிற்குத் தலைவனாக்கப்படுவதன் மூலம் அவர்கள் வாழ்வு வீணடிக்கப்படுகிறது’, என்றாள்

நான் உடனே பதில் கூறவில்லை. அவள் என் பதிலுக்குக் காத்திருந்தாள். அவளுக்குத் தெரியும் அவள் எத்தனை சாதனைகள் புரிந்தாலும் ஒரு படைப் பிரிவை தலைமை தாங்கும் வாய்ப்பு அவளுக்குக் கிட்டாது.

‘எனது வீராங்கனை’, என்று என்னை அழைத்தீர்கள் இல்லையா ஔவை? அதில் எந்த அளவிற்கு உண்மை இருக்கிறது என்று உங்களுக்குத் தெரியும். ஏன் என்றால் நான் உங்கள் சோழ வீரர்களோடு போருக்குச் செல்ல முடியாது. நீங்கள் குறிப்பிட்ட சோழ வீரர்கள் என் வேல் கம்பின் முன்னர் சிறு பிள்ளைகளைப் போலத் தடுமாறி விழுகின்றனர். விற்பயிற்சி எனக்குப் பிடிக்க வில்லை என்றாலும் அதிலும் நான்தான் முன்னால் நிற்கிறேன்.’

‘இருப்பினும் நீங்கள் அனைவரும் என்னை முன்னிலைப் படுத்தாமல் பின்னால் நிறுத்தி வைத்திருக்கிறீர்கள். நான் எந்த வித்தையில் சிறந்து விளங்கினாலும் ஒரு கீழ்ச் சாதியைச் சேர்ந்த வளைப்போல, குலம் கோத்திரம் தெரியாத அநாதையைப் போலவே நடத்தப்படுகிறேன். ஆம்! நான் வாழும் இடத்தில் நான்

யாருமற்ற ஓர் அனாதையைப் போல வசிக்கிறேன். என்னைப்பற்றி வரலாற்றில் ஒரு சிறிய குறிப்பு கூட இருக்கப் போவதில்லை. பௌராணிகர்கள் ஊர் ஊராகச் சென்று சோழ தேசத்து வீரர்களின் புகழைக் கதைகளாகச் சொல்லும்போது என்னைப்பற்றி ஒரு வார்த்தைகூடக் குறிப்பிட மாட்டார்கள். எனக்குச் செப்புப் பட்டயம் எதுவும் உருவாக்கப்படாது. எனக்கு பரணி பாட ஒரு புலவனும் முன்வரமாட்டான். எனது இறப்பை எண்ணி கண்ணீர் விடவோ, பெருமூச்சுவிடவோ ஒரு ஜீவன்கூட இருக்காது.'

நான் அந்தப் பெண்ணின் பேச்சை மாற்ற எண்ணினேன். 'யோசித்துப் பார். உன் தேசத்தில் நீங்கள் ஈட்டியை எதற்காக ஏந்தினீர்கள்? கொள்ளையடிப்பதற்கும், கொலை புரிவதற்கும் இல்லையா? உன் தேசத்தில் நீ இருந்திருந்தால் இன்று இதுபோன்ற சிறந்த வீராங்கனையாக உருவாகியிருக்க முடியுமா? மற்ற பெண்களைப் போலத் திருமணம், குழந்தைப் பேறு என்று உன் வாழ்க்கை மொன்னையாக முடிந்திருக்கும். நாங்கள் உனக்குப் பொற்கவசம் வழங்கி கௌரவித்திருக்கிறோம். மறந்து விடாதே.'

'ஆமாம், அதுவும் சரிதான். நீங்கள் சொல்வதுபோல நான் ஒரு சிறந்த மனைவியாக ஆகியிருப்பேன். சிறந்த புதல்வர்களைப் பெற்றெடுத்து ஒரு நல்ல தாயாக ஆகியிருப்பேன். ஒருவேளை என்னைப் போலவே புதல்விகளைப் பெற்று எடுத்திருப்பேன். எனது வாழ்விற்கு ஓர் இலக்கு இருந்திருக்கும். ஒரு வீரன் போற்றப்படுகிறான். ஒரு நல்ல மனையாள் போற்றப்படுகிறாள். ஒரு தாய் போற்றப்படுகிறாள். ஆனால் என்னை நேசிப்பவர்கள் இங்கே யார் இருக்கிறார்கள் ஔவை? நீங்கள் எனக்கு நீண்ட தனிமையை மட்டுமே பரிசாக அளித்து கௌரவப்படுத்தி யிருக்கிறீர்கள்!'

அவள் தனது இருக்கையிலிருந்து எழுந்தாள். அந்தச் சத்திரத்தின் கண்காணி அவளை நோக்கினான். அவன் அவளைப் பெயர் சொல்லி அழைத்தான். ஆனால், அதற்குள் அவள் அங்கிருந்து அகன்று விட்டாள்.

எனக்குப் பசி போய்விட்டது. இலையில் மீதமிருந்த உணவை அப்படியே வைத்துவிட்டு எழுந்தேன். ஓ! நான் வாழ்க்கையில் சந்தித்த ஒவ்வொரு பெண்ணும் ஒரே நேரத்தில் எனக்குத் தலைநோவை அளிப்பதில் அக்கறையாக இருக்கின்றனர். என் மனைவி என்னுடன் பேசுவதற்கு வாயைத் திறப்பது அவளது வெள்ளி மற்றும் பட்டுச் சேலை தேவைகள் இருந்தால் மட்டும் தான். அல்லது அடுத்து எப்போது அரண்மனைப் பெண்டிருக்கு

மீண்டும் எப்போது அரசவை கூடும் என்பதைக் கேட்பதற்கு வாய் திறப்பாள். மந்தாகினிக்கு இரண்டு முத்தங்கள் போதும் தூங்க ஆரம்பித்து விடுவாள். நான் கிளம்பும்போது அவளிடமிருந்து குறட்டை ஒலிக்கத் தொடங்கி விடும்.

நான் அங்கிருந்து அகன்று துறைமுகம்வரை நடந்து சென்றேன்.

இதோ என் எதிரில் அந்தக் கடல் கன்னி நின்றுகொண்டிருந்தாள். இவள்தான், இந்தப் 'பார்வதி'தான், எனக்கு மிகக் குறைந்த அளவு தொந்திரவு தரும் கன்னி. பார்வதி. பழுப்பு நிறத்தில் அழகாக மின்னிக் கொண்டிருந்தாள். நீராடிவிட்டு வந்த அழகி தனது மேனியில் அணிந்து கொள்ளப் பட்டாடைகளுக்குக் காத்திருப்பது போல அவள் பாய்மரத்திற்குக் காத்திருந்தாள். நான் கடற்கரை மணலைக் கடந்து அவள் அருகில் சென்று அவளது மிருதுவான வழவழவென்று மின்னிய வயிற்றினுள் செல்ல ஆசைப்பட்டேன்.

கிருஷ்ணனைத் தேடினேன். அவன் என் கண்களுக்கு அகப்பட வில்லை. நான் பார்வதியின் மீதிருந்த மூங்கில் ஏணியில் ஏறி மேல்தளத்தை அடைந்தேன். பார்வதியின் உட்பகுதி முழுவதும் முடிந்துவிட்டது. உள்ளே உணவு, ஆயுதம், மீகாமர்கள் உறங்க என்று நான்கு தனித் தனி அறைகள் கட்டியிருந்தனர். நான்காவது அறை எண்ணெய் பீப்பாய்களுக்கும் வேறு சில போர்த் தளவாடங் களுக்கும் பாதிக் கட்டப்பட்ட நிலையில் இருந்தது. கப்பலின் கதவுகள் மிகவும் இறுக்கமாக இருந்தன. நான் ஒரு சேவகனை அழைத்து ஒரு துணியும் ஒரு பாண்டத்தில் கடல் நீரும் கொண்டு வரச் சொன்னேன்.

'நாம் விரைந்து செயல்பட்டுக் கொண்டிருக்கிறோம்', என்று அங்கு பணியாற்றிக் கொண்டிருந்தவரிடம் கூறினேன்.

'சரியான நேரத்திற்கு நாம் கடலோட வேண்டியிருக்கும். கப்பல் களைப் பார்த்துப் பார்த்துப் பராமரிக்க வேண்டியுள்ளது', என்றேன்.

சேவகன் ஒரு பழைய துணியும் ஒரு பாண்டத்தில் நீரும் கொண்டுவந்து தந்தான். கதவுப் பகுதியின் அருகில் இருந்த தரைத் தளத்தில் அந்தத் துணியை விரித்தேன். கதவுகளை இழுத்து மூடிவிட்டு கதவின் பலகையின்மேல் நீரை ஊற்றினேன். இதே போல முழுவதும் கட்டி முடிக்கப்பட்ட அறைகளின் கதவுகளையும் சோதித்தேன். துணி சட்டென்று ஈரமாகிவிட்டது. அவ்வாறெனில் கடல் நீர் உட்புக வாய்ப்பிருக்கிறது.

என்ன வேலை செய்கின்றனர்! அவர்களைச் சுடுசொற்களால் ஏசுவதில் ஒரு பயனும் இராது. என் மனதின் வருத்தம் முகத்தில் பிரதிபலித்தது. 'இனிமேல் இதனைச் செப்பனிட முடியாது', என்று கூறிவிட்டு, 'நகருக்குள் நுழைந்தால் தென்படும் சதுக்கத்தை அடுத்த மூன்றாவது வீதியில் மானசவைரு என்று ஒரு தச்சன் இருப்பான். அவனிடம் சென்றால் தேன் நிறத்தில் ஒரு களிம்பு கொடுப்பான். அதை வாங்கிக் கொண்டுவந்து எங்கெல்லாம் விரிசல் உள்ளதோ அங்கெல்லாம் பூசு. விரிசல் வழியாகத் தண்ணீர் உள்ளே புகாது. அரண்மனைச் சுவர்களுக்கு நடுவில் உள்ள விரிசல்களைச் செப்பனிட இந்தக் களிம்பைத்தான் பூசுவோம்.'

'நாளை மீண்டும் ஒருமுறை வந்து ஒழுங்காகச் செப்பனிடப்பட்டு விட்டதா என்று பார்ப்பேன்', என்றேன். என்ன செய்யட்டும், அவர்களும் தங்கள் முகங்களில் வருத்தத்தைப் பிரதிபலித்துக் கொண்டிருந்தனர்.

அங்கிருந்து மந்தாகினியின் இல்லத்திற்குச் சென்றேன். அவள் விழித்திருக்க வேண்டும். நல்லவேளை அவள் உறங்கச் செல்ல வில்லை. அவளது குங்கிலியக் கலயம் புகைந்து கொண்டிருக்க வில்லை. அவள் வீட்டில் உள்ள முக்காலியின் அடியில் மறைத்து வைக்கப்பட்டிருந்தது. நான் உள்ளே நுழைந்தபோது அவள் தனது கட்டிலில் அமர்ந்து முதுகை, சுவரின்மீது நன்கு சாய்த்துக் கைகளில் எதையோ தைத்துக்கொண்டிருந்தாள். உதடுகளை ஒரு குழந்தை யின் முனைப்புடன் கடித்தபடி இருந்தாள். புருவம் நேர்கோட்டில் நின்றன. அவளுக்குத் தெரியாமல் நான் அவளைக் கூர்ந்து கவனித்துக்கொண்டிருந்தேன். இன்னும் சற்று நேரத்தில் தலை நிமிர்ந்து பார்த்துவிட்டு எனது இந்தத் திருட்டுச் செயலுக்கு வக்கிரம் பிடித்தவன் என்று செல்லமாகக் கோபிப்பாள். காத்திருந்தேன். இது போன்ற செல்லக் கோபங்களின்போது நான் அவளது முக பாவத்தைத்தான் மிகவும் ரசிப்பேன். சிறுமி பிராயத்தை அவள் அனுபவித்ததில்லை. ஆறு வயதுவரையில் அவர்களுக்குச் சொந்தமான நிலத்தில் எப்போதும் ஏதாவது வேலை அவளுக்கு இருந்துகொண்டே இருக்கும். அவளது ஆறாவது பிராயத்தில் தந்தை அகாலமாக இறந்ததும் அவளது மூத்த சகோதரர்கள் அவர்களது நிலத்தைப் பிடுங்கிக்கொண்டு தாயையும், மகளையும் வீதிக்கு விரட்டி அடித்து விட்டனர்.

நாகைப்பட்டிணத்துக்குப் புலம் பெயர்ந்த அவர்கள் எந்த ஏவலையும் செய்து வயிற்றை நிரப்பும் துர்பாக்கியத்திற்குத் தள்ளப்பட்டனர். அவளது தாய், வீட்டு வேலைகள் செய்யும்

குற்றேவல் பெண்ணாகப் பணி புரிந்தாள். மந்தாகினி பரதவர்களுக்கு உதவியாக மீன்களை அடுக்குவது, கழுவுவது போன்ற எடுபிடி பணிகளைப் புரிந்தாள். ஒருநாள் முச்சூடும் வேலை செய்தால் மாலையில் ஒரு பணம் கூலியாகக் கிடைக்கும். அவள் பணி புரிந்த இடங்களில் யாருக்குக் கோபம் வந்தாலும் அவள் தலைதான் உருட்டப்படும். அனைவருக்கும் எடுபிடி என்பதால் அவளைக் கடிந்து கொள்ளாதவர்களே அவள் பணியிடத்தில் கிடையாது. 'பள்ளம் பார்த்துத்தான் வெள்ளம் பாயும் என்பார்கள்', என்று கூறிவிட்டு 'கொடுமையும் குரூரமும்கூட கீழ் நோக்கித்தான் பாயும்', என்று முடிப்பாள்.

'எனது பெண்மையின் தற்காப்பிற்காக நான் மீன் நறுக்கும் கத்தியைக் கூட ஆயுதமாகப் பயன்படுத்தி இருக்கிறேன்', என்று ஒருநாள் கூறினாள். அவள் பணி புரியும் இடங்களில் ஆடவர்களால் அவள் பாலியல் வன்முறைக்கு ஆளாகியிருக்கிறாளா என்று நான் கேட்டதற்கு இந்த விடையைப் பகர்ந்தாள். ஆனால் தொல்லை கொடுக்கும் ஆடவர்களை அவள் இதுவரை எப்படித்தான் சமாளித்து வந்தாள் என்பது எனக்குத் தெரியவில்லை. காலம் செல்லச்செல்ல அவளும் கனிவான வசீகரமான புன்னகைப் பெண்ணாக மாறி விட்டாள். அவள் புன்னகையில் தடுக்கி விழுந்து அடிக்கடி எனது இதயத்தில் காயம் பட்டுக்கொள்ளத் தொடங்கினேன்.

'பொல்லாத கிழவரே! எத்தனை நாழிகை நீங்கள் இங்கே நின்று கொண்டிருக்கிறீர்கள்?' என்று பொய்க் கோபத்துடன் கேட்டாள்.

'அதிக நாழிகை இல்லை பெண்ணே', என்றேன்.

'இங்கே பாருங்கள்', என்று தனது கையிலிருந்த பட்டுத் துணியை நீட்டினாள். 'நேற்று நான் வெளியில் சென்றுவிட்டுத் திரும்பும் போது தேவையற்றத் துணிகளுடன் இந்தப் பட்டுத் துணி கிடைத்தது. இந்த நீல வர்ணம் எனக்கு மிகவும் பிடிக்கும்', என்றாள். தனது மார்க் கச்சையை அவிழ்த்துவிட்டு அந்தப் பட்டுத் துணியைக் கச்சைபோல அணிந்துகொண்டாள். அந்த நீலப் பட்டுத் துணியை அவள் பின்புறம் சுற்றி முன்னால் மார்பில் சிறிய அலங்கார முடிச்சு போட்டுக் கொண்டாள்.

'எப்படி இருக்கிறது சேனாதிபதியாரே?' என்று கேட்டுவிட்டுக் கண் சிமிட்டினாள்.

'அனந்தா அதிகம் வழியாதே' - நான் உள்ளுக்குள் என்னை எச்சரிக்கை செய்துகொண்டேன். நான் அவளைப் பார்த்து

பலவீனமான புன்னகையை உதிர்த்தேன். அவள் களுக்கென்று சிரித்தாள்.

நாங்கள் பொடி நடையாகக் கிளம்பி அருகில் இருந்த சிறிய கடற்கரை ஒன்றுக்குச் சென்றோம். அங்கு அதிகமான மக்கள் திரள் இல்லை. எங்கள் இருவரின் நெருக்கம் குறித்து உளவுத்துறை சந்திர சூரியர்கள் ஏற்கெனவே மன்னருக்குத் தகவல் அளித்துவிட்டனர். வாணிக்கும் எங்களைப்பற்றித் தெரியும். நான் அதிக எச்சரிக்கை உணர்வு உள்ளவன்தான். இருப்பினும் அக்கம்பக்கத்தினர் எங்களை இணையாகப் பார்ப்பது எனக்கு நலம் விளைவிக்காது. காதலர் களுக்கு நாகைப்பட்டிணம் முழுவதும் மறைந்திருந்து சந்திக்கப் பல இடங்கள் உள்ளன.

அந்த நீலப் பட்டுத் துணி ரவிக்கை மந்தாகினியின் இல்லத்தில் அவள் அணிந்து கொண்டிருந்ததைப் பார்த்தபோது ஓரளவு நன்றாக இருப்பது போலிருந்தது. ஆனால் வெளியில் பகல் வெளிச்சத்தில் சிறிது மட்டமான துணி போன்ற தோற்றத்தை அளித்தது. பரவாயில்லை என்று மனதிற்குள் கூறிக்கொண்டு அவளை கரங்களைப்பற்றிக் கடற்கரைவரையில் கூட்டிச் சென்றேன். கடற்கரையில் மக்களின் கூட்டம் அலை மோதியது. ஆப்பம் வாங்கினோம். உடன் கொஞ்சம் ஆமைக்கறியில் செய்த குழம்பும், வறுத்த வாதுமைப் பருப்புகளும் வாங்கிக்கொண்டோம். அவற்றை வாழை இலைகளில் ஏந்தியபடி கடலின் அருகில் சென்று உண்ணத் தொடங்கினோம்.

தூரத்தில் மீன் பிடிக்கும் படகுகள் ஒன்றோடு ஒன்று உரசியபடி நின்றன. படகுகளில் வெளிப்பலகைகளில் பதித்திருந்த கண்ணாடித் துண்டுகள்மீது சூரியனின் கிரணங்கள் விழுந்து அப்படகுகள் கடலில் பளபளப்புடன் காணப்பட்டன. மரக்கலங்களில் வீசப்பட்ட வலையானது கடலின் ஆழத்திற்குச் சென்று மீண்டும் மேலே வரும்போது மின்னும் மீன் கூட்டத்துடன் வருவதைப் பார்ப்பது கண் கொள்ளாத காட்சியாக இருக்கும். என்னவோ அந்த மாலைப் பொழுதில் கண்ணில் படுபவை எல்லாம் தக தகவென்று மின்னிக் கொண்டிருந்தன. மந்தாகினியைப் பார்த்தேன். அவள் தனது கையிலிருந்த ஆப்பத்தை ஆமைக்கறிக் குழம்புடன் சேர்த்துக் கடித்து உண்டு கொண்டிருந்தாள்.

'என்னிடம் அந்தரங்கமாகப் பேசுவதற்கா என்னைக் கடற்கரைக்குத் தனியாக அழைத்து வந்தீர்கள்?'

'என்ன சொல்லுகிறாய் நீ?'

'உங்கள் மனைவிக்கு நமது தொடர்பு குறித்து நன்கு தெரியும். நீங்களோ யுத்தத்திற்காகக் கடல் கடந்து நெடுந்தூரப் பயணம் மேற்கொள்ள இருக்கிறீர்கள். இதில் ஒன்று போதாதா? எனைப் பார்த்து, 'மந்தாகினி இனிமேல் இந்த உறவைத் தொடர்வதில் பயன் இல்லை. நீ உன் வழியைப் பார்த்துக்கொண்டு செல். அனைத்தும் ஒரு முடிவிற்கு வந்துவிட்டன. ஆப்பத்தை உண்ட பின்னர் நீ உன் பாதையில் செல், நான் என் பாதையில் செல்கிறேன்', என்று கூறப் போகிறீர்கள்!' அவள் சிரித்தாலும் சீற்றத்துடன் காணப்பட்டாள்.

அவள் பார்வையைத் தவிர்த்து கடலைப் பார்த்தேன்.

'பொற்கழஞ்சுகளால் என்னைச் சமாதானம் செய்யலாம் என்று எண்ண வேண்டாம். எனக்கு அந்தப் பொற்காசுகள் தேவை யில்லை. உங்களுக்குக் குற்ற உணர்வு எழவேண்டும். ஐயோ மந்தாகினியின் வாழ்வை நாசமாக்கிவிட்டோமே என்று நீங்கள் துடிக்க வேண்டும்', என்று கூறிவிட்டுச் சிரித்தாள். அவளது வாய் சிரித்ததே அன்றி மனம் சினத்தில் கொதித்துக்கொண்டிருக்க வேண்டும்.

'மந்தாகினி இதற்கு முன்னால் நீ இவ்வாறு நடந்துகொண்ட தில்லை. நீ இவற்றை எவ்வாறு எடுத்துக்கொள்கிறாய் என்று எனக்குத் தெரியவில்லை', என்றேன்.

'ஆமாம்! இதற்கு முன்னர் நான் இவ்வாறு நடந்து கொண்டதில்லை தான். பெண்கள் பெண்களிடமிருந்தே கற்றுக் கொள்கிறார்கள். கட்டாடிப் பெண்கள் (★குறி சொல்லும் திறமையுள்ள வண்ணாத்திப் பெண்கள்) ஆரம்பத்திலிருந்தே என்னை எச்சரித்து வந்தார்கள். நாம் முதன் முதலில் சந்தித்த வசந்த காலத்திலிருந்து இவ்வாறு ஒரு நாள் நிகழும் என்று.' அவள் குரல் கடுமையானது.

'ஒவ்வொரு முறை நீங்கள் என்னைப் பார்ப்பதற்குப் படியேறி வரும்போதெல்லாம் நான் முதன்முதலில் சந்திப்பதைப்போல உணர்வேன். ஒவ்வொரு படியாக ஏறி நான்காவது படியில்தான் நீங்கள் என்னைப் பெயர் சொல்லி அழைப்பீர்கள்', என்றபடி ஆப்பத்தை ஒரு கடி கடித்தபடிக் கூறினாள்.

'நான்காவது படி சற்றுப் பழுதடைந்துள்ளது!'

'தெரியும்.'

'அதை நான் செப்பனிடவே இல்லை!'

'அது உங்கள் வேலையன்று.'

ஆப்பம் இருந்த வாழையிலையை மணல்மீது வைத்துவிட்டு மந்தாகினியின் தோள்மீது கரங்களைப் படர விட்டேன். 'மந்தாகினி நீ இதுவரையில் முட்டாளாக நடந்துகொண்டதில்லை.' அவள் என் கண்களை நேராகச் சந்திக்க மறுத்தாள். 'என் ஆகாயத்தைப் பிரகாசிக்கச் செய்யும் ஒளியை நான் தடுக்க முடியுமா? எனக்கு ஒளி தேவையோ இல்லையோ ஒளிக்கு நான் தேவை!'

நான் அவளைப் பற்றி இழுத்தேன். எங்கள் முன்னர் ஜல சமுத்திரம். பின்னாலோ ஜன சமுத்திரம். பின்னால் இருக்கும் மக்கள் திரளுக்கு நாங்கள் யார் என்று தெரியும், எங்கள் இடையில் உள்ள உறவு தெரியும், இதுவரை நாங்கள் என்ன செய்து வந்தோம் இனி என்ன செய்வோம் போன்றவை அவர்களுக்குத் தெரியும். நாங்கள் எத்தனை மனங்களை நோகடித்தோம் என்பதும் தெரியும். அவர்கள் எங்கள் பாவங்களை எண்ணிக்கொண்டே இருக்கின்றனர். ஆனால் நான் இதோ இவளுடன் தனிமையை உணர்கிறேன். அந்த கூட்டத்திலிருந்து விலகி வந்ததைப் போல உணர்கிறேன் சமுத்திரம் என் கால்களைத் தீண்டிக் கொண்டிருந்தது. என் தோள்களில் படர்ந்த அவள் மேனி அன்னத்தின் சிறகினையும்விட மெல்லியதாக இருந்தது. அவளை அணைத்து முத்தமிட்டேன்.

அந்தி சாய்ந்த பின்னர் நாங்கள் கிளம்பினோம். நான் ஏதோ ஒரு பாடலை தாளம் தப்பி சுதி விலகிப் பாடிக்கொண்டே வந்தேன். அவள் அந்தப் பாடலை முறையாக மீண்டும் ஒருமுறை பாடினாள். ஆனால் நான் பாடும் மற்ற அனைத்துப் பாடல்களையும் அவள் மீண்டும் பாடவில்லை. சில பாடல்களை நான் நன்றாகவே பாடினேன். அவள் குரல் மேல் ஸ்தாயியில் சுருதி சேர மறுத்தது. எங்கள் குரல் தேர்ந்த இசைப் பாடகரின் குரலைப் போன்று இல்லையென்றாலும் இருவரும் சேர்ந்து ஓரளவு பொறுத்துக் கொள்ளக்கூடிய பாடல்களை உரத்த குரலில் பாடிச் சென்றோம். வீதியில் உள்ள வீடுகளின் சாளரங்கள் ஓங்கி ஓங்கிச் சார்த்தப்பட்டன.

'அற்பர்கள்', என்று நான் கூவினேன்.

'குட்டைக் கழுத்தர்கள்', அவளும் உற்சாகமாகக் கூவினாள்.

அவள் இருப்பிடம் செல்லும் இடமெல்லாம் இருளாக இருந்தன. வீதிகள் தாறுமாறாகக் கிடந்தன. பௌர்ணமி இரவு என்பதால் எங்களால் தடுமாறாமல் செல்ல முடிந்தது. ஒரு வீதி முனையைக் கடந்ததும் நாய்களின் ஓலம் கேட்கவே நான் அவளது கரங்களைப் பற்றிக்கொண்டேன். நாய்கள் எங்களைப் பார்த்து ஓலமிடவில்லை. நான் அவளை அந்த அமளியிலிருந்து விலக்கினேன். ஆனால்

அதற்கு முன்பே அவள் அவற்றைப் பார்த்துவிட்டாள். லாயத்தி லிருந்து தப்பி வந்த ஒரு குதிரைக் குட்டியை வீதி நாய்கள் சூழ்ந்து நின்றன. குதிரைக் குட்டி மிகவும் இளம் பிராயமானது. நாய்களின் கூர்மையான பற்களுக்கு நடுவில் அது கால்கள் நடுங்க நின்று கொண்டிருந்தது.

'ஔவை, அந்த நாய்கள் குதிரைக் குட்டியைக் கடித்துக் குதறப் போகின்றன', என்று கூறிய மந்தாகினியின் உடல் நடுங்கிக் கொண்டிருந்தது.

நாங்கள் ஒரு மறைவான பகுதியில் பதுங்கியிருந்தோம். நான்கு சொறி பிடித்த வெறி நாய்கள் அந்தக் குதிரைக் குட்டியை வளைத்து நின்றன. இப்படி ஒரு வீதியின் வழியாக மந்தாகினியை அழைத்து வந்ததற்கு என்னை நானே நொந்துகொண்டு அருகில் இருந்த சிறிய கூரிய கற்களைக் கைகளில் அள்ளிக்கொண்டேன். நான் அந்த வீதி நாய்களை நோட்டமிட்டேன். அவற்றின் கவனம் எங்கள்மீது இல்லை. குதிரைக் குட்டியின்மீதுதான் இருந்தது. அந்தக் கூட்டத்திற்குத் தலைவனைப் போலத் தோன்றிய வளர்த்தியான நாய்மீது கையில் இருந்த கல்லை விட்டெறிந்தேன். ஊஹூம் அந்த நாய் என்னை கவனித்ததாகவே தெரியவில்லை. மேலும் இரண்டு மூன்று கற்களை விட்டெறிந்ததும்தான் அது அந்தக் குதிரைக் குட்டியை விட்டுவிட்டு என் மீது மூர்க்கத்தனமாகப் பாய்ந்தது.

நான் மந்தாகினி பாதுகாப்பான இடத்தில் இருக்கிறாள் என்பதை உறுதி செய்துகொண்டேன். விடாமல் மேலும் கற்களால் அந்தப் பெரிய நாயையும் ஏனைய நாய்களையும் தாக்கினேன். என் நோக்கம் அவற்றின் கவனத்தை குதிரைக் குட்டியின் மீதிருந்து திசை திருப்பிக் குதிரைக் குட்டிக்குத் தப்பித்து ஓடுவதற்கான சந்தர்ப்பத்தை அளிப்பதுதான். அனைத்து நாய்களும் என் பக்கம் திரும்பி மூர்க்கத்தனமாகக் குரைக்கத் தொடங்கின. பசியும், சீற்றமும் இருந்தாலும் அவை நான்கும் மிகவும் எச்சரிக்கையுடனும் இருந்தன. மனிதர்களைத்தான் எடை போட முடியாது. நான் எனது கத்தியைக் கைகளில் எடுத்துக்கொண்டேன். மேலும் சில கற்களை எடுத்துக் கொண்டேன். நாங்கள் ஒருவரை ஒருவர் மூர்க்கத்தனத் தோடு வெறித்துப் பார்த்துக்கொண்டிருந்தோம்.

அவற்றின் பின்னால் இருந்த குதிரைக் குட்டி எழுந்து நின்று கால்களை உதறிக்கொண்டது. இதற்குள் அந்த நான்கில் ஒன்று குதிரைக் குட்டியின் பக்கம் பார்வையைத் திருப்பியதும் நான் என் கையில் இருந்த கூர்மையான கல்லை அந்த நாயின்மீது

விட்டெறிந்தேன். கூர்மையான கல் அதன் காலைத் தாக்கியதும் அந்த நாய் வலி தாளாது ஊளையிட்டது. நாய்களும் நானும் ஒருவரை ஒருவர் கூர்ந்து பார்த்துக் கொண்டிருக்கும்போது அந்தக் குதிரைக் குட்டி மெதுவாக இருளில் அங்கிருந்து அகன்றது. ஓடு முட்டாள் குதிரையே என்று மனதிற்குள் கருவிக்கொண்டேன். நாய்கள் விடாமல் என்னை உற்று நோக்கிக் கொண்டிருந்தன.

'எல்லாம் வல்ல சிவபிரானுக்கு நன்றி', என்ற மந்தாகினியின் குரல் எனக்குப் பின்புறமிருந்து கேட்டது. 'வா மந்தாகினி வா! இங்கிருந்து அகன்று விடுவோம்.' அவள் என்னைப் பற்றியிழுத்த போது நான் திரும்பிப் பார்த்தேன். நாய்களின் கவனம் எங்கள் மீதுதான் இருந்தது.

மீண்டும் அவளது குடியிருப்பு அறையில் அவள் என்னைக் கட்டிக் கொண்டு, 'நல்லவேளை நீங்கள் உடன் இருந்தீர்கள். அந்தப் பாவப் பட்ட குதிரைக் குட்டியைக் காப்பாற்றி விட்டீர்கள்', என்றாள். கடற்கரையில் இருந்த அதே உற்சாகம் அவளைத் தொற்றிக் கொண்டது. என்னைத் தழுவி முத்த மழை பொழிந்தாள். தனது கூந்தல் அலங்காரத்தைக் களைந்து பூக்களையும் ஆபரணங்களையும் கழற்றி வைத்தாள். எனது கரங்கள் மார்புக் கச்சையின்மீது சுற்றியிருந்த அந்த நீலப் பட்டுத் துணியைத் தீண்டியது.

பிறகு நெடுநேரம் சென்ற பின்னர் நான் அவளிடம் அந்த அறையில் உறங்க முடியாத நிலையைக் கூறினேன். 'எனக்கு உறக்கம் வராமல் உத்திரத்தைப் பார்த்தபடி போர்த் தந்திரங்கள் குறித்து யோசித்துக் கொண்டிருப்பேன்', என்று கூறிவிட்டு இதழில் முத்தம் ஒன்றைப் பதித்துவிட்டு, 'விரைவில் உன்னை வந்து சந்திக்கிறேன்', என்று கூறினேன்.

'நிச்சயம் விரைவில் சந்திப்பீர்களா?' என்று கேட்டாள்.

'சத்தியமாக!' என்று சொல்லிவிட்டு, நான் அவசரகதியில் ஆடைகளை அணிந்து கொண்டேன். நான் அங்கிருந்து கிளம்பி தெருவில் இறங்கி நடக்கத் தொடங்கினேன். தெருவின் முனை திரும்புவதற்கு முன்னரே யூகித்துவிட்டேன். அப்போது சிந்திய குருதியின் வாடை நாசியைத் தாக்கியது. நான் அருகில் சென்று பார்த்தேன். குதிரைக் குட்டியின் ரத்தம்தான் வாடையடித்தது.

குதிரைக் குட்டியின் உடல் அங்கு இல்லை. இழுத்துச் செல்லப் பட்டிருக்கும். அந்த இடத்திற்கு இழுத்து வந்து கடித்துக் குதறிக் கொன்றுவிட்டு ஆளரவமற்ற இடத்திற்கு இழுத்துச்

சென்றிருக்கும். என் சிந்தையிலிருந்து அந்தக் குதிரைக் குட்டி எளிதில் மறையவில்லை.

2

யுத்த ஆயத்தம் பழி பாவத்துக்கு அஞ்சாதவர்களுக்கு ஒரு வரப்பிரசாதம். அரசவை தீர்மானங்கள் விரைவாக இயற்றப்பட்டு விரைவாக முடிக்கப்படவேண்டும். ஆயுதங்கள் தயாரிக்க, கவசங்கள் தயாரிக்க, உணவுப் பொருள்களைச் சேகரிக்க இவற்றிற்குத் தேவையான பொற்காசுகள் அதிக அளவில் அச்சில் வார்க்கப்பட வேண்டும். ஏமாற்று வேலைகளும்,மோசடிகளும் அதிகம் நிகழும் காலம் இது. ஆயுதங்கள் எளிதில் பிடியிலிருந்து நழுவி விடும். வாள் பிடியிலிருந்து எளிதில் வெளியில் வரும். அம்பின் முனை சேனைக் கிழங்கைப்போல மொன்னையாக இருக்கும். அரிசி மூட்டையில் தானியத்தின் அளவிற்குப் பொடிக் கற்கள் கலந்துவிடும். அத்தனை மோசடிகளையும் நான் கண்டுபிடித்து நேர் செய்யவேண்டும்.

ஆயுத விற்பனை செய்பவர்கள் தாங்கள் தயாரிக்கும் ஆயுதங்களில் சிறிதளவு கவனம் செலுத்தினால்கூடப் போதும், வீரர்கள் மோசமான ஆயுதங்களை ஏந்தி உயிர் இழக்க நேரிடாது. இதுபோன்ற போர்க் காலங்களில் நேர்மையற்று வாணிபம் செய்யும் நய வஞ்சக வணிகர்கள்தாம் முதலில் பாதாளச் சிறையில் அடைக்கப்பட வேண்டியவர்கள்.

மதியம் முழுவதும் புதிதாக யுத்தத்திற்கு வந்து சேர்ந்துள்ள வீரர்களைத் தேர்வு செய்வதில் பொழுது போனது. நோஞ்சான் களையும், எளிதில் உடல்நலம் குன்றுபவர்களையும் விலக்கிவிட்டு ஆரோக்கியமான, வலுவான வீரர்களைத் தேர்வு செய்யவேண்டும். கிருஷ்ணன் அங்கு இருந்து அமைதி காத்து வந்தான். அவனுக்குப் படைப் பிரிவின் அதிகாரிகளுடன் பேச்சுவார்த்தை இருந்து வந்தது. ஒவ்வொரு படைத்தலைவரும் கொண்டுவரும் வீரர்களின் எண்ணிக்கை, புரவிகளின் எண்ணிக்கை போன்றவற்றை அவன் சோதித்து வந்தான்.

கோயில் சிவாச்சாரியார்கள் சொல்லியிருந்த நேரத்தில் சரியாக வந்து விட்டனர். என்னால்தான் அவர்களை உடனே சென்று வரவேற்று பேட்டியளிக்க முடியாமல் போனது. பட்டர்கள் முகத்தில் சீற்றம் தெரிந்தது. நான் அவசர அவசரமாக இருகரம் குவித்து அவர்களை வணங்கியபடி எதிர் கொண்டேன்.

‘நாங்கள் கேட்டிருந்த பொன் எங்கே?’ - தஞ்சை பெருவுடையார் கோயிலின் தலைமை சிவாச்சாரியார் என்னிடம் கோபமாகக் கேட்டார்.

‘போர் ஆயத்தங்கள் கோயிலுக்கு வழங்கப்படும் கொடைகளைத் தாமதப்படுத்துகின்றன பெருந்தகையே...’, என்று நான் முற்றிலும் அவரைக் குனிந்து வணங்கியபடி கூறினேன். நான் முழங்காலைச் சற்று மடித்து வைத்துக்கொண்டு உடல் பருத்திருந்த தலைமை சிவாச்சாரியாரைவிட உயரம் குறைந்தவனாகக் காட்டிக் கொண்டேன். ‘இரும்புக் கொல்லர்கள், மரத் தச்சர்கள், நெசவாளர்கள் போன்றோருக்கு நிதி அளிக்க வேண்டியிருப்பதால் இந்தத் தாமதம். நமது கப்பல்களும், வீரவாள்களும் அவர்களையே நம்பியிருக்கின்றன பட்டர் பெருந்தகையே’, என்று கூறினேன்.

‘ஓ! உங்கள் கப்பலின் விதியை எல்லாம்வல்ல சிவபெருமானின் கருணை நிர்ணயிப்பது இல்லையோ?’ என்றார் சிவாச்சாரியார் எகத்தாளமாக.

‘யார் இல்லை என்றது? அவன் இன்றி ஓர் அணுவும் அசையாது அல்லவா?’ என்று நான் மேலும் வினயமாக விடை அளித்து அவரைச் சாந்தமாக்கினேன். துளைக்குள்ளிருந்து வெளிவரும் சிறு விலங்கைத் தூக்கிச் செல்லக் காத்திருக்கும் வல்லூறைப்போல தலைமை சிவாச்சாரியார் என்னைப் பார்த்தார்.

அவர் பார்த்த பார்வையில் மேலும் வரிசையாகக் குற்றப் பட்டியலை வாசிப்பார்போலத் தெரிந்தது. என்னுடைய நல்ல நேரம் மாலைப் பிரார்த்தனைப் பாடலைத் தளிச்சேரிப் பெண்கள் பாடத் துவங்கினர். அந்த பவித்திரமானப் பெண்களின் பாடல் தேவகானமாகக் காற்றில் மிதந்து வந்தது. பகல் பொழுது தனது பாயைச் சுருட்டத் தொடங்கி விட்டது.

‘அறுபது பொன் ஆரங்கள் தஞ்சை பெருவுடையார் கோயிலுக்கு இன்னும் வழங்கப்படாமல் உள்ளது’, என்றவர், ‘இன்னும் மூன்று நாட்களுக்குள் அவை தஞ்சை கோயிலை வந்து சேரவேண்டும்’, என்றார் அதிகாரத் தொனியுடன். கூறிவிட்டு அவ்விடத்தை விட்டு மற்ற சிவாச்சாரியார்களுடன் அகன்றார். அவர் தலையின் மீது இருந்த குடுமி காற்றில் அங்குமிங்கும் அலைந்தது.

யுத்தத்துக்கு ஆட்சேர்க்கைக்காக வீரர்களை விரைந்து பேட்டி கண்டு விட்டு அவசர அவசரமாகக் கட்டாடிகளின் இருப்பிடம் நோக்கி விரைந்தேன். மந்தாகினியை எப்போது இறுதியாகப் பார்த்தேன்

என்ற கேள்வி எழுந்தது. ஐந்து நாட்கள் இருக்கும். யுத்த ஆயத்தங்களில் ஐந்து நாட்கள் எத்தனை விரைந்து சென்றுவிட்டன? ஐந்து நாட்களும் அந்திமாலைப் பொழுதில் தளிச்சேரிப் பெண்களின் தேவாரப் பண்கள் ஒலிக்கும்போது நான் நிலை கொள்ளாமல் தவிப்பேன். வீட்டில் ஒரு காலும் வெளியில் ஒரு காலுமாக அல்லாடுவேன். ஆனால் இப்போது ஸ்ரீவிஜய தேசத்தை நோக்கி புறப்பட உள்ள கடற்பயண ஆயத்தங்களில் இருந்ததால் நாள் கிழமை மறந்து போனது.

மந்தாகினி இல்லம் நோக்கிச் சற்றேறக்குறைய ஓடினேன் என்றுதான் கூற வேண்டும். ஐந்து நாள் தாமதத்தை அந்த நூறடி ஓட்டத்தில் ஈடு செய்ய நினைத்தேனோ? ஆதவன் மேலைத் திசையில் மறையத் தொடங்கினான். ஆகாய நீலம் சிறிது சிறிதாக மாறத் தொடங்கியது. மாடங்களில் விளக்குகள் ஏற்றப்பட்டன. அவளது குடிலுக்குச் சென்றபோது அங்கு விளக்கேற்ற எவருமில்லை.

வாயிலை நெருங்கியதும் நான் வழக்கம் போல மந்தாகினியைப் பெயர் சொல்லி அழைத்தேன். கதவு திறந்திருந்தது. எப்போதும் வாயிலில் வந்து இன்முகத்துடன் வரவேற்கும் மந்தாகினி அங்கே இல்லை. உள்ளே கடும் இருளாக இருந்தது. துர்நாற்றம் ஒன்று நாசியைத் துளைத்தது. கழுவி சுத்தம் செய்யப்படாத குதிரை லாயத்தில் வருவதுபோல துர்நாற்றம் அடித்தது. தீர்த்த யாத்திரை சென்று வந்தவர்கள்மீது வீசும் துர்நாற்றம்.

நடக்கக் கூடாத ஏதோ ஒன்று நடந்திருக்கும் என்று உள்மனம் எச்சரித்தது.

'மந்தாகினி', சற்று நிதானமடைந்து மந்தாகினி கை விளக்கை எங்கு வைப்பாள் என்று யோசித்து அந்த இடத்திலிருந்த விளக்கை எடுத்து ஏற்றினேன்.

அதனை அவளது மஞ்சத்திற்குக் கொண்டு சென்றேன். மஞ்சத்தின் மீது கைகால்களைப் பரப்பியபடி மந்தாகினி படுத்திருந்தாள். அரைகுறை ஆடையில் மிகவும் இறுக்கமாகக் கிடந்தாள். ஆனால் முகம் சற்று இளகியிருந்தது. நான் திகிலில் உறைந்து போனேன். சட்டென்று அவளது நாசியின்மீது விரல்களை வைத்துப் பார்த்தேன். மிக லேசாக மூச்சு இருப்பது தெரிந்தது. அவள் உயிருடன் இருந்தாள். ஆனால் கூண்டில் அகப்பட்ட விலங்கினைப் போல நிலையில்லாமல் தவித்தாள். அவள் உடல் முழுவதும் நகக் கீறல்கள். தனது நகங்களால் சொறிந்துவிட்டுக் கொண்டதுபோலத் தோன்றியது. ஒருவேளை வேறு ஒருவரின். நகக் கீறல்களோ?

நான் நடுங்கிக் கொண்டிருந்தேன். கையில் இருந்த விளக்கினை நடுங்கியபடி கீழே இறக்கி வைத்தேன். மஞ்சத்தில் கிடந்த அவளை என் இரு கரங்களினால் வாரியணைத்து அவளது உடலை ஆராய்ந்தேன். 'மந்தாகினி பெண்ணே', என்று அவளைக் குரல் கொடுத்து எழுப்ப முயன்றேன். அவள் முகத்தில் விழுந்திருந்த கூந்தலையும் மலர்களையும் ஒதுக்கினேன். அவள் விழிகள் திறந்திருந்தன என்றாலும் அவளது பார்வை என்னைத் தாண்டி எங்கோ நிலை குத்தி நின்றது. கனவுகளில் சிக்கிக்கொண்டது போலத் தெளிவற்ற தடுமாறும் வார்த்தைகளில் ஏதோ உளறினாள்.

அவளது சுவாசம் சீரற்றதாகவும் மெதுவாகவும் இருந்தது. அசுத்தமாக, அலங்காரமின்றி ஒரு பிச்சைக்காரியைப்போல நான் இதுவரையில் அவளைப் பார்த்ததில்லை என்பதால் எனக்கு அடிவயிற்றைப் பிசைந்தது. கண்களில் நீர் திரண்டது. முதன் முதலாக எனது வயதான மூப்பு என்னைத் தளர்த்தியது. அவளை மஞ்சத்தில் கிடத்தினேன். தலையையும், கால்களையும் சீராக நீட்டி வைத்து அவள்மீது ஒரு போர்வையைப் போர்த்தினேன். விளக்கை எடுத்துக்கொண்டு வைத்தியரின் மனையை நோக்கிக் கிளம்பினேன்.

நகரத்தில் சிறந்த வைத்தியர் என்றால் அவர் அரண்மனை வைத்தியர் மட்டும்தான். ஆனால் அவர் அதி புத்திசாலி. எனது அவசரத்தைப் புரிந்துகொண்டு தனது உணவைக்கூட உண்ணாமல் அவசரமாக என்னுடன் கிளம்பிவிட்டார். கட்டாடிகளின் படித்துறையின் துப்புரவற்ற வீதிகளின் ஊடாக நாங்கள் விரைந்தபோது இருவரும் எதுவும் பேசாமல் சென்றோம். இந்தப் பகுதியின் அசுத்தம் எனது நினைவைவிட்டு அகன்ற நிலையில் மீண்டும் அவற்றை என் கண்களால் பார்க்க நேர்ந்தது.

உள்ளே நுழைந்ததும் அவர் அவளது நாடியைப் பரிசோதித்தார். 'எத்தனை மணி நேரமாக இப்படி இருக்கிறாள்?' என்று கேட்டார்.

'தெரியாது வைத்தியரே, நான் அவளைப் பார்த்து ஐந்து நாட்கள் ஆகின்றன. அவளது சோம்பேறித்தனம்...'

நான் முடிப்பதற்குள் 'நஞ்சு செய்திருக்கும் வேலை இது', என்றார்.

'நஞ்சா?', நான் புருவத்தை நெறித்தேன். ஷலகர், பெரும்பில் என்று எனக்கு ஆகாதவர்களின் நினைவுதான் முதலில் தோன்றியது. தவறு! இவ்வாறு எண்ணக்கூடாது. அறையின் மூலையில் வைக்கப் பட்டிருந்த கிண்ணத்தில் இருந்த குழம்பு ஒன்றை எடுத்து அவரிடம் நீட்டினேன்.

‘இதுவா?’ என்று கேட்டேன்.

‘ஓ! அபினி’, என்றார் வைத்தியர்.

•

என் எதிரில் வந்தது யவனி இல்லை. ஏதோ ஒரு பணிப்பெண்.

‘அரெமிஸ் உறங்கிக் கொண்டிருக்கிறாள்’, என்று என்னை மேலும் கீழும் பார்த்தபடி வந்தவள் கூறினாள். மரியாதை தெரிந்த பெண்ணாகத் தோன்றினாலும் இனிமேல் எதுவும் கூற மாட்டேன் என்ற தொனியில் நின்றாள்.

‘பரவாயில்லை அவளைப்போய் எழுப்பு. உறக்கம் சூரியோதயம் வரை தொடர வேண்டாம்’, என்று கூறினேன்.

அந்தப் பெண்ணும் வடிவாகவே இருந்தாள்.

அவள் மந்தாகினியைப் போலவே, பார்த்ததும் கண்ணைப் பறிக்கும் அழகுடன் விளங்கினாள். ஒருமுறை பார்த்தாலும் மனதில் சலனத்தை ஏற்படுத்தும் அழகு. இடுப்பில் வெள்ளியில் மணிகள் கோர்த்த மேகலை அணிந்திருந்தாள். உள்ளே இருக்கும் அங்கங்கள் வெளியில் தெரியும் வண்ணம் சன்னமான ஆடை அணிந்திருந்தாள். அரசியார் அமயாவின் அந்தப்புரத்திற்கு வெளியில் இவளை அடிக்கடி பார்த்திருக்கிறேன். எனக்கு அரசியாரின் நம்பிக்கையின் மீது மிகுந்த விந்தை ஏற்பட்டது. தன்னைவிட அழகான பெண்களைச் சேடியராக வைத்துக்கொள்வதில் உள்ள ஆபத்து தெரிந்தும் அவளைத் தனது சேடிப்பெண்ணாக வைத்துக் கொண்டுள்ள நம்பிக்கை. பெண்களின் மனதை அறிந்தவர் யார்?

‘தொடர்ந்தால்தான் என்ன?’ என்று அவள் கேட்டாள்.

‘ஏன் என்றால் யவனிக்கு இருள் ஒரு போர்வை. அவளுக்கு இடப்போகும் பணியை அவளால் பகல் பொழுதில் ஆற்ற இயலாது!’

அவள் தயங்கினாள். அவள் முகத்தில் கவலை ரேகைகள் ஓடின. ‘எப்போதும் அதுதான் இல்லையா?’ என்று கேட்டுவிட்டு உள்ளே சென்று மறைந்தாள்.

அதற்குள் வேறு ஒரு பெண் வந்துவிட்டாள். அவள் யவனி என்பதை உணர்வதற்கு எனக்குச் சற்று நேரமானது.அவள் உடலில் கவசம் இல்லை. சாதாரண உடையில் அவள் இருந்ததும் ஒரு காரணம். கவசம் அணியாத அவளது தோள்கள் ஒடுங்கிக் காணப் பட்டன. மேலும் மெலிந்த தோற்றத்தினை உடையவளாகத் தெரிந்தாள்.

'யவனி உன்னிடம் ஓர் உதவி நாடி வந்திருக்கிறேன்', என்றேன். அவளிடம் மந்தாகினியைப் பற்றி விளக்கமாகக் கூறினேன். அவள் வியப்பெதுவுமின்றிச் செவிமடுத்தாள். எத்தனை பின்னற்கால்கள் போட்டுக் கொண்டாலும் அவள் கூந்தல் அடங்காமல்தான் இருந்தது. அவள் விழிகள் மலங்க விழித்திருந்தன.

'அபினி உருண்டைகள் நாடெங்கும் விற்பனையாகின்றன', என்றவள் 'அபினி விதைகளை நன்றாகக் காய வைத்து அதிலிருந்து பிசின் போன்ற திரவத்தைத் தயாரித்து அதனை போதைப் பொருளாக விற்பனை செய்கிறார்கள். சிறிய சிறிய உருண்டை களாக இருப்பதால் அவற்றைச் சுலபமாகக் கைமாற்ற முடியும். அபின் விதைகள் எத்தனை சிறியனவாக இருக்கின்றனவோ அதன் விழுதும் மையாக அரைந்து வரும். குடிமக்களிடமிருந்து இந்த உருண்டைகள் குறித்து ஏராளமான புகார்கள் எழுந்துள்ளன. ஆனால் மன்னர் இதுகாறும் அந்த போதை உருண்டைகளை நகருக்குள் கொண்டு வரும் வணிகர்கள் யார் என்ற கேள்வியை எழுப்பவில்லை.'

'அந்தக் கேள்வியை நான் கேட்கிறேன்', என்று கூறினேன். இதைக் கூறும்போது எனக்கே விந்தையாக இருந்தது. ஏன் எனில் எங்கள் முந்தைய உரையாடல் வெறும் மனஸ்தாபத்தில் முடிந்திருந்தது. 'இதை எனக்காகச் செய்து முடிக்கவேண்டுகிறேன் பெண்ணே. உனக்குப் பெரிய உபகாரமாக இருக்கும். எனக்கு உன்னைத் தவிர வேறு எவரையும் நம்பி இந்தப் பொறுப்பை ஒப்படைக்கத் தயக்கமாக இருக்கிறது.'

நான் சொன்னது உண்மைதான். கிருஷ்ணனுக்கு ஏற்கெனவே வயதாகி விட்டது. இனிமேலும் அவன் இரவு பொழுதுகளில் வீதிகளை அடையாளம் கண்டு பிடித்துச் செல்வது என்பது நடவாத காரியம். வேறு எவரிடமும் அந்தரங்க ரகசியங்களை நம்பிக் கூற முடியாது. இங்கு வரும் கணம் வரை எனக்கு இந்த விஷயம் என் மூளையில் உதிக்கவில்லை.

'இருங்கள் நான் எனது கவசத்தை எடுத்துக்கொண்டு வருகிறேன்', என்றாள்.

'குதிரை லாயத்திலிருந்து சேவகனை அழைக்கட்டுமா?'

'இதற்குக் குதிரையில் சென்றால் சரி வராது. நடந்து செல்கிறேன்', என்று கூறிவிட்டுச் சென்றவள் என்னைக் காத்திருக்கச் சொன்னாள்.

விரைவில் திரும்பி வந்தவள் கவசமும் ஆயுதமும் தரித்திருந்தாள். ஆனால் வில்லைக் காணவில்லை.

ராஜ வீதியில் நாங்கள் நடந்தே சென்றோம். அருகில் இருந்த கட்டாடிகளின் குடியிருப்புப் பகுதிக்குத் திரும்பியபோது அவள் என்னைத் தொடர்ந்தாள். நான் நின்றேன். 'நீ எதற்கு என்னைத் தொடர்கிறாய்?' என்று கேட்டேன்.

'நான் மந்தாகினியின் அறையை நோட்டமிடவேண்டும். எந்த விதமான புகையை அவள் முகர்ந்தாள் என்று சோதிக்க வேண்டும்.'

நாங்கள் எதுவும் பேசாமல் நடந்தோம். ஒவ்வொரு மாடத்திலும் ஏற்றப்பட்டிருந்த விளக்குகளின் சுடர்கள் காற்றில் அலை பாய்ந்தபடி எரிந்தன. இரவின் ஒலியாகச் சிள் வண்டுகள் ரீங்கார மிட்டுக் கொண்டிருந்தன. ஒரு குடிசையிலிருந்து வயதான பெரியவர் ஒருவர் காதல் கீதம் ஒன்றை பாடிக் கொண்டிருந்தார். அகவை அறுபதானாலும் ஆசை விடாதுபோல.

'மந்தாகினியை எத்தனை காலமாக உங்களுக்குப் பழக்கம்?' என்று யவனி கேட்டாள்.

ஒரு சோழ சேனாதிபதியிடம் கேட்கக்கூடிய கேள்வி இதுவன்று என்பது அந்த யவனிக்குத் தெரிந்திருக்கவில்லை.

'மூன்று வசந்த காலங்களுக்கு முன்னர் இருக்கும்.' மூன்று வசந்தமா? நான்கா? அவளை நான் முதன் முதலாகச் சந்தித்தபோது வடக்கில் மும்முடியரசர் ராஜேந்திர பூபதி தலைமையில் யுத்தம் முடித்துத் திரும்பியிருந்த நேரம். வட பிரதேசங்களில் இருந்த குறுநில மன்னர்கள் அள்ளிக் கொடுத்த கப்பங்களைப் பொற்கு வியலாகவும், கங்கை கொண்டதன் சாட்சியாக உலோகப் பானைகளில் கங்கை நீரும் கொண்டுவந்தோம். என் தலைமையின் கீழ் ஆயிரம் வீரர்களாகத் திரண்டவர்கள் திரும்பும்போது தொள்ளாயிரம் வீரர்களாகத் திரும்பினர். கங்கை கொண்ட சோழன் என்று மும்முடியரசர் சிறப்புப் பெயர் பெற்ற யுத்தம் என்பதால் நான் செல்லும் இடமெங்கும் மங்கையர்கள் பூமாலை போட்டு ஆரத்தி எடுத்து என் நெற்றியில் சந்தனத் திலகமிட்டனர். தாய்மார்கள் உச்சி முகர்ந்து தங்கள் மகிழ்ச்சியை வெளிப்படுத்தினர். என் வயது மறந்து போனது. கடற்கரையில் எங்கள் வெற்றியைக் குடியும் கும்மாளமுமாகக் கொண்டாடினோம். என் வசந்தங்கள் அனைத்தும் போருடன் பின்னப்பட்டுள்ளன.

அப்படி ஒரு கொண்டாட்டத்தின்போதுதான் நான் அவளை கவனிப்பதை அறிந்துகொண்டு தோளில் புரண்ட கூந்தலை ஒதுக்கி விட்டுத் தனது சந்தனக் கட்டையில் கடைந்தெடுத்துச் செதுக்கிய

சிலை போன்ற மேனியுடன் துணிச்சலாக என்னுடன் நடனமாட வந்தாள். எனக்கு மணமாகி மனைவியும் பிள்ளைகளும் உள்ளனர் என்பது தெரிந்தும் என்னுடன் இணையப் பிரியப்பட்டாள். எனது குணாதிசயங்கள் முழுவதும் தெரிந்த பின்னரும் அவள் என்னை விரும்பினாள். எனது உற்சாகமின்மையையும், சமீபத்திய பொறாமை களும் அவள் தெரிந்துகொண்டாலும் என்னை விரும்பினாள். சோழர் கடற்படையின் சேனாதிபதி என்பதால் எனக்கு ஓய்வு என்பது இருக்காது. இதோ இன்னொரு யுத்தத்திற்கான ஆயத்தத்தினால் என் கண்களின் கீழ் கரு வளையங்களும் கோழிச் சதைகளும் ஏற்படத் தொடங்கிவிட்டன. இருப்பினும் அவள் என்னை நேசிக்க மறக்கவில்லை. என்னையறியாமல் எனது கண்களில் கண்ணீர் வழிந்தது.

'ஆமாம் மூன்று வசந்தங்கள்தான் ஆயிருக்கிறது அவளைச் சந்தித்து...' என்றேன் குரல் கமறியபடி.

'நானும் மந்தாகினியை ராஜ வீதியில் பார்த்திருக்கிறேன். என்ன ஒயில், என்ன அழகு. கலங்காதீர்கள் ஔவை. எல்லா அபினி உருண்டைகளும் மரணத்தைக்கொண்டு வராது', என்று யவனி ஆறுதல் கூறினாள்.

நான் ஒப்புக்குத் தலையாட்டினேன். நாங்கள் எதுவும் பேசாமல் மௌனமாக நடந்து சென்றோம். நான் திடீரென்று 'இந்தக் கவசம் அணிவதற்கு எளியது. கவசத்தின் உலோகமும் அத்தனை கடினமானது இல்லை. மேனியை அதிகம் அழுத்தாது!' என்றேன்.

அவள் ஆச்சரியத்துடன் என்னைப் பார்த்து, 'ஆமாம். எனக்கு இது நன்கு பழகி வந்த கவசம்!' என்றாள்.

நாங்கள் மந்தாகினியின் இல்லத்தை அடைந்தோம். உடைந்த படியை வழக்கம்போலத் தாண்டி ஏறினேன். வைத்தியர் மந்தாகினியின் உடலைப் பரிசோதித்தபடி இருந்தார். மந்தாகினியின் உடலில் எவ்வித அசைவும் இல்லை. பிணம்போலக் கிடந்தாள். உள்ளே அறை முழுவதும் காட்டமான புகைமூட்டம் காணப்பட்டது. புகையின் நெடியைத் தாங்க இயலாது நான் இருமத் தொடங்கினேன். யவனியும் இருமிக்கொண்டிருந்தாள். வைத்தியனின் முகம் சோர்வாகக் காணப்பட்டது.

அவர் எங்களை வெளியில் போகும்படி சைகை காட்டினார். 'பலாவின் அடிமரப் பட்டைகளை எரித்துப் புகை உண்டாக்குகிறேன். இந்த மரப் பட்டைகளின் புகை காட்டமானது.

பொந்துக்குள் இருக்கும் சிறு விலங்குகளைக்கூட வெளியேறச் செய்யும் சக்தி வாய்ந்தது. வேட்டைக்காரர்கள் சிறு விலங்குகளை வேட்டையாடச் செல்லும் போது பலா மரத்தின் புகையைத்தான் பயன்படுத்துவார்கள். இந்தக் காட்டமான நெடி அவளை எழுப்பும் என்று எண்ணுகிறேன். அவள் விழித்தால்தான் அவள் வயிற்றில் உள்ள நஞ்சை எடுக்க மருந்து கொடுக்க முடியும்.'

அவர் அந்த அறையை நோட்டமிட்டார். நெடி தாங்க முடியாத புகையிலும் மந்தாகினி சிலைபோலக் கிடந்தாள். அவள் முகம் சிறு பிள்ளையின் முகம்போல அமைதியாகக் காணப்பட்டது. அவள் நெடுநேரம் உறங்குபவள்தான் என்றாலும் இப்படி ஓர் அமைதியை அவள் முகத்தில் நான் கண்டதில்லை.

வீட்டின் பின்புறம் வைத்தியனின் எடுபிடி, ஒரு குதிரையைப் பற்றியபடி நின்றுகொண்டிருந்தான். குதிரையின் முதுகில் ஏராளமான மரப்பட்டைகளும், மூலிகைகளும் கட்டி வைக்கப்பட்டிருந்தன. நான் திரும்பிப் பார்த்தேன். வைத்தியர் பெரும் முயற்சியுடன் மந்தாகினியின் கண் இரப்பைகளைத் திறந்து அவளது கருவிழியின் ஓட்டத்தைப் பார்ப்பது இங்கிருந்து தெரிந்தது. அவள் மார்பின்மீது காதை வைத்து இதயத் துடிப்பு இருக்கிறதா என்று கூர்ந்து கவனித்தார். மூக்கின் அடியில் விரல் வைத்து சோதித்தார். நீண்ட நேர பரிசோதனைக்குப் பிறகு தனது தலையை உயர்த்தினார். என்னை மிகவும் எச்சரிக்கையுடன் பார்த்தார். நான் அதீதமாக உணர்ச்சி வசப்படக்கூடாது என்பதுபோல அவர் பார்த்த விதம் இருந்தது. வார்த்தைகள் தடுமாறின. நான் ஏதோ முணுமுணுத்துப் புலம்பினேன். அவர் பார்வையின் பொருள் புரிந்ததும் யவனி தனது ஆதரவுக் கரத்தை என்மீது படர விட முயன்றாள். அதற்குள் நான் நிலைகுலைந்து கீழே கால் மடங்கிச் சரிந்தேன்.

அரெமிஸ்

1

விடிவதற்கு இன்னும் இரண்டு நாழிகைக்கும் குறைவாகத்தான் சமயம் இருந்தது. விடிவதற்குள் நான் அரண்மனைக்குத் திரும்ப வேண்டும். இரவில் நாழிகை விரைவாகச் சென்றுவிடும். அவசரப்படக் கூடாது. நிதானமாகத் தரையில் நடக்கவேண்டும்; மதில்களில் ஏறவேண்டும். பஞ்சுச் சுருள்களைக் காலில் கட்டிக் கொண்டேன். பாதங்களில் பஞ்சு கட்டப்பட்டிருந்தால் என்னால் ஒலி எழுப்பாமல் குதித்துத் தாவி இயங்க முடியும். நான் வாமனரின் வீட்டு மொட்டை மாடியில் ஏறினேன். அங்கே வாமனர் தனது புதல்வர்களுடன் படுத்து உறங்கிக்கொண்டிருந்தார்.

வாமனர் ஓர் இரும்புக் கொல்லன். அவருக்கு அரண்மனைக் குதிரை லாயத்தில் உள்ள குதிரைகளுக்குக் கால்களில் லாடம் மாட்டுவதும், பழுதான லாடங்களைச் செப்பனிடுவதும்தான் வேலை. அரண்மனையில் நான் அவருடன் பேசியதில்லை. ஆனால் உணவு நேரத்தில் உணவுக் கூடத்தில் வீதியிலும், அரண்மனையிலும் உள்ள வம்புகளைப் பரிமாறிக்கொள்வோம். இது போன்று புறம்பேசும் போது கிடைக்கும் தகவல்கள் எனது மெய்க்காப்பாளர் பணிக்கு அவசியமான ஒன்று.

நான் அவரை உறக்கத்திலிருந்து உலுக்கி எழுப்பி உடனே கிளம்பி வெளியில் வருமாறு சாடை காட்டினேன். அவரை அழைத்துக் கொண்டு அவர் வீட்டின் புழக்கடையில் இருந்த தோட்டத்தில் நெடுந்தூரம் செல்லும் வரையில் இருவரும் பேசிக்கொள்ளவில்லை.

'இந்த அகால வேளையில் நீ என்ன செய்தி கொண்டு வந்திருக்கிறாய்? ஒரே ஒரு செய்தியைத் தவிர எந்தச் செய்தியாக இருந்தாலும் விடிகாலையில் பார்த்துக்கொள்ளலாம்', என்றார்.

'மன்னரும் அரசியாரும் நலமாக உள்ளனர்', என்று அவருக்கு உத்திரவாதம் அளித்துவிட்டு, 'இது எனது நண்பர் ஒருவரின் சோகம்.

அவரது அந்தரங்கத் தோழி ஒருத்தி அபினி உருண்டைகளினால் மரணம் எய்தி விட்டாள். அபினை இந்த நகருக்குள் கொண்டுவருவது யார் என்பது எனக்குத் தெரிந்தாக வேண்டும்', என்று கூறினேன்.

நான் தரித்திருந்த ஆயுதங்களைப் பார்த்து, 'யார் என்று தெரிந்தால் அவர்களைக் கொல்லவேண்டும் என்ற முடிவோடு வந்திருக்கிறாயா?' என்று வினவினார்.

எனக்கு நிச்சயமாகத் தெரியவில்லை.

'இல்லை, அவருக்கு நான் மீண்டும் தகவல் கொண்டு சேர்க்க வேண்டும்.'

வாமனர் தனது தலையைப் பலமாக அசைத்தார். 'இது ஒன்றும் ஏற்புடைய யோசனையன்று. சொன்னால் நம்ப மாட்டாய். மன்னர்களுக்கு அணுக்கமான ஆசாமிகளே வெளியிலிருந்து இந்த போதைப் பொருளை நகருக்குள் கொண்டு வருகின்றனர்', என்றார்.

'தெரியும், இது அரண்மனை வீரர்களால்தான் கொண்டு வரப்படுகிறது. ஆனால் நகரில் புழங்கும் அபினின் அளவு மிகவும் அதிகம். இது வீரர்களால் முடியாது. வேறு யாரோ மிக முக்கியப் பிரமுகரின் பங்களிப்பும் இருக்கவேண்டும்!' என்றேன்.

'சில நேரங்களில் அவர்கள் வணிகர்களின் கிடங்குகளைக்கூட அபினி மூட்டைகளை அடுக்கப் பயன்படுத்துவதுண்டு', நான் சொன்னதை ஒப்புக்கொண்டு வாமனர் பதில் அளித்தார். 'பெரும் செல்வந்தர்களின் புறக்கடையைச் சோதனை போட்டால் அபினி காயிலிருந்து விதைகளை எப்படி எடுக்கிறார்கள் என்பது வெட்ட வெளிச்சமாகும். என்ன செய்வது? அபினி உருண்டைகளின் வாடிக்கையாளர்கள் பெரும்பாலும் பெண்களாகவே உள்ளனர். ஆடவர்கள் குடியில் மதி மயங்கினால் மகளிருக்கு அபினி வேண்டியிருக்கிறது. சேடிகள் மூலம் அவர்களுக்குத் தேவையான அபினி கிடைத்து விடுகிறது. நாகைப்பட்டிணம் முழுவதும் எங்கும் அபினி உருண்டைகளின் விற்பனை அமோகமாக உள்ளது', என்றார்.

'ராஜேந்திர சோழ பூபதிக்கு இது குறித்துத் தெரியுமா தெரியாதா?' என்று கேட்டேன்.

'எனக்கு என்ன சொல்வதென்று தெரியவில்லை. ஒருவேளை யுத்தம் நெருங்குவதால் இந்தப் பிரச்னையை இப்போது கையில் எடுக்க வேண்டாம் என்று எண்ணியிருக்கிறாரோ என்னவோ?'

‘இந்த விவகாரத்தில் எவருடைய தலையீடு உள்ளது என்ற தகவலையும் அவர்கள் பெயர்களையும் அளியுங்கள்’, என்றேன்.

அவர் பெருமூச்சு விட்டார். ‘கரண்தான் இதை நகருக்குள் முறையற்ற வழிகளில் கொண்டுவந்து விற்பதாகக் கேள்விப் பட்டேன். கரண் வேங்கி மலைப்பகுதியின் தளபதி. அவனிடம் ஐந்து கப்பல்களும் ஐநூறு வீரர்களும் உள்ளனர். அவனை எளிதில் பகைத்துக்கொள்ள முடியாது.’

‘ஓ! இதை நான் உறுதி செய்துகொள்கிறேன்.’

‘பெண்ணே அவனைத் தேடி அலையாதே. நீ இரவில் முகத்திரை அணிந்துகொண்டு புரவியில் சென்று என்ன செய்கின்றாய் என்பது எனக்குத் தெரியும். பாவம் கரண் உயிரோடு இருக்கட்டும்!’ என்றார்.

‘அரசவையில் மக்கள் மன்றம் கூடும் நாட்களில் அங்கு புகார் வடிவில் வந்து குவியும் கதைகளை நீங்கள் கேட்டதுண்டா வாமனரே? இரண்டு நாட்கள் முன்பு ஒரு வாணிகன் வந்து சேர்ந்தான். அவனது விழியில் இரண்டு குழிகள். இரண்டு வசந்தங்களுக்கு முன்பு கடலோடச் சென்றிருக்கிறான். மீண்டும் வந்துபார்க்கும்போது அபினுக்கு அடிமையான அவன் மனைவி இறந்து போயிருக்கிறாள். ஒரு புதல்வி காணாமல் போய்விட்டாள். மற்ற இரண்டு புதல்வர்கள் அவனது சகோதரன் இல்லத்தில் அனாதைகளாக வளர்கின்றனர். இரண்டு வசந்தங்கள் சென்று வருவதால் அந்த வணிகன் கட்டு கட்டாகப் பட்டுச் சேலைகளும், கூடை கூடையாக பொம்மைகளும் வாங்கி வந்திருக்கிறான். யோசித்துப் பாருங்கள்! கடலோடி தொலைவிற்குச் சென்று ஆடவர்கள் செல்வம் சேர்ப்பது யாருக்கு? போதையில் இறந்து போகும் மனைவிக்கும் காணாமல் போகும் புதல்வர்களுக்குமா?’ எனது கேள்வியில் சீற்றம் மிகுந்திருந்தது.

‘ஆனால் இதற்கெல்லாம் விடையை உன் குறுவாளால் எழுதக் கூடாது. வாட்களால் இந்த வாணிபத்தை ஒழிக்க முடியாது!’

‘நான் ஒருத்தியாக இதனை ஒழிக்க முடியாமல் போகலாம். இருந்தாலும் எனக்குத் தகவல் அளித்த உங்களுக்கு மிக்க நன்றி வாமனரே’, என்று கூறிவிட்டுக் கிளம்பினேன்.

அவரும் உடன் வந்தார். ‘நாம் இன்னும் சில தினங்களில் கடற்போருக்கு ஆயத்தம் ஆகிக்கொண்டிருக்கிறோம் யவனி. இப்போது ஒரு வேங்கி நாட்டின் தளபதியைக் கொல்வது என்பது பெரும் குழப்பங்களை விளைவிக்கும். அரசரின் அனுமதியின்றி நீ

இதைச் செய்யக்கூடாது.' அவரது குரலில் பரிவும், அக்கறையும் தெரிந்தன.

'தெரியும். அவனை வெட்டிக் கொல்லப் போவதில்லை. கட்டி இழுத்து வரப் போகிறேன்!'

மாலுமிகளின் செங்கல் கட்டிடக் குடியிருப்புப் பகுதியின் வழியாகச் சென்றேன். எத்தனை திருத்தமான வீடுகள். ஒவ்வொரு வீட்டின் முன்புறத்தில் தோட்டங்களும் புறக்கடையில் மாமரங்களும் அடர்ந்து காணப்பட்டன.

வாமனரிடம் நான் சொன்னது அத்தனையும் உண்மை என்றும் சொல்லலாம். இல்லையென்றும் சொல்லலாம். என் ரத்தம் கொதித்தது என்றாலும் ஔவையின் விவகாரத்திற்குப் பழி வாங்கும் நோக்கம் எனக்கில்லை. அந்தப் பெண்ணின் முகம்தான் எத்தனை மிருது! எத்தனை அழகு! ஆனால் என்ன வருத்தம் என்றால் இது போன்ற துர்மரணங்களை மன்னர் அளிக்கும் சிறு கொடைகளின் பெயராலும், கோயில்களுக்கு இறந்தவர் பெயரில் வழங்கப்படும் நிவேதங்களாலும் மறைத்து விடுகின்றனர். கடல் பயணத்தை முடித்துத் திரும்பும் ஆடவர்கள் தங்கள் பெண்டுகளை இறந்த நிலையிலோ அல்லது அபின் போதைக்கு அடிமையாகி நடை பிணமாகப் பார்ப்பதற்கா வரவேண்டும்? நிற்கதியில் தவிக்க விடப்பட்டுள்ள பெற்றோர்களையும், அனாதைக் குழந்தைகளை யும் காண்பதற்கா வரவேண்டும்? அபினி போதைப் பழக்கம், கள்குடியை விடக் கொடிய போதைப் பழக்கம். மன்னரால் பெரிய அளவில் எதுவும் செய்ய முடியாத நிலை. நான் அதன் அடி ஆழத்தைக் கண்டு வர ஆவல் கொண்டேன்.

அபினி என்னும் போதை மருந்தை ஒருவரும் அறியாமல் கடத்திக் கொண்டு வரும் அந்தக் கயவனின் இல்லம் மற்ற இல்லங்களைப் போலவே எளிமையாகவே காட்சியளித்தது. பொன்னாலும் மணியாலும் இழைக்கப்படவில்லை. அதன் வழவழப்பான சுவரின் பக்கவாட்டை ஆராய்ந்தேன் வாகாகக் கைபிடிக்க வசதி இருக்கிறதா என்று. காமாட்சியின் நீண்ட கைத்துணிதான் என் முகத்தை இழுத்து மூடியிருந்தது.மெதுவாக மதிலின் மேலே ஊர்ந்து சென்றவள் ஒரு சாளரத்தின் உள்ளே அரவம் ஏதோ கேட்கவே மதிலோடு மதிலாக ஒட்டியிருந்தபடி கவனமாகக் கேட்டேன். உள்ளே சன்னமாக யாரோ மூச்சு விடுவது போலிருந்தது. யாராவது சிறு குழந்தை உறக்கத்தில் பெரிதாக மூச்சு விடுகிறது போலும். நண்டு ஊர்வதுபோல அடிமேல் அடி வைத்து அடுத்த சாளரம்வரை ஊர்ந்து சென்றேன்.

இந்த அறை சயன அறையாக இருக்கும். உள்ளே ஒரு மனிதனின் குறட்டை ஒலியும், உறக்கத்தில் புரளும்போது காலில் அணிந்த பெண்ணின் தண்டை ஒலியும் கேட்டன.

இங்கே வரும் முன்னர் இது குறித்து நான் யோசிக்கவே இல்லை. இப்போது அந்த வீட்டிற்குள் நுழைந்து உறங்கிக் கொண்டிருக்கும் இல்லத்தினர் அனைவரையும் எழுப்ப முடியாது. இப்போதைக்குச் சிறந்த செய்கை நான் மீண்டும் அரண்மனைக்குத் திரும்பி ஔவையிடம் நடந்ததைக் கூறுவதுதான்.

வீட்டுக் கூரை தலையில் உரசியதால் தலையின்மீது சிலந்தி வலைகள் சுற்றிக்கொண்டன. கீழே குதிக்கலாம் என்ற நேரத்தில் என் தலைக்கு மேலாக யாரோ பிறாண்டுவதுபோலக் கேட்டது. நான் நிமிர்ந்திருப்பேன்; அவ்வளவுதான், அந்த விலங்கு என்மீது தனது கூறிய நகங்களுடன் பாயவே நான் தடுமாறிக் கீழே விழுந்தது மட்டும்தான் என் நினைவில் இருந்தது.

•

என் அன்னையிடம் எப்போதும் ஒரு குடுவையில் குளிர்ந்த நீர் இருக்கும். அதில் என் அன்னை துளசி இலைகளைப் போட்டு வைப்பது வழக்கம். அந்த நீரைப் பருகும்போது அந்தத் துளசியின் நறுமணம் அந்த நீரிலும் இருக்கும். நான் என்றாவது அதிக நேரம் உறங்கிவிட்டால் என்னை எழுப்புவதற்கு எனது தாயார் அந்தக் குடுவையிலிருந்து துளசி நீரை என் முகத்தில் விசிறி எழுப்புவார். நான் எரிச்சலுடன் துயில் களைந்து எழுவேன். என் முன் இருக்கும் கோதுமை ஆப்பங்களும் பாலாடைக் கட்டிகளும் என் எரிச்சலை ஒரு நொடியில் போக்கி என்னை மகிழ்வுறச் செய்யும்.

அம்மா செய்யும் கோதுமை ஆப்பம்தான் அந்தத் தெருவிலேயே மிக அற்புதமாக இருக்கும். வறுத்த சீரகமும், ஓமமும் போட்டு அவள் செய்யும் கோதுமை ஆப்பத்தின் நறுமணம் நாசியைத் தாக்கும். என்னுடன் விளையாட வரும் சிறார்களுக்கு அந்த ஆப்பத்தைப் பற்றிப் பேசாமல் இருக்க முடியாது. அதேபோல வறுத்து வைத்த ஆட்டுக் கறியின் மணமும் மூக்கைத் துளைக்கும்.

கோதுமை ஆப்பம், பாலாடைக் கட்டி, துளசி தீர்த்தம் எல்லாமுமாக மூக்கின் அருகில் வாடை அடிப்பது போல ஒரு நினைப்பு எழுந்தது. கை நீட்டினால் அவற்றைத் தொட்டு விடும் தூரத்தில் இருப்பதைப் போன்றதொரு நினைவு.

நான் தலையைத் திருப்பினேன். கண்களைத் திறக்க அலுப்பாக இருந்தது. இதுபோன்று நினைவுகள் எழும்போதெல்லாம் நான்

ஆபத்தில் இருப்பதை உணர்வேன். மனமும் நான் எந்த இடத்தில் அமைதியுறுவேனோ அந்த இடத்தைத்தானே நினைவூட்டும்?

நான் பல்லைக் கடித்துக்கொண்டு இமைகளைத் திறந்தேன். எங்கும் இருளாக இருந்தது. கண்களில் பிசு பிசுவென்று ஈரமாக இருந்தது. நான் கண்களைச் சுற்றி அழுத்தித் துடைத்து, தீற்றிக்கொண்டிருந்த ரத்தத்தை அகற்றினேன். பார்வை சற்றுத் தெளிவானது. ஒரு மனிதன் விரல்கள் அனைத்திலும் தங்க மோதிரங்களை அணிந்து என் முன்னால் நின்று கொண்டிருந்தது தெரிந்தது. ஓ அபின் விற்ற பொற்காசுகள் இப்படிதான் மோதிரங்களாக மின்னுகின்றன போலும். நான் அவனது வீட்டின் கூடத்தில் படுத்துக் கிடந்தேன். தூரத்தில் விளக்கின் ஒளி தெரிந்தது. அவன் உள்ளே திரும்பி என்னவோ கூறினான். அது என்னவென்று விளங்கவில்லை. உடனே அந்த விளக்கின் ஒளி என் அருகில் வரத் தொடங்கியது.

விளக்கின் வெளிச்சம் என் முகத்தின் அருகில் கொண்டு வரப்பட்டு என் முகத்தை ஆராய்ந்தார்கள். என் கண்கள் காயமடைந்திருக்க வேண்டும். அவற்றிலிருந்து ரத்தம் வடிந்து கொண்டிருந்தது. என்னால் கண்களைத் திறக்க முடியவில்லை.

யாரோ என் தோள்களில் கை கொடுத்து என்னைப் பற்றி இழுத்தனர். என் தோள்பட்டை,கரங்கள், மார்பு எல்லாம் தாங்கொண்ணாது வலித்தன. நல்லவேளை கால்களில் எலும்பு முறிவு எதுவும் இருப்பது போலத் தோன்றவில்லை. என் கைகள் தன்னிச்சையாக இடைவார்ப் பட்டைக்குச் சென்றது. உறை மட்டும் இருந்தது. குறுவாளை கிராதகர்கள் உருவி விட்டனர். நான் பார்வையை நேர்ப்படுத்திக் கொண்டு கரணை முறைத்துப் பார்த்தேன். கரணை எப்போதாவது ஒருமுறைதான் அரசவையில் பார்த்திருப்பதால் அவனை ஓரளவிற்குதான் அடையாளம் கண்டுகொள்ள முடிந்தது.

ஆனால் கரணுக்கு என்னைப் பற்றி முழுவதும் தெரிந்திருக்கிறது. 'யவனி! நீ என் வீட்டிற்குள் இருளில் ஒரு பெருச்சாளியைப்போல நுழைந்திருக்கிறாய்.'

'நான் எதற்காக இங்கே வந்திருக்கிறேன் என்று தெரியுமா?' என்று என் குரலில் கடுமையை வரவழைத்துக்கொண்டு கேட்டேன்.

'அரசர் உன்னை அனுப்பியிருக்க மாட்டார் என்பது மட்டும் எனக்கு நன்றாகத் தெரியும்', என்றவன் 'நீ இரவு எங்கெல்லாம் பதுங்கியபடி செல்கிறாய் என்ற தகவல் என் ஆட்கள் மூலம் உடனுக்குடன் வந்து விடும் யவனி', என்றான்.

‘உனது ஆட்களே உனது பகை.’

அவன் சிரித்தான். ‘இல்லை. மன்னர் தனது கறுப்பின போர் ஏறுகளைக் கண்காணிக்க அவர்களுக்குத் தெரியாமல் ஆள் அனுப்புவார். அது உனக்குத் தெரியாமல் இருக்கலாம். நான் அறிவேன். இன்றிரவு நீ கிளம்பியவுடன் உன்னைப் பின்தொடர்ந்து எவரும் வரவில்லை. அதனை நான் சோதித்துத் தெரிந்து கொண்டேன். வாயிலில் ஒரு குதிரை மட்டுமே கட்டப்பட்டிருந்தது. நீ தனியாக வந்திருக்கிறாய் யவனி.’ ஓ! இவனுக்கு அனைத்தும் தெரிந்திருக்கிறது.

என் அருகில் வந்து என் முகத்தைக் கூர்ந்து பார்த்துவிட்டு, ‘உன் முகம் இதற்கு முன்னர் இத்தனை அழகுடன் இருந்ததில்லை’, என்றான் எகத்தாளமாக.

என் பார்வை இன்னும் தெளிவாகவில்லை. அவனுக்குப் பின்புறம் கையில் விளக்குடன் நிற்பது அவன் மனைவியாக இருக்க வேண்டும். அவர்களைத் தவிர அந்த அறையில் இருந்த மற்றொரு ஆண் என் பின்னால் இருந்தவன். அவன் என்னைப் பற்றியபடி இருந்தான். அவன் எண்ணியதை விட நான் பலஹீனமாகத் தெரியவே எனக்குப் பின்னால் இருந்தவன் தனது பிடியைத் தளர்த்தினான். எனவே எனது காலினுள் மறைத்து வைத்திருந்த கத்தியை எடுப்பது எனக்குச் சிரமமாக இருக்கவில்லை. ஒரு நொடிதான். மின்னல் வேகத்தில் எனக்குப் பின்புறம் இருந்தவனின் கழுத்தில் கத்தியை இறக்கி, ஒரே வீச்சில் என் கால்களைச் சுழற்றி அவன் கால்களை வீழ்த்தி வேங்கி நாட்டுத் தளபதியைத் தேடினேன்.

கரண் விரைந்து செயல்பட்டான். அல்லது நான் தாமதமாகச் செயல் பட்டிருக்க வேண்டும். எனது தாடையில் கை முஷ்டியால் ஓங்கிக் குத்தினான். நான் தரையில் சரிந்ததும் அவனுக்கு எனது கரத்திலிருந்த கத்தியைப் பிடுங்குவது சிரமமாக இல்லை. இடைவெளிகளே எங்களுக்குச் சாதகமாக இருந்தன. அவன் நிதானமாக மூச்சு விடுவதற்குள் நான் அமர்ந்த நிலையில் அவனுக்குக் கீழிருந்து எனது கால்களால் தாக்கினேன். ஒரு நொடிதான். நான் விரைந்து அந்த இறந்தவனின் உறையிலிருந்து எனது குறுவாளை உருவிக் கொண்டேன். கரண் எழுந்துகொள்ள முயன்றான். நான் குறுவாளை அவன் தாடையில் செலுத்தி மேல் நோக்கி அழுத்தினேன். இன்னும் சற்று அதிக அழுத்தம் கொடுத்தேன். குறுவாள் அவன் தாடையைத் துளைத்து அவன் நாவைத் தொட்டது. அவன் மனைவி அலறினாள். ‘இப்போது உன்னைக் காணச் சகிக்கவில்லை’, என்றேன். நான்

இங்கே வந்தது கரணைக் கொல்வதற்கு அல்ல. ஆனால் இப்போது அவனது குருதி எனது குறுவாளில் வடிந்துகொண்டிருந்தது.

அவனது மனைவி என்ன நோக்கி வந்தபோது அவள் கால்களில் இருந்த தண்டை ஒலியெழுப்பியது. நான் அவளைப் பார்த்தேன். அவள் கையிலிருந்த விளக்கை என்மீது எறிவதற்குக் கையை ஓங்கினாள். இவளையும் கொன்று விடுவதே நல்லது. இல்லையென்றால் இது இன்றைய இரவுடன் முடியாது. நாளை, மறுநாள் என்று தொடரும்.

நான் அவனது தாடையில் இறக்கிய கத்தியை உருவி எடுத்து அவனைக் கைகளில் தாங்கினேன். அவன் எனது கரங்களில் ஓய்வெடுப்பவன்போலவே சரிந்து விழுந்தான்.

'உனது புதல்வர்கள் மேல் தளத்தில் உறங்கிக் கொண்டிருக்கின்றனர். அவர்கள் அறைக்குச் செல். அவர்களுடன் அமர்', என்று கட்டளையிட்டேன். அவள் விளக்கின் திரியைக் குறைத்து விளக்கின் வெளிச்சத்தைச் சிறியதாக்கினாள். கரணின் முகம் வெளுத்து விட்டது. அவன் இறந்துவிட்டான். நான் அவனது உடலை பூமியில் நழுவ விட்டேன்.

புறக்கடைக்குச் சென்றேன். மட்பாண்டத்தில் இருந்த குளிர்ந்த நீரால் முகத்தைக் கழுவிக்கொண்டேன். எனது கரங்களையும், குறுவாளையும் நீரால் கழுவினேன். விழிகளில் இருந்த எரிச்சல் நீர் பட்டதும் அதிகமானது. இரவின் வெளிச்சம் மட்டுமே எனக்குப் பார்வையைக் கொடுக்க முடியும். நானும் ஔவையும் வெளியில் கிளம்பும்போது வானில் நிலவு தோன்றியிருந்தது.

நான் இருட்டில் கைகளால் துழாவியபடி சுவர்களை எல்லாம் ஒரு சிலந்தி பூச்சியைப்போல ஒட்டிக்கொண்டு என் இருப்பிடம் சென்றடைந்தேன். காமாட்சியின் வசிப்பிடத்தை அடைந்தேன். 'காமி', என்று மெதுவாக அழைத்தேன்.அவள் பஞ்சணையில் உறங்கிக் கொண்டிருந்தாள். நான் மெதுவாக ஊர்ந்து மஞ்சத்தின் அருகில் சென்று அவளது செழுமையான இடுப்பைக் கிள்ளினேன். அவள் கண்களைத் திறந்து எண்ணப் பார்த்தவள் நல்லவேளை அலறவில்லை. களிம்பு இருந்தது; ஈரத்துணி இருந்தது. துளசி வாசனை அடிக்கவில்லை, மல்லிகையின் மணம் வீசியது. நான் உறங்கத் தொடங்கினேன்.

•

நடுப்பகலில் நான் பாயிலிருந்து எழுந்தேன். நான் ஏன் நோயாளிகள், வயதானவர்கள், சின்னஞ்சிறு குழந்தைகள்போல

வேளைகெட்ட வேளையில் உறங்கிக்கொண்டிருக்கிறேன்? என் முகத்தில் இருந்த விண் விண் என்று தெறித்த வலியையும் மீறி எழுந்துகொண்டேன். முகத்தில் உள்ள கோளாறுகளை ஆராய்ந்தேன்.

வாயில் ஒரு பல் பாதி உடைந்து ரத்தம் உப்புக் கரித்தது. நான் நாவால் துழாவித் துழாவி அந்தப் பல்லை வேரோடு பிடுங்கி எடுத்தேன். அதனை வெளியில் துப்பிவிட்டு முகத்தைக் குளிர்ந்த நீரால் கழுவினேன். காமாட்சியின் சிறிய முகம் பார்க்கும் ஆடியில் எனது முகத்தைச் சோதனையிட்டேன். மோசமாக இருந்தது. நிறையக் கறுப்பாகச் கீறல்கள். அந்த முரடன் ஓங்கிக் குத்தியதால் கன்னம் வீங்கியிருந்தது. இவற்றிற்கெல்லாம் முத்தாய்ப்பாக என் விழிகளைச் சுற்றி அந்த விலங்கு தனது கூறிய நகங்களால் தாக்கியிருந்தது. எவ்வித பாரபட்சமின்றி அதன் கூறிய நகங்கள் எனது கண்ணிமையில் விளையாடி இருந்தன. எனது கண்கள் இரண்டும் சிதைந்திருந்தன. கீறல்களில் இன்னும் பசுமையாகக் குருதி கசிந்துகொண்டிருந்தது. நான் பஞ்சினால் ஒற்றியெடுத்து மெதுவாக ஒவ்வொரு காயத்தையும் சரி செய்தேன். காலத் தாமதம் நேர்ந்தாலும் பரவாயில்லை. இந்த முகத்துடன் வெளியில் செல்ல முடியாது.

அரண்மனையை நோக்கி நடக்கத் தொடங்கினேன். கூடுமான வரையில் பாதையின் ஓரமாகவே சென்றேன். அதுலனையும் ஏனைய வீரர்களையும் தவிர்த்தேன். இருப்பினும் எதிர் எதிராக வந்த இரண்டு சேடிப்பெண்கள் எனது முகத்தைப் பார்த்துவிட்டு பயத்தில் அலறிக்கொண்டு ஓடினார்.

அரசர் உத்தரவின்படி அரண்மனை வைத்தியர் - முந்தைய தினம் மந்தாகினியின் இல்லத்தில் இருந்த அதே வைத்தியர் - வரவழைக்கப்பட்டார். வைத்தியர் அங்கிருந்த என்னைப் பார்த்ததும் முகம் மாறினார். ஆனால் எதுவும் கூறாமல் உறுதியாக நின்றார். காமாட்சியின் அறையில் நான் பூசிக்கொண்ட களிம்பை என் முகத்திலிருந்து வழித்தெடுத்தார். காயங்களைச் சோதித்தார்.

'இவை வௌவாலின் நகக் கீறல்போலத் தெரிகின்றன', என்றார். அவர் மன்னரை அழைத்துக் காயங்களைக் காட்டினார். 'விழிகளின் கீழ் இமைகளில் இருந்த சதையை மொத்தமாகப் பிய்த்து எடுத்து விட்டிருக்கின்றன. பாருங்கள் கீழ் இமை ஓர் ஓட்டில் தொங்கிக் கொண்டிருக்கிறது!' என்றார்.

மன்னர் முகம் சுளித்தார். 'காயம் ஆறுவதற்கு எத்தனை காலம் எடுக்கும்?' என்று வைத்தியரிடம் வினவினார். 'எனது அனைத்து நிகழ்ச்சிகளின்போதும் இவள்தான் எனது முக்கிய அரியணை மெய்க்காப்பாளர்.'

'விரைவில் ஆறி விடும் மன்னா. அவள் பூசிக்கொண்டிருக்கும் களிம்பு ரணத்தின் வீரியத்தைத் தனித்துவிட்டது. வீக்கமும் வற்றிக் காணப்படுகிறது. எனவே ரணத்திற்கு என்னால் தையல் போட முடியும்', என்றார்.

'இங்கேயே இப்போதே போட முடியுமா?'

'ஆம் மன்னா! இடைக் கூடம் இருக்கிறதே. அங்கு சிகிச்சை செய்கிறேன்.'

'வேண்டாம் இங்கேயே செய். மேலும் யாரும் இந்தச் சிகிச்சையைப் பார்க்க வேண்டாம்', என்றார் மன்னர்.

வாயிற்காப்போன் ஔவையுடன் வந்தான். ஔவை குளத்தில் குளிர்ந்த நீரில் குளித்துவிட்டுக் கரை ஏறியவர்போல இருந்தார். கண்கள் சிறுத்து சிவந்த நிறத்தில் மின்னின. உடல் வெளுத்திருந்தது. கன்னத்தில் இருக்கும் தழும்பு பெரியதாகத் தெரிந்தது.

'ஔவை', என்று அழைத்த மன்னர் என்னைப் பார்த்துத் திரும்பி 'உனக்கு இது குறித்து ஏதாவது தெரியுமா?' என்று கேட்டார்.

நான் படுக்கையில் கிடந்தேன். வைத்தியர் அறுந்து தொங்கும் எனது விழியின் பாகங்களை வெள்ளி ஊசி மூலம் தைத்துக் கொண்டிருந்தார். அதிகப்படியாக வழியும் குருதியை ஏந்த ஒரு வெள்ளிக் கிண்ணத்தை வைத்திருந்தார்.

உறக்கத்தில் நடப்பவர்போல ஔவை என் அருகில் வந்து நின்றார். நான் என் வலியைப் பொறுத்துக்கொண்டு, 'முடிந்தது ஔவையே', என்றேன், அவருக்கு மட்டும் புரியும் வண்ணம்.

வைத்தியரின் கரங்கள் மறைத்ததால் நான் ஔவையின் கண்களை மட்டும் பார்த்தேன். ஒரு கணம்தான் ஔவையின் முகத்தில் வஞ்சம் தீர்த்துக்கொண்ட திருப்தி ஒரு சிற்றலைபோல எழுந்தது.

வைத்தியரின் சிகிச்சை முடிந்ததும் கண்கள் கடுமையாக வலித்தன. கொஞ்சம் துளசி, தேங்காய் எண்ணெய் மேலும் சில மூலிகை களினால் அரைத்துச் செய்த மருந்துக் களிம்பை எனது காயங்களில் அவர் பூசினார். கண்களைச் சுற்றி காண்பதற்கு மட்டும் இடைவெளி விட்டு பஞ்சுத் துணியால் சுற்றிக் கட்டினார்.

'இந்த யவனியை மேலும் இரண்டு நாட்களுக்குச் சூரிய ஒளி கண்களில் படாமல் பார்த்துக்கொள்ள வேண்டும்', என்றார். 'இந்தக் களிம்பு காய்ந்து கெட்டியானதும் இரண்டு நாட்களில்

உதிர்ந்துவிடும். அதன் பின்னர் அவள் இந்த இடைக் கூடத்தை விட்டு அகன்றால் போதும்.'

'அதன் பின்னர்?' மன்னர் வினா எழுப்பினார்.

'அதன் பின்னர்...' என்று இழுத்த வைத்தியர் தயங்கியபடி, 'தழும்புகள் மறைந்து விடும். தோலின் நிறமும் மாறாது. இடது கண்ணின் அடியில் உள்ள சதை பிய்ந்திருப்பதால் ஒரு கண்ணின் அடிப் பகுதி மட்டும் சற்று நிறம் வேறாகத் தோன்றும்', என்றார்.

'மற்றவரை அச்சுறுத்தும் தோற்றம் ஏற்படுமா இவளுக்கு?

'இருக்காது.'

'பயங்கரத் தோற்றம் அரியணை மெய்க்காவலருக்கு இருப்பது குற்றமில்லை', என்றார் ஔவை.

'பார்க்கலாம், அவள் அச்சுறுத்தும் தோற்றத்துடன் இருக்கிறாளா இல்லை இறைச்சிக் கடைக்காரன் போன்று தோற்றமளிக்கிறாளா என்பது போகப் போகத்தான் தெரியும்', என்றார் மன்னர்.

நான் ஓர் ஊமையைப்போல அவர்களது உரையாடலைச் செவி மடுத்தேன்.

'பெண்கள் மீது வடுக்கள் தங்குவதில்லை', என்ற மன்னர், 'ஔவை வந்திருக்கிறார் பேசு', என்றார் என்னைப் பார்த்து.

வைத்தியர் அகன்றதும் நான் மென்று விழுங்கினேன். 'கரண் இறந்து விட்டார். அவருடைய மற்றொரு கூட்டாளியும் என்னால் கொல்லப்பட்டார். அவர்கள் என்னைக் கொலை செய்ய வந்ததால் நான் அவர்களைக் கொலை செய்ய நேர்ந்தது. அவர்கள்தான் அபின் உருண்டைகளைக் கடத்திக்கொண்டு வருபவர்கள்.'

சலனமில்லாத பேரமைதி நிலவியது.

'நிம்மதியாக உறங்கு யவனி. நான் உன்னை இரண்டு தினங்கள் சென்று சந்திக்கிறேன்', என்றார் மன்னர்.

நான் அவரை வணங்கிவிட்டு அவ்விடத்திலிருந்து அகன்றேன்.

காமாட்சியின் அறைக்கு வந்து படுத்து உறங்கினேன். கோயில் மணியின் ஓசையை எண்ணிக்கொண்டே அந்திமாலை வரும்வரை காத்திருந்தேன். களிம்பு என் கண்களை இறுக்கப் பிடித்துக் கொண்டிருந்ததால் நமைச்சல் இம்சித்தது. நான் கரங்களை எனது முதுகிற்குப் பின்னர் வலுக்கட்டாயமாக வைத்துக்கொண்டு

உறக்கம் வராதா என்று தவித்துக்கொண்டிருந்தேன். கடவுள் கருணையற்றவர். உறக்கம் வரவேயில்லை.

இரண்டு பகல் பொழுதுகள் சென்ற பின்னர் நீண்ட இரவு வந்தது. தளிச்சேரிப் பெண்களின் பண்கள் காற்றில் மிதந்து வந்தன. நான் காத்திருந்தேன். என்னால் பொறுமையாக இருக்க முடியவில்லை. என் கூரிய நகங்களால் களிம்புப் பூச்சுகளைத் தையல் போட்ட இடங்களை விடுத்து மற்ற இடங்களில் பெயர்த்து எடுத்தேன். என் பாதங்களில் யாரோ சுரண்டுவதுபோல உணர்ந்தேன். நான் சட்டென்று எழுந்து உட்கார்ந்தேன். எனதருகில் வந்த உருவத்தின் முகத்தை எட்டிப் பற்றினேன். அது காமாட்சி என்று எனக்குத் தெரியும். அவள் உள்ளே நுழைவதற்கு முன்னர் அவளது வாசனை உள்ளே நுழைந்துவிட்டது. ஆனால் இது அச்சப்படும் நேரமன்று, ஆனந்தப்படும் நேரம். அவள் ஒருத்திதான் என்னைத் தன் கட்டுக்குள் வைத்திருப்பவள். அவள் பெருமூச்சு விட்டுக் கொண்டிருந்தாள். நான் அவளது இடையில் கரம் சுற்றி என்வசம் இழுத்தபோது மெலிதாகக் கூச்சலிட்டாள்.

'உன்னைப் பார்த்தால் பயங்கர விலங்கைப் பார்ப்பது போலிருக்கிறது. களிம்பு பூசிய உன் முகம் பார்க்க சகிக்கவில்லை!'

'முகத்தில்தான் களிம்பு, உதட்டில் இல்லை', என்று அவள் காதுகளில் கிசுகிசுத்தேன்.

அவள் தனது அதரங்களை என் அதரங்களில் பதித்தாள். நான் எதிர்பார்த்ததுதான் என்றாலும் சொல்லாமல் வந்த மழைபோல இன்பம் இரு மடங்காகப் பெருகியது. என் இடைவார்ப் பட்டியில் இருந்த வேங்கை முத்திரையை அகற்றிவிட்டு எனது முதுகின் ஊடாகத் தனது கரங்களைக் கொண்டு சென்று பின்னால் இருந்த கவசத்தின் பிடியை விடுவித்தாள். ஹா! என்ன ஒரு நிம்மதி! பிறகு எனது பருத்தி மேலாடையின் முடிச்சுகளை ஒவ்வொன்றாக நான் எண்ணியது போலவே கழற்றத் தொடங்கினாள்.

என் கண்களின் வலியைப் பொறுத்துக்கொண்டு அவள் தனது ஆடைகளைக் கழற்றுவதை விழிகள் விரியப் பார்த்துக் கொண்டிருந்தேன். வளையல்களைக் கழற்றினாள். வெள்ளித் தண்டையைக் கழற்றினாள். கச்சையைக் கழற்றினாள். உள்ளாடையைக் கழற்றினாள். என் உடல் எங்கும் அக்கினியின் ஜுவாலைகள் பரவ ஆரம்பித்தது. என் இரு விழிகள் எனும் துவாரங்களின் வழியாக அவளது அழகென்னும் காட்டாற்று வெள்ளம் என்னுள் புகுந்தது. அவளது மிருதுவான மேனி, அவளது கரிய கடலினும் ஆழமான

விழிகள், கருநிற அருவியென வழியும் கூந்தல், சிவப்புச் சாயம் ஏறிய மெல்லிய இதழ்கள். ஓ! அந்த மெல்லிய சிவந்த இதழ்களுக்காக மாளிகை வாசலில் எத்தனை ஆடவர்கள் வயது பேதமின்றிக் கைகளில் இனிப்புகளுடனும், வாயினில் அசட்டு இளிப்புடனும் காத்திருப்பார்கள்.

ஆடைகளைக் களைந்துவிட்டாள் என்றாலும் இடையில் மேகலை மட்டும் மணியொலிக்க அகலாமல் இருந்தது. என்னருகில் வந்து அமர்ந்தாள். அதன் பின்னர்தான் நான் விழிகளை மூடி அவள் அருகில் நெருக்கமானேன்.

பிறகு என்னை நானே கேட்டுக்கொண்டேன். இப்போது எதற்கு? முகம் இப்படிச் சேதப்பட்டிருக்கும்போது? காமாட்சி என்னுடைய இந்த நிலையிலும் தன்னை எனக்கு முழுமையாக அர்ப்பணித்தாள். எனது முத்தங்களால் சிவந்து போயிருந்த அவளது அழகிய வதனத்தை நோக்கினேன்.

'நான் இன்று ஓர் ஆடவனைக் கொன்று விட்டேன்.'

'ஔவைக்காகவா?' என்றாள்.

'ஆம்.'

'அவர் இங்கே வந்தபோது இப்படி நடக்கும் என்று எதிர்பார்த்தேன்', என்று கூறியபடி தனது கரங்களை எனது தோளில் படர விட்டாள். 'தனது இரையை வேறு ஒரு விலங்கு பலி போடும் வரை காத்திருக்கும் குள்ளநரியின் கொடூரம் அவர் பார்வையில் இருந்ததைக் கவனித்தேன்.'

'நான் அந்த மனிதனைக் கட்டி இழுத்து வரத்தான் எண்ணியிருந்தேன். தவிர்க்க முடியாமல் தற்காப்பிற்காகக் கொல்லும்படி ஆனது. ஔவைக்கு அதில் வஞ்சம் தீர்த்துக்கொண்ட ஆனந்தம் இருக்கும். ஆனால் மன்னருக்கு அது மகிழ்வைத் தரவில்லை.'

'யார் அந்த மனிதர்?'

'உனக்கு விரைவில் தெரியவரும் என்று எண்ணுகிறேன்.'

உத்தரத்தை நோக்கியபடி, 'ஔவையின் முகத்தில் தெரிந்த பார்வையின் உக்கிரத்தை நீ பார்த்திருக்கவேண்டும். உறக்கத்தில் எழுப்பிக் கூட்டிக்கொண்டு வந்தவரைப்போலத் தோன்றினார். ஆனால் நான் அந்த மனிதரைக் கொன்று விட்டேன் என்று கூறியதும் இறந்த மனிதனின் ரத்தம் அவரது நாளங்களில் புகுந்ததைப்போல ஓர் ஆவேச ஆனந்தம் அடையக் கண்டேன். அவரது

ஆசைநாயகியின் மரணம் ஏற்படுத்திய வலி குறைந்ததுபோலக் காணப்பட்டார்.'

காமாட்சி தனது கரங்களைத் தலைக்கு நேராக உயர்த்தி நெட்டி முறித்தாள்.

'தவறு அரெமிஸ். ஆண்களுக்குக் காதலைவிட கௌரவமே பிரதானம்.'

உத்திரத்தின் மீது என் பார்வை சென்றது. ஓர் ஓந்தி தனது நிறத்தை உத்திரத்தின் வர்ணத்திற்கு ஏற்ப சிவப்பாக மாற்றிக்கொண்டிருந்தது.

'கௌரவத்தை மீட்பது எளிது. காதலை மீட்பது கடினம்', என்று கூறினேன்.

'நீ காதலை மீட்டுக் கொள்', என்றாள் காமாட்சி.

இரவு நீண்டு கொண்டிருந்தது. காமம் ஒரு கொடிய விலங்காகத் தோற்றம் எடுத்துப் பின்னர், பாய்ந்து கொன்ற இரையின் சதையைப் பிய்த்துத் தின்னத் தொடங்கி, சதை, குருதி இவற்றின் ருசியில் திளைக்கத் தொடங்கியது.

நான் எப்போதும்போல விடிவதற்கு முன்னர் எழுந்துகொண்டு விட்டேன். எனது இரு விழிகளும் இறுக்கமாகப் பிடித்துக் கொண்டிருந்தன. துர்நாற்றம் வேறு அடித்தது. நான் மெதுவாக எழுந்து குளிக்கும் இடத்திற்குச் சென்று கண்களில் குளிர்ந்த நீரை விட்டுக்கொண்டேன். விழிகளில் இறுக்கம் தளர்ந்து இறுகியிருந்த களிம்புப் பூச்சு நெகிழ்ந்தது. வலியும் குறைந்திருந்தது. நான் மீண்டும் அவளது வசிப்பிடத்தில் ஓய்வெடுத்தேன். நேரம் மெதுவாக நகர்ந்தது. நாழிகை ஊர்ந்தது. காமாட்சி சீராக ஆடை அலங்காரம் செய்து கொண்டு கிளம்பினாள். கிளம்பும்போது வழக்கம்போல எனது கன்னங்களில் முத்தமிட்டு, இரவு அவள் கழுத்துப் பகுதியில் நான் ஏற்படுத்திய பற்காயங்களைக் காட்டிச் செல்லமாகக் கோபித்துக் கொண்டு கிளம்பினாள்.

அன்றைய நாளின் முடிவில் அவள் இரவு நெடுநேரம் ஆனபின்பே வந்தாள். கூண்டிலிருந்த விலங்கு கூண்டைத் திறந்ததும் பாய்வது போலத் தனது இரையை மீண்டும் பாய்ந்து குதறியது.

மறுநாள் நான் முழுவதும் குணமடைந்து விட்டேன். நானே எனது தேவைகளை கவனித்துக்கொள்ளத் தொடங்கினேன். மருந்து மூலிகைகளுடன் சேர்த்து கட்டிய அனைத்துக் கட்டுக்களையும் அவிழ்த்து எறிந்தேன். எனது கவசத்தை அணிந்துகொண்டேன்.

நான் எனது அறையிலிருந்து வெளியில் வந்ததும் காமாட்சி என்னைப் பார்வையால் அளந்தாள். 'நீ இன்று அரசவைக்குச் செல்ல வேண்டாம். அதுவும் இந்தக் கோலத்துடன் செல்லவேண்டாம்', என்றாள்.

'நான் இங்கே வெறுமனே அமர்ந்திருந்தால் வேறு யாரையாவது கொன்று விடப் போகிறேன்.'

'யவனி உன்னைப் பார்க்க பயங்கரமாக உள்ளது. உனது இரண்டு கண்களும் வீங்கிச் சிவந்து இரண்டு நாவற்பழங்களைப்போல உள்ளன', என்றாள்.

'நான் அரசரைக் கண்டிப்பாகப் பார்த்தே ஆக வேண்டும். என்ன வெல்லாம் ஆபத்துகள் சூழ்ந்துள்ளன என்று கேட்க வேண்டும்', என்று கூறி எனது மேலுடைகளை அணிந்துகொண்டு இடைவார் பட்டியில் இருந்த உறையில் எனது குறுவாளைச் செருகியபடிக் கூறினேன்.

'நில்', என்று கூறியவள் தனது அறையில் இருந்த அடுக்குத்தட்டி லிருந்து சாயப் பொடியை எடுத்து வந்து எனது கண்களின் கீழே பூசிவிட்டாள். பிறகு கண்ணாடி ஒன்றைக் கையில் கொடுத்தாள். நான் அதில் என் முகத்தைப் பார்த்தேன். இது வேறு மாதிரி பயங்கரமாகத் தோன்றினாலும் நான் அவளைச் சமாதானம் செய்யும் விதமாக நன்றாயிருப்பதாகத் தலையாட்டினேன்.

'நன்றாக இருக்கிறது', என்று கூறிவிட்டு அவளை மீண்டும் அணைத்து முத்தமிட்டேன். அவள் என்னை விலக்கியபடி, 'நன்றாக உள்ளது என்று கூற முடியாது, பரவாயில்லை', என்றாள்.

அரசர் மாளிகை அமைதியாக இருந்தது. அரசர் தனது அறையில் உறங்கிக்கொண்டிருந்தால் அந்தச் சூழலே அமைதியாக இருப்பது போன்ற அமைதி நிலவியது.ஆனால் நான் நினைத்ததற்கு மாறாக மன்னர் தனது மேசையின் முன்பு அமர்ந்து எப்போதும் விரித்து வைத்துப் பார்க்கும் கடல்வழித் தடங்களைக் குறிக்கும் வரைபடத்தைப் பார்த்துக்கொண்டிருந்தார். நான் நுழைந்ததும் தலையை உயர்த்தி என்னைப் பார்த்தார்.

அவர் பார்வையில் தெளிவாகப் படும்படி நான் நெருங்கிச் சென்றேன். அவர் எனது முகத்தையும் விழிகளையும் பார்த்தவர் ஆச்சரியப்பட்டார். 'என்ன யவனி உன் விழிகள் சிலந்தி வலையில் அகப்பட்டுக் கொண்டவைகளைப்போலத் தெரிகின்றன', என்றார் கேலியுடன்.

அவர் அவ்வாறு கூறியதும் இதயத்தின் உள்ளே முணுக்கென்று வலித்தாலும் முகத்தில் காட்டாமல் சிரித்தபடி நின்றேன். அவர் அருகில் சென்று வரைபடத்தைப் பார்வையிட்டேன். 'என்ன பார்க்கிறீர்கள்', என்றேன்.

ராஜேந்திர சோழ பூபதி பதிலேதும் கூறாமல் என்னை வெறிக்கப் பார்த்தார். ஏதோ புதிர் ஒன்றை அவிழ்த்த பாவம் அவர் முகத்தில் தெரிந்தது. 'ஔவை எல்லாவற்றையும் கூறிவிட்டார். அவர் சொல்லித் தான் அவரது ஆசைநாயகியின் மரணத்திற்குக் காரணமானவனைத் தேடிச் சென்றபோது அவனை வேறு வழியின்றி நீ கொல்ல நேர்ந்த விஷயத்தைக் கூறினார்', என்றார்.

நான் தலையசைத்தேன்.

'இரவோடு இரவாக அவனைத் தேடிச் சென்று விடிவதற்குள் கொன்று விட்டாய். அவனை நமது சபைக்கும் அழைத்து வரவில்லை 'அவர் குரலில் வெப்பம் ஏறிக் கொண்டிருந்தது.

'அவனைக் கொல்லவேண்டும் என்ற நோக்கத்துடன் நான் கரணின் இல்லத்திற்குச் செல்லவில்லை. கட்டி இழுத்து வரவே சென்றேன். அவன் வீட்டுக் கூரையின் அருகில் இருந்த காட்டு வௌவால் ஒன்று என் முகத்தின்மீது பாய்ந்து என்னைப் பிராண்டியது. காயங்களை நீங்களே பார்த்தீர்கள். நிலை தடுமாறிக் கீழே விழுந்த என்னை அவன் இழுத்துச் சென்று கொல்வதற்கு முயன்றான். வேறு வழியின்றி தற்காப்பிற்காக அவனைக் கொல்ல நேர்ந்தது மன்னா!', என்றேன்.

அவ்வளவுதான், மன்னர் சட்டென்று சீற்றம் மிகுந்து காணப்பட்டார். அவர் முகத்தில் மன்னர்களுக்கு இருக்கவேண்டிய நிதானமும், சாந்தமும் தொலைந்து போயிருந்தன. எத்தனை சூழலிலும் அவர் தனது சமநிலையை இழந்து பார்த்ததில்லை. இரண்டுமுறை மட்டுமே அவ்வாறு நிகழ்ந்தது. ஒன்று அரசியார் அமயாவைப் பார்த்தபோது, இதோ மீண்டும் இப்போது. அவருக்கு அப்போது இருந்த ஆத்திரத்தில் என்னை அந்த மேசையின்மீது வீழ்த்திக் கழுத்த நெறித்து விடுபவரைப் போலத் தெரிந்தது.

'நீ என்ன மாதிரியான செயலைப் புரிந்திருக்கிறாய் என்று உனக்குத் தெரியுமா', என்று கூறும்போது மன்னரின் கரங்கள் சினத்தில் நடுங்கிக் கொண்டிருந்தன. 'நீ யாரைக் கொன்றாய் என்பது உனக்குத் தெரியுமா?' என்று கூறிவிட்டு அவர் கரணைப்பற்றிக் கூறியதைக் கேட்டதும் அதிர்ந்துவிட்டேன்.

‘எத்தகைய பித்துக்குளித்தனம் நீ செய்திருப்பது. வடக்கில் உள்ள எனது படையின் ஒரு பகுதியை நீ நாசம் செய்திருக்கிறாய். கரண் வேங்கி நாட்டின் படைத் தளபதி. வேங்கியுடன் போர் புரியும்போது அவனை வெற்றிப் பெறுவதற்கு நான் கடுமையாகப் போரிட வேண்டியிருந்தது. வல்லவன்; திறன் படைத்தவன். நான் எனது சகோதரி மகனை வேங்கி நாட்டை ஆட்சி புரிய அமர்த்திவிட்டு வந்திருக்கிறேன். இப்போது நீ செய்திருக்கும் செயல் எனது அதிகாரத்தை மட்டுப்படுத்தும் வகையில் உள்ளது. என் சகோதரி மகனின் உயிருக்குக்கூட ஆபத்து நேரலாம்.’

‘மன்னா...’

‘ஆம் நான் உனது மன்னன்தான். ஆனால் நீ செய்திருக்கும் செயல் எத்தகையது தெரியுமா? என்னிடம் முதலில் கூறாமல், எனது அனுமதியைப் பெறாது எவனோ ஒருவனின் வருத்தமும் ஆதங்கமும் உன்னை முட்டாள்தனமான செயலில் ஈடுபடுத்தியுள்ளது. அவனுக்குத்தான் அறிவில்லை, தனது ஆசைநாயகியின் மரணத்திற்குக் காரணமானவன் ஒரு குறுநில மன்னன் என்பது தெரிந்தும் என்னிடம் கூட ஆலோசியாமல் அவனைக் கைப்பற்றி வர உன்னை ஏவியிருக் கிறான். நீயும் சென்றிருக்கிறாய். கேட்பார் பேச்சைக் கேட்கும் உன்னை வைத்துக்கொண்டு என்னால் என்ன செய்ய முடியும்?’

நான் அவரது முகத்தை எனது விழிகள் அகற்றாமல் பார்த்துக் கொண்டிருந்தேன். பச்சை ரணங்களிலிருந்து நீர் வெளியேறி எனது முகத்தில் பூசப்பட்டிருந்த ஒப்பனைப் பொடியைக் கலைந்து ஓடச் செய்து கொண்டிருந்தது. அதனையும் மன்னர் கவனித்தார். ‘ஔவை என்னைத் தேடி வந்து கேட்டுக்கொண்டதால்தான் நான் இதனைச் செய்தேன்’, என்றேன்.

‘எந்தச் சமாதானமும் தேவையில்லை யவனி. என்னை மிகவும் பலவீனமடையச் செய்துவிட்டாய்’, என்று கூறியபடித் தனது தலையைச் சிலுப்பினார்.’ ஒரே ஒரு வழிதான் இருக்கிறது. வேங்கி நாட்டின் கரணுக்கு அடுத்த நிலையில் அதிகாரம் உள்ளவனைச் சமாதானம் செய்துகொண்டு போவதைத் தவிர வேறு வழியில்லை. கரணின் இழப்பிற்கு நியாயம் கேட்டு அவன் ஆதரவாளர்களைத் திரட்டிப் படையுடன் வரும் முன்னர் நாம் அவனை நம் வசம் ஆக்கிக்கொள்ள வேண்டும். சற்று அதிகமாகப் பொற்குவியல் களைக் கொடுத்து சமாளிக்கவேண்டும். செலவுதான். என்ன செய்வது?’

தங்க வேலைப்பாட்டுடன் கூடிய பட்டுப் பீதாம்பரம் அவரது மார்பிலிருந்து சரிந்தது. மன்னர் ராஜேந்திர சோழர் அதனை எடுத்து

ஒழுங்காகப் போட்டுக்கொண்டார். 'நீ அவனது மனைவியைக் கொன்றிருக்கவேண்டும். அவனைக் கொன்று விட்டாய். அவர்களுக்கு உன்னை அடையாளம் வேறு தெரிந்துவிட்டது.'

'அரசே நான் இனி உங்களுக்கு அரியணை மெய்க்காவல் பணியில் தொடர முடியாதா?' என்று பரிதாபமாகக் கேட்டேன்.

'நிச்சயமாக முடியாது. அவ்வாறு உன்னை நான் அரியணை மெய்க்காவலுக்கு வைத்துக்கொண்டால் அது மேலும் பல விபரீதங்களுக்குக் கொண்டு விடும்.'

'அப்படி என்றால் என் கதி? நான் என்ன செய்யப் பணிக்கப் படுவேன்?' எனக்குப் பேச நாவே எழவில்லை.

'ஔவையிடம் கேள்.' மன்னர் அஞ்சனம் தீட்டிய கண்களை விரித்து என்னைப் பார்த்துக் கூறினார். 'நீ முதன் முதலில் பணிக்கு அமர்த்தப் பட்டபோது இது பிடிக்காமல்தானே அதாவது இந்த அரியணை மெய்க்காவல் வேலை பிடிக்காமல்தானே சேர்ந்தாய்? நினைவிருக்கிறதா?' என்று குத்திக் காட்டினார். நான் எனது ஆசான் சிரேயரை நினைத்துக்கொண்டேன்.

'எனதரசே, முன்பு அவ்வாறுதான் எண்ணினேன். ஆனால் நான் இப்போது எனது உயிர் தரித்திருப்பதே உங்கள் மாட்சிமைக்குச் சேவை புரிய மட்டுமே!' என்று கூறினேன். கண்ணீர் விழிகளில் வழிந்து கண்களை உறுத்தியது. எனது வருத்தம் எப்போதும் காலம் கடந்தே வருகிறது.

'இல்லை', என்ற மன்னரின் முகம் முறுக்கிக்கொண்டது. 'நீ அளிக்க முன்வரும் சேவை விசுவாசத்தின் அடிப்படையிலோ பரிபூரண அன்பின் அடிப்படையிலோ நல்கப்பட்டதாகத் தெரியவில்லை. உனது சேவை நீரோடையில் மிதக்கும் நீர்க் கொடியைப் போன்றது யவனி. வஞ்சம் தீர்ப்பது மட்டுமே உனது சேவையாக இருந்துள்ளது. அதனால்தான் உன்னால் ஒரு சிறந்த கரிய நிற வீராங்கனையாகச் செயலாற்ற முடிந்தது. இது வரையில் நீ ஆற்றிய இந்தச் சேவைக்குச் சோழ சாம்ராஜ்ஜியம் கடமைப்பட்டுள்ளது. இனிமேல் உனக்குப் படைப்பிரிவிலும் அனுமதி இல்லை. அரியணைக்கு அடுத்தும் வேலையில்லை. எனக்கு இப்போதுதான் விளங்கியது. உனக்குப் போகப் போக விளங்கும்', கூறிவிட்டு மன்னர் தனது கவனத்தை வரைபடத்தின்மீது செலுத்த ஆரம்பித்தார்.

அவ்வளவுதான். அனைத்தும் ஒரு முடிவிற்கு வந்துவிட்டது. நான் அங்கிருந்து வெளியேறினேன்.

திசையறியாது நின்றேன்.

துறைமுகத்தின் அருகில் இருந்த சந்தைக்குச் சென்றேன். அந்தி வரும் வரையில் அங்கேயே உணவு எதுவும் உண்ணாமல் அலைந்து கொண்டிருந்தேன். துறைமுகத்தின் எல்லாப் பகுதிகளிலும் நெருப்புப் பந்தங்கள் எரிந்துகொண்டே இருந்தன. இரவு முழுவதும் கப்பல்கள் வருவதும் ஆட்கள் நடமாட்டமும் மிகுந்து காணப்படும் இடம் அது. வைகறையில் திரும்பவேண்டிய நாவாய் ஒன்றிலிருந்து மரப்பலகைகளை ஏற்றிக்கொண்டிருந்தனர். ஆடவர்கள் தலையில் கோணிச்சாக்கை சும்மாடுபோலக் கட்டி அதன் மீது கணக்கில்லாத பலகைகளைச் சுமந்து கப்பலின் அடி வயிற்றை நிரப்பிக் கொண்டிருந்தனர். எண்ணெய் விளக்குடன் திரிந்த ஒருவன் உணவுப் பண்டங்களை மாலுமிகளுக்கும், கப்பலில் வேலை செய்பவர் களுக்கும் விற்பனை செய்துகொண்டிருந்தான். அவன் வண்டியில் வைத்து விற்பனை செய்யும் தின்பண்டங்களை நான் இதற்கு முன்னர் தின்றதே இல்லை. என்னிடமிருந்த ஒரு பொற்காசை கொடுத்து அவன் வாழையிலையில் கட்டித் தந்த மூன்று துண்டங்களைப் பெற்றுக்கொண்டேன்.

இருப்பதில் பெரிய துண்டு ஒன்றினை எடுத்துக் கடித்தேன். தினைமாவும், வெல்லமும், சிறிது உப்பும் கலந்து அந்தத் தின்பண்டம் செய்யப்பட்டிருந்தது. இதுவரை நான் ருசிக்காத சுவையாக இருந்தது. மற்ற இரண்டு துண்டங்களையும் தின்றுவிட்டு அந்த உணவு வண்டிக்காரனிடம் மேலும் ஒரு காசை நீட்டினேன். ‘எனக்காக ஓர் உறையில் மூடிக் கொடுக்க முடியுமா?’ என்று கேட்டேன். அவன் சுற்றும் முற்றும் பார்த்துவிட்டு ஒரு சணல் துணியை எடுத்து அதில் மூன்று துண்டங்களைக் கட்டிக் கொடுத்தான். நான் அந்தச் சிறிய உணவு மூட்டையை எனது இடுப்பில் இருந்த இடைவார்ப்பட்டியில் செருகிக்கொண்டு கிளம்பினேன்.

அர்த்த ஜாமத்திற்கான பண்ணினை தளிச்சேரிப் பெண்கள் பாடி முடித்து வெகு நாழிகை ஆனபிறகும் ஆட்கள் துறைமுகத்தில் வேலை செய்துகொண்டிருந்தனர். உழைப்பாளிகளுக்குத் தளிச்சேரிப் பெண்களின் கால அறிவிப்பை மதிக்கவேண்டிய கட்டாயம் இல்லை போலும். சில ஆடவர்கள் இரும்புப் பட்டறைகளில் வேலை செய்து கொண்டிருந்தனர். சில பெண்கள் உஷத்காலப் பூஜைக்கு தெய்வங்களின் திருமூர்த்தங்களை அலங்கரிக்கப் பூமாலை தொடுத்துக் கொண்டிருந்தனர். என்ன ஓர் லாவகத்துடன் அவர்கள் விரல் பின்னல்களின் வழியாக மலர்க்கன்னிகள் வழிந்து கொண்டிருந்தன.

துறையில் நின்றுகொண்டிருந்த கப்பல்கள், உறங்கும் திமிங்கிலங்களைப் போலத் தோற்றமளித்தன. நான் பார்த்த அனைத்து தேசத்துக் கப்பல்களையும்விட சோழ தேசத்துக் கப்பல்தான் அளவில் மிகப் பெரியது. சோழர்களின் நிதிக் குவைபோல, அவர்களது சாம்ராஜ்ஜியம்போல, அவர்களது கோயில்களைப்போல அவர்களுக்கு அனைத்துமே பிருமாண்டமாக இருக்கவேண்டும். ஒரு சில வாணிபக் கப்பல்களில் பாய்மரத்தின் பாய்கள் மடிப்பு மடிப்பாக விசிறியின் அமைப்புடன் பாய்மரக் கம்பத்தில் கலை நேர்த்தியுடன் தொங்கிக் கொண்டிருந்தன. எங்கள் சோழ சாம்ராஜ்ஜியத்தின் கப்பலின் பாய்மரங்கள் மடிப்புகளோ விசிறிகளோ இன்றி ஒரே சீரான பாய்களால் அமையப் பெற்றிருந்தன. இரு புறமும் சோழ மன்னரின் அடையாளச் சின்னமான புலிகளின் உருவம் ஓவியமாகத் தீட்டப்பட்டிருக்கும்.

வேங்கையின் முகம். நான் குனிந்து இடைவார்ப் பட்டியைப் பார்த்தேன். அரியணைக் காவலன் என்ற பதவி பறிபோகுமானால் நான் அணிந்திருக்கும் பொற்கவசத்தையும் இழக்க நேரிடும். நான் அதனை அணிந்துகொண்டு எத்தனை நாட்கள் காவல் பணியை மேற்கொண்டுள்ளேன்! தங்கக் கவசம் என்னுடன் ஒட்டிப் பிறந்ததைப் போல இருந்தது.

எனக்கு இந்த தேசத்தின் அருமை பெருமைகள் தெரியும். இதன் செயல்பாடுகள் தெரியும். அரசியாரின் காதுகளில் உள்ள தோடுகளில் மின்னும் கற்கள் அனைத்தும் போலியானவை. விலை மதிப்பு மிக்க கற்கள் எளிதில் களவாடப்பட்டுவிடும் என்பதற்காக அரசியார் விசேஷ நாட்களில் மட்டும் அவற்றை அணிவது வழக்கம். மன்னருக்கு, தான் தலையில் அணிந்துகொள்ளும் பொய்முடி அலங்காரத்தின்மீது எப்போதும் ஒரு வித வெறுப்பு இருக்கும். ஒரு சிலரே குறிப்பாக அவரது அரசிமார்கள், மருத்துவர்கள், ஔவை, கிருஷ்ணன், பெரும்பில் மற்றும் நான் ஆகியோர் மட்டுமே பொய்முடி தரியாத தலையைப் பார்த்திருக்கிறோம். தனது ஆசைநாயகிகளுடன் பள்ளியறையில் படுக்கும்போது அவர் தனது பொய்முடியைக் கழற்றுவது கிடையாது. அவரது சரச காலங்களில் நான் பள்ளியறையின் வாசலில் காவல் புரிந்து நிற்பேன். உள்ளே மஞ்சத்தில் உருளும் ஓசை என் காதில் விழும். இருப்பினும் தனது பொய்முடி கலையாமல் மன்னர் எவ்வாறு காப்பாற்றிக்கொள்கிறார் என்பது எனக்கு விந்தையாக இருக்கும்.

நான் துறைமுகத்திலிருந்து கிளம்பி ராஜ வீதிகளின் வழியாக தேவியின் கோயிலைக் கடந்து சென்றேன். கருவறையில் இருந்த

அம்மனுக்குக் கோயில் சிவாச்சாரியார்கள் குடம் குடமாக ஆற்று நீர் கொண்டுவந்து அபிஷேகம் செய்துகொண்டே இருந்தனர். உடலும், உள்ளமும் சிலிர்க்க அர்ச்சனை செய்து மந்திரங்களை ஜெபித்துக் கொண்டிருந்தனர். மரணமடைந்தவர் இல்லங்களில் இறந்தவர் உடல் மெய்சிலிர்த்திருப்பதைப் பார்த்திருக்கிறேன். வைதரணி நதியில் இருந்து புண்ணிய நீர் அவர்கள் உடலில் தெளிக்கப்படுவதால்தான் இறக்கும்போது உடலில் ஒரு சிலிர்ப்பு தோன்றுகிறதோ என்னவோ!

நான் விரைவாக நடந்து, வழியில் மூடிக்கிடந்த இல்லங்களைக் கடந்து ஔவை மாளிகையின் வாயிலை நெருங்கினேன். ஔவையின் இல்லம் மற்ற அனைவரின் இல்லங்களை விடவும் அளவில் பெரியது. நான் வெளியில் அவர் வீட்டு நாய்களுக்காகக் காத்திருந்தேன்.

ஔவை இல்லத்தில் இருக்கும் நாய்களைப் பற்றிக் கேள்வி பட்டிருக்கிறேன். உயர் குடியைச் சேர்ந்த ஒருவர் இல்லங்களில் நாய் வளர்க்க சாதியக் கட்டுப்பாடுகள் இருந்தாலும் ஔவைக்கு மட்டும் விலக்கு அளித்திருப்பதையும் கேள்விப்பட்டிருக்கிறேன். கலியன் என்னை நோக்கி ஆவேசமாக ஓடி வந்தது. என்ன ஒரு நாய் இது. அருமையான நாட்டினக் கலப்பு. மினுங்கும் அதன் கண்கள் என்னிடம் எதையோ பேசுவது போலிருந்தது. என்னை ஓரிருமுறை மோப்பம் பிடித்த பின்னர் தன்னால் அதற்குக் கேடு எதுவும் நேராது என்பதை விளங்கிக்கொண்டு அங்கிருந்து அகன்று படிக்கட்டுகளில் வட்டமாகத் தன்னைச் சுருட்டிக்கொண்டு படுத்தது. ஆனால் என் மீதிருந்து தனது பார்வையை மட்டும் விலக்கிக்கொள்ளவில்லை.

நான் அவரது மாளிகையின் உள்ளே பார்வையால் துழாவினேன். விளக்கு ஏதாவது எரிகிறதா என்று பார்த்தேன். இல்லை அந்த மாளிகை இருளில் பேரமைதியாகக் காணப்பட்டது. நான் மாளிகையின் வெளி வாயிற்கதவில் சில கணங்கள் காத்திருந்தேன் தூரத்தில் துறைமுகத்திலிருந்து தீப்பந்தங்களின் வெளிச்சம் வைகறையைப் பகலாக மாற்றிக்கொண்டிருந்தது. காற்றின் அசைவில் கப்பல்கள் ஒன்றோடு ஒன்று உராயும் ஒலி கேட்பதும் அடங்குவதுமாக இருந்தது. அந்த ஒலிக்குத் தனித் தாளகதி இருந்தது. கடலோடிகளின் ஆனந்த லயம்.

எவருக்கும் தெரியாமல் திருட்டுத்தனமாகக் கப்பலின் அடித்தளத்தில் என்னை மறைத்துக்கொண்டு ஏதாவது ஒரு கப்பலில் ஏறி ஏதாவது தூர பிரதேசத்திற்குச் சென்றுவிடலாமா என்று ஓர் எண்ணம் எழுந்தது. ஒருவேளை எனது தீவிற்கு. ஆனால் முடியாது. நான்

துறைமுகங்களில் அல்லாடும் ஒரு மாலுமியைப்போலத்தான். அங்கும் இங்குமாக அலைக்கழிகிறேன். எனது இல்லம் எப்படி இருக்கும் என்று எண்ணி வியந்தேன். எனக்காக ஜீவ அகல் விளக்கு அங்கு எரிந்து கொண்டிருக்குமா? எனது தந்தை அந்த விளக்குக் குறித்து விளக்கமளித்தபோது எனக்குச் சில்லிட்டது. எவருக்காக அந்த அகல் விளக்கு ஏற்றப்படுகிறதோ அவரது ஜீவனை அந்த அகல்விளக்கு அணையாமல் காப்பாற்றுகிறது.

பாகம் மூன்று

போர் முரசம்

அரெமிஸ்

1

என்னால் அப்போது சுவாசிப்பது ஒன்றுதான் போராட்டமாக இருந்தது. அதீத வெளிச்சம் கண்களைக் கூச வைத்தது. நான் சட்டென்று அமர்ந்து எனது இடையில் இருந்த குறுவாளைத் தேடினேன். வாள் அங்கே இல்லை. வேறு வழி தோன்றாது காற்றில் விரைந்து எனது மணிக்கட்டை மடக்கித் தாக்கினேன். நாய் ஒன்றின் வாசனை அடித்தது. உடன் ஓர் ஆடவரின் சிரிப்பொலி. ஔவை!

'உன்னை எழுப்புவதற்கு எனது நாயை ஏவலாம் என்றுதான் எண்ணினேன். கருங்கலியன் உன்னை நாவால் நக்கி சுத்தப்படுத்தியிருப்பான்', என்றார் ஔவை. நான் பலம் கொண்ட மட்டும் கருங்கலியனின் முகத்தை என்னிடமிருந்து விலக்கினேன். பகல் வெளிச்சம் தகதகத்துக் கொண்டிருந்தது. வீதியில் நடந்து சென்றவர்கள் விந்தையுடன் எங்களைப் பார்த்துவிட்டுச் சென்றனர். அவர்களின் விந்தைக்கு ஔவையின் வீட்டின் முன்பு மயங்கிக் கிடந்த நான்தான் முக்கியக் காரணமாக இருந்திருக்க வேண்டும்.

'கவலை கொள்வதற்கு ஏதுமில்லை', என்று அவர்களைப் பார்த்து ஔவை கூறினார். 'யவனி! தளிச்சேரிப் பெண்களின் சந்தியா காலை தேவாரப்பண் இசைத்து வெகு நாழிகை ஆகவில்லை. எழுந்திரு! வா! நாம் உள்ளே செல்லலாம்', என்றார்.

நான் சிரமப்பட்டு எழுந்து அவரைத் தொடர்ந்து உள்ளே சென்றேன். வாயிற்படியின் அருகில் நின்ற பெண்மணி காலை நேரத்தில்கூட நேர்த்தியாக வெண் பட்டு சேலை உடுத்தி காதுகளில் தங்கத் தாடங்கம் மின்னக் காட்சியளித்தாள். அவளது நீண்ட கூந்தலைச் செவ்வந்தியும், வெண் மல்லிகையும் சேர்த்துக் கட்டிய பூச்சரம் அலங்கரித்துக் கொண்டிருந்தது. அவரது இல்லம் முழுவதும் நறுமண மலர்களின் வாசனை வீசியது. நான் அவளை இருகரம் கூப்பி வணங்கினேன், ஆனால் அவளோ கருங்கலியனை வீட்டு வாயிற்படியிலிருந்து வெளியில் விரட்டிக் கொண்டிருந்தாள்.

அதன் பின்னரே அவள் என்னை நிதானமாகக் கூர்ந்து நோக்கினாள். ஆதியோடு அந்தமாக என்னை ஆராய்ந்து பார்த்தாள். எனது அங்கங்களை உட்குடையும் பார்வை அது. நான் அகன்ற பிறகு அக்கம்பக்கத்துப் பெண்களிடம் என்னை வர்ணிக்கவேண்டாமா? வம்பிற்கு அலையும் மாதர் நடுவில் பற்கள் துருத்திக் கொண்டிருக்கும் ஒரு பெண்ணிடம் அந்த மாது எனது முகத்தில் இருந்த காயங்களைக் குறித்து விஸ்தாரமாக விளக்குவதுபோல மனத்திரையில் கற்பனை செய்து பார்த்தேன். புன்னகை ஏற்பட்டது.

நான் எனது இடைவார்ப்பட்டியில் கட்டி வைத்திருந்த தின்பண்ட மூட்டையை அவளிடம் நீட்டி 'இந்தாருங்கள். இது தினை மாவிலும் வெல்லத்திலும் செய்த இனிப்பு பலகாரம்', என்று கூறி நீட்டினேன்.

'ஓ! உனக்குத்தான் எங்களிடம் எத்தனை அன்பு', என்று கூறியவள் அதனைப் பெற்றுக்கொண்டு, 'அரண்மனையிலிருந்து இதனைக் கொண்டு வருகிறாயா?' என்று கேட்டாள்.

'இல்லை, நான் துறைமுகத்திற்குச் சென்றிருந்தபோது வழியில் ஒரு வண்டியில் தின்பண்டங்கள் விற்பவனிடம் வாங்கியது', என்று நான் சொல்லும்போதே எனது தவற்றை உணர்ந்தேன். நான் கூறுவதற்கு முன்பே அவள் முகம் வெளிறியது. என் கையில் இருந்த மூட்டையைக் கேவலமாகப் பார்த்தாள்.

'நல்லது, மிக்க நல்லது', என்ற ஔவையின் குரலில் ஒருவித அவசரம் தொனித்தது. அவர் முகத்தில் மனைவியைச் சமாதானப் படுத்தும் ஒரு சாதாரணக் கணவனின் சங்கடம் இருப்பதைக் கண்டேன். குரலில் கூடப் பழுதடைந்த எதையோ செப்பனிடும் தச்சனின் பதற்றமே இருந்தது.

'உன் முகம் வாடியிருப்பதைப் பார்த்தால் நீ பசியோடு இருக்கிறாய். இரு, உணவு கொண்டு வருகிறேன்', என்று கூறிய அவளது குரலில் எவ்வித உணர்ச்சியும் இல்லை.

'எது வேண்டுமாயினும் கொண்டு வா! யவனியின் பசித்த வயிறு நிரம்ப வேண்டும்', என்றார் ஔவை. என்னைப் பார்த்து, 'நீ எங்களது மதிப்பு மிக்க விருந்தினர்', என்றார்.

உள்ளேயிருந்து ஒரு பணிப்பெண் ஒரு தூய முகம் துவட்டும் துணியுடன் வந்தாள். நான் அதனை வாங்கி முகத்தை அழுத்தித் துடைத்தேன். அந்த சுத்தமான துணி ஒரு நொடியில் என் முகத்திலிருந்த கருந்திட்டுக்களினால் கறையானது. நான் அந்தத் துணியை ஔவையிடம் காட்டி, 'கலியன் ஒழுங்காகத் தனது செயலைப் புரியவில்லை', என்று கூறினேன்.

'இன்னும் சற்று நேரம் கிடைத்திருக்குமானால் அவன் உனது முகத்தில் இருந்த காயங்கள் அனைத்தையும் சுத்தம் செய்திருப்பான். உனது கவலைகளையும் சேர்த்துப் போக்கியிருப்பான்', என்றார் ஔவை. ஔவை கூறிவிட்டு ஒரு தாமிரக் குடுவையில் இனிப்பும், நறுமணமும் கொண்ட ஒரு சூடான பானத்தைப் பருக அளித்தார்.

'குடி', என்று தயங்கிய என்னைப் பார்த்துக் கூறியதும் நான் ஒரே விழுங்கலில் அதனைப் பருகினேன்.

'நமது சாம்ராஜ்ஜியத்திற்கு எதிரி தேசமான ஸ்ரீவிஜய தேசத்தினரை விடவும் அதிகச் சேதம் விளைத்துவிட்டேன்', என்று கூறினேன்.

'யவனி, சற்று பொறு. அதிகம் சிந்திக்காதே. ஒவ்வொருவருக்கும் ஓரளவுதான் செயலாற்றும் திறன் இருக்கும். அதற்கு மேல் செயலாற்ற எவராலும் இயலாது. ஆனால் உனது செயல்திறனையும் விட உன்னால் செயலாற்ற முடியும் என்ற உனது துடிப்பான எண்ணத்தைச் சற்று ஒதுக்கி வை. கப்பற்படையின் சில பகுதிகளில் கலகம் நேர்ந்துள்ளது. நானும் கிருஷ்ணனும் எங்காளால் முடிந்த வரையில் அக்கலகத்தை அடக்க முயன்று வருகிறோம்', என்றார்.

அவர் தனது முகத்தில் இருந்த தழும்பை தடவிக் கொடுத்தபடி, 'எனது தவறுதான். இரவு நேரத்தில் உன்னை அந்த இடத்திற்கு அனுப்புகிறோமே ஏதாவது ஆகக் கூடாதது நேர்ந்து விட்டால் அதன் முழுப் பழியும் உன்மேல் அல்லவா விழும் என்று நான் சிந்திக்கத் தவறிவிட்டேன். எனது இழப்பே எனக்குப் பெரிதாகத் தெரிந்தது. எனது கண்ணீர் எனது அறிவிற்குத் திரையிட்டு விட்டது!'

'நான் மறுத்திருக்கலாம் அல்லவா? என் பெயரிலும் தவறுள்ளது', என்று கூறினேன். கரணின் துர்மரணம் இருவரிடமும் குற்றவுணர்வை ஏற்படுத்திவிட்டது. அது ஏற்படுத்திய கலவரம் இருவருக்கும் தேவையற்றது.

'நான் ஓர் அடிமை. அதிலும் மன்னரின் நேரடிக் கண்காணிப்பில் இருக்கும் அடிமை. நான் உங்கள் வார்த்தைக்குக் கட்டுப்பட வேண்டிய அவசியம் கிடையாது. இது எனது சொந்த விருப்பில் வாங்கிக் கொண்ட தண்டனை', என்றேன்.

அவர் எனது முகத்தை ஏறிட்டார். 'அரசர் உனக்கு எந்தவிதமான தண்டனை வழங்கினார்?' என்று கேட்டார்.

நான் எனது பொற்கவசத்தை ஏறிட்டேன். 'நான் இனிமேல் அவரது அரியணை மெய்க்காவலாளியாக இருக்க இயலாது என்று கூறிவிட்டார்', என்ற எனது குரலில் சுரத்துக் குறைந்து காணப்பட்டது.

ஔவையின் முகம் சோகத்தில் ஆழ்ந்தது. 'எனக்கு இது குறித்து ஏற்கெனவே அச்சம் இருந்தது. உனக்குத் தெரியாது யவனி. உன் பெயரை நாசம் செய்ய அரண்மனையில் பல வீரர்கள் ஆவலுடன் காத்துக்கொண்டிருக்கின்றனர். யவனி நீ அதிர்ஷ்டம் செய்தவள். மன்னர் உன்னைப் பாதாளச் சிறையில் போட்டிருக்கலாம். நானாக இருந்தால் அதைத்தான் செய்திருப்பேன்', என்று கூறினார்.

'ஏன் எனில் நான் சோழ தேசத்தைச் சேர்ந்தவள் கிடையாது என்பதாலா...?'

'ஏன் எனில் உனக்காக முறையிட தனியாகக் குடும்பம் இல்லாதது காரணம். தந்தை, அன்னை, தமையன் என்று யாருமற்றவள் நீ.'

'மந்தாகினியைவிட என் நிலை மோசமானது ஔவை. மந்தாகினிக்கு நீங்களாவது இருந்தீர்கள்.'

ஔவை எதுவும் கூறாமல் இருந்தார். அவரது விழிகள் எனக்குப் பின்னால் ஊடுருவி அவரது மனைவி நாங்கள் பேசியதைக் கவனிக்கின்றாளா என்று நோட்டமிட்டது. 'அவள் பெயரை இங்கே உச்சரிக்க வேண்டாம் யவனி. நீ இங்கே அதற்காக வரவில்லை என்று நம்புகிறேன்', என்றார்.

'நான் இங்கே வந்ததன் காரணம், எனக்கு வேறு எங்கு செல்வது என்பது தெரியாததால்தான். எனக்குத் தனியாக வசிப்பிடம் எதுவுமில்லை. சமுத்திரத்தை நீந்திக் கடக்கும் ஆற்றல் இருக்குமானால் கடலைக் கடந்து என் சொந்த தேசம் நோக்கிச் சென்றிருப்பேன். இனிமேலும் அவர்கள் என்னை அரண்மனையில் தங்க அனுமதிப்பார்களா என்ன?'

ஔவை அவசரமாக மறுத்துத் தலையாட்டினார். 'நிச்சயம் மாட்டார்கள். உனக்குப் படை வீட்டில்கூட அனுமதி இருக்காது', என்றார்.

நான் இதனை எதிர்பார்க்கவில்லை. காமாட்சியின்மீது எனக்கிருந்த கனவுகளை வானில் செல்லும் பட்சிகள் கொத்திக்கொண்டு பறப்பது போலிருந்தது.

அரசியார் அமயாமீது அவருக்கிருந்த அசைக்க முடியாத சந்தேகம் குறித்துக் கேட்டேன். 'அமயாவின் மீது ஒரு கண் இருக்கட்டும் என்று

கூறியிருந்தீர்கள். இப்போது என்ன செய்வது?' என்று கேட்டேன்.

அவர் தனது நெற்றியைச் சொரிந்துகொண்டார். 'இது குறித்துச் சற்று சிந்திக்க வேண்டியிருக்கிறது. மாற்று ஏற்பாடு செய்கிறேன்', என்றார்.

என்னைக் காத்திருக்கச் சொல்லிவிட்டு அவர் எழுந்து வெளியில் சென்றார். நான் அவர் கொடுத்த கஞ்சியைக் குடித்தேன். மிளகு, பாசிப்பருப்பு, வெல்லம் போட்டுச் செய்யப்பட்டிருந்த சுவையான கஞ்சி என் பசிக்கு இதமாக இருந்தது.

ஔவை சற்று நேரத்தில் திரும்பி வந்தார். அவரது கரங்களில் ஓர் இரும்பு வலைக் கவசம் இருந்தது.

'முதலில் நீ அணிந்து கொள்', என்றவர், 'நான் உன்னிடம் ஒன்றைக் காட்ட வேண்டும். நான் நேற்று கரணின் ஆட்களுடன் உரையாடிக் கொண்டிருந்தேன். மந்தாகினியின் இறப்பிற்கும், கரணுக்கும் தொடர்பு இருப்பது இன்னும் உறுதி செய்யப்படவில்லை என்கின்றனர்', என்றார்.

'அவர்களுக்கு எவ்வாறு இது தெரியாமல் போகும்?'

'அங்கே நீ மாட்டிக் கொண்டபோது அவர்களிடம் மந்தாகினியின் பெயரைக் கூறினாயா?'

எனக்குச் சரியாக நினைவில் இல்லை. தீவிரமாகச் சிந்தித்தும் அன்று நடந்ததை என்னால் நினைவிற்குக் கொண்டுவரமுடியவில்லை. என்றோ வெகு நாட்களுக்கு முன்னர் நிகழ்ந்த சம்பவம்போல அது இருந்தது.

'நான் அவ்வாறு எதுவும் கூறியிருக்க மாட்டேன் என்றே கருதுகிறேன்!'

'நல்லது நாளை நான் அவனுடைய இளைய சகோதரனைப் பேட்டி காணவுள்ளேன். அவன்தான் இப்போது வேங்கி நாட்டின் தளபதி. தளிச்சேரிப் பெண்களின் அர்த்தஜாம பண் இசைத்து முடியப் பெற்ற பின்னர் வரச் சொல்லியிருக்கிறான். ராஜதுரோகம் குறித்துப் பேசுவதாக மற்றவர் நினைத்து விடக்கூடாது என்பதற்காக அவ்வாறு நேரம் கழித்து வரச் சொல்லியிருக்கிறான்.'

'எங்கே வைத்து அவனைச் சந்திக்க இருக்கிறீர்கள்?'

'கரண் இல்லத்தில்.'

நான் மறுத்துத் தலையசைத்தேன்... 'வேண்டாம். நீங்கள் கரணின் சகோதரரை அரண்மனையில் பேட்டி எடுப்பது உசிதமாகத் தோன்றுகிறது. அவரது மாளிகையின் ஒரு பகுதியில் அவர் அனுமதியுடன் நடந்தால் நல்லது என்று எனக்குத் தோன்றுகிறது. கரணின் ஆட்கள் இருக்கும் பகுதியில் வேண்டாம்.'

'அரசரிடம் இது குறித்து என்னால் எதுவும் கேட்க முடியாது. அரசர் இது குறித்த விவாதத்திற்கு உடன்பட மறுக்கிறார்.'

'நீங்கள்தான் செல்ல வேண்டுமா? கிருஷ்ணன் செல்லக் கூடாதா?'

அவரது எரிச்சல் அதிகமானது. 'எனது பணியை வேறு ஒருவர் தலையில் கட்டுவதா?'

ஓ! இவரது பெருமையையும், திறமையையும் எவரும் குறைத்து மதிப்பிடக்கூடாது. கௌரவம் என்பது இவர்கள் அணியும் பொன்னாபரணங்களைப்போல, இவர்களது நாவாய்களின் பாய்மரத்தில் உள்ள பாய்களைப்போலப் பளிச்சென்று மற்றவர் கண்களுக்குத் தெரியவேண்டும்.

'ஔவை, எச்சரிக்கிறேன்! இந்த விஷயத்தில் நீங்கள் ஆபத்தை விலைக்கு வாங்குவதாகத் தெரிகிறது', என்றேன்.

'நீதான் அவர்களிடம் என்னைப் பற்றியோ, மந்தாகினியைப் பற்றியோ எதுவும் கூறவில்லை என்றாயே

'எனக்கு அவ்வாறுதான் நினைவில் உள்ளது. ஆனால் அவர்கள் முட்டாள்கள் இல்லை. எளிதில் அன்றைய இரவில் நிகழ்ந்த உங்கள் ஆசை நாயகி மந்தாகினியின் மரணத்துடன் உங்கள் வருகையையும் இணைத்துப் பார்ப்பார்கள்', என்றேன்.

அவர் அந்தக் கருத்தை மறுதலித்தார். 'அந்த ஆட்கள் கட்டாடிகளின் குடியிருப்புப் பகுதிக்குச் செல்கிறவர்கள்தானே? அது அவர்கள் உடலுக்கு ஆரோக்கியமானதல்ல. அங்கிருக்கும் பரத்தையர் இல்லத் தலைவிகள் தங்களிடம் உள்ள பொது மகளிரை புனிதமான கங்கை நீரால் நீராட்டிச் சுத்தமாக வைத்திருப்பதாகப் பொய்யுரைப்பர். இந்த ஆடவர்களும் அதனை அப்படியே நம்புவர். விரகத்தால் உடல் சூடான வீரனுக்கு நம்புவதற்குப் பொய்கள்தான் தேவை. உண்மை தேவையில்லை. அவர்களுக்கு ஓர் உண்மையான பெண் எப்படி இருப்பாள்? அவளுடைய தேவைகள் என்னவாக இருக்கும் என்பதெல்லாம் தெரியாது.'

அவர் அதனை மேலும் உறுதிப்படுத்துவதைப்போல, 'ஆமாம், அவர்களுக்கு ஒரு விஷயமும் தெரியாது', என்று கூறினார். சாளரத்திற்குப் போடப்பட்ட திரைச்சீலைபோல அவரது முகத்தில் உள்ள பாவத்தை வைத்து அவர் மனதை அறிவது கடினம். மந்தாகினியின் மரணம் அவர் முகத்தில் சோகத்தை உண்டாக்க வில்லை. தனது மனைவிக்கு மந்தாகினி குறித்து எந்த விஷயமும் தெரியக்கூடாது என்ற அச்சமே அவர் முகத்தில் தெரிந்தது.

விழாக்களில் சிறப்பு நிகழ்ச்சிகள் முடிவுற்றதும் எழும் கரவொலியைப் போலக் கரவொலி எழுப்பினார். 'உனக்குத் தெரியுமா நாம் எங்கே போகத் தலைப்பட்டுள்ளோம் என்று?' என்று வினவினார்.

நான் தெரியாது என்று தலையை ஆட்டினேன். அவர் இளித்து விட்டு, 'வா. உன்னை மீண்டும் அரண்மனைக்குள் தள்ளி விடுவதற்கு வழி ஒன்று கண்டுபிடித்து விட்டேன்', என்றார்.

நாங்கள் அரண்மனை நோக்கிக் கிளம்பினோம். புதிய இரும்புக் கவசம் சற்று நீளம் குறைந்து காணப்பட்டதால் நான் அணிந்த பருத்தி உள்ளாடை கவசத்தைத் தாண்டி வெளியில் எட்டிப் பார்த்தது. புதிய கவசம் இலகுவாக இருந்தது. உடலோடு ஒட்டியிருந்தது. கவசம் ஓர் உறுத்தலாக இல்லை என்பதால் என்னால் அடுத்தடுத்த நிகழ்வுகளை எளிதில் சிந்திக்க முடிந்தது. ஏற்கெனவே நான் காமாட்சியைச் சந்திப்பது குறித்துத் திட்டமிட்டிருந்ததால் அது குறித்துச் சிந்தித்தபடி சென்றேன். அரசியாரின் அந்தப்புர காவலர்களுக்கு எனது பணிநீக்கம் குறித்துத் தகவல் அளிக்கப்பட்டிருக்கும் என்பதால் அவர்கள் என்னை நுழைவதற்கு அனுமதி அளிப்பது ஐயம்தான்.

செல்வச் செழிப்பான வீதி ஒன்றின் வழியாக நானும் ஔவையும் சென்றுகொண்டிருந்தோம். ஆபரண அங்காடிக்காரர்களும், பொற்கொல்லர்களும் கூட்டமாகச் சென்றுகொண்டிருந்த வீதி அது. ஒவ்வொருவர் இடுப்பிலும் கொத்துக் கொத்தாகக் திறவுகோல்கள் தொங்கியபடி இருந்தன. ஓர் அழகிய பல்லக்கில் உயர்குடி இளம்பெண் ஒருத்தியைச் சுமந்து வந்ததால், நான் வீதி ஓரத்திற்குச் சென்று வழிவிட நேர்ந்தது. அனைவருக்கும் செல்வத்தைக் கொட்டி யளக்கும் பூமியாக நாகைப்பட்டிணம் திகழ்வதால் செல்வந்தர்கள் பலரும் ராஜ போகத்தை அனுபவித்தனர். காஞ்சனம் ஒன்றே போதும் என்பதே அனைவரது எண்ணமாகவும் இருந்தது.

அரண்மனை புறவாசல் வழியாக அரண்மனைக்குள் நுழைந்தோம். புறவாசல் சோம்பிக் கிடந்தது. அணிவகுப்புகள் இல்லை; உயர்குடி மக்களின் போக்குவரத்து இல்லை. அங்கிருந்தபடிதான் காவல்

அதிகாரியான அதுலன் தனது கீழுள்ள இளநிலை காவலர்களுக்குத் தேவையான உத்தரவுகளைப் பிறப்பிப்பது வழக்கம். இங்குதான் அரண்மனைக் காவலர்கள் சரளமாக உரையாட முடியும்.

அவர்களின் பார்வை என் மீது விழுந்தபோது அவர்கள் என்னைப் பரிச்சயம் கொள்வார்கள் என்றே எண்ணினேன். அவர்கள் எனது இரும்பு வலை கவசத்தைப் பார்த்தனர். காயம்பட்டிருந்த எனது விழிகளைப் பார்த்தனர். எனக்குப் பரிச்சயமானவர்கள் என்பதால் அவர்களிடம் கொஞ்சம் அன்பை எதிர்பார்த்தேன். ஆனால் அவர்கள் என்னை மிரட்சியுடன்தான் பார்த்தனர். ஔவையைக் கண்டதும் குனிந்து வணக்கம் செய்த அவர்கள் எங்கே நான் அவர்களுடன் உரையாடி விடுவேனோ என்று அச்சம் கொண்டனர். நான் எனது விழிகளைத் தாழ்த்தி ஔவையின் பின்னால் அவரது அடிமையைப் போலப் பம்மி நடந்தேன்.

தகுதி என்பது அணிந்துகொள்ளும் ஆடையைப் போன்றது எனில் இந்த இரும்பு வலைக் கவசத்தில் நான் நிர்வாணமாக இருப்பதைப் போன்று கூசிக் குறுகிச் சென்றேன். மேலும் அரண்மனை ஆட்களைச் சந்திக்க எனது மனம் விரும்பவில்லை. நல்லவேளை ஔவை என்னைக் குறுக்குப் பாதையில் குதிரை லாயத்திற்கு அழைத்துச் சென்றார். நாங்கள் சென்றபோது பொன்னிற மேனியுடன் கூடிய இள வயது வீரன் ஒருவன் குதிரை லாயத்தின் கதவுகளை மூடிக் கொண்டிருந்தான். அவன் அப்பு.

அவன் என்னைச் சந்தேகக் கண் கொண்டு பார்த்தான். இதற்கு முன்னர் அவன் பலமுறை சேதிகளைக் கொண்டுவந்து கொடுத்திருக் கிறான். இப்போது புதியவளைப் பார்ப்பதுபோல என்னைப் பார்க்கிறான்.

‘இவள் இனிமேல் இந்த லாயத்தில் குதிரைகளைக் கவனித்துக் கொள்ளப் போகிறாள்!’ என்றார் ஔவை.

‘உனது கண்களுக்கு என்ன ஆயிற்று?’ என்று அப்பு கேட்டான்.

‘காட்டு வௌவால் ஒன்று தாக்கிவிட்டது.’

அப்பு நம்பாதவன்போலப் பார்த்துவிட்டு, ‘நான்தான் இந்தக் குதிரைகளைப் பராமரித்து வருகிறேன். தினமும் குதிரைகளை அழுக்குப் போகத் தேய்த்துக் குளிப்பாட்டுவேன். குதிரைகளுக்கு என் மேல் இஷ்டம் அதிகம். நான் மடப்பள்ளியிலிருந்து சேனைக் கிழங்கும், கீரைக் கட்டுக்களும் எடுத்துக்கொண்டு... இல்லை இல்லை வாங்கிக்கொண்டுவந்து இவைகளுக்குக் கொடுப்பேன்.’

நான் எதுவும் பதில் கூறவில்லை. நான் புல்லுக்கட்டுக்களைப் பார்வையிட்டேன். அரைகுறையாக உறங்கிக்கொண்டிருக்கும் அந்தப் பாரசீகக் குதிரைகள் என்றால் மன்னருக்கு மிகவும் விருப்பம். எனது இதயத் துடிப்பு அதிகமானது.

'நான் இவற்றை வயிறு வாட விடுவதே இல்லை', என்றவன், 'தினமும் புதிய புற் கட்டுகளையே உணவாக அளிப்பது வழக்கம். காலையில் ஒருமுறையும் அந்திசாயும் நேரம் விளக்குகளில் எண்ணெய் நிரப்பும்போது ஒருமுறையும் உணவளிக்க வேண்டும். நீ எனக்கு இவற்றில் உதவி புரியலாம். குதிரை லாயக் காப்பாளர் நாராயண எஜமான் நாம் இந்த லாயத்தில் செய்வதற்குப் பணிகள் நிறைய இருக்கிறது என்று கூறிக்கொண்டே இருப்பார்', என்றான்.

எனக்குத் துக்கம் தொண்டையை அடைத்தது. ஔவையின் பக்கம் திரும்பினேன்.

'யவனி! இது குறுகிய கால ஏற்பாடுதான். வருந்தாதே. நாளை உன்னைச் சந்திக்கிறேன்', என்று கூறிவிட்டு அகன்றார்.

இந்தக் குதிரை லாயம் ஓர் உணவு விடுதியின் அருகில், நகரத்தின் வாயிலின் அருகில் இருந்தது. இங்கே கூட்டி வரும் முன்னர் ஔவை லாயத்தைப்பற்றிக் கூறிவிட்டு, 'இந்தக் குதிரை லாயத்தின் உரிமையாளனை எனக்கு நன்றாகத் தெரியும். அவன் நிச்சயமாக உன்னைக் கரணின் ஆட்களிடம் காட்டிக் கொடுத்து விட மாட்டான்', என்றார். இந்த லாயத்தின் உரிமையாளரான வழுக்கைத் தலை மனிதரிடம் அவர்தான் என்னை அறிமுகப்படுத்தி வைத்தார். அந்த வழுக்கைத் தலை ஆசாமி, அருகில் உள்ள உணவு விடுதிக்கு வரும் கடலாடிகளுக்கும், வாணிகர்களுக்கும் ஆட்டு இறைச்சியில் செய்த புழுக்கலையும், துவரையில் செய்த ரசத்தையும் உண்பதற்குக் கொடுப்பது வழக்கம்.

வேறு காவல் வீரர்கள் கண்களில் தென்படாமல் இருக்க நான் பின்கதவு வழியாக உள்ளே நுழைவதை வழக்கமாக்கிக்கொண்டேன். நான் தங்கியிருக்கும் அறை சாலையை ஒட்டி இருந்தது. அந்தச் சாலையில் பகல் எல்லாம் ஆட்களின் நடமாட்டமும், கால்நடைகளின் நடமாட்டமும் மிகுந்திருக்கும். எனக்களிக்கப்பட்ட பாய் சுத்தமாக இருந்தது. கதவும் உறுதியாக இருந்தது. நான் ஓர் உருளி நிறை தண்ணீர் கேட்டேன் குளிப்பதற்கு.

அந்திநேரம் தொடங்கியதும் தளிச்சேரிப் பெண்களின் பண் ஒலிக்கத் தொடங்கியது. நான் உருளி நீரால் முகம் கழுத்து மார்பு போன்ற

உறுப்புகளைக் கழுவத் தொடங்கினேன். உடலை அழுத்தித் தேய்த்துக் கழுவியதால் நீரில் என் ரத்தம் கலந்து சிவப்பாக மாறியது. கண்களைச் சுற்றிலும் என்னால் லேசாகக் கூடத் தொட்டுக் கழுவ இயலவில்லை. அந்தக் காயங்கள் இன்னமும் பசுமை மாறாமல் இருந்தன. குத்து வலி எடுத்தது.

நான் ஒரு சாதாரணப் போர்வையை மேலே இழுத்து விட்டுக் கொண்டு வெளியில் கிளம்பினேன். நான் வாயில் வழியாக வெளியேற முடியுமே தவிர அரண்மனை மாளிகைகளுக்குள் உலாவ முடியாது. என்னிடம் ஒரு திட்டம் உள்ளது. வீதிகளின் வழியாகப் பாதக் குறடுகள் இன்றி நடந்து சென்று அரண்மனை மாளிகையின் சுவர் கண்களில் தென்பட்டதும் ஓர் ஆலமரத்தின் மீது ஏறி அரண்மனை யின் உள்ளே எங்கெல்லாம் பாதுகாவல் போடப்பட்டுள்ளது என்பதை அறியத் திட்டமிட்டிருந்தேன். நான் எண்ணியது சரிதான். மாவீரன் என்ற பெயரையுடைய காவல்வீரன் கிழக்குப் பகுதியில் ஒரு புளியந்தோப்பின் பின்னால் காவல் புரிந்துகொண்டிருந்தான். மாவீரன் புதியவன் என்பதால் மிகச் சன்னமான ஒலிக்கும் விழிப்புடன் இருப்பவன். நான் மரத்திலிருந்து கீழிறங்கிக் காத்திருந்தேன். அப்பு வந்தான்.

'அப்பு மாவீரனுடன் பேச்சு கொடுத்து அவன் கவனத்தைத் திசை திருப்பு', என்றேன்.

'அது நடக்காது. அவன் என்னிடம் முகம் கொடுத்துப் பேச மாட்டான்', என்றான் அப்பு உடனே.

'அப்படியெனில் ஒன்று செய். நீயே சென்று வலிய வம்பில் மாட்டிக் கொள்வதுபோல நாடகமாடு. ஒருவருக்கும் தெரியாமல் களவாடிச் செல்பவனைப்போலப் பதுங்கியபடி செல்.'

அவனது கண்கள் விரிந்தன.

'என்னால் அவ்வாறு செய்ய முடியும். ஆனால் எதற்காக?' என்றான்.

நான் சுற்றும் முற்றும் பார்த்தேன். என்னிடம் இருந்த வெள்ளியில் செய்த வேங்கை முத்திரையிட்ட கொளுவி (★பதக்கத்தில் இருக்கும் வெள்ளிப் பட்டையைக் கொளுவி என்று அழைப்பார்கள்- மொ.பெ.)

இடைச் கச்சையில் இருப்பது நினைவில் வந்தது. அதைக் கொக்கியி லிருந்து கழற்றினேன். 'இதோ இதைக் கைகளில் வைத்துக் கொண்டு பதுங்கிப் பதுங்கிச் செல். அவன் உன்னை வழிமறித்துக் காரணம் கேட்பான். இந்தக் கொளுவி என்னுடையது என்று கூறி அதனை

என்னிடம் கொடுக்கச் செல்வதாகச் சொல். அவன் மறித்துத் தானே இதனை வைத்துக்கொண்டாலும் பாதகமில்லை. சரியா?' என்றேன்.

நான் ஒரு புளிய மரத்தின் மீது ஏறி அதன் கிளையில் மறைந்து நின்றேன். அப்பு தெற்கு வாயில் வழியாக நுழைந்தான். அவன் தனது வேட்டியின் முனையைப்பற்றி மேலே இழுத்துவிட்டு தனது இடது கையிலிருந்த கொளுவியை மறைத்துக்கொண்டு சென்றான். அரண்மனை ராணிகள் வசிக்கும் கிழக்குப் பகுதிக்குச் செல்லும் போது எதையோ தான் மறைத்து வைத்திருப்பதைப் பிறர் அறியும்படி நடப்பவனைப்போலப் பதுங்கிப் பதுங்கிச் சென்றான். நான் மளமளவென்று கீழே இறங்கி நுழைவாயிலை நோக்கி நகர்ந்தேன். மாவீரன் சற்று திரும்பிப் பார்த்திருந்தால்கூட நான் அவன் கண்களில் சிக்கியிருப்பேன். அதிர்ஷ்டக் காற்று என் பக்கம் வீசியதால் அப்படி எதுவும் நிகழவில்லை. நான் தெய்வங்களுக்கு நன்றி தெரிவித்துக் கொண்டேன்.

நான் அரண்மனைச் சுவரை அடைந்து எனது முதுகை அதன்மீது ஒட்டிக்கொண்டு காத்திருந்தேன். சுவரின் மூலையில் அப்பு தடதட வென்று வெளியேறும் ஓசை கேட்டது. பக்கவாட்டில் கண்களால் கவனித்தபடி தோள்களை வளைத்து அப்பு சந்தேகம் ஏற்படும் வண்ணம் பம்மிப் பம்மிச் செல்வதுபோல நன்றாக நடித்திருக்க வேண்டும். மாவீரனின் குரல் பலமாக ஒலித்தது. 'ஹேய்! நீ இப்போது என்ன செய்கிறாய்?'

'ஒன்றுமில்லை!' அப்புவின் குரல் மெதுவாக ஆனால் அச்சப்படுவது போல ஒலித்தது. ஈட்டியைத் தரையில் இழுத்துச் செல்லும் ஓசை கேட்டது. மாவீரன் அந்த ஈட்டியை ஒரு மரத்தின் அடியில் சாய்த்து வைத்தான். அவன் அப்புவை நெருங்கி, 'நில்... நில்... ஓடாதே. இங்கிருந்து ஓரடிகூட எடுத்து வைக்காதே.'

அப்புவை மாவீரன் தொடர்வது தெரிந்தது. நான் என்னை மறைத்தபடி புளியந்தோப்பிற்குள் நுழைந்தேன். வழியில் ஒரு புளியமரத்தின் முன்பு நின்றேன். அந்தப் புளிய மரத்தில் மும்முடியரசரின் அத்தையார் குந்தவை பிராட்டியின் ஆன்மா இறங்கியிருப்பதாக காமாட்சி கூறியிருக்கிறாள். அந்த மரத்தைப் பெண்கள் கடந்து செல்லும்போது உள்ளேயிருந்து குந்தவை பிராட்டியின் ஆன்மா அந்த அடிமரத்தைப் பிளந்து தன்னை விடுவிக்குமாறு விசும்பும் என்று கூறியிருக்கிறாள்.

'சில நாட்கள் அவரது ஆன்மா உக்கிரமாக இருக்கும். நாம் அவரைக் கவனியாது இருப்பதனால் வந்த சீற்றம். மற்ற நாட்களில் அவரது

ஆன்மா அமைதியாக. பாடிக்கொண்டு இருக்குமாம். ஒரு மரப்பொந்தில் காலை மடக்கிக் குறுக்கிக்கொண்டு அமர்வதால் குரல் எழும்பிப் பாட முடியாது என்பதால் அவரது ஆன்மாவின் குரல் விநோதமாக இருக்கும்.'

காமாட்சி சொல்லி முடித்ததும் உடன் வந்த தோழிப் பெண்கள் கைகொட்டி நகைத்தனர்.

காமாட்சியின் அறையின் அருகே காத்திருந்தேன். ஒன்றிரண்டு சேடியர் போவதும் வருவதுமாக இருந்ததால் சிறிது நேரம் காத்திருந்தேன். அவர்கள் அனைவரும் கட்டாடிகள் கொண்டுவந்து கொடுத்த அரசியாரின் துவைத்த ஆடைகளை மலை மலையாகத் தோள்களில் சுமந்து சென்றனர். நான் என்னை மறைத்தபடி உள்ளே நுழைந்தேன். நான் நுழைவதற்கு முன்னர் காமாட்சி தனது மேனியில் பூசிக்கொள்ளும் ஜவ்வாதின் மணமும், கூந்தலில் சூடிக்கொள்ளும் வாசனை மலர்களின் நறுமணமும் நாசியைத் தாக்கின. அதோ அவள் நிதானமாக அமர்ந்து கன்னங்கரிய அருவி போன்று வழியும் கூந்தலில் கால்கள் பிரித்துப் பின்னிக் கொண்டிருந்தாள். இடையில் மலர்களால் அலங்கரிக்கப்பட்ட மேகலையை அணிந்திருந்தாள். அவள் இடையணி மேகலையை எவராவது பற்றி இழுக்கும் தினங்களில் மட்டுமே அதனை அவள் அணிவது வழக்கம். அது நானாக இருக்கலாம். ஆனால் நான் அங்கு வருவேன் என்று அவள் நினைத்துக் கூடப் பார்த்திருக்க மாட்டாள்.

அவள் என்னைப் பார்த்ததும் மகிழ்ச்சி அடைந்தவளைப்போலத் தோன்றினாள். 'உனது காயங்கள் இன்று பார்ப்பதற்கு அத்தனை கொடூரமாகத் தோன்றவில்லை. இருந்தாலும் சேவற்சண்டையில் அடிபட்ட சேவல் கோழியைப்போலத் தோற்றமளிக்கிறாய். ஆனால் ஒன்று, கர்ப்பிணிப் பெண்கள் உன்னைக் கண்டால் அவர்கள் கர்ப்பம் கலையாது என்று கூறுமளவிற்கு உன் தோற்றம் மாறியிருக்கிறது', என்றாள்.

'நான் எங்கே சுற்றித் திரிந்தேன் என்பது குறித்து உனக்கு அக்கறையோ, கவலையோ இல்லையா?'

'உன்னைப் பற்றியா? எதற்கு நான் கவலை கொள்ள வேண்டும்? உனக்கு எதுவும் நேராது என்பது எனக்குத் தெரியும் அரெமிஸ்', என்றாள். அவள் எனக்குத் தனது பின்பகுதியைக் காட்டியபடிக் காதில் தாடகங்களை அணிந்துகொண்டாள்.

நான் அதிவிரைந்து அவள் முன்னால் சென்று நின்றதும் அவள் விழிகள் வியப்பில் விரிந்தன. அஞ்சனம் தீட்டப்பட்டிருந்த தனது நீண்ட பழுப்பு நிற விழிகளின் மூலம் என்னை நோக்கினாள்.

'நான் இப்போது அரண்மனையில் அரியணை மெய்க்காவல் சேவை புரிவதில்லை என்பது உனக்குத் தெரியுமா காமாட்சி?' என்றேன்.

அவள் தெரியும் என்பதன் அடையாளமாகத் தலையாட்டினாள். அவள் வாய் சற்று விரிந்திருந்தது. 'கேள்விப்பட்டேன். அரண்மனை சேடிப் பெண்களால் இது குறித்துப் பேசாமல் இருக்க முடிய வில்லை', என்று கூறி தனது கரங்களால் எனது கன்னத்தில் மிருதுவாகத் தட்டினாள். அவளது கரங்களில் முகம் புதைக்கவேண்டும் என்ற ஆவல் எனக்குள் ஆவேசமாக இருந்தது. 'வருந்தாதே அனைத்தும் சரியாகிவிடும். நிச்சயம் நீ இதிலிருந்து விடுபடுவாய் அரெமிஸ்', என்றாள்.

'என்னுடன் நீராழி மண்டபத்தில் நீராடுவதற்கு வா', என்று அவளை நீராட அழைத்தேன்.

அவள் மறுதலித்துத் தலையசைத்தவள், 'இப்போதுதான் குளித்து விட்டு வருகின்றேன். பார் எனது கூந்தலில் உள்ள ஈரம் இன்னும் நன்றாகக் காயவில்லை', என்றாள்.

ஈரமான அவளது இதழில் என் இதழ்களைப் பதித்தேன். அவள் இடையில் அணிந்திருந்த மேகலையில் சுற்றியிருந்த மலர்ச் சரத்தைப் பற்றி இழுத்தேன். 'நான் போகத்தான் வேண்டுமா?' என்று கேட்டேன்.

'ஆமாம்', என்று அழுத்தமாகச் சொன்னாள். நான் அவளை எனது பிடியிலிருந்து விடுவித்தேன். மறுகணம் அவளது கரங்கள் அவளது கூந்தலைச் சரி செய்யத் தொடங்கின. அவளது மேகலை மணிகள் கிண்கிணி என்று ஒலித்தன.

அவளது வாயிற்கதவை நெருங்கும்போது எனது உடலில் ஒருவித உஷ்ணம் பரவத் தொடங்கியது. அவளை அன்று தேடி வருபவர் எவராக இருக்கும் என்பதை அறிய ஆவலானதால் சற்று நேரம் அவள் இல்லத்தின் வாயிலில் தயங்கி நின்றேன். 'உன்னைப் பிறகு எப்போதுதான் பார்க்க முடியும்', என்று ஏக்கத்துடன் முனகினேன்.

'நான் எனது ஏவலர்களிடம் தகவல் அனுப்புகிறேன். அதுவரையில் பொறுத்துக் கொள். கவலைப்படாதே அவர்கள் உன்னைத் தேடிக்

கண்டுபிடித்துத் தகவல் கொடுப்பார்கள். அதுவரை பொறுத்திரு என் கண்ணே!' என்று என்னை அனுப்பி வைத்தாள்.

நான் கவசமின்றி, அரைக்கச்சை இன்றி, அரியணை மெய்க் காவலாளி என்ற பட்டமின்றித் தனியாக அங்கிருந்து நகர்ந்தேன். எந்த அரண்மனை இடைகழிகளில் அங்கும் இங்கும் ஓடித் திரிந்தேனோ இப்போது பதுங்கிப் பதுங்கி எவர் கண்ணிலும் விழாமல் சென்றேன்.

இதை மாற்றியாக வேண்டும். இதை நிச்சயம் மாற்றியாக வேண்டும். இதை நான் மாற்றி விடுவேன். என்னிடம் இது குறித்து ஒரு திட்டத்திற்கான யோசனை உள்ளது.

வந்த வழியில் திரும்பினேன். தெற்கு வாயில் வழியாக வெளியேறியபோது வாயிற்காப்போர் சிலர் என்னை வியப்புடன் பார்த்தனர். 'இன்னும் சற்று நேரத்தில் அரசியாரின் அந்தரங்கப் பணிப்பெண்ணைத் தேடி ஓர் ஆடவன் வரவுள்ளான். அவன் சற்று ஐயத்துக்குரியவன். நன்றாகச் சோதனையிட்ட பின்னர் அவனை உள்ளே அனுப்புங்கள்', என்று அழுத்தமாகக் கூறிவிட்டு அங்கிருந்து அகன்றேன். என்னால் இவ்வாறுதான் என் பொறாமையைத் தனித்துக் கொள்ள முடிந்தது.

அனந்தன்

1

இரண்டு தினங்களாகத் தொண்டையில் புண் உண்டாகி வைத்தியர் கொடுத்த கஷாயம், மூலிகை மருந்து, குளிகை எதற்கும் அடங்காமல் வேதனையளித்து வந்தது. தினமும் கருப்பாக ஒரு திரவத்தைக் காலை வேளையில் வெறும் வயிற்றில் குடிக்கச் சொன்னார். அந்தத் திரவம் எவ்வித ருசியுமின்றி மண்ணைக் கரைத்துக் குடிப்பதைப் போன்று இருந்தது. தொண்டையிலிருந்து உள்ளே இறங்க அடம் பிடித்தது. கடல் நீரில் தயாரித்ததைப் போன்று ஒரே உப்பு வாடையுடன் குடிக்க முடியாமல் கரித்தது.

போர் நாட்கள் நெருங்கி வந்தாலும் எனது பணியை முடிக்க இயலாமல் கிருஷ்ணனிடமோ விசாகனிடமோ வேறு ஒருவரிடமோ எனது பணிகளை ஒப்படைத்துவிட்டுக் கிளம்பினேன். அம்மணியை அழைத்து எனது குதிரைக்குச் சேணம் பூட்ட உத்தரவிட்டேன். குதிரையில் ஏறிக்கொண்டு கோட்டை மதில்களைத் தாண்டி காட்டிற்குள் நுழைந்தேன்.

சிறிது தொலைவு சென்றதும் கோட்டை மதிலிலிருந்து சற்றுத் தள்ளி இருந்த ஒரு மேட்டின்மீது குதிரையை ஓட்டிச் சென்றேன். சற்று மேலே ஏறியதும் குதிரையின் கடிவாளத்தைப் பற்றி அதனை நிறுத்தி பின்னால் தெரிந்த நகரத்தையும், கடலையும், கோட்டை மதிலையும் பார்த்தேன். நாகைப்பட்டிணம் நகரம் பறந்து விரிந்து என் பார்வைக்குள் அடங்க மறுத்தது. சமுத்திரம் நீண்ட நீல நிறப் போர்வைபோல விரிந்து கிடந்தது. இலங்கை தேசத்தின் தெற்கில் எந்த தேசம் இருக்கும் என்று என்னால் ஓரளவு யூகிக்கத்தான் முடிந்தது. இலங்கையிலிருந்து இங்கு வந்து சேரும் மக்களின் வழக்கு மொழி வேறு விதமாக இருந்தது. வலுசர்ப்பம் (★வலுசர்ப்பம்- dragon -மொ.பெ.) என்ற ஒரு புதிய அச்சமூட்டும் விலங்கைப்பற்றி ஏராளமான கதைகளைச் சொன்னார்கள். அதுவுமன்றி நாங்கள் கேள்விப்பட்டிராத புதிய புதிய விலங்குகள்

பறவைகள் பற்றியெல்லாம் கூடை கூடையாகக் கதையளந்தனர். இறவாதிருக்க மந்திரம் போடும் முனிவர்கள் யோகிகள் குறித்துக் கதைகள் கூறினர். இறவாமை குறித்து எனக்கு நம்பிக்கை கிடையாது. இதுபோன்ற கட்டுக் கதைகளை நம்பும் வயதைக் கடந்து விட்டேன். நானும் ஒருநாள், அகால மரணம் அடைந்த மந்தாகினியின் நினைவுகளைச் சுமந்தபடி இறந்து போவேன்.

அவளது கேலிப் பேச்சும், பாரபட்சமும் கூட இப்போது பொறுத்துக் கொள்ளக் கூடியதாகவே தோன்றியது. என்னோடுதான் அவள் இருக்க வேண்டும் என்பதில்லை, இந்த உலகில் எங்கோ ஒரு மூலையில் ஆயிரக்கணக்கான மக்களின் மத்தியில் சிரித்து மகிழ்ந்து, ஏன் ஒரு குழந்தைக்குத் தாயாகக் கூட இருந்திருக்கலாம். அவள் வளைய வராத வீதிகள் வெறிச்சோடி இருப்பதுபோலவே தோன்றின.

துயரம் விரும்பத்தக்கதன்று என்றாலும்கூட ஒரு சேனைத் தலைவனுக்குத் துயரம் பெரிய விஷயம் இல்லைதான். போரில் இன்னுயிர் ஈந்த வீர மறவர்களின் பிள்ளைகளையும், விதவை களையும் பார்த்து ஆறுதல் கூறும்போது, தான் ஒரு மாவீரனின் மனைவி, மாவீரனின் தாய் என்று பெருமிதத்துடன் கம்பீரமாகக் கூறவேண்டும் என்று நானே பலமுறை அவர்களிடம் கூறியிருக்கிறேன். உயிர்களை விழுங்கிக்கொள்ள அகன்ற வாயும், திருப்பிக் கொடுக்க மறுப்பதற்குச் சிறிய கரங்களும் கொண்ட விலங்குதான் மரணம். மன்னரின் வெற்றிகளுக்காக நாம் மரணத்தை எளிதாக ஏற்றுக்கொள்ளக் கற்பிக்கப்பட்டிருக்கிறோம்.

இதுநாள்வரை பிறருக்கு நான் அளித்த ஆறுதல் வார்த்தைகள் எனக்கே திரும்பின. ஆறுதல் கூறுவது எத்தனை எளிது, இழப்பைத் தாங்குவது எத்தனை கடினம் என்பது இப்போது விளங்குகிறது. கண்ணீரும், நீர் கோர்த்துச் சளியிலும், தொண்டைப் புண்ணிலும் கொண்டு விட்டதுதான் விஞ்சியது. அடுத்தவர் என்னிடம் பேசும் போது என் கவனம் எல்லாம் வேறு எங்கோ நிலை குத்தி நின்றது. எனது பிள்ளைகளும், வாணியும் என்னிடம் கூறுவதுகூட என் செவிகளில் ஏறாமல் ஒருவித சூனிய நிலைக்குத் தள்ளப்பட்டேன். என் வசத்தில் நானின்றி இருந்தேன்.

ஒரு நாவாயின் பலவீனமான பகுதி அதன் முகப்பில் உள்ள வில்வளைவு பகுதியாகும். அதனைச் சேதப்படுத்திவிட்டால் ஒரு நாவாயை எளிதில் மூழ்கடித்துவிடலாம். மந்தாகினியின் இழப்பு என்னை ஒரு நாவாயின் வில்வளைவைத் தாக்கியது போலாகி விட்டது. மந்தாகினி குறித்துக் குறுநினைவுகள்கூட ஞாபகம்

வாராதிருந்தால் நல்லது. எது குறித்தும் அச்சம் கொள்ளாத குறும்புக்காரி. தான் சந்திக்கும் மனிதர்களை அப்படியே படி அளந்து மாலை நேரங்களில் என்னை மகிழ்விப்பாள். என்னைச் சீண்டுவாள், கொதிக்க வைப்பாள், பிறகு சமாதானப் படுத்திக் குளிர வைப்பாள்.

எப்போதோ ஒருமுறை கிருஷ்ணனிடம் பேரழகு வாய்த்த பெண்கள் அனைவரும் குறைந்தது மூன்று பெண்களின் ஆற்றலாவது கொண்டவர்கள் என்று கூறியிருக்கிறேன். மந்தாகினியைப் பொறுத்தவரையில் அது உண்மைதான். தான் ஒரு பம்பரத்தின் சாட்டையாக இருந்துகொண்டு என்னைச் சுழல விடுவாள். தேனினும் இனிய மதுரமான அவளது அதரங்களின் சுவை சூரியனின் வெப்பத்தில் மறையும் பனித்துளிபோல என் நினைவை விட்டு அகன்று கொண்டே உள்ளது. அவளது ஞாபகங்கள் கூரிய முட்களைப் போல என்னைத் துளைத்து வேதனையளித்தன.

என் எதிரில் பூமி உயர்வதும் தாழ்வதுமாகத் தோற்றமளித்தது. குன்றிலிருந்து வழிந்த ஓடை பூமியை நனைத்து மண்ணைச் சேறும் சகதியுமாக மாற்றியிருந்தது. நறுமணம் மிகுந்த மலர்கள் தரையில் சிதறி வண்ண மயமாகத் தோன்றியது. நான் குதிரையின் மீதேறி மீண்டும் கோட்டை மதிலை நோக்கித் திரும்பினேன்.

கோட்டையின் நெடிதுயர்ந்த கதவுகள் எனது துயரம் அனைத்தையும் விழுங்கிக்கொண்டிருந்தது. ஒவ்வொருமுறை நான் அவற்றை நெருங்கும்போது ஏற்படுத்தும் பிரமிப்பை இம்முறை ஏற்படுத்த வில்லை. அதற்கு பதிலாக அத்தகைய நீண்ட கதவுகளைத் தயாரிப்பதற்கு ஆகும் செலவு குறித்துச் சிந்தனை சென்றது. வீரர்களுக்கு எங்கள் சாம்ராஜ்ஜியம் எவ்வாறு உருவானது என்பது தெரியும். ராஜேந்திர சோழ பூபதி இலங்கை நகரின்மீது படையெடுத்துக் கடற்போரில் வெற்றிகொண்டு இலங்கை மன்னனின் கைகால்களைப் பின்னால் இரும்புச் சங்கிலியில் கட்டி இங்கே கொண்டுவந்து பாதாளச் சிறையில் அடைத்த பின்னர்தான் கடல் வாணிபத்தில் தடை எதுவுமின்றி எங்களது சோழ சாம்ராஜ்ஜியம் மேலும் செழிக்கத் தொடங்கியது. கோட்டை மதில்களை முன்பிருந்ததைப்போலச் செங்கற்களால் எழுப்பாமல் கருங்கற்களைக் கொண்டு எழுப்பினோம். கோயில்கள் புதிப்பிக்கப்பட்டன. தெய்வத் திருமேனிகளைப் பொன்னாலும், நவரத்தினங்களினாலும் செய்யப்பட்ட ஆபரணங்கள் அலங்கரித்தன.

போர்கள் மூலம் குவித்த செல்வங்களின் மீதும், போர்களில் உயிரும், உடலும் சிதைந்த வீரர்களின் ஆற்றலின் மீதும்தான் இந்த

நகரம் உருவானது. எங்கள் மாளிகைகளின் பளிங்குத் தரைகளின்மீது போர் வீரர்களின் குருதி பூசப்பட்டிருக்கிறது. இதேபோன்று கோயில்களை எழுப்புவதற்குப் பயன்படுத்தப்பட்ட கற்பாறைகள், அரண்மனைக் கூடங்கள் போன்றவற்றிலும் இன்னுயிர் ஈந்த வீரர்களின் குருதி கலந்துள்ளது. வேறு வழியில்லை. தேவர்களின் தீராப் பசிக்கு பலி வேண்டியிருந்தது. ஆயிரக்கணக்கான வீரர்களின் உயிரையும் ஏராளமான கப்பல்களையும் பலியாகப் பெற்றுக் கொண்ட பின்னரே தெய்வங்கள் எங்களுக்கு வேண்டிய பொன்னையும், பொருளையும் அள்ளி வழங்குகின்றன.

இவ்வாறு எழுப்பப்பட்ட ஒரு சாம்ராஜ்ஜியத்தை மிகச் சிறிய கலகம் அசைத்து விடும் போலிருக்கிறது. ஒரு தவறான பலி கலகத்திற்கு வித்திடும் போலிருக்கிறது. வேங்கி நாட்டுடன் எங்களுக்குக் கடந்த ஐந்து வசந்தகாலங்களாக யுத்தமோ, சிறு பூசலோகூட எழுந்த தில்லை. வேங்கி நாட்டின் ஆற்றுப் படுகைகள் எங்களுக்கு மிகவும் தேவையானவை. நதித் தடங்களின் வழியாக நடைபெறும் வணிகம் வேங்கியில் மிகுந்து காணப்படுகின்றன. அந்த நதித்தடம் கைவிட்டுப் போகுமேயானால் வாணிபப் படகுகள் கொள்ளையர்கள் வசம் சென்று விடும். கரண் அந்த வேங்கி நாட்டின் தளபதி. வேங்கி நாட்டின் அரியணையில் அவன் சகோதரி மகன் நரேந்திரன் அமர்ந்திருந்தான். அதற்கு ஈடாக நரேந்திரன் சோழப் பேரரசிற்குப் பொற்குவையும், கப்பமும் கட்டி தனது விசுவாசத்தைக் காட்டி வந்தான். இப்போது அனைத்திற்கும் ஆபத்து நேர்ந்துள்ளது.

கரண், தளபதி பதவிக்குரிய மூத்த சகோதரனை வாளால் கொன்று விட்டு பின் அந்த தளபதி பதவியைக் கை பற்றியவன். அதன் பின்பு மற்ற குடும்பத்தினரின் விசுவாசத்தை சங்கல்பம் செய்யச் சொல்லி வற்புறுத்திப் பெற்றுக்கொண்டு அதிகார பீடத்தில் அமர்ந்தான். அப்படிப்பட்ட வேங்கியின் ஆட்சியாளர்களைப் பகைத்துக் கொண்டது இந்த நேரத்தில் ஏற்புடையதன்று.

இப்போது கரணின் இளைய சகோதரன் நரலுவுடன் பேட்டி எடுக்கும் நிர்பந்தம் எங்களுக்கு. கிருஷ்ணன் என்னைத் தேடிக் கொண்டு அவரது புரவிமீது வந்தார். அவர் வாயில் ஒரு புளியங்குச்சி அறைபட்டுக் கொண்டிருந்தது.

‘வாயிலிருப்பதை முதலில் வெளியில் துப்புங்கள். அவன் அவமரியாதையாக எடுத்துக்கொள்ளப் போகிறான். ஏற்கெனவே நரலு முசுடன் என்று பெயர் எடுத்தவன்’, என்றேன்.

கிருஷ்ணன் வாயில் மென்றுகொண்டிருந்த குச்சியை வெளியில் துப்பினார். ‘அடங்காத காளைகளை அடக்கும் வைத்தியம் எனக்குத்

தெரியும்', என்று கிருஷ்ணன் தனது கரங்களைக் கிடுக்கிபோல வைத்துக்கொண்டு நசுக்குவது போலச் சைகை செய்தார். நான் சிரித்தேன்.

'நரலு விரலசைத்தால் போதும் நூறு அடங்காத காளைகள் நம்மை நோக்கிப் பாய்ந்து வரும். நாம்தான் எச்சரிக்கையாக இருக்க வேண்டும்', என்று பதிலுரைத்தேன்.

நரலு, எங்களை அவனுடைய மாளிகைக்கு அழைக்காமல் அவனது பிரதிநிதியின் குடிலுக்கு அழைத்திருந்தான். அது சமாதானத்திற்கான அழைப்பாகத் தெரியவில்லை.

தேவையில்லை என்றாலும் கவசம் அணிந்து சென்றோம். வெளியில் காற்றின் உஷ்ணம் கவசத்தினால் இருமடங்காக எங்களைச் சுட்டது. அவன் மாளிகையின் முற்றத்தில் குதிரையிலிருந்து இறங்கினோம். புரவிகளை அவிழ்த்துக் கடிவாளங்களைத் தளர்த்தி மரத்தில் கட்டினோம். சுற்றும் முற்றும் பார்த்தபடி அவன் மாளிகைக்குள் நுழைந்தோம். நான் எதிர்பார்த்ததுபோலவே அங்கே நிலைமை இருந்தது. மாளிகையின் சாளரங்களும், கதவுகளும் மூடிக் கிடந்தன. அவர்கள் எச்சரிக்கப்பட்டிருக்க வேண்டும். ஆட்கள் அருகில் இருந்த சந்துகளில் பதுங்கியிருந்தனர். எங்கள் பாய்ச்சலுக்கு அஞ்சிப் பதுங்கிய பதுங்கலாக இருக்கும். பிரதான வீதிக்கு நாங்கள் தப்பிச் செல்ல ஒரே ஒரு வழி மட்டுமே இருந்தது.

நான் மாளிகையின் வாசலை அடைந்து அங்கிருந்த வெள்ளிப் பாண்டத்தில் வைக்கப்பட்டிருந்த குளிர்ந்த நீரால் கால்களைக் கழுவிக் கொண்டேன். உள்ளே நரலுவின் நிழல் உருவம் அசைந்தது. நான் வலது காலை எடுத்து வைத்து உள்ளே ஒருமுறை நோட்ட மிட்டு அதன் பிறகே எனது கரங்களைக் குவித்தேன்.

'வந்தனம்', அவன் வாய் திறந்தான். அவனது வரவேற்பில் குதர்க்கம் இழையோடியது. அவன் தனது ஆசனத்திலிருந்து எழுந்தான். அங்கே அவன் தனியாக இல்லை, அவனது பிரதிநிதியும் அவன் பின்னால் நின்றுகொண்டிருந்தான். கரண் ஒருவன்தான் உயிருடன் இருந்த அவனது ஒரே உடன்பிறப்பு. இப்போது ஒப்புக்காக வேறு ஒரு சிற்றப்பன் மகனைத் துணைக்கு ஏற்றுக்கொள்ளும் நிலையில் நரலு இருந்தான். அவன் விழிகள் இரண்டும் சிவந்திருந்தன. காரணம் அவனது துயரமா அல்லது மதுவா என்று தெரியவில்லை.

'ஏற்கெனவே மன்னரிடம் இது குறித்துப் பேசிவிட்டோம். மன்னரும் கரண் இறந்த துக்கத்திலிருந்து மீளாமல் இருக்கிறார்.

மூத்த சகோதரனை இழந்து சோகத்தில் ஆழ்ந்திருக்கும் உங்கள் குடிக்கு மன்னர் கொடுக்க முன்வருபவை இவை. நூறு பொற் கழஞ்சுகள். தஞ்சை பெரிய கோயிலைச் சுற்றியிருக்கும் விளைநிலங் களில் மூன்று வேலி நிலங்களை அளிக்க முன்வந்துள்ளார். விளைநிலங்கள் பெருவுடையாருக்கு நிவந்தமாக அளிக்கப் பட்டவை என்பதால் பயிர்கள் ஓராளடி உயரத்திற்குச் செழித்து வளரும் தன்மையுடையவை. ஒவ்வொரு வேலியும் முப்போகம் விளைந்து ஒவ்வொரு வெள்ளாமையிலும் பத்து பொதி நெல் அளிக்க வல்லவை.'

இதனை மறுத்தால் நிச்சயம் அவன் ஒரு முட்டாள்.

'உங்களது அற்பப் பரிசில்களும் கொடைகளும் யாருக்கு வேண்டும்? அரசரின் மெய்க்காவலராகப் பணியாற்றும் ஒரு பெண், கேவலம் அதிலும் ஒரு யவனி, என் சகோதரனின் தலையை வாங்கியிருக் கிறாள். உங்கள் மன்னர் பதிலுக்கு அவள் தலையை என்னிடம் கொடுத்திருக்க வேண்டும். அவ்வாறு செய்ய மறுத்துவிட்டார். வெறும் மூன்று வேலி நிலம் அவள் தலைக்கு ஈடாகுமா?' என்றான்.

'நல்லது, உங்கள் தேவை என்ன என்று சொன்னால் எங்களுக்கும் அவற்றை நிறைவேற்ற எளிதாக இருக்கும்', என்றேன்.

'ஒன்று நான் மும்முடி அரசர் ராஜேந்திர சோழ பூபதியின் மகள் அம்மங்காவை மணக்கவேண்டும். அல்லது அவரது ஒன்று விட்ட சகோதரி சிவபரணியை மணக்கவேண்டும்.'

கற்பனையில் கூடக் கிட்டாத பொருளுக்கு ஒருவன் ஆசைப் படுகிறான். அது நிறைவேறினால் மன்னிக்கத் தயார் என்று நாடகம் ஆடுகிறான். நாடகம் ஊராருக்கா அவனுக்கா? அம்மங்காவை மணப்பதன் மூலம் அவன் எட்ட முடியாத பதவிகளை எட்ட முடியும். சிவபரணியின் தந்தை வடகிழக்குக் கடற்கரை பிரதேசத்தின் குறுநில மன்னர்.

'உங்களுக்கு ஏற்கெனவே மணமாகிவிட்டது.'

'இருவரில் யாரை மணமுடித்துக் கொடுத்தாலும் அவர் எனது இணை மனைவி அந்தஸ்தைப் பெறுவார்!'

உள்ளிருந்து காலடி ஓசை கேட்டது என்று நினைக்கிறேன். நான் பின்னால் திரும்பி வாயில் வரை நீளும் பாதையைப் பார்த்தேன். அங்கு எவரையும் காணவில்லை. அவனது கோரிக்கையைத் தீவிரமாக ஆலோசிப்பதுபோல இதனையும் கவனித்தேன்.

நான் மேலும் ஓரிரு காலடி ஓசைக்குக் காத்திருந்தேன். நரலு பொறுமையிழந்து காணப்பட்டான்.

நான் பல்லைக் காட்டி இளித்தேன். 'நரலு! என் மனத்திரையில் ஆடு ஒன்று குதிரை சேணத்தைப் பூட்டிக்கொண்டு ஊர்வலத்தில் போவதைக் காண்கிறேன்.' இப்போது அந்தச் சிரிப்பில் தெரிந்த பகடி அவனுக்குப் புரிந்திருக்கும். 'நான் ஆட்டிற்குச் சேணம் பூட்ட முடியாது என்று மறுக்கவில்லை. ஆனால் அந்த ஆட்டிற்குச் சேணம் பூட்டினால் அது பார்ப்பதற்குப் பரிதாபமாகத் தோன்றும். சேணம் பூட்டப்படுவதால் எவரும் ஓர் ஆட்டினை குதிரை என்று ஏற்றுக் கொள்ளப் போவதில்லை.'

நரலுவின் முகம் இப்போது செக்கச் சிவந்து போயிருந்தது. என்னைத் தாக்குவதற்குத் தனது உடை வாளை எடுப்பதா அல்லது வெறும் முஷ்டியால் தாக்கினால் போதுமா என்று எண்ணும் நிலைக்குத் தள்ளப்பட்டிருந்தான். அவன் பிரதிநிதியாக விளங்கிய அவனது ஒன்று விட்ட சகோதரன் வெளியில் தனது பார்வையை ஓடவிட்டுக் கரங்களை உயர்த்தினான். என்னைக் கொலை செய்வதற்கு அவனது ஆட்களுக்கு அவன் விடுத்த சைகையாக இருக்கும். எனக்கு அதிகக் கால அவகாசம் இருக்கவில்லை, ஒரு சில நிமிடங்கள் மட்டுமே. அதற்குள் நான் விரைந்து செயலாற்ற வேண்டும்.

நரலுவின் சகோதரன் எந்த நேரத்திலும் அங்கிருந்து அகன்று விட வாய்ப்புள்ளது. நாங்கள் வடிவமைத்து வைத்திருந்த திட்டத்தை நரலுவிடம் தனியாகக் கூறினாலும் அதை அவன் நிராகரித்து என்னைத் தாக்க முற்படலாம். எனக்கு நிச்சயமாகத் தெரியவில்லை இருப்பினும் கேட்டேன். 'கரணின் மனைவி எங்கே?'

'உங்களுக்குத் தேவையில்லாத ......'

அவன் முடிப்பதற்குள் நரலுவின் ஒன்றுவிட்ட சகோதரன் முந்திக் கொண்டான். ஓ! பதவிக்கான போட்டி நான் எண்ணியிருந்ததை விடக் கடுமையாக இருக்கும் போலிருக்கிறது. 'ஸ்ரீ லக்ஷ்மிக்கும் இங்கு நடக்கும் பேச்சு வார்த்தைக்கும் என்ன தொடர்பு உள்ளது?' என்றான்.

'இந்த விவாதமே கரணின் மனைவி கோரிக்கையின் பெயரில்தான் ஆரம்பமானது. முடிவதும் அவருடன்தான் முடிய வேண்டும். அவள் இங்கேதான் இருக்கிறாள் என்பது தெரியும். ஒருவேளை இங்கு இருந்திருக்கலாம்.'

'ஸ்ரீலக்ஷ்மி இங்குதான்...' என்று கூறிய நரலு சகோதரனின் முகத்தை ஏறிட்டான். 'மேல் தளத்தில் சென்று பார்த்துவிட்டு வா', என்று அவனை ஏவினான்.

அவன் செல்லும்போது தனது உடைவாளை வெளியில் எடுத்து நீட்டியபடி சென்றான்.

‘எச்சரிக்கை’, என்று கூறிய நான், ‘அவள் இதுவரையில் காயம் எதுவும் படாமல் இருப்பது நினைவிருக்கட்டும்’, என்றேன்.

‘வரப்பு எலியை விட நீங்கள் மோசமானவர். எதிர்த்துப் போரிடு வதற்கு பதிலாக நீங்கள் ஒரு பெண்ணைக் கடத்துவதில்தான் உங்கள் திறமையைக் காட்டுவீர்களா?’

‘சோழ சாம்ராஜ்ஜியத்திற்குக் கட்டுப்பாட்டில் உள்ள மண்டலத்தின் வாரிசாக உன்னை நியமிப்பதற்கு பதிலாக நான் ஒரு பெண்ணைக் கடத்துவதற்குக்கூடத் தயங்கமாட்டேன். ஆனால் கரணின் மனைவியை நீங்கள் பாதுகாக்காமல் போனால் கரணின் உற்றாரிடம் நீங்கள் நம்பிக்கையை இழக்க நேரிடும்’, என்றேன்.

நாங்கள் ஒருவரையொருவர் பார்த்துக்கொண்டிருந்தோம். சிற்றப்பனின் மகன் சிறிது நேரம் கழித்துத் திரும்பி வந்தான். சற்று நேரத்திற்கு முன்பு அவனிடமிருந்த உறுதி இப்போது மறைந்து ஒருவித தயக்கமே எஞ்சியிருந்தது. சாளரத்தை நோக்கிச் சென்று மேலே பார்த்து ஜாடை காட்டினான். அவனது ஆட்கள் கூரைமீது பதுங்கியிருக்க வேண்டும். எங்களைக் கொல்வதற்கு ஆயுதங்கள் ஏந்திய கூட்டம் இப்போது எதுவும் செய்ய இயலாத நிலைக்குத் தள்ளப்பட்டனர்..

‘சகோதரனின் மனைவியைப் பாதுகாப்பதற்குத் திறனற்ற ஒருவனுக்கு அரச பதவி வேண்டியிருக்கிறது!’ என்று கூறியபடி ஒரு தப்படி வாயிலை நோக்கி பின்னால் எடுத்து வைத்தேன். ‘போதும் திருமண ஒப்பந்த பேச்சுகளை இத்தோடு நிறுத்திக்கொள்வோம்’, என்று கூறினேன்.

‘சொல்லுங்கள், ஸ்ரீலட்சுமி இப்போது எங்கிருக்கிறார்?’ என்று கூறியபடி அவன் என்னை நோக்கி அடியெடுத்து வைத்தான். உடைவாளை வெளியில் எடுத்து அதன் முனை தரையில் படுமாறு ஊன்றி நின்றான்.

நான் தலையசைத்தேன். ‘கவலைப்படாதே. அவளைப் பாதுகாப்பான இடத்தில்தான் வைத்திருக்கிறோம். தாங்கள் அரசரிடம் ஒத்துழைப்பு நல்குவதாக வாக்களிக்க வேண்டும். சோழ படைத் தளபதிகளை பலி கொடுப்பேன் என்று சற்று முன்னர் கூறியதை திரும்பப் பெற்றுக் கொண்டால் உங்களது சோதரனின் மனைவி உங்கள் நாட்டில் பாதுகாப்பாகக் கொண்டு சேர்க்கப்படுவாள்’, என்றேன் எகத்தாளமாக.

நான் மேலும் ஒரு தப்படி வாயிலை நோக்கி எடுத்து வைத்தபடி மீண்டும் கூறினேன். 'அதற்குள் உங்களது ராஜ விசுவாசத்தை எங்கள் மன்னரிடம் தெரிவிக்கவேண்டும். கரணின் உற்றார் நடுவில் குழப்பம் விளைவிக்கும் முயற்சியைக் கைவிடவேண்டும். உங்கள் ஒத்துழைப்புடன் ஸ்ரீவிஜய தேசத்தை எதிர்த்து நாம் அனைவரும் ஒன்றாகப் போருக்குச் செல்லவேண்டியுள்ளது.'

அவன் தனது சிற்றப்பன் மகனை ஏறிட்டான். அவனது சகோதரன் அவனைப் பார்த்துச் சாளரத்திற்கு வெளியில் பார்த்தான். அதுதான் விடையாக இருக்கும்.

'நான்......' பாதியில் நிறுத்தினான்.

'சொல் நரலு. சொல்வதற்குக் கசப்பாக இருப்பினும் சொல்.'

அவன் என்னைக் கடும் வஞ்சத்துடன் நோக்கினான்.

'நான் எனது ராஜ விசுவாசத்தை மும்முடியரசர்மீது தெரிவித்துக் கொள்கிறேன்', என்று அரை மனதுடன் முனகியபடி கூறினான்.

'நல்லது அன்பரே. நாளை, இங்கு கூறியதை உங்கள் ஆட்களையும் அழைத்து வந்து மன்னரின் அவையில் வந்து கூறிவிடுங்கள், போதும்!'

அவன் என்னை வாய் மூடியபடி பார்த்தான்.

'ஸ்ரீலக்ஷ்மியின் பாதுகாப்பின் உத்திரவாதத்தின் மீதுதான் எங்கள் ராஜவிசுவாசம் அமையும்!'

கிருஷ்ணன் நுழைவாயில் வழியாக உள்ளே வந்து என்னருகில் நின்றார். எனக்கு இப்போதுதான் அந்த இடத்தைவிட்டு விரைவாக அகன்றுவிடுவது எனது உயிருக்கு உத்திரவாதம் என்று தோன்றியது.

'முடிந்து விட்டதா?' என்று அவரைக் கேட்டேன்.

'ஆயிற்று.'

'நல்லது. நாம் மாறனின் சமிக்ஞைக்குக் காத்திருப்போம்.'

எவராவது பின்தொடர்ந்தால் என்ன செய்வது என்று மாளிகையோடு இணைந்திருந்த மதுபானக் கூடத்தில் ஏறினோம். நான் பெரிய குடுவை நிறைய மது கொண்டு வரச் சொன்னாலும் என் தொண்டையில் இருந்த புண் காரணமாகச் சிரமப்பட்டு விழுங்கினேன். இரண்டு நடன மங்கையர் மதுச் சாலை கூடத்தில் இரண்டு நாகக் கன்னிகைகளைப் போல வளைந்து வளைந்து நடனமாடிக் கொண்டிருந்தனர். அந்த இளம் கன்னிகைகளின் பார்வையில் போதை பளிங்கு போல மின்னிக் கொண்டிருந்தது.

மெல்லிய உடலின்மீது உடலோடு ஒட்டிக் கொண்டிருக்கும் பருத்தி ஆடைகளை அணிந்து ஆடிக் கொண்டிருந்தனர். தோள்களில் கட்டவிழ்ந்த கூந்தல். மேனியில் வியர்வை ஆறு. அந்த ஆற்றில் நனைந்த மெல்லிய ஆடையில் அவர்கள் அங்கங்கள் மினுங்கிக் கொண்டிருந்தன.

சற்று நேரம் சென்ற பின்னர் எனக்கு அந்த மதுச் சாலையின் பின்புறமிருந்த இடத்திற்கு போதையில் தலைக்கிறுக்கு ஏறிப் போயிருந்த கிருஷ்ணனை அழைத்துச் செல்ல எளிதாக இருந்தது. மீண்டும் நரலு தங்கியிருந்த குடிலுக்குத் திரும்பினோம். நான் கூரைகளின்மேல் நோட்டமிட்டேன். மாறன் மேலே இருந்தான். வீட்டினுள் எவரும் இல்லை என்ற சைகையைக் காட்டினான். வீதிக்குள் நுழையும் முன்னர் கிருஷ்ணனை இழுத்து வரும்படியானது.

'என்ன சப்தம் இப்போது கேட்டது?'

'சப்தமா?'

'பொறு நம்மை ஒரு மாது தேடி வருகிறாள்.'

நாங்கள் நின்றோம். ஒரு மண்சுவரின்மீது சாய்ந்துகொண்டோம்.

மீண்டும் அமைதியாக இருந்தது. எச்சரிக்கையுடன் கிளம்ப எத்தனித்தோம். மேகலையின் மணியொலிபோல ஓர் ஓசை கேட்கவே நான் நின்றேன்.

கிருஷ்ணன், 'அதோ... அதே ஓசை', என்றார்.

அவர் தலையை ஆட்டினார். 'பொறு...', ஒரு சிறிய துணி முடிச்சில் சுற்றி வைத்திருந்த ஶ்ரீலக்ஷ்மியின் வெள்ளித் தண்டையை வெளியில் எடுத்தார்.

'உனது போதையின் எல்லை எது?' என்று கடிந்தபடி அவர் கையிலிருந்த தண்டைகளைப் பிடுங்கி அருகில் இருந்த புதரில் விட்டெறிந்தேன்.

'அவை வெள்ளித் தண்டைகள்!'

'உன்னுடையவை அல்ல. எதற்காக வீண் பாவத்தைத் தேடிக் கொள்கிறாய்?

கிருஷ்ணன் அக்கம்பக்கம் பார்த்துக்கொண்டு இருளில் அந்த வீட்டை நோக்கி என் பின்னால் வந்தார். தன்னால்தான் விரைவாக நடக்க முடியும், இருளிலும் எவற்றையும் அடையாளம் காண முடியும் என்ற தன்னம்பிக்கை மிகுந்தவராகக் காணப்பட்டார். அவரது முழங்கால்கள் இரண்டும் என்னை விடச் சிறப்புடன் இருந்தன. ஆமாம்... ஆனால் அது......

ஆம் அது ஓர் ஓசைதான். நாங்கள் திரும்பினோம்.

ஒரு பூனை சூனியத்தைப் பார்த்து உறுமிக்கொண்டிருந்தது.

நரலுவின் சிற்றப்பன் மகன் தனது தேடுதல் வேட்டையை மாளிகையின் கூடத்திலும் ஸ்ரீலக்ஷ்மியின் வசிப்பிடத்திலும் மட்டும் மேற்கொண்டிருக்கவேண்டும். நாங்கள் சாமர்த்தியமாகக் கரணின் மனைவி ஸ்ரீலக்ஷ்மியைச் சமையற்கூடத்தில் ஒளித்து வைத்திருந்ததை அவன் அறியவில்லை. நாங்கள் அந்த மாளிகையின் பின்புறம் இருந்த சமையல் கூடத்திற்குள் நுழைந்தோம். அங்குதான் ஸ்ரீலக்ஷ்மியைக் கைகால்களைக் கட்டி கறிகாய் மூட்டைகளோடு மூட்டையாகப் போட்டு வைத்திருந்தோம். அவள் எங்களைக் கண்டதும் ஆவேசம் கொண்டு கட்டுக்களை அவிழ்க்க முயன்றாள். முடியவில்லை. முடிச்சுகள் பலமாக இருக்கவேண்டும். நான் சொல்லிய வண்ணம் கிருஷ்ணன் முடிச்சுகளைப் போட்டிருந்தார். வெறி கொண்ட நாய்கள்தாம் மிகவும் அச்சுறுத்தின. அவற்றைப் பெரும்பாடு பட்டு மரத்தில் இழுத்துக் கட்ட வேண்டி வந்தது. நாங்கள் அவசர அவசரமாக முடிச்சுகளை அவிழ்த்தோம்.

எங்கள் திட்டம் மிகச் சுலபமானது. சில தினங்களாகவே நாங்கள் நரலுவின் மாளிகையை நோட்டமிட்டோம். எங்களுக்குள் ஒரு திட்டம் உருவானது. அந்த மாளிகை முழுவதும் நரலுவின் ஆட்கள் சுற்றிக் கொண்டிருந்தபோது கரணின் மனைவியை அங்கிருந்து வெளியில் கடத்திச் செல்வது ஆபத்தான செயலாகும். அந்த மாளிகையில் ஒரு மூலையில் கட்டிப்போட்டு மறைத்து வைப்பது புத்திசாலித்தனமான செயலாகத் தோன்றியது. நான் நரலுவைப் பேட்டி எடுத்தபோது கிருஷ்ணன் கண் இமைக்கும் நேரத்தில் உள்ளே ஒருவரும் அறியா வண்ணம் நுழைந்து அவளை நெருங்கியிருக்கிறார். மேலும் சில பெண்கள் உடனிருப்பார் என்று எண்ணிச் சென்றவருக்கு உள்ளே ஸ்ரீலக்ஷ்மி மட்டும் இருந்ததும் வசதியாகிப் போனது.

'சரியான காட்டுப் பூனை இவள்.... நகங்களும், பற்களும் கொண்ட கொடிய காட்டுப் பூனை...' என்று அப்போது கூறினார். அவளை ஒரு போர்வையில் சுருட்டி வாயிற்புரத்தை ஒட்டி மாறன் நிறுத்தி வைத்திருந்த மாட்டுவண்டிக்குத் தூக்கிச் சென்றோம். நான் கூரைகளை நோட்டமிட்டேன். ஒருவரும் பார்த்திருக்க வாய்ப்பில்லை என்றே நம்பினேன்.

'அவர்கள் இங்கிருந்து அலறிப் புடைத்துக்கொண்டு அகன்றதை நீங்கள் பார்த்திருக்கவேண்டும்', என்று கூறிவிட்டு மாறன் சிரித்தான்.

‘கண் சிமிட்டும் நேரத்தில் சோழ வீரர்களால் எவ்வாறு இப்படிச் செயலாற்ற முடியும் என்ற அவர்களது பரிதாப விழிப்பை நீங்கள் பார்த்திருக்க வேண்டும். எறும்புப்புற்றில் கால் வைத்தவர்களைப் போல அலறியடித்து அவர்கள் சிதறி ஓடினார்கள். அவர்கள் சமாதானம் அடைய வெகுகாலம் பிடிக்கும்.’

இது சோழ வீரர்களைப் பொறுத்தவரையில் கொண்டாடப்பட வேண்டிய சாகசம்தான். ஆனால் என் இதயத்தில் அவிழ்க்க முடியாத இறுக்கமாக நான் போட்டு வைத்துள்ள முடிச்சு ஒன்று உள்ளது. போர்வைக்குள் இருந்த அந்தப் பெண் போராடிக் கொண்டிருந்தாள். பாவம் சுவாசிக்கட்டும் என்று அவள் முகத்தில் இருந்த போர்வையை விலக்கினேன். வெறித்துப் பார்த்த அவளது முகம் முழுவதும் சாபங்களால் நிறைந்திருந்தது அந்த வெறுப்பு.

வெறுப்பு எங்கிருந்து பிறக்கிறது? ஒருவேளை அது மனித உடலுடன் பிறந்ததா? அல்லது காற்றில் நோய்த் தொற்றுபோலப் பரவும் தன்மை கொண்டதா?

•

அரண்மனை வாயிலை மறைத்தபடி யானைகளின் அணிவகுப்புச் சென்றது. உடன் யானைப்பாகர்களும் சென்றனர். அவ்வப்போது அரண்மனைக் குளத்தில் யானைகளை இதுபோன்று நீராட்ட அழைத்துச் செல்வது வழக்கம். சில யானைகள் அப்போதுதான் கன்றினை ஈன்று இருக்கும். எனவே, சற்று சோர்வாகவே நடை போடும். இருப்பினும் குளத்தில் உள்ள நீரைப் பார்த்ததும் எங்கிருந்துதான் அவைகளை அப்படி ஓர் ஆனந்தம் தொற்றிக் கொள்ள ஆரம்பிக்குமோ அனைத்தும் ஒன்றாகத் துந்துபிகளைப் போல முழங்கத் தொடங்கிவிடும். ஒவ்வொன்றாக வரிசையில் வந்துதான் குளத்தில் இறங்கவேண்டும் என்ற யானைப்பாகனின் ஒழுங்கு முறைகள் எல்லாம் குளத்து நீரைப் பார்த்ததும் பறந்துவிடும்.

இந்த விலங்குகளைக் குதிரைகளைப் பழக்குவதுபோலவோ, கோவேறுக் கழுதைகளைப் பழக்குவதுபோலவோ அத்தனை சுலபமாகப் பழக்க இயலாது. அவற்றின் கட்டுப்பாடற்ற சுதந்திரத்தை எந்த மனிதனாலும் தடுக்க இயலாது. யானைகளை பகை வீரர்கள் எதிர்கொள்ளும்போது அதன் பளபளக்கும் நீண்ட கூர்மையான தந்தங்களும், நெற்றியிலிருந்து துதிக்கை நுனிவரை காணும் குங்குமத் தீற்றலும் அவர்கள் முகத்தில் ஏற்படுத்தும் திகிலை விவரிக்கவே முடியாது.

அரண்மனைக்குள் நுழைந்ததும் அரண்மனையின் வயதான பணிப்பெண்ணான சீதாமணியை நோக்கி விரைந்தேன். ஒருவரை ஒருவர் பார்த்து வெகுநாட்கள் ஆனதால் முதலில் நலம் விசாரித்துக் கொண்டோம். முதுமையின் சுருக்கங்கள் எங்கள் அன்பைச் சுருக்கவில்லை.

‘ஔவை, இன்று நீங்கள் பழைய கம்பீரத்துடன் தோன்றுகிறீர்கள்’, என்றார் சீதாமணி.

‘நான் எந்த அளவிற்கு நாய்களை அன்புடன் கவனித்துக் கொள்கிறேனோ அதே அளவு அன்புடன் வாணி என்னை கவனித்துக் கொள்கிறாள். எனக்கு என்ன குறை இருக்கப் போகிறது?’ என்றேன் அவரிடம். ‘பாவம் அவளுக்குத்தான் சிறிதும் ஓய்வே இருப்பதில்லை’, என்றேன். அது என்னவோ உண்மைதான்.

இனிமேல் நான் உண்டு என் வீடு வாசல் உண்டு என்று ஒதுங்கி விடுவதுதான் உத்தமம். தினமும் காலை நேரம் பூசனை வழிபாடு களை ஒழுங்காக நிறைவேற்றுவதாக வாணியிடம் வாக்குக் கொடுத்திருக் கிறேன். அதிகாலையில் எழுந்து கிணற்றிலிருந்து குளிர்ந்த நீர் இறைத்துக் குளித்துத் தளிச்சேரிப் பெண்களின் வைகறைப் பொழுதில் தேவாரப் பண் இசைக்கப்படும் முன்னர் எனது பூஜைகளை முடித்துவிடுவதாக உறுதியளித்திருக்கிறேன். எனது பரந்த நெற்றியில் மூன்று பட்டைகளாகத் திருநீறும், சந்தனமும் இடம் பிடித்துள்ளன. தலையில் வாணி தடவும் வாசனை தைலத்தால் முடியும் வழுக்கையும் பளபளவென்று மின்னின. ‘தினமும் தலைக்குத் தைலம் தடவிக் கொண்டால் புத்தி சுறுசுறுப்பாக வேலை செய்யும்’, என்பாள் ஒவ்வொரு முறையும். அவள் பரிவுடன் கூறுகிறாளா அல்லது பரிகசித்துக் கூறுகிறாளா என்று தெரியவில்லை. மொத்தத்தில் கொட்டுப்புளி போட்டு வைக்கும் பெரிய சீன தேசத்துப் பீங்கான் பரணி போன்று என்னை அவள் உரு மாற்றிவிட்டாள். நான் மற்ற பெண்களிடமிருந்து விலகா விட்டாலும் மற்ற பெண்கள் என் எண்ணெய்த் தலையைக் கண்டால் விலகி விடுவார்கள் என்று எண்ணுகின்றாளோ என்னவோ?

நான் அரசர் மாளிகைக்குச் சென்றேன். வாயிற்காப்போன் என் முகத்தைப் பார்த்துவிட்டு மூக்கைச் சுருக்கினான். சீதாமணியின் மூக்கு சரியாக இயங்கவில்லை போலும்.

நான் உள்ளே சென்றதும் அங்கே அரசியார் அமயாவும் உடனிருக்கக் கண்டு வியப்பெய்தி இருகரம் குவித்து வணங்கினேன்.

‘மன்னரும் அரசியாரும் பல்லாண்டு வாழிய’, என்றேன்.

‘கரணின் மனைவி நமது பாதாளச் சிறையில் இருக்கிறாரா?’ என்று மன்னர் கேட்டார்.

‘ஆமாம்! அதனால்தான் கலகம் எதுவும் நேராமல் உள்ளது. நாம் கடல்போருக்குக் கிளம்பிய உடன் அவரை விடுதலை செய்யலாம். அரசே எனக்கும் சில காரியங்கள் உள்ளன ஆற்றுவதற்கு. வேங்கிநாட்டு மக்கள் நமக்கு அடிபணிந்து நடக்கிறார்களா அல்லது கலகம் விளைவிக்க உள்ளனரா என்று கூர்ந்து கவனிக்க வேண்டியுள்ளது.’

நல்லவேளை நான் ஆற்ற வேண்டிய செயல்கள் யாவை என்ற கேள்வியை மன்னர் என்னிடம் கேட்கவில்லை. சாளரத்தின் வழியாக ஊடுருவிய சூரியனின் கதிர்கள் அரசியாரின் வளையல் களிலும், காதுக் கம்மல்களிலும் ஊடுருவி அவற்றை மின்னச் செய்தன. இந்த அமயாவைப் பார்த்ததும் அரசியார் அமயாவைப் பற்றிய எனது சிந்தனைக்குக் கடிவாளம் போட எண்ணியும் முடியவில்லை.

ராஜாங்க விழாக்களின்போது மட்டுமே அரசியார் அமயா அதிக நகைகளை அணிந்துகொள்வது வழக்கம். என்னை அரண்மனை மாளிகையில் வரவேற்கும் சமயங்களில் அரசியார் அமயா ஆடம் பரமில்லாத பட்டுப் புடைவை அணிந்து கூந்தலில் எளிய மலர்களைச் சூடி, கண்ணைப் பறிக்காத அணிகலன்களை அணிந்து காட்சியளிப்பார்.

ஒவ்வொருமுறையும் பார்க்கும்போது இந்த அமயாவிற்கு வேடம் சற்றும் பொருத்தமாக இல்லை என்றுதான் தோன்றியது. சேணம் பூட்டிய ஆடு.

‘நாம் கிருஷ்ணன் வரும்வரை காத்திருப்போம்’, என்று சோழச் சக்கரவர்த்தி கூறினார். அரசியார் அருகில் இருந்ததால் அவர் தனது மனநிலையில் சற்று உற்சாகம் குன்றியிருந்தார். அவருக்கும் இன்னும் என்மீது இருந்த சினம் தணியவில்லை. அரியணையின் பின்னால் அரியணை மெய்க்காவல் இன்றி அவரைப் பார்க்க சற்று விநோதமாக இருந்தது.

நான் மன்னரை அந்தரங்கமாகப் பல காலங்களாக அறிவேன். அவரது சினம் என்பது கைகளில் பிடித்து வைக்கும் நீரைப்போல. தங்காமல் வடிந்து விடும்.

வாயிற் திரைச்சீலை அசைந்தது. கிருஷ்ணன் உள்ளே நுழைந்தார். அந்தக் கூடத்தில் இருந்த இறுக்கம் ஒரு விரற்கடை அளவு

தணிந்தது. கிருஷ்ணன் மன்னரிடம் இணக்கமாக நடந்து கொள்பவர். எந்த இறுக்கமான சூழலிலும் அரசவையில் அவரது பேச்சு அனைவரையும் கட்டிப் போடும் தன்மையது. என்னிடம் மட்டும்தான் குடிபோதையில் உளறிக் கொட்டுவார்.

மன்னருக்கும், கிருஷ்ணனுக்கும் உள்ள புரிதலை எளிதாக விளக்க முடியாது. ஒரு சிறிய நிகழ்ச்சியைக் கூறுகிறேன். நான்கைந்து வசந்தங்களுக்கு முன்னர் கிருஷ்ணன் வடக்குப் பிரிவின் சேனாதிபதியாக நியமிக்கப்பட்டபோது கங்கைகொண்டபுரத்தில் கோயிலின் உள்ளே கிருஷ்ணனுக்கு ஒரு திருவுருவச் சிலையை வைப்பதற்கு மன்னர் விரும்பினார். அரண்மனை ஸ்தபதி கிருஷ்ணனின் இல்லத்திற்கு வந்து சிலைக்கான மாதிரி வடிவத்தைப் பெறுவதற்கு அவரை விதவிதமான நிலைகளில் இருத்தி சித்திரங்கள் எழுதிக்கொண்டு போனார். போர்வீரர்களுக்குச் சிலை வடிவமைப்பதற்கு முன்னர் கைகளில் ஆயுதம் ஏந்திக் கொண்டிருப்பது போலவும், பகைவர்களைக் கொல்வதுபோலவும் அவர்களைப் பலவித நிலைகளில் இருத்தி மாதிரிகளைச் சித்திரங்களாக வரைந்து அதன் பிறகு சிலையாக வடிப்பார்கள். எனது சிலையும் அதே கோயிலில் கைகளில் வேல்கம்பு ஏந்தி ஒரு பூதத்தைக் கொல்வதுபோன்று வடிக்கப்பட்டிருக்கிறது.

ஸ்தபதி பல நுணுக்கமான விஷயங்களைச் சிற்ப சாஸ்திரம் குறித்து எடுத்துரைத்தார். எதுவும் பேசாது கிருஷ்ணன் கேட்டுக் கொண்டிருந்தார். எவருக்குச் சிலை வடிக்கப்பட உள்ளதோ அந்தக் கிருஷ்ணனே ஆழ்ந்த ஈடுபாடு காட்டவில்லை என்பதால் மறுநாள் ஸ்தபதி வந்தபோது எல்லோரும் எதிர்பார்த்ததுபோலவே நடந்தது. ஸ்தபதி பலவித மாதிரி வடிவங்களைச் சித்திரமாகத் தீட்டிக் கொண்டு வந்திருந்தார். அத்தனை சித்திரங்களிலும் அவரது கற்பனை கரை புரண்டு ஓடியது. ஒரு சித்திரத்தில் கிருஷ்ணன் தனது கரத்தில் சுருள்பட்டையை வைத்துக்கொண்டு நின்றிருக்க அவரைச் சுற்றி அரம்பையர் நிகர் மங்கைகள் நின்றுகொண்டிருந்தனர். மற்றொரு படத்தில் தேவர் தலைவன் இந்திரன் கிருஷ்ணனின் முன்பு வணங்கி நிற்பதுபோலத் தீட்டியிருந்தார். பார்ப்பவர்களை உற்சாகப்படுத்தும் நோக்கில் வரையப்பட்டிருந்த அந்தச் சித்திரங் களைக் கண்டு கிருஷ்ணன் முகத்தில் எதையும் வெளிக்காட்டாமல் அமைதியாகத் தோன்றினார். ஸ்தபதியின் பார்வையை முற்றிலும் தவிர்த்தார் என்றுதான் சொல்ல வேண்டும். தனது மாதிரி சித்திரங்களைக் கிருஷ்ணன் ஆதரிக்கிறாரா அல்லது நிராகரிக் கின்றாரா என்பதை அறிய முடியாத ஸ்தபதி தினமும் அவரைப் பல நிலைகளில் படி எடுத்துக் கொண்டு செல்லத் தொடங்கினார்.

தினம் சித்திரங்களைத் தீட்டிக் கொண்டு வந்து கிருஷ்ணனின் முகத்தில் எவ்வித சலனத்தையும் காணாத ஸ்தபதி இறுதியில் கிருஷ்ணன் ஓர் ஆசனத்தில் கம்பீரமாக அமர்ந்திருப்பதுபோலவும் இடைவார் பட்டியில் அவரது சுருள் பட்டை சுருட்டி வைக்கப் பட்டிருப்பது போலவும் ஒரு சிலையை வடித்துவிட்டார். அந்தச் சிற்பத்தைப் பார்த்து விட்டு மன்னர்கூட வியந்து, 'ஓ! கிருஷ்ணன் குணாதிசயமே இதுதான். கிருஷ்ணன் நீங்கள் கூறுவதைச் செவிமடுப்பார். ஆனால் அதன்வழி நடக்காது உங்களைச் சலிப்படையச் செய்து இறுதியில் அவரது அறிவுரையை ஏற்றுக்கொள்ள வைப்பார்', என்றார். ஆம் மன்னர் கிருஷ்ணனை நன்றாகவே புரிந்து வைத்திருக்கிறார்.

அதே கிருஷ்ணன் இப்போது ஆலோசனை கூட்டத்தில். மன்னர் பல்வேறு கடல் வழித் தடங்களைக் கூறும்போது பொறுமை யாகவும், கவனமாகவும் கேட்டுக்கொண்டிருந்தார்.

ராஜேந்திர சோழச் சக்கரவர்த்தி தனது முன்பு விரித்து வைக்கப் பட்டிருந்த வரைபடத்தின்மீது தனது விரலை ஓடவிட்டுக் கொண்டிருந்தார். 'நாம் சுந்தா ஜலசந்தி ஊடாகச் செல்லலாம். ஸ்ரீவிஜயத் தீவுப் பிரதேசத்தை வடக்கு முனையிலிருந்து தாக்குவதற்கு பதிலாகச் சுந்தா ஜலசந்தி வழியாகப் பயணம் செய்தால் சற்று அதிக தூரம் பயணிக்க நேரிடும். பரவாயில்லை. அவர்கள் நாம் வடப்புறத்திலிருந்து தாக்குவோம் என்று காத்திருப்பர். இந்த வழித்தடத்தில் நாம் ஏதாவது ஓர் இடத்தில் நமது கப்பற்படை வீரர்களை ஓரிருநாட்கள் ஓய்வெடுக்க அனுமதித்த பின்னர் பாலம்பாங்கின்மீது தாக்குதலை நிகழ்த்துவோம்', என்று தனது திட்டத்தை விளக்கினார்.

'அது எதிர்பாராத தாக்குதலாக இருக்கும்', என்று நான் ஒப்புக் கொண்டேன்.' ஆனால் ஜலசந்திகளில் கொடியவகை ராட்சத மீன்கள் உலாவுவதாகச் சொல்வர். குறிப்பாக சுறாக்கள் அங்கு அதிக எண்ணிக்கையில் உலாவுவதாகக் கூறுகின்றனர். ஒருவேளை ஸ்ரீவிஜயத் தீவுகளுக்கு எவரும் எளிதில் வந்துவிடக் கூடாது என்பதற்கு அவர்களே எட்டுக் கட்டி விடும் கதையாகக்கூட இருக்கலாம்.'

'எதிரி கப்பற்படையைத் தடுத்து நிறுத்த அவர்கள் மலினமாகக் கட்டி விடும் கதை. எந்தவொரு கடல் வாணிகனும் என்னிடம் வந்து தனது கப்பலையோ நாவாயையோ ஏன் ஒரு மரக்கலத்தையோகூட அவ்வகை மத்சயங்கள் தாக்கியதாகப் புகார் அளித்ததில்லை', என்றார் கிருஷ்ணன்.

‘பருஸ் தீவுகளில் நாம் கப்பல்களை நிறுத்தி ஓய்வெடுத்துக் கொள்ளலாம்’, என்று கிருஷ்ணன் மேலும் தொடர்ந்தார். ‘சென்ற முறை நாங்கள் கற்பூர மூட்டைகளை அடுக்கிக்கொண்டு பருஸ் தீவில் ஒதுங்கினோம். அங்கே கடல் வாணிபம் செய்யும் நமது சோழர்களால் கட்டப்பட்டுள்ள மிகப் பெரிய கோயில் ஒன்று உள்ளது. கோயிலுக்குக் கணிசமான எண்ணிக்கையில் பக்தர்கள் வந்து செல்கின்றனர். அந்த ஊரைச் சேர்ந்த பழங்குடி மக்கள் தங்கள் உடல் முழுவதும் சிவப்பு மற்றும் மஞ்சள் வர்ணம் பூசிக்கொண்டு அந்தக் கோயில் திருவிழாக்களில் நடனம் புரிவது வழக்கம்.’

‘எதற்காக?’

‘தங்களது விசுவாசத்தை இரண்டு ராஜ்ஜியங்களுக்கும் தெரிவிப்பதற்காக. அதாவது நமது சோழ சாம்ராஜ்ஜியமும், ஸ்ரீவிஜய ராஜ்ஜியமும். நமது பாதுகாப்பு அங்கே உறுதியாக உள்ளது. வாணிபம் செய்ய வந்தவர்கள் போல நம்மைக்காட்டிக்கொண்டால் ஸ்ரீவிஜய தேசத்திற்கு அவர்கள் தகவல் அளிக்கும் ஈனத் தனத்தைப் புரிய மாட்டார்கள். பருஸ் தீவுடன் ஸ்ரீவிஜய தேசத்தினரின் படைத் தொடர்பு மிகவும் குறைவு என்றே கூறலாம். பருஸ் தீவில் வாழும் மக்கள் சொற்ப அளவில் உழவுத் தொழிலும், சிறிய அளவில் வாணிபமும் செய்து பிழைப்பவர்கள். ஒற்றாடுபவர்களும் அங்கே அதிகம் இல்லை.’

‘ஓ! நல்லது கிருஷ்ணா! போர் முடிந்தது என்று வைத்துக் கொள்ளுங்கள்!’

கிருஷ்ணன் நீல மசியால் கடல்வழித் தடம் ஒன்றை வரைபடத்தில் போட்டுக் காட்டினார். ‘முதலில் நமது கடல்வழிப் பயணம் கிழக்குத் திசையில் செல்லட்டும். நாம் சுற்றி வளைத்துச் செல்வது சாலச் சிறந்தது. கடாரத்தில் கப்பல்களை நிறுத்தும் எண்ணத்தைக் கைவிடுங்கள். பாலம்பாங்கு நகரத்தை தாக்குவோம். அவர்கள் கோட்டையையும் அரண்மனையையும் கை பற்றுவோம். அரண்மனை வீழ்ந்துவிட்டால் எதிர்ப்பும் வீழ்ந்து விடும்.’

நான் ஒரு மயிலிறகு விசிறியால் அந்த வரைபடத்தின்மீது நீல மசி காயும்வரையில் வீசினேன். நெருப்பில் உருக்கிய அரக்கு மெழுகை வரைபடத்தின் கீழே பூசினேன். மன்னர் அதன்மீது தனது முத்திரையைப் பதித்தார். மெழுகிலிருந்து இளகிய மூன்று துளிகள் மரப்பலகையின்மீது விழுந்தன. மன்னரின் கோபப் பார்வை என்மீது விழுந்தது. செயலாற்றும்போது இத்தனை செய்நேர்த்தி நான் பார்ப்பதில்லை. நான் அந்த வரைபடத்தை மடித்து நாங்கள்

மேற்கொள்ள இருக்கும் கடற் பயணத்திற்கு ஐந்து நாட்கள் இருக்கும் முன்னர் கப்பல் மீகாமர்களிடம் ஒப்படைக்கவேண்டும். அது வரையில் வரைபடமும், கடற்போர் பற்றிய விவரங்களும் எங்கள் இருவருக்கு அதாவது எனக்கும் கிருஷ்ணனுக்கும் மட்டும்தான் தெரியும்.

பருஸ் தீவில் நாங்கள் தங்க வைத்திருக்கும் ஒற்றர்களுக்குத் தகவல் அனுப்பினால்தான் வேண்டிய ஏற்பாடுகளை அவர்கள் போதிய கால அவகாசத்திற்குள் செய்து முடிப்பார்கள். அத்தனை கப்பல்களுக்கும் தேவையான குடிநீர், உணவுப்பொருள்கள் எரிபொருள்கள் போன்றவற்றை அவர்களுக்குச் சேகரம் செய்வதற்கு எளிதாக இருக்கும். ஆனால் ஸ்ரீவிஜயதேசத்தினருக்கு இங்கிருந்து தகவல் அனுப்ப எனக்கு இப்போது ஒரு நம்பிக்கையான ராஜதுரோகி தேவை. ஸ்ரீவிஜய தேசத்து தூதுவருக்குப் போர் குறித்த செய்தி சென்றடைந்ததும், ஏற்கெனவே அவர்கள் மிகுந்த எச்சரிக்கையுடன் இருந்தாலும், நேரடி பேட்டிக்காகக் காத்திருப்பார்கள்.

கொல்லர் வீதியில் நடந்துசென்றபோது ஒரு பெரிய மண் பாத்திரத்தை முரியடுப்பு ஒன்றில் ஏற்றி அடியில் தழலை மூட்டி பாத்திரத்தில் நெய்யை ஊற்றி கொதிக்கும் நெய்யில் வாழைக்காய்த் துண்டங்களை நறுக்கிப்போட்டு நன்றாக வறுத்துக் கொடுத்துக் கொண்டிருந்தார். அதன் நறுமணம் நாசியைத் தொடவே நான் அவர் கடைக்குச் சென்றேன். நெய்யை வடிகட்டுவதற்கு ஒரு தேங்காய் ஓட்டின் அடியில் சிறு சிறு துளைகளை அமைத்து அதன் மீது பொரித்த வறுவல் துண்டங்களைப் போட்டு வடிகட்டிக் கொண்டிருந்தார். நான் தேவையான பணத்தை அளித்ததும் ஒரு தொன்னையில் வறுவல்களை நிரப்பி அதன் மீது மிளகுப் பொடியையும் கடல் உப்புத் தூளையும் தூவி உண்பதற்குக் கொடுத்தார்.

நான் அதனைப் பெற்றுக்கொண்டு செந்திலனின் இல்லத்தை நோக்கி நடந்து சென்றேன். செந்திலன் கப்பற்படையில் ஓர் உயர் அதிகாரி. கப்பல்களில் பொருள்களையும், பண்டங்களையும், சரக்குகளையும் ஏற்றி இறக்கச் செய்யும் நிர்வாகத்தை மேற்பார்வையிடும் அதிகாரி. அவருடன் இரண்டு பெண் குழந்தைகள் இருந்தனர். இரண்டு பேதைகளுக்கும் வயது பத்தைத் தாண்டியிராது. எதிர்பாராது சந்தித்துக் கொண்டதைப்போல அவனைப் பார்த்தேன். 'நமது பயணப் பாதைகள் முடிவாகி விட்டன. இன்னும் இருபது நாட்களில் கிளம்புவதற்கு இருக்கிறோம்.'

'கடல்வழித் தடம்?'

நான் தலையை ஆட்டினேன். 'பயண வழித்தடம், எங்கு ஓய்விற்குத் தங்குவது போன்றவை வேறொரு மீகாமரிடம் அளிக்கப்பட்டுள்ளது.' செந்திலன் முகம் வாடியது. இருப்பினும் சம்மதித்துத் தலையசைத்தான். எப்போதும் எவராலும் மிகுந்த எச்சரிக்கையுடன் இருப்பது சாத்தியமில்லை.

நான் செந்திலனின் மகளிடம் சற்று வேடிக்கை காட்டினேன். அவள் காதின் அருகில் கரங்களைக் கொண்டு சென்று செவிகளிலிருந்து பொற்காசு எடுப்பதுபோல விளையாட்டு காட்டினேன். அவள் தனது ஓட்டைப் பல்லுடன் அழகாகச் சிரித்தாள். அந்தத் தங்கக் காசை தனது தந்தை செந்திலனிடம் கொடுத்தாள்.

'செந்திலா கடற்போர் முடிந்து திரும்பும்போது உன் செல்வமகளின் பற்கள் எல்லாம் முளைத்துப் புதுப் பற்களாக மின்னும்', என்றேன்.

'ஆமாம்', என்று நெடுமூச்செறிந்தவன் 'ஔவை! கடற்பயணம் ஆபத்தில்லாமல் முடியும் அல்லவா?' என்று கவலையுடன் கேட்டான்.

அவன் கவலையை என்னால் ஒரு தந்தையாக அறிந்து கொள்ள இயன்றது. அவனுக்கு என்னால் இந்த விடையைத்தான் அளிக்க முடிந்தது. 'சோழச் சக்கரவர்த்தியும் நம்முடன் பயணிக்கிறார். இந்தக் கடற்போர் அவரது விருப்பத்திற்காக நடக்கும் கடற்போர் கிடையாது என்று மட்டும் என்னால் உறுதியாகச் சொல்ல முடியும். நாம் வெற்றியின்றித் திரும்புவதற்கு வாய்ப்பே இல்லை!' என்றேன்.

'இருபது நாட்கள் கடலில் பயணித்த பின்னரே கப்பலில் மீண்டும் உணவுப் பொருள்களும் அத்தியாவசிய தேவைப் பொருள்களையும் நிரப்பிக்கொள்ளலாம். களஞ்சியத்தை அதற்கு ஏற்றாற்போல நிரப்ப ஏற்பாடு செய்', என்றேன்.

•

நான் துறைமுகத்திற்குள் நுழைந்தேன். அனைத்து இடங்களிலும் கப்பல் கட்டும் வேலைகளும், செப்பனிடும் வேலைகளும் இடையறாது நடந்தேறிக்கொண்டிருந்தன. சுத்தியலால் தட்டும் ஒலி, சம்மட்டியால் அடிக்கும் ஒலி, ஆணிகளை இறக்கும் ஒலி, மூட்டைகளைச் சுமந்து செல்வோர் ஒலி என்று பல்வேறு ஒலிகள் அங்கே இரைச்சலாகக் கேட்ட வண்ணம் இருந்தன. பணிபுரிவோரின் ஓசை பெரிதா, சமுத்திரத்தின் ஓசை பெரிதா என்று அளவிட முடியாமல் இருந்தது.

பஞ்சுப் பொதிகளை நீட்ட வாக்கில் அழுத்தி பெரிய பெரிய மூட்டைகளில் ஏற்றிக்கொண்டிருந்தனர். கப்பலில் பிளவு ஏற்பட்டாலும் பத்திரமாக அதன் பலகைகளை இந்தப் பஞ்சு பொதிச் சுருள்கள் காப்பாற்றும். மூன்று வீரர்கள் நீளமும் அகலமும் மிக்க அளவில் பெரிதான பஞ்சு பொதி ஒன்றைச் சுமந்து சென்றனர். அந்த வீரர்கள் தகுந்த இடைவெளிவிட்டு அந்தப் பொதியைத் தலையில் சுமந்து சென்றால் இடத்தையும் அடைக்காமல் விரைந்தும் செல்லலாம். ஆனால் நீண்ட பஞ்சு பொதிச் சுருளை மூவரும் தலைகளில் சுமந்து செல்வதற்குப் பதிலாகத் தங்கள் இடையே வைத்துத் தூக்கிச் சென்றனர். ஒரு வேலையின் நேர்த்தியைச் சொல்லியா தர இயலும்? நடேசன் இப்போதுதான் சோழ நாட்டின் தலைநகரிலிருந்து திரும்பி வந்தவன். அவன் இதுபோன்ற துறைமுகப் பணிகளில் அனுபவம் இல்லாதவன். மேற்பார்வை பணிகளுக்கு அத்தனை சிறப்பு வாய்ந்தவன் என்று கூற இயலாது எனினும், கிருஷ்ணன் அவன் நம்பிக்கைக்குரியவன் என்ற பரிந்துரையின் பெயரில் துறைமுக வேலைக்கு வந்து சேர்ந்துள்ளான்.

இப்போதுள்ள கால கதியில் சென்றால் நாவாய்களும், கப்பல்களும் போருக்குக் கிளம்பும் அன்று ஆயத்தமாக இருக்குமா என்பது சற்று ஐயமாகவே இருந்தது. ராஜ முத்திரையைப் பெறச் சென்றபோது எனது மூப்பின் காரணமாக அரக்கின் ஓரிரு துளிகள் அரசர் மாளிகைத் தரையில் சிந்தியிருக்கலாம். ஆனால் இதற்கு முந்தைய கப்பற்போர்கள் என் தலைமையில் இருந்தபோது போருக்குக் கிளம்பும் மூன்று நாட்கள் முன்னரே எனது கப்பற்படையை ஆயத்த நிலையில் வைத்திருந்தேன். என் படையில் இருந்த வீரர்களுக்கு வீட்டில் செலவிடவும், சந்தைக்குச் சென்று வரவும், மனைவி யருடன் ஊடல் புரியவும், சரசமாடவும், பொழுது இருந்தது. அவர்களது கடற்பயணம் ஓரளவு அமைதியாக அமைந்தது.

ஆனால் இப்போது ஒரே தெளிவற்ற நிலையில் இருந்தது. என்னால் இதனை எதிர்த்து வினையாற்றுவதற்கு எதுவுமில்லை. இது அதிகாரத்தின் முரணன்றி வேறு என்னவென்று சொல்வது? முக்கியமான செயல்களைத் திட்டமிட்டு வரைதோலில் குறித்து வைப்பதெல்லாம் பெரிய விஷயமில்லை. போருக்கு ஆயத்தங்கள் நடைபெறும் காலங்களில் தினமும் நடைபெறும் பணிகளை நேரடியாகப் பார்வையிட்டு சிறிய செயலோ, பெரிய செயலோ எதுவாக இருப்பினும் தலைமை பொறுப்பில் இருப்பவர்கள் முன்னிருந்து தமது யோசனைகளை வழங்கி முறைப்படுத்துவது தான் ஒரு கடற்போருக்கான பயணத்தை எளிமையாக்கும்.

ஒரு வீரன் முழுதாக உரித்து உப்பு மஞ்சள் தடவிய தலையற்ற உரித்த ஆட்டின் உடலைச் சுமந்து சென்றுகொண்டிருந்தான். ஆட்டின் உடல் மெல்லிய துணியால் சுற்றி மூடப்பட்டிருந்தது. நாவாயில் ஏற்றப்பட்டதும் அதனை ஒரு பெரிய தோல் போர்வையால் மூடிச் சுருட்டி வைப்பார்கள். உரிய முறையில் சுற்றி பதனிடப்பட்டு வைக்கப்படவில்லை என்றால் சிறிது நாட்களில் அந்த இறைச்சி அழுகிப் புழுக்கள் நெளியத் தொடங்கிவிடும். தான் கெடுவதோடு அந்த இறைச்சி தன்னைச் சுற்றியுள்ள உணவுப் பொருள்களையும் வீணடித்து விடும்.

'தம்பி', என்று நான் அந்த வீரனைப் பார்த்துக் கூவினேன். அவன் நின்று தயங்கியபடி என்னைப் பார்த்தான். அவன் இளையவனாக இருந்ததால் என்னை இன்னார் என்று அடையாளம் கண்டு கொள்ளவில்லை. என் முகத்தில் ஆங்காங்கே தென்படும் நீண்ட தழும்புகள் அவனது கண்ணில்படும் வண்ணம் முகத்தைச் சற்று உயரத் தூக்கி நின்றேன். எனது முகத்தில் உள்ள காயத்தின் தழும்புகள் பல வீரப் பிரதாபக் கதைகளை மக்களிடம் பரப்பியிருந்தன. இருந்தும் அவனுக்கு என்னை அடையாளம் கண்டுகொள்ள முடிய வில்லை. 'அந்தத் தோலுரித்த ஆட்டின் உடலை நீ இன்னும் நன்றாகத் துணியால் மூடிக்கொண்டு செல்லவேண்டும். இல்லை யென்றால் எத்தனை உப்ப மஞ்சள் போட்டு அதன் மீது பூசியிருந்தாலும் காற்று பட்டால் போதும் விரைவில் கெட்டு விடும்', என்று கூறினேன்.

'எனக்கு அது குறித்தெல்லாம் ஒன்றும் தெரியாது. அவர்கள் என்னை எந்தப் பணியை ஏவுகின்றனரோ நான் அந்தப் பணியைச் செய்கிறேன். அவர்கள்தான் உரித்த ஆட்டின் இறைச்சியை இவ்வாறுதான் கொடுத்து அனுப்பியுள்ளனர்.'

'இருக்கட்டும் தம்பி, இப்போது உனக்கு நான் கூறியது தெளிவாகப் புரிந்திருக்கும் அல்லவா? என்ன செய்யப் போகிறாய்?' என்று வினவினேன்.

அவன் பதில் எதுவும் கூறாது தோள்களை மட்டும் குலுக்கிவிட்டு விரைந்து மரக்கலம் நோக்கி நடக்க ஆரம்பித்தான். என்ன ஓர் ஆணவம்! பிறர் சொல்பேச்சுக் கேளாத தன்மை! நான் ஆவேசத்துடன் அவனது தோள்களைப் பற்றி அவனது முகத்தைத் திருப்பிக் கன்னத்தில் ஓங்கி அறைந்தேன். அவன் செவிட்டில் எனது அறை பலமாக விழுந்தது. அவன் தடுமாறியதும் அவனது தோள்களில் இருந்த இறைச்சி கீழே மணலில் விழுந்தது. சுதாரித்துக்கொண்ட

அவன் என்னைத் தாக்குவதற்குக் கைகளை ஓங்கினான். நான் அதற்குள் மின்னல் வேகத்தில் அவனது அங்கியைப் பற்றி அவனை எனது முகத்திற்கு நேராகக் கொண்டுவந்தேன். எனது முகத்தில் உள்ள காயத்தின் தழும்பை அடையாளம் கண்டு கொண்ட பின்னர் ஓங்கிய கரத்தை மடக்கிக் கொண்டான்.

‘எனக்கு ஒன்று தெரிந்தாகவேண்டும். உங்களைப் போன்ற முழு முட்டாள்களின் உடலில் குருதிக்கு பதிலாகப் புளித்த மோர்தான் ஓடுகிறதா? உன்னை இங்கேயே வெட்டிக் கொலை செய்வதுதான் உனக்கும் உனது இல்லத்தினருக்கும் நான் செய்யும் உபகாரமாக இருக்கும். கடலில் சென்று நீ மடிவதற்கு பதிலாக இங்கேயே கடற்கரையில் மடிந்தால் உனது இல்லத்தினருக்கு உனது உடலாவது எஞ்சும்’, என்று கூறியபடி எனது பிடியைத் தளர்த்தினாலும் அவனை முற்றிலும் விடுவிக்காமல், ‘சொல்... நடேசன் எங்கே இருக்கிறான்?’ என்று கேட்டேன்.

அவன் செவிமடல்கள் சிவந்து போய் விட்டன. ‘எனக்குத் தெரியும்’, என்றபோது வலியிலும் அழுகையிலும் அவனது குரல் கமறத் தொடங்கியது.

‘நல்லது இந்த ஆட்டின் இறைச்சியை எடுத்துக்கொண்டு வா. நடேசனிடம் செல்லலாம்’, என்று கூறி முன்னேறினேன். நாவாய்கள் அடுத்தடுத்து நிறுத்தி வைக்கப்பட்டிருந்தன. பாய்மரக் கம்பில் சுருட்டி வைக்கப்பட்டிருந்த விசிறிகள் காற்றின் வேகத்தில் கிசுகிசுப்பது போன்ற ஒலியை ஏற்படுத்தின. அதனைப் பார்க்கும் போது ஒவ்வொரு கப்பலும் தான் சந்தித்த கடற் பயணங்களின் கதையைச் சொல்வது போலிருந்தன. பொதுவாகப் பரதவக் குலப் பெண்கள்தான் வாயாடுவதில் வல்லவர்கள் என்று பெயர் பெற்றிருந்தாலும் கடலோடிகள் கொச்சையான மொழியில் பேசும் கதைகளைக் கேட்டால் எனது கருத்த சிகை விரைவில் வெண்ணிறமாக நரைத்து விடும். நான் எண்ணியதைப் போன்றே நடேசன் அங்கில்லை, வெகு தொலைவில் இருந்தான்.

அந்த வீரன் தனது தோளிலிருந்த ஆட்டு இறைச்சியை நடேசன் முன்பு ஏதோ ஒரு மரக்கட்டையைப் போடுவதுபோலத் தொப் என்று போட்டான். அப்போது அந்த இறந்த ஆட்டின் அடி வயிற்றிலிருந்து நாராசமாய் ஓர் ஒலி கிளம்பியது.

‘நடேசன்’, என்று அழைத்த நான் எனக்கு முன்பிருந்த ஆட்டின் உடலை ஒரு பொருட்டாக எடுத்துக்கொள்ளாமல் ‘நாம் இருவரும் சற்று உரையாடவேண்டும் என்று கருதுகிறேன்’, என்று கூறினேன்.

நடேசன் அந்த வீரனைப் பார்த்தான். வீரன் அங்கிருந்து அகன்றான். அருகில் போடப்பட்டிருந்த ஆசனம் ஒன்றின்மீது அமர்ந்தேன். ‘குற்றேவலுக்குப் பணி புரியும் ஒரு சாதாரண வீரனுக்கு இந்தக் கப்பலில் என்ன நடக்கிறது என்பது தெரிந்திருக்கும் அளவிற்குக் கூட எனக்கு எதுவும் தெரியவில்லை நடேசா!’ என்றேன்.

நடேசன் தனது இரு கரங்களையும் விரித்தான். ‘ஔவை, உங்களை இந்தத் துறைமுகம் ஒருகாலத்தில் நன்கு அறியும். காலம் மாறிவிட்டது ஔவை. அப்போது உங்களை இந்தத் துறைமுகத்தில் அறியாதவர்களே இல்லையென்று கூறலாம். ஆனால் அதே போன்று இப்போதும் அறிந்திருக்க வாய்ப்பில்லை, அல்லவா? அப்போது உங்களுக்கு இருந்த செல்வாக்கையும், அதிகாரத்தையும் இன்றும் நீங்கள் எதிர்பார்க்கக் கூடாது அல்லவா?’ என்று கேட்டான்.

‘எதில் பிரச்னை என்பது எனக்கும் உறுதியாகத் தோன்றவில்லை.’

‘உங்களுக்கு ஏற்கெனவே தெரிந்ததை மீண்டும் என் வாயால் சொல்ல விரும்புகிறீர்களா ஔவை?’

ஓர் அடிமைப் பெண்ணிற்காகத் தனது சொந்த மண்ணைச் சேர்ந்தவர்களை ஔவை கை விட்டு விட்டார் என்ற சேதி கரணின் வீரர்கள் நடுவில் உலாவிக்கொண்டிருக்கும். கரணை நான் தனியாகக் கொன்று அதனால் ஏற்படும் பழியை விடவும் யவனி மூலம் கொன்று ஏற்பட்டுள்ள பழி கொடியதாக உள்ளது.

ஆனால் எனக்கு நடேசனின் உதவி வேண்டியிருந்தது. ‘என்னைப் பற்றிப் பல்வேறு விதமான வகையில் கதைகள் உலா வருகின்றன. உனது செவிகளில் விழுந்தது எந்த வகைக் கதை என்பது எனக்குத் தெரியாது’, என்று நான் மென்று விழுங்கினேன். ‘நான் உன்னிடம் நிகழ்ந்தவற்றைக் கூறுகிறேன். எனது அச்சம் எதன்மீது என்பதையும் கூறுகிறேன்!’

அரெமிஸ்

1

நான் திரிசடை கப்பலின் (★திரிசடை என்பது சோழர்களின் போர்க்கப்பல்களைக் குறிக்கும் பெயர்.- மொ.பெ) மேற்தளத்தில் அமர்ந்தபடி கீழே பல ஆட்கள் கப்பலை இயக்குவதில் ஈடுபட்டுக் கொண்டிருந்ததைக் கண்ணுற்றேன். அத்தனை உயரத்திலிருந்து பார்த்த போது அவர்கள் சித்திரக் குள்ளர்களைப் போலக் காட்சியளித்தனர். சோழக் கடற்படைப் பிரிவில் மிக உயரமான கப்பல் என்றால் திரிசடையாகத்தான் இருக்கும். இருபது ஆள் உயரம். கப்பலின் வெளிச் சுவற்றில் சோழ சாம்ராஜ்ஜியத்தின் அடையாளமான புலியின் சித்திரம் இன்னும் முழுமையாகத் தீட்டியிருக்கப்படவில்லை. கன்னிமை மாறாத கப்பல். இன்னும் வெள்ளோட்டம் பார்க்கப்படவில்லை. யானைகளை ஏற்றிச் செல்வதற்கு வசதியாக கப்பலின் உட்புறப் பகுதியில் யானைகளின் காற்சங்கிலிகளைக் கட்டுவதற்கு ஏற்ப துளைகள் போடப்பட்டுப் பித்தளை வளையங்கள் மாட்டப்பட்டிருந்தன. கப்பலின் பல பகுதிகளிலும் கடல் உப்பு அரிக்கும் என்பதால் பித்தளை உலோகமே பயன்படுத்தப்பட்டிருந்தது.

தொலைவில் அரசியார் அமயா வந்துகொண்டிருந்தார். விலைமதிப் பற்ற நவரத்ன கற்கள் பதிக்கப்பட்டிருந்த வங்கியைத் தோள்களில் இறுக்கமாக அணிந்துகொண்டிருந்தார். முத்துச் சரங்கள் வங்கியிலிருந்து இரு கிளைகளாகப் பிரிந்து கண்ட சரத்துடன் இணைந்தன.

அரசியார் அந்த உச்சி வெயில் பகல் பொழுதில் இரவு வேளைகளில் பார்ப்பதுபோலப் பார்த்தபடி நடந்து வந்தாள். அவள் இப்போது கண்ணீர் சிந்தினால் அவளது அஞ்சனத் தீற்றலின் ஊடாக வெளிக்கிளம்பும் கண்ணீரின் கோடுகள் கருப்பாக வழியும். அவள் என்னைக் கடந்து சென்றாள். அவளது பரிவாரம் அவளைப் பின் தொடர்ந்தது. உச்சி வெயிலில் அவளது தேகம் மினுங்கிக் கொண்டிருந்தது. அவளை விலக்கி வைக்கவும் முடியாது. சேர்த்துக் கொள்ளவும் முடியாது.

எதுவாயினும் மன்னர் அவள் மேல் பித்தாக இருப்பது உண்மை. சில நேரங்களில் நான் மன்னரைத் தேடி அவரது மாளிகைக்குச் செல்வது வழக்கம். ஒருமுறை அவரது பணிப்பெண்கள் என்னைத் தடுத்து நிறுத்தினார்கள். 'அவர்கள் இருவரும் காதற் பிணக்கில் உள்ளனர்.'

'காதற் பிணக்கு என்றால் என்ன?' என்றேன் நான் அப்பாவியாக.

மற்ற பெண்கள் களுக் என்று சிரித்தனர். எனது அறியாமை அவர்களுக்குச் சிரிப்பை வரவழைத்தது. காமாட்சி இதழ்களை விரித்தாள். சிணுங்கலாக முனகினாள். மார்பை விம்மித் தணித்தாள். கண்களைக் கிறக்கமாக மூடிக்கொண்டாள். நான் கன்னங்கள் சிவந்து முகத்தைத் திருப்பிக்கொண்டேன். அவர்களில் ஒரு பெண் 'பாருங்கள் அவள் காது மடல் செக்கச் சிவந்திருப்பதை', என்று கூறி உற்சாகக் குரல் எழுப்ப மற்ற பெண்கள் இணைந்து கொள்ளவே நான் அந்த இடத்தை விட்டு அகன்றேன்.

மட்பாண்டங்களின் திருவிழா விமரிசையாகக் கொண்டாடப்பட்டு வருகிறது. ஒவ்வொரு ஆண்டும் இந்த மட்பாண்டத் திருவிழாவில் கலந்து கொள்ளும் நான் இந்தப் பருவத்தில்தான் முதன்முறையாக இந்தத் திருவிழாவில் கலந்துகொள்ளாமல் இருக்கப் போகிறேன். ரோமாபுரி வணிகர்களும், பாரசீக வணிகர்களும் ஒன்று கூடி நடத்தும் விழாவாகும் இந்த மட்பாண்ட விழா. விதவிதமான மட்பாண்டங்கள் வெவ்வேறு வர்ணப் பூச்சுகளுடன் விற்பனைக்கு வைக்கப்படும். அதனோடு ஒரு விளையாட்டும் நடைபெறும். ஒவ்வொருவரிடமும் ஒரு மண்ணால் செய்யப்படக் குப்பியைக் கொடுப்பார்கள். வாங்கியவர்கள் தங்கள் குடும்பத்தில் உள்ளவர்களின் நலனுக்காக இறைவனிடம் பிரார்த்தித்து ஓர் ஓலையில் மனதில் உள்ளதை எழுதி அந்தக் குடுவையின் உள்ளே போட்டு குடுவையைத் தக்கை ஒன்றினால் அழுத்திக் குடுவையின் வாயை அடைத்துக் கடலில் வீசி எறிவார்கள். குடுவைகள் மீண்டும் கரை ஒதுங்காமல், மற்ற எவரின் கைகளிலும் சிக்காமல் இருந்தால் அவை தேவர்களிடம் சேர்ந்து விட்டதாகவும், குப்பியின் உள்ளே எழுதி வைத்த பிரார்த்தனை பலிக்கும் என்பது எளிய மக்களின் நம்பிக்கை.

நான் மீண்டும் திரும்பிக் கொண்டிருந்தபோது பூதச் சதுக்கத்தில் எட்டு இறந்த சடலங்கள் கிடந்தன.

அந்தச் சதுக்கம் நெடுங்காலமாகப் புனிதமாகக் கருதப்பட்ட இடம். மாந்திரீகத்தில் நம்பிக்கை கொண்டிருந்த பழங்குடி மக்கள் நரபலி கொடுப்பதை வழக்கமாகக் கொண்டிருந்தவர்கள். பில்லி, ஏவல், நரபலி போன்றவற்றை நான் நம்புவதில்லை. அனைத்தும் மூட

பழக்கங்கள். நகரத்தில் வந்து குடியேறிய பின்னரும் தங்களது தொல்குடி காரணமாக இங்கும் சிலர் இது போன்ற மூடச் சடங்குகளைப் பின்பற்றுகின்றனர். இந்தச் சதுக்கத்தில் நரபலியும் கொடுக்கின்றனர். பொதுவாக இந்தச் சதுக்கம் காலியாகவே இருக்கும். கடற்போருக்கான நாட்கள் நெருங்க நெருங்க இதுபோன்ற நரபலி கொடுப்பது அதிகமாகிக்கொண்டே இருக்கிறது. பெரும் பாலும் பெண்களையே நரபலியாக்குவதால் எனது கோபம் கணக்கிட முடியாத அளவுக்குச் செல்லும். பெண் என்பவள் தாயாக மகளாக மனைவியாக ஓர் ஆணின் சகலமுமாக விளங்குபவள். அவனது மூட நம்பிக்கையின் காரணமாக பலியாகவும் பார்க்கப்படுவது எத்தனை வேதனையை ஏற்படுத்தும் செய்கை. யார் இதைத் தடுப்பது?

கடவுள் கண்மூடிக் கிடப்பதால் ஆடவர்கள் பலி என்ற பெயரிலும் பெண்களின் கழுத்தை அறுக்கின்றனர்.

வெறுத்துப் போன சிந்தனைகளுடன் நான் குதிரை லாயத்தை நோக்கிச் சென்றேன். எதிர்பார்த்தபடி ஔவை அங்கே இருந்தார். அந்த இடத்தில்தான் கரணின் ஒற்றர்களின் கண்ணில் மண்ணைத் தூவி எங்களால் சந்திக்க இயலும். ஔவையின் முகம் சோர்ந்து, கண்கள் கிறங்கிக் களைப்புடன் காணப்பட்டார். ‘இப்போ தெல்லாம் அரசவைக்கு வரும் வழக்குகளில் பாதியும் பெண்களிட மிருந்துதான் வருகிறது. பெற்ற தந்தையாலோ அல்லது கணவன் மார்களாலோ கொல்லப்படுவதாக நிறையப் பெண்கள் கண்ணீர்ப் புகார்கள் கொடுத்த வண்ணம் உள்ளனர். இதற்கு நேர்மாறாகக் கூடச் சில சம்பவங்கள் நடைபெறுகின்றன’, என்று கூறிவிட்டு ஒரு சம்பவத்தை விவரித்தார்.

ஒரு பெண்மணி எள்ளும் வெள்ளமும் கலந்து செய்யும் அப்பம் போன்ற பலகாரத்தில் நஞ்சைத் தோய்த்து நஞ்சு கலக்காத எட்டு அப்பங்களுடன் கலந்து வைத்திருக்கிறாள். கடற்போருக்குக் கிளம்பிக்கொண்டிருக்கும் தனது காதலனை அழைத்துத் தனது யோசனையைக் கூறியிருக்கிறாள். ‘இந்த எள்ளுப் பலகாரத்தில் ஒவ்வொன்றாக நாம் இருவரும் மாறி மாறி உண்போம். நம்மில் எவரை அழைத்துக்கொள்வது என்பதைக் கடவுள் முடிவு செய்யட்டும். என்னை விட்டு கடற்போருக்கு நெடுந்தூரம் செல்வதற்கு பதில் உன் உடல் என்னருகில் இருப்பது விரும்பத்தக்கது அல்லவா? அதே போன்றுதானே உனக்கும்?’ என்று கூறியிருக்கிறாள். அவன் ஓர் அப்பத்தை உண்டுவிட்டுத் தப்பிப் பிழைத்துத் தலைதெறிக்க அரசவை ஓடிவந்து விட்டான், புகார் அளிக்க.’

ஔவை கிழக்குமுகமாக நின்றிருந்தார். முகத்தில் ஆழ்ந்த விசாரம். கடற்புரம் அருகில் இல்லை என்றாலும் அவர் பார்வை கடலின்மீது

நிலைத்திருப்பது போன்று எனக்குத் தோன்றியது. கடல் வாசனையை விட்டுப் பிரிந்து அவரால் எங்கும் செல்ல முடியாது.

'நாம் இன்னும் எட்டு நாட்களில் நமது கடற் பயணத்தைத் துவக்குகிறோம்', என்றார்.

'நகர முரசறிவிப்பவர்கள் இருபது நாட்கள் ஆகும் என்றனரே.'

'கடற்பயணத்தைப்போலவே அதற்குக் கிளம்பும் தினத்தையும் கடலோடிகளால் அறுதியிட்டுக் கூற முடியாது. குறித்த காலத்திற்கு முன்பாகக் கிளம்புவதற்கும் காரணம் உள்ளது. ஸ்ரீவிஜயம் புறப்பட்டுச் செல்லும் வணிகர்களில் எவராவது நமது படையெடுப்பை முன்கூட்டியே அந்த தேசத்து மன்னருக்குக் கூறிவிட்டால் பிறகு அவர்கள் எச்சரிக்கை அடைந்துவிடுவார்கள் அன்றோ? கடல்வழித் தடம் நம்மால் குறிக்கப்பட்டபோது நம்முடன் இருந்தவர்களைக் கூட என்னால் நம்ப இயலாது. அதனால்தான் இந்த முன்னெச்சரிக்கை நடவடிக்கை. முந்திச் செல்வது நமது பாதுகாப்பைப் பலப்படுத்தும்', என்று கூறிவிட்டு தனது இடைவார்ப்பட்டியைத் தட்டினார். 'மன்னரின் முத்திரை தாங்கிய பத்திரத்தை நான் எப்போதும் என்னுடனே பத்திரப்படுத்தி வைத்துள்ளேன். நடுக்கத்திலும் வியர்வையிலும் அதில் உள்ள மசி அழிந்து விடாதிருக்க அதனை நான் இன்னும் பிரித்துக்கூடப் பார்க்காமல் அப்படியே வைத்திருக்கிறேன்.'

அச்சம் எனது உடலில் பரவியது. கடற்போருக்குக் கிளம்பி விட்டால் எனக்கு நேர்ந்த அவமானத்தினால் நான் ஔவையின் பாதுகாப்பின்றித் தனியாக நாட்களைக் கழிக்க நேரும்.

'வருந்தாதே யவனி. உன்னை என்னுடன் எனது கப்பலில் கடற்போருக்கு அழைத்துச் செல்வதற்கு ஆவண செய்கிறேன்', என்றார் ஏதோ என் மனதைப் படித்தவரைப் போல.

ஆனால் மன்னர் இதற்கு நிச்சயம் செவி மடுக்கப் போவதில்லை.

2

நடுச் சாமத்தில் திடுக்கிட்டு எழுந்தேன். விழித்ததும் நான் எங்கு படுத்துக்கொண்டிருந்தேன் என்பது விளங்குவதற்குச் சற்று நேரமாயிற்று. லாயத்தில் இருந்த மரத்தின் அடியில் உறங்கிக்

கொண்டிருந்தேன். விடுதிகளில் அந்நிய மனிதர்களின் துளைக்கும் பார்வைகளுக்கு நடுவில் இருப்பதற்கு பதில் தனிமையில் இந்தக் குதிரை லாயத்தில் இருப்பது எவ்வளவோ மேல். எதனால் திடுக்கிட்டு விழித்தேன் என்று யோசித்தேன். சற்றுத் தொலைவில் இருந்த மன்னரின் புதிய அரசி இலங்கை ராணியின் மாளிகையிலிருந்து வெளிப்பட்ட குழப்பமான குரல்களே எனது விழிப்பின் காரணம்.

நான் உறக்கம் முற்றிலும் நீங்கியவளாக எழுந்துகொண்டேன். இலங்கை அரசியின் மாளிகை நுழைவாயிலை ஒட்டியிருந்த கூடத்தின் சுவர் ஓரமாக ஒட்டி நின்றேன். வாயிற்காவலர்களைக் கண்ணுக்கு எட்டிய தொலைவு வரையில் காணவில்லை. ஒரு மூலையிலிருந்து பணிப்பெண் ஒருத்தி வந்தாள். தலைவிரி கோலமாக முகம் வெளுத்துக் காணப்பட்டாள். கண்களில் உறக்கம் கலையாமல் இருந்தது.

'நில்', என்று அவளைத் தடுத்து 'உள்ளே என்ன சந்தடி?' என்று கேட்டேன். அவள் என்னை வெறித்துப் பார்த்துவிட்டு பதில் எதுவும் அளிக்காமல் அவசரமாக உள்ளே ஓடினாள். நான் அவளைப் பின் தொடர்ந்தேன்.அரண்மனையின் உட்புற வாயில்கள் அனைத்தும் திறந்தே இருந்தன. ஒவ்வொரு பகுதியிலும் தீவட்டி வெளிச்சம் இருந்துகொண்டிருந்தது. அதுவுமன்றி எங்கும் விளக்குகள் பிரகாசித்துக் கொண்டிருந்தன. அனைத்துச் சேவகர்களும் மும்முரமாக இருந்தனர். பரபரப்புடன் காணப்பட்ட அவர்களைக் கடந்து இலங்கை இளையராணியின் மாளிகையை நோக்கிச் சென்றோம்.

இலங்கை அரசியை நான் கடந்த மாதங்களில் ஒரு சில முறை மட்டும் அரைகுறையாகப் பார்த்திருக்கிறேன். இலங்கை இளவரசியை மன்னர் அரசியல் நோக்கங்களுக்காகவும், இலங்கையில் சோழப் பேரரசின் பிடியை வலுப்படுத்தவும் மணந்துகொண்டார் என்றாலும் ராஜேந்திர சோழ பூபதியின் மனம் கவர் அரசிகளில் இந்த இலங்கை அரசியும் ஒருவரானார். மன்னரின் கரு அவரது வயிற்றில் வளர்வது ஒருபுறம் என்பதாலும், காணாமல் போன அரசியார் மீண்டும் வந்து விட்டதனாலும் அரசர் அடிக்கடி இலங்கை அரசியாரை வந்து சந்திப்பதில்லை.

உள்ளே இலங்கை அரசி தனது மஞ்சத்தில் துயில் கொள்ளாது தரையில் புழுவைப்போல நெளிந்த வண்ணம் இருந்தார். உடல் எல்லாம் வியர்வை ஆறாகப் பெருகிக்கொண்டிருந்தது. மேலாடை கவனமின்மையால் கலைந்திருந்தது. அவரது முகம் எப்போதும் போலில்லை. ஏதோ தவறாக நடந்திருக்கிறது.

‘அரசியாருக்குச் சுவாசத் தடுமாற்றம் ஏற்பட்டுள்ளது’, என்று அரண்மனைச் செவிலி பரிதாபமாகக் கூறினாள். செவிலி, அரசியாரின் அருகில் மண்டியிட்டு அமர்ந்திருந்தாள். அரசியின் கண்கள் நேர்ப்பார்வை பார்க்காமல் அலைபாய்ந்து கொண்டிருந்தது. அவரது குரல்வளையிலிருந்து வினோத ஒலி எழும்பிக் கொண்டிருந்தது. ‘இப்போது அரசியார் இருக்கும் நிலையில் வயிற்றிலிருந்து அவரது குழந்தையை எடுப்பதும் சிரமமாக உள்ளது’, என்றாள் செவிலி.

‘அரண்மனை வைத்தியரை அழைத்து வர ஆள் அனுப்பியிருக்கிறேன். வந்து விடுவார்’, என்று கூறிவிட்டு அரசியாரின் தலையைத் தனது மடியின்மீது சாவித்திரி - அவள்தான் இலங்கை அரசியின் பணிப்பெண் - கிடத்திக்கொண்டாள்.

நான் சாளரத்திற்குச் சென்று வைத்தியர் வருகையை எதிர்பார்த்துக் காத்திருந்தேன். பனைமரங்களின் நிழல்களைக் கொடிய பாம்பின் நச்சுப்பற்களைப் போல இரவு உரு மாற்றியிருந்தது. வெளியில் வேறு எந்த மனிதரின் நடமாட்டமும் காணப்படவில்லை. ஒவ்வொரு முறை அரசியார் விநோதமாகக் குரல் எழுப்பி மூச்சுக் காற்றிற்கு ஏங்கும்போதும் சாவித்திரி மனமுருக இறைவனை வேண்டிக் கொண்டாள். சூரியன் மேலைத் திசையில் போய் மறைந்ததும் கடவுள்களும் மனிதர்களை மறந்து தாங்களும் மனிதர்களைப்போல உறங்கவோ, அல்லது சல்லாபங்களில் ஈடுபடவோ சென்று விடுகின்றனர் போலும்.

அரசியாரின் நிலைமை கவலைக்கிடமாகத் தெரிந்தது. முகம் சிவந்து போயிருந்தது. நான் அவரது முகத்தை ஈரத் துணியால் துடைத்து விட்டேன். எனக்கிருந்த குழப்பத்திலும், பரபரப்பிலும் நான் ஏதேதோ அர்த்தமற்ற வார்த்தைகளை உளறத் தொடங்கினேன். விரைவாக உள்ளே நுழைந்த அரண்மனை வைத்தியர் வரும்போதே உத்தரவுகளைப் பிறப்பித்த வண்ணம் வந்தார்.

‘இந்தா இந்தப் பெட்டியைப் பிடி. பாயைக் கீழே விரி. அரசியாரை அதன் மீது மல்லாந்து படுக்க வை. ஒரு பெரிய பித்தளை பாண்டத்தில் சுடுநீரை ஆயத்தப்படுத்து’, என்று துரித கதியில் உத்தரவுகளைப் பிறப்பித்தார். தனது கையிலிருந்த பெட்டியைத் திறந்து வெள்ளியினால் செய்த கத்தரிக்கோல், சிறிய கூர்மையான கத்தி, ஓர் இடுக்கி போன்ற ஆயுதம் ஆகியவற்றை வெளியில் எடுத்தார். பணிப்பெண்களில் ஒருத்தி அச்சத்தில் அழத் தொடங்கி விட்டாள். அவளது பக்கம் திரும்பிய வைத்தியர் முகம் சிவந்து

சினத்தில், ‘அழுவதானால் வெளியில் போய் அழு. போ’, என்றார். அவள் வெளியில் ஓடிவிட்டாள்.

செவிலி கொதிக்கும் சுடுநீரைக் கொண்டுவந்து வைத்தாள். வைத்தியர் அரசியாரைச் சோதித்து விட்டுத் தனது விரல்களை அவரது வாய்க்குள் நுழைத்து மடங்கியிருந்த நாவினை இழுத்து வெளியில் கொணர்ந்தார். குரல்வளைக்குள் தனது கரத்தை மிக ஆழமாக நுழைத்தபோதுகூட அரசியார் தடுக்க முன்வரவில்லை.

‘அரசியார் எப்போது தனது இறுதி உணவை உண்டார்?’ என்று சாவித்திரியிடம் கேட்டார்.

‘மதியம் சிறிது அரிசிச் சோறு உண்டார். இரவு, பசியில்லை... எதுவும் வேண்டாம் என்று மறுத்து விட்டார்.’

‘அரசியாருக்குக் கடந்த சில தினங்களில் மூச்சடைப்பு ஏதாவது இருந்ததா?’

இல்லை என்று சாவித்திரி தலையாட்டினாள்.

‘இருமல், வலிப்பு போன்று ஏதாவது?’

‘ஆமாம், இரண்டு நாட்களுக்கு முன்னர் இருமல் ஒன்று வந்து வெகுநேரம் அரசியார் சிரமப்பட்டார்.’

‘சாப்பிட்ட பின்னர்தானே அரசியாருக்கு இவ்வாறு நேர்ந்தது?’

சாவித்திரி சற்று யோசித்தாள். ‘இல்லை. நாங்கள் நந்தவனத்திற்குப் போயிருந்தோம். பழங்கள் உண்டிருக்கிறார். அரண்மனையில் அரசியர்கள் ஒன்றாக அமர்ந்து நெல்லிக்கனிகளைப் பகிர்ந்து உண்டிருக்கின்றனர்.’

வைத்தியர் அரசியாரின் கழுத்தைச் சற்று அழுத்தமாகப் பிடித்துப் பார்த்தார். அந்த மோசமான நிலையிலும் வைத்தியரின் விரல் அழுத்தத்தில் அரசியார் வலியில் துடிப்பது தெரிந்தது. வைத்தியர் அவரது நெஞ்சில் செவி வைத்துக் கேட்டார். கைகளில் நாடி பார்த்தார்.

அவர் எழுந்துகொண்டார். ‘அரசியார் எதையோ தவறாக விழுங்கியிருக்கிறார், அது அவரது மூச்சுக் குழாயை அடைத்துக் கொண்டு சிரமப்படுத்துகிறது. அவரது சீர்கெட்ட சுவாசத்தால் உள்ளிருக்கும் குழந்தையும் பாதிக்கப்பட்டிருக்கிறது. எனவே அரசியார் எப்பாடுபட்டாவது குழந்தையை ஈன்றெடுக்க முயல வேண்டும். இல்லையென்றால் உள்ளே இருக்கும் குழந்தையின்

உயிருக்கு ஆபத்தாகிவிடும். ஆனால் நான் இப்போது தாயையும் காப்பாற்றவேண்டிய கட்டாயத்தில் இருக்கிறேன்.'

வைத்தியர் தனது உபகரணப் பெட்டியிலிருந்து ஒரு நீண்ட வெள்ளிக் கம்பியை எடுத்தார். அதன் முனையில் ஒரு வளைவு இருந்தது. கருப்பு நிற மருந்து இருந்த குப்பி ஒன்றைத் திறந்தார். வெள்ளிக் கம்பியின் கொக்கி முனையை உள்ளேவிட்டு வெளியில் எடுத்து அதன் முனையைத் துடைத்தார்.

என்னை அழைத்து, 'அரசியாரை உனது தோளின்மீது அவரது தலை இருக்கும்வண்ணம் சாய்த்துப் பிடி', என்றார்.

தனது விரல்களால் அரசியின் இரு தாடைகளையும் அழுத்திப் பிடித்து அவரது வாயை வலுக்கட்டாயமாகத் திறந்தார். வைத்தியர் சிரமப்பட்டு அவரது வாய்க்குள் வெள்ளிக் கம்பியை நுழைத்தார். அரசியார் முரண்டு பிடித்தபோது நான் அவரது கழுத்துப் பகுதியின் பின்புறத்தை அழுத்திப் பிடித்து அவரை அசையவிடாமல் பார்த்துக் கொண்டேன். அரசியார் திமிர முயன்றும் இயலவில்லை. வைத்தியர் மேலும் ஆழமாக அந்தக் கம்பியை அவரது தொண்டையில் இறக்கினார். அவர் அரசியாரின் தொண்டைக்குள் பார்ப்பதற்கு பதிலாகக் கம்பியின் போக்கை வைத்து உள்ளே இருப்பதை அனுமானித்துக் கொண்டிருந்தார்.

சில நிமிடங்கள் சென்றன. எங்கள் அனைவருக்கும் வியர்வை ஆறாகப் பெருகி விட்டிருந்தது. 'கிடைத்து விட்டது', என்று அவர் திடீரென்று குரல் எழுப்பினார். முகத்தில் அரும்பிய புன்னகை உடனே மறைந்தது. உள்ளே சிக்கிக் கொண்டிருந்த நெல்லிக்கனியின் விதைக் கொட்டை தட்டுப்பட்டதையும், நழுவியதையும் அவர் கரங்கள்தான் உணர்ந்திருக்கும். அவரது கரங்களில் சரிந்து கிடந்த அரசியார் பெருமூச்சுகளாக விட்டுக்கொண்டிருந்தார். இருமத் தொடங்கினார். ஆனால் அது இருமல் அன்று. மூச்சு விடச் சிரமப்பட்டு எழுப்பும் செருமல். அவரது மேனி கருக்கத் தொடங்கியது. நான் அவரை இறுக்கிப் பிடிக்க முயன்றும் நடக்கவில்லை. யாரோ அவரது குரல்வளையை நெரிப்பதுபோலத் துடித்தார்.

'வைத்தியரே என்னவாயிற்று?' என்று கேட்டேன்.

'நெல்லிக்காயின் கொட்டை அவரது தொண்டையில் சிக்கிக் கொண்டிருக்கிறது. எனது சிகிச்சைக் கம்பியில் சிக்கியது, பிறகு நழுவி விட்டது. இப்போது அது சரியாக மூச்சுக் குழாயில் சென்று உட்கார்ந்து கொண்டுவிட்டது', என்று கூறிவிட்டு சற்று பெரிய

வெள்ளிக் கத்தி ஒன்றைத் தனது உபகரணப் பையிலிருந்து எடுத்தார். நான் சற்று திகிலடைந்தேன்.

'அரசியாரைக் கீழே படுக்க வைத்துப் பிடித்துக் கொள்ளுங்கள்', என்று எனக்கும் சாவித்திரிக்கும் கட்டளையிட்டார்.

வைத்தியருக்கு அரசியார் உயிரையும் தனது உயிரையும் காப்பாற்றிக் கொள்ளவேண்டிய நிர்பந்தம். அரசியார் உயிரைக் காப்பாற்ற முடியவில்லை என்றால் அவரது உயிருக்கு எவரும் உத்திரவாதம் அளிக்க முடியாது. அல்லது குழந்தை இறந்து... அதுவும் அது ஓர் ஆண் மகவாக இருந்தால்...?

நாங்கள் அவரைக் கீழே இறக்கிப் பிடித்துக்கொண்டோம். அரசியாரின் முரண்டு அடங்கிவிட்டது. அவரது உடல் கருமையடையத் தொடங்கியது. கீழே விழுந்துவிடுமோ என்று அஞ்சும் அளவிற்கு விழிகள் தெறித்துத் தொங்கிக் கிடந்தன. கத்தியை சுடுநீரில் கழுவ வேண்டும் என்ற சிந்தைகூட இன்றி வைத்தியர் ஒரு சரியான இடத்தைத் தேர்வு செய்து அவரது தொண்டையில் கத்தியால் கிழித்தார்.

ரத்தம் அதிகம் வெளியேறவில்லை. கத்தியைக் கீறலின் ஒரு முனையில் வைத்து அழுத்தி அதேபோல மறு முனையிலும் அழுத்தினார். தொண்டையில் இருந்த தசைகள் இறுகி அவரது முயற்சியைத் தடுக்கவே அவர் மேலும் ஆழமாகக் கீறினார். மேலும் அழுத்தவே ரத்தம் பீரிட்டு வெளியில் பாய்ந்தது. அந்த ரத்த ஊற்றுடன் நெல்லிக்காயின் கொட்டை ஒன்றும் வெளியில் வந்து விழுந்தது.

அரசியார் முகத்தில் சற்று ஆசுவாசம் தென்பட்டது. தேகத்தின் பழைய நிறம் ஒரு நொடியில் மீண்டது. நான் நிம்மதியடைந்து சுவரில் சற்று சாய்ந்துகொண்டேன். சாவித்திரி வாய்விட்டு அழ ஆரம்பித்தாள். வைத்தியர் இன்னமும் வேகமாக இயங்கிக் கொண்டிருந்தார். 'இன்னும் முடியவில்லை', என்று கூறியவர், 'குழந்தை வெளியில் வருகிறது', என்றார். அரசியாரின் தொண்டையில் மருந்து கட்டுப் போடத் துவங்கினார். செவிலியை அழைத்து அரசியாரின் காலுக்கடியில் பெரிய துணி விரிப்பை விரிக்கச் செய்தார். அதிக அளவு சுடுநீரை ஆயத்தப்படுத்தும்படிக் கூறினார்.

எங்கள் தேசத்தில் எனது அத்தைக்குக் குழந்தை பிறந்த சமயம் நான் என் அத்தையின் அருகில் இருந்தேன். பிள்ளை பிறக்கும்வரையில் எனது அத்தை நினைவை இழக்காமல் இருந்தார். ஆனால் இங்கோ வைத்தியர், அரசியார் நினைவு தப்பிவிடாமல் இருக்க அவரது

முகத்தில் அறைந்துகொண்டே இருப்பதைப் பார்த்தேன். அடிவயிற்றில் அழுத்தம் கொடுத்து பிள்ளைப் பேற்றிற்கு அவரை முயற்சிக்கச் சிரமப்பட்டுக் கொண்டிருந்தார்.

சில நிமிடங்கள் சென்ற பிறகே அரசியார் விழித்துக்கொண்டு வயிற்றைச் சுருக்கி விரிக்கத் தொடங்கினார். அவர் அலறும் போதேல்லாம் கழுத்தில் கட்டியிருந்த மருந்துக் கட்டு சிவப்பு நிறமாக மாறியது. நான் கட்டை மாற்றினேன். தசைச் சுருக்கம் மேலும் குறிப்பிட்ட காலகதியில் அதிகரிக்கத் தொடங்கவே நான் அவரது தொண்டையில் இருந்த துணிக்கட்டினை மாற்றுவது அதிகரிக்கத் தொடங்கியது. ஒவ்வொருமுறை ராணியாரின் கழுத்தில் ரத்தம் பீறிடும்போது உள்ளே இருந்த உயிரின் சீற்றம் தெரிந்தது. தனது ஆகிருதிக்குச் சற்றும் பொருந்தாத இருட்டுக் குகையிலிருந்து வெளியில் வரத் துடிக்கும் ஓர் உயிரின் சீற்றம்.

வலியையும் வேதனையையும் இலங்கை ராணி குறைந்தது ஐந்து மணித் துளிகள் தாங்கிக்கொண்ட பின்னரே குழந்தை வெளியில் வந்தது. வெளியில் வந்த ஆண் மகவைக் கழுவிச் சுத்தம் செய்து தொப்புள் கொடி அறுத்து அன்னையின் அருகில் கிடத்தியபோது இலங்கை ராணி சுயநினைவு இழந்து வெளிறிக் கிடந்தார். ரத்தம் ஊறிய வெள்ளைத் துணி மலை போல அவர் அருகில் குவிந்து கிடந்தது.

'பாலூட்டும் செவிலிகளுக்கு உடனே சொல்லி அனுப்புங்கள் ', என்று வைத்தியர் சாவித்திரியிடம் கூறி விட்டு, 'இன்னும் சற்று நேரத்தில் குட்டி இளவரசரைப் பார்க்கக் கூட்டம் கூடிவிடும்', என்று கூறினார்.

நான் குனிந்து அந்த ஆண் சிசுவை நன்றாகப் பார்த்தேன்.

வைத்தியர் கூறியது சரிதான். ஒரு பிரசவம் முடிய ஓர் இரவு பொழுது முழுவதும் ஓடி விட்டது. வைகறைக் கதிரவனின் கீற்றுகள் சாளரம் வழியாக ஆண் சிசுவின் மீது படர்ந்தது. அவன்கூட அந்த ஜீவ மரணப் போராட்டத்தில் சற்று முதிர்ந்தவனைப்போலக் காட்சியளித்தான். அவனும் அல்லவா அவனது அன்னையுடன் சேர்ந்து போராடியிருக்கிறான். பட்டு போன்ற கருத்த மயிர்க் கற்றைகள் தலையில் வழிந்துகொண்டு அவன் நெற்றியை மறைத்தது. சின்னஞ்சிறிய இடுங்கிய கண்களின் ஊடாக வெளி உலகைப் பார்த்தான். இந்த உலகில் ஆச்சரியப்படுவதற்கு எதுவுமில்லை என்பது போல ஒரு சலிப்பு அவன் முகத்தில் தெரிந்தது.

'அப்படியெல்லாம் ஒரு தீர்மானத்திற்கு நீ வரக்கூடாது', என்று நான் கிசுகிசுத்து எனது சுண்டு விரலை நீட்டினேன். அவன் என்னை ஒரு பொருட்டாக மதிக்கவில்லை. வீறிட்டுக் கத்தத் தொடங்கினான். மற்ற பறவைகளுக்குச் சேதி சொல்ல வெளியில் அமர்ந்திருந்த பறவைகள் அவன் கீச்சுப் புலம்பலைக் கேட்டுச் சிறகடித்து நானா திசைகளிலும் பறந்தன.

•

மறுநாள் அரண்மனையில் அனைவரும் வருத்தம் தோய்ந்த முகத்துடன் காணப்பட்டனர். அரண்மனைக் குளத்தில் நீல மீன்கள் அமைதியாக நீந்திக்கொண்டிருந்தன. நேற்றுவரையில் அரண்மனை எங்கும் திரும்பவும் வந்து சேர்ந்த அரசியார் அமயாவைப் பற்றிய பேச்சாகவே இருந்தது. இலங்கை அரசியைப்பற்றி எதுவும் பேச ஒன்றுமில்லாமல் இருந்தது. ஒரு நாளில் அனைத்தும் மாறி விட்டது. இப்போது அனைவரும் இலங்கை அரசியையும் அவரது ஆண்வாரிசைப் பற்றியுமே பேசத் துவங்கியுள்ளனர்.

'அரசர் எப்போதும் தனது குட்டி இளவரசரைக் கொஞ்சிய வண்ணம் உள்ளார்', என்றாள் மாலினி. 'அரசியார் அமயாவிற்குக் கோபம் வராதிருந்தால் சரி.'

அவள் மேலும் தொடர்ந்தாள். 'அரசர் அஞ்சியவரைப்போலக் காணப்படுகிறார். அரசியார் அருகில் இருக்கும்போது அவர் மிகுந்த எச்சரிக்கையுடன் செயல்படுவதாகத் தெரிகிறது. தனது வழக்கமான பொலிவை இழந்தவராகக் காணப்படுகிறார். அமயாவுடன் அவர் உடன் வரும்போது அவரது நடையில் கம்பீரம் காணப்படவில்லை. அச்சம் கொண்ட பேதையின் நடைதான் தெரிகிறது.'

நான் விடை எதுவும் கூறாமல் நெல்லிக்கனிகளை அரண்மனை அரசிகள் ஒன்றாக அமர்ந்து உண்டதை சாவித்திரி வைத்தியரிடம் கூறியதைக் குறித்தே என் மனம் ஆராய்ந்து கொண்டிருந்தது. ஆனால் தன்னிலும் இளைய ராணியின் தொண்டையில் நெல்லிக் கொட்டையைச் சிக்க வைப்பதற்கு அப்படி என்ன உள்நோக்கம் இருக்கப் போகிறது?

நான் அரண்மனை சேவகர்கள் பட்டியலில் இடம் பெறாததால் எனது கேசம் கலைந்தும் சீரற்றப் பின்னலுமாக இருக்கவே மாலினி என்னைச் சற்று ஐயத்துடன் நோக்கினாள். நாவல் கனிகளை உண்டதால் எனது விரல்களும் உள்ளங்கைகளும் கரு ஊதா நிறத்தில் காணப்பட்டன. இந்த அவலட்சணமான மரங்களை அரண்மனை

தோட்டத்தில் வளர்க்காமல் புறக்கடையில்தான் வளர அனுமதிக்கின்றனர். இனிக்கும் நாவல் கனிகள் தரையெங்கும் சிதறிக் கிடந்தன.

'பிள்ளைப் பேற்றின்போது நீ உதவியாக இருந்ததாகக் கேள்விப் பட்டேன்', என்ற மாலினி. 'என்ன நடந்தது என்று கூறு', என்று கேட்டாள்.

நான் ஒன்றும் தெரியாதவள்போலத் தோள்களைக் குலுக்கினேன். 'ஏய்ய் அது மற்ற எல்லா மகப்பேற்றினையும் போலத்தான். பெரிதாகக் கூறிக்கொள்ள எதுவுமில்லை. ஆமாம், காமாட்சி அரண்மனையில் தானே இருக்கிறாள்? அவளுக்கு இது குறித்துத் தெரியுமா?' என்று கேட்டேன். அவள் மீதிருந்த தாபம் எனது தொண்டையை வறளச் செய்தது. அவள் என்னை ஒதுக்குகிறாள்; தவிர்க்கிறாள். காரணம் புரியவில்லை.

மாலினியின் முகம் மலர்ந்தது. எங்களுக்கு நடுவில் உள்ள விஷயம் குறித்து அவளுக்குத் தெரியும். அவளுக்கு மட்டுமா? அரண்மனையில் உள்ள அத்தனை பணிப்பெண்களுக்கும் தெரியும். 'காமாட்சி தனது காமுகர்களுடன் மும்முரமாக இருக்கிறாள். அவள் எப்போதும் அப்படித்தானே? நீயும் அவர்களோடு போட்டி போடப் போகிறாயா?'

நான் முகத்தைத் திருப்பிக்கொண்டேன். சலித்துப் போன மாலினி அங்கிருந்து அகன்றாள். நான் லாயத்தின் சுவரில் சாய்ந்து நின்றேன். நீண்ட அமைதி பொறுமையைச் சோதிப்பதாக இருந்தது. மாலினி போன்றவர்களுடன் உரையாடுவதற்கு இந்த மௌனம் எவ்வளவோ மேலானது. கடற்புறம் சென்று வந்தாலென்ன? நடேசன் மீண்டும் வந்து விட்டதாகப் பேச்சு அடிபடுகிறது. கடற்போருக்கான ஆயத்தங்களைப் பார்த்துவிட்டு வரலாம். அவனை இதுவரை சென்று சந்திக்கவில்லை என்றாலும் ஏதோ ஒன்று என்னைத் தடுத்தது. நான் காமாட்சியிடம் இருந்து சமிக்ஞை வரும் என்று காத்திருந்தேன். இனி இது போன்ற நம்பிக்கையை வளர்த்துக் கொள்ளக் கூடாது.

அங்கிருந்து அரண்மனையின் புறச் சுவர்களைத் தவிர வேறு எதுவும் தெளிவாகத் தெரியவில்லை. சாளரங்களில் திரை போட்டு மறைக்கப்பட்டிருந்தன. எப்போதும் குதிரைக் கொட்டடியில் இப்படி ஒரு தலைமறைவு வாழ்க்கை. காவலர்களும் அதனை விரும்புவதில்லை. ஆனால் எனக்கு அரண்மனை நந்தவனத்தின் நடுவில் ஒரு பாதுகாப்பான இடம் இருப்பது தெரியும். அந்த

இடத்தைக் கண்டு பிடித்து அங்கே சற்று நேரம் உலாவினேன். கீழே விழுந்து கிடந்த நாவல் கனிகளை எடுத்து ருசித்தேன். எனது அதிர்ஷ்டம் நன்கு கனிந்த கொய்யாக்கனி ஒன்று கீழே கிடந்தது. என் இடைவார்ப்பட்டியில் எப்போதும் பொதிந்து வைத்திருக்கும் பையில் இருந்து சிறிது உப்புத் தூளைக் கலந்து அந்தக் கொய்யாக் கனியில் தொட்டு உண்டு மகிழ்ந்தேன்.

நந்தவனத்தின் எல்லையிலிருந்து என்னால் அரசியார் அமயாவின் மாளிகையை நன்றாகப் பார்க்க முடிந்தது. 'காமாட்சி என் அழைப்பை ஏற்றுக்கொண்டு நந்தவனத்திற்கு வா!' நான் மனதிற்குள் காமாட்சியை அழைத்தேன். நீண்ட பொழுது ஆன பின்னரும் எவரும் வராமல் போகவே நான் சலிப்புற்று கொய்யாக்கனிகளின் விதைகளைக் கீழே மரத்தடியில் துப்பிக் கொண்டிருந்தேன். கதிரவன் மேலைத் திசையில் சென்று மறைந்ததும் இருள் இவ்வுலகைப் போர்த்தத் தொடங்கியது. புதிய அரசியார் அமயா தனது மாளிகையிலிருந்து வெளியில் வருவதைக் கண்ணுற்றேன். அவரது கூந்தல் அலங்காரமின்றித் தளர்வாக விடப்பட்டிருந்தது. கைகளில் வளையல்கள் காணப்படவில்லை. தொலைவில் யார் வரவையோ எதிர்பார்ப்பது போன்ற பார்வை பார்த்துக்கொண்டிருந்தார்.

அவரது இந்த பாவனையை நான் நன்கறிவேன். வருங்கால நிகழ்வை நிகழ்காலத்தில் நடப்பதாக ஆழ்ந்த ஏக்கத்துடன் பார்க்கும் பாவனை. ஏதோ பேச வாயெடுத்ததைப்போல இதழ்களை விரிக்கிறார், ஆனால் எதுவும் பேசியதாகத் தெரியவில்லை. அவரது இதழ்கள் இரண்டும் அடையாளம் சொல்ல முடியாத அளவிற்கு விரிந்திருந்தன. நான் காண்பது மெய்யான தோற்றமா அல்லது அரசி அமயாவின் மாயத்தோற்றமா என்று தெரியவில்லை. காற்றின் வெப்பமும், நான் உண்ட நாவல் கனிகளில் இருந்த புளிப்புச் சுவையும் ஒரு காரணமோ? அமயா துயரமும், சீற்றமும் ஒருங்கிணைந்து தீட்டப்பட்ட ஓவியம். அட என்ன ஓர் ஆச்சரியம்! கண் சிமிட்டும் நேரத்திற்குள் அங்கு நின்று கொண்டிருந்த அவளைக் காணவில்லை. சாளரம் வெறுமையாக இருந்தது.

நான் சுற்றும் முற்றும் பார்த்தேன், எங்கு நின்று கொண்டிருந்தேன் என்று நிச்சயமாகத் தெரியவில்லை. என்னைச் சுற்றிலும் வைக்கோல் கழிவுகள். எனக்கு வைக்கோல் என்றதும் இரண்டு விஷயங்கள் நினைவில் எழுந்தன. ஒன்று என் ஆசான் எங்கள் விற்பயிற்சிக்காகத் தயார் செய்து வைக்கும் வைக்கோல் பிரி இலக்குகள். இன்னொன்று சிறு பிராயத்தில் எனது தந்தை எனது

சொந்த மண்ணில் நான் விளையாடுவதற்கு வைக்கோல் பிரிகளில் கட்டித் தரும் ஊஞ்சல்.

அரவம் கேட்கவே திரும்பிப் பார்த்தேன். அரசர், ஔவை ஒருவரின் துணையுடன், அவரது பரிவாரங்கள் எதுவுமின்றி வந்து கொண்டிருந்தார். அரசர் தனது சுழல் கற்றைச் சிகையுடன் தோற்ற மளித்தார். மணிமகுடம் இல்லை; முகத்தில் ஒப்பனைத் தீற்று இல்லை. பெயருக்கு ஒரு சிறிய மகுடம் மட்டும் அணிந்திருந்தார்.

நான் அவரது முன்பு நெடுஞ்சாண்கிடையாக விழுந்து வணங்கினேன்.

'எழுந்திரு யவனி', என்று அவர் கூறியதும் நான் எழுந்திருந்தேன். என்னிடம் கவசம் இல்லை; சிகை நேர்த்தி இல்லை. அப்போது நான் பார்க்க லாயத்தில் சாணி பொறுக்கிச் சுத்தம் செய்பவளைப் போல இருந்தேன்.

'நலமாக இருக்கிறாயா?' என்றார் மாமன்னர் ராஜேந்திரச் சோழர்.

'ஆம் மன்னா', என்று அவரது முகத்தைப் பார்த்துக் கூறினேன். என் முகம் நிறம் மாறுவதைக் கண்டேன். அவரது முகத்தில் என் மீதான சினத்தின் சாயல் தெரியவில்லை. வெளுத்திருந்தார். கண்களில் மஞ்சள் நிறம் பூத்திருந்தது. மன்னரைப் பார்த்தால் புதிதாகச் சோழ சாம்ராஜ்ஜியத்தில் விளைந்த புத்தம் புதிய நல்முத்தை வரவேற்ப வரைப்போலத் தெரியவில்லை. அந்த நிகழ்வின் கனம் அவரை விட்டு இன்னும் நீங்கவில்லை.

'நீ செய்த உதவிக்கு நான் கைம்மாறு புரிய வேண்டும்!'

'நான் பெரிதாக உதவி எதுவும் புரியவில்லை மன்னா!'

'ராஜவிசுவாசம் என்றால் என்னவென்று உனக்கு முன்பு ஒருமுறை கூறினேனே நினைவிருக்கிறதா? எனது இளைய ராணியும் அவளது மகவும் உயிருடன் பிழைத்திருப்பதற்கு நீ பெரும்பங்கு ஆற்றியிருக்கிறாய். உன்னை மீண்டும் அரண்மனையில் பணியில் அமர்த்த முடியாது. ஆனால் நீ எங்களுடன் ஔவையின் கப்பலில் உடன் பயணிக்கலாம், அதுதான் உன் விருப்பம் என்றால்!'

'நன்றி மன்னா, இனிமேல் எனக்குக் குதிரைகளின் சாணியை முகரும் வாய்ப்பைத் தடுத்தமைக்கு நன்றி மன்னா...'

அவர் உதடுகள் மிகக் குறைவாகச் சிரிப்பதற்குத் திறந்தன. அவர் அகன்றார். அரச பதவி என்பது என் கண்ணிலிருந்து மறைந்து

கொண்டிருந்தது என்றிருந்த எனக்கு மீண்டும் ஒரு சந்தர்ப்பம் காத்துக் கொண்டிருக்கிறது.

சாமரம் போடுபவர்கள், மயிலிறகு விசிறியால் வீசிக் கொண்டிருப்பவர்கள், வெண்கொற்ற குடை தாங்கும் பணிப்பெண். ஓ! மன்னர் பணிகள்தான் எத்தனை உள்ளன! ஓ! இனி நானும் அவர்களில் ஒருத்தியாகும் காலம் தொலைவில் இல்லை!

•

அரண்மனை புறவாசல் முற்றத்தில் அமர்ந்து காவலர்கள் சொக்கட்டான் ஆடிக்கொண்டிருந்தார்கள். அதுலன் மதிய உணவிற்குச் செல்லும் நேரங்களில் வழக்கமாக நடைபெறும் பந்தய ஆட்டம். கூச்சலும், கும்மாளமுமாகப் பொற்காசுகள் புழங்கும் இந்தச் சூதாட்டம் இப்போதெல்லாம் அடிதடியில் முடிகிறது. என்றாவது ஒரு நாள் அதுலன் தனது உணவை விரைந்து முடித்துவிட்டு வரும்போது இவர்கள் சூதாடுவதைப் பார்க்க வேண்டும். அதன்பிறகு அவர் எடுக்கும் நடவடிக்கைகள் கடுமையாக இருக்கும். பணி நீக்கம் பணிமாற்றம் அனைத்தும் இருக்கும். ஆரம்பத்தில் இவர்கள் சிறிய பந்தயத் தொகைக்குத்தான் சூதாடத் தொடங்கினார்கள். போகப் போக என்னவெல்லாமோ காரணங்களைக் கூறி பந்தயத் தொகையைக் கூட்டிக்கொண்டே சென்றார்கள். ஒருவனுக்குக் கனவில் மறுநாள் குலுக்கப்போகும் சொக்கட்டான் கையில் இருந்த எண்கள் கனவில் வந்தது என்று தொகை கூடியது; ஒருவனுக்குக் கோயில் விழாக்களில் செலுத்தும் காணிக்கையின் தொகை அதிகமானது ஒரு காரணமானது; இன்னொருவனுக்குத் தனது அதிர்ஷ்ட நாளை அளந்து பார்க்க ஆசை வந்தது. ஏதோ ஒரு காரணம். இப்போது முழுக்க முழுக்க அது, விளையாட்டாக அல்லாமல், வெறும் சூதாட்டமாக மாறிவிட்டது. வாய்த்தகராறு, கைகலப்பு போன்றவை நிகழ்வதுண்டு. இன்று மத்தியில் குவித்து வைக்கப்பட்டிருக்கும் பொற்காசுகளைப் பார்க்கும்போது இன்று வாட் சண்டைக்கே வாய்ப்பிருக்கும்போல.

ஒரு காவல்காரனுக்கு ஓர் ஐந்தும் ஓர் இரண்டும் வேண்டியிருந்தது. அவன் காய்களை உருட்டினான். இரண்டு ஒன்று ஒவ்வொரு காயிலும் விழுந்தது. அனைவரும் எழுந்து நின்றனர்.

‘இல்லை ஐந்துதான் விழுந்தது. நான் என் கண்ணால் பார்த்தேன்’, என்று தோற்றவன் அலறினான்.

‘சில நேரங்களில் காய்கள் நிலையாக நிற்பதுபோல இருக்கும். ஆனால் உடனே மாறிவிடும்’,என்றான் ஒருவன்.

'இல்லை இதில் ஏதோ சதி நடந்துள்ளது!'

'தம்பி வார்த்தையை அளந்து பேசு. கொட்டினால் மீண்டும் அள்ள முடியாது!'

கரங்கள் சரக்கென்று உடைவாள் நோக்கிச் சென்றன.

'என்ன இங்கே சந்தடி?'

மோத எத்தனித்தவர்கள் குழைந்து நின்றனர். அதட்டியது அதுலன் இல்லை, ஔவை. ஔவை தனது கரங்களை மார்புக்கு நடுவில் குறுக்கே கட்டிக்கொண்டு நின்றார். சட்டென்று காவலர்கள் கலைந்து சென்று அவரவர் இடங்களில் விறைப்பாக நின்றனர். அவரைப் பாராது நின்றனர். அவர்கள் அவரைப் பார்க்கவில்லை என்றால் அவரும் அவர்களைப் பார்க்க மாட்டார் என்று அவர்களுக்கு நினைப்பாக இருக்கும்.

'அவர்களைப் பிறகு கவனித்துக்கொள்கிறேன்', என்று கூறிவிட்டு என் பக்கம் திரும்பினார். 'யவனி இனிமேல் நீ இங்கே இருக்க வேண்டிய அவசியம் இல்லை. துறைமுகத்திற்குச் செல். பண்டங்கள் ஒழுங்காகக் கப்பலில் ஏற்றப்படுகின்றனவா என்பதைக் கண்காணி. நடேசனிடம் இது குறித்து ஏற்கெனவே கூறி விட்டேன்.'

நடேசனின் பெயரைக் கேட்டதும் என் உடலில் தடக் என்று ஒரு மின்னல் பாய்ந்தது.

'எனக்கு முறையான பட்டம் வழங்கப்படுமா?'

அவர் தலையை ஆட்டிவிட்டு, 'இல்லை என்று நினைக்கிறேன். ஸ்ரீவிஜய தேசத்தின்மீது தொடுக்கும் போரில் உனது பங்குச் சிறப்பாக இருந்தால் இங்கே திரும்பி வந்ததும் மன்னரிடம் சொல்லி உனக்குப் பட்டமும், பதவியும் வழங்க ஆவணச் செய்கிறேன்', என்றார்.

இந்த விடை நான் எதிர்பார்த்த ஒன்றுதான். நான் தலையசைத்தேன். 'அரசியார் அமயா குறித்து உங்களிடம் பேச வேண்டும்... நான் சில காட்சிகளைக் கண்ணுற்றேன். இளைய ராணியின் பிரசவத்தில் நேர்ந்த சிக்கலுக்கு அவள் ஒரு காரணியாக இருக்க வாய்ப்பிருக்கிறது.'

'என்ன பார்த்தாய்?'

'நிச்சயமாகக் கூற முடியவில்லை. அரசியார் தனது மாடத்தில் நின்று கொண்டிருந்தார்', என்றவள் தொடர்ந்தேன். 'ஒருவேளை பனியின் மூட்டத்தில் அப்படித் தோன்றியதா என்றும் தெரியவில்லை!'

‘நம்முடன் அரசரும் பயணிக்கிறார். எனவே அவருக்கு ஆபத்து எதுவும் நேராது.’

‘ஆனால் புதிய இளவரசர் அரண்மனையில் அல்லவா இருப்பார்?’

‘இளைய ராணியையும், அவரது புத்தம் புதிய சிசுவையும் இலங்கைக்கு அனுப்பும்படி மன்னரிடம் பரிந்துரைத்திருக்கிறேன்.’

எப்போது பரபரப்பாக இயங்கும் அவரது சுறுசுறுப்பு எங்கு சென்றது என்று தெரியவில்லை. மந்தாகினியின் துர்மரணம்; ஸ்ரீவிஜய தேசத்தின் மீது நிகழவிருக்கும் படையெடுப்பு இரண்டும் அவரை நிம்மதியின்றி அலைக்கழிக்கின்றன.

பாகம் நான்கு

துரோகங்கள்

அரெமிஸ்

1

பார்வதியின் மேல்தளத்தின்மீது நின்றுகொண்டு நாவாயில் ஏற்றப் பட்டுக்கொண்டிருக்கும் பண்டங்களைக் கண்காணித்துக்கொண்டு நின்றேன். எனக்கு முன்பு ஒருவன் எண்ணெய் தோய்ந்த கயிற்றால் பாய்மரக் கம்பத்தில் பாய்மரத்தைச் சீராகச் சுருட்டிக் கொண்டிருந்தான். அவன் தனது கரங்களைத் தளர்த்திக்கொண்டான். கப்பற்பாயின் ஒரு முனையைப் பிடித்து இறுக்கி கம்பின் முனையில் கட்டினான். கயிற்றின்மீது அவன் தனது கால்களின் தசைகளை மட்டும் ஆதாரமாக வைத்தபடி எவ்விதச் சிரமுமின்றிக் கப்பற்பாயைக் கட்டியதில் ஒருவித அலட்சியமும் செய்நேர்த்தியும் தெரிந்தன.

நாவாயிலிருந்து வெளியில் கொண்டு செல்லும் பலகையில் வேண்டா வெறுப்புடன் வெளியேறினேன். அளவற்ற காரியங்கள் அந்தக் கப்பலில் நிகழ்ந்துகொண்டிருந்தன. நான் துறைமுகத்தில் அமர்ந்து கப்பலைப் பார்த்துக் கொண்டிருந்தேன். உள்ளே நடேசனைப் பார்த்து விட முடியும் என்ற ஒரு நப்பாசை வேறு ஓடிக்கொண்டிருந்தது. இளைஞர்கள் அந்தப் பலகைப் பாலத்தின் வழியாக ஓடிக்கொண்டே இருந்தனர். அவர்கள் தலைகளில், தோள்களில் சுமக்க முடியாத எடையில் பொருள்களைச் சுமந்து சென்றனர்.

காவடி போன்று ஓர் உறுதியான நீண்ட கழியின் இரு முனைகளிலும் மூன்று பானைகளில் நன்னீரை நிறைத்து இரண்டு பக்கமும் சமன் செய்து சுமந்து சென்றனர். பெரிய ஜாடிகளில் தேன் சுமந்து சென்றனர். பெரிய பெரிய வட்டில்களிலும், தாம்பாளங்களிலும் சமைத்த உணவைச் சுமந்து சென்றனர். ஒவ்வொருமுறையும் அவர்கள் அந்த மரப்பாலத்தில் கடந்து சென்றது கழைக் கூத்தாடுவது போலிருந்தது. விபத்து நடந்துவிடுமோ என்ற அச்சம் எனது நெஞ்சை அடிக்கடி திடுக்குறச் செய்தது. ஆனால் பையன்மார்களைச் சொல்லவேண்டும், எவ்விதத் தடங்கலும், தடுமாற்றமுமின்றி நடந்து சென்றனர்.

உணவுப் பதார்த்தங்களின் நறுமணமும், ஆவியில் வேக வைத்த ஆப்பங்களின் மணமும் என்னை நிலைகுலைய வைத்தன. 'ஹோய் பையா', என்று பெரிய வட்டிலில் அரிசி மாவில் சமைத்த ஆப்பங்களைச் சுமந்து சென்றவனைக் குரல் உயர்த்தி விளித்தேன். அவன் என் அருகில் வந்து சில காலடிகள் தள்ளி நின்றான். அவன் மெலிந்த தோளில் சுமந்த வட்டிலில் வெண்ணிற அரிசி ஆப்பங்கள். இலைகளில் அடுக்கி வைக்கப்பட்டிருந்தன. 'எனக்கு ஓர் ஆப்பம் கொடு', என்றேன்.

'உன்னிடம் குதிரை தலை பொறித்த நாணயம் உள்ளதா?' என்று விழித்தபடி கேட்டான்.

நான் யவனி என்பதால் அவன் ரோமாபுரி நாணயம் கேட்கிறான். 'நான் புலி தலை பொறித்த நாணயம் தருகிறேன்', எனது இடைவார்ப்பட்டி யில் இருந்த சுருக்குப் பையிலிருந்து ஒரு நாணயத்தை எடுத்து நீட்டினேன்.

அவன் தனது உதட்டைச் சுழித்தான். இருந்தாலும் என்னிடம் ஓர் இலைப் பொதியை நீட்டினான். என்னை மேலும் கீழும் நோட்ட மிட்டு விட்டு, 'நீ மிகவும் அழுக்காக இருக்கிறாய்', என்றான்.

'தெரியும். நான் இன்னும் நீராடவில்லை. இன்னும் சிறிது நேரத்தில் குளத்தில் சென்று நீராடவேண்டும்', என்று கூறிவிட்டு அவன் இலையில் மடித்துக் கொடுத்த ஆப்பத்தைக் கடித்தேன். மரத்தூளில் செய்தது போலிருந்தது. 'நீ என்னுடைய நாவாயில்தான் உடன் பயணிக்க உள்ளாயா?' என்று பார்வதியைச் சுட்டியபடி கேட்டேன்.

'ஆமாம் அதுதான் எனது நாவாய்', என்று கூறியவனின் தொனியில் சின்னதாக ஓர் உற்சாகம் கண் சிமிட்டியது. கடலோடிகளுக்குத் தரையில் இருப்பவர்களைவிடக் கடலில் மிதப்பவர்கள்மீது அபிமானம் அதிகம் இருக்கும். 'என் சகோதரன் அந்த நாவாயில்தான் துடுப்புப் போடுகிறான். நான் கைப்பிடிக்கு எண்ணெய் பூசுபவன்', என்றான்.

நாங்கள் இருவருமே அதனை எங்களது நாவாய் என்றே குறிப்பிட்டோம். எனது... எனது... எனது நாவாய்; எனது வீரர்கள்; எனது சோழ தேசம். நான் பார்வதியை ஏறிட்டேன். சூரியனை மறைத்தபடி பார்வதி கம்பீரமாக நின்றது.

எனது உடல் சூடாகி ஒருவித கவலை ஆட்கொண்டது. ஔவை, அரசி அமயாமீது தனக்கிருந்த வெப்பத்தை என்மீது எவ்விதச் சிரமுமின்றி மாற்றியதைப்போலத் தோன்றியது. கடும் சாபங்கள் ஆள் விட்டு ஆள் மாறுமே அன்றி அழியாது. அந்தக் கவலை என் மனதில் இருந்து என் உடலை அரித்துத் தின்றது. அமயா

செய்யத்தகாத ஏதோ ஒன்றைச் செய்ய இருப்பது தெரிகிறது. அது என்ன என்பதனை அறிய இப்போதுள்ள முயற்சிகளும், எத்தனங்களும் போதாது. மேலும் தீவரமாக முயற்சிக்க வேண்டும். பகல் பொழுது முழுவதையும் நான் துறைமுகத்தில் செலவிட்டாலும் இரவுப் பொழுதுகள் எனது வசம் இருந்தன. இரவுகளில் எனது சோதனை வேட்டையைத் தொடங்குவேன். அரண்மனையின் அருகில் உலாவுவதற்கு ஔவையின் அனுமதியைப் பெற்று இருப்பதால் நான் சாளரங்களையும் கதவுகளையும் ஒட்டிச் சென்றேன்.

களவு என்பது எனக்குக் கை வந்த கலை. ஓசையெழுப்பாது செல்வதிலும், பார்க்கும்போதே கண்களிலிருந்து மறைவதிலும் கை தேர்ந்தவள். இவற்றை எல்லாம் நான் மன்னரின் அருகில் நின்று பழகிய நாட்களில் கற்றது. எத்தனையோ வசந்தங்களாக விற்பயிற்சியில் கற்ற பொறுமை. இதயத் துடிப்பு மென்மை யாகவும், மனம் வேகமாகத் துடிக்கவும் இயற்கை நம்மை நிர்பந்தப் படுத்துகிறது. சுவரோடு ஒட்டி ஓசையின்றி நிற்பது ஒன்றும் அத்தனை சுலபமில்லை.

அன்றைய இரவில் படுத்ததும் உறங்கியது தெரியாமல் உறங்கிப் போன நான் நடுவில் திடுக்கிட்டு விழித்துக்கொண்டேன். எதுவோ ஒன்று எனது உறக்கத்தைக் கலைத்தது. ஆனால் என்னைச் சுற்றிலும் அமைதியான இருள் போர்த்திக் கிடந்தது. என்னைச் சுற்றிலும் மரங்களும் செடி கொடிகளும் ஓவியம்போல அசையாமல் நின்றன. காற்றின் அசைவு இல்லாமல் இரவு மரண அமைதியில் இருந்தது. காற்றின் அசைவற்ற நிலையான இருளில் என் கண் எதிரில் சிறிய இருட்குவியல் போல ஒன்று நகரத் தொடங்கியது. அதன் அசைவு வித்தியாசமாக இருக்கவே நான் அதனைப் பின் தொடர்ந்தேன். ஆனால் அந்த இருட்குவியல் நகர்ந்து நகர்ந்து அரண்மனை முற்றத்தை அடைந்திருந்தது. நான் பதுங்கிப் பதுங்கி அதன் பின்னே சென்றேன். அது என்ன விதமான பொருள் என்பதை என்னால் அடையாளம் அறிந்துகொள்ளவே முடியவில்லை. அந்தக் கருப்பு உருவம் நிச்சயமாக ஒரு விலங்கு இல்லை என்பதை உறுதி செய்து கொண்டேன். உயரமாக இரண்டு கால்களில் எந்த விலங்கு நடந்து செல்லும்? இருந்தாலும் அந்த உருவம் மனிதர்களைப்போலவும் தோன்றவில்லை. தரையில் நீர் படர்வதைப்போல அந்த உருவம் தவழ்ந்து சென்றது. நான் அதனைப் பின் தொடர்ந்தேன்.

நள்ளிரவு முடிவுறவில்லை என்பதால் இல்லங்களில் இருந்த விளக்குகள் அனைத்தும் அணைக்கப்பட்டிருந்தன. எனவே பாதையின் திருப்பங்களை நான் விழிப்புடன் அறிந்து கடக்க

வேண்டியிருந்தது. நான் வெறுங்காலுடன் சென்றேன். எனது நடை பதுங்கிப் பதுங்கிச் சென்றது. அம்புகளின் உலோகப் பகுதிகள் ஒன்றோடு ஒன்று உராய்ந்து ஓசை எழுப்பாமல் இருக்க அம்புராத் துணியின் உள்ளே பருத்திப் பஞ்சினை அடைத்து வைப்பது வழக்கம். நான் அதைப்போலக் கால்களில் துணியினைக் கட்டிக் கொண்டு நடந்தேன்.

எனது ஆயுதத்தை உபயோகப்படுத்த வேண்டுமா என்று தெரிய வில்லை. எனக்கு முன்னால் சென்ற உருவத்திடம் நிச்சயம் ஏதோ பிழை இருப்பது தெரிந்தது. நான் இதுவரை பார்த்த எந்த விலங்கினைப்போலவும் தோன்றவில்லை என்றாலும் என்னைப் பார்த்தால் என்னை உணவாகக் கொள்ளுமோ என்ற அச்சமும் இருந்தது.

இறுதியாக அந்த உருவம் செல்லும் இடத்தைக் கண்டதும் நான் எனது நாணை வளைத்து ஓர் அம்பினைப் பூட்டினேன். அந்த உருவம் விலங்கு இல்லை என்பது உறுதியானது.

மந்திரிப் பிரதானிகள் வசிக்கும் மாளிகை வரையில் பின் தொடர்ந்தேன். ஔவை இங்கு வசிக்கவில்லை. அவரது மாளிகை சற்றுத் தொலைவில் அவரது நாய்களின் காரணமாக ஒதுக்குப் புறத்தில் அமைந்திருந்தது. மற்ற மந்திரிகளின் இல்லங்கள் அனைத்தும் சுடு செங்கற்களால் எழுப்பப்பட்டவை. சுவர்களை ஒட்டிப் பெரிய பெரிய கனி மரங்கள். பறிப்பதற்குச் சிறுவர்கள் இன்றிக் கனிகள் தரையில் கொட்டிக் கொண்டிருந்தன.

அந்த இருள் உருவம் மரங்களின் ஊடே தெரிந்த குறுகலான பாதை ஒன்றில் சென்றது. அந்தப் பாதை இதுவரையில் என் கண்களுக்குத் தென்பட்டதில்லை. நான் அந்த உருவத்தைப் பின் தொடர்ந்தேன். எங்கள் இருவர் நடுவில் இருந்த இடைவெளி அதிகரித்தது. காரணம் வழியில் இருந்த சருகுகளும், மரங்களின் குச்சிகளும் என் காலில் இடறிய வண்ணம் இருந்ததனால் ஓசை எழக் கூடாது என்பதனால் நான் மெதுவாகப் பின் தொடர நேரிட்டதே காரணம். பக்கவாட்டில் இருந்த கதவைத் தள்ளிக்கொண்டு அந்த உருவம் உள்ளே சென்றது. வாயிலில் ஒரு காவலாளி காவல் காத்துக்கொண்டிருந்தான். நான் சட்டென்று பதுங்கி ஒரு பனை மரத்தின் பின்னே என்னை மறைத்துக் கொண்டேன். அந்த இல்லத்தின் கதவுகள் காத்திருந்ததைப்போலத் திறந்துகொண்டன. ஒரு மின்னல் நேர வெளிச்சத்தில் பெரும் பில்லின் முகம் தோன்றியது. கதவு மூடிக்கொண்டது. சற்று நேரம் சென்றதும் நான் கணையை வாசலில் காவல் புரிந்துகொண்டிருந்த காவலாளியின் புஜத்தில் செலுத்தினேன்.. காவலாளி சுவரோடு சுவராகச் சாய்ந்தான். அவனைப் பார்ப்பதற்குச் சுவரில் சாய்ந்து

உறங்குபவனைப்போலத் தோன்றியது. நான் அவன் அருகில் சென்று அவன் தோளைத் துளைத்த அம்பினை உருவி எடுத்துப் பழைய துணி ஒன்றில் துடைத்து மீண்டும் அம்புராவிற்குள் போட்டுக்கொண்டேன். அரண்மனை மெய்க்காவல் பணியில் நான் இல்லை என்றாலும் இது போன்ற பணியில்தான் எத்தனை சாகசங்கள்.

நான் அந்த இல்லத்தை நோக்கித் தவழ்ந்து சென்றேன். ஒரு சாளரம் பாதித் திறந்திருந்தது. அந்தச் சாளரத்தைப் பற்றி நான் மேலே ஏறுவதற்கு முயன்றபோதுதான் அந்தச் சாளரம் அந்த மாளிகையின் கூடத்தில் இருந்த சாளரம் என்பது புரிந்தது. அதன் வழியாக மாளிகையின் கூடம் நன்றாகத் தெரிந்தது. நான் இதுவரையில் தொடர்ந்து சென்ற உருவம் முகத்தில் கருப்பு நிற திரை போட்டு நின்று கொண்டிருந்தது. அந்த உருவம் தனது முகத்தைக் கிள்ளியது. உடனே அதன் மேலிருந்த திரை கழன்று அந்த உருவத்தைச் சுற்றி ஒரு கரிய நிற சேற்றுக் குழம்பினைப்போலக் கிடந்தது. அந்த உருவம் அந்தத் திரையைத் தாண்டி வெளியில் வந்தது. அந்த உருவம் அரசியார் அமயா. அவள் அதிலிருந்து இறங்கி பெரும்பில் அளித்த ஆசனத்தில் அமர்ந்து கொண்டாள்.

அமயா அந்த ஆசனத்தில் நன்றாகக் கால்களை நீட்டி அமர்ந்தாள். பெரும்பில் அவள் அருகில் நின்று கொண்டிருந்தார். அவர் முகத்தில் ஓர் எஜமான பாவம் தெரிந்தது. இருவர் நடுவிலும் ரசாபாசமாக ஏதாவது நிகழ்ந்து விடுமோ, அவர்களது நிர்வாண கோலத்தை இந்தப் பாழும் கண்களால் காண நேரிடுமோ என்று அஞ்சினேன். நல்லவேளை அவ்வாறு எதுவும் நேரவில்லை. இருவரும் உரையாடத் தொடங்கினர். அவர்கள் பேசியது முழுவதும் என் காதில் விழாமல் துண்டு துண்டாக விழுந்தன. ‘நான் அனுப்பிய சேதிகள்...’, ‘இன்னும் எத்தனை காலம் அவர்...’, ‘வடக்குப் பகுதியைச் சேர்ந்தவர்கள்...’, போன்றவை மட்டுமே அரசியார் அமயா வாயிலிருந்து வந்தது. பெரும்பில்தான் ‘நரேந்திரர்’, என்ற பெயரை முனகியது கேட்டது.

நரேந்திரன் மன்னரின் சகோதரி மகன். அவர்தான் வேங்கி நாட்டில் இருந்துகொண்டு வடபகுதியின்மீது அதிகாரத்தைச் செலுத்தி வருகிறார். நான் பரபரப்பானேன். வேங்கி நாட்டின் குறுநில மன்னன்தான் கரண். நான் மேலும் சுவரோடு சுவராக ஒட்டி நின்றேன். இதற்கு மேலும் ஒட்டி நின்றால் சாளரக் கதவு கிரீச்சிடும் என்று அச்சமாக இருந்தது. அவர்கள் நெடுநேரம் உரையாட வில்லை. அமயா எழுந்துகொண்டாள். இந்தக் கேடுகெட்ட மனிதர் ஓர் உத்தம சோழக் குடியினரைப்போல அமயாவிற்கு இருக்க

ஆசனம் கொடுத்து, பருக நீர் கொடுத்து, உண்பதற்கு உணவளித்து, கிளம்பும்போது லவங்கம் வேறு கொடுக்கிறார். அவள் அவரை ஒதுக்கிவிட்டு மீண்டும் தனது முகமூடியை அணிந்துகொள்கிறாள்.

நான் ஒரே தாவலாக வாயிலை நெருங்கினேன். வாயிற்காப்போன் இன்னமும் அம்பில் தோய்த்திருந்த மயக்க மருந்தின் காரணமாக மயங்கிச் சுவரின்மீது சாய்ந்திருந்தான். அவனை நேராக நிமிர்த்தி நின்றபடி தூங்குபவன் போன்ற பாவத்தை ஏற்படுத்திவிட்டு விரைந்து அந்தப் பனை மரத்தின் பின் சென்று மறைந்தேன். தன்னை முற்றிலும் மூடியிருந்த கறுப்புத் துணியை விலக்கி அமயா அந்தக் காவல்காரனை ஒரு நொடி திரும்பிப் பார்த்துவிட்டு, தான் வந்த வழியில் நடக்க ஆரம்பித்தாள்.

முன்புபோல நான் பதுங்கியபடி ராஜ வீதியின் இணைச்சாலையில் நடந்து சென்று பின் தொடர்ந்தேன். அவள் பின்னே சென்று அவள் மீது பாய்ந்து அவள் வாயைப் பொத்தி ஒரு மூலைக்கு இழுத்துச் சென்றேன். ஒரு பாழடைந்த வீட்டின் முன்னர் அவளை அமர வைத்தேன்.

'எது சிறந்தது என்று நீங்களே சொல்லுங்கள்', என்றேன் அவளிடம். அவள் முகம் பேயறைந்தது போலிருந்தது. 'இங்கேயே கத்தியால் குத்திக் கொல்லட்டுமா அல்லது கடலில் தூக்கிப் போட்டு விடலாமா?' என்ற நான் தொடர்ந்தேன். 'கடலில் உள்ள உப்பும், மீன்களும் இன்று இரவிற்குள் உங்கள் கதையை முடித்துவிடும். நாங்களும் உங்கள் துரோகத்திலிருந்து தப்பிவிடுவோம்!' என்றேன்.

அவளது வாயை மூடியிருந்த உள்ளங்கையை எடுத்தேன். அவள் நடுங்கியபடி, 'மன்னர் உன்னைப் பின்தொடரச் சொன்னாரா?' என்று கேட்டாள்.

'இல்லை! நான் இனிமேலும் அவருடைய கரும்படை வீராங்கனை கிடையாது.' - நான் செய்த பிழை எனக்குப் பிறகுதான் உறைத்தது.

அவள் சட்டமாகச் சாய்ந்து அமர்ந்துகொண்டாள். அவள் முகத்தில் ஒரு தெளிவு இருந்தது. 'ஓ! அப்படியென்றால் உன்னுடைய குள்ளநரி வேலைதானா இது?' என்று கூறியவள் 'இங்கே என்ன செய்கிறாய்?' என்றாள் அலட்சியமாக.

'தெரிந்ததுதான்', என்று கூறிய நான் ,'உங்களைப் பெரும்பில் இல்லம் வரை பின்தொடர்ந்து வருகிறேன்', என்றேன்.

இவள் யாராக வேண்டுமாயினும் இருக்கட்டும் அவளிடம் பிரமிக்கத்தக்க பேரமைதி முகத்தில் நிலவியிருந்தது. அவளது முகம்

வெளிறியிருந்தாலும் இறுக்கமாகவே இருந்தது. ஓர் அரசிக்குரிய இறுக்கம். இனி மறைத்துப் பயனில்லை என்பதைப் புரிந்து கொண்ட போதும் அந்த அரசிக்குண்டான இறுக்கம் அவள் முகத்தில் இருந்ததை மறுப்பதற்கில்லை. அல்லது சட்டென்று முகத்திரை கிழிந்ததுகூட அந்த இறுக்கத்திற்குக் காரணமாக இருக்கலாம்.

இருவரும் மற்றவர் வாய் திறக்கக் காத்திருந்தோம்.

முடிவில் அவள் வாய் திறந்து, 'உனக்கு எதுவும் காதில் விழவில்லை என்று நினைக்கிறேன்', என்றாள் எள்ளலுடன்.

நான் கரங்களைக் குறுக்கே பின்னியபடி, 'நரேந்திரர் குறித்து எதுவோ கூறிக் கொண்டிருந்தது செவிகளில் விழுந்தது.'

'நரேந்திரரா?' என்று புதிருடன் விழித்தவள் என்னைப் பார்த்துச் சிரித்தாள். 'நல்லவேளை நீ எதையும் கேட்கவில்லை, முட்டாள் பெண்ணே!' என்று கூறிவிட்டு பாழடைந்த வீட்டின் சுவரில் சாய்ந்து கொண்டாள்.

'நீ இன்று மாபெரும் பிழை புரிந்திருக்கிறாய் யவனி. நீ கயிற்றால் எதிரிகளைக் கட்டியிழுத்துச் செல்வதில் கைதேர்ந்தவள் என்று கேள்விப்பட்டிருக்கிறேன். என்னையும் பெரும்பில்லையும் கட்டிப் போட்டிருந்தால் ஒருவேளை நீ கூறுவதை மன்னரோ மற்றவர்களோ நம்பலாம்.'

தனது தாடையைக் கைகளில் ஏந்தியபடி, 'நான் அப்போதுகூட மன்னருக்கு உன் மீது சந்தேகம் ஏற்படும் வண்ணம் செய்ய முடியும்', என்றாள் ஏளனமாக. அவள் விழிகளின்மீது அஞ்சனம் அப்பிக் கிடந்தது. அவளது ஒப்பனையற்ற முகத்தை நான் இதுகாறும் பார்க்க நேர்ந்ததில்லை என்றே கருதுகிறேன்.

அவள் எழுந்து தனது உடையை உதறி ஒட்டியிருந்த மண்ணைத் தட்டி விட்டுக்கொண்டாள். அவளைப் பற்றிய நிதர்சனம் முகத்தில் அறைந்தது. ஔவை சொன்னது முற்றிலும் சரிதான் என்று இப்போது விளங்கியது. 'இந்தச் சதியில் உங்களுடன் பெரும் பில்லிற்கும் தொடர்பு உள்ளதா?' என்று கேட்டேன். 'எவ்வாறு உங்களால் அனைவரிடமும் காணமால் போன அரசியார் அமயா நீங்கள்தான் என்று நிரூபிக்க முடிந்தது?' என்று கேட்டேன்.

'முதலில் நீ உன்னை முழுமையாக நம்பவேண்டும். மேலும் பெரும் பில்லின் திறமைகளை இங்கு ஒருவரும் அறிந்திருக்கவில்லை. அவர் முதலில் என்னை வந்து சந்தித்தபோது அவரை நானும் குறைவாக மதிப்பிட்டுவிட்டேன்!'

‘ஆனால் முற்றிலும் வேறு ஒரு நபராக மாறுவது எப்படிச் சாத்தியம்? அரசருக்கு அமயாவைச் சிறு பிராயத்திலிருந்து தெரியும். அப்படி இருக்கும்போது ஒருவரை இன்னொருவராக எவ்வாறு நம்ப இயலும்?’ என்று கேட்டேன்.

‘ஓ! அதுவா?’ என்று முழக்கமிட்டவள், ஏழு உலகிற்கும் இவர்தான் முதல் சக்கரவர்த்தி என்பதை நீ மறந்து விடக்கூடாது. அவர் நான்தான் அமயா என்பதை உறுதிப்படுத்திக் கொள்ளும் முன்னர் பொதுவெளியில் என்னைத் தழுவிக்கொண்டார். அவருக்கு இப்போது ஐயங்கள் ஏற்பட்டுள்ளன. ஆனால் அந்த ஐயங்கள் ஒரு காதலனுக்கும் சாதாரண மனிதனுக்கும் எழும் சந்தேகங்களே அன்றி ஒரு மன்னருக்கு எழும் சந்தேகங்கள் இல்லை’, என்று கூறிவிட்டு அந்த வினோதமான கருப்புத் துணியைத் தனது தோளைச் சுற்றிப் போட்டுக் கொள்கிறாள். ‘மேலும் மன்னருக்கு நான்தான் அமயாவா என்பதில் நிச்சயமில்லை. எனது அழகு அவரது பதற்றத்தைத் தணித்து விடும்’, என்று பொருள் பொதிந்த புன்னகை ஒன்றை உதிர்த்தாள்.’

‘ஆனால் உங்களால் அவரை அழிக்க முடியும்.’

அவளது முகத்தில் சினத்தின் கனல் பற்றி எரிந்தது. ‘அதற்குத்தான் நான் இங்கே வந்திருக்கிறேன். என்ன செய்வது? வேளை வரும் வரையில் பெரும்பில் செய்யும் ஒப்பனைப் பூச்சுகளிலும், தைலப் பூச்சுகளிலும் வீணாக என் பொழுதைக் கழிக்க வேண்டியுள்ளது. காலம் இன்னும் கனியவில்லை. வேங்கி நாட்டில் உள்நாட்டுக் குழப்பம் வெடித்து அதன் மூலம் மன்னரின் செல்வாக்குக் குறையவேண்டும் என்று பெரும்பில் காத்திருக்கிறார் போலும். உனக்குத் தெரியாது யவனி, சோழர்கள் எனது வேங்கி நாட்டை எவ்வாறெல்லாம் பாழ்படுத்தி உள்ளனர் என்று. ஒருமுறையாவது நீ எங்கள் நாட்டில் ஒரு சிறு கிராமத்தையாவது வந்து பார்க்க வேண்டும். அப்போது தெரியும். அங்கே எதுவும் கிடையாது. அனைத்தையும் சோழ வீரர்கள் சூறையாடிக் கொண்டு போய் விட்டனர். எனது நாட்டின் உயிருக்கு உயிரான வீரர்கள் இப்போது உயிருடன் இல்லை. வளமற்ற கரடு முரடான பூமியிலும், அரும் பாடுபட்டு பயிர் செய்து வாழ்ந்திருந்தோம். பாதகர்கள், இந்தச் சோழ வீரர்கள் எங்கள் ஆற்றின் நீரையும் தாங்கள் அமைத்த கால்வாய்களின் மூலம் கொள்ளையடித்துச் சென்று விட்டனர். நாங்கள் அனைத்தையும் இழந்து நிற்கின்றோம்.’

‘எங்கள் நாட்டுப்புறக் கதைகளில் வருண பகவானின் கதையும் கலந்தே உள்ளது. வருணன் எங்கள் நாட்டில் உள்ள ஒரு பெண்ணை நேசித்திருக்கிறான். அந்தப் பெண் அவனை விரட்டியடித்ததால்

அவன் மீண்டும் எங்கள் நாட்டிற்கு வரவே இல்லை. இப்படி ஒரு கட்டுக் கதை எங்கள் வறண்ட பூமியில் வழங்கப்பட்டு வருகிறது. இருப்பினும் நாங்கள் வருண பகவானின் அருளின்றியே வாழப் பழகிக்கொண்டு விட்டோம். இருக்கும் கொஞ்ச நஞ்ச ஆற்றின் நீரையும் உங்கள் சோழ வீரர்கள் அபகரித்துக்கொண்டு விட்டனர். அதோடு போயிற்றா? வேங்கி நாட்டினர் சோழப் பேரரசிற்கு வரி கட்ட வேண்டும் என்று கட்டளையிட்டனர். இந்த உத்தரவு முதலில் என் தந்தையின் உயிரைக் குடித்தது. பிறகு என் தாயாரின் உயிரைக் குடித்தது.'

அவளது முகம் உணர்ச்சி வேகத்தில் துடித்துக்கொண்டிருந்தது. அவள் மறைக்க எண்ணியிருந்த முகத்தின் ஒரு சிறு பகுதியைக் கண்டேன்.

'நீங்களும் பெரும்பில்லும் சேர்ந்து என்ன திட்டமிட்டு இருக்கிறீர்கள்?'

அவள் தோள்களைக் குலுக்கினாள். 'பெரும்பில் மனதில் என்ன ஓடுகிறது என்று எனக்குத் தெரியாது. ஆனால் எனக்குத் தேவை யானவற்றை நான் திரும்பப் பெறாமல் விடமாட்டேன். அரசியார் அமயா என்ற முறையான அங்கீகாரம் என்னிடம் இப்போது உள்ளது!' உங்களால் எதுவும் செய்ய இயலாது என்பது தொக்கி நின்றது.

நான் அவள் அருகில் சென்று என் இடையில் இருந்த உறையிலிருந்து குறுவாளை எடுத்தேன். 'உன்னை அப்போதே கட்டிப் போட்டிருக்க வேண்டும் தவறிவிட்டேன். இப்போது அதனை நிறைவேற்று கிறேன். உன்னை அப்படியே கயிற்றில் கட்டிக் கடலில் போட்டு விடுகிறேன்!' என்றேன்.

'எங்கே அவ்வாறுதான் செய்து பாரேன். நினைவிருக்கட்டும். அதன் பிறகு நீ ஒன்றுமில்லாது போய்விடுவாய்.' அவள் என்னை அசையாமல் பார்த்தாள். 'யவனி நீயும் ஔவையும் மன்னரிடம் உங்கள் மதிப்பையும், கௌரவத்தையும் இழந்து நிற்பதை மறக்கவேண்டாம்.'

நான் அவள் அருகில் நின்று அவளது முகத்தின் அருகில் குறுவாளின் கூர்மையான பகுதியைக் கொண்டு சென்றேன். என் கையில் குறுவாள் இருப்பது எங்கள் இருவருக்கு மட்டும்தான் தெரியும். வழியில் செல்பவர்கள் எங்களைப் பார்க்க நேர்ந்தால் இரண்டு காதலர்கள் போதையில் மயங்கிக் கிடப்பது போன்றுதான் தோன்றும். நான் அவள் கதையை சுலபமாக முடித்துவிடலாம். அவளை நெருங்க நெருங்க என் மனதில் மறுநாள் நாங்கள் மேற்கொள்ளவிருந்த கடற்பயணம் நினைவில் வந்தது. மேலும் இதற்கு முன்பு வேங்கி நாட்டினருக்கு நான் குறுவாளால்

தீர்ப்பெழுத முயன்று அது தோல்வியில் முடிந்ததும் நினைவில் வந்தது.

இவளை இவ்வாறு அழிப்பதால் பயன் எதுவும் இல்லை என்பதை என்னுடைய முந்தைய அனுபவம் கூறியது.

நான் பின்வாங்கினேன். கிளம்பும் முன்னர் அவளது ஆடையில் எனது விரல்களை ஓடவிட்டேன். மாலினி சொன்னது உண்மை தான். அந்த உடையின் ஸ்பரிசம் ஓர் உடையைத் தொடுவதைப் போன்று இல்லை. உயிருடன் உள்ள எதனையோ தொடுவது போன்றே இருந்தது. ஒருவித அருவருப்பில் நான் எனது கரங்களை விலக்கிக்கொண்டேன். அவள் அந்த ஆடையை அணிந்துகொண்டதும் இருளில் மறைந்தவள் போலானாள்.

‘வசீகரமாக இல்லை இந்த ஆடை?’ என்றாள் நான் அந்த ஆடையைப் பார்ப்பதை அறிந்து. ‘பெரும்பில்தான் இதனை எனக்குப் பரிசிலாகக் கொடுத்தார். அவரிடம் இதுபோன்ற பரிசுப் பொருள்கள் ஏராளம் உள்ளன’, என்று கூறிவிட்டு என் கைக்கெட்டும் தொலைவிலிருந்து நழுவிச் சென்றாள். அவளைப் பின் தொடர்ந்து அவள் தனது மாளிகையினுள் செல்லும்வரை காத்திருந்தேன்.

இது ஏதோ மர்மமான கலகத்தின் ஆரம்பம். வெளிச்சத்திற்குக் கொண்டுவர முடியாத இந்தச் சதியில் என் தலையைக் கொடுத்துப் பின்னால் வருந்தப் போவதாக உள்ளே பட்சி கூறியது. என்ன செய்வது என்பது தெரியாமல் அவளது மாளிகையின் சாளரங்கள் அடியில் மரச் சருகுகளைக் குவித்து வைத்தேன். மீண்டும் அவள் வெளியில் கிளம்பிச் செல்வதாக இருந்தால் அவளது காலடித் தடம் பட்டு சருகுகளிலிருந்து ஓசை எழும்பும் என்று எண்ணி அவ்வாறு செய்தேன். அவளது மாளிகை கதவின் அருகில் அன்றைய இரவு முழுவதும் உறங்காமல் பதுங்கியிருந்தேன்.

மறுநாள் ஔவையின் அதிகாரத்தின் கீழ் இருந்த இரண்டு வீரர்களைப் பணிக்கு அமர்த்திக்கொண்டு ஒருவனைப் பெரும்பில்லின் மாளிகை அருகிலும், மற்றொருவனை அமயாவின் மாளிகை அருகிலும் வேவு பார்க்க நிறுத்தினேன். மறுநாள் நண்பகலில் நாவாய்கள் கடற்போருக்குக் கிளம்பும்வரையில் எனக்கு அவர்களைப் பற்றிய மர்மங்கள் தெரிந்திருப்பதை பெரும்பில் அறியாமல் இருப்பது நல்லது.

‘சேவகர்களை அழைத்தால் உங்கள் இருவரில் ஒருவன் மட்டும் செல்லுங்கள். அல்லது அவர் வேறு எவரையாவது பார்க்கச் சென்றால், அவர் அரசராக இருப்பினும், உடனே உங்களில் ஒருவன்

வந்து எனக்குத் தகவல் சொல்லவேண்டும். இது என் உத்தரவு!' என்றேன்.

சந்தையை நோக்கிச் சென்றவள் ஓலைச்சுவடிகளில் படி எடுப்பவர்களின் அங்காடிக்குச் சென்றேன். மூவர் இருந்தனர். மூவரிடமும் ஒரு செய்தியை மூன்று பகுதிகளாகப் பிரித்துத் தனித் தனியே மூவரிடமும் கூறி, படி எடுக்கச் சொன்னேன். தமிழ் மொழியில் என்னால் பேச மட்டுமே முடியும், எழுத முடியாது. மூவரிடமும் ஒரு செய்தியின் மூன்று பகுதிகளைத் தனித்தனியாகக் கூறுவதால் மூவருக்கும் அந்தச் செய்தி முழுமையாகத் தெரிந்திருக்க வாய்ப்பில்லை. ஆனால் மூன்று துண்டுச் சேதிகளையும் ஒன்றிணைத்துப் பார்த்தால் அது கூறும் தகவல் அதி பயங்கரமாக இருந்தது.

'பெரும்பில் நம்பிக்கைக்கு உரியவர் அன்று. அவர் ஒரு ராஜ துரோகி. அரசியாராக இருப்பது அமயா இல்லை. அரசருக்கு நான் கூறுவதில் நம்பிக்கை இராது. ஆனால் நீங்கள் தக்க நடவடிக்கை எடுத்து சோழ சாம்ராஜ்ஜியத்தைக் காப்பாற்றவும்.'

எனக்கு இருக்கும் ஒரே நம்பிக்கை சோழ சக்கரவர்த்தியின் புதல்வர்களிடம்தான். தந்தை ராஜேந்திர சோழ பூபதியின் கண்களுக்குப் புலப்படாதவை புதல்வர்களின் கண்களுக்குப் புலப்படலாம் அல்லவா? பெரும்பில்லை அதிக பட்சமாக வருத்தி அவரிடமிருக்கும் ரகசியத்தைப் பெறுவதற்கு அவர்களால் மட்டுமே முடியும்.

எனக்கு நானே துரோகம் செய்பவளைப்போல நான் அந்தச் சேதி தாங்கிய ஓலைச் சுவடிகளில் இரண்டு படிகளைக் கொண்டு சென்றேன். இரண்டு படிகளையும் முத்திரையிட்டு மூடினேன். குதிரை லாயத்திற்குச் சென்றேன். அங்கே அப்புவை அழைத்தேன். 'எனக்கு உடனடியாக கங்கை கொண்டானுக்கும், மதுரைக்கும் சென்று யுவராஜர்களைச் சந்தித்து சேதி அனுப்ப தூதுவர்கள் இருவர் தேவை. ஆனால் இந்த விஷயம் வேறு எவருக்கும் தெரியக்கூடாது. உதவ முடியுமா?' என்று கேட்டேன்.

எனது பார்வையின் தீவிரத்தைப் புரிந்துகொண்டு, 'இது போன்ற விஷயங்களுக்கு நீ காமாட்சியிடம்தான் போகவேண்டும்', என்று கூறியவன், 'அவளுக்கு இது போன்று ஒற்றறியும் ஆட்களைத் தெரியும்', என்றான்.

நான் தலையை ஆட்டினேன். 'நடக்காது. அவள் என்னைப் பார்க்க மறுக்கிறாள். உன்னால் அவளை என்னிடம் அழைத்து வர முடியுமா?' என்று கேட்டேன்.

அவன் சம்மதித்துத் தலையசைத்துவிட்டுக் கிளம்பும்போது, 'இந்த விஷயத்தை மறந்தும் வேறு எவரிடமும் கூறி விடாதே. இது ராஜாங்க விஷயம்', என்றேன்.

அவன் முகத்தில் சட்டென்று ஒரு வருத்தம் பரவியது. 'எங்கள் பனியின் முக்கிய விதியே இதுதான். எவரிடம் சேதி செல்ல வேண்டுமோ அவரிடம் மட்டும்தான் அந்தச் சேதி சென்றடையும்', என்று கூறிவிட்டு விரைந்தான். இளைஞன்தான், ஆனால் அவனிடம் எத்தனை ராஜாங்க ரகசியங்கள் புதைந்து கிடக்கின்றனவோ. தான் சொல்லப் போகும் வார்த்தைகளின் அர்த்தம் அவனுக்கு விளங்கியிருக்குமா? கொலை பாதகத் திட்டங்களின் சங்கேத சேதிகளையும், காதல் விவகாரங்களையும், தவறான அழைப்புகளை மாளிகைகளின் பல்வேறு அறைகளுக்குச் சுமந்து சென்றிருப்பான்.

இங்கிருப்பவர்களில் எத்தனை வீரர்கள் பெரும்பில்லின் ஒற்றர்கள்? எனது தற்சமய சித்த தடுமாற்றங்கள் என்னை ஓய்வெடுக்க முடியாமல் துரத்தின. புருவங்களில் வியர்வை வழிவதை உணர்ந்தேன். ராஜேந்திர சோழ பூபதி எத்தனை பெரிய ஆளுமையும், அதிகாரமும் கொண்ட சக்கரவர்த்தி. அதற்காக அவர் இப்படியா கண்மண் தெரியாமல் தனது மந்திரிகளின் விசுவாசத்தை அப்படியே நம்புவார்? அவரது மந்திரிப் பிரதானிகள் அனைவரும் அதிகாரத்தின் அண்மையில் இருப்பவர்கள். அவர்களில் எத்தனை மந்திரிகள் ஆட்சி பீடத்தைக் கைப்பற்ற விழைய மாட்டார்கள்? தனது ஆற்றலை நிரூபிக்க எத்தனை மந்திரிகள் முயல்வார்கள்? மாமன்னருக்குப் பகைவர்கள் அண்மையில் இல்லை. தன்னைச் சுற்றி இருப்பவர்கள் தான் சில நேரங்களில் அதிக ஆபத்து மிகுந்தவர்கள்.

அப்பு திரும்பி வரும்போது காமாட்சியைக் கையோடு கூட்டி வந்திருந்தான். அவள் எனது பார்வையைத் தவிர்த்ததற்கு என்மீது இருந்த காதல் காரணமாக இருக்கலாம்.

அப்பு செல்லும்வரையில் காத்திருந்தேன். அவன் சென்றதும் காமாட்சியிடம் 'உனது உதவி எனக்குத் தேவையாக உள்ளது. என்னிடம் முத்திரையிட்டு மூடிய இரண்டு ஓலைச்சுவடிகள் உள்ளன. முக்கியமான செய்தியைத் தாங்கிய ஓலைச் சுவடிகள். மதுரையிலும், கங்கைகொண்ட சோழபுரத்திலும் இருக்கும் இரண்டு இளவரசர்களிட மும் அவை சென்றடையவேண்டும். குதிரையில் சென்றால் நல்லது', என்று கூறினேன்.

மேலும், 'அவர்கள் நம்பிக்கைக்குப் பாத்திரமானவர்களாக இருத்தல் நலம்', என்றேன்.

அவள் முடிவாகத் தலை நிமிர்ந்து என்னை நேருக்கு நேராகப் பார்த்தாள். அவள் அதிகமான ஆபரணங்களை அணிந்து கொண்டிருக்கவில்லை. முகத்திலும் அலங்காரம் எதுவும் இல்லை. தன்னை அழகில் அக்கறையில்லாதவளைப்போலத் தோன்றினாள். எனக்காக இப்படித் தோற்றம் கொண்டிருக்கிறாளா? என்னைக் கண்டு பாவம் அச்சப்படுகிறாள் போலும்.

'நமது மன்னரின் பாதுகாப்பு கருதி அனுப்பப்படும் சேதி இது காமி!' என்றேன். 'இந்தச் சேதிகள் மன்னரின் புதல்வர்களைச் சென்றடையுமானால் மன்னர் கடற்போர் மேற்கொள்ளச் சென்றிருக்கும்போது சோழ சாம்ராஜ்ஜியம் பகைவர்களிடமிருந்து காப்பாற்றப்படும். உள்ளூர்க் கலகம் எதுவும் நேராது!' என்றேன்.

அவளிடம் ஓலைச்சுவடிகளை நீட்டினேன். காமாட்சி மறுத்துவிட்டு, 'இருவரை நான் அனுப்புகிறேன். அவர்களிடம் நீயே உன் கையினால் கொடு', என்று கூறினாள்.

அவள் கிளம்பத் தயாராக இருந்தபோது எனது ஆவலை அடக்க முடியாமல், 'எதற்காக என்னைப் புறக்கணிக்கின்றாய்? எதற்காக இப்படி ஒதுக்குகிறாய்?' என்று கேட்டேன்

அவள் என்னைப் பார்ப்பதற்கு முகத்தைத் திருப்பி, 'மக்களுக்குப் பரிதாபத்திற்கும் காதலுக்கும் பேதம் தெரியவில்லை அரெமிஸ்', என்றாள். 'நீ காயப்பட்டிருந்தாய் அரெமிஸ். நான் உனக்கு மருந்து பூசினேன். அவ்வளவுதான்', என்று கூறியவள் மிக விரைவாக எனது பார்வையிலிருந்து மறையத் தொடங்கினாள்.

அனந்தன்

1

போருக்கு அணிவகுப்பு நடந்துகொண்டிருந்தது. நீண்ட அணிவகுப்பு. வீரர்களும், அதிகாரிகளும், சேனாதிபதிகளும், நிறைந்த அணிவகுப்பு என்பதால் நிதானமாகச் சென்றுகொண்டிருந்தது. நானும் என் இல்லாள் வாணியும் மெதுவாக அதனுடன் ஊர்ந்து கொண்டிருந்தோம். வாணியின் விழிகளில் ஈரம் படர்ந்திருந்ததன் காரணம் கண்ணீரா வியர்வையா என்று தெரியவில்லை. நாங்கள் கணித்த நேரத்தை வைத்துப் பார்த்தால் இந்நேரம் கடலில் பிரயாணம் ஆரம்பமாகியிருக்கவேண்டும். இந்த அணிவகுப்பு அநியாயத்திற்கு நேரத்தை விழுங்கிக்கொண்டிருந்தது.

எனது மனப் பக்குவம் தளர்ந்துகொண்டிருந்தது. இவ்வாறு சவசவ என்று ஊர்ந்துகொண்டிருக்கும் நேரத்தில் என் புதல்வர்கள் மனுவுடனும், ஷிக்கியுடனும் இன்பமாகச் செலவிட்டு இருந்திருக்கலாம். எனது பதவி காரணமாகப் புதல்வர்களுடன் நான் செலவிட்ட நேரம் மிகக் குறைவுதான். அதிலும் இந்த அணிவகுப்புக் காரணமாக எனது புதல்வர்களிடம் ஓர் அவசர பிரியாவிடை மட்டுமே கொடுத்துவிட்டுக் கிளம்ப வேண்டி வந்தது. இரண்டும் என் கழுத்தைத் தங்கள் பிஞ்சுக் கரங்களால் பற்றிக்கொண்டு கொஞ்சியபடி முத்தமிட்டபோது கால அவகாசம் கருதி நான் அந்த அன்புக் கரங்களை மனம் வலிக்க வலிக்கத்தான் பிரித்து எடுக்க நேர்ந்தது.

அவர்கள் இருவரும் என் கன்னங்களில் முத்த மழை பொழிந்து ‘தந்தையே கடலோடிவிட்டு வரும்போது விளையாட்டுப் பொருள்கள் வாங்கி வரவேண்டும்’, என்று வற்புறுத்தினார்கள். ஸ்ரீவிஜய நாட்டைக் கைப்பற்றி வெற்றியுடன் வரும்போது மனு மேலும் உயர்ந்து இருப்பான். தந்தைக்கும் மகனுக்கும் இடையில் இடைவெளி உண்டாக்கும் பக்குவத்தைப் பெற்றிருப்பான். இதே அன்பைப் பொழிவான் என்று கூற இயலாது. அன்பை வெளிப்படுத்துவது சிறுபிள்ளைத்தனமானது போன்ற எண்ணங்கள் அவனிடம் தோன்றியிருக்கும்.

மற்ற வீரர்களுடன் ஒருத்தியாக யவனியும் வந்துகொண்டிருந்தாள். கலைந்த கேசம்; கவசமில்லாத உடல். அவள் மிகவும் அன்னியப் பட்டுத் தெரிந்தாள். இரும்புக் கொல்லன் கூறியிருந்தபடி கொல்லன் அவளுக்குச் செய்யச் சொல்லிக் கொடுத்த இரும்புக் கவசத்தை இன்றைக்குள் வடிவமைத்துக் கொடுப்பதாகக் கூறியிருக்கிறான். அது கையில் கிடைக்கவில்லை என்றால் அவள் இதோ இப்போது இருப்பதைப்போன்ற கேவலமான தோற்றத்தில்தான் போர்க் கப்பலில் பயணிக்க நேரிடும்.

என் மனைவி வாணிக்கு யவனிமீது வேறு ஒரு பார்வை வந்திருக்கிறது. வீட்டின் உள்ளே புகுந்து அடுப்படியில் உள்ள பால் முழுவதையும் திருடிக் குடிக்கும் விஷமக்காரச் சிறுமியைப் பார்ப்பது போலப் பார்க்கிறாள். அந்தப் பார்வைக்குக் காரணமான விஷயங்களை நான் யோசித்துப் பார்த்தேன்.

வாணியின் ஸ்பரிசம் என் மீது பட்டு நாள் பலவாயிற்று. என்னைத் தள்ளி நின்று கவனிக்கிறாள். பணியாளர்கள் மூலம்தான் பேசுகிறாள். மேற்பார்வையிடுகிறாள். என்னால் ஓர் அடி கூடத் தவறாக எடுத்து வைக்க முடியாது. நான் இரவில் இல்லம் திரும்பும் போது எனது உடலில் கள்ளின் காடியான நெடி வீசுமேயானால் அவ்வளவுதான். என்னை வாயிலில் அமர்த்திப் பலவித வாசனைப் பொருள்கள், பவித்திரமான இலைகள் போன்றவற்றை நீரில் போட்டு அந்தப் புனித நீரில் என்னை நீராட்டிய பின்னரே உள்ளே அனுமதிக்கிறாள். போதாதததற்குப் பரிகார பூஜைகள் வேறு நடக்கும். பூஜையில் நான் உச்சரிக்கும் மந்திரங்கள் என்னுள் ஆழமாக வேரூன்றிக் கிடக்கும் எதிர்ப்பு மனோபாவத்தை அசைத்துப் பார்க்கின்றன. இப்போது சிலகாலமாக அவள் இவ்வாறுதான் என்னைப் பழி தீர்த்துக் கொள்கிறாள்.

தேவியின் பிரும்மாண்டமான வெண்கலச் சிலை பீடத்தில் நின்று கொண்டிருந்தது. ஒவ்வொரு பெண்ணும் அந்தச் சிலை அருகே சென்று தனது பிரார்த்தனையை தேவியிடம் கூறினாள். ஒவ்வொரு பெண்ணின் அருகிலும் அவளுடைய கடலோடும் கணவன் நின்று கொண்டிருந்தான். ஒரு பெண் அந்த தேவியின் திருமேனியின் பாதங்களில் ஒரு மல்லிகைச் சரத்தையும் சில செம்பருத்தி மலர்களையும் சமர்ப்பித்தாள். எங்களுக்கு முன்பாக நின்று கொண்டிருந்த பெண்மணியின் கையில் தேவியின் உருவாரம் ஒன்று இருந்தது. உருவாரம் என்பதால் சப்பையான மூக்குடனும், விகாரமான கண்களுடனும் இருந்தது. உருவாரத்தையும், மலர்களையும் அவளது பாதத்தில் சமர்ப்பித்தாள். எதற்காக எனது உருவத்தை இப்படிக் கேலி செய்கிறாய் என்று தேவி கோபித்துக்

கொள்ள மாட்டாளா? அல்லது இவர்கள் சமர்ப்பிக்கும் செம்பருத்தியின் தாதுக்கள் அவளது நாசியில் புகுந்து பலத்த தும்மலை ஏற்படுத்தாதா? இறுதியில் மொத்த படையையும் தேவி சபித்து விடப் போகிறாள்.

என் மனதில் தோன்றியதை வாணியிடம் கூறினேன். 'அழகுதான் போங்கள். இப்படித் தாறுமாறான எண்ணங்கள் தோன்றினால் அவள் உங்களைத்தான் சபிக்கப் போகிறாள். ஜாக்கிரதை', என்று கூறினாள். அவளது கையிலிருந்த சுருக்குப் பையில் இறைவனுக்கு நைவேத்தியத் திற்கான பொருள்கள் இருந்தன. இந்த நைவேத்தி யத்தைத் தேவி ஏற்றுக் கொண்டுவிட்டால் எனது கடற்பிரயாணம் எனக்கு எவ்வித இடையூறையும் ஏற்படுத்தாது என்பது வாணியின் நம்பிக்கை.

'நான் ஏன் இந்த விஷயங்கள் குறித்துக் கவலைகொள்ளக் கூடாது? அம்பாளின் முகத்தைப் பார். கடுங்கோபத்தில் இருப்பதைப்போலத் தோன்றுகிறது. இவ்வாறு அனைவரும் அவளைத் தொந்தரவு செய்தால் அவள் சினம் கொண்டு நம்மைச் சபித்துவிடப் போகிறாள்', என்று கூறினேன்.

ஒரு பெண் தனது கையில் முதிர்ந்த தேங்காய்களுடன் வந்து நின்றாள். அவளது கணவன் அருகில் நின்றுகொண்டிருந்தான். தனது கரங்களில் ஒரு தேங்காயை எடுத்துத் தனது தலையை மூன்று முறை சுற்றி அந்தக் காயைத் தேவியின் முன்பிருந்த கருங்கல் ஒன்றில் ஓங்கி அடித்து பதினொரு காய்களை அவள் சிதறவிட்டாள். தனது முறை வந்ததும் வாணி தனது தலையில் இருந்த முக்காட்டை விலக்கி தேவியின் செப்புத் திருமேனியை வலம் வந்தாள். நான் இடையன் பின் செல்லும் ஆட்டினைப்போல அவளைப் பின் தொடர்ந்தேன்.

வலம் வந்துகொண்டே இருந்தவள் எவ்வித சமிக்ஞையுமின்றி தேவியின் முன்னர் நின்றாள். அவள் பின்னால் சென்றுகொண்டிருந்த நான் சடாரென்று தடுமாறி அவள் பின்பகுதியில் மோதவே நிலை தடுமாறிய வாணி கீழே விழப் போனாள். அவளை நான் தாங்கிப் பிடித்து விழாமல் கைகளில் ஏந்தினேன். பின்னால் வந்த பெண்களுக்கு அது நாடகக் காட்சியைப்போல இருந்திருக்கவேண்டும். கிளுகிளு என்று சிரிப்பொலி கேட்டது. வாணி விடை எதுவும் கூறாமல் மௌனமானாள். தனது கையில் இருந்த சுருக்குப் பையை பட்டரிடம் நீட்டினாள். பட்டர் அந்த நைவேத்திய கலவையைப் பெரிய அண்டா போன்ற பாத்திரத்தில் இருந்த பாலினுள் சேர்த்தார். பலரும் இதே போன்று தங்களது நைவேத்திய பொருள்களுடன் வந்திருந்தனர்.

அத்தனை நைவேத்திய பொருள்களும் மொத்த பாலில் கலக்கப் பட்டதும் பால் மஞ்சள் நிறமாக மாறியது. முரசம் அறைபவர்கள் முன்னால் வந்து முரசறையத் தொடங்கினர். பாவம் அரசரைச் சுமந்து வரும் யானை காத்திருந்து காத்திருந்து உறங்கவே தொடங்கியிருக்கும். ராஜேந்திர சோழச் சக்கரவர்த்தியின் கண்களில் பூசியிருந்த அஞ்சனம் வியர்வையில் கலையத் தொடங்கியிருக்கும். இரண்டு சிறுவர்கள் ஓர் ஏணியைக் கொண்டுவந்து சிலைக்கு அருகில் இருந்த தூணில் சார்த்தி வைத்தனர். பட்டர் ஒரு கையில் அந்தப் பால் பாத்திரத்தைத் தூக்கிக்கொண்டு ஏணியில் ஏறத் தொடங்கினார். பட்டர் சற்றுக் கூள்ளமாக இருந்தார். உடலெங்கும் வியர்த்து வழிந்ததால் ஏணிப்படிகளில் காலை ஊன்றி மேலே நடந்து செல்வதற்குச் சற்றுச் சிரமப்பட்டார். அந்த இரண்டு சிறுவர்களில் ஒருவன் அவரை ஒட்டி அவர் பின்னால் தானும் ஏறினான். மற்றொருவன் சற்று இடைவெளி விட்டு மேலே ஏறிச் சென்றான்.

கீழே நின்று கொண்டிருந்த மக்கள் கூட்டம் முகத்தில் பீதியுடன் உயிரைக் கையில் பிடித்த வண்ணம் மேல் நோக்கிப் பார்த்து நின்றனர். சற்று பிசகினாலும் அங்கிருந்த மொத்த சூழலும் அல்லலுக்கு உள்ளாக நேரும். பட்டர் மேலே ஏறியதும் ஓர் இசைந்த கோணத்தில் சிலையின் மீது சாய்ந்து நின்றுகொண்டார். அந்த நிலையில் இருந்த வண்ணம்தான் பட்டரால் கையிலிருந்த பாத்திரத்தை தேவியின் வாயினில் சரிக்க இயன்றது. அவர் பாலாபிஷேகம் செய்யத் தொடங்கினார். சிலையின் திருமேனியில் பால் வழிந்தாலும் கணிசமான பகுதி பால், தேவியின் செப்புத் திருமேனியில் அதன் வாய் வழியாக உள்ளேயும் சென்றது. அம்பாளின் செப்புத் திருமேனிக்குள் பால் செல்லும் போது எனது உடல் சிலிர்த்தது.

தனது மோன நிலையிலிருந்து அவள் அங்கே எழுந்தருள வேண்டும் என்பது அங்கிருந்த ஒவ்வொருவரின் அவாவாக இருந்தது. ஆனால் அங்ஙனம் எதுவும் நடைபெறவில்லை. முரசொலி அதிகரிக்கத் தொடங்கியது. கூடியிருந்த மக்கள் தாளத்திற்கேற்ப நடனமாடத் தொடங்கினர். நான் வாணியைப் பார்த்து இலேசாகப் பல்லைக் காட்டினேன். என்னால் செய்ய முடிந்தது அவ்வளவுதான்.

வேண்டுதல்கள் நிறைவேறி முடிந்ததும் நான் மட்டும் துறைமுகம் நோக்கி நடந்தேன். புரவிகளைத் தொகுதியாக நாவாயில் ஏற்றிக் கொண்டிருந்தனர். சமுத்திரம் மினுங்கிக் கொண்டிருந்தது. ஒருசமயம் சமுத்திரம் மந்தாகினியின் விழிகளைப்போலச் சாம்பல் பூத்துக் கிடந்தது. ஒரு சமயம் அவளது வெள்ளித் தண்டைகளைப் போல வெண்ணிறமாக மின்னியது; வேறொரு சமயம் அவள் கூந்தலைப் போல நீல நிறத்தில் அலைகளால் பரவியிருந்தது.

சமுத்திரம் மந்தாகினி வடிவில் என்னை அழைப்பது போலிருந்தது. நான் விரைந்து மந்தாகினியின், இல்லை... இல்லை... சமுத்திரக் கன்னியின் பரந்த அலைகள் என்னும் மடியில் என்னைப் புதைத்துக் கொள்ளப் பிரியப்பட்டேன். வஞ்சம், சுதந்திரம், அமைதி என்று பல்வேறு மனித வாழ்வைப் பிரதிபலிப்பதாக அந்தச் சமுத்திரம் விளங்கியது.

நான் பார்வதி கப்பலின் உள்ளே சென்றேன். அதன் கீழ்த்தளம் எவ்வாறு கட்டமைக்கப்பட்டுள்ளது என்பதையும் மேற்பார்வை இட்டது போலிருக்கும். மந்தாகினியின் நினைவுகளிலிருந்து விடுபட்டது போலிருக்கும். உள்ளே இரைச்சல் மிகுந்து காணப்பட்டது. குதிரைகள் ஆக்ரோஷமாக உதைத்துக் கொண்டிருந்தன. அவற்றின் முன்னங்கால்களில் வளையங்கள் மாட்டப்பட்டிருந்ததால் அவற்றின் இம்சையைப் பொறாமல் தங்களது எதிர்ப்பை உதைப்பதன் மூலம் காட்டிக்கொண்டிருந்தன.

'பாரசீகக் குதிரைகளை மற்ற ஜாதிக் குதிரைகளோடு கலந்து இருக்கிறோம். இல்லையென்றால் அவை ஒன்றுக்கொன்று தொல்லை கொடுத்த வண்ணம் இருக்கும்!' என்று எனது கப்பல் மாலுமி கூறினான். இரைச்சல் மிகுந்திருந்ததால் அவன் என்ன கூறுகிறான் என்பதனை உன்னிப்பாக கவனிக்க வேண்டியிருந்தது. குதிரை ஒன்றின் கால்களில் வளையத்தை மாட்டுவதற்கு முயன்ற போது அந்தக் குதிரை அவனை ஓங்கி உதைத்தது. குதிரை உதைத்த வேகத்தில் அவன் கப்பலின் கீழ் தளத்தில் வேகமாகப் போய் விழுந்தான். அவன் விழுந்தபோது முழங்கையில் எலும்பு முறிவது கேட்டது. அவன் வலியில் அலறினான். குதிரை உதைத்த உதையில் அவனது கைகளில் ஒன்று முழங்கை பகுதியிலிருந்து விலகிவிட்டது.

'இவன் இன்று நம்முடன் கடலோட வேண்டாம். நல்ல வைத்தியரிடம் அழைத்துச் சென்று அவன் கரத்திற்குச் சிறந்த சிகிச்சை அளிக்க ஏற்பாடு செய்யுங்கள்!' என்று அருகில் இருந்தவர் களிடம் உத்தரவு பிறப்பித்தேன்.

மீகாமனை நோக்கி, 'குதிரைகளுக்குக் கவா கொடியின் வேரிலிருந்து எடுக்கப்பட்ட மருந்தைக் கொடுத்து மயங்க வைக்க வில்லையா?', என்று கேட்டேன்.

'நீங்கள் கூறுவது சரிதான். காலையில் அவற்றிற்குக் கோதுமையுடன் கவா வேர் மருந்தைக் கலந்துதான் வைத்தோம். ஆனால் பலன் எதுவும் இருப்பதாகத் தெரியவில்லை!' என்று கப்பலின் தலைவன் கூறினான்.

'காலையிலா? காலை சென்று வெகுநேரம் ஆகிவிட்டதே? மருந்தின் பலனை இப்போது எதிர்பார்க்க முடியுமா என்ன?' என்று

கூறிவிட்டு எந்தக் குதிரை அருகில் செல்வோரை எட்டி உதிக்கிறதோ அதன் அருகில் சென்றேன். அதன் கண்களை ஊடுருவிப் பார்த்தேன். 'பாருங்கள். இதன் கண்கள் மலங்க விழித்துக்கொண்டிருக்கின்றன. காலையில் கொடுத்தது இப்போதுவரையில் எப்படி வேலை செய்யும்? மதியம் வேறு ஒருமுறை தீனி கொடுத்திருப்பீர்கள். பிறகு மருந்து எங்கனம் பலனைக் கொடுக்கும்?'

மீண்டும் ஒருமுறை கவா மருந்தை அதற்கு அளிக்கச் சொல்லிவிட்டு நான் அந்தத் தளத்தை விட்டு அகன்றேன். ஏணியில் ஏறும்போது முரசங்கள் ஒலிப்பதைச் செவியுற்றேன். போருக்கான அழைப்பு.

தளத்திலிருந்து வெளியேறும்போது எனது இதயம் நெஞ்சாங்கூட்டி லிருந்து தாவிக் குதித்து வெளியேறிவிடும் போலிருந்தது. தூரத்தில் முரசம் ஒலிக்கத் தொடங்கியதும் வீரர்கள் சாரை சாரையாகத் துறைமுகம் நோக்கி விரையத் தொடங்கினர். முரசொலி கேட்டதும் மாதரசிகள் தங்கள் சேலை தலைப்பை இழுத்து முகத்தை மூடிக் கொண்டனர். முரசொலி மரங்களில் அமைதியுடன் இருந்த பறவை களைக் கலங்கி சிறகடித்துச் சிதறச் செய்தது. நாகைப்பட்டிண மக்களின் ரத்த ஓட்டத்தில் வேகத்தையும், கொதிப்பையும் ஏற்றியது. நான் நிமிர்ந்து நின்று வீரர்களின் வருகைக்குக் காத்திருந்தேன்.

வீரர்கள் முரசொலியைக் கேட்டுத் தத்தம் இல்லங்களிலிருந்து தங்கள் உடைமைகளைக் கோணிப் பைகளில் நிரப்பிக் கொண்டு அதனைத் தோளில் சுமந்தபடி வந்தனர். தேவியின் செப்புத் திருமேனியின் அருகில் கூடியிருந்த கூட்டமும் கலைந்து துறைமுகத்தை நோக்கி நகரத் தொடங்கியது. ஹா! இது வீரர்களின் நேரம்.

வீரர்கள் கூட்டம் கூட்டமாகக் கடற்கரையில் திரளத் தொடங்கினர். நான் பொறுமையுடன் காத்திருந்தேன். இறுதியில் எனக்குரிய இந்தத் தருணம் வந்துவிட்டது. எல்லாவித ஒப்பந்தங்களும், ஓசையின்றி நிகழும் கொலைபாதகங்களும், முற்றுகைகளும் இந்தத் தருணத்திற்காகவே காத்திருக்கின்றன. இந்தத் தருணம் அரசர் தனது விழிகளின் அஞ்சனத் தீற்றை நேர்த்தி செய்து கொண்டும், தலையில் சிகை அலங்காரத்தைச் சீர்படுத்திக் கொண்டும் இருக்கும் தருணம். மேலைத் திசை நோக்கி சூரியன் நகரத் தொடங்கி விட்டதால் எனது நிழல் நீண்டு அவர்களது முகங்களில் படரத் தொடங்கியது.

நான் ஒரு நீண்ட மூச்சை உள்வாங்கி, 'சோழ சாம்ராஜ்யத்திற்கு வெற்றி உண்டாகட்டும்', என்று முழக்கமிட்டேன். என் முழக்கத்திற்குக் காத்திருந்ததைப்போல வீரர்கள் பதில் முழக்கமாக,

'வெற்றி! வெற்றி!' என்று முழங்கினர். இத்தகைய ஒற்றுமை எங்களுக்குள் இருப்பது சாலவும் நன்று.

குருமார்கள் நமது பிறப்பையும் இறப்பையும் ஆண்டவன் நிர்ணயிப்பதாகக் கூறுவார்கள். என்னைப் பொறுத்தவரையில் எனது வாழ்வையும் சாவையும் நிர்ணயிப்பது கடலன்னை என்பேன். என்னைப் பொறுத்தவரையில் கடலன்னை தனது மடியில் எங்களைப் பெற்று வாழ்வளித்து அதிலேயே மடியச் செய்து மீண்டும் பிறக்கச் செய்து தனது ஜென்ம மரணச் சுழற்சியை மேற்கொள்வதாகக் கருதுகிறேன். ஒவ்வொருமுறை கடலோடிவிட்டு வரும்போது நான் ஒரு புதிய மனிதனாகவே திரும்புகிறேன். என் மனைவி, மக்களைப் பொறுத்தவரையில் நான் புனர்ஜென்மம் எடுத்தவன்.

ஸ்ரீவிஜய தேசத்தின்மீது தொடுக்கப்போகும் போருக்கான இந்தக் கடற்பயணம் மிக நீண்ட பயணமாக இருக்கப் போகிறது. நாங்கள் திரும்பும்போது எவ்வாறு இருப்போம் என்று கூற முடியாது. எத்தனை காயங்களுடன் எத்தனை, இழப்புகளுடன், எத்தனை வெற்றிகளுடன் திரும்பப் போகின்றோமோ? வருகின்றவர்களில் பரிச்சய முகங்கள் தென்படுகின்றனவா என்று நோக்கினேன். நான் கரையிலிருந்து வெகு தொலைவில் இருந்ததால் பத்து இருபது முகங்களை மட்டுமே பார்க்க முடிந்தது. நான் எனது காலடியில் இருந்த சங்கத்தை எடுத்துச் சங்கநாதம் எழுப்பினேன். சங்கின் முழக்கம் அந்த வீரர்களின் படையின் ஊடே புகுந்து போர் உற்சாகம் அவர்களையும் தொற்றிக்கொள்ள நாங்கள் அனைவரும் சோழ சாம்ராஜ்ஜியத்தின் மாபெரும் உருவம்போலத் திரண்டு எழுந்தோம். ஒரே உடல் ஒரே இதயம் உள்ளவர்களைப் போலானோம்.

தொலைவில் மும்முடியரசர் ராஜேந்திர சோழ பூபதி ரதத்தின் உச்சியில் கொடி பறக்க வருவது கண்ணில் பட்டது. அவரது செவிகளிலும் சங்கநாதம் விழுந்திருக்கும். அதனால்தான், மன்னர் விரைந்து வந்து கொண்டிருக்க வேண்டும். புலவர்களின் கூற்றின் வண்ணம் மன்னர் இந்தப் பூமண்டலத்தை ஆள்பவர் என்பதில் ஐயமில்லை. ஆனால் பறந்து விரிந்த சமுத்திரக் கன்னியை ஆள்வதற்கு இதுவரையில் எவரும் பிறக்கவில்லை. அவளே அங்கே தனிப்பெரும் அரசி.

திசைகாட்டியின் மீன்முள்ளை சோதனை செய்துபார்த்தோம். மீன்முனை காட்டிய ஆதவன் உதிக்கும் கிழக்குத் திசை நோக்கி நாவாயைச் செலுத்தத் தொடங்கினோம்.

பாகம் ஐந்து

சமுத்திரம்

அனந்தன்

1

மும்முடியரசர் ராஜேந்திர சோழ பூபதி எங்களுக்குப் பின்னால் பத்துப் பாதுகாப்புக் கப்பல்கள் புடை சூழ வந்துகொண்டிருந்தார். ஒவ்வொரு பாதுகாப்பு கப்பலிலும் ஐம்பது வில்வீரர்களும், ஐம்பது வாள்வீரர்களும் உடன் இருந்தனர். கடற்கொள்ளையர் சூழும்போது அவர்களால் மன்னரின் கப்பலை நெருங்க முடியாமல் இருப்பதற்காகவே இந்த ஏற்பாடு. 'திரிசடை', என்ற மிகப் பெரிய கப்பலில்தான் போருக்குத் தேவையான யானைகளும், குதிரைகளும் வருகின்றன. கிருஷ்ணனின் நாவாயில்தான் ஸ்ரீவிஜய தேசத்தைச் சேர்ந்த அதிலன் என்ற நயவஞ்சகன் அழைத்து வரப்படுகிறான். கடலில் ஏற்படும் வழித்தடங்கள் குறித்த ஐயங்களுக்கு அவனது உதவி வேண்டியிருக்கும். கால்நடைகளோடு கால்நடைகளாக அதிலன் தனியாக ஒரு மூங்கில் சிறையில் அடைத்து வைக்கப்பட்டிருந்தான்.

சமுத்திரத்தின் அலைகளின் ஊடே எங்கள் கப்பல்களும், நாவாய்களும் மெதுவாக ஆடி ஆடி மிதந்துகொண்டிருந்தன. தொடக்கத்தில் வீரர்களுக்குக் கடல் நோவு கண்டது. தென்மேற்குப் பருவக் காற்று எங்களுக்குச் சாதகமாக வீசினாலும் அதன் வேகத்தையும் திசையையும் எங்களால் கணிக்க முடியாத அளவிற்கு அது எங்களை ஏமாற்றியது. அதன் வேகம் எங்களை முன்னே கொண்டு செலுத்தினாலும் ஏதோ ஒருவிதத்தில் கடலலைகள் எங்கள் கப்பல்களையும், நாவாய்களையும் பக்கவாட்டில் அசைத்துத் தள்ளின.

கப்பலின் மேல் தளத்தில் நின்றபடி சமுத்திர ராஜனின் ஜாலங்களைப் பார்த்த வண்ணம் நின்றுகொண்டிருந்தேன். கப்பலின் ஆட்டம் பழகிய பின்னர் பரந்து விரிந்த சமுத்திரத்தையும் எல்லையற்ற ஆகாயத்தையும் பார்ப்பதற்கு மனம் விழையும். மேலும் ஒரு வாரம் சென்ற பின்னர் சமுத்திரமும், ஆகாயமும் எந்த அளவிற்கு ஆவலைத் தூண்டியதோ அந்த அளவிற்குச் சலிப்பை ஏற்படுத்தும்.

எனக்குக் கடல் பயணம் பழகிப் போன ஒன்று என்பதால், நான் புதிய கடல் தடங்களைப் பார்த்த வண்ணம் நின்றிருந்தேன்.

என் அருகில் நிழலாடியது. திரும்பிப் பார்த்தேன். விகாரி நின்று கொண்டிருந்தான். விகாரி, கப்பல் மீகாமர்களில் ஒருவன். அவன் மூலிகை வைத்தியம் அறிந்த வைத்தியனும் கூட. அவன் தலைமையில் மூன்று நாவாய்கள் பின்னால் வந்துகொண்டிருந்தன. எங்கள் படையெடுப்பு குறித்து, பயணத்தின் போக்கினைக் குறித்தும் நாங்கள் ஆலோசிக்க இருந்தோம்.

'கடல் நோவு பாதி வீரர்களை வீழ்த்தியிருக்கிறது. வயிற்றுப் போக்கில் பாதி வீரர்கள் ஆற்றல் இழந்து படுத்துவிட்டனர்', என்றான் விகாரி. 'கப்பல்களில் உள்ளவர்களின் நன்னீர் தேவையை நான் அளவில் பாதியாகக் குறைத்துவிட்டேன். இருக்கும் நன்னீர், துடுப்புப் போடுபவர்களுக்கும், வயிற்றுப் போக்கில் வீழ்ந்தவர் களுக்கும் அவசியம் வேண்டியிருக்கும்.'

நான் விடையெதுவும் கூறவில்லை.

'ஓ! இந்தக் கடல் நோவு. இதுதான் நமது முதல் எதிரி. நாம் கடலின் நடுவில் எங்காவது வழியில் ஒதுங்க நேரிடும் என்று நினைக்கிறேன். நோய் உபாதையில் படுத்திருக்கும் வீரர்களின் சிகிச்சைக்குத் தேவையான மூலிகைகளைச் சேகரம் செய்யவேண்டியுள்ளது. மூலிகைகள் அளவில் குறைந்து வருகின்றன', என்றான்.

'இப்போதைக்கு எந்த நாட்டுத் துறைமுகம் அருகில் உள்ளது?'

'இன்னும் இரண்டு தினங்களில் திமைத் தீவை நெருங்கிவிடுவோம்.'

'திமைத் தீவு? ஓ! எனது வாளிற்கு நல்ல விருந்து', என்று நான் உற்சாகமானேன்.

எனக்கு விடை அளிப்பதைப்போன்று மீகாமன் தரையில் பெரிய வரைதோலை விரித்து வைத்தான். ஸ்ரீவிஜய தேசத்தில் கப்பல்களை நங்கூரமிட்டு நிறுத்த மேலும் ஒரு மண்டலப் பொழுது ஆகும். இது நல்ல நம்பிக்கையின் அடிப்படையில் கணக்கிடப்பட்ட கால அவகாசம். கடல் செம்மையாக இல்லை. காற்றும் சாதகமாக வீசவில்லை. இவற்றையும் கணக்கில் கொண்டாலும் உத்தேசிக்கப் பட்ட காலத்தில் ஸ்ரீவிஜய தேசத்தை எட்டுவது நாவாய்களில் உள்ள வீரர்களின் உடல்நலத்தைப் பொறுத்தே அமையும்.

'நல்லது, நான் இந்தக் கடல்நோவு மற்ற நாவாய்களில் பரவுவதை விரும்பவில்லை. நமது வீரர்கள் எதனால் அவதியுறுகிறார்கள் என்பது தெளிவாகத் தெரிந்ததா?'

'இதுவரையில் இல்லை. காய்ச்சலும், குளிரும் உள்ளன. எதன் காரணமாக நோவு என்பதைத் தற்சமயம் சொல்வது கடினம்.'

திமைத் தீவு குறித்து எனக்குள்ள அதே ஐயங்கள் விகாரிக்கும் இருந்தன. திமைத் தீவு சோழர் வசம்தான் உள்ளது என்றாலும் அங்குள்ள பூர்வ குடியினர் நாகரீகமற்ற மனிதர்களாக ஒருவரை ஒருவர் உணவிற்கு அடித்துத் தின்பவர்களாக உள்ளனர். அங்கிருந்து வரும் கடலோடிகள் சொல்லும் அந்தத் தீவைப்பற்றிய கதைகள் மிகவும் விசித்திரமானவை. அந்தத் தீவில் ஆடவர்கள் தங்களை ஈன்ற தாயாருடன் படுக்கைகளை வலுக்கட்டாயமாகப் பகிர்ந்து கொள்பவர்கள். அப்படி ஒரு தேசத்திலிருந்து எனக்கு நன்னீர் கலன்களை ஏற்ற மனம் ஒப்பவில்லை.

'என்னால் மட்டும் தனித்து முடிவெடுக்க இயலாது. கப்பல்களை நங்கூரமிட்டு மன்னருடனும் ஏனைய மந்திரிகள், சேனாதிபதிகளுடன் ஓர் ஆலோசனை கூட்டம் ஏற்பாடு செய்து பிறகு முடிவெடுப்போம்.'

விகாரி உடனே சென்று ஒரு விளக்கை ஏற்றி மற்ற நாவாய்களுக்கு சமிக்ஞை கொடுத்தான். பளிச் - இருட்டு - பளிச் - பளிச். இதுவே மீகாமர்களுக்கு சமிக்ஞை. அதன் பொருள் இன்று இரவு கப்பல்கள் அனைத்தும் நங்கூரம் இடப்படவேண்டும்.

கப்பல்கள் ஒன்றுக்கொன்று அடிவயிறு ஒட்டிய வண்ணம் வந்து நின்றன. அவற்றின் குறுக்கே மரப்பலகைகளால் ஒரு மிதவைப் பாலம் போடப்பட்டது. மற்ற மீகாமர்களுடன் நான் அரசனின் கப்பலை நோக்கிச் சென்றேன். சகல வசதிகளுடனும் கூடிய கப்பல் அது. சாளரங்களில் திரைச்சீலைகள். மன்னரின் இரு மருங்கிலும் இளம் சேடிப்பெண்கள் இருவர் கைகளில் மயிலிறகு விசிறியால் அந்தக் கோடை நள்ளிரவில் வீசிக்கொண்டிருந்தனர். அவர் தடிமனான இலவம் பஞ்சு மெத்தையின்மீது அமர்ந்திருந்தார். சுற்றிலும் திண்டுகள் போடப்பட்டிருந்தன.

எத்தனை வசதி இருப்பினும் கடல் தனது பணியைச் செவ்வனே நிறைவேற்றி வந்ததை சோழ சக்கரவர்த்தி ராஜேந்திர சோழ பூபதியின் மேனியில் கடல் ஒவ்வாமையின் அடையாளங்கள் தெரிந்தன. முகம் வெளுத்திருந்தது. நெற்றியில் பச்சை நரம்புகள் புடைத்து நின்றன. வாட்பயிற்சி இன்மையால் புஜங்கள் தளர்ந்து காணப்பட்டன. அவர் முன்பிருந்த வட்டிலில் புதிதாக நன்னீர் ஊற்றி வைக்கப்பட்டிருந்தது. மும்முடியரசரின் சேடிப்பெண்களும் கப்பலின் அலைதலைத் தாக்குப் பிடிக்க இயலாது தள்ளாடினார்.

‘இதைப் பாருங்கள்’, தனது கரங்களை நீட்டினார். மூலிகைச் சாயமும், மருதாணி விழுதும் கொண்டு அவரது கரங்களில் வர்ணம் தீட்டப்பட்டிருந்தது. வித விதமான சித்திரங்கள். பறவைகள், மலர்கள். ‘பாருங்கள்! சேடிப் பெண்கள் பொழுது போகவில்லை என்று என் கரங்களில் தங்கள் கை வண்ணத்தைக் காட்டி யிருப்பதைப் பாருங்கள். என்மீது எத்தனை வன்மம் என்பதற்கு அவர்கள் தீட்டியுள்ள சித்திரங்களே சாட்சி’, என்று வேடிக்கையாகக் கூறியவர் சட்டென்று, ‘நமது இலக்கை நாம் அடையும் வேகம் குறித்த நல்ல செய்தியைக் கூறுங்கள்.’

‘மன்னிக்க வேண்டும் மன்னா. நமது பயணம் நினைத்ததை விடவும் மெதுவாகவே செல்கிறது. மேலும் நமது வீரர்களில் சிலர் நோய்வாய்ப்பட்டு இருக்கின்றனர்’, என்று கிருஷ்ணன் கூறினார். ‘திமைத் தீவில் நாம் நமது கப்பல்களை நங்கூரமிடாவிடில் அவர்கள் நிலைமை கவலைக்கிடமாகும். எதுவும் நேரலாம்.’

‘திமைத் தீவா?’ நான் வெளிப்படுத்திய முக பாவங்களையே மன்னரும் வெளிப்படுத்தினார். விகாரி அவரது உணர்ச்சிகளுக்கு இடம் கொடாமல் திமைத் தீவு குறித்த மன்னரின் அதீத உணர்ச்சியை மதிக்காமல் இருந்தான். மற்றவர்கள் சொல்வது போன்று அந்தத் தீவில் அச்சம் கொள்வதற்கு எதுவுமில்லை என்று விளக்கினான். தானே ஒருமுறை அங்கு இறங்கிய சமயம் தன்னை உண்பதற்கு எந்தக் காட்டுமிராண்டியும் வரவில்லை என்று கூறினான். இருப்பினும் தீவில் இறங்கியதும் அதன் துறைமுகத்திலிருந்து நெடுந்தொலைவு உள்ளே சென்றால்தான் மூலிகைகளை சேகரம் செய்ய இயலும் என்று கூறினான் அந்த கப்பல் தலைவன்.

வேறு மாற்று யோசனைகள் அத்தனை வலு சேர்ப்பதாக இல்லை யென்பதால் மன்னர் அந்த யோசனைக்கு ஒப்புக்கொண்டார். ‘தொடக்கத்திலேயே நாம் நமது வீரர்களை வெறும் கடல்நோவிற்கு பலியாக்கவேண்டாம். நமது போர் வீரர்களுக்கு அது உற்சாகத்தை அளிக்காது. மனவுறுதியைக் குலைத்து விடும்’, என்றேன்.

‘மன உறுதி... காட்டுமிராண்டிகள் உணவுக் கலங்களில் நமது வீரர்களின் குடல்கள் சமைப்பதைப் பார்க்கும்போது இந்த மன உறுதி போன இடம் தெரியாமல் போய்விடும்!’ என்றான் துருவன் என்ற கப்பற் தலைவன். அவன் தோளைக் குலுக்கிக் கொண்டு கூறியதைக் கேட்டதும் உடனிருந்த மற்ற கப்பல் தலைவர்கள் வாய்விட்டுச் சிரித்தனர்.

‘எனது குடல் முடிவில் வெறும் அரிசி உணவைத் தாங்கி நிற்பதை நான் அனுமதிக்க மாட்டேன்’, என்று மற்றும் ஒரு கப்பல் தலைவன் கூறியதும் மீண்டும் ஒரு சிரிப்பலை.

உரையாடல் தீவிரமடைந்தது. அவர்கள் வைத்த வாதங்களுக்கு விளக்கம் அளித்து விகாரி சோர்ந்து போய்விட்டார். 'நாம் எச்சரிக்கையுடன் செயல்பட்டால் எதுவும் நேராது!' என்றவர், 'நமது கடலோடிகளில் ஒருவன் அந்தத் தீவின் பூர்வ குடிகளுடன் நன்கு பரிச்சயம் கொண்டிருக்கிறானாம். அங்குள்ள ஒரு மாதுவின் படுக்கையைக்கூடப் பகிர்ந்துகொண்டதாகக் கூறுகிறான்.'

'மச்சக்காரன்.' மீண்டும் சிரிப்பலை. கடற்பயணம், மேலும் போருக்கான பயணம் என்பதால் அரசர், வீரர்கள், அதிகாரிகள் என்ற கெடுபிடி அங்கே இல்லையென்றாலும் கப்பல் தலைவர்கள் வரம்பு மீறுவதுபோலத் தோன்றியது.

விகாரி தனது உறுதி குலையாமல் தனது திட்டத்தை விவரித்தபடி இருந்தான். 'கடற்கரை ஓரம் பாறைகள் அங்கு உள்ளன. தீவை நோக்கிச் செல்ல ஒரே ஒரு படகு மட்டும் இருந்தால் போதுமானது. வில்வித்தை வீரர்கள் வேண்டுமானால் ஆயத்த நிலையில் இருக்கட்டும். அதுவும் நாம் தாக்கப்படுவோம் என்பது உறுதியானால்... ஆனால் அதற்கு அவசியம் நேராது.'

உறுதியான முடிவினை எடுக்கும் நிலையில் மன்னர் இருக்கவில்லை. தன்னையே நம்ப முடியாத அளவிற்கு அவருக்குக் கடல் ஒவ்வாமையும், தூக்கமின்மையும் ஆட்கொண்டிருந்தன. எங்களை ஒருமுறை பார்த்துவிட்டு தலையசைத்தார். 'அப்படியே ஆகட்டும். எத்தனை நாட்கள்?' என்றார்.

'காற்று நிற்குமேயானால் இன்னும் இரண்டே தினங்கள்.'

ஆலோசனைக் கூட்டம் நிறைவிற்கு வந்தது. மன்னர் தனது கால்களை நீட்டியபடி கண் மூடினார். நான் அங்கு கூடியிருந்த படைத் தளபதிகளையும், கப்பல் தலைவர்களையும் பார்வையிட்டேன். அவர்களில் குறைந்தது மூவராவது - ஒருவர் ராஜீவனின் தந்தை ஷலக்கன் - எனது பார்வையைத் தவிர்ப்பது தெரிந்தது. கரணின் மரணம் அவர்களுக்கு ஒரு தொக்காகப் போய்விட்டது. ஓரணியில் இணைவதற்கு அந்த மரணம் வழிவகுத்துக் கொடுத்துவிட்டது.

அவர்கள் எனது கப்பலைச் சுற்றி பதுங்குகின்றனரோ என்ற ஐயம் இருந்தாலும் அவர்கள்மீது நடவடிக்கை எடுக்கும் அளவிற்கு அவர்கள் எந்தச் செய்கையையும் புரியவில்லை. நான் அவர்களுடன் வெளியேறாமல் அரசரின் கப்பலறையில் தங்கியபோது அவர்கள் மட்டும் வேண்டா வெறுப்புடன் வெளியேறினர். வாயில் திரையை இழுத்துவிட்டு நான் மன்னரின் அருகில் சென்று, நலமா மன்னா?' என்று கேட்டேன்.

மன்னர் தனதருகில் இருந்த சேடியரைப் பார்த்ததும் அவர்கள் அந்தப் பார்வையின் பொருள் புரிந்து அங்கிருந்து அகன்றனர். 'சமுத்திரத்தில் நிகழ்பவற்றைக் கண்டால் மிக்க அதிசயமாக இருக்கிறது ஔவை. என்ன முடிவு எடுப்பது என்று எண்ணி நான் விகாரி, கிருஷ்ணன் மற்றும் உன் முகங்களை ஏறிட்டேன். நான் மனதில் எண்ணியிருந்த வற்றையே நீங்களும் உங்களது முடிவாக மொழிந்ததும் மனம் சமாதானம் அடைந்தது. பரவாயில்லை இந்தச் சமுத்திரம் எனது முடிவுகளுக்குத் துணையாகவே இருக்கிறது. இவ்வாறுதான் எனக்குத் தோன்றியது, ஆனால்...', என்று இழுத்தார்.

'ஆனால் உனக்குத் தெரியுமா, அது உண்மையில்லை', என்றார் மன்னர் தொடர்ந்து. ஒருவேளை விகாரியின் நேசத்திற்குரிய வீரர்கள் கடல் நோவில் வீழ்ந்திருப்பது மன்னருக்குத் தெரிந்திருக்குமோ என்ற ஐயம் எழுந்தது. மன்னர் திமைத் தீவில் கப்பல்களை நங்கூரமிட மறுத்தால் விகாரி, தானே கடலில் குதித்து நீந்திச் சென்று திமைத் தீவிலிருந்து மூலிகைகளைப் பறித்து வரும் நிலைமையில் இருந்தார்.

'நிச்சயமாக அதில் உண்மையில்லை. நான் எதற்காக எனது வசதியான அரண்மனை வாழ்க்கையை விடுத்து, என் அரசியர், பிள்ளைகளை விடுத்து இங்கே தனியாகச் சமுத்திரத்தில் வசதிகள் குறைவான கப்பலில் உங்களோடு பயணிக்கிறேன் என்பது தெரியுமா? சில கடற்கொள்ளையர் எமது வாணிகர்களிடமிருந்தும், என்னிடமிருந்தும் கொள்ளையடித்துக் கொண்டிருக்கிறார்கள். யாம் வெற்றிக்கொண்ட நிலங்கள் எத்தனை! தேசங்கள் எத்தனை! இறையனார் சிவபெருமானுக்கு எழுப்பிய கோயில்களும் கோபுரங்களும் எத்தனை எத்தனை! இவற்றையெல்லாம் நிறைவேற்றிய எம்மால் கேவலம் இந்தக் கடற்கொள்ளையரை அடக்க இயலாதா? பிறகு எமக்கு மும்முடியரசர் என்ற பட்டம் எதற்கு? நான் ஆபரணங்களை அணிந்து கொண்டிருக்கும் ஒரு பொம்மை அவ்வளவுதான்!' அவர் குரலில் சீற்றம் இருந்தது.

'மன்னா', எனது நா தழுதழுத்தது. அவரை மிகுந்த அக்கறையுடன் நோக்கினேன். வியர்வை வழிந்தோடும் அவரது நெற்றியைத் தடவித் தர வேண்டும் போலிருந்தது. அறையின் உள்ளே வெளியில் இருப்பதைவிட அதிக வெப்பம் இருந்தது. சாளரங்கள், திரைச்சீலைகள், மெத்தைகள், தலையணைகள் இருந்தும் பயனில்லை.

மன்னர் தலை கவிழ்ந்து இருந்தார். அவரது இதயம் வேகமாக அடித்துக்கொண்டிருந்தது என் கண்களுக்குத் தென்பட்டது.'

மன்னித்துக்கொள் ஔவை. இன்று எனது உடல்நிலை சற்று சரியில்லை. உடலில் உஷ்ணம் கூடியுள்ளது.'

அவர் தனது நிலைமைக்கு வருந்துபவரைப்போலத் தோன்றினார். எனது பதவியைப் பறித்து விட வேண்டும் என்பதைப்போல என்னைப் பார்த்தார். நான் அந்தச் சந்தர்ப்பத்தை நழுவ விடுவதாக இல்லை. எங்கள் இருவருக்கும் இடையில் இருந்த திரைச்சீலை விலகியது போலத் தோன்றியது. என்ன ஒரு சந்தர்ப்பம்.

'கடந்த சில நாட்களாக உங்களுக்கு என் மீது இருந்த கோபத்தை நான் அறிவேன் மன்னா. சரியான பாதையிலிருந்து நழுவி தவறான பாதையைச் சரியென்று நம்பிச் சென்றுவிட்டேன்', என்று கூறினேன். நான் செய்தது எனக்குப் புரிந்தாலும் மன்னருக்கும் அதனை நான் தெளிவாகப் புரிய வைக்க வேண்டாமா?

'இல்லவே இல்லை ஔவை', என்ற மன்னர் தனது கரங்களை நீட்டி எனது தோள்களில் அழுத்தினார்.

எனது முகத்தில் பெருமிதம் மின்ன கூறினேன். 'இல்லை அரசே, என்னால் உங்களுக்குத் தேவையற்ற சிரமங்கள் நேரிட்டன. உங்கள் வெறுப்பைச் சில நிமித்தங்கள் மூலம் அறிந்துகொண்டேன். எங்கள் வீட்டில் ஏற்றி வைக்கும் அகல் விளக்கில் நிறைத்து எண்ணெயும் திரியும் இருப்பினும் சில நாட்கள் எரியவில்லை. எனது நிழல் சூரியனின் எதிர் திசையில் வீழாது சூரியனின் திசையிலேயே வீழ்ந்ததைக் கண்ணுற்றேன். இவையெல்லாம் நீங்கள் வருத்தம் கொண்டிருப்பதையே சுட்டின. சொல்லுங்கள் மன்னா உங்கள் மனதினில் உள்ள வருத்தம் எதனால்?' என்றேன்.

அவர் மனதில் இருப்பதை அறிய நான் பொய்களைக் கட்டவிழ்த்து விட்டேன். பொய்யும் நன்மை பயக்கும் என்பது பொய்யாமொழிப் புலவரின் கூற்றல்லவோ? என் இல்லத்தில் விளக்கு எரிவதை கவனித்துக்கொள்வது எனது இல்லாள் வாணி. எனது நிழல் இயற்கைக்கு விரோதமாக ஒருநாள்கூட எதிர் திசையில் விழுவதில்லை.

நான் இடையில் ஏற்பட்ட மௌனம் கலைவதற்குக் காத்திருந்தேன்.

'ஆமாம் ஔவை, நீ எனக்கு அபாக்கியம் விளைவித்து விட்டாய் என்பதை மறுப்பதற்கில்லை', என்ற மன்னர் தொடர்ந்தார். 'யவனிக்குப் பொறுப்புகளை அளித்த நான் அந்தப் பொறுப்பில் உனக்குள்ள பங்கினையும் மறக்கவில்லை. ஆனால் நீ உனது ஆசைநாயகியைக் கொன்றவர்களைப் பழி வாங்க அவளை அனுப்பியிருக்கிறாய்', என்றார்.

நான் மறுபேச்சுப் பேசுவதற்கு வாயெடுத்தபோது மன்னர் என்னை வாளாதிருக்க சமிக்ஞை காட்டி விட்டுத் தொடர்ந்தார். குடத்திலிருந்து சரிந்த நீர் மளமளவென்று வெளியேறுவதுபோல வார்த்தைகள் அவரிடமிருந்து வழிந்தன.

'நீ உனது இல்லத்தினருக்கும் நேர்மையாக இருக்கவில்லை. சோழ அரசவைக்கும் நேர்மையாக இருக்கவில்லை. பொதுவாக மக்கள் புனிதம் என்று கருதும் எதையும் நீ பின்பற்றுவது இல்லை என்பதால், - உன் நாய் வளர்ப்பையும் சேர்த்துத்தான் கூறுகிறேன். நானும் நீ மிகச் சிறந்த சேனாதிபதி என்பதால் இவற்றைப் பெரிதாக எடுத்துக் கொள்ளவில்லை. ஆனால் இந்தச் செய்கை எனக்கு உன் மீது பெரும் அதிருப்தியை ஏற்படுத்தியுள்ளது. நான் உன் மீது பெரிய அளவில் நம்பிக்கை வைத்திருந்தேன். ஆனால் நீ அதனைக் குலைத்து விட்டாய்!'

நான் தலை கவிழ்ந்து எதுவும் பேசாதிருந்தேன். மன்னர் தனது புருவங்களில் திரண்ட வியர்வைத் துளிகளைத் துடைத்துக் கொண்டு, 'நீ என்னிடம் ஓர் சுடர் விளக்கைக் கொடுத்தாய். அது வெளிச்சம் தருவதற்குப் பதிலாக எனது கரத்தைச் சுட்டுவிட்டது. நீ என்னிடம் மலர்களைத் தந்தாய். அந்த மலர்களின் முள் என் கைகளைத் தைத்து விட்டது. நீ...'

நான் என் முகத்தில் சலனமின்றி அவர் மேலும் சில உவமான உவமேயங்களுக்காகக் காத்திருந்தேன். கைகளில் வாங்கிய புறா கண்களைக் கொத்தியது; குளிர்ந்த நீர் என்று குளத்தில் இறங்கினால் அது சுடுநீராக மேனியைச் சுட்டது; வாசனை திரவியம் என்று பூசிக் கொண்டேன். அது மேனியில் கொப்புளங்களை ஏற்படுத்தியது... இது போன்ற உவமானங்கள்.

ஆனால் மன்னர் பேசுவதற்கு வார்த்தையின்றித் தளர்ந்து உரமிழந்து சுவரில் சாய்ந்தார். மன்னர் தனக்கிருக்கும் அதிகாரத்தைப் பயன்படுத்தி எனது பதவிகளைப் பறித்து, எனக்கு மரண தண்டனை கூட விதிக்கலாம். ஆனால் அவ்வாறு செய்யாதிருப்பதற்கு எனது தேவை அவருக்கு இன்னமும் வேண்டியிருந்தது. அவர் மனதில் உள்ளது எனக்குத் தெரியும். நான் அவரிடம் மன்னிப்பு வேண்டி மன்றாட வேண்டும். கெஞ்சவேண்டும்; கதறவேண்டும். பச்சாதாபத்தில் கண்ணீர் சிந்தவேண்டும். கண்ணீர் விட்டுக் கதறி எனது பிழைகளைப் பொறுத்தருளும்படி அவரிடம் மன்றாடும் நிலையைக் கடந்து விட்டேன். பலமுறை நான் அவ்வாறு அவரது காலில் விழுந்து எனது தவறுகளுக்கு மன்னிப்புக் கேட்டிருக்கிறேன். இப்போது எனது குற்றங்கள் கண் முன்னே நின்றாலும் காலில் வீழ்வதை எண்ணும்போது எனது மனம் நடுக்குற்றது. என் ரத்தம் அப்படி ஒரு செயலைப் புரியும் அளவிற்குக் கொதித்திருக்கவில்லை.

‘எனது தவறுகள் தங்களுக்கு வருத்தத்தை அளித்திருக்குமேயானால் என்னை மன்னியுங்கள் மன்னா!’ என்று அவர் பாதங்களில் நெடுஞ்சாண்கிடையாக விழுந்து வணங்கினேன். எழுந்து அங்கிருந்து அகன்றேன். நான் மனக்கசப்பை வெளிப்படுத்துவதை அவர் அறிவார் என்பதை அறிந்தும் நான் அவரைத் திரும்பிப் பாராது அங்கிருந்து அகன்றேன்.

எனது பழைய மற்றும் புதிய குற்றங்களை அசை போட்டபடி எனது கப்பலை நோக்கிச் சென்றேன். கப்பலின் முனையில் சென்று அமர்ந்தேன். அங்குதான் காற்றின் முழு வீச்சினையும் உணர முடியும். கடற்காற்று அங்கு அமரும்போது முகத்தில் வேகமாக வந்து அடிக்கும்போது சுகமாக இருக்கும். கடலில் இருந்து எழும்பிய காற்று என்னை முன்னும் பின்னுமாகத் தள்ளியது. யவனி எங்கிருந்தோ வந்தவள் எதுவும் கூறாது எனதருகில் அமர்ந்தாள். சமுத்திரம் எந்த நெறிகளுக்கும் அடங்காமல் சீறிக்கொண்டிருப்பது போலிருந்தது.

‘அரசியாரின் மாளிகையில் ஒரு சேடிப்பெண் இருக்கிறாளே, காமாட்சி. அவள் உனது காதலியா?’ என்று கேட்டேன்.

அவள் மறுக்கவில்லை.‘ஆம் அவள் என் காதலி’, என்று ஒப்புக் கொண்டாள்.

நான் அடுத்த கேள்வியைக் கேட்பதற்கு வாயெடுத்தபோது யவனி முந்திக்கொண்டு, ‘இரண்டு பெண்களின் நடுவில் அது எவ்வாறு சாத்தியம் என்ற கேள்வியை மட்டும் தயை கூர்ந்து கேட்காதீர்கள்’, என்று இரைஞ்சுவது போலக் கூறினாள்.

நான் தோள்களைக் குலுக்கிக்கொண்டேன். ‘நான் கேட்பது மிகவும் வெளிப்படையான கேள்வி. அவளை மோகிப்பதற்கு தேவர்களின் திருமேனியிலிருந்து லிங்கப் பகுதியை உடைத்து எடுத்துச் செல்வாயா?’ என்று கேட்டேன்.

முதலில் திகைத்து நின்ற அவள் அதன் அர்த்தம் புரிந்து வாய் விட்டுச் சிரித்தாள். ‘அவளை மோகிப்பதற்கு இருப்பதிலேயே தேவர்களின் சிலைகளில் பெரிய சிலையைத்தான் உடைக்க வேண்டியிருக்கும்!’ என்று குறும்புடன் கூறினாள். அவள் அவ்வாறு கூறி முடித்ததும் நாங்கள் இருவரும் கள் குடித்தவர்களைப் போன்று நிலைமை மறந்து சிரித்தோம்.

இதற்கு முன்னர் யவனி இவ்வாறு வாய் விட்டுச் சிரித்த நிகழ்ச்சிகளை என் மனதில் கொண்டு வர முயன்று தோற்றேன். ஆனால் பாவம் முன்பு இருந்த நிலைமையில் அவள் இல்லை. அவள் முன்னர் பெரிய சவால் ஒன்று உள்ளது. அவளது கௌரவம்

பறிக்கப்பட்டு, அவளது பொற்கவசம் உருவப்பட்டு ஒரு வண்ணத்துப் பூச்சி மீண்டும் கூட்டுப் புழுவாகி இறப்பதுபோன்று நிற்கிறாள். இருப்பினும் இந்தக் கூட்டுப்புழு என்னை வியப்பூட்டிய வண்ணம் இருக்கிறாள். அவள் இதயம் ரகசியங்களின் சுரங்கம். அந்தச் சுரங்கத்திற்குள் அனுமதிக்கப்படும் இறுதி மனிதன் நானாகத்தான் இருக்கும்.

'கப்பலில் பயணம் தொடங்கியதிலிருந்து நீ என்றாவது கடல் ஒவ்வாமையில் வாந்தி எடுத்தாயா?', என்று கேட்டேன்.

'முதல் நாள் சமுத்திரத்தின் ஆட்டம் தாளாது வாந்தி எடுத்தேன். அதன் பிறகு கடலின் அலையாட்டம் பழகி விட்டது. நான் நன்றாக இருக்கிறேன். ஒரே வருத்தம். நீராட இயலவில்லை. உடலில் எழும் துர்நாற்றம் ஒன்றுதான் சகிக்க முடியாமல் உள்ளது.'

'எனக்குக் கப்பலில் இருப்பதற்கு மிகவும் விருப்பமாக இருக்கும். முதலில் இங்குதான் கொசுக்கள் நம்மைக் கடித்து மரண அவஸ்தை ஏற்படுத்தாது.'

'ஆமாம், நானும் ஒரு கொசுவைக்கூடக் கண்களால் இதுவரையில் பார்க்கவில்லை.'

'மனிதர்களுக்கு மிக விரோதமான இடம் இந்தச் சமுத்திரம். இந்த இடத்தில் செதில்களும், வால்களும் இல்லாத ஒரே உயிரினம் நாம் மட்டும்தான்.'

'இழுது மீன்களுக்குச் (இழுது மீன் - jelly fish- மொ.பெ.) செதில்கள் கிடையாது. அதேபோன்று திமிங்கிலங்களுக்கும் செதில்கள் இருக்காது.'

'ஒப்புக்கொள்கிறேன், நாமெல்லாம் இழுது மீன்கள், திமிங்கிலங்கள்.'

கப்பலின் அடிப்பகுதியிலிருந்து கிரீச் கிரீச் என்று ஒலி கேட்டது. மீனுக்கு உணவாகாமல் எங்களைச் சுமந்து செல்லும் நாவாய்கள் தனது இருப்பை அவ்வப்போது இதுபோன்று ஓசை எழுப்பித் தெரியப்படுத்தும் போல. நான் யவனியிடம் திமைத் தீவில் நாங்கள் நங்கூரமிட்டு இறங்கப் போகும் சேதியைக் கூறினேன்.

'நமது படையின் மிகச் சிறந்த வில்லாளி நீதான். கரைக்குச் செல்லும் படகில் நீயும் எங்களோடு உனது ஆயுதங்களைத் தாங்கியபடி வர வேண்டியிருக்கும்', என்று கூறினேன். 'விகாரி தனது வீரர்களை அழைத்துக் கொண்டு திமைத் தீவின் உள்ளே சென்று மூலிகை களையும் நன்னீரையும் கொணர்ந்து வருவார். உனக்குப் பெரிதாக

வேலை எதுவும் இராது. தீவில் பூர்வ குடியினர் அதிக எண்ணிக்கையில் இருக்க வாய்ப்பில்லை. எந்நேரமும் கண்விழித்து எங்களுக்குப் பாதுகாவலாக இருந்தால் போதுமானது.'

எளிதில் நிறைவேறும் திட்டமாக அது இருக்கும். மனதில் எண்ணியதை வார்த்தையில் கூறவில்லை நான். சமுத்திரம் நமது வார்த்தைகளை விழுங்கிவிடுவதோடு அதற்கான தண்டனையையும் அளித்துவிடுகிறது. ஆகாயமும் சமுத்திரமும் திரண்ட இரண்டு இருட் குவியல்களாக விளங்கின. அந்தப் பேரிருள் நமக்கு எழும் கற்பனைகளை, ஆசைகளை அப்படியே வாரி விழுங்கி விடுவது போலத் தோன்றியது.

கடற்பயணத்தில் கப்பலில் ஏறும் தருணம் மட்டுமே நம்பிக்கை மிகுந்த தருணம். அந்தத் தருணத்தின் பக்கபலமாக நமது இல்லத்தினரின் பிரார்த்தனைகள் இருக்கும். நாமும் கடற்போரில் வெற்றியைத் தவிர வேறு எதையும் கொண்டுவரமாட்டோம் என்ற அசைக்க முடியாத எண்ணத்துடன் இருப்போம். முந்தைய போரின் காயங்களும் அதன் விழுப்புண்களும் அப்போது மறக்கப்பட்டிருக்கும். இந்த நிலைமை எதுவரையில் நீடிக்கும் என்றால் கப்பல் சமுத்திரத்தில் சிறிது தூரம் பயணித்த பின்னர் முதல் புயல் கப்பலைத் தாக்கும் வரையில்தான். முதல் புயல் தாக்காதவரையில் கடற்பயணம் இனிமையானது. புயல் உங்கள் கப்பலை நிலைகுலையச் செய்துவிடும். துடுப்புப் போடுபவர்கள்மீது கடல் நீர் தனது வலுவான கரம் கொண்டு ஓங்கி ஓங்கி அறையும். அந்த அறையைத் தாங்காது துடுப்புப் போடுபவர்கள் தள்ளாடி கப்பலின் பக்கப் பலகைகளில் மோதிக்கொள்வார்கள். நம்மால் நிலையாக ஓர் இடத்தில் நிற்க முடியாது. கப்பல் சரியும் பக்கங்களில் நாமும் சரிய நேரிடும். எந்தப் பொருளையும் தரையின் மீது அசையாமல் வைக்க இயலாது. உங்கள் கண் எதிரிலேயே உங்கள் உணவுப் பொருள்களை சமுத்திர ராஜன் விழுங்குவதைப் பார்க்கலாம்.

கப்பலில் உள்ள அனைத்துப் பண்டங்களும் அழுகிப் போகுமே அன்றிப் புதிதாக விளங்காது. நமக்குத்தான் சமுத்திரத்தின்மீது காதல் ஏற்படுமே தவிர அதற்கு அந்தக் காதலை ஏற்கவோ மீண்டும் திருப்பித் தரவோ தெரியாது. பொதுவாகக் கடலோடிகள் கப்பல்களை மகளிரின் பெயரால் அழைப்பதுதான் வழக்கம். சிறிது காலம் சென்றதும் ஏதோ கட்டிய மனைவியைப்போல அந்தக் கப்பலை அவர்கள் குறை சொல்லுவதே வழக்கமாகி விடுகிறது.

அரெமிஸ்

1

எவன் அனைத்துக் கொடைகளின் கொடையாளியோ
எவன் சமமற்றவைகளைச் சமமாக்குபவனோ
எவன் ஒழுங்கற்ற உலகில் ஒழுங்கை ஏற்படுத்துபவனோ
எவன் உலகின் பேரிடிதாங்கியோ அவன்
என்னை இருளிலிருந்து உய்விக்க வருக.

நான் எனது கிரேக்க கடவுளான ஜீயூசிடம் பிரார்த்தித்துக்கொண்டு எனது கணைகளைச் சுத்தம் செய்து எண்ணெய் தடவி மெருகேற்றி வைத்தேன். எனக்குப் பாடலின் பொருள் புரிந்தது என்று கூறுவதை விடவும் அந்த சங்கீதத்தின் தாளக்கட்டு, அம்புகளை மெருகேற்ற பக்க துணையாக இருந்தது. ஒவ்வொரு கணையாகத் துடைத்து பறவைக் குஞ்சுகளைக் கூட்டில் வைப்பதுபோல எனது அம்புராத் துணியில் பத்திரமாக வைத்தேன்.

என் மீது ஒரு நிழல் படர்ந்ததுபோல இருந்தது. திரும்பிப் பார்த்தேன். எவருமில்லை. கப்பல் தளத்தில் எவருமில்லை. ஆனால் உள்ளுணர்வு யாரோ இருப்பதாகக் கூறியது.

பெரும்பில் குறித்தும் நான் ஓலையில் சேதி அனுப்பிய தகவல் குறித்தும் ஔவையிடம் கூற எண்ணியிருந்தேன். ஆனால் இப்போது காலம் கடந்துவிட்டது. நாங்கள் இப்போது சமுத்திர அன்னையின் மடியில் தவழ்ந்துகொண்டிருக்கிறோம். இப்போது என்ன செய்வது என்று விளங்கவில்லை. எனது நிலைமை விசித்திரமானது. எனக்கு அறிவும் திறனும் இருந்தும் பதவி எதுவுமின்றி இருக்கிறேன். ஏதோ போகட்டும் என்று கப்பலில் பயணிப்பதற்கு அனுமதி வழங்கியிருக்கின்றனர். நான் இருக்க வேண்டிய இடத்தில் எனது ஓலை அதன் வேலையைச் செய்யும் என்று எண்ணுகிறேன். அரசாங்க முத்திரை இட்டு அனுப்பிய கடிதம் என்றாலும் இன்னார் அனுப்பியது என்று குறிப்பிடாமல் அனுப்பி உள்ளேன்.

இன்றிரவிற்குள் திமைத் தீவில் நங்கூரம் பாய்ச்சி இறங்கி விடுவோம். கடல் பிரயாணத்தில் எனக்கு விற்பயிற்சி எடுத்துக் கொள்ள முடியாமல் போயிற்று. எனது மதிப்பு மிக்க கணைகள் கடலுக்கு இரையாவது எனக்குச் சம்மதமில்லை. மேலும் குறி வைத்துக் கணைகளைச் செலுத்த எனக்குக் கப்பல் தளத்தில் இலக்கு எதுவும் இல்லை.

'ஒரு பலாப்பழத்தை உங்கள் தலைமீது வைத்துக் கொள்ளுங்கள். என் குறி தப்பாது என்பதைப் பார்ப்பீர்கள்', என்று ஔவையை அச்சமூட்டிப் பார்த்தேன்.

'என்மீது உனக்கிருக்கும் வன்மம் இன்னமும் ஆறவில்லை என்று நினைக்கிறேன். உன் சோதனைகளைத் தரையின்மீது வைத்துக் கொள். சமுத்திரத்தின்மீது வேண்டாம்', என்று அவர் மறுத்து விட்டார்.

'சத்தியமாக உங்களுக்கு எதுவும் நேராது என்று உறுதி அளிக்கிறேன். உங்களுக்கு என்னுடைய குறியைப்பற்றித் தெரியும்.'

'ஒன்று நிச்சயம். இலக்கின்மீது நீ காமாட்சியின் முகத்தைத்தான் வரைவாய்!'

'நல்லது. உங்கள் உதவி ஒன்றும் தேவையில்லை. இந்தத் தீவின் பூர்வகுடியினர் எனது பலாப் பழங்களாக இருந்துவிட்டுப் போகட்டும்', என்று நான் பொய்கோபம் பூண்டேன்.

இலக்கு எதுவுமின்றி நான் எனது கணைகளையும் குறுவாளையும் மரத் துண்டில் பொறி பறக்கும்வரையில் சாணை தீட்டினேன்.

அன்றிரவு நான் எனது கவசத்தை அணிந்துகொண்டு, விகாரி மற்றும் மூன்று வீரர்களுடன் கப்பலின் உடற்பகுதிக்குச் சென்றேன். எங்களைத் திமைத் தீவின் கரைக்கு அழைத்துச் செல்ல கீழே இருந்த படகில் இறங்கும்போது சில மந்திரங்களை உச்சரித்தபடி இறங்கினோம். நான் படகில் இறங்குவதற்கு ஆயத்தமானபோது ஒரு கரம் எனது கழுத்தில் விழுந்தது. திரும்பிப் பார்த்தேன். ஔவை. விளக்கின் மங்கிய ஒளியில் அவரது முகம் சரியாகத் தெரியவில்லை. 'யவனி துணிச்சலாகவும் இருக்கவேண்டியதுதான். அதே நேரம் எச்சரிக்கை யுடனும் இருக்க வேண்டும். பத்திரமாகத் திரும்பி வா!' என்றார்.

ஔவை என்னைத் தீண்டியது இதுவே முதன் முறை. அவரது ஸ்பரிசம் எனது தலையில் ஒரு சிறுமிக்கு அவரது தந்தை ஆசீர்வாதம் செய்வது போலிருந்தது. அவ்வளவுதான். ஒரு நீண்ட கயிறு கீழே

இருந்த படகு நோக்கிச் சென்றது. சுற்றி எங்கும் சமுத்திரம் ஓசையிட நான் அந்தக் கயிறைப் பற்றியபடி கீழேயிருந்த படகை நோக்கி இறங்கத் தொடங்கினேன்.

நான் நிலை தடுமாறாமல் அந்தச் சிறிய படகில் குதித்தேன். நடேசன் உதவிக்குக் கரம் நீட்டியபடி நின்றுகொண்டிருந்தான். நாங்கள் இருவரும் நெடுநேரம் ஒருவரை ஒருவர் பார்த்தபடி நின்றோம்

'நீ வடிவாக இருக்கிறாய் யவனி!' என்றான் நடேசன்.

'இதோ இந்தத் தழும்புகளுடனா?' என்று என் முகத்தில் இருந்த தழும்புகளைக் காட்டியபடி கேட்டேன்.

'ஆம்', என்றான். கூறிவிட்டு திரும்ப எத்தனித்தவன், 'அதிர்ஷ்டம் உன் பக்கம் இருக்கட்டும்', என்றான். 'மேலும் வீரர்கள் தேவைப் படுமானால் நான் அடுத்தப் படகில் வந்து சேர்வேன்', என்றான். அவன் கப்பலிலிருந்து தொங்கிக்கொண்டிருந்த கயிற்றைச் சுருட்டத் தொடங்கினான்.

நான் படகின் துடுப்புப் போடும் பகுதிக்குச் சென்றேன். நாங்கள் மொத்தம் பதினைந்து வீரர்கள் வெவ்வேறு கப்பல்களிலிருந்து அந்தப் படகில் சேர்ந்திருந்தோம். அனைவரும் கை வலிக்கத் துடுப்புப் போட்டுப் படகைக் கரையை நோக்கிச் செலுத்தினோம். எங்கும் இருள் சூழ்ந்திருந்ததால் காற்று எங்கு முடிகிறது, கடலும் பூமியும் எங்கு சேர்கின்றன என்பது தெரியாமல் இருந்தது. அந்தத் தீவில் எங்காவது சிறு நெருப்பு எரிந்ததால்கூட சிறிது வெளிச்சமாவது கிடைக்கும் என்று பார்த்தால் பார்வை செல்லும் தொலைவுவரை நெருப்பு என்ற ஒன்றையே காணவில்லை.

விகாரியும் மேலும் இரண்டு வீரர்களும் கரையைக் கண்டறிய படகிலிருந்து கடலில் குதித்து நீந்தினர். நீரின் ஆழம் பார்க்க கடலினுள் மூழ்கினர். அந்தக் கண்மறைக்கும் இருளில் நாங்கள் அவர்களைக் காண முடியவில்லை. அவர்கள் நீந்திச் சென்ற அசைவுகளை மட்டும் கேட்க முடிந்தது.

தீவட்டிகள் ஏற்றப்படாமல் எண்ணெயில் தோய்க்கப்பட்டு ஆயத்தமாக இருந்தன. தொலைவில் புள்ளினங்கள் கரையில் உள்ள மரங்களில் கூவும் ஒலிகளுக்குக் காத்திருந்தோம். மற்ற வீரர்கள் என் பின்னால் எப்போதும்போல அணி திரண்டிருந்தனர். நெட்டி முறிக்கும் ஓசை. அவர்கள் தங்கள் விரல்களைச் சொடுக்கிக் கொண்டிருந்தனர். அரண்மனை வீரர்கள், என்னுடன் பணிபுரிந்த சக மெய்க்காவலர்கள், ஒளவை இவர்கள் அனைவரும் விரல்களைச்

சொடுக்குவதைக் கவனித்திருக்கிறேன். போர் புரிந்து பழகியவர்கள் என்பதால் அவர்களால் சிறிது நேரம்கூட அமைதியாக இருக்க இயலாது. அவர்களின் இந்தப் பழக்கம் அவர்கள் ரத்தத்தில் கலந்த ஒன்றாகும். தேவைப்படும் நேரத்தில் அமைதியான சூழலில் ஓசையின்றிப் போரிட அவர்களுக்குத் தெரியாது.

எனது கணை வில்லில் பூட்டப்பட்ட நிலையில் இருந்தது. முறுக்கேறிய வில்லின் நாண் என் புஜங்களைப் பின்னுக்குத் தள்ளியது. எனக்கு அந்த விசை மிகவும் விருப்பமான ஒன்று. காற்றின் வேகத்தைக் கப்பலின் பாய் மரம் எதிர்த்து நிற்பதைப்போல எப்போதும் நான் உணர்வேன்.

ஆகாயத்தில் மேகங்கள் விலகி விண்மீன்கள் அங்கொன்றும் இங்கொன்றுமாகத் தோன்றின. தொலைவில் கடற்கரையின் விளிம்பைச் சின்னஞ்சிறு பாறைகள் கோடு போட்டதுபோல அணிவகுத்து நின்றன. கரையில் ஓங்கி வளர்ந்திருந்த பனைமரங்கள் காற்றில் அசைவேதுமின்றி நின்றன. அவர்கள் கடலில் நீந்திச் சென்றதும் எவ்வித மாற்றமும் கடற்கரையில் தெரியாததால் எல்லாம் நன்றாகப் போய்க்கொண்டிருப்பதாக எண்ணிக்கொண்டிருந்தோம். ஆனால் சற்று நேரத்தில் கடற்கரையில் கூச்சல் எழுவது கேட்டது. நான் எனது வில்லை நிமிர்த்தி வைத்துக்கொண்டேன். 'கடவுளே! வானில் உள்ள விண்மீன்களை மேலும் மேகங்கள் மூடாமல் பார்த்துக் கொள்.'

கடலின் விளிம்பிலிருந்து அவர்கள் இருந்த இடம் மிகவும் தொலைவில் இருந்தது. அவர்களை நோக்கி தீவைச் சேர்ந்த மனிதர்கள் துரத்தி வந்தனர். நான் இப்போது கணை தொடுக்க விரும்பவில்லை. அவர்கள் எண்ணிக்கையில் அதிகமிருந்தனர். எனது செயல் அவர்களை ஆயுதம் எடுக்க வைத்துவிட்டால் எங்கள் நிலைமை மிக மோசமாகிவிடும்.

விகாரியும் மேலும் சில வீரர்களும் சட்டென்று கடலில் குதித்துக் கரையை நோக்கி முன்னேறிச் சென்றனர். வீரர்களின் ஒருவன் தீவட்டியைப் பற்ற வைத்து அதன் வெளிச்சத்தை உயர்த்தி நீந்திச் சென்றவர்களுக்குக் காட்டினான். நான் வில்லை எடுத்துக் கணைகளைத் தொடுக்கத் தொடங்கினேன். ஒன்று, இரண்டு, மூன்று என்றபடி அம்புகள் காற்றைக் கிழித்துச் சென்றன.

அவர்களில் மேலும் ஆறு ஏழு நபர்கள் இருந்தனர். அவர்கள் ஒரு வட்டப்பரிதியில் வந்தனரே அன்றி அவர்களின் நோக்கம் விகாரியையும் உடன் சென்ற வீரர்களையும் தாக்குவதாகத்

தெரியவில்லை. அருகில் இருந்த பாறை ஒன்றின்மீது ஏறிக் கொண்டிருந்தனர். அவர்கள் புரியும் செய்கையைக் கணிப்பதற்குள் நிலைமை கைக்கடங்காமல் போய்விட்டது. அவர்கள் கடலின் நடுவில் இருந்த பாறையிலிருந்து கடலில் பாய்ந்து குதித்து எங்கள் படகினை நோக்கி நீந்தத் தொடங்கினர். நான் இருவரை எனது அம்பினால் தடுத்தாலும் ஏற்கெனவே சிலர் கடலில் எங்கள் படகை நோக்கி நீந்தி வரத் தொடங்கிவிட்டனர்.

எங்கள் வீரர்களும் படகை நோக்கி விரைந்து நீந்தி வந்தனர். எங்கள் படகில் இருந்த தீவட்டி வெளிச்சம் காட்டிக்கொண்டிருந்தது. முதலில் ஒரு நனைந்த தலை அப்படகின் அருகில் தோன்றியது. அவனை இழுத்து உள்ளே போட்டோம். அடுத்து ஒருவன். அவனையும் இழுத்துப்போட்டோம். அவர்கள் சுமந்து வந்த சணல் கோணிப்பைகள் நிறைய மூலிகை மருந்துச் செடிகள் நிறைந்து காணப்பட்டன. நல்லவேளை சென்ற காரியம் நிறைவேறிவிட்டது. விகாரிக்குக் காத்திருந்தோம். ‘அவனது பையில்தான் அதிக அளவு மூலிகை உள்ளது.’ நீரிலிருந்து வெளியில் வந்த வீரன் தனது தலையைத் துவட்டியபடி கூறினான். ‘ஆனால் அவன்தான் நன்றாக நீந்தக் கூடியவன்.’

எங்கள் படகைச் சுற்றி அசைவுகள் இருக்கின்றனவா என்று பார்வையைச் சுழல விட்டேன். படகின் பின்னால் ஏதோ அசைவு தோன்றவே நான் பின்னால் நகர்ந்து சென்றேன். ஒரு தலை தெரிந்தது என்று நீரின் அருகில் சென்றேன். நாயோ? நான் கைகளை நீட்டி அதனைப் பற்ற முயன்றேன். ஒரு நொடிதான். அந்த உருவம் என்னை நீருக்குள் இழுத்தது. நான் நிலை தடுமாறி எனது வில்லை நழுவ விட்டுப் படகில் இருந்தபடி தள்ளாடினேன். நான் வேறு வழியின்றி எனது இடையில் செருகியிருந்த குறுவாளை எடுக்க வேண்டி வந்தது.

நாயின் தலையைப் போன்று தோன்றிய அந்தப் பூர்வ குடியின் தலையைப்பற்றி இழுத்தேன். அவன் கண்களின் அருகில் எனது குறுவாளைக் கொண்டு சென்றேன். அவனைத் தாக்கிவிட்டு நீரின் மட்டத்திற்கு மேலே வந்த மற்றும் ஒருவனைத் தாக்கினேன். மேலும் ஒருவன் தனது முயற்சியில் படகில் தாவி ஏறி பாதிப் படகில் ஏறிவிட்டான். நான் அவனைப் பற்றினேன். விகாரியை எவரோ உள்ளே இழுத்துப் போட்டுக்கொண்டிருந்தனர். எவரோ படகில் துடுப்புப் போட்டுக்கொண்டிருந்தவர்களைப் போ... போ... என்று விரட்டிக்கொண்டிருந்தனர். நாங்கள் விரைவாகத் துடுப்புகளை அசைத்தாலும் எங்களில் சிலரது துடுப்புகளை அந்தத்

தீவைச் சேர்ந்தவர்கள் பற்றி இழுத்துத் தடுத்துக்கொண்டிருந்தனர். நான் எனது வில்லில் கணைகளைப் பூட்டி இலக்கின்றிக் கடலை நோக்கி அம்புகளைத் தொடுத்தேன். முற்றிலும் கடல் இருள் சூழ்ந்து கிடந்தது.

விகாரி குளம்போல் தேங்கியிருந்த நீரின் நடுவில் கிடந்தார். நான் அவரை நோக்கி நகர்ந்தபோது யாரோ என்னை ஆவேசமாகப் பற்றி இழுக்கவே தடுமாறிய நான் திரும்பிப் பார்த்தேன். சட்டென்று வியர்த்தது. அந்த இருளிலும் எனக்கு அடையாளம் தெரிந்தது. அவன் எங்கள் படகில் உடன் வந்தவனில்லை. வேற்று மனிதன். நான் என்னதான் சமாளித்து என்னை நிலை நிறுத்திக்கொண்டாலும், 'அவளை வீழ்த்துங்கள்', என்று மேலும் ஓரிரண்டு குரல்கள் வலுத்து ஒலித்தன. எனது பின் மண்டையில் பலமாக ஓர் அடி விழுந்தது.

இருள். நான் விழிகளைத் திறக்க முயன்றேன். விழிகள் திறந்தாலும் எங்கும் இருள் சூழ்ந்திருந்தது. தீவட்டியை அணைத்திருந்தார்கள். எரிந்துகொண்டிருந்த விளக்கும் நிறுத்தப்பட்டிருந்தது. என்னைச் சுற்றிலும் ஆட்கள் அங்கும் இங்கும் அலைவது கேட்டது. 'அவள் விழித்துக்கொண்டுவிட்டாள்', என்று ஒருவன் கூறியது எனது செவிகளில் சன்னமாக ஒலித்தது. நான் சுற்றும் முற்றும் பார்த்தேன். எனது நினைவுகளை மீட்டெடுக்க முயன்றேன். வலியின் உணர்ச்சிதான் எனது நினைவுகளை மீட்டுக்கொண்டிருந்தது. எந்தப் பகுதியில் அடி பலமாக விழுந்திருந்ததோ அந்தப் பகுதியில் உயிர் போகும் வண்ணம் வலித்தது. எனது தலையைத்தான் அவர்கள் கடினமான ஏதோ ஒன்றை எடுத்துத் தாக்கியிருந்தனர். எனது மணிக்கட்டுகளும், முழங்கைகளும் இறுக்கமாகக் கயிற்றினால் கட்டப்பட்டிருந்ததால் அதிகமாக வலித்தன.

ஒருவன் விளக்கு ஒன்றை ஏற்றினான். அந்த மங்கிய வெளிச்சத்தில் சற்றுத் தொலைவில் நின்றவர்களை என்னால் அடையாளம் காண இயன்றது. அனைவருமே கடலோடிகள். என்னுடன் பயணித்தவர்கள். அவர்கள் கவசங்களைப் பார்த்ததும் எனக்கு திகிலும் வியப்பும் ஏற்பட்டது. அனைவருமே சோழ சாம்ராஜ்ஜிய வீரர்கள். எனது வீரர்கள். அவர்களில் நடுவில் ராஜீவன் எவ்வாறு வந்தான்? ஐந்து அல்லது ஆறு வீரர்கள் என்னைச் சுற்றி நின்று கொண்டிருந்தனர். விளக்கு வெளிச்சத்தில் வீழ்ந்த நிழல்களை எண்ணினேன். எண்ணிக்கை அதிகமிருந்தது. கைகளை அசைக்க முயன்றேன். இல்லை, அவர்கள் தங்கள் செயலைச் செவ்வனே செய்து முடித்திருந்தனர்.

அவர்கள் முகங்களில் சதிச் சிரிப்பு ஒன்று தெரிந்தது. ஒருவன் என்னருகில் வந்து குனிந்து நின்று கேட்டான். 'என்னைத் தெரிகிறதா யவனி?' என்று கேட்டான்.

அவன் ராஜீவன் இல்லை. வேறு யாரோ.

நான் தெரியவில்லை என்று தலையசைத்தேன்.

'தெரிந்துகொள்ள வேண்டும்', என்றவன் 'நான் கரணின் படையில் முதல்நிலை தளபதி. நீ எம் தலைவனைக் கொன்றுவிட்டாய்', என்று உறுமினான்.

படகின் ஆட்டம் குறைந்து காணப்பட்டது. சமுத்திரம் பேரமைதியில் இருந்தது. அவனது சினம் பெருஞ்சீற்றம் கொண்ட ஒரு பேரலையாக என் மீது கவிந்தது. 'ஒன்றும் தெரியாதவளைப் போலப் பார்க்காதே. என்னைப் பார்த்தால் உனக்கு வேறு எதுவும் நினைவிற்கு வரவில்லையா கோழை பெட்டை நாயே? அவரைக் கொல்வதற்கு உனக்கு நள்ளிரவு நேரம்தான் கிடைத்ததா? போதாதற்கு உனது கத்தியை அவரது முதுகில் வேறு பாய்ச்சி அவமானப்படுத்தினாய்.'

'அவனை எதற்கு நான் அனாவசியமாகக் கோழையைப்போலப் பின்புறம் தாக்கிக் கொல்ல வேண்டும்? என்னை அடித்துப் போட்டு ரத்தம் சொட்டச் சொட்ட அவன் வீட்டுத் தரையில் கிடந்தேன்', என்று நான் உறுமினேன். 'ரத்தம் பீறிட எழுந்து நின்றேன். அவன் என்னை விழித்துப் பார்த்துக்கொண்டிருக்கும்போதுதான் அவனைக் கொன்றேன். நான் கத்தியை உருவும்வரையில் அவனுக்கு நான் அவனைக் கொன்றது தெரியாது', என்று கூறினேன். இந்த பதிலுக்கு எனக்குக் கிடைக்கப் போகும் பரிசு வலியும் வேதனையும் மிகுந்ததாக இருக்கப் போகிறது.

'நான் எனது கத்தியை அதன் உறையில் துடைத்துக்கொண்டிருந்தேன். நான் அங்கிருந்து அகன்று விட்டதாக அவன் எண்ணினான்.' முனகியபடி கூறினேன்.

அவன் திரும்பினான். இருளில் கரைந்து விட்டானோ என்று ஐயம் ஏற்பட்டது. அவன் எங்கு சென்றான் என்பதை அறிய தலையை உயர்த்திப் பார்த்தேன். மற்றவர்கள் என்னை நோக்கி நெருங்கி வந்தனர். அவன் மீண்டும் தோன்றினான். அவன் கைகளில் இருந்த கத்தி விளக்கு வெளிச்சத்தில் மின்னியது.

எனது முகபாவத்தைக் கண்டதும் அவன் நகைக்கத் தொடங்கினான். 'இறுதியாக அவளது முகத்தில் நேர்மை தெரிகிறது', என்றவன் 'வேற்று நாட்டிலிருந்து இங்கு வந்து இந்த மண்ணின் மைந்தர்களைக் கொல்பவர்களை நாங்கள் என்ன செய்வோம் என்பது தெரியுமா யவனி? மூன்று காரியங்களைப் புரிவோம். முதலில் அவர்களது பதவியைப் பறிப்போம். பிறகு அவர்களது

ஆற்றலையும் திறனையும் ஒன்றுமில்லாமல் செய்வோம். இறுதியாக...' என்றவன் சற்று நிறுத்தி. 'இறுதியில்தான் அவர்களது கௌரவத்தைக் குலைப்போம்', என்று உறுமினான்.

இரையைக் கண்டதும் பாய்ந்து வரும் நரியைப்போல என்னருகில் குத்திட்டு அமர்ந்தான். 'இதோ உனக்கு மூன்றாவது தண்டனை!'

என்னால் கழுத்தை வளைத்து அவன் என்ன செய்ய முயல்கிறான் என்று பார்க்க முடியவில்லை. எனது கால்களின் அருகில் தனது கத்தியுடன் நெருங்கினான்.

அவனது கால் விரல்களின் ஸ்பரிசம் பட்டதும் நான் எனது கால்களை உதறினேன். பலம் கொண்ட மட்டும் எனது கால்களால் அவனை உதைப்பதற்கு முயன்றேன். இரண்டு வீரர்கள் என் அருகில் அமர்ந்து எனது இரண்டு கால்களையும் இறுக்கிப் பிடித்துக்கொண்டனர். ஆண்களின் ஆற்றல், உடல் வலிமை குறித்து சிரேயர் கூறியது எனது நினைவில் எழுந்தது. எத்தனைமுறை இது குறித்துப் பயிற்சி சண்டைகளின்போது சிந்தித்து இருப்பேன். இப்போது கைகளும் கால்களும் கட்டப்பட்ட நிலையில் என்னால் எது குறித்தும் சிந்திக்க இயலவில்லை.

நான் மூர்ச்சையாகும் நிலைமைக்குச் சென்றேன். ஆனால் அந்தக் கூர்மையான கத்தி எனது கால்களின் தோலைப் பிளந்து உள்ளே நுழைந்தபோது கற்பனை செய்து கூடப் பார்க்க இயலாத வேதனையில் அலறினேன். அவனது கத்தி கூர்மையாக எனது காலின் உள்ளே தசைகளையும், தசை நார்களையும் பிளந்தபடி சென்று கொண்டிருந்தது. எனது செவியில் எனது அலறலின் ஓசை மீண்டும் மீண்டும் கேட்டுக்கொண்டே இருந்தது.

அவன் எழுந்திருந்தான். அவனது கரத்திலிருந்த கத்தியில் எனது குருதி வடிந்து கொண்டிருந்தது. எனது ரத்தம். 'ஓ! யவனி! நீ இனிமேல் எங்கும் ஓடலாம் அல்லது உனக்கு மிகவும் பழக்கப் பட்டதுபோல மதில் மேல்கூட ஏறலாம். செய். பார்க்கக் காத்திருக்கிறோம்!' உறுமியவன், 'அடுத்தது என்ன தெரியுமா?' என்று கூறிவிட்டு நகர்ந்தான். மீண்டும் வந்தவன் கைகளில் செங்கற்களை இணைக்கப் பூசப்படும் சுண்ணாம்புக் கலவை போன்ற ஒன்று அவன் கையில் இருந்தது.

'கோழைகளுக்கு நான் ஆயுதங்களைப் பயன்படுத்துவதில்லை. இது உனது கால்களுக்கும் பாதங்களுக்கும்', என்றான்.

அவன் என் மீது குனிந்து அமர்ந்தான். அவனது வியர்வை குமட்டியது. தனது முழங்காலை எனது வலது காலின் மீது எந்த இடத்தில் கத்தியால் ஆழமாகப் பிளந்திருந்தானோ அந்தக் காயத்தின் மீது சுண்ணாம்பு காரையைப் பூசினான். நான் வேதனையின் உச்சத்தை அடைந்து அலறினேன். எனது குரல் அடிபட்ட விலங்கின் ஒலியைப்போல இருந்தது. அந்த நிலைமையிலும் நான் அவனை மற்றொரு காலால் உதைப்பதற்கு முயன்றேன். கயிற்றால் கட்டப்பட்டிருந்த அந்தக் காலை ஓரளவிற்கு மேல் அசைக்க இயலவில்லை. அவன் அந்தக் கலவையை எனது காலின் அருகில் கொண்டு வந்தான். தாங்க முடியாத அளவிற்கு வலியும் வேதனையும் மிகுந்தாலும் நான் சுயநினைவை இழக்கவில்லை. வலி மேலும் மிகுமேயானால் எனக்கு வயிற்றைக் குமட்டிக் கொண்டு வாந்தி வருவது உறுதி.

எனது தலையை அசைத்துப் பார்த்ததில் இருளில் அசைவுகள் தென்பட்டன. ஒவ்வொரு தசையும் ஒவ்வொரு தோலும் கதறுவது கேட்டது. ஓசைகள் கேட்பதும் மறைவதுமாக இருந்தன. உலகமே ஓர் ஈரமான துணியால் துடைக்கப்பட்டதுபோலத் தோன்றியது. அரசி அமயாவின் முகம் நினைவிற்கு வந்தது. நான் அரசரின் கட்டளையைத் தாங்கி வராமல் ஒளவையின் கட்டளையைத் தாங்கி வந்திருக்கிறேன் என்றதும் அவள் முகத்தில் இருந்த பாவம் எவ்வாறு ஒரு நொடியில் மாறியது!

நான் காற்றில் மிதந்துகொண்டே இருக்கிறேன். மாருதம் எனது உடல் எங்கும் தழுவிச் சென்றது. கால்களில் இருந்த வலியும் வேதனையும் மாறி விட்டன. ஆகாயம் என்னைச் சூழ கடல் அன்னை என்னைத் தனது மடியில் ஏந்தி நிற்பது போலிருந்தது. தூரத்தில் தொடுவானிலிருந்து கதிரவன் தனது கிரணங்களை விரித்தபடி மேல் எழுவதைப் பார்த்தபடி கிடந்தேன். நான் எனது கரங்களைக் கதிரவனை நோக்கி நீட்டினேன். என்னை எவனோ பெயர் சொல்லி அழைப்பது செவியில் மெலிதாகக் கேட்டது. நான் அவனது முகத்தை எனது தோள்களின் வழியாகப் பார்ப்பதற்கு முயலவில்லை. பிறகு அவன் என்னை மீளா உலகத்திற்குக் கொண்டு சென்று விடுவான்.

நான் மீண்டும் கண்விழித்தேன், புதிய உலகைப் பார்க்க விரும்பாத ஒரு சிசுவைப்போலக் கண் மலர்ந்தேன். இரவின் ஸ்பரிசம் என்மீது நெருப்பாக எரிந்தது. என்னைச் சுற்றிலும் பலரும் இடையறாத அருவி போலப் பேசிக்கொண்டிருந்தனர்.

‘இதோ துணி.’

‘சீனப் பாண்டம்போல எலும்பு நொறுங்கிக் கிடக்கிறது.’

‘அவளது தோள்களைக் கீழே இறக்கிப் பிடியுங்கள்.’

நான் வாய் திறந்தேன். வலி, ஓசை வடிவில் முனகலாக வெளிவந்தது. நான் கதறினேன். என் சிந்தை முழுவதும் எனது முழங்கால் மற்றும் கால்களின் காயங்கள் ஏற்படுத்திய வேதனையில் அரற்றியபோது ஓர் உருவம் என்னை நோக்கி வருவதை உணர்ந்தேன். என்னைத் தாங்கிப் பிடித்து என்னை ஆரத் தழுவிக்கொள்ள அந்த உருவம் முயன்றது. அதன் முகம்தான் எனது கண்ணாடி. அதில் எனது வேதனையை நான் பார்த்தேன்.

அனந்தன்

1

கப்பலை விரைந்து செலுத்துமாறு துரிதப்படுத்தினேன். நான் நிதானமாக அமர்ந்திருந்தால் எனது இதயம் வெடித்துவிடும் போலிருந்தது. இரவின் சூனியத்தில் என் வெற்றுப் பார்வை நிலைத்திருந்தது. நான் மீண்டும் மீண்டும் மறப்பதற்கு முயன்றாலும் அந்த ஒற்றைச் சிந்தனை என்னை அலைக்கழித்தது. 'அவள் இறந்து விடுவாள்.'

நடேசன் ஒரு சிறு படகை கப்பலின் அருகில் இழுத்து வந்தான். கப்பலின் மேல்தளத்தில் அவனும் என் உடன் அமர்ந்து வருகிறான். விண்மீன்கள் இருண்ட வானில் மிதந்தபடி இருந்தன. சமுத்திரத்தின் அலைகள் கப்பலின் பக்கவாட்டை முத்தமிட்டுக் கொண்டிருந்தன. அதன் பிறகு கப்பலில் விளக்குகள் எரிந்தன. காற்றில் அலறும் குரல்களின் ஓசை பரவியது. படகின் மீதிருந்த விளக்கை நிறுத்தினோம். பிறகு பேரமைதி.

'நீங்கள் அவளை அவர்களுடன் அனுப்பியிருக்கக் கூடாது', என்றான் நடேசன்.

'அனுப்பியிருக்காவிட்டாலும் நம் கவனக் குறைவில் இது நிகழ்ந்திருக்கும் நடேசன். கடற்போரில் அவளை யாராவது திட்டமிட்டுக் கொன்று கடலில் வீசியிருப்பார்கள். என்னையும் சதித் திட்டம் தீட்டிக் கொன்றிருப்பார்கள். கரண் இறப்பிற்குப் பழி வாங்கத் துடிப்பவர்களை நாம் அடையாளம் காணவேண்டும். அவர்கள் இந்தச் சந்தர்ப்பத்தை நன்கு பயன்படுத்திக் கொண்டுள்ளனர். பழியை மண்ணின் மைந்தர்கள் என்று கூறிக்கொள்ளும் சோழ வீரர்களின் மேல் போட்டு விடலாம் என்பதே அவர்களது நோக்கம்.

நடேசன் மனமிரங்கவில்லை. 'அவளை நீங்கள் தூண்டில் புழுவைப் போலப் பயன்படுத்தி விட்டீர்கள். மிகுதியான வீரர்கள் மத்தியில் அவளை அனுப்பியதால் அவள் சமாளிக்க இயலாமல் வீழ்ந்து

விட்டாள்.' அவனது சினம் இன்னும் அடங்கவில்லை. எங்கோ பிழையேற்பட்டதை நாங்கள் இருவரும் உணர்ந்ததால் அவன் விரைந்து செயல்பட்டான். அவர்களுடன் அவனும் உடன் வருவான் என்ற ஐயம் அவர்களுக்கு இருந்திருக்குமானால் இதுபோல விபரீதமாக எதுவும் நிகழ்ந்திருக்காது. அவன் மீது கயிற்றைத் தூக்கி வீசினேன். ஒரு கையில் அவன் கத்தியை வைத்துக் கொண்டிருந்ததால் இன்னொரு கையால் கயிறைப் பற்றினான். அவனுடன் மேலும் மூன்று வீரர்களை அனுப்பினேன். அவர்கள் ஈட்டியும் கத்தியும் ஆயுதமாகக் கொண்டு சென்றனர்.

நான் கப்பலைத் துரிதப்படுத்தினேன்.

படகில் சென்று அவர்கள் அவளை மீட்டு வந்தனர். அவளது உடல் முழுவதும் ரத்த வெள்ளத்தில் நனைந்திருந்ததைப் பார்த்ததும் யவனி இறந்துவிட்டதாகவே எண்ணினேன். கூந்தல் ரத்தத்தில் தோய்ந்து பிசுக்குப் பிடித்து இருந்தது. அவளது முகம் அவர்கள் தாக்கியதால் வீங்கிச் சிவந்து இருந்தது. 'சித்த சுவாதீனம் அடைந்தவள்போலக் காண்கிறாள்', என்றார் விகாரி. அவளை ஒரு வலையில் அள்ளிப் போட்டுக்கொண்டு கயிறின் வழியாகக் கப்பலின் தளத்திற்குக் கொண்டு வந்தனர். எனது அறைக்குக் கொண்டு சென்றோம். அவளது வாசனையை உணர்ந்த குதிரைகள் கீழ் தளத்தில் ஒரே தாளகதியில் குதித்தன. இதன் காரணமாகக் கப்பல் ஆட்டம் கண்டது போலிருந்தது.

அவளைக் கட்டிலின் மேல் கிடத்தினோம். நான் அவளது காயங்களை ஆராய்ந்தேன்.

அவள் தனது விழிகளைத் திறந்து என்னைப் பார்த்துவிட்டு மீண்டும் மூடிக் கொண்டாள். விகாரி கொண்டுவந்த மூலிகைகளை ஒரு பையில் எடுத்துக்கொண்டு நடேசன் அங்கு வந்தான். அந்தத் தாக்குதல் அவனை இன்னமும் தெளிவற்ற நிலைமையிலேயே வைத்திருந்தது. அவர்கள் திட்டத்தில் சேராத ஏனைய வீரர்களை அவர்கள் தாக்கி விட்டு வந்ததாகக் கூறினான்.

'குறிப்பாக அவளது கால்கள் மிகவும் மோசமாக உள்ளன', என்றான். நான் அவளது கால்களைப் பரிசோதித்தேன். முற்றிலும் சிதைந்து போயிருந்தது.

'அவளது தோள்களைச் சற்று இறக்கிப் பிடியுங்கள்', என்றேன். அவன் அவ்வாறு பிடித்துக்கொண்டதும் அவளது கால்களை உயர்த்திப் பிடித்து அதில் ஏற்பட்ட காயங்களைப் பார்வையிட்டேன்.

நினைவு வந்ததும் விழித்துக்கொண்டவள் அந்த இரவைக் கிழிக்கும் வண்ணம் அலறினாள். அவளது அலறல் ஒன்று போதும் வேறு அறிகுறி எதுவும் வேண்டாம். மற்ற கப்பல்களில் பயணிக்கும் அவளது எதிரிகளுக்கு அவளது அலறலே யவனி உயிருடன் இருப்பதைக் காட்டிக் கொடுத்துவிடும். அவர்கள் மிக மோசமான தாக்குதலை நிகழ்த்தியிருந்தனர். அவர்களது நோக்கம் அவளைக் கொல்வது கிடையாது. அவள் வினையாற்றுவதை முடக்குவது மட்டும்தான்.

சூரியனின் வெளிச்சத்திலிருந்து இரண்டு நாட்கள் யவனி மறைத்து வைக்கப்பட்டதால் அவளது மேனியின் வர்ணம் சற்று வெளுத்துக் காணப்பட்டது. அவளது புஜங்களில் தேங்கிப் போயிருந்த ரத்த ஓட்டம் அவளது கழுத்து மற்றும் கன்னப் பகுதிகளிலும் பாய ஆரம்பித்தது. அவளது கூந்தல் மட்டும் இன்னமும் ரத்தப் பிசுக்கு நீங்காமல் கெட்டியாகத் தோன்றியது. நன்னீரால் அவளது கூந்தலை கழுவ இயலவில்லை. பயணம் முடியும்வரையில் எங்களுக்கு நன்னீரின் தேவை இருந்து கொண்டே இருக்கும் என்பதே காரணம். மூட்டு விலகிச் சிதைந்து போயிருந்த கால்களைப் பார்க்க மனம் ஒப்பவில்லை. விகாரிக்குத் துணிவு அதிகம் இருக்கவேண்டும். அவர்தான் அவளது கால்களுக்கு மூலிகை மருந்து வைத்துக் கட்டியிருந்தார்.

அவள் பார்வை என் மீது படும் வண்ணம் நான் ஒரு கோணத்தில் அமர்ந்தேன். அத்தனை வலியிலும் அவள் முகத்தில் சிறு புன்னகை ஒன்று அரும்பியிருந்தது. 'எனது நிலைமை மிகவும் மோசமாகவா உள்ளது?' என்று கேட்டாள்.

'என்ன சொல்கிறாய்?' என்று ஒன்றும் தெரியாதவன்போலக் கேட்டேன்.

'நடேசனும் நானும் நண்பர்கள் ஆனது எவ்வாறு என்றால், ஒவ்வொரு முறையும் அவன் கைகளில் ஈட்டியைக் கொடுத்துத் தாக்கச் சொல்லும்போது என்னை அவன் பரிதாபமாகப் பார்ப்பான். நடுங்குவான். நானும் அவன் மேல் பரிதாபம் கொள்வேன். அப்போது எனக்கு ஏற்பட்ட அதே பாவம்தான் உங்கள் முகத்திலும். சொல்லுங்கள் எந்த அளவிற்கு எனது கால்கள் மோசமாக உள்ளன?' என்றாள்.

நான் தோள்களைக் குலுக்க முயன்று தோற்றேன். 'உனது முகம் மீண்டும் பழைய நிலைமைக்கு வந்துவிட்டது', என்று எச்சரிக்கை யுடன் கூறினேன். 'முகத்திலும் சரமாரியாக அடிகள் விழுந்திருக்கின்றன', என்றேன். வார்த்தைகள் பொய்த்து மெலிந்து

ஒலித்தன. நான் அவளைச் சற்று எழுப்பி அமர்த்துவதற்கு உதவினேன்.

அவள் வலியில் துடித்து அலறினாள். தனது கரங்களைநீட்டி எனது செய்கையை நிறுத்தச் சொல்லி மன்றாடினாள். பாய வரும் மிருகத்தைத் தடுக்கும் முயற்சியைப்போல அது இருந்தது. அவள் கண்களில் வலியின் வேதனை கண்ணீராக வழிந்தது. தனது கால்களைப் பார்த்தவள், 'இப்போது நினைவிற்கு வருகிறது', என்றவள், 'அவன் எனது கால்களை மிதித்து நொறுக்கினான்.' அவள் என்னைப் பார்த்தாள். எனக்கு அவள் கால்களைப் பார்க்க அச்சமாக இருந்தது.

'விகாரி உனது கால்களைப் பரிசோதித்தார்', என்றேன். 'அவர் ஒருவர்தான் நம்மிடம் இருக்கும் மருத்துவர், உனது கால்கள் பழுதடைந்துள்ளன. உனது இடது கணுக்காலை முற்றிலும் நொறுக்கி விட்டனர் பாவிகள். அந்தப் பரமசிவனே வைத்தீஸ்வரன் கோயிலிலிருந்து வைத்தியனாகக் கிளம்பி வந்தால்தான் சரி செய்ய இயலும்.' இதனைக் கூறும்போது எனது விழிகளில் நீர் திரள்வதைத் தடுக்க முடியவில்லை.

எனது பாவங்களைக் கண்டதும் அரெமிஸ் மருட்சி அடைந்தாள். 'ஔவை, ஆண்டவனை உங்கள் பேச்சில் இழுப்பதால் எனக்கு திகிலாக உள்ளது. உண்மையைச் சொல்லுங்கள் என்னால் இனிமேல் நடக்க இயலாதா?'

'தெரியவில்லை!'

'என்னால் இரண்டு கால்களால் நிற்க இயலவில்லை என்றால் பிறகு நான் வீராங்கனை என்று எப்படி கூறிக் கொள்வது?'

'விகாரி இருக்கிறார். அவர் சொல்வார். உனது கேள்விகளுக்கு அவரால்தான் விடை கூற இயலும்.'

நான் சிகிச்சை அறையிலிருந்து வெளியேறினேன். சிகிச்சையறையிலிருந்து ஒரு தளம் கீழாக இருந்த பகுதியில் நான் அங்குமிங்கும் நடை பழகினேன். விகாரி அந்தத் தளத்தின் மூலையில் விழிப்புடன் அமர்ந்திருந்தார். வெங்கடேசன் என்ற வீரனைப் பாயில் கிடத்தியிருந் தார்கள். அவன் வேகமாக மூச்சு விட்டுக்கொண்டிருந்தான். உடலெங்கும் வியர்வை.

நான் ஆதரவாக எனது கரங்களை விகாரியின் தோள்களில் படர விட்டேன்.

'மூலிகை எடுப்பதற்கு நாம் கொடுத்துள்ள கூலி மிக அதிகம்', என்றார். அவரது விடையில் குற்ற உணர்ச்சி மிகுந்திருந்தது. மன்னிப்பு கேட்கும் தொனியில் கூறினார்.

‘அது ஒன்றும் அத்தனை எளிதான தாக்குதல் இல்லை. வெங்கடேசன் நமது வீரர்களில் சிறந்தவன்!’

‘இன்னுமொரு உயிரும் பலியாகியிருக்கும்!’

‘ஆம் அது தெரிந்துதான் நான் உங்களிடம் வந்திருக்கிறேன். அவள் விழித்துக்கொண்டு விட்டாள். நீங்கள் வந்து பாருங்கள்.’

அவர் உடனே எழுந்துகொண்டார். ஒரு மனிதன் வருந்து கின்றானோ இல்லையோ தனது மேல் அதிகாரி சொல்வதைச் செவி மடுக்க வேண்டும். அவரை முகம் கழுவிக்கொண்டு வரச் சொல்ல நினைத்தேன். என் வார்த்தைகளில் தடுமாற்றம் இருந்ததால் சொல்லவில்லை.

யவனியின் அறைக்குள் நுழைந்தபோது அவரது முகத்தில் தெளிவில்லை. கலங்கியிருந்தது. அவரது கண்களில் தேங்கிய கண்ணீருக்குத் தனது அப்போதைய மோசமான நிலைமைதான் காரணம் என்று அவள் எண்ணினாள்.

ஆனால் அவர் மிக்கக் கருணையுடையவாராக விளங்கினார். அவளது கால்களைத் தனது விரல்கள் தீண்டாமல் சோதித்தார். அவளது வலியின் அளவை அவர் அறியாதவர் அல்லர்.

‘உனது கட்டுக்களை அவிழ்த்து விட்டு மேலும் வீரியமும் மருத்துவக் குணமும் மிக்க மூலிகைகளை அரைத்துக் கட்டவேண்டும். நல்லவேளை, நீ இப்போது விழித்துக்கொண்டிருப்பதால் கட்டைப் பிரித்துப் பார்க்கலாம் இப்போது’, என்றவர், ‘கட்டைப் பிரிக்கும்போது உனது கால்களில் வீக்கம் வற்றியிருந்தால் உனது கால்களுக்குச் சேதம் இல்லை என்று அர்த்தமாகும்’, என்றார்.

தனது ஒரு கரத்தில் அவளது இரண்டு கால்களையும் தாங்கிக் கொண்டு அதன் மீதிருந்த மருந்துக் கட்டை மற்றொரு கரத்தினால் அலுங்காமல் மிக மெதுவாகப் பிரித்தார். இறைவா! ஏதோ ஓர் இஷ்ட தேவதை அவளது பாதங்களைக் காப்பாற்றித் தரவேண்டும். மருந்துக்கட்டின் துணி முற்றிலும் அவிழ்ந்தபோது நானும் யவனியும் ஒரே முகூர்த்தத்தில் அவளது கால்களைக் குனிந்து பார்த்தோம். இரண்டு கால்களும் சீர் கெட்டிருந்தன. தோலின் நிறம் பச்சையாகவும், சிவந்தும் காணப்பட்டது. கெண்டைக்கால் பகுதிகள் கூழாகி இருந்தன. தோலினுள் அங்கும் இங்குமாக ஆழமான கத்திக் குத்தின் வெட்டுக் காயங்கள்.

‘வீக்கம் வற்றியிருக்கிறது’, என்று கூறிய விகாரியை அவருக்குப் பித்துப் பிடித்திருக்கிறதோ என்ற ஐயத்துடன் நாங்கள் இருவரும் பார்த்தோம்.

அவர் எங்கள் சந்தேகத்தை நிவர்த்தி செய்வது போன்று பதில் கூறினார். 'காயம் பட்டுள்ள இடத்தைச் சுற்றியுள்ள தோலைப் பார்த்துத் தவறாக மதிப்பிடக்கூடாது. அதனைச் சுற்றிப் பாருங்கள். எங்கும் வீக்கம் இல்லை. நோய்த் தொற்று இல்லை என்பது புரிகிறதா?'

'காயம் ஆறியதும் எனது கால்கள் மீண்டும் பழைய நிலைமைக்குத் திரும்புமா?' என்று யவனி கேட்டாள்.

விகாரி அவளது கால்களை சிறிது சிறிதாகச் சோதித்தபடி தனது விரல்களால் மெதுவாகத் தொட்டுப் பார்த்தார். அந்த ஸ்பரிசத்திற்கே யவனி வலியில் துடித்தாள். அவர் அந்தக் கால்கள் இரண்டையும் மீண்டும் மெதுவாகக் கீழே இறக்கி படுக்கைமீது வைத்துவிட்டு தனது மூலிகைப் பையிலிருந்து சில மூலிகைகளைத் தேடினார்.

'நேற்று உனது கால்களின் நிலைமை குறித்து நடேசன்தான் என்னிடம் முதலில் கூறினான். சீன தேசத்திலிருந்து கப்பல்களில் வந்திறங்கும் சீனக் களிமண் பாத்திரங்கள் ஒன்றிரண்டு மூட்டை யோடு சுக்கு நூறாக உடைந்து போய்விடுமாம். அந்த மூட்டையைப் போல உனது கால்கள் இருப்பதாகக் கூறினான். அவன் சொன்னது ஓரளவு உண்மைதான். உனது எலும்புகள் நொறுங்கியிருக்கின்றன. எவ்வாறு குணமாகும் என்பதை என்னால் முன்னதாகக் கூற இயலாது. ஆனால் ஒன்று அப்படியே அவை குணமடைந்தாலும் அவை ஒன்று சேர்ந்து இருக்கும் என்று கூற இயலாது!'

அவர் தனது சிறிய உரலில் மூலிகைகளை இடிப்பதைப் பார்த்துக் கொண்டிருந்தாள். உரலில் குழவி ஏற்படுத்திய அழுத்தத்தின் அதிர்வு கூட அவளை வலியால் துடிக்க வைத்தது. அவர் அவளது பார்வையைத் தவிர்த்து தனது மூலிகைப் பையிலிருந்து மூலிகைகளைத் தேடுவதில் மும்முரமாக இருந்தார். 'எனவே நான் உனக்கு அளிக்க இருக்கும் சிகிச்சை யாதெனில் காயம் பட்ட பகுதிகளிலிருந்து கால்களின் ஏனைய பகுதிகளுக்கு நோய்த் தொற்றுப் பரவாமல் இருக்க மருந்து வைத்துக் கட்டப் போகிறேன். இல்லையென்றால் உனது கால்களை அகற்றவேண்டியிருக்கும்.'

தனது கைகளில் அரைத்து வைத்திருந்த பச்சிலை மூலிகை விழுதினை அவளது கால்களில் பூசிக்கொண்டே வந்தார். இடையில் சில மெலிந்த குச்சிகளைக் காலோடு சேர்த்து வைத்தார். பிறகு புதிய பருத்தி துணியினால் அவற்றை எல்லாம் சேர்த்துக் கட்டினார். 'மரக் குச்சிகள் மருந்தை விரைந்து செயல்படுத்தி விரைவில் முறிந்த எலும்புகளைக் குணப்படுத்தும்', என்றார்.

'எலும்புகள் குணமாகாவிட்டால் என்ன நேரிடும்?' என்று கேட்டாள் யவனி.

விகாரி தனது கரங்களை நீட்டி ஒட்டிக்கொண்டிருந்த மூலிகை மருந்தைத் தட்டி விட்டுக் கொண்டிருந்தார். 'கணுக்கால் எலும்புகள் இன்றிக் கால்களால் ஒரு பயனும் இல்லை!' என்றார்.

அவர் சொன்னதைக்கேட்டு சற்று நேரம் ஸ்தம்பித்துக் கிடந்தாள். அவர் கூறியதை அவளால் ஜீரணிக்க இயலவில்லை. பிறகு தனது அருகில் இருந்த அம்புராத் துணியிலிருந்து முனையில் சிவப்புத் துணியால் கட்டப்பட்டிருந்த ஓர் அம்பினை எடுத்தாள். தனது இரண்டு கரங்களால் அந்தக் கணையை அவரிடம் சமர்ப்பித்தாள். 'என் உயிரைக் காப்பாற்றியவர் நீங்கள். இந்தக் கணை எனது சத்தியத்தின் சாட்சி. எனது வில்லின் உதவி என்றாவது உங்களுக்குத் தேவைப்படுமானால் ஒரு வார்த்தை சொல்லி அனுப்புங்கள். மறுபேச்சின்றி உமக்கு அந்த உதவியை என் வில் மூலம் பெற்றுத் தருவேன்', என்றாள்.

விகாரி வியப்புடன் அவள் சமர்ப்பித்த கணையைப் பெற்றுக் கொண்டார். 'நான் வாழும் காலத்தில் மிகச் சிறந்த வில்லாளியால் நான் பாதுகாக்கப்படுகிறேன் என்பது என்னைப் பொறுத்தவரை மிகப் பெரிய விஷயம். அதனை நிராகரிக்கும் அளவிற்கு நான் மடையன் இல்லை', என்றார் விகாரி. 'உனது கால்கள் குணமடைந்த பின்னர்ப் பெற்றுக் கொள்வதாகக் கூறி நான் மறுத்திருக்கலாம்', என்றவரை இடைமறித்துக் கூறினேன்.

'எனது கால்களின் நிலை குறித்து நீங்கள் எதையும் மறைக்காமல் நேர்மையாக உள்ள நிலையை எடுத்துக் கூறி விட்டீர்கள். அது போதும் எனக்கு.'

அவர் அவளுக்கு முகமன் கூறிவிட்டு அங்கிருந்து கிளம்பினார். நான் யவனியை நோக்கினேன். 'நமது காலத்தில் மிகச் சிறந்த வில்லாளி... இல்லையா யவனி?' என்று கேட்டேன்.

'வைத்தியர் வாய் தவறிக் கூறியிருக்கவேண்டும்', என்றவள், 'நமது காலத்தின் ஆகச் சிறந்த வில்லாளி ராஜீவன் இல்லையா?' என்று கேட்டாள்.

'பட்டம் அவனிடம் இருக்கலாம். திறமை உன்னிடம்தானே உள்ளது. இது ஊரறிந்த சேதி அன்றோ?'

'திறமை யாரிடம் வேண்டுமானாலும் இருக்கட்டும் ஔவை. திறமையை வைத்துக்கொண்டு ஒரு பயனுமில்லை. எந்தப் பதவியும் பட்டமுமின்றி வாழ்நாளைக் கழிக்கவேண்டும் என்பது என் விதி. கல்லில் வடிப்பதற்கும் கவியில் படிப்பதற்கும் கூட ஒரு பெயருக்கு அதிர்ஷ்டம் வேண்டியிருக்கிறது ஔவை', என்று கூறினாள்.

‘உன் பெயர்தான் நீ பிறப்பதற்கு முன்பே ஓலையில் எழுதப்பட்டு விட்டதே!’

‘அந்த தீர்க்க தரிசனம் இன்னமும் எனக்காகத்தான் எழுதப் பட்டுள்ளது என்று நம்புகிறீர்களா?’ அவளது குரலில் மீண்டும் அதே சீற்றம் பொங்கியது. ‘போதும் அந்த தீர்க்க தரிசனம் என்ற முட்டாள் தனத்தால் நான் அடைந்த வேதனை போதும். நான் போட்டியில் வெல்ல வேண்டும் என்பதற்கு சிரேயர் செய்த சூழ்ச்சி அது. புரிகிறதா? முதுகு சொரியும் வேலையை விட்டுவிடுங்கள்!’

துக்கம் அவளிடம் சினமாக மாறுவேடம் பூண்டிருந்தது. எனக்குப் புரிகிறது, ஆற்றாமையின் சீற்றம். துர்நாற்றம் வீசும் அந்த அறையில் மேலும் தங்கியிருக்க இயலாது என்று கிளம்புவதற்கு ஆயத்த மானேன்.

‘எவரையாவது அழைத்து எனது குதிரைகளுக்கு உணவு அளிக்கச் சொல்லுங்கள்’, என்று எனக்குப் பின்னிருந்து அவள் உரக்கக் கூறிக் கொண்டிருந்தாள்.

எனது நம்பிக்கைக்குப் பாத்திரமான நேர்மையான இரண்டு வீரர்களை அவளது அறையின் வாயிலுக்குக் காவல் வைத்துவிட்டு வந்தேன். அவள் உறங்கத் தொடங்கியதும் விசாரணை தொடங்கியது. நரலுவின் ஆட்கள் ஒவ்வொருவராகக் கட்டியிழுத்துக் கொண்டு வரப்பட்டனர்.

சோழ வீரர்களில் ஒருவன் மற்றொரு சோழ வீரனை வேண்டு மென்றே கொல்வதற்கு முயன்று அந்தக் குற்றம் விசாரணைக்கு வருவது என்பது அபூர்வமான ஒன்று. அவ்வாறு விசாரணைக்கு வரும்போது பாதிக்கப்பட்டவன் உயிருடன் இருக்கவேண்டும் என்பது நிபந்தனை. வஞ்சம் தீர்ப்பதும் அதற்கு மீண்டும் பழி வாங்குவதும் சர்வ சாதாரண நிகழ்வுகள் என்பதால் பழி வாங்கப் பட்டவன் இறந்துவிட்டால் இறந்தவன் உயர் பதவியில் இருக்க வேண்டும் அல்லது மன்னருக்கு மிகவும் நெருக்கமானவராக இருக்க வேண்டும். இது இரண்டாவது நிபந்தனை. யவனி உயிர் தப்பிப் பிழைத்திருக்கிறாள். அவளைத் தாக்கியவர்களை அடையாளம் சொல்வதற்குச் சாட்சிகள் உள்ளனர். மேலும் நரலு, மன்னருக்கு அவன் அளித்த வாக்குறுதியை மீறி இருக்கிறான். எனவே விசாரணை தொடரும்.

இந்த விசாரணையில் மன்னர் சற்று விலகியிருக்க முடிவு செய்ததால் கிருஷ்ணனை நீதி விசாரணைத் தலைமை பொறுப்பில் அமர்த்தி விசாரணை நடந்தது.

அந்தப் படகில் இருபது நபர்கள் இருந்தனர். நிலவற்ற இருள் சூழ்ந்த இரவாக அது அமைந்திருந்தது. இதன் காரணமாக அப்பாவி வீரனின் மீது குற்றம் சுமத்தப்பட்டு விடுமோ என்று விகாரி அஞ்சினார். ஷலகனின் வீரர்கள் மூவர்மீது குற்றம் இன்னும் நிரூபிக்கப்படவில்லை. அவர்களை எவரும் அறுதியாக அடையாளம் கூறவில்லை. நான் வெறுப்புடன் விசாரணையைப் பார்த்துக் கொண்டிருந்தேன். அவர்கள் குற்றவாளிகள் என்பது எனக்கு நன்கு தெரியும். எனது மாளிகையைச் சூழ்ந்து நின்றவர்கள் அவர்கள்தான் என்று தெரிந்தும் நான் அவர்களிடம் விசாரித்தபோது வாய்மூடி மௌனமாக இருந்தனர். செய்த குற்றத்திற்குப் பழி தீர்க்கப்பட வில்லை எனில் ஷலகனுக்கு அது உற்சாகத்தை அளித்து அடுத்த முறை விசாரணையை என் மீது நேரடியாகத் திருப்பிவிட்டு விடுவார்.

விசாரணையின் நடுவில் கிருஷ்ணன் அந்தக் காற்று வீசாத இரவில் நெற்றி வியர்வையைத் துடைத்துக்கொண்டு ஒரு சிறிய இடைவெளியை விடுத்து தனது அறைக்குள் நுழைந்தபோது நானும் பின் தொடர்ந்தேன்.

‘படகினுள் வெளிச்சமில்லை’, என்று கூறியபடி நுழைந்தேன்.

‘ஔவை நீ இப்போது வெளியில் காத்திருப்பது நல்லது. விசாரணையும் தீர்ப்பும் எவ்வித பட்சபாதமும் இன்றி நடந்து முடிய விழைகிறேன். அனைவருக்கும் நீயும் நானும் நல்ல நண்பர்கள் என்பது தெரியும்; எதற்கு வீணாகச் சந்தேகத்தின் நிழல் இந்த விசாரணையின் மீது படர்வதை நாம் அனுமதிக்க வேண்டும்?’

‘உங்களை என் வழிக்குத் திருப்பவேண்டும் என்பது எனது விருப்பமில்லை. இருப்பினும் எனக்குத் தோன்றும் சிலவற்றை உன்னிடம் கூறலாம் என்று தோன்றியது!’ என்றேன்.

கிருஷ்ணன் முகத்தில் உணர்ச்சி எதையும் வெளிப்படுத்தாமல் நான் கூறியதை ஏற்றுக்கொள்ளாதவரைப்போலக் காணப்பட்டார்.

‘அங்கு இருக்கும் பலரில் அனைவரும் குற்றவாளிகள் என்று கூற இயலாதுதான். ஆனால் அவர்கள் அப்பாவிகளும் கிடையாது. அவர்கள் ரத்தம் பழிவாங்குவதிலும், பதவியைப் பறிப்பதிலும் கொதிப்பேறிக் கிடக்கிறது. அவள் மீது விடுத்த கொலை வெறி தாக்குதல் முழுமையடையவில்லை என்ற ஆத்திரம், அது நிறைவேறும்வரையில் தொடர்ந்துகொண்டே இருக்கும்.’

‘நீ என்ன சொல்ல வருகிறாய் என்பது எனக்குத் தெரியும் ஔவை. ஆனால் அவள் ஒரு யவனி. மறந்து விடாதே. அவளுக்குப் பதவி வழங்கி அவளது நிலைமையை உயர்த்தும் அதிகாரம் நம் இருவருக்கும் கிடையாது.’

நான் அங்கிருந்து அகலும்வரை அவர் காத்திருந்தார்.

என் மண்டைக் கொதிப்பைக் குறைத்துக்கொள்ளக் குதிரைகளைப் பூட்டி வைத்திருந்த இடத்திற்குச் சென்றேன். ஆண் பரிகள் ஒருபுறமும், பெண் பரிகள் ஒருபுறமும் பூட்டி வைக்கப்பட்டிருந்தன திருவிழாக்களில் ஆண் நடனக் கலைஞர்களும், பெண் நடனக் கலைஞர்களும் நிறுத்தி வைக்கப்பட்டிருந்ததைப்போலத் தெரிந்தது. மேல் தளத்தில் தற்போது நிலவிய கூச்சல் குழப்பம், விவாதம் தர்க்கம் போன்றவற்றை ஒப்பிட்டால் இந்தப் புரவிகளின் கனைப்பொலி கூச்சல் ஒரு பெரிய கூச்சலே கிடையாது என்று எண்ணத் தோன்றியது.

சிறிது பொழுது சென்றதும் மேல்தளத்தில் முணுமுணுப்பு கேட்டது. விசாரணை தொடங்கியிருக்கும்.

என்ன விதமான விசாரணைகள் இவை. நாம்தான் வீரர்களுக்குப் பயிற்சி அளித்து அவர்களைக் கொடூரமானவர்களாக மாற்றுகிறோம். எத்தனையோ காரணங்களைக் கூறி அவர்களை ரத்த வெறியர்களாக ஆக்குகின்றோம். வேங்கையின் மைந்தர்கள் என்று கூறி அந்த வேங்கைகளைப்போல ரத்த வெறி பிடித்தவர்களாக மாற்றுகிறோம். அருகில் இருப்பவர்களை மட்டும் தாக்கக்கூடாது என்று எச்சரிக்கிறோம். பதினாயிரம் வீரர்கள் நடுவில் இப்படி ஒரு நீதியை நிறுவுவது மன்னருக்கும் மந்திரிகளுக்கும் கடினமான ஒன்றுதான். இப்படி ஒரு நீதியை நிறுவ அவர்கள் மேலும் குருதி சிந்த நேர்கிறது. கிருஷ்ணனின் முகத்தில் அசாத்திய கடுமை நிலவியிருக்க ஏனையோர் முகத்தில் கழுவேற்றப்படுபவர்களின் நடுக்கம் இருந்தது. கிருஷ்ணன் தனது தண்டனை கட்டளையை வாசிக்கத் தொடங்கியதும் நான் அவர்களுக்காக வருத்தப்பட்டேன்.

‘உங்களில் பலர் உங்களது விசுவாசத்தை நீங்கள் இருக்கும் படைப் பிரிவின் தலைவரிடம் காட்டினால் போதும் என்று இருக்கிறீர்கள். அவர்களின் துக்கம் உங்களது துக்கம்; அவர்களது வெற்றி உங்களது வெற்றி என்றுதான் இருந்து வருகிறீர்கள். எத்தனையோ வசந்தங்களாக நீங்கள் சோழ சாம்ராஜ்ஜியத்தின் வீரர்கள் என்பதை மறக்கவேண்டாம். மேலும் பல வசந்தங்கள் உள்ளன உங்கள் ராஜவிசுவாசத்தை மன்னரிடம் செலுத்துவதற்கு. மன்னரிடம் மட்டுமன்று, இந்தச் சூரிய மண்டலத்தைத் தனது ஆளுமைக்குள் வைத்திருக்கிறானே அந்தப் பரமேசுவரனிடம் உங்கள் பக்தியை செலுத்தவும் பல வசந்தங்கள் உள்ளன. இருப்பினும் நீங்கள் நமது மன்னரையும் மற்ற படையினரையும் ஏமாற்றிவிட்டீர்கள். எந்த வீராங்கனை மூலம் நமது மன்னருக்கு வெற்றியும், பெருமிதமும் நேரவிருப்பதாக தீர்க்க தரிசனம் மூலம் அறியப்பட்டுள்ளதோ அந்த

வீராங்கனையை மரணத்தின் விளிம்பிற்குக் கொண்டு செல்லும் அளவிற்குத் தாக்கியிருக்கிறீர்கள்.'

அவர் தனது கையில் இருந்த அந்தப் பழைய ஓலையை எடுத்ததும் நான் எனது மூச்சைக் கட்டுப்படுத்திக்கொண்டேன். வருவது உரைக்கும் அந்த ஓலை மூலப் பிரதியாக இருக்காது. வேறு யாரோ ஒரு நாடி சோதிடன் படி எடுத்த ஓலைதான் என்றாலும் அதுவும் மிகவும் பழமை வாய்ந்ததாகவே இருந்தது. நமது தீர்க்க தரிசனங்கள் மீது நமக்குக் கண்மூடித்தனமான நம்பிக்கை மட்டுமே உள்ளது. அவற்றைக் குறித்து விஸ்தாரமாகப் பேசும்பொழுது அந்த தீர்க்க தரிசனம் நீர்த்து விடுகிறது என்பது எனது அபிப்பிராயம்.

அவர் அந்த ஓலையைப் படிக்க ஆரம்பித்தார். கூட்டத்தினரிடம் மறுப்பு சுருங்கத் தொடங்கியது. குற்றம் சாட்டப்பட்டு நின்று கொண்டிருந்தவர்கள் தங்களது நியாயத்திற்கான ஆதரவைச் சுற்றி இருந்தவர்களிடம் எதிர்பார்த்து நின்றனர்.

'ஒரு சோழ வீரன் பிறப்பால் தீர்மானிக்கப்படுவதில்லை. மன்னருக்குக் கொண்டு சேர்க்கும் வெற்றியும் புகழுமே ஒரு சோழ வீரனை உருவாக்குகிறது', என்று அழுத்தமாகக் கூறினார். இதே ரீதியில் அவர் யவனிக்கு ஆதரவான செய்திகளைக் கூறிக்கொண்டே வந்தார். யவனியையும் சோழ மண்ணின் வீராங்கனை என்று நிறுவ அவர் அரும்பாடுபடுவது அவர் கூறிய விஷயங்களிலிருந்து தெரிந்தது. இப்போதாவது அதனைச் செய்யவேண்டும் என்ற எண்ணம் அவருக்கு ஏற்பட்டவகையில் மகிழ்ச்சிதான்.

கிருஷ்ணன் தனது தீர்ப்பை வாசிக்கத் தொடங்கியதும் இரண்டு வீரர்கள் கப்பலின் தரைத்தளம் தங்கள் நெற்றியில் படும் வண்ணம் கீழே குனிந்து மண்டியிட்டு அவரை வணங்கினர். யவனியை வஞ்சம் தீர்க்கும் நோக்கத்துடன் கொல்வதற்கு முயன்ற பத்து வீரர்கள் அடையாளம் காணப்பட்டு அவர்களுக்கான தண்டனை அறிவிக்கப்பட்டது. அந்தப் பத்து வீரர்களும் தலை துண்டிக்கப் பட்டுக் கடலில் வீசி எறியப்பட வேண்டும் என்று தீர்ப்பானது. மற்றவர்களை அறுதியிட்டு அடையாளம் காட்ட முடியாததால் அவர்கள் முதுகில் ராஜதுரோகம் இழைத்தவர்களுக்கான அடையாளக் குறி இடப்பட்டு இடது கணுக்காலில் இரும்பு வளையம் ஒன்று மாட்டுமாறு ஆணையிடப்பட்டது.

கடுமையான தண்டனை. குற்றம் நிரூபிக்கப்படாத ஏனையோர் தங்கள் வாழ்வே பாழானதுபோல நின்றார்கள். இது அகௌரவமான மரணம். எனினும் உயிர் தப்பிய அதிர்ஷ்டம் உடையவர்கள். ஆனால் மரணதண்டனை விதிக்கப்பட்ட வீரர்கள் மீண்டும் ஒருமுறை சொந்த

மண்ணை மிதிக்காமல் சுற்றத்தினர், மனையாட்டி, புதல்வர்களைக் காணாது எங்கோ தள்ளி ஒரு பிரதேசத்தில் சமுத்திரத்தில் மடிவது என்பது ஆகக் கொடுமையானது. அவர்களை இழுத்துச் செல்வதைப் பார்க்க இதயம் கனத்தது. குற்றம் நிரூபிக்கப்படாத குற்றவாளிகள் கடல் பயணம் முழுவதிலும் ஏனையோரிடமிருந்து பிரித்து வைக்கப்படுவர். ஒவ்வொருவராக மடைப்பள்ளிக்கு அழைத்துச் செல்லப்பட்டு அங்கே முதுகினில் முத்திரையிடப்பட்டு அனுப்பப்படுவர்.

குற்றம் நிரூபிக்கப்பட்ட குற்றவாளிகள் மேல்தளத்திற்கு அழைத்துச் செல்லப்பட்டுத் தங்களது கொடூர மரணத்திற்காகக் காத்திருந்தனர். சமுத்திரத்தின் நீதிநெறிகள் பூமியில் விதிக்கப்படும் குற்ற விதிமுறைகளிலிருந்து முற்றிலும் வேறுபட்டவை. இதேபோன்று ஒருமுறை எனது கடற்பயணத்தில் ஓர் இளைய கடலோடி தனது மீகாமனை எதிர்த்து நடந்துகொண்டதால் அவனைத் தண்டிக்கும் வாய்ப்பு அந்த மீகாமனுக்கு வழங்கப்பட்டது. அவனைக் கப்பலின் மேல்தளத்தில் கட்டிப்போட்டு அவனது கண்களில் மீன்களின் மாமிசத்தைத் தூவி வைத்தனர். கடற்பறவைகள் மீன்களுக்காக அவன் மீது அமர்ந்து அவனது கருவிழிகளையும் கொத்திச் சென்றன. அதன்பிறகு அவன் கடலில் தூக்கி எறியப்பட்டான். இறந்தவன் சிறுவன். பதினாறு பிராயம்கூட நிரம்பாதவன். ஆனால் இப்போது குற்றம் சாற்றப்பட்டுள்ள இவர்களுக்கு நிம்மதியான மரணம். வாளின் முனை கடலைவிடக் கருணை மிக்கதாகத்தான் இருக்கும். நொடியில் மரணம்கூட விடுதலைதான்.

•

சொர்ணத்தீவின் தென்பகுதியில் இருந்த பாலம்பாங்குத் துறைமுகத்தை மூன்று தினங்கள் சென்று அடைந்துவிட்டோம். பரூஸ் துறைமுகத்தில் கப்பல்களும், நாவாய்களும், மரக்கலங்களும் நங்கூரம் போடப்பட்டு நிறுத்தி வீரர்கள் ஓய்வெடுக்க அனுமதிக்கப் பட்டாலும் வீரர்கள் சோர்ந்து போய்விட்டனர்.. சேமித்து வைத்த பொற்காசுகள் பரூஸ் தீவில் இருந்த மதுச் சாலைகளிலும், பொதுமகளிர் விடுதிகளிலும் செலவழிக்கப்பட்டன. ஒருநாள் ஓய்வு எடுத்தும் நீண்ட நாட்கள் எடுத்துக்கொண்ட கடற்பயணம் சோழ வீரர்களுக்கு மிகுந்த சோர்வை ஏற்படுத்தின.

யவனி மேல்தளத்தில் இருந்த தடுப்பின் விளிம்பில் அமர்ந்து கொண்டிருந்தாள். என்னைப் பார்த்துக் கைகளை அசைத்தாள். நான் மேலே ஏறி அவளருகில் சென்றேன். 'வேறு ஒரு நபர் உங்களிடம் சொல்வதற்கு முன்னர் நானே உங்களுக்கு ஒரு சேதி சொல்வதாக

உள்ளேன்!' என்று ஆரம்பித்த யவனி, 'நான் கப்பல் பயணத்தில் சலிப்பை ஏற்படுத்தும் நீண்ட பொழுதுகளை ஒன்றுக்கும் பயன்படாத எனது ஆயுதங்களைக் கூர் தீட்டுவதிலும், மீதி பொழுதுகளை நடேசனுடனும் செலவிட்டேன்', என்றாள்.

புரியாத புதிர். அவர்கள் இருவரும் நண்பர்கள் என்பதை அறிவேன். யவனிக்குப் பெண்களிடம்தான் நெருக்கமிருக்கும் என்று எண்ணியது எனது தவறுதானோ? அதிலும் நடேசனுடன் என்றது என்னை மேலும் வியப்பில் ஆழ்த்தியது. நடேசனால் ஓர் ரகசியத்தையும் கட்டிக் காப்பாற்ற இயலாது என்று இதுவரை தீர்மானித்து வைத்திருந்தேன்.

'ஓ! அப்படியா! கால்கள் பத்திரம்!' என்றேன்.

அவள் இளித்தாள். 'நாங்கள் என்றுதான் கவனத்துடன் இருந்திருக் கிறோம்? அதனால்தான் பல வசந்தங்களுக்கு முன்னர் கையும் களவுமாக சிரேயரிடம் பிடிபட்டோம். அது சிறந்த வில்லாளிக்கான போட்டி நடந்ததே அதற்கு முன்பு...' என்றாள்.

'உன்னைப் பற்றி என்னிடம் வம்பு பேசுபவர்களின் கூற்றிற்கு நீ வருந்த வேண்டிய அவசியம் இல்லை யவனி.'

'நானும் அப்படிக் கருதிவிட்டேன் போலும்.' நான் கேட்கக் கூடாது என்று விரும்பியவளைப்போல மிக மெதுவாகக் கிசுகிசுத்தாள். 'கடற்போருக்காகக் கிளம்பி வந்திருக்கிறோம் என்பதை மறந்து நான் நடந்துகொள்கிறேன்', என்றவளின் முகத்தை ஏறிட்டேன். காதல் ததும்பிக்கொண்டிருந்தது அந்த முகத்தில். பொறாமையில் நான் எனது முகத்தைத் திருப்பிக்கொண்டேன்.

நானும் கிருஷ்ணனும் மிகுந்த தலைவேதனையுடன் முன்னால் வரைதோலை விரித்து வைத்துக்கொண்டு பாலம்பாங்கில் எந்த இடத்தில் நங்கூரம் இட்டுக் கப்பல்களை நிறுத்துவது என்று யோசித்துக்கொண்டிருந்தோம். எதிரிகளின் கப்பல்கள் எங்களை நோக்கிவரும் என்று காத்திருந்தோம், ஆனால் ஒரு கப்பலும் எங்களை எதிர்கொள்ளவில்லை.

'வீரர்கள் மிகவும் சோர்வடைந்து வருகின்றனர்!' கிருஷ்ணன் புகார் செய்வதுபோல என்னிடம் பேசினார். 'லிங்கத் தீவுகளில் நமது கப்பல்களை உணவிற்கு நிறுத்தினால் நமக்குத் தெரிந்த வாணிகர்கள் நம்மை வந்து பார்க்க வருவார்கள்.'

'லிங்கத் தீவு பால்ம்பாங்கின் மிக அருகாமையில் உள்ளது. அங்கே கப்பல்களை நிறுத்துவது பேராபத்தைக் கொண்டு சேர்க்கும்.

விரைந்து செல்லும் ஒரு வாசிகனை (★ வாசிகன்- messenger- மொ.பெ) அனுப்புவோம். அல்லது விளக்கு மூலம் சமிக்ஞை செய்வோம். அதுவமில்லை என்றால் புறாக்களின் மூலம் சேதி அனுப்புவோம்.'

கிருஷ்ணன் நெடுமூச்செறிந்தார். 'அனைவரும் ஓய்ந்துபோய்க் கிடக்கிறோம்', என்றார்.

'நல்ல யோசனை இல்லைதான். வேறு வழியில்லை. நாம் நேரடியாகச் சென்று இறங்குவோம்.'

•

'இதுதான் பிரதான கடற்கரையா?' என்று மும்முடியரசர் ராஜேந்திரச் சோழன் வினவினார்.

'நாம் நெருங்கி வருவதை எவரும் பார்த்ததாகத் தெரியவில்லை. அவ்வாறு நாம் வருவதை அறிந்திருந்தாலும் அவர்கள் நம்மை வேறு ஒரு திசையில் தேடிக்கொண்டிருப்பார்கள். மற்ற கப்பல் களைப்போல நாம் கடாரத்தில்தான் முதலில் வந்து இறங்குவோம் என்று எண்ணிக் கொண்டிருப்பார்கள்.'

'நிச்சயமாக நாம் இறங்கும் இடத்தில் அவர்கள் இருக்கமாட்டார்கள் என்று தெரியுமா?' என்று மன்னர் கேட்டார்.

'நிச்சயமாக. அவர்கள் ஒரு போருக்குத் தங்களை ஆயத்தப்படுத்திக் கொண்டிருக்க மாட்டார்கள். அவர்களது மரக்கலங்களோ நாவாய்களோ அவர்கள் கடற்பகுதியில் மிதக்கவில்லை. அப்படியே அவர்களது படை மிகப் பெரியதாக இருப்பினும் கவலையில்லை. சீனத்திலிருந்து ஆயுதங்களை உதவியாகப் பெற்றிருந்தாலும் கவலையில்லை.'

மன்னரின் பார்வை என்மீது விழுந்து அவசரமாக வேறு பக்கம் விலகியது. அநாகரீகமாக உணவை வாயில் அள்ளிப் போட்டுக் கொள்பவரைக் காண நேரிடும்போது பார்வையைத் திருப்பிக் கொள்வது அவரது செய்கை. நான் விடாது சொல்ல வந்ததை கூறிக் கொண்டிருந்தேன். அனைத்தும் மன்னரின் அங்கீகாரம் பெறும் என்பதில்லை.

மன்னர் கிருஷ்ணனை நோக்கி அவருடைய ஒப்புதலுக்குக் காத்திருந்தார். கிருஷ்ணன் சம்மதம் என்று தலையசைத்தார். இறுதியாக இதற்கு ஒப்புதல் அளித்தது பெரிய விந்தைதான். எவ்விதப் பாதுகாப்பு நடவடிக்கைகளும் மேற்கொள்ளாமல் பாலம்பாங்கு கடற்கரையில் இறங்கவேண்டும் என்பதே

கிருஷ்ணனின் ஆணையானது. நான் நிம்மதி பெருமூச்சுடன் எனது அறைக்குத் திரும்பினேன். தொடர்ந்து மூன்று நாட்களாகக் கப்பல் ஜலதளபதிகளிடம் பேச்சுவார்த்தை நடத்திச் சோர்ந்து போயிருந்த எனக்குக் கிருஷ்ணனின் அறிவிப்பு சற்று ஆறுதலை அளித்தது. இனிமேலும் விழித்திருக்க இயலாது. மேல்தளத்தில் சயன அறையில் பாய் விரித்துப் படுத்துக் கிடந்த வீரர்கள் நடுவில் நானும் ஒரு பாயை விரித்துப் படுத்துக்கொண்டேன். தோள்களை நன்றாகத் தேய்த்து விட்டு மேலே படர்ந்துள்ள உப்புப் படலங்களை உதிர்த்து விட்டேன்.

ஆகாயம் பெரிய போர்வையாக அண்டத்தைப் போர்த்தியிருந்தது. மற்றும் ஒரு போர். எந்தப் போருக்காக அரசர் இத்தனை நாட்களாகக் காத்திருந்தாரோ அவரேகூட இப்போது சண்டையிடுவதற்குச் சற்று சோர்ந்து காணப்படுகிறார். சென்ற காலமும் வருங்காலமும் தம்முடன் பேசிக் கொள்ளுமேயானால் நாம் அனைவரும் தொடர்பேயில்லாத செயல்களைப் புரிய வேண்டியிருக்கும்.

எத்தனையோ காலங்களாக இந்த விஷயம் நடைபெறாதா என்று ஏங்கியிருந்த ஒரு விஷயம் கைக்கெட்டும்போது அதன் மீது இருக்கும் ஈடுபாடு குறைந்து விடுகிறது. எனக்கு நன்றாக நினைவில் உள்ளது. எனது மகள் மனு ஒருமுறை தனது அலங்கார வாரிழையைக் கை மறதியாகத் தவறவிட்டு நெடுநாட்கள் அதனைக் காணாது வருந்திக் கொண்டிருந்தாள். ஒருநாள் அந்தக் கூந்தலில் வைத்துக் கட்டப்படும் வாரிழை எனது கைகளில் சிக்கியதும் ஆவலுடன் அவளிடம் சென்று நீட்டியபோது அவளுக்கு அதன்மீது கொண்டிருந்த ஈடுபாடு குறைந்து போயிருந்தது. நாம் இது போன்று எத்தனை விஷயங்களுக்கு ஈடுபாட்டுடன் போரிடுகிறோம்? நமது பொக்கிஷங்களுக்காக நாம் இழப்பது எத்தனையெத்தனை! பட்டுப் பூச்சிகள் கூட்டைத் தனது பட்டிழையினால் கட்டிவிட்டு இறுதியில் அந்தக் கூட்டிலேயே மடிந்துவிடுகிறது.

பாகம் ஆறு

யுத்தம்

அனந்தன்

1

கப்பலின் முனையில் நாங்கள் அணி திரண்டிருந்தோம். கப்பல் மெதுவாகக் கரையை நெருங்கிக்கொண்டிருந்தது. பாலம்பாங்கு பச்சை பசேலென்று விளங்கியது. எங்கும் பறவைகள் கூட்டமாகப் பறந்து காற்று வெளியை நெருக்கிக் கொண்டிருந்தன. பாவம் யவனி இன்னமும் தனது கைத்தடியை ஊன்றியபடிதான் நடக்கிறாள். அவளது காலில் போடப்பட்டிருந்த கட்டு முழுமையாகப் பிரிக்கப் படவில்லை.

நான் இருக்கும் இடத்தைத் தேடிக் கண்டுபிடித்து வந்து விட்டாள். 'பரவாயில்லை எனது பார்வை கூர்மைதான்!' என்றாள்.

'எனக்கு அதில் எள்முனையும் ஐயமில்லை. இருப்பினும் உன்னால் எவ்வாறு யுத்த பூமிக்குள் நுழைய முடியும்?' என்று கேட்டேன்.

'என் குதிரையின் மீது!'

'உன் கண்ணாமூச்சி வேலையை என்னிடம் காட்டாதே', என்று கூறியவன், 'விகாரியிடம் இது குறித்துப் பேசியிருக்கிறேன். அவர் ஏற்கெனவே எத்தகைய அசைவும் உனது கால்களுக்கு ஆபத்தை விளைவிக்கும் என்று கூறியிருக்கிறார். அவை மிகவும் பலவீனமாக உள்ளன', என்றேன்

'என்னை யுத்த களத்திலிருந்து ஒதுக்கி வைக்க முடியாது ஔவை. நானும் இது குறித்து விகாரியிடம் ஏற்கெனவே கேட்டிருக்கிறேன். எனது கால்கள் இரண்டையும் குதிரையின் சேணத்துடன் சேர்த்துக் கட்டிக்கொண்டால் எதுவும் நேராது என்று கூறியிருக்கிறார்.'

'உனக்கென்ன புத்தி பிசகி விட்டதா? குதிரை கீழே வீழ்ந்தால் சேணத்தோடு பூட்டப்பட்டிருக்கும் உனது நிலைமையைச் சிந்தித்துப் பார். உனது இன்னொரு கணுக்காலும் முறிந்து போக வேண்டும் என்று விரும்புகிறாயா? இரண்டு காலும் ஒரே

மாதிரிதான் இருக்கவேண்டும் என்று கருதினாய் என்றால் உனது மதிநுட்பம் மெச்சத்தக்கது!' என்று இகழ்ச்சியாகக் கூறினேன்.

ஆனால் அவள் முகத்தில் எவ்வித உணர்ச்சியுமின்றி ஒரு காளையின் உறுதியுடன் நின்றாள். நான் அவளிடமிருந்து பார்வையை விலக்கி தொலைநோக்கி ஆடியின் வழியாகக் கரையை நோக்கினேன். 'நாம் இன்னும் ஒரு ஹோரைக்குள் கரையை அடைந்துவிடுவோம்', என்றேன்.

பின், கீழ்த்தளத்திற்குச் சென்று வீரர்களின் ஈட்டிகள் ஆயத்தமாக இருக்கின்றனவா என்று சோதிக்கச் சென்றேன்.

கீழே போர்வீரர்கள் சில நாட்களாகவே தங்கள் ஈட்டிகளுக்குப் பொடி போட்டுத் தேய்த்து முனைகளை நன்கு சாணை தீட்டி ஆயத்தமாக வைத்திருந்தனர். ஐநூறு ஈட்டிகள் அவ்வாறு கப்பலின் பக்கச் சுவரில் சாய்த்து வைக்கப்பட்டிருந்தன. ஒவ்வொரு ஈட்டியுடனும் ஒரு சிறிய மூங்கில் குழாய் இணைக்கப்பட்டிருந்தது. அதனுள் கரித் தூள் நிரப்பி வைக்கப்பட்டிருந்தது. சீனர்கள் இதனை நடனப் பொடி என்று விசித்திரமாக அழைப்பது வழக்கம். அனல்கரி பைகளும் தயாராக வைக்கப்பட்டிருந்தன. இதனையும் தங்கள் ஈட்டிகளுடன் காலாட்படை வீரர்கள் சுமந்து செல்ல வேண்டும்.

எரியும் கரித் தூளைத் தோய்த்து ஈட்டியை எரியும்போது எரி கற்களைப் போலப் பாய்ந்து செல்லும் ஈட்டியானது வழியில் உள்ள அத்தனை காய்ந்த சருகு, செடி, கொடிகளையும் எரியூட்டி விடும். கிருஷ்ணன் இரண்டு பருவங்களுக்கு முன்னரே சீன தேசத்தில் ஒரு நல்ல விலையைக் கொடுத்து இந்த நடனப் பொடியைச் சேகரம் செய்து வைத்திருந்தார். இப்போதைக்கு இந்த எரியூட்டப்பட்ட ஈட்டிதான் கிருஷ்ணனின் புதிய விருப்பமான ஆயுதம். எரியூட்டப் பட்ட ஈட்டி அவரது சுருள் பட்டையைக்கூட ஒதுக்கித் தள்ளி விட்டது.

ஆனால் நான் கிருஷ்ணனைத் தடுத்து எச்சரித்தேன், 'கிருஷ்ணன் உனக்கு எது பரிச்சயமான ஆயுதமோ அதனைப் பயன்படுத்து. புதிய ஆயுதத்தைப் புதிய வீரர்கள் கையாளட்டும்.' நான் சொன்னதை அவன் ரசிக்கவில்லை என்று நினைக்கிறேன்.

'துடுப்புப் போடுபவர்களை வேகமாகத் துடுப்புப் போடச் சொல்லுங்கள்', என்று விகாரியிடம் உத்தரவு பிறப்பித்தேன். கப்பல் தளபதிகள் மற்ற கப்பல்களுக்கு விளக்கு, கண்ணாடிகள் மூலம் சமிக்ஞை தெரிவித்துக்கொண்டிருந்தார்கள். இன்று உண்மையாகவே காற்று எங்கள் பக்கம் வீசிக்கொண்டிருந்தது. சிறிய கலங்கள்

முன்னால் விரைந்து சென்றுகொண்டிருந்தன. அவற்றில் வீரர்களும் ஈட்டிகளும் இருந்தன. அவற்றின் பின்னால் நாவாய்களும், தாரணிகளும், வஜிராக்களும், முடிவாகத் திரிசடையும் சென்றன. எனது கப்பலில் வீரர்கள் கவசமணிந்து போருக்கு ஆயத்தமாகினர். கீழ் தளத்தில் பரிகளும், கரிகளும் போரிடத் தயாராகின. யானைகளின் துதிக்கைகளின் மீது சிந்தூரக் குழம்பு தீற்றப்பட்டது. ஆடவர்களும் துணிச்சலை வரவழைத்துக்கொள்ளத் தங்களது முகத்தில் வர்ணப் பொடிகளைக் குழைத்துப் பூசிக்கொண்டனர்.

நான் கட்டளைகளை உரக்கக் கூவிக்கொண்டிருந்தேன். கப்பல் களை விட்டு வெளியேறும் படைகளின் வரிசைகளை முழங்கிக் கொண்டிருந்தேன். விரைவில் நாங்கள் கும்பல் கும்பலாக முண்டியடித்து வெளியேறுவதற்குத் தயாரானோம். சிறு சிறு குழுக்களாக இணைந்து பேசினோம்; விவாதித்தோம்; வியூகங்கள் அமைப்பது குறித்து ஆலோசித்தோம்; கூடினோம்; பிரிந்தோம். யானைகள் முற்றாக ஆயத்தப்படுத்தப்பட்டு, தாக்குவதற்கு ஏதுவாக முறுக்கேறி நின்றன. பரிகளின் பின்தான் யானைகள் செல்வதாக யுத்த யுக்தி அமைக்கப்பட்டிருந்தது. யானைகள் முதலில் தாக்குவதற்கு அனுப்பப்பட்டால் அந்த நெடிதுயர்ந்த விலங்குகள் தங்கள் உருவத்தைக்கொண்டே எதிரிகளுக்கு நடுக்கத்தை ஏற்படுத்தி விடும். கடல் கடந்து இத்தனை மிகுதியான யானைகள் கப்பலில் வந்து சேரும் என்று அவர்கள் நினைத்துக்கூடப் பார்த்திருக்க மாட்டார்கள்.

எவனோ ஒரு வீரன் எனது கவசத்தைக் கொண்டுவந்து கொடுத்தான். நான் அதனை அணிந்துகொண்டேன். கடற்கரையை நெருங்க நெருங்க எனது முகத்தில் ஒருவன் அஞ்சனத்தால் கோடுகள் வரைந்தான். வேறொருவன் சிந்தூரக் குழம்பால் நெற்றியில் பட்டையான கோடுகள் தீட்டினான்.

யவனி கப்பல் தளத்திற்கு வந்து நின்றாள். அவள் கூந்தலைப் பின்னிக் கொண்டிருந்தாள்.

எங்களுக்கு முன்னதாகக் கிளம்பிய வீரர்கள் கரையை அடைந்து விட்டனர். நாங்கள் இங்கிருந்து பார்க்கும்போது தரையில் ஊர்ந்து செல்லும் எறும்புகளைப்போல அவர்கள் தோன்றினர். பாலம் பாங்கு பட்டணத்தை நோக்கிச் சென்றுகொண்டிருந்தனர். கப்பல் களில் பெரியது, கரையின் அருகே நங்கூரம் பாய்ச்சப்பட்டு நின்றது. அதிலிருந்து குதிரைகளும், யானைகளும், வீரர்களும் இறங்கிக் கொண்டிருந்தனர்.

நாங்கள் கரையை எட்டியபோது அங்கே மேலும் சில கப்பல்கள் ஆட்களையும், பண்டங்களையும், விலங்குகளையும் இறக்கிக் கொண்டிருந்தன. 'அதோ பாருங்கள்', என்று நான் என் படைப்பிரிவு வீரர்களுக்குத் தொலைவில் தெரிந்த பட்டணத்தைச் சுட்டிக் காட்டினேன். ஆகாயத்தின் மீது ஈட்டிகள் கரித் தூள் இணைக்கப் பட்ட குழாயுடன் மேலே வீசப்பட்டுக் கொண்டிருந்தன. ஒவ்வொரு வீரனும் அந்தக் கரிப்பொடி நிரப்பிய குழாயைப் பற்ற வைத்து எறிந்தால் அந்த ஈட்டிகள் காய்ந்த புல்வெளி, ஓலை வேய்ந்த வீட்டின் கூரை, வைக்கோல்போர் போன்றவற்றின் மீது செருகும் போது அவை எளிதில் நெருப்பு பற்றிக் கொள்ளும். ஆங்காங்கே பற்றியெறியும் நெருப்பைக் கண்டதும் மக்களின் கவனம் முழுவதும் அந்த நெருப்பை அணைப்பதில் சென்று விடும். எங்களால் கோட்டைக்குள் நுழைவது எளிதாகிவிடும். அரசனுக்கு என்ன நேருகிறது என்றே தெரியாமல் போய்விடும்.

நான் இறங்கியதும் கடற்கரையை நோட்டமிட்டேன். நான் வந்து இறங்கிய கப்பலின் கீழ் தளக் கதவுகள் திறந்துகொள்ள வீரர்கள் விரைவாக வெளியேறிக்கொண்டிருந்தனர். நடேசன் அணிபதி என்பதால் அவன் முன்னே செல்ல, அவன் பின்னால் காலாட்படை வீரர்கள் தொடர்ந்தனர். குதிரையில் போரிடுவதைக் காட்டிலும் நடேசன் வெறும் கால்களில் போரிடும்போதுதான் அதிகத் திறமை காட்டுவான்.

என்னிலிருந்து இரண்டு அனந்தன்கள் வெளிப்பட்டனர். ஓர் அனந்தன் இளமையும் துடிப்பும் மிக்க வீரன். இன்னொரு அனந்தன் உடல் பருத்து இடுப்புச் சதை தொங்க மூச்சிரைத்தபடி நடப்பவன். எனக்கு முந்தைய அனந்தனைத்தான் மிகவும் பிடிக்கும் என்றாலும் அவன் மீள்வதற்கு வாய்ப்பே இல்லை. எனது கற்பனையில் மட்டுமே அவன் தலை தெறிக்க ஓடி நகரத்தினுள் நுழைந்தான். வயதில் மூத்த அனந்தன் கடற்கரை ஓரம் நின்றபடி தனது குதிரைக்குக் காத்திருந்தான். யவனி நொண்டியபடி வந்தாள். அவளது குதிரை அருகில் நின்று கொண்டிருந்தது. மஞ்சளும், வெண்மையும் கலந்து கூர்மையான கண்களை உடைய குதிரை.

'அடுத்த கப்பல்களில் வருபவர்களோடு வா யவனி', என்றேன். தொலைவில் மேலும் இரண்டு கப்பல்கள் கரையை நோக்கி வந்து கொண்டிருந்தன. அவள் சம்மதித்துத் தலையசைத்தாலும் கண்கள் இடுங்கின. இன்று அவளுக்குத் தனது தளபதியின் ஆணையை ஏற்றுக் கொள்வதைத் தவிர வேறு கதியில்லை.

‘கூரம்பு’, என்றார் கிருஷ்ணன். நான் சம்மதித்துத் தலையசைத்தேன். நாங்கள் மன்னர் வரும்வரையில் காத்திருந்தோம்.

மன்னர் எங்கள் எதிரில் இருந்த மேட்டுப்பகுதியில் நின்றுகொண்டு ஈட்டி எறிபவர்கள், வாள்வீரர்கள், வில்லாளிகள், குதிரை வீரர்கள் படைத் தளபதிகள் ஆகியோருக்கு போர்ப் பிரகடனத்தை முழங்குவார். நாங்கள் ஜெய கோஷம் போட்டுக்கொண்டு படையெடுத்துச் செல்வோம். குதிரைப்படைகளுக்குப் பின்னால் யானைகள் அணிவகுத்து நின்றன. கவா பால் கொடுக்கப்பட்டு அவைகள் மதத்தின் உச்சத்தில் இருந்தன. நான் எண்ணியுள்ளபடி அவைகளால் விரைந்து செல்ல இயலாது. என்னால் இனி ஒன்றும் செய்வதற்கில்லை.

என் குதிரை மீதிருந்து தொலைநோக்கு ஆடியின் வழியாக மரங்களைத் தாண்டி எதையும் பார்க்க இயலவில்லை என்றதால் எனக்குப் பின்னால் நின்றிருந்த உயரமான குதிரை வீரனிடம் அந்தத் தொலைநோக்கு ஆடியைக் கொடுத்தேன். அவன் அது வழியே பார்த்துவிட்டு, ‘அவர்கள் யுத்தத்திற்கு ஆயத்தமானதாகவே தோன்ற வில்லை’, என்றான்.

ஆம், அவர்கள் இப்படி ஒரு யுத்தத்திற்கு ஆயத்தமாகியிருக்க வில்லை. கடற்கரையில் எதிரி வீரர்களைக் காணவில்லை. நகரத்திற்குள் எதிரிப் படையின் அணிவகுப்பு எதுவுமில்லை.

ஆனால் சற்று பொறுத்துத் துந்துபிகள் முழங்கும் ஒலி கேட்பதாகக் கூறினான். அபாயச் சங்கொலி முழங்குவது கேட்டது. மன்னர் போர்ப் பிரகடனம் செய்த பின்னர் நான் உள்ளே முன்னேறிச் செல்வதற்கு ஆணைகளைப் பிறப்பித்தேன்.

நாங்கள் மரங்களடர்ந்த வனங்களின் ஊடே நகரத்தை நோக்கி விரைந்து முன்னேறினோம். புள்ளினங்கள் வித்தியாசமான குரலில் அலறியபடி எங்கும் சிதறி ஓடின. தோப்பில் இருந்த மரங்களின் வேர்கள் மண்ணிற்கு வெளியில் படர்ந்து இருந்ததால் சற்று கவனப் பிசகு ஏற்பட்டாலும் எங்கள் குதிரைகளையும் வீரர்களையும் கீழே தள்ளி விடக் காத்திருந்தன. இளஞ்சிவப்பும், பொன்னிறமும் கலந்த வர்ணம் கொண்ட ஒரு வினோத விலங்கு என்னை தாண்டிச் சென்றது. அத்தகைய விலங்கினை நான் அதற்கு முன்னர் கண்டதே இல்லை. புதிய இடம்; புதிய இயற்கை; புதிய மனிதர்கள்; புதிய விலங்கினங்கள்.

என்னைச் சுற்றி எழுந்த பரபரப்பான சூழல் எனக்கு உரக்கக் கூறியது, யுத்தம் துவங்கிவிட்டது

எங்களுக்கு முன்னால் சென்றுகொண்டிருந்த வில்வீரர்கள் கோட்டைச் சுவரில் நின்றுகொண்டிருந்த பாதுகாப்பு வீரர்களை நோக்கித் தங்களது கணைகளைத் தொடுக்க ஆரம்பித்தனர். எனது வீரர்களின் ஏராளமான அம்புகள் குறி தவறிச் சென்றன. அதேநேரம் எதிரிகளின் அம்பு மழையில் தப்பிக்கக் கேடயங்களுக்குப் பின்னால் நாங்கள் ஒளிய நேர்ந்தது.

எனக்கு முன்னால் சென்றுகொண்டிருந்த வீரனின் தோள்களின்மீது ராட்சத வடிவிலிருந்த பூச்சி ஒன்று அமர்ந்து அவனது கழுத்தை நோக்கி நகர்ந்தது. அந்தப் பூச்சி வியப்பூட்டும் வர்ணத்துடன் இருந்தது. அதன் கால்கள் தடிமனாக விஷம் பொருந்தி இருந்தன. நான் தொடர்ந்து மேலிருந்து வரும் அம்பு மழையிலிருந்தும், சுண்ணாம்புக் கலவைகளிலிருந்தும் தப்பிக்க இயலாமல் தடுமாறினேன். இதற்கு நடுவில் நான் எனது ஈட்டியால் அந்த வீரனின் கழுத்தில் அமர்ந்த பூச்சியை விரட்டுவதற்கு முன்னர் அந்த ராட்சத பூச்சி என்னை முந்திக் கொண்டது. வீரன் அப்படியே குதிரையிலிருந்து சரிந்து விழுந்தான். அவன் கழுத்தில் எதிரியின் அம்பு துளைத்திருந்தது. இப்போது அந்தப் பூச்சியை எங்கும் காணவில்லை. அது அந்தக் கணை ஏற்படுத்திய துளையின் வழியாக அவனது தொண்டைக்குள் நுழைந்திருக்கும்.நான் அவனை வேகமாக ஒதுக்கித் தள்ளிவிட்டு முன்னேறினேன்.

அவர்கள் கடுமையாகப் போரிட்டார்கள். நான் எனது வீரர்களைக் கோட்டையைச் சுற்றி வளைக்க ஆணையிட்டேன். கோட்டையின் முன்புறம் தாக்குதல் நடத்துவதுபோலப் போரிட்டு கோட்டையின் பின்புற வழியாக எதிரி மன்னன் தப்பிவிடக்கூடாது என்பது எனது எண்ணம். எங்கள் வீரர்கள் ஓய்வு நேரத்தில் நகரத்தையும், கோட்டையையும் கொள்ளையடிக்கட்டும். இப்போது எங்களது கவனமெல்லாம் கோட்டையும், அரண்மனையும் மட்டுமே.

அம்புகளுடன் சுதைக் கற்களும் வந்துவிழுந்தன. இரண்டு கொப்பரைகள் நிறையக் கொதிக்கும் எண்ணெய் எங்கள் வீரர்கள்மீது வீசப்பட்டன. வீரர்கள் கவனமாக இருந்ததால் ஓரிரண்டு வீரர்களின் மீது மட்டுமே கொதிக்கும் எண்ணெய் தெறித்தது. இருப்பினும் அந்தக் கொதிக்கும் எண்ணெய் மேலே விழுந்து வலியில் அவர்கள் இருவரும் துடித்து அலறிய அலறல் திகிலை மூட்டியது. நாங்கள் போரிட்ட பூமியில் சேற்று மண் மிகுந்திருந்தது. எங்களது மேலங்கிகளில் சேற்றின் புழுதியும் துகள்களும் படிந்து விரைவில் கறை படியத் தொடங்கின. நாங்கள் காத்திருந்தது வீண் போகவில்லை. காட்டின் ஊடே பெருத்த காலடி ஓசை கேட்டதும் எங்களுக்கு

உற்சாகமானது. ஓ! எங்கள் யானைப் படை வந்துவிட்டது. இனி கவலையில்லை. போர் முடிந்ததுபோலத்தான்.

வரவில் ஒரு சிறந்த யானைப் பாகன். அவன் மிகச் சுலபமாகத் தனது யானைகளை அவனது அங்குசத்தின் கட்டுப்பாட்டின் கீழ் கொண்டு வருவதில் சமர்த்தன். உண்மையில் மிகப் பெரிய யானைப்படை தான் அது. அத்தனை யானைகளும் ஆக்ரோஷத்துடன் ஓட்டமாக ஓடி கோட்டை வாயிலை நெருங்கின.

வரவில் முதலில் ஒரு யானை மீது வந்தான். பின்னால் வந்த யானையின் அம்பாரியில் மன்னர் அமர்ந்திருந்தார். 'கோட்டை கதவுகள் சிதிலமாகாமல் தாக்குங்கள்', என்றார். வரவில் சம்மதித்துத் தலையசைத்தான். அவர்கள் முன்னால் பத்து, பதினைந்து வீரர்கள் கைகளில் பெரிய மரங்களின் அடிபாகத்தைச் சுமந்து கொண்டு சென்றனர்.

வரவில்லும் வேறு சில யானைப்பாகர்களும் யானைகளைக் கோட்டை கதவின் முன்பாக வரிசையில் நிறுத்தினார்கள். கோட்டை மதிலின் மேலே ஸ்ரீவிஜய தேசத்து வீரர்கள் நின்றுகொண்டிருப்பதை நான் பார்த்தேன். அவர்கள் சிரமப்பட்டு ஏதோ ஒரு பாண்டத்தைக் கொண்டு வர முயன்றுகொண்டிருந்தனர். ஒரு பெரிய கொப்பரை யில் கொதிக்கும் எண்ணெய். யானைகளின்மீது ஊற்ற முயற்சிப்பார் கள் என்று எனது சமயோசித புத்திக்குத் தெரிய வரவே நான் விரைந்து செயலாற்றினேன். எனது வீரர்களுக்கு உடனே ஆணையிட்டேன்.

'கோட்டை மதிலின் மீது இருக்கும் ஸ்ரீவிஜய வீரர்களை உடனே தாக்குங்கள்', என்று முழங்கினேன். சற்று விலகியிருந்த வில்வீரர் களுக்கு எனது ஆணை காதில் விழவில்லை என்றாலும் எனது கரங்கள் அசைந்த விதம் புரிந்துகொண்டு கோட்டை மதிலின் வீரர்கள் மீது சரமாரியாகக் கணை தொடுக்கத் தொடங்கினர். ஆம், அந்தக் கொப்பரையில் கொதிக்கும் எண்ணெய்தான். எனது வீரர்கள் எய்த கணையினால் நிலை தடுமாறிய ஸ்ரீவிஜய வீரர்கள் கொப்பரையைத் தவறவிட்டு கொதிக்கும் எண்ணெயை மேலே ஊற்றிக்கொண்டிருக்க வேண்டும். துடித்து அலறும் ஒலி திசை எங்கும் பரவியது. மதிலின்மீது சுடு எண்ணெய்க் காயங்களுடன் நான்கைந்து வீரர்கள் சாய்ந்து கிடந்தனர். யானைப் பாகர்கள் ஒவ்வொரு யானையும் தங்களது தும்பிக்கையில் இரண்டிரண்டு கட்டைகளைத் தாங்கிக் கொள்ளுமாறு பார்த்துக்கொண்டனர். யானைகள் மிகவும் புத்திசாலியான விலங்குகள், யானைப்பாகன் கட்டளையிடும் முன்னரே புரிந்து கொள்ளும் அறிவுள்ளவை, ஆனால் அப்போது சுற்றிலும் எழுந்த கூக்குரல்களும் ரத்த

வாடையும் அவைகளை நடுக்குற வைத்தன. அச்சத்திலும், திகிலிலும் உறைந்து போயிருந்தன.

யுத்தத்தின் உக்கிர ஒலி ஒன்று எனக்குப் பின்னாலிருந்து பேரலை போல எழுந்தது. கணைகளும், சுண்ணாம்புக் கலவைப் பந்துகளும் மேலே விழுந்ததும் அவர்களிடம் அலறல்களும், ஹுங்காரங்களும் எழுந்தன. தாக்குதலைத் தாளாது கீழே விழுந்தனர். துந்துபிகளும் பேரிகைகளும் ஆரம்பத்தில் கால்முகூர்த்தம் மட்டும் போர் முழக்கமிட்டன. பின்னர் வீரர்களின் அலறலும், மரண ஓலமும், சாய்ந்து விழும் உடலிலிருந்து பீறிப் பாயும் குருதியும், குருதியில் தோய்ந்து சேறாகிப் போன பூமியும் யுத்தத்தைப் பறை சாற்றின. யுத்தத்திற்கு என்று தனி ஒலி உண்டு. உடலின்மீது உலோகம் மோதும் ஒலி; உலோகத்தின்மீது உலோகம் மோதும் ஒலி; மரண தாகத்தில்தவிக்கும்வீரனின்தாப ஒலி; அச்சத்தில்அலறும்விலங்குகளின் ஒலி. இத்தனை ஒலிகளையும் சுரக் கோர்வைகளாக ஓர் இசைக் கலைஞன் உருவாக்க முயன்றால் அதுவே யுத்த நாதமாக இருக்கும்.

கதவின் தடைகளைக் கரிகளின் நெற்றிப் பகுதிகள் தாக்கின. அவை சுமந்து சென்ற மரக்கட்டைகள் ஓங்கி ஓங்கிக் கதவுகளை இடித்தன. கோட்டைக் கதவுகள் அத்தனை எளிதில் திறந்து கொள்ளுமா என்ன? அவர்களது பிரும்மாண்டமான கதவுகள் என்பதோடு வேலைப் பாடுகள் மிகுந்த உறுதியான மரத்தில் இழைத்துச் செய்யப்பட்ட கதவுகள். தங்க இழைகளாலும், விலை மதிப்பற்ற நவரத்தினக் கற்களாலும் இழைத்துக் கட்டப்பட்ட தோரண வாயிலைத் தாங்கி நின்ற கதவுகள். ஒரு கோட்டைக் கதவு அந்த ராஜ்ஜியத்தின் வளமையை முதலில் கூறிவிடும். அப்படிப்பட்ட கதவை உடைத்து நுழைவது சற்றுக் கடினமாக இருக்கும். ஆனால் எங்கள் சோழ தேசத்து யானைகளின் ஆற்றலின் முன் எந்த சாம்ராஜ்ஜியத்தின் கதவுகள் தாக்குப் பிடிக்கும்? கோட்டைக் கதவு பிளக்கப்படுவது என்றால் அந்த சாம்ராஜ்யத்தின் அரியணைக்கு ஆட்டம் காண்கிறது என்று பொருள். யானைகளின் ஆவேசத்தில் ஸ்ரீவிஜய மன்னனின் அரியணை அசையத் தொடங்கியது.

எங்கள் வில் வீரர்களின் நெருப்பு அம்பு மழை, யானைப் பாகர்களுக்கும், யானைகளுக்கும் ஒரு குடை போன்று பாதுகாவலாக அமைந்தது. மீண்டும் மீண்டும் யானைகள் தங்களது தலைப்பகுதியால் பலம் கொண்ட மட்டும் கோட்டைக் கதவுகளை முட்டி மோதின. கதவின் பிணைப்புக் கட்டைகள் முறியும் ஒலி கேட்டது. எங்கள் வீரர்களும் பெரிய மரக்கட்டைகளைத் துதிக்கையில் பின்னிக் கொண்ட யானைகளுமாக ஆவேசமாக முன் சென்று

தாக்குவார்கள். வீரர்கள் அலைபோலப் பேரொலி எழுப்பிக் கதவின் மீது மோதி அதனை முட்டி நிற்பர். இது தொடர் நிகழ்வாக நடந்து கொண்டே சென்று இறுதியில் கதவுகளின் பின் இருந்த பிணைப்புக் கட்டைப் பிளந்து கதவு திறந்து கொண்டது.

ஸ்ரீவிஜய தேசத்தின் கொடுஞ்சாபமாக நகருக்குள் நாங்கள் பிரவேசித்தோம். தாக்குதல் வெறியுடன் ஆவேசமாக உள்ளே நுழைந்தோம். வீதிகளில் ஆள்நடமாட்டம் காணப்படவில்லை. குடி மக்கள் பாதுகாப்புக் கருதி தொலை தூரங்களில் சென்று பதுங்கியிருக்க வேண்டும். இல்லங்கள், அங்காடிகள், சாவடிகள் என்று கண்ணில் தென்பட்ட அனைத்து மாளிகைகளிலும் கோஷமிட்டபடி நுழைந்தோம். எங்கும் ஓலம். குழந்தைகளின் ஓலம். முதியவர்களின் கையறு வேதனையின் ஓலம். பெண்களின் பீதி நிறைந்த அலறல்களின் ஓலம். யுத்த நாதம் இப்போது தனது பண்ணை மாற்றிக்கொண்டு ஒலித்தது.

வீதிகளில் முன்னேறிச் சென்றோம். குடிமக்களின் இல்லங்கள் சூறையாடப்பட்டன. பல போர் கண்ட எங்கள் வீரர்களுக்குக் குடிமக்கள் எங்கெல்லாம் தங்கள் செல்வங்களை மறைத்து வைத்திருப்பார்கள் என்று தெரியும். கட்டிலின் அடியில், தரை விரிப்புகளின் அடியில். அவசரமாக எழுப்பப்பட்ட மதில்களின் பின்புறம் என்று எங்கு வேண்டுமானாலும் தங்களது ஆயுட்கால உழைப்பை பொன்னாகவும், வைரங்களாகவும், வெள்ளிப் பாண்டங்களாவும், நவரத்தினக் கற்களாகவும் சேமித்து வைத்திருப்பார்கள். தேன்கூட்டைக் கலைத்துத் தேன் எடுக்கும் வேடுவனைப்போல அவர்களின் மொத்த சேமிப்பையும் சூறையாடல் என்ற பெயரில் கவர்ந்து கொள்வதுதான் வெற்றி பெற்ற வீரர்களின் செயலாக இருக்கும். ஆனால் தற்சமயம் எங்களது நோக்கம் சூறையாடுவது அன்று. வேறு ஒரு நோக்கம். எனவே கத்தியினும் கூர்மையான பார்வையுடன் மேலும் மேலும் முன்னேறிச் சென்றோம்.

அவர்களது படை கோட்டையின் பிரதான வாயிலை விட்டு வேறு எங்கோ தள்ளி நிற்கின்றது. நகரக் கட்டமைப்பில் புத்தி சாதுர்யமும், தொலைநோக்குப் பார்வையுமின்றி அந்த நகரம் கட்டப் பட்டுள்ளதை அவர்களது வீதிகள் கூறிக்கொண்டிருந்தன. அனைத்து வீதிகளும் அரசரின் அரண்மனையை நோக்கிச் செல்வதுபோல அமைந்திருந்தன. இப்படி ஒரு பலவீனமான பாதுகாப்பா? என்ன ஓர் அறிவீனம்! என்ன ஒரு பைத்தியக்காரத்தனம்!. இந்த அழகில் இந்தத் தீவு தேசம் நெடுநாட்களாக எவராலும் கைப்பற்றப்படாத தேசம் என்று மற்றவர்களிடம் பெயர் வேறு பெற்றுள்ளது.

விலை மலிந்த கத்திகளை வெறும் கல்லில் கூர் தீட்டும் வீரர்கள் மிகுந்த ஒரு நாட்டில், ஆட்சி புரிபவர்கள் யுத்தத்தை விடுத்து சமாதானத்தைப் பிழையெனக் கொள்வதைக் கண்டு நான் வியந்திருக்கிறேன்.

நகரின் மையப் பகுதியை அடைந்தோம். அரண்மனை நுழை வாயில்களை நோக்கி விரைந்து முன்னேறினோம். அரண்மனை வாயிலை மறித்து நின்ற காவலாளிகள் எங்கள் முன்னர் மனிதச் சுவர் போல நின்றனர். ஒரு நேர்மையான யுத்தத்தைத் தவிர வேறு மார்க்கமில்லாமல் போனது எங்களுக்கு. எனது நோக்கம் அங்கு அதிகமான உயிர்ச்சேதம் ஏற்படுத்தாமல் அந்தத் தடையைப் பிளந்து செல்வது ஒன்றுதான். வீரர்கள் மொத்தமாகச் சேர்ந்து ஒரு சுரங்கப்பாதை போன்ற அமைப்பை ஏற்படுத்திக்கொண்டோம். மிகுந்த பலசாலி வீரர்களே இந்தச் சுரங்கப்பாதை வியூகத்தை அமைத்தனர். இதன் மூலம் அவர்களை முற்றிலும் தடுத்துவிடலாம் என்ற எண்ணம் எங்களுக்கு இருந்தது. நாங்கள் அரண்மனைக் கதவுகளை மோதித் திறப்பதில் கவனமாக இருந்தோம். அந்த மனிதச் சுவற்றினைப் பிளப்பது சற்றுக் கடினமாக இருக்கும் என்று எண்ணிய எங்களுக்கு நாங்கள் பலமாகத் தாக்கியதும் எவ்வித எதிர்ப்புமின்றி அவர்கள் விலகிக் கொண்டது பெரு வியப்பானது. அந்த மனிதச் சுவர் வெறும் அலங்காரச் சுவரே தவிர பாதுகாப்புச் சுவர் அன்று என்பது விளங்கியது. எங்கள் நடுவில் தீவிர சண்டை மூளத் தொடங்கியது.

ஸ்ரீவிஜய வீரர்கள் தாக்கத் தொடங்கினர். சண்டையின் தீவிரம் என் கழுத்தைச் சுற்றி இறுக்கியது என்றால் மிகையில்லை. எதிரி ஒருவன் எனது பின்புறமிருந்து எனது கழுத்தைத் தனது கரங்களால் இறுக்கிப் பிடித்து நெறிக்கத் தொடங்கினான். இந்த அமளியில் எனது வாள் என் கரத்திலிருந்து நழுவிக் கீழே விழுந்துவிட்டது. ஸ்ரீவிஜய தேசத்து வீரர்கள் என்னைச் சுற்றி வளைத்துக்கொண்டதால் எனது சுவாசம் திணறியது. அனிச்சை வேகத்திற்கு ஈடு கொடுத்து எனது இடைவார்ப்பட்டையில் இருந்த குறுவாளை எடுப்பதற்கு நான் பிரயத்தனப்பட வேண்டியிருந்தது. மிகுந்த வேகத்துடனும், எதிர்வினையுடனும் நான் எனது குறுவாளை வெளியில் எடுத்து அவன் ஈரக்குலையில் பாய்ச்சினேன். அந்தத் தாக்குதலை எதிர்பாராத அவன் நீண்ட ஹுங்காரத்துடன் அலறியபடி தனது பிடியை எனது கழுத்திலிருந்து தளர்த்தினான். நான் அவனைத் திரும்பிப் பாராது சண்டையில் மும்முரமானேன்.

இதற்குள் நாங்கள் மொத்தமே முப்பது வீரர்கள் மிக எளிதாக அரண்மனைக் கதவுகளைத் திறந்துகொண்டு உள்ளே நுழைந்தோம்.

ஸ்ரீவிஜய மன்னரை எங்கும் காணவில்லை. யுத்த சேதி அவரைச் சென்று அடைந்திருக்க வாய்ப்பில்லை. கிருஷ்ணனும் அவனது வீரர்களும் அரண்மனையின் முன்பு நின்று கொண்டிருந்தனர். 'ஸ்ரீவிஜய மன்னரையும் பட்டத்து இளவரசனையும் காணவில்லை', என்று கூறினார் கிருஷ்ணன்.

'பட்ட மகிஷியும் மற்ற ராணிகளும்?'

அவர் இல்லையென்று தலையசைத்தார்.

நான் நம்ப மறுத்தேன். இங்ஙனம் நிர்கதியாகக் கைவிட்டுச் செல்வதற்கா அவர்கள் கோட்டைக் கதவுகளுக்கு பலத்த பாதுகாப்பு ஏற்படுத்தியிருந்தனர்? 'அவர்களுக்குப் போதுமான அளவிற்கு எவரும் எச்சரிக்கை கொடுத்திருக்க மாட்டார்கள் போலும். இங்கு எங்கோதான் மறைந்திருக்க வேண்டும்!' என்றேன் நான்.

'நாங்களும் அவ்வாறே கருதினோம். மன்னரின் அரண்மனை மாளிகை முழுவதும் சோதித்துவிட்டோம். அரண்மனையில் சுரங்கப் பாதைகள் அமைக்கப்பட்டிருந்தால் நமது தேடுதல் நேரம் அதிகமாகும். அதற்குள் சுதாரித்துக்கொண்டு படையைத் திரட்டி அவர்கள் எதிர் தாக்குதலைத் தொடங்கிவிடுவர்!' என்றார் கிருஷ்ணன்.

இதே போன்று ஸ்ரீவிஜய வீரர்களின் படைவீரர்கள் எங்களைச் சூழ்ந்து கொண்டால் எவ்வாறு சமாளிப்பது என்ற வினாவை எனக்குள் எழுப்பியபடி, 'வாருங்கள் இளைய ராணிகளின் மாளிகைகளில் சென்று தேடுவோம்', என்று கூறினேன்.

இளையராணிகளின் மாளிகைகளை நோக்கி முன்னேறினோம். சிறிய மாளிகைகளில் தோட்டங்கள் வெகு நேர்த்தியாக இருப்பினும் கட்டிடங்களில் போதிய அலங்கார வேலைப்பாடுகள் இன்றி காணப்பட்டன. அறைகளின் ஊடே புகுந்து தேடிச் சென்றோம். ஒருவரும் கண்களுக்குத் தென்படவில்லை. தாழிகளும் முக்காலிகளும் தூக்கிக் கடாசப்பட்டன. நிலையடுக்குகள் வேகமாகத் திறக்கப்பட்டன. விளக்கு எண்ணெய்ச் சுடரின் வாசம் காற்றில் கலந்திருந்தது. வாசனை மலர்கள் தப்பித்து ஓடும்போது கால்கள் பட்டு நசுங்கிக் கிடந்தன.

நான் வெளியில் வந்துவிட்டேன். ஏதோ ஒன்று என்னைத் தடுத்தது. சிந்தையில் எதுவோ உறுத்தியது. புதர்கள் புல்வெளிகள் கால் பட்டு நசுங்கிய அடையாளம் காணப்படவில்லை. அத்தனை ராணிகளும் திமுதிமு என்று பதற்றத்துடன் ஓடியிருந்தால் ஒரு சிறுபுல்கூடவா மிதிபட்டு இருக்காது? சயன அறைகளில் சோதனையிட்டேன்.

மடப்பள்ளி சென்று தரைப் பகுதியை உற்றுப் பார்த்து ஆராய்ந்தேன். சுவர்களை ஆராய்ந்தேன். கூரையைப் பார்வையால் ஊடுருவினேன். சுவரில் ஆறு வளையங்கள் தொங்கிக் கொண்டிருந்தன. அடுமனையில் உள்ள பெரிய சுவரில் ஏழு வளையங்கள் இறைச்சியையும் உருளி போன்ற பெரிய பாண்டங்களைத் தொங்க விடுவதற்குப் பொருத்தப்பட்டிருந்தன. ஏழு வளையங்களில் ஒன்று மட்டும் சமச்சீர்த் தோற்றம் அளிக்கவில்லை. நான் ஐயம் கொண்டு அந்த வளையத்தைப் பிடித்து இழுத்தேன். கையோடு ஒரு கதவு திறந்து கொண்டது. உள்ளே ஆபத்துக் காலங்களில் பதுங்கிக் கொள்வதற்கு ரகசிய அறை ஒன்று அமைக்கப்பட்டிருந்தது.

அந்த அறையில் மகளிரும் சிறுவர் சிறுமிகளும் நடுங்கியபடி அமர்ந்திருந்தனர். அனைவரும் அரண்மனையைச் சேர்ந்த அரச குடும்பத்தினர். அவர்களில் மூவரை அவர்கள் அணிந்திருந்த உயர்தர ஆடை ஆபரணங்கள் மூலம் அரசகுலப் பெண்களாக அடையாளம் கண்டு கொள்ள முடிந்தது. அரசியர்களாக இருக்கலாம். நான் பார்த்துக் கொண்டிருக்கும்போது என் எதிரில் இருந்த இளம் வயது ராணி ஒருத்தி தனது கையில் ஓர் ஆயுதத்தை ஏந்தினாள். நான் எச்சரிக்கையாக அலறினேன். எனது அலறலைக் கேட்டு கிருஷ்ணன் பதில் குரல் எழுப்பவே நான், ‘மடப்பள்ளிக்கு வாருங்கள்’, என்று கூவினேன். ஆனால் நான் அந்த வாக்கியத்தை முடிப்பதற்குள் எனது கண்கள் இருட்டிக் கொண்டு வந்தன. என் கண் முன்னர் நின்று கொண்டிருந்த அகன்ற விழி படைத்த பெண்மணி எனது உடலைத் தன் கையிலிருந்த ஆயுதத்தால் தாக்கியது மட்டும் நினைவில் இருந்தது. எனது கால்களின் அடியிலிருந்து பூமி நழுவுவதை உணர்ந்தேன். மீண்டும் கடலில் மிதப்பதைப்போல இருந்தது.

நான் தரையில் சரிந்து விழுந்தபோது எனதருகில் ஓர் ஈட்டியும் கிடந்தது. வலி எதையும் உணரவில்லை. ஆகாயமும் பூமியும் இரண்டறக் கலந்தது போன்ற உணர்வு. அது எப்படி இருந்தது என்றால்...

அ:ரெமிஸ்

1

வேசி மக்கள்! மதர்த்த முலையும், மிருதுவான புஜங்களும் கொண்ட வேசி மக்கள் என்னைத் தரையில் காத்திருக்க வைத்து விட்டு அடுத்த பயணத்தில் இணைந்து கொள்ளுமாறு கூறிவிட்டுச் சென்று விட்டனர். ஆனால் இரண்டாவது பயணத்திற்கான கப்பல்கள் கடலில் தயாராக இல்லை. கடலில் வெகு தொலைவில் இரண்டு பெரிய கப்பல்கள் வெகு நேரமாக மிதந்துகொண்டிருந்தன. சிறிது நேரம் சென்ற பின்னர்தான் அவை இரண்டும் உணவுப் பொருள்கள், நன்னீர், எண்ணெய் முதலிய பொருள்களைச் சுமந்து நிற்கும் சரக்குக் கப்பல்கள் என்பது விளங்கியது. சமிக்ஞை வரும் வரையிலும் அவைகளைக் காத்திருக்குமாறு கூறியிருப்பார்கள். எனவே அவை கடலின் ஆழமற்ற முன்பகுதியில் நங்கூரமிட்டு மிதந்து கொண்டிருந்தன. சமிக்ஞை வரும்வரையில் காத்திருக்கும். மீறி கரைக்கு வந்துவிட்டால் தாக்குதல்களுக்கு ஆளாக நேரிடும்.

நான் என் குதிரை கட்டப்பட்ட இடத்தை நோக்கி நகர்ந்தேன். அதற்குள் கண்ணில்பட்ட பெயர் தெரியாத தாவரங்களை குதிரை உண்ணத் தொடங்கியிருந்தது. சேணங்களைச் சரி செய்துவிட்டு நான் குதிரையின்மீது தாவி ஏறினேன். எலும்பு முறிந்து போயிருந்த கணுக்கால் நான் எண்ணிய அளவிற்கு வேதனையை அளிக்க வில்லை. காற்றில் கரியின் நாற்றம் மிகுந்திருந்தது. மற்றவர்களின் வழித் தடத்தைப் பின் தொடர்ந்து செல்வதை விடுத்து எனது வழித் தடத்தைச் சற்று மாற்றி வனத்தின் ஊடே மரங்களின் வழியாகச் சகதி மிகுந்த சதுப்பு நிலங்களில் எனது புரவியைச் செலுத்தினேன். எனக்கு மரக்கிளைகள் ஏற்படுத்திய கீறல்கள், குதிரைக்குச் சேற்றில் வாரியிறைத்த சகதியின் அபிஷேகத் துளிகள் போன்றவற்றால் சிறிது தொலைவு சென்றவுடனேயே இருவரும் பார்வைக்கு அசிங்கமாக மாறிப் போனோம். தொலைவில் கலவரமான கூச்சல் கேட்டது. நான் எனது குதிரையை சற்று மேட்டுப்பாங்கான இடத்தில் நிறுத்தி நாலாபுறமும் பார்வையை ஓடவிட்டேன். எனது வில்லும், கணையும் ஆயத்த நிலையில் இருந்தன.

சோழர் படை அரண்மனையின் முன்வாயில், புறவாயில் இரண்டையும் கைப்பற்றி விட்டன. ஆம் நிஜம்தான். இருப்பினும் நான் கூர்ந்து நோக்கினேன். ஏதோ ஒன்று சரியாகப்படவில்லை. நகரின் எதிர் திசையிலிருந்து ஸ்ரீவிஜய தேசத்து வீரர்கள் சோழ வீரர்களை எதிர்க்க குவிந்த வண்ணம் இருந்தனர். சோழ வீரர்களும் அவர்களைத் தாக்குப் பிடிக்க இயலாமல் தடுமாறிக் கொண்டிருந்தனர். ஸ்ரீவிஜய வீரர்கள் வட்டமடித்து எங்கள் வீரர்களைச் சூழ்ந்து கொண்டு சண்டையிட்டனர். எங்கள் வீரர்களும் எதிர்க்க முடியாது திணறிக் கொண்டிருந்ததால் அவர்களது சேனாதிபதிகள் இன்னமும் உயிர்ப்புடன் இருப்பதாகத்தானே பொருளாகிறது?

எனது யுத்தகளம் இந்தக் குன்று என்று ஆகி விடக்கூடாது. நான் அந்தக் குன்றிலிருந்து கீழே இறங்கி அதன் அடிவாரத்தில் ஒரு மரத்தில் குதிரையைக் கட்டிவிட்டு எனது வில் மற்றும் கணைகள் நிறைந்த அம்புராத் துணியுடன் மேலே ஏறி நின்றேன். ஒரு புதரின் பின்னிருந்து கொண்டு எனது வில்லில் கணையைப் பூட்டி எய்யத் தொடங்கினேன்.

சோழ வீரர்களின் அருகில் சூழ்ந்துகொண்டிருக்கும் எதிரி நாட்டு வீரர்களைக் குறி வைத்து ஒரே சமயம் இரண்டு, மூன்று அம்புகளை வில்லில் பூட்டி எய்யத் தொடங்கினேன். அதன் பிறகு மிடுக்கான உடையும், சிறந்த கவசங்களும் அணிந்துகொண்டிருந்த ஸ்ரீவிஜய தேசத்து வீரர்களைக் குறி வைத்துத் தாக்கினேன். அத்தனை கூச்சலுக்கு நடுவிலும் வீரர்கள் பாதுகாக்கப்பட்டனர். நான் என்னைக் கூடிய மட்டும் கோட்டை வீரர்களிடம் மறைத்துக் கொண்டு அம்புகளை எய்து கொண்டிருந்தாலும் அவர்கள் என்னைச் சிறிது நேரத்தில் அடையாளம் கண்டு கொண்டு விட்டனர்.

அவர்கள் சீக்கிரமே ஒழுங்கற்ற நிலையில் சண்டையிடத் தொடங்கினர். அதற்கு நான்தான் காரணம் என்று எண்ணியிருந்தேன். ஓ! நான் இல்லை. ஒரு வினோதமான ஒலி எழுந்தது, சங்க நாதம் போன்றும் இல்லாமல், துந்துபி முழக்கம் போலும் இல்லாமல் வேறு வினோத ஓசையுடன் அந்த ஓசை எழுந்தது. அந்த ஓசை எழுந்ததிலிருந்து ஸ்ரீவிஜய தேசத்து வீரர்கள் சற்று பாதிக்கப்பட்டவர் கள் போலக் காணப்பட்டனர். அவர்களுக்கு ஏதோ நேர்ந்திருக்கிறது. அரண்மனை சுவரை இங்கிருந்து எவ்வளவு உற்று நோக்கினாலும் என்னால் தெளிவாக எதையும் பார்க்க இயலவில்லை. சற்று நேரத்தில் ஒரு வீரன் அரண்மனை வாயிலை நோக்கி ஓடி வந்தான். அவன் கரங்களில் வெண்ணிறக்கொடி ஒன்று அசைந்துகொண்டிருந்தது. அதன் நடுவில் சிவப்பு வட்டம் ஒன்று காணப்பட்டது. அந்தக்

கொடியைக் கண்டதும் ஸ்ரீ விஜய வீரர்கள் சற்றுப் பின் வாங்கினர். அவர்கள் பின்வாங்கியபடி அரண்மனை வாயிலில் போட்டிருந்த தடையை விலக்கிக்கொண்டிருந்தனர். எங்கள் சோழ தேசத்து வீரர்கள் ஆவேசமாக அரண்மனைக்குள் புகுந்தனர். நான் விரைந்து குன்றிலிருந்து இறங்கி எனது குதிரையின்மீது தாவி ஏறி அவர்களைப் பின் தொடர்ந்தேன்.

சோழ வீரர்களின் வரிசையின் இறுதியில் நான் சென்று கொண்டிருந்தேன். அந்த அரண்மனை மாளிகைகள் பூமியிலிருந்து அதிக உயரத்தில் எழுப்பப்பட்டிருக்கவில்லை. களிமண்ணும், செங்கற்களும் கொண்டு எழுப்பப்பட்டிருந்தன. ஆங்காங்கே கற்றூண்கள் அந்த மாளிகைகளின் பெருமைகளைப் பேசியபடி நின்றன. அரண்மனை தரைகளில் ஆங்காங்கே செய்நேர்த்தியுடன் கூடிய சிலைகளால் அலங்கரிக்கப்பட்டிருந்தன.

அரண்மனைப் பூங்காக்களில் இருந்த நந்தவனங்கள் சீராக அமைக்கப்பட்டிருந்தன. கீழ் தளத்தைச் சுற்றி வரும்போது ஓரிடத்தில் வேங்கை ஒன்று மரத்தில் கட்டி வைக்கப்பட்டிருந்தது. வேங்கை விழித்திருந்தாலும் தூக்கக் கலக்கத்தில் இருந்தது. சலிப்புடன் என்னையும் குதிரையையும் பார்த்துவிட்டுத் தனது பார்வையைத் திருப்பிக்கொண்டு விட்டது. அதற்குத் தனது எஜமானர்களைக் கொல்வதற்காக நாங்கள் வந்திருக்கிறோம் என்பது தெரிந்திருக்க வாய்ப்பில்லை.

அரண்மனைக்குள் நுழைந்து கிருஷ்ணனையும், ஔவையையும் தேடினேன். தனித்திருக்கும் சமயங்களில் எல்லாம் எனது முதுகுக்கு ஈட்டி குறி வைக்கப்படுவதைப்போன்ற பிரமை எனக்கு எப்போதும் நேர்வதுண்டு. இறுதியில் ஒரு கதவின் அருகில் நடேசனைச் சந்தித்தேன். கிருஷ்ணனின் வீரர்கள் அரண்மனை நுழைவுக் கூடத்தில் முன்பிருந்த மரத்தின் அடியில் வெற்றிக் களிப்பில் மிதந்து கொண்டிருந்தனர். அவர்கள் ஈட்டிகள் அந்த மரத்தில் சாய்த்து வைக்கப்பட்டிருந்தன. ஓரிருவர் தங்களது கவசங்களைக் கழற்றி வைத்திருந்தனர்.

நான் குதிரையிலிருந்து கீழே குதித்து இறங்கினேன். கணுக்கால் சிறிது வலியை ஏற்படுத்தியது. நடேசனைப் பார்த்து, 'மன்னரை அவர்கள் சிறை பிடித்து விட்டார்களா?' என்றேன்.

அவன் மறுத்துத் தலையசைத்தான். 'ராணிகளைச் சிறை பிடித்திருக்கவேண்டும். சுவரில் அவர்கள் தொங்க விட்டுள்ள துணி விரிப்பின் பொருள், அரண்மனையில் உள்ள ராணிகள்

சிறைபிடிக்கப்பட்டனர் என்பதைக் கூறுவதாகும்', என்று கூறியவன் தொடர்ந்தான். 'உள்ளே போ! கிருஷ்ணன் உனக்காகக் காத்திருக்கிறார்...' அவனது பார்வை எப்போதும் போலின்றி வேறு மாதிரி இருந்தது. கருணையுடன் என்னை நோக்கினான். என்னை நெருங்கி எனது புஜங்களை அழுத்தினான். மற்றவர் முன்னிலையில் அவனது இந்தச் செய்கை வினோதமாகத் தெரிந்தது. உள்ளே கேட்ட புலம் பல்களைப் பின் தொடர்ந்து மாளிகையின் அறைகளுக்குள் புகுந்து புறப்பட்டேன். மூன்று வீரர்கள் காவலிருந்த ஓர் அறையின் வாயிலில் இருந்து அழுகுரல் கேட்டது. சிறை பிடிக்கப்பட்ட ராணிகள்!

அங்கிருந்து ஒரு கூடத்தில் நுழைந்தால் அங்கே கிருஷ்ணனும் அவரது வீரர்களும் இருந்தனர். அந்த அறை முழுவதும் சீனக் கலைஞர்களின் கைவண்ணத்தில் மிளிர்ந்துகொண்டிருந்தது. திரைச் சீலையில் பாம்பும் அல்லது முதலையும் அல்லாது சிங்கமும் அல்லாது தீ நாக்குகளுடன் கூடிய ஒரு வினோத மிருகத்தின் சித்திரம் தீட்டப்பட்டிருந்தது. பீங்கான் தட்டுக்களிலும், பீங்கான் பூச் சாடிகளிலும் சீனர்களின் கலைத் திறன் வெளிப்பட்டது. ஒருவேளை இது அவர்கள் கொள்ளையடித்த பொருள்களாக இருக்கலாம்.

கிருஷ்ணனுக்கும் என்னைக் கண்டதும் முகம் இறுகியது. 'யவனி! நாம் வெற்றியின் விளிம்பை நெருங்கிக்கொண்டிருக்கிறோம்!',

நானும் தலையசைத்தேன். ஒரு நீண்ட கடற் பயணத்தின் இறுதியில் ஓர் எளிதான வெற்றி.

'ஸ்ரீவிஜய தேசத்து மன்னர் பணியும்வரைதான் அனைத்தும். பிறகு நமது வெற்றி பகிரங்கமாக அறிவிக்கப்படும். அரண்மனை ராணிமார்கள் எதிரியின் கைகளுக்குள் மாட்டிக்கொண்டிருக்கும்போது அரியணை தான் பெரிது என்று எண்ணும் மன்னன் முழு மூடன்.'

'நமது மன்னர் எங்கே?'

'அந்த அறைக்குள் சிறைப் பிடிக்கப்பட்டிருக்கும் ராணிமார்களுடன் பேச்சுக் கொடுத்து ஸ்ரீவிஜய மன்னன் குறித்துத் தகவல்கள் ஏதாவது பெற முடியுமா என்று விசாரித்துக் கொண்டிருக்கிறார்.'

அவர் எனது அருகில் நெருங்கி வந்தார். 'அரண்மனை சிறிய மாளிகைகளில் ஒன்றில் ரகசிய நிலவறை இருப்பதாகத் தகவல் வந்துள்ளது. என்னவென்று விசாரி. ஔவை அவற்றைப் பார்த்திருக்க வேண்டும். ஆனால் அவர் காயம்பட்டுக் கிடக்கிறார்.'

அங்கிருந்த அதிகாரிகளும், சேனைத் தலைவர்களும், வீரர்களும் ஏன் கிருஷ்ணனும்கூட என்னை உற்று நோக்கினர். அவர்கள் மனதில் நான் ஔவையின் காதலி என்ற நினைப்பு இருக்கும்போல.

'ஔவை எங்கே?' என்று அவரைக் காணாது வினவினேன்.

'இடைகழியில் உள்ள கூடத்தில் உள்ளார்', என்று கூறிவிட்டுத் தங்கள் பின்னால் இருந்த திரைச் சீலையை விலக்கினார்கள்.

நான் நொண்டியபடி குருதி மற்றும் மூலிகை மருந்தின் நெடியும் வீசிய அறைக்குள் நுழைந்தேன். உள்ளே ஔவையைப் பாயில் கிடத்தியிருந்தனர். விகாரி அவர் அருகில் அமர்ந்து தனது கரங்களில் வழிந்த ரத்தத்தை ஒரு வட்டிலில் வடித்துக்கொண்டிருந்தார். அந்த ரத்தம் ஔவையின் உடற்காயத்திலிருந்து வழிந்த ரத்தம்.

விகாரியின் முகத்தில் இருந்த பதற்றம் அச்சம் ஊட்டுவதாக இருந்தது. இதே போன்ற திகில் படர்ந்த பார்வையை நான் காயப்பட்டுக் கிடந்தபோது பார்த்திருக்கிறேன். எனவே காயத்தின் தீவிரம் குறித்து நான் எதுவும் கேட்கவில்லை.

ஔவை பெரிதாக மூச்சு விட்டுக்கொண்டிருந்தார். அவரது விழிகள் பாதித் திறந்த நிலையில் இருந்தன. காயத்தைச் சுற்றியிருந்த தோல் ரத்தமின்றி வெளுத்திருந்தது.

'அந்நியர்களின் பூமி இது', என்று கூறிய விகாரி தனது கையில் இருந்த மூலிகை விழுதை நன்கு அழுத்தி காயத்தின்மீது வைத்து ஒரு துணியால் கட்டி விட்டார். 'ஒவ்வொரு பிரதேசத்தில் ஒவ்வொரு விதமான ஆபத்துக்கள். இந்தப் பிரதேசத்தில் காயத்தைத் தாங்கும் ஆற்றல் ஔவையிடம் இல்லை', என்றார்.

மேலும் சில பருத்தித் துணிக் கற்றையைக் கிழித்து மூலிகை விழுதின் மீது வைத்து மருந்து காயத்தைவிட்டு நகராமல் பார்த்துக் கொண்டார்.

'நீங்கள் பார்த்தபோது காயம் எவ்வாறு இருந்தது?' என்று கேட்டேன். ஏதாவது செய்யவேண்டும் என்பதற்காக ஒரு தூய பருத்தித் துணியை எடுத்து ஔவையின் புருவங்களில் துளிர்த்திருந்த வியர்வைக் கோடுகளைத் துடைத்தேன். அவரது உடல் கொதிக்கும் நெருப்பாகச் சுட்டது. அந்த வெப்பம் அறையெங்கும் பரவிக் கிடந்தது.

'ஔவையைத் தாக்கிய பகைவீரன் அதற்கு முன்னர் நமது வீரர்களில் ஒருவனைக் குத்திக் கொன்றிருக்க வேண்டும்', என்றார் விகாரி.

அவர் தனது கரங்களைச் சுடுநீரால் கழுவிக்கொண்டார். 'அந்த ஈட்டியில் குருதியும், சதையும், எலும்பும் ஒட்டிக்கொண்டிருந்தன. அது ஆழமாக உள்ளே சென்றிருக்கிறது', என்று கூறியபடி ஔவையின் முகத்தைச் சோதனையிட்டார். 'அந்த ஈட்டி அவரது ஈரக்குலையைத் துளைத்துள்ளதா என்பதைப் பார்க்கவேண்டும்', என்று கூறும்போது அவரது குரல் நடுங்கிக்கொண்டிருந்தது.

நான் இப்போது கவனத்தை ஔவையிடமிருந்து விகாரியின் மேல் திருப்பினேன். ஆம் நான் பெருமூச்சு விட்டேன். மேலும் ஓர் அந்நியன் எங்கள் சோழர் படைக்குள் புகுந்து குழப்பம் விளைவிக்கிறான். விகாரி ஒரு வீரர். அவரது காதலர்கள் மகளிர் இல்லை ஆடவர்கள். அவரையும் ஔவை காப்பாற்றியிருக்கிறார்.

விகாரி, ஔவை பிழைக்கவேண்டும் என்று வெறியுடன் செயல்பட்டார்.

நான் வெளியில் வந்தபோது மன்னர் ராஜேந்திர சோழ பூபதி கிருஷ்ணனுடன் பேசிக்கொண்டிருந்தார். இந்தப் பிரதேசத்து வெப்பம் வேறு வடிவில் இருந்தது. கண்டசரம் அல்லது சுருக்குக் கயிற்றின் தோற்றத்துடன் வளைந்த வடிவைக்கொண்ட இந்த தேசத்தின் கடற்கரை காற்றில், ஈரப்பதத்துடன் நுண்ணிய மணல் துகள்களையும் கொண்டு வருகிறது. காற்றின் தூசு மன்னரின் ஒப்பனைக் கலவையில் ஒட்டிக்கொண்டு அவரது விழிகளின் அஞ்சனத்தைப் பழுப்பு நிறமாக மாற்றியது. நெற்றித் திலகத்தைக் கலைத்தது. கன்னங்களில் இருந்த மஞ்சள் தீற்றை அழித்தது. அவரைப் பார்த்தால் புழுதியில் புரண்டவரைப்போலத் தோற்றமிருந்தது.

நான் அங்கு நின்று கொண்டிருப்பதைக் கண்டு என்னை வியப்புடன் நோக்கினார். குதிரையிலிருந்து இறங்கியதால் ஏற்பட்ட கணுக்கால் வலியைப் பொறுத்துக்கொள்ளும் பொருட்டு நான் சுவரின்மீது சாய்ந்து நின்றேன்.

கிருஷ்ணன் என்னருகில் வந்து, 'இப்போது ஔவைக்கு எவ்வாறு உள்ளது?' என்று கேட்டார்.

'அவரது காயங்கள் மோசமாக உள்ளன. ஆனால் அவர் திடமாகத் தெரிகிறார்.'

ஆம். என்னைப் பொறுத்தவரையில் ஔவை நாகைப்பட்டிணத்தைச் சுற்றியுள்ள மலைகள் உள்ள அளவும் திடமாக இருப்பார் என்றே நம்பிக்கொண்டிருக்கிறேன். ஆனால் நோய்த் தொற்று உடலை எப்படி வேண்டுமாயினும் அரிக்கலாம். இரும்பு வாளில் துரு ஏறியது போலத்தான்.

எனக்கு வார்த்தைகள் எதுவும் வராது மீண்டும் உள்ளே சென்றேன். மீண்டும் வெளியில் வருவதும் எவ்வித மாற்றமும் நேராமல் மீண்டும் உள்ளே செல்வதுமாக இருந்தேன். என்னால் ஔவை அருகில் அமர்ந்து அவர் வலியில் அலறுவதையும் துடிப்பதையும் காணச் சகிக்கமுடியவில்லை. இப்படிச் சகிக்கமுடியாமல் வெளியில் சென்றால் உள்ளே ஔவைக்கு என்ன ஊறு நேர்ந்துவிடுமோ என்ற அச்சத்தில் மீண்டும் உள்ளே ஓடுவேன்.

விகாரி கையில் இருந்த பருத்தித் துணியில் நீளமாக எதையோ சுருட்டியபடி வந்தார். தரையில் அமர்ந்து பாயில் கிடந்த ஔவையை மீண்டும் ஒருமுறை சோதித்தார். 'இழுப்பு இப்போது நின்று போக வேண்டும். ஔவை கண் விழிக்கவேண்டும்.' ஔவையின் கன்னங்களை மெதுவாகத் தட்டினார்; பலமாகத் தட்டினார். ஆனால் ஔவையின் மயக்கம் தெளியவில்லை.

விகாரி பாயிலிருந்து நிமிர்ந்தார். தனது கையிலிருந்த துணியை விரித்தார். உள்ளே ஒரு கூர் ஈட்டி இருந்தது.

'ஔவையைக் குத்திய ஈட்டியா?' என்று கேட்டேன்.

ஆமென்று விகாரி தலையசைத்துவிட்டு, அதன் தலைப்பகுதியைச் சோதித்துப் பார்த்தார். 'நான் நினைத்ததுபோலத்தான் ஆயிற்று!'

அவர் ஈட்டியின் முனையை என்னிடம் காட்டி 'பார்', என்றார்.

நானும் பார்த்தேன். ஆனால், அதன் முனையில் ரத்தம் வழிந்து கொண்டிருந்தது. ஈட்டியின் உலோகப் பகுதி கண்களில் தட்டுப் படவே இல்லை. சற்று கூர்ந்து கவனித்த பின்னரே ஈட்டியின் கூர் முனையின் சிறு பகுதி உடைந்திருப்பது தென்பட்டது.

'எலும்பில் பட்டு இதன் முனை முறிந்திருக்க வேண்டும்', என்று சோகத்துடன் கூறியவர், 'அந்த முனை அவரது காயத்தின் உள்ளே சிக்கிக்கொண்டிருக்கும். காயம் ஆழமாக இருப்பதால் அதனைத் தேடுவது கடினம். அது சிக்கவில்லை என்றால் நோய்த் தொற்றினால் சீழ் ஏற்பட வாய்ப்புள்ளது.'

'அப்படி என்றால்...?'

அது ஒரு முட்டாள்தனமான கேள்வி என்றாலும் சிந்தனையும், செயலும் மரத்துப் போயிருந்த எனக்கு அப்படி ஒரு முட்டாள் தனமான கேள்வியை எழுப்புவதைத் தவிர வேறு எதுவும் தோன்றவில்லை.

‘அப்படி என்றால் அவர் கண் விழிக்க மாட்டார் என்று பொருள். காயம் அவனது திசுக்களைக் கொன்றுகொண்டே இருக்கும். புண் வாயைச் சுற்றி ரத்த ஓட்டம் நின்று போகும். தோல் சிறுகச் சிறுக அழுகத் தொடங்கும். சுற்றியுள்ள நல்ல தசைப் பகுதியை நோய்த் தொற்று விழுங்கத் தொடங்கும்’, என்று கூறிவிட்டு மீண்டும் ஒருமுறை ஔவையைப் பரிசோதித்தார். ஔவை நீண்ட உறக்கத்திலோ அல்லது நெடிய மயக்கத்திலோ இருப்பது போலிருந்தது. அவரிட மிருந்து கால இடைவெளியில் நீண்ட சுவாசம் வந்து கொண்டிருந்தது. விகாரி அவரது காயத்தைச் சுற்றியிருந்த துணிக் கட்டை அவிழ்த்துவிட்டு புதிய மருந்து மூலிகை விழுதை வைத்துக் கட்டினார். கழற்றி எறிந்த பழைய கட்டு பார்ப்பதற்குக் கோரமாக இருந்தது. அதில் முழுவதும் ஔவையின் ரத்தமும், சீழும்.

விகாரி அங்கிருந்து அகன்றதும் நான் ஔவையைக் கிடத்தியிருந்த பாயின் அடியிலிருந்து அவரது தங்கப்பிடியுடன் கூடிய குறுவாளை எடுத்து எனது இடைவார்ப்பட்டியில் செருகிக்கொண்டேன். பிறகு நொண்டியபடி வெளியேறினேன். ஔவையின் மோசமான நிலைமையைக் கண்ட பின்னர் நான் என் மனதில் தீட்டி வைத்திருந்த திட்டத்தை நடேசனிடம் கூறக் கிளம்பினேன்.

நொண்டியபடி நடக்க நடக்க எனது கணுக்காலில் வலியெடுக்க ஆரம்பித்தது. நான் எனது தலைக் கவசத்தையும் மெய்க்க வசத்தையும் அணிந்துகொண்டு கணுக்காலில் கட்டியிருந்த மருந்துக் கட்டின் முடிச்சை இறுக்கியபடி காத்திருந்தேன். நடேசன் மீண்டும் அதிலனுடன் தோன்றினான். அகிலன், கிருஷ்ணனின் கப்பலில் சிறை பிடித்து வைக்கப்பட்டிருந்த ஸ்ரீவிஜய தேசத்து உளவாளி. ‘வா... நமது வேட்டையைத் துவங்கலாம்!’ என்றேன்.

அரண்மனைக்குள் புகுந்து சிறிது துணிகளையும், போர்வை களையும் சேகரம் செய்துகொண்டோம். நாங்கள் அணிந்துகொண்ட புதிய வேடத்தில் குறுவாட்களை மறைத்து வைத்துக்கொண்டோம். ஊர் பேர் தெரியாத புதிய இடத்தில் இப்படி ஒரு வேடத்தில் நாங்கள் எளிதில் மாட்டிக்கொள்வோம் என்பது தெரிந்திருந்தும் துணிச்சலாக செயலில் இறங்கினோம். வீதி உலா சென்றோம். நிறையச் சந்தர்ப்பங்களில் நடேசன் என்னை நிறுத்திவிட்டு ஆபத்து ஏதாவது இருக்கிறதா என்று பரிசோதித்துவிட்டுப் பின்னர் என்னை அழைத்துச் சென்றான். நான் எனது கூந்தலை தலை முக்காட்டில் மறைத்துக் கொண்டேன். நடேசன் கைகளில் ஒரு கம்பை ஏந்தி இயல்பாக இருக்க முயன்றான். அவனது கறுத்த சிகை மக்களோடு மக்களாகக் கலப்பதற்கு ஏதுவாக இருந்தது.

அமைதியாகக் கிடந்த தெருக்களின் வழியாக அங்குமிங்கும் நோட்டமிட்டபடி சென்றோம். ஒரே பாணியில் செல்லாமல் நினைத்த நேரத்தில் ஒவ்வொரு வீதிக்குள் புகுந்து சென்றோம். நான் நடேசனுடன் நெருங்கிய நண்பனைப்போல நெருக்கமாகச் சென்றேன்.

ஒரு சதுக்கத்தில் மக்கள் கூட்டம் நிறைந்து காணப்பட்டது. அங்காடிகள் நிறைந்து காணப்பட்டாலும் பொருள் வாங்குவோர் எவருமில்லை. சதுக்கத்தின் நடுவில் ஒரு நீரூற்று. அதனைச் சுற்றி மக்கள் திரண்டிருந்தனர். அவர்கள் மத்தியில் குறுந்தாடி வைத்து ஒருவன் நின்றுகொண்டிருந்தான். அவர்கள் கவனம் அவன்மீது இருந்தது. அவர்கள் அவன் முன்பாகச் சாய்ந்திருந்த நிலையும், அவர்கள் முகத்தில் தெரிந்த ஆவலும் அவனிடம் ஏதோ சேதி ஒன்று இருப்பது புரிந்தது. நாங்கள் அந்தக் கூட்டத்தின் முனையில் அவன் கூறப் போவதைச் செவிமடுத்துக்கொண்டிருந்தோம். அதிலன் அவர்கள் பேச்சு மொழியைத் தமிழில் மொழிபெயர்த்துக் கொண்டு வந்தான். தங்கள் தேசத்து மன்னரும் அரசியரும் சோழ தேசத்து வீரர்களால் கொல்லப்படுவர் என்று முழங்கிக்கொண்டிருந்தான். அந்த நகரத்து மக்களுக்கு நாங்கள் இழைக்கப் போவதாகப் பலவித இன்னல்களைப் பட்டியல் இட்டுக் கொண்டிருந்தான். அவனுக்கு என்ன தெரியும்? அவன் ஒரு வல்லூறு. நாங்கள் அந்த இடத்தையும் கடந்து சென்றோம்.

எனது நொண்டிக் கால்களை மறைக்க நான் குடித்துவிட்டு நடப்பவனைப்போல உளறியபடி சென்றேன். இருப்பினும் வழியில் ஓரிருவர் எங்களைச் சந்தேகக் கண் கொண்டு பார்த்துவிட்டு அருகில் இருந்தவரிடம் முணுமுணுத்தனர். அந்தத் தேசத்து ஆடவரும், மகளிரும் எங்களைப்போன்ற தோற்றம் உடையவர் களாகத் தோன்றவில்லை. பெண்கள் மெலிந்து காணப்பட்டனர், ஆண்களும் அவ்வாறே இருந்தனர். அவர்கள் விழிகள் வாதாம் பழத்தினைப் போல பெரிதாகக் காணப்பட்டன. நல்லவேளை எவரும் எங்களைப் பின் தொடரவில்லை.

'மன்னர் எங்கே இருப்பார்?' என்று எரிச்சலுடன் அதிலனிடம் கேட்டேன். 'என்னவென்று தெரியவில்லை நடேசன், ஏதோ ஒன்று நமது கண்களுக்குத் தெரியாமல் மறைக்கப்படுகிறது!' என்றேன்.

துணியில் இருந்த குறுவாளின் கூர்முனை ஸ்ரீவிஜய தேசத்து அதிலன் முதுகில் நெருடிய வண்ணம் இருக்குமாறு பார்த்துக்கொண்டேன். நடேசனும் அவனருகில் தயார் நிலையில் இருந்தான். எனது முடமாகிப் போன கால்களைப் பார்க்கும்போது அந்தச் சாதாரண

ஸ்ரீவிஜய தேசத்தவன் பலம் பொருந்தியவனாகவே தோன்றினான். ஸ்ரீவிஜய தேசத்து அதிலனுக்கு அருமையான சந்தர்ப்பம் வாய்த்துள்ளது. அதைப் பயன்படுத்திக்கொண்டு அவன் எங்களுடன் கைகலந் திருந்தால் எளிதில் எங்களை வெற்றிகொண்டு எங்கள் வேடங்களைக் களைந்து அவர்கள் தேசத்தினர் முன்னர் எங்களை எவர் என்று அடையாளம் காட்டியிருக்க முடியும். ஆனால் அவனோ காதில் எலி புகுந்த யானையைப்போலத் தோள்களைக் குலுக்கிக் கொண்டிருந்தான்.

'எனக்கு நிச்சயமாகப் பாலம்பாங்கு எத்தகைய தீவு என்பது தெரியாது. இந்த நகரத்திற்கு நான் ஏவலுக்கு அழைத்து வரப்பட்டேன். பத்து நாட்கள் மட்டுமே இங்கு அவர்கள் ஏவிய பணியைச் செய்தேன். அதற்குள் என்னை நாகைப்பட்டிணம் கொண்டு சென்று விட்டனர்.'

'இருப்பினும் உன் செவிகளில் சில சேதிகள் விழுந்திருக்குமே. உங்களது மன்னர் இங்கிருந்து தப்பிச் செல்ல வாய்ப்பே இல்லை. அல்லது ஏதாவது ரகசிய வழி உள்ளதா? யோசித்துச் சொல். இல்லையென்றால் எங்கள் கத்திக்கு இரையாவதிலிருந்து உனக்கு வேறு கதி இல்லை!' என்றேன்.

அவன் அமைதியானான். நான் அவனுக்கு வேண்டிய பொழுதை அளித்தேன். தனக்குத் தோதான பொய்யை அவன் சொல்லி முடிக்கட்டும். பிறகு அவனைப் போட்டுத் தள்ளுகிறேன். உண்மைக்குக் கூட அது பதுங்கியிருக்கும் இடத்திலிருந்து வெளியில் வருவதற்குச் சமயம் வேண்டும் அல்லவா?

'ஒருவேளை ஆற்றில்?' என்று அச்சத்தில் பதில் கூறினான். அவன் குரலில் குழப்பம் எதுவுமின்றி, 'அது ஒன்றுதான் சிறந்த வழி தப்பிக்க!' என்றான்.

'நிச்சயம் இயலாது', என்று உறுதியாகக் கூறிய நான், 'நகரின் நான்கு வாயில்களிலும் சோழ தேசத்து வீரர்கள் சூழ்ந்துள்ளனர்', என்றேன்.

'வாயில் வழியாகத் தப்பிக்க வேண்டிய நிர்பந்தம் அவருக்கில்லை', என்றான். இது எனக்கு ஏற்கெனவே தெரிந்திருக்கும் என்ற தொனியில் குரலில் வியப்பின்றிக் கூறினான். நான் எனது குறுவாளின்மீது கொடுத்த அழுத்தத்தைத் தளர்த்தினேன். அதிலனிடமிருந்து ஒரு நிம்மதிப் பெருமூச்சு கிளம்பியது.

நாங்கள் மீண்டும் அரண்மனை நோக்கித் திரும்பினோம். நடேசன் சற்று நெருக்கி நடந்தான். அதிலனை நடுவில் நுழைத்து அவன் முன்னால் சென்றான். நடேசன் முன்னே செல்வதன் மூலம் எதிரில் வருபவற்றை அதிலன் பார்க்க இயலாமல் நடந்து சென்றான். இது

ஒரு பழைய உத்திதான். அவனைச் சிறைபிடித்துச் செல்வதைப் போல அழைத்துச் சென்றால் அவனால் தப்பி ஓட இயலாது. இருந்தாலும் அவன் அவற்றை முறித்துக்கொண்டு தப்பிச் செல்ல சந்தர்ப்பங்கள் அதிகம் என்பதால் நான் ஒவ்வொரு முறையும் பதற்றத்துடன் அவனைத் தொடர நேர்ந்தது. உதாரணத்திற்கு எதிரில் ஒரு சிறு கூட்டம் வரும்போது அவனால் அலறியபடி அதற்குள் ஒளிந்து கொள்ள முடியும். அப்படி ஓர் எண்ணத்தைத் தடுக்கும் முகமாக அவனது முதுகின் ஓரத்தில் குறுவாள் கோடு போட்டு நின்றது.

சொர்ண நதியை நோக்கி நகர்ந்தோம். நெடுங்காலமாக அந்த நதியின் நீரிலிருந்து அந்த தேசத்து மக்கள் பொன்னைப் பிரித்து எடுப்பதால் அதற்கு சொர்ண நதி என்று பெயர் ஏற்பட்டிருக்கிறது. இதன் காரணமாக அந்த தேசத்தவர் பெரும் செல்வந்தர்களாக உள்ளனர். 'இந்த ஊரில் பொதுமகளிர் விடுதியில் வசிக்கும் பெண்கள்கூடத் தங்கள் இடுப்பில் பசும்பொன்னில் செய்த ஒட்டியாணங்களைத்தான் அணிகின்றனர்', என்றான் அந்த இடத்திற்குத் தொடர்பின்றி.

வீதி வளைந்து சென்றது. நாங்கள் ஓர் இடத்திற்கு வந்ததும் படிக்கட்டுகள் பாதாளத்தில் இறங்கின. நான் நடேசனைப் பார்த்தேன். நடேசன் ஸ்ரீவிஜய தேசத்தவன் கரங்களில் விலங்கு போல கயிற்றால் சுற்றி அவன் கரங்கள் இரண்டையும் முதுகுக்குப் பின்னால் இறுக்கிக் கட்டினான்.

நான் வில்லைக் கொக்கியிலிருந்து எடுத்து நொண்டியபடி உள்ளே இறங்கினேன். எனக்குப் பாதுகாப்பாகப் படிக்கட்டுகளின் பக்கவாட்டில் இருந்த பாறைகளைப் பற்றியபடி சென்றேன். நதிக்கரை கண்ணில் தென்பட்டது. உடனே ஒரு படகும் தோன்றியது. அந்தப் படகில் ஆட்கள் எவருமில்லை. ஆனால் கயிற்றின் குவியலும் கூடைகளும் காணப்பட்டன. படகு தண்ணீரில் ஆடிக் கொண்டிருந்ததைப் பார்க்கும்போது அதில் உள்ள பொருள்களை அப்போதுதான் ஏற்றியிருக்க வேண்டும் என்று தோன்றியது. அல்லது என்னைக் கண்டதும் சட்டென்று இறங்கி ஓடியிருக்க வேண்டும்.

மேலும் ஐந்து படிகள் இறங்கினால் தரையைத் தொட்டுவிடலாம். நான் ஒரு கணையை எடுத்து வில்லில் பூட்டினேன். நதி விஸ்தாரமாக ஓடிக்கொண்டிருந்தது. உயர்ந்த கரைகள் நெடுகிலும் நதியுடன் சென்று கொண்டிருந்தன. ஜன நடமாட்டம் என்பதே

இல்லாமல் இருந்தது. நான் மரங்களை ஊடுருவினேன். ஆகாயத்தை நோக்கினேன்.

மேலும் ஒரு படி இறங்கினேன். எவரோ இருப்பதை உணர முடிந்ததே தவிர கண்ணில் எதுவும் தென்படவில்லை. மரத்தின் நிழலைப் போலத் தோற்ற மயக்கம் ஏற்பட்டது. எனது முடமாகிப் போன கால்களால் படிகளை எண்ண முடியவில்லை. மீதமிருந்த மூன்று படிகளை நான் எனது முடமான கால்களால் ஒரே தாவலாகத் தாவி தரையில் சீரான காலினால் இறங்கி கணை தொடுக்கத் தொடங்கினேன்.

நான் அங்கு தென்பட்ட இரண்டு நபர்களின் முழங்காலுக்குக் குறி வைத்தேன். அவர்கள் கீழே சரிந்தனர் என்றாலும் விழுவதற்கு முன்னர் ஈட்டியை எரிந்து விட்டுச் சரிந்தனர். அவற்றில் ஓர் ஈட்டி எனது வலது தோளை உரசி காயத்தை ஏற்படுத்திச் சென்றது. அந்த இருவரும் காவலர்களாக இருக்கவேண்டும். ஒருவன் தொண்டை கிழிய ஸ்ரீவிஜய தேசத்து பாஷையில் கூப்பாடு போட்டான். அந்தக் கூப்பாடு மன்னரைத் தப்பிச் செல்ல விடுக்கும் எச்சரிக்கை குரலாக இருக்க வேண்டும். எனவே மன்னர் அருகில்தான் இருக்கவேண்டும்.

நான் அருகில் சென்று எனது கால்களால் அவனது வாயை ஓங்கி மிதித்தேன். அவன் மௌனமாகச் சரிந்தான். 'அவர் எங்கே சென்றிருக்கக் கூடும்?' என்று கேட்டேன். எனது மொழி வேண்டுமானால் அவர்களுக்கு அந்நியமாகத் தெரியலாம். ஆனால் எனது முக பாவம் நான் கூற வந்ததைப் பிரதிபலிப்பதாக இருந்தது. நதியில் கடந்து சென்ற படகை அவன் சுட்டினான். அவன் வாயில் ஒரு கணையைச் செருகிவிட்டு நான் வேறு மார்க்கமாக ஓடத் தொடங்கினேன்.

நதியின் நீர் தளும்பும் ஓசையும், அடர்ந்த மரங்களின் ஊடே காற்று விரையும் ஓசையும் கூடிக்கொண்டே போனது. ஆகாயத்தில் கருமேகங்கள் திரண்டு மழைக்குக் காத்திருந்தன. மழை கொட்டி முடிக்கும்வரை காத்திருந்தேன். புகை மூட்டம் போட்டு வனத்திலிருந்து வெளிவரும் கரடிக்குக் காத்திருக்கும் வேடுவனைப் போலக் காத்திருந்தேன். மரத்திலிருந்து வெளிக் கிளம்பும் ஒரு வல்லூறுவிற்குக் காத்திருக்கும் வேடுவனைப்போலக் காத்திருந்தேன்.

அடர்ந்த வனம் என்பதால் எந்த மரத்தின் பின்னிருந்து அரசன் வெளியில் வருவான் என்று தெரியவில்லை. ஆனால் அவன் அங்கு எங்கோதான் தனித்து இருப்பதாக உள்ளுணர்வு கூறியது.

நான் வில்லில் கணை தொடுத்துத் தொலைவில் இருந்த ஒரு மரத்திற்குக் குறி வைத்து ஒரு பலாப் பழத்தை வீழ்த்தினேன்.

அதனால் ஒரு பயனுமில்லை.நான் நொண்டியபடி நடந்து சென்றேன். எனது பாதக்குறடுகள் பட்டு, காய்ந்த சருகுகளும், சுள்ளிகளும் ஓசை எழுப்பின. ஒரு மன்னன் இங்கு எங்கோதான் கண்ணாமூச்சி ஆடிக் கொண்டிருக்கிறான். சகலத்தையும் இழந்து விட்டதைக்கூட அறியாமல் ஒளிந்திருக்கும் மன்னன். அவனுக்குத் தனது ராணிகள் கைப்பற்றப் பட்டது தெரிந்திருக்குமா? அவனது அரண்மனைக் கதவுகள் அனைத்தும் சோழ மன்னனின் ஆணையின் படி திறக்கப் பட்டு விட்டன என்பது தெரியுமா? அவனது வீரர்கள் சுண்டெலி களைப்போலப் பதுங்கிவிட்டனர் என்பது அவனுக்குத் தெரியுமா? அவனது சேனாதிபதிகள் சிறைப்பிடிக்கப்பட்டது தெரியுமா அவனுக்கு?

எனது பாதங்களில் நிதானமாக விரிசல் விட்டு அலறும் காட்டின் தரை என்னிடம் தனது சொந்தக் கதையைக் கூறுவது போலிருந்தது. நான் ஒரு திசையில் என்னால் முடிந்தவரையில் விரைவாகவும், உறுதியாகவும் சென்றேன். கண்கள் அங்குமிங்கும் துடிப்புடன் அலைந்தன. கண்ணுக்கெட்டிய தொலைவு வரையில் எதுவும் தென்படவில்லை. இப்போது நான் வேறு ஒரு பாதையில் நதிக் கரையை நோக்கி நகர்ந்தேன். மரத்தின்மீது எனது கணை ஒன்றைத் தொடுத்ததும் பறவைகள் மொத்தமாகப் படபடத்துப் பறந்தன.

நான் நதிக்கரை நோக்கி மேலும் விரைந்து நொண்டியபடி சென்றேன். தொலைவில் நிழலின் அசைவு ஒன்று மரங்களுக்குப் பின்னால் சென்று கொண்டிருப்பதைப்போன்ற தோற்றம் தெரிந்தது. எனது கணுக்காலில் இருந்த தாங்க இயலாத வலியைப் பொறுத்துக் கொண்டு நான் விரைந்தேன். எனது பிரார்த்தனை எல்லாம் மருந்து வைத்துக் கட்டியிருக்கும் மரக்குச்சிக் கட்டு விலகி விடாமல் இருக்க வேண்டும் என்பதில்தான் இருந்தது.

சிரேயர் விற்பயிற்சியின்போது கூறியது நினைவில் எழுந்தது. ஒரு சிறந்த வில்வீரன் தனது வில்லின்மீதும் இலக்கின்மீதும் செலுத்தும் கவனத்தைத் தனது காலடிகளின்மீதும் வைக்கவேண்டும். ஆம்! நான் நதியின் ஓரத்தில் இருந்த மரங்களின் வேர்கள் செல்லும் பாதையில் படர்ந்திருப்பதை அறிந்து என் கால்கள் அவற்றில் சிக்கிக் கொள்ளாமல் கவனமாக ஓடினேன். அவனும் எனது கண்களில் சிக்காமல் கவனமாக ஓடிக்கொண்டிருப்பது தெரிந்தது. நான் அவன் காத்திருந்ததைப் பார்த்தேன். பிறகு மெதுவாக நகரத் தொடங்கினான். மூன்றாவது காலடி எடுத்து வைக்கும்போது எனது கணை அவனது தோளைத் துளைத்தது.

ஸ்ரீவிஜய தேசத்து மன்னன் பெருத்த அலறலுடன் கீழே வீழ்ந்தான். மன்னர்கள் காயங்களுக்குப் பழக்கப்படாதவர்கள். நான் எதுவும்

செயலாற்றாமல் இருந்தேன். ஒரு கணம் காத்திருந்து பிறகு மெதுவாக அவன் வீழ்ந்திருந்த இடம் நோக்கி நகர்ந்தேன். அவன் குப்புற விழுந்து கிடந்தான். வலி தாளாது அரற்றிக்கொண்டிருந்தான். அவன் மீது பாய்ந்த கணையைப் பிடுங்கி எடுத்து அவனைப் புரட்டிப் போட்டேன். அவன் சாதுர்யமாக எதுவும் செய்து விடக்கூடாது என்று ஔவையின் குறுவாளைக் காட்டி மிரட்டினேன். அவன் என்னை ஏறிட்டுப் பார்த்தான். முகம் மெலிந்து காணப்பட்டான். போருக்குச் செல்வதற்கு முன்னர்ச் சோழச் சக்கரவர்த்தி முகத்தில் தீட்டிக் கொள்வதைப் போன்று தீற்றிக் கொண்ட சாயத் தீற்றுகளின் மீதத்தைத் தவிர அவன் முகத்தில் மன்னருக்கான வேறு அடையாளங்கள் எதுவுமில்லை. புருவங்களை அடர்த்தியாகக் காட்டுவதற்கு அஞ்சனம் எழுதப்பட்டிருந்தது. உதடுகளில் சிவப்புச் சாயம் பூசப்பட்டிருந்தது. எனக்குச் சிரிப்பு வந்தது.அச்சம் நிறைந்த முகத்திற்கு ஆக்ரோஷமான ஒப்பனைத் தீற்று.

ஔவையின் குறுவாளை அவரது முகத்திற்கு நேராக நீட்டி சிறிதளவு மீதம் இருந்த எதிர்க்கும் தன்மையையும் விரட்டி விட்டேன்.

•

நடேசன் அவனது வீரர் ஒருவனிடம் சொல்லி அருகில் இருந்த மூங்கில் காட்டிலிருந்து உறுதியான சற்று நீண்ட கழியை எனக்குக் கொடுத்திருந்தான். நான் எனது முழு பாரத்தையும் அதன்மீது போட வேண்டியிருந்தது.

நான் அந்தச் சிறிய அரசவையைக் கடந்து ஔவை இருக்கும் இடத்தை நோக்கிச் சென்றேன். மன்னர் அங்கில்லை என்றாலும் கிருஷ்ணனும் மேலும் சில உயர் அதிகாரிகளும் இருந்தனர். கிருஷ்ணன் என்னைக் கண்டதும் விரைந்து என்னருகில் வந்து தனது கரங்களை எனது தோள்களின்மீது ஆதரவாகப் படர விட்டார். அவர் என்னைத் தீவிரமாகப் பார்த்தார். 'என்றுமே நீ எனக்கு மிகப் பெரிய விந்தைதான் யவனி!' என்று கூறினார். அவரது குரல் கணீரென்று அனைவர் செவிகளிலும் விழுந்தது. 'நாடு திரும்பியதும் உனக்கு மிகப் பெரிய கௌரவமும் விருதும், பதவியும் காத்திருக்கின்றன', என்றார்.

எனது நொறுங்கிப் போயிருந்த கணுக்காலின் காரணமாக இரண்டு கரங்களையும் குவித்து வணங்குவதற்குச் சிரமப்பட்டாலும் அதனைத் தாங்கிக்கொண்டு வணங்கினேன். அவ்வளவுதான். அப்படியென்றால் எனக்கு எதுவும் நேரவில்லை. நான் பாதுகாப்புடன்தான் இருக்கிறேனா? என்னைச் சுற்றியிருந்த

பதினைந்து ஜோடிக் கண்கள் நான் எவ்வாறு பழுதான காலுடன் ஓர் அண்டை நாட்டு மன்னரை வீழ்த்தினேன் என்று வியப்புடன் நோக்கின. ஒரு மோசமான கதையைச் சுவையூட்டும் நாடகமாக மாற்றியதற்கு நடேசனின் பங்கும் உண்டு.

அதிலன் என்ற ஸ்ரீவிஜய தேசத்தவன் ஒரு மரக் கூண்டில் கொண்டு வரப்பட்டான். அவனைக் சேத தேசத்தில் விட்டுவிடுமாறு கேட்டுக் கொண்டான். 'அவர்கள் உங்களுடன் என்னைக் காண நேரிட்டால் என் உயிர் என் உடலில் தரித்திராது', என்று கெஞ்சினான். மரக்கூண்டின் தாளை விலக்குவதற்கு நடேசன் சென்றபோதுதான் அவனுக்கு மூச்சு திரும்பவும் வந்தது.

நான் ஔவையின் அறைக்குள் நுழைந்தேன். அந்தக் கொடிய நெடி அவரது காயத்தின் செறிவைக் கூறியது. முடை நாற்றம். நல்ல வேளை அவர் விழித்திருந்தார். அந்தப் பரமேஸ்வரனுக்குத்தான் நன்றி சொல்ல வேண்டும். அவர் கண்களில் கொஞ்சம் ஒளி வந்திருந்தது. வெளுத்திருந்த விழிகளில் சற்று மஞ்சள் பூத்திருந்தது ஆறுதலாக இருந்தது. நான் அவர் அருகில் நொண்டிச் செல்வதைப் பார்த்தார். அவர் அருகில் இருந்த குவளையைக் கைகளில் எடுத்தேன். மூங்கில் கழியை ஓரமாக வைத்துவிட்டு குனிந்து அவர் வாயினில் குவளை நீரை வார்த்தேன். அவர் அந்த நீரை பெரிய பெரிய மிடறுகளாக விழுங்கினார்.

'யவனி! உனது பழுதுபட்ட காலுடன் நீ கப்பலில் ஓய்வு எடுத்திருக்க வேண்டியவள். ஆனால் நீயோ உனது ஊனமான காலுடன் இந்தத் தேசத்து மன்னனைச் சிறைப்பிடித்து வந்திருக்கிறாய்!'

'ஹேய்! அவன் ஒன்றும் அத்தனை வலுவானவன் அன்று', என்று அவர் கூறியதை மறுத்தேன். அவரது காயத்தைப் பார்த்தேன். மருந்துக் கட்டைச் சுற்றிலும் வீக்கம் பெரிய அளவில் இருந்தது. அதனைச் சுற்றி கருநீல நிறத்தில் காயத்தின் உதிரப்பெருக்கு வழிந்துகொண்டிருந்தது.

அவரது கண்கள் எனது கண்கள் சென்ற இடத்தை நோக்கின. 'வலி அந்தப் பகுதியைச் சுற்றித்தானே தவிர காயத்தில் இல்லை. விகாரி எனது காயம் எந்த அளவிற்கு மோசமானது என்று கூறியதன் உண்மை எனக்கு இப்போதுதான் விளங்கியது.'

நான் காயத்திலிருந்து எடுத்த கண்களை அவர் முகத்திற்குக் கொண்டு செல்லாமல் வேறு எங்கோ பார்த்தேன். ஆனால் வேறு வழியின்றி அவர் மிகவும் கண்ணியத்துடன் என்னைப் பார்த்து,

'யவனி', என்று அழைத்ததும் அவர் கண்களைச் சந்திக்க நேர்ந்தது. அவரது இடது கரம் உயர்ந்து எனது விழிகளில் வழிந்த நீரைத் துடித்தது. 'இது ஒரு வீரனுக்கு உரிய செயலன்று!' என்றார்.

'வேண்டாம், அப்படிக் கூறாதீர்கள்', என்று கூறினேன். வேண்டாம் என்று கூறினேனே தவிர எது வேண்டாம் என்பதை என்னால் உரக்கக் கூற இயலவில்லை. தொண்டை கமறியது. 'நீங்கள்தான் என்னை நாகைப்பட்டிணத்திற்கு அழைத்து வந்தவர். நீங்கள் இல்லாமல் என்னால் நாகைப்பட்டிணம் திரும்ப இயலாது', என்று முடிக்கும் போது மீண்டும் கலங்கி நின்றேன்.

'எனக்கும் உன்னை விட்டுப் பிரிவதில் விருப்பமில்லை யவனி', என்று கூறினார். எனக்குதான் எவ்வளவு சுயநலம்! அவரது அந்த மோசமான நிலையிலும் என்னைக் குறித்து அவர் நினைக்க வேண்டும் என்று நான் கருதினால் அது சுயநலமின்றி வேறு என்ன? ஆனால் எனக்கு எனது சுயநலத்தை உதற முடியவில்லை.

'யவனி, அரெமிஸ். நீ யார் என்பதை வெளிப்படுத்திக்கொண்டே இரு!' அவரது இதழ்கள் இரண்டும் கருத்திருந்தன. பலநாள் தண்ணீர் பருகாதவரைப் போன்று நா வறண்டு காணப்பட்டது. நான் குவளையிலிருந்து மீண்டும் நன்னீர் வார்த்தேன். அவர் நீண்ட மிடறாக அதனைப் பருகினார்.

'கண்மூடிக் கிடக்காதே. விழிப்புடன் இரு', என்றவர் தொடர்ந்தார். 'எதையும் மறக்காதே. மறதி உனக்கு ஏற்ற தகுதியன்று. அன்று கப்பலில் நீ நடந்துகொண்டது சரிதான். சாத்தியங்களும், தீர்க்க தரிசனங்களும் பாதிவரைதான் துணைக்கு வரும். அதற்காக அவற்றை நிராகரிக்கவேண்டும் என்பதில்லை. பிறகு நீ ஒரு வீரன் என்பதனை மறந்து வெளியில் வேறு ஒரு வீரனைத் தேடிக் கொண்டிருப்பாய்.'

அவரது கண்களில் ஒளி மங்குவதும் பிரகாசிப்பதுமாக இருந்தது. அந்த அறைக்குள் அவர் வருவதும் போவதுமாக இருந்தார். புயற்காற்றை எதிர்க்கும் அகல்விளக்கின் சுடர்போலப் படபடத்துக் கொண்டிருந்தார். 'எனது தேவைகளுக்காக நான் உன்னை மீண்டும் மீண்டும் ஆபத்தில் கொண்டு தள்ளினேன். ஆனால் ஒவ்வொரு முறையும் நீ அவற்றை நொடிப் பொழுதில் சமாளித்து வெற்றி வாகை சூடிக் கொண்டபடி வெளியில் வந்தாய். நீ கூறியதும் சரிதான். உனது பெயர் சோழக் கல்வெட்டுகளில் பொறிக்கப்பட மாட்டாது; பட்டயங்களில் பொறிக்கப்பட மாட்டாது; புலவர்கள் பரணிகளில் இடம்பெறாது. ஆனால் நீ செய்ய வேண்டியவற்றை உரிய முறையில் செய்து வந்தால் அதுவே போதும்.'

அவரது கரம் துவண்டது. நான் அந்தக் கரத்தை எனது கரங்களில் பற்றி அழுத்திக்கொண்டேன். அவர் வலியின் வேதனையில் அலறத் தொடங்கியதால் நான் விகாரியை அழைத்து மேலும் ஓர் அளவை மயக்க மருந்து கொடுக்க வேண்டினேன்.

அனந்தன் என்னைக் கண்டு பேசுவதற்கு வாயசைத்தார்.

'உன்னிடம் கேட்பதற்கு ஒரே ஒரு கேள்வி உள்ளது. ஆரம்பத்தில் உனது பிறந்த வீடு என்று சொல்லிக்கொண்ட இடத்திற்கு உனக்குத் திரும்பிச் செல்லும் வாய்ப்புக் கிட்டியது என்றால் திரும்பவும் அங்கு செல்வாயா?' என்று கேட்டார்.

இதே வினா எனக்கும் எழுந்திருக்கிறது. காலில் எனக்கு ஏற்பட்ட காயத்தின் வலியில் தவித்துக்கொண்டிருந்தபோது எனது தாயைப் பற்றிய நினைவு எழுந்தது. நடேசனின் தோள்களில் எனது கரங்களைப் பரப்பி சயனித்திருந்தபோது எழுந்திருக்கிறது.

நான் மாட்டேன் என்று தலையசைத்தேன்.

'அது உனது சொந்த வீடு இல்லையென்றால் எது உனது சொந்த வீடு அரெமிஸ்? ஒருவேளை உன் போன்ற அளவிற்கு தீர செயல்கள் புரிய உனக்குச் சொந்த வீடு இருக்கக் கூடாதோ என்னவோ!' என்றார். அதோடு அவ்வளவுதான். அவர் கண்கள் மூடி மீண்டும் அமைதியானார். அவர் தனிமைப்படுத்தப்பட்டதைப்போலக் கிடந்தார். அவரது காயம் அவரது சீலங்கள் சிலவற்றைத் தின்று விட்டது. நான் குனிந்து வறண்டு போயிருந்த அவரது இதழ்களில் முத்தமிட்டேன். நான் மீண்டும் எழுந்தபோது அவரது விழிகள் பாதித் திறந்தன. 'அவர்கள் என்னை இங்கேயே விட்டுவிடப் போகிறார்கள். அது வேண்டாம் அரெமிஸ்', என்றார்.

'நிச்சயம் மாட்டார்கள். அவர்கள் உங்களை எந்த அளவிற்கு நேசிக்கின்றனர் என்பது உங்களுக்குத் தெரியாது ஔவை!' என்றேன்.

நான் எனது வதனத்தைத் துடைத்துக்கொண்டு விகாரி இருந்த இடத்திற்குச் சென்றேன். நாங்கள் இருவரும் எதுவும் பேசிக் கொள்ளாமல் எதிரெதிர் அமர்ந்திருந்தோம். நான் அனுப்பிய சேதிகள் அனைத்தும் நான் அங்கு இல்லை என்பதால் பொய்யாகத் திரித்துக் கூறப்பட்டிருக்கலாம். போலி ராணி அமயாவோ, பெரும் பில்லோ அனைவரும் நம்பும் வண்ணம் என்னைப் பற்றிக் கதை கட்டி விட்டிருக்கலாம். இவற்றையெல்லாம்கூட நான் யோசிக்க வேண்டியிருந்தது.

எனது நோக்கங்களின் உண்மை நிலையைத் திரித்து, வீண்பழிக்கு என்னை ஆளாக்க அவர்கள் கதை கட்டி விட்டிருந்தால் இந்நேரம் அந்த விஷயம் மன்னர் காதுகள் வரை சென்று நான் பாதாளச் சிறைக்கதவின் கம்பிகளை எண்ணிக் கொண்டிருக்க வேண்டும். என்னைப் பாதுகாக்க ஒருவரும் இருந்திருக்க மாட்டார்கள். அவ்வாறு எதுவும் நிகழாததால் எவரும் பெரும்பில் மற்றும் அமயாவின் பொய்யான திரிபுகளை நம்பவில்லை என்பது உறுதியானது.

'நாம் ஏதாவது செய்தாக வேண்டும்', என்றார் விகாரி. கூறிவிட்டு எனது கணுக்காலை நோட்டமிட்டார். சேர்த்துக் கட்டியிருந்த குச்சியும், மருந்தும் நழுவிக்கொண்டிருந்தது. அவர் அவற்றைச் சேர்த்துக் கட்டுப்போடத் தொடங்கினார். வலி தனி ஆவர்த்தனம் செய்து கொண்டிருந்தது. 'மன்னருக்காக யுத்தம் செய்யக் கிளம்பும் உனக்குக் காலம் பூராவும் இப்படியே நொண்டி நடக்க முடியுமா?' என்று கேட்டார். நான் அவர் எனது காயத்தைத் தொட்டுப் பரிசோதிக்கும்போது நான் காலை பின்னுக்கு இழுத்துக்கொண்டேன்.

'இல்லை என்னால் இப்படி நொண்டிக் கொண்டிருக்க முடியாது', என்றேன்.

அவர் என்னை ஒரு பார்வை பார்த்து விட்டு'நீ செய்தது தவறு என்று கூற வரவில்லை நான். நமது சோழ சாம்ராஜ்ஜியத்தின் மக்கள் பலரையும் ஸ்ரீவிஜய தேசத்து மன்னனைச் சிறை பிடித்ததன் மூலம் நீ காப்பாற்றி உள்ளாய். மறுப்பதற்கில்லை. ஆனால் அவனைத் தேடிக் கொண்டு துரத்திச் சென்றவர் பலர் இருக்கும்போது இந்த முடமான காலுடன் எதற்காகத் தனியாக உனது உயிரை பணயம் வைத்துத் தேவையில்லாமல் இப்படி ஓர் ஆபத்தை எதிர்கொண்டாய்?' என்றார்.

'ஏன் எனில் ஔவையின் காயங்கள் மோசமானவை. அவரது காயங்களால் எனக்கும் வலி ஏற்பட்டது!'

புதிய குச்சியையும், மூலிகை மருந்தையும் சேர்த்துக் கணுக்காலில் புதிதாகக் கட்டினார். 'ஔவை இறக்க நேரிட்டால் மன்னர் உனது தீரச் செயல்களைக் கணக்கில் எடுத்துக்கொள்ள மாட்டார் என்பது தானே உன் கவலை?'

'அவருக்கு ஏற்கெனவே தெரியும் என்பதை அறிவேன். ஔவைக்கு இது நேர்ந்திராவிடில் நான் அந்தக் கப்பலில் இருந்திருக்க மாட்டேன்!'

'அப்படியெனில் இது சோழ சாம்ராஜ்ஜியத்திற்காக நீ புரிந்த செயலன்று. உனக்காகச் செய்தது அப்படித்தானே?' என்று கேட்டபடி கட்டை இறுக்கி முடிச்சுப் போட்டார்.

அவர் முடிச்சுப் போட்டு மீதம் வைத்த கட்டின் துணி நீளமாக இருக்கவே நான் ஔவையின் குறுவாளை எடுத்து அதன் நீளத்தை வெட்டி எறிந்தேன். 'அனைவரும் அவ்வாறுதான் விகாரி. ஒவ்வொரு வீரனும் முதலில் தனக்காகத்தான் போரிடுவான். இல்லை என்று உங்களால் மறுக்க இயலுமா? புகழ், வீர சொர்க்கம், சூறையாடக் கிடைக்கும் வாய்ப்பு - பெண் பொருள் எதுவாயினும் ஒரு வீரன் முதலில் தன்னைப்பற்றி மட்டுமே சிந்திப்பான். இல்லையா?' என்று கேட்டேன்.

விகாரி என்னைப் பார்த்த பார்வை அவர் ஒரு தீர்மானத்திற்கு வந்ததைப் போலிருந்தது.

'கிருஷ்ணன் வாசித்த அந்த ஓலைச்சுவடி நாடி சோதிட தீர்க்க தரிசனம் உன்னைப் பற்றியதுதானா?' என்றவர் இறுதியாக, 'எனக்கு இன்னும் ஒரு சில ஆண்டுகள் ஆயுள் போட்டிருக்கிறது. அந்த தீர்க்க தரிசனத்தில் இருந்த ஓரிரு வாக்கியங்களை நானும் கேள்விப் பட்டிருக்கிறேன்', என்று கூறினார்.

என்னை மேலும் கீழும் பார்த்தார். 'நீ எதற்காகத் தனித்து ஸ்ரீவிஜய தேசத்து மன்னரைச் சிறையெடுத்தாய் என்பது உனக்குத் தெரியுமா?' என்று கேட்டு விட்டு என்னைப் பார்த்தார்.

நான் மௌனமாக அவரைப் பார்த்தேன்.

'ஏன் எனில் இங்கே உள்ள ஒவ்வொரு வீரனும் தனியன் கிடையாது. அவன் ஒரு குழுவின் அங்கம். அவனுக்கு மேலே ஓர் அதிகாரி, அதிகாரிக்கு மேலே ஒரு படைத் தலைவன், அதற்கும் மேலே சேனாதிபதி என்று அந்த சரடு போகும். ஒரு வீரன் சிறுநீர் கழிக்கச் செல்ல வேண்டுமென்றாலும் மொத்த படையும் அவனுக்குச் சம்மதம் அளித்தால்தான் அவனால் இயற்கை உபாதையைக்கூடத் தணித்துக் கொள்ள முடியும். உன் ஒருத்தியால்தான் அவனைத் தன்னந்தனியாகத் தேடிச் செல்ல முடிந்திருக்கிறது. உன்னை அதிகார பீடத்தின் எந்த நிலையம் தடுக்கவில்லை', என்றார்.

எனக்கு அவர் என்னை அத்தனை உயரத்தில் வைத்ததும் கன்னங்கள் சிவந்தன. அவர் கூறுவது பொறாமையினால் அன்று. வேறு ஏதோ காரணம் இருக்க வேண்டும்.

'ஓலைச் சுவடியில் கூறியிருந்தது உனக்குப் பொருந்தி வந்ததால் தான் உன்னைத் தேர்ந்தெடுத்தார்கள் என்று எண்ணுகிறாயா? இல்லை யவனி. ஓலைச் சுவடியின் தீர்க்க தரிசனம் என்பது அரசியல் பகடை யவனி. இதை வைத்துக்கொண்டுதான் அரசியல்

குருமார்கள் மக்களைத் தங்கள் கட்டுக்குள் வைத்துக்கொண்டிருக் கிறார்கள். தங்கள் கைகளில் உள்ள ஓலையில் உள்ள வாசகங்களைப் படித்துப் பார்த்து விட்டு நிமிர்ந்து பார்ப்பார்கள். அந்த வாசகம் யாருக்குப் பொருந்தும் என்று நோட்டமிடுவார்கள். அவர்கள் வசதிக்கு ஏற்ப அந்த வாசகங்களில் எவரையும் பெயர் சொல்லிக் குறிப்பிட்டிருக்க மாட்டார்கள். எனவே அவர்கள் ஓலையின் வாசங்களில் உன்னைப் பொருத்திப் பார்ப்பதற்கு பதில் நீ அவர்களுக்கு எவ்வாறு பொருந்தி வருவாய் என்றுதான் பார்த்திருப்பார்கள். மக்களின் நம்பிக்கை என்பது மிகவும் ஆற்றல் வாய்ந்தது. ஆனால் ஒன்று, எந்த நம்பிக்கையையும் வாயைப் பிளந்து அப்படியே பின்பற்றக் கூடாது.'

அவர் எனக்கு உதவி புரிவதை உணர்ந்தேன். அவரும் எனது நண்பர்தான். ஆனால் அவர் கூறிய வார்த்தைகள் எனது சிந்தையில் நெருடிக் கொண்டிருந்தன. அவற்றை நான் ஏற்றுக்கொள்ள வில்லை என்றாலும் அவற்றை நம்பித்தான் ஆக வேண்டும்.

'நான் ஒரு படை வீரனாக வேண்டுமென்று தீர்மானம் செய்வதற்கு முன்னரே மருத்துவத்தில் சிறிது பயிற்சி பெற்றிருந்தேன்', என்று கூறிவிட்டு எழுந்து தனது சுள்ளிகள், மூலிகைச் செடிகள் போன்ற வற்றை மூட்டை கட்டத் தொடங்கினார். 'அதர்வ வேதம் முழுவதையும் பாராயணம் செய்யவேண்டும். அப்போதுதான் எந்த எந்த மந்திரங்கள் எந்த எந்த தேவர்களுக்குக் கட்டுப்படும் என்ற தெளிவும், ஞானமும் கிடைக்கும். ஒவ்வொரு சம்ஹிதையும் ஒவ்வொரு தேவனை வேண்டி ஒவ்வொரு நோயுற்றவருக்கும் கருணை பொழியுமாறு வேண்டுவதாகும்.'

'தொடக்கத்தில் எனக்கும் வடமொழியின் மீது வெறுப்பிருந்தது. ஒரு சொல்லை மாற்றி உச்சரித்தாலும் அதன் பொருளும் பிரார்த்தனையும் மாறி விடும். கால் குணமாக வேண்டும் என்று ஒரு சம்ஹிதையைப் பாராயணம் செய்யும்போது ஒரு வார்த்தை மாறிப் போனாலும் நான் நோயுற்றவர்க்கு மூன்றாவது கால் முளைக்கப் பிரார்த்திப்பதுபோலப் பொருளாகி விடும். அதன் பிறகுதான் ஆயுர்வேதத்தின் மந்திரங்கள் அனைத்தும் வைத்தியருக்காக இயற்றப்பட்டவை, அதில் குறிப்பிடப்படும் தேவர்களுக்காக இயற்றப்படவில்லை என்று தெளிந்தேன். அந்த மந்திரங்கள் வைத்தியர்களின் மனநிலையைச் சமன்படுத்தி ரணச் சிகிச்சை காலங்களில் கைகளில் ஆயுதம் ஏந்தும்போது கவனத்தைச் சிதற விடாமல் இருப்பதற்காக என்று புரிந்தது. உண்மையில் இவை மந்திர சக்தி வாய்ந்தவைதாம். ஆனால் குடிமக்கள் நினைப்பது போன்ற மந்திர சக்தி கிடையாது.'

எனது ஏமாற்றத்தை விழுங்கியபடி நான் தலையசைத்தேன். 'உங்கள் அறிவுரைக்கு மிக்க நன்றி ஐயா. நான் இதற்குக் கடமைப் பட்டவள்!, என்று கூறினேன்.

அவர் அந்த அறையை விட்டு நீங்கும்போது வெளியில் பார்த்தபடி மேலும் தொடர்ந்தேன். 'ஔவை வலியில் துடிக்கிறார்', என்றேன்.

நான் எழுந்து சாளரத்தை நோக்கி நொண்டினேன். மரக் கட்டையைப் போல எனது கால் மரத்துப் போயிருந்தது. என்னால் கழியின் துணையின்றி நடக்க இயலுமா என்பது ஐயமாக இருந்தது. வெளியில் மழை பெய்யத் தொடங்கியது. முதலில் மெதுவாகப் பிறகு வலுத்துப் பெய்தது. வலுத்த மழை எனக்குப் பிடிக்காது. சாளரத்தின் அருகில் நெருக்கி நின்றேன். அனைத்தும் ஓசையடங்கி நின்றது போலிருந்தது. துடைத்து வைக்கப்பட்டது போலிருந்தது. நான் கரங்களை உள்ளே இழுத்துக்கொண்டேன். மழை நீர்த் துளிகள் சற்று சூடாகவும் தூசின் அடர்த்தியால் எடை கூடியும் இருந்தன. ஒவ்வொரு துளியும் தூசியில் புதைந்தது போலிருந்தது.

நினைவுகளும் கனவுகளும் – நூலாசிரியர் குறிப்புகளிலிருந்து...

நான் எழுதுவதற்கு உத்தேசித்திருந்த நாவல் வேறு; தற்செயலாக எழுதப்பட்டு இப்போது நூல் வடிவில் உள்ள நாவல் வேறு. பொதுவாகவே வரலாறு மற்றும் அது நம்மைக் கொண்டு செல்லும் காலத்தின்மீது எனக்குத் தீராத ஈடுபாடு உண்டு. அந்த ஈடுபாடுதான் என்னைச் சோழர் காலத்திற்குக் கொண்டு சென்றது. எனது கற்பனையின் எல்லைகள் விரிந்து இந்த நூல் உருவானது.

சோழர் சரித்திரம் என்று கூறும்போது நமக்கு ராஜேந்திரச் சோழனையும் விட அவரது தந்தை ராஜ ராஜ சோழப் பேரரசரின் நினைவுதான் முதலில் தோன்றும். சோழர் காலத்தை, குறிப்பாக ராஜராஜ சோழனின் கதையை விவரிக்கும் மிகப் பிரமாதமான தமிழ் நாவல் என்றால் அந்தப் பெருமை கல்கி.ரா.கிருஷ்ணமூர்த்தி எழுதிய 'பொன்னியின் செல்வன்' நாவலைத்தான் சேரும். தஞ்சையில் உள்ள பிருகதீஸ்வரர் ஆலயம் ராஜ ராஜ சோழனின் புகழ் பாடும் ஆலயமாகும். சோழர்களின் காலத்திலும் அதற்கு முந்தைய காலத்திலும் மக்களின் அபிமானத்தைப் பெறுவதற்கு அரசர்கள் தங்களைக் கடவுளாக பாவித்துக்கொண்டு நல்லாட்சி புரிவது வழக்கம். ராஜ ராஜனின் திருவுருவச் சிலைகள் பெரும்பாலும் சைவக் கடவுளான பரமசிவனைப் போன்ற முக அமைப்புடன் வடிக்கப்பட்டுள்ளன.

வரலாற்றிலும் புதினங்களிலும் ராஜராஜனின் பெயர் கொடி கட்டிப் பறந்த அளவிற்கு அவரது மைந்தன் ராஜேந்திர சோழ பூபதியின் பெயர் அறியப்படவில்லை. இருப்பினும் ராஜேந்திரச் சோழர் தனது தந்தை ராஜராஜனைவிடப் பேரவா கொண்ட மன்னர். தனது கடுமையான உழைப்பின் மூலம் தான் ஒரு பேரரசரின் நிழலில்

வளர்ந்தவர் என்பதை மாற்றி அமைத்தவர். தனக்கெனத் தனிப்பெரும் பெயரும் புகழும் ஏற்படுத்திக்கொண்ட மாமன்னர். இவரது காலத்தில் ஆசிய கண்டத்தின் கடல் வாணிபம் முழுவதும் சோழர்களின் கட்டுப்பாட்டில் இருந்தது. இலங்கையில் அனுராதபுரத்தைத் தனது கட்டுக்குள் கொண்டு வந்தார் ராஜேந்திர சோழர். பாரத தேசத்தில் பாண்டியர்கள், சேரர்கள், சாளுக்கியர்கள் ஆகியோரையும் தனது கட்டுப்பாட்டின் கீழ் கொண்டு வந்தார். வடக்கில் பாலப் பேரரசு, சந்திரப் பேரரசு போன்றவை இவருக்கு அடி பணிந்தே இருந்தன. மொத்தத்தில் ராஜேந்திரரின் சோழப் பேரரசு கிழக்குக் கடற்கரை மற்றும் தென் தமிழகம் முழுவதையும் தனது கட்டுக்குள் வைத்திருந்தது.

சீன தேசத்தில் ஆட்சியில் இருந்த சோங் பேரரசுடன் சோழ சாம்ராஜ்ஜியத்திற்கு இருந்த வர்த்தக உறவு ஸ்ரீவிஜய தேசத்தினரால் அறைகூவல் விடுக்கப்பட்டபோது - (அதாவது சோழர்கள் தங்களுக்குக் கப்பம் கட்டும் கீழ் குடிகள் என்பதுபோன்ற தோற்றத்தைச் சீனர்களுக்கு ஸ்ரீவிஜயத்தினர் ஏற்படுத்தினர் என்று ஒரு சில வரலாற்று ஆசிரியர்களும், சோங் அதிகாரிகளிடம் சோழர்களைப்பற்றி அவதூறு பரப்ப சிலரை அனுப்பியதாக சில வரலாற்று ஆசிரியர்களும் கூறுகின்றனர்.) - ராஜேந்திர சோழர் தனது கடற்போரைத் தொடங்கி ஸ்ரீவிஜய தேசத்தின் ஒவ்வொரு நகரமாகக் கைப்பற்றியபடி முன்னேறினார். பாலம்பாங்கு நகரத்தின் விலை மதிக்க முடியாத அணிகலன்போல விளங்கிய வித்தியா தோரணம் என்ற பெயருடன் அழைக்கப்பட்ட கோட்டைக் கதவின் அருகில் இருந்த வளைவைத் தனது வெற்றியின் சின்னமாகக் கைப்பற்றிச் சோழ நாட்டிற்குக் கொண்டுவந்தார். ஸ்ரீவிஜய மன்னன், சங்கிரராக விஜயதுங்கவர்மன் என்பவன் தோற்கடிக்கப்பட்டான்.

நவீன தமிழகம் முழுவதும் ராஜேந்திரச் சோழனின் ஆட்சித் தடங்கள் ஆங்காங்கே சிதறிக் கிடக்கின்றன. தனது தந்தையின் நிழலிலிருந்து வெளியில் வந்த ராஜேந்திர சோழர் தனக்கெனத் தனியாக ஒரு நகரத்தைத் தலைநகரமாக உருவாக்கிக்கொண்டார். வடக்கில் வெற்றி வாகை சூடியதால் 'கங்கைகொண்ட சோழன்' என்ற சிறப்புப் பெயர் பெற்ற அவர், தனது தலை நகரத்திற்கு 'கங்கைகொண்ட சோழபுரம்' என்று பெயர் சூட்டினார்.

•

இந்நூல் ஒரு வரலாற்றுப் புதினம். இதில் வரும் கதை மாந்தர்கள் அந்தந்தக் கால வரலாற்றில் படைக்கப்பட்ட கற்பனைப் பாத்திரங்கள். தமிழகம் எந்தக் காலகட்டத்தில் புகழின் உச்சியில் இருந்ததோ,

நாகைப்பட்டினத் துறைமுகம் இரவெல்லாம் உறங்காது ஒரு முக்கிய வர்த்தக மையமாக எந்தக் காலகட்டத்தில் விளங்கியதோ அந்தக் காலகட்டத்தின் பின்னணியில்தான் இந்தப் புதினம் உருவாக்கப் பட்டுள்ளது. இரவில் விளக்குகள் மங்காத அந்தத் துறைமுக நகரம் கடல் வாணிகத்தின் மையப் புள்ளியாகத் திகழ்ந்தது. பல்வேறு தேசங்களில் இருந்து வரும் கடல் வாணிகர்கள் இந்தத் துறைமுக நகரத்தில் வந்து தங்கியிருந்து தங்களது சரக்கை விற்றும், ஏற்றிச் செல்வதற்கு மற்ற சரக்குக் கப்பல்களை எதிர்பார்த்தும் வாழ்ந்து வந்தனர்.

சில யவனர்கள் - (யவன தேசத்திலிருந்து வந்ததால் யவனர்கள் என்று அழைக்கப்படும் இவர்கள்) - சோழ நகரங்களில் நிரந்தரமாகத் தங்கி வாழ்ந்து வந்தனர். சோழர்களின் அரண்மனைகளில் மெய்க்காவலர்களாக யவனர்கள் பணி புரிந்ததற்கும், வேறு பல தொழில்களில் யவனர்கள் ஈடுபட்டதற்கும் ஆதாரங்கள் உள்ளன. எனவே இந்தப் புதினத்தில் இடம் பெறும் யவனி அரெமிஸ் போன்ற ஒரு வீராங்கனை அரண்மனை வளாகத்தில் பணிபுரிந்திருக்க வாய்ப்புகள் அதிகம்.

கிருஷ்ணன், செட்டிச்சட்டி போன்ற பெயர்கள் ராஜேந்திர சோழர் காலத்தில் உலவிய சில மாந்தர்களின் உண்மை பெயர்களாகும். முதலாமவர் சோழர்ப் படையின் முன்னணி சேனாதிபதி. மற்றவர் தமிழகத்தின் புகழ் பெற்ற வணிகர் ஆவார்.

•

நான் இந்தப் புதினத்தை எழுதும்போது எனக்குள் கண்ணுக்குத் தெரியாத சவால் ஒன்று இருந்தது. வேறு ஒரு முற்பட்ட காலத்தில் வாழ்ந்த மனிதர்களின் கதையில் தற்கால மனிதர்களின் அந்தரங்க வாழ்க்கையும் அதன் தவிப்புகளையும் கூறவேண்டிய சவால். எவ்வாறு ஆயினும் சில உணர்வுகள் கால தேச வர்த்தமானங்களைக் கடந்து நிற்பவை. குறிப்பாகத் தனிமையும், புலம் பெயர்ந்த வேதனையும், ஒரு யுவன் அல்லது யுவதியை உரியமுறையில் சிறப்பாக உருவாக்குவதற்கு மேற்கொள்ள வேண்டிய வலிகளும், வேதனைகளும், தணியாத காதலின் ஈர்ப்பும், இச்சையும் அனைத்து மக்களுக்கும் பொதுவானவை.

சில கதை மாந்தர்கள் ஆரம்பத்தில் தாங்கள் காட்டிய குணாதிசயங் களை இறுதிவரையில் காட்டுவதில்லை. உதாரணத்திற்குச் சோழ சேனாதிபதியாக வரும் அனந்தன் எனப்படும் ஔவை ஆரம்பத்தில் அச்சமேற்படுத்துபவராகச் சித்தரிக்கப்பட்டவர் பின்னர் எந்த அரேமிசினால் ஆரம்பக் காலத்தில் அச்சமுடன் பார்க்கப்பட்டாரோ

அதே அரேமிசினால் நேசத்துடன் பார்க்கப்பட்டார். ஒரு பெண் அதிலும் அந்நிய தேசத்தைச் சேர்ந்த பெண் ஒருத்தி அரண்மனை மெய்க்காவலராக இருந்தால் எவ்வாறு இருக்கும் என்ற கற்பனை எனக்குள் ஓடிக்கொண்டே இருந்தது. சொந்த மண்ணை நேசிக்கும் மக்களின் நடுவில் ஒரு யவனப் பெண் மெய்க்காவல் பணியில் இருந்தால் எந்த மாதிரியான சவால்களைச் சந்திக்க நேரும் என்று யோசிக்கத் தொடங்கினேன். ஒரு பெண்ணாக அவளது சாகசங்களுக்கும், வினையாற்றல்களுக்கும் இடையூறாக முன்னிற்கும் தடைகள், அவளது எல்லைகள், சந்திக்க நேரிடும் இகழ்ச்சிகள் குறித்துச் சிந்தித்தேன். செல்வாக்கு மிக்க ஒரு பெரிய சாம்ராஜ்ஜியத்தில் புலம் பெயரும் வறுமையில் வாடிய அவள் சந்திக்க நேரும் நுட்பமான மற்றும் வெளிப்படையான தகுதி இழப்புகள் குறித்துக் கவலை கொண்டேன். தனது இடமும், மக்களும், பொழுதும் இழந்து நின்ற அவள்மீது எனது அபிப்பிராயங்களை அழுத்தமாகக் கூறுவதன் மூலம் கவன ஈர்ப்பை ஏற்படுத்தியிருக்கிறேன். கவன ஈர்ப்பு என்பது அழகு சார்ந்த ஒன்று. இங்கே அழகு என்பது பளிச்சென்று கண்ணில் தெரியும் உடற்கூறுகள் அன்று எனவும் அழகை நிர்ணயிப்பது பதவியும் செல்வாக்கும் மட்டுமே என்பதையும் கூறியிருக்கிறேன்.

•

இந்தப் புதினத்தில் சோழர் காலத்து வாழ்வியல் கூறுகளைக் கண்முன் கொண்டு நிறுத்த வேண்டும் என்று விழைந்தேன். அதனால்தான் அங்காடிப் பகுதிகள், சந்தைப் பகுதிகள், உணவுப் பழக்கங்கள், இசை போன்றவற்றை விவரித்து எழுதியிருக்கிறேன். இந்தப் புதினத்தில் நான் வடித்துள்ள கவிதைகளும், உவமானங்களும் பண்டைய தமிழகத்தில் சங்க காலங்களில் இடம் பெற்ற செய்யுள்களிலிருந்து பெறப்பட்டவை. ஔவையும், பத்மனும் தேரில் அமயாவைப் பார்க்கச் செல்லும்போது பாடும் பாடல் அகநானூற்றுச் செய்யுள்களில் பெயர் தெரியாத புலவர் பாடிய பாடலைப் பின்பற்றி எழுதப்பட்டது. இந்த வரிகள் காதலனைச் சந்திக்கச் செல்லும் தலைவியின் இடந்தலைப் பாட்டினைக் கூறுவதாகும்.

தனது மோகப் பயணத்தில் இடையூறாக இருக்கும் தனது கால் தண்டைகளை ஒலி எழுப்பாதவாறு கணுக்காலோடு கட்டி வைக்கும் ஒரு தலைவியின் காதலை விவரிக்கும் பாடல் இது. அதே போன்று ஔவை கப்பலில் நினைவுகூரும்போது மேற்கோள் காட்டப்படும் உவமானம், அதாவது ஒரு பட்டுப்புழு தான் கட்டும் நூலிழைச் சிறையில் தானே உயிரை விடுவதாகக் கூறுவது, அக்க மகாதேவி

சிவபெருமானைக் குறித்து இயற்றிய பாடலிலிருந்து எடுத்தாளப் பட்டிருக்கிறது.

இந்த அளவிற்கு விவரித்தது போதும் என்று எண்ணுகிறேன். இதன் மூலம் நாகரீகம் தழைத்தோங்கிய ஒரு தமிழ்ச் சமூகத்திற்குள் உங்களால் நுழைந்து கல்வெட்டுக்கள், செப்பேட்டுப் பதிவுகள், சிற்பங்கள் மூலம் துண்டுதுண்டாகப் பெறப்பட்டுள்ள அவர்களது கலாசாரத்தை உங்களது கலாசாரமாக, அவர்களது உணர்வுகளை உங்களுடைய உணர்வுகளாக ஒத்திசைந்து ஒன்ற முடியும் என்று எண்ணுகிறேன். அன்னியர்கள்போல ஆரம்பத்தில் தோன்றும் அவர்களுடன் நாமும் பயணித்து அவர்களுடன் நாமும் கனவு கண்டு, அவர்களுடன் நாமும் சிந்தித்து அவர்களது இலக்குகளை நிஜமாக்குவோம்.

ராஜேந்திர சோழன் – ஆட்சி காலம்

985-1014 பொ.ஆ.பி:	முதலாம் ராஜேந்திர சோழரின் தந்தை ராஜராஜ சோழரின் ஆட்சி காலம். சோழ, சேர, பாண்டியர்களுக்குப் பேரரசராக விளங்கியதால் இவர் தனக்கு மும்முடிச் சோழர் என்ற பட்டத்தைச் சூட்டிக் கொண்டார்.
1002 பொ.ஆ.பி:	ராஜேந்திரச் சோழர் தனது தந்தையின் படையெடுப்புகளின்போது அவருக்கு உறுதுணையாக விளங்கினார்.
1014 பொ.ஆ.பி:	ராஜேந்திரச் சோழர் சோழ சாம்ராஜ்ஜியத்தின் மணிமகுடத்தை ஏற்றுக்கொண்டார்.
1017 பொ.ஆ.பி:	இலங்கையரசின்மீது படையெடுத்து அனுராதபுரத்தைக் கைப்பற்றினார். சோழர் படையினால் இலங்கையின் மணிமுடி சோழ தேசத்திற்குக் கொண்டுவரப்பட்டது. இலங்கையின் மன்னன் ஐந்தாம் மகிந்தன் சோழ தேசத்துச் சிறையில் அடைக்கப் பட்டான்.
1018 பொ.ஆ.பி:	ராஜேந்திரன் சேர, பாண்டியர்களின்மீது படையெடுத்துச் சென்றான்.
1019 பொ.ஆ.பி:	சோழர்ப் படைகளைக் கலிங்க தேசம், பாலதேசம், பாஸ்தர் தேசங்களின் மீது படையெடுக்க வைத்து அவர்களைக் கப்பம் கட்டச் செய்தார். பால வம்சத்து மன்னனான

மகிபாலனை வென்று கங்கையில் நீராடி 'கங்கை கொண்ட சோழன்' என்ற சிறப்புப் பெயர் பெறுகிறார்.

1022 பொ.ஆ.பி: வேங்கி நாட்டின் அரியணையில் தனது சகோதரியின் மைந்தன் ராஜராஜ நரேந்திரனை அமரச் செய்தார்.

1025 பொ.ஆ.பி: ராஜேந்திர சோழர் தனது படைகளுக்குத் தலைமை தாங்கி ஸ்ரீவிஜய தேசத்தின்மீது படையெடுத்துப் பாலம்பாங்கு, கடாரம், மலையூர், சுமத்ரா, கேதா, தெமசிக் போன்ற வம்சங்களை வென்றார்.

1044 பொ.ஆ.பி: ராஜேந்திர சோழர் காலமானார். அவருக்கு அடுத்து அவரது புதல்வர் ராஜாதிராஜ சோழர் அரியணை ஏறினார். இவரும் தனது தந்தை ராஜேந்திரருடன் படையெடுப்புகளில் உறுதுணையாக இருந்தவர். சோழ ஆட்சிக்கு எதிராக இலங்கை, சாளுக்கியம் ஆகிய பகுதிகளில் கலகங்கள் எழுந்தன. இவற்றை அடக்குவதற்குப் புரிந்த யுத்தங்களில் சோழர்களின் இழப்பு அளவிடமுடியாமல் இருந்தது.

www.ingramcontent.com/pod-product-compliance
Lightning Source LLC
LaVergne TN
LVHW100620051026
849519LV00001B/64
* 9 7 8 9 3 8 6 7 3 7 6 8 7 *